5

लव्ह यांनी पूर्णतः पुनर्संपादित व अद्ययावत केलेली ही आवृती एका अतृप्त हॅम्बर्गर साम्राज्याचा इतिहास आहे.

– कॉपीराइट १९५५ रीड बिझिनेस इनकार्पोरेशन, आयएनसी. 'पब्लिशर्स वीकली'

'मॅकडोनल्ड'च्या कार्यपद्धतीचा इतिहास म्हणजे अशा एका संस्थेची कथा आहे की, जिने अनेक नव्हे, तर शेकडो उद्योजकांची ताकद कामाला लावली. हे पुस्तक म्हणजे केवळ रे क्रॉक– मॅकडोनल्डचा सुंदर संस्थापक-याचीच केवळ कथा नाही तर अन्य अनेक व्यक्तींचीही आहे, ज्यांत मॅकडोनल्ड बंधू, पुरवठादार, अर्थसाहाय्य करणारे, फ्रँचाईजी, शिवाय सुरुवातीच्या काळातले कर्मचारी, ज्यांनी मॅकडोनल्डला 'फास्ट फूड'च्या उद्योगातील निर्विवाद अजिंक्यपद मिळवून दिले, मॅकडोनल्डच्या यशासाठी आवश्यक अशा गुंतागुंतीच्या अर्थपुरवठ्याच्या योजना यांत स्पष्ट केल्या आहेत, तसेच दर्जा, सेवा व स्वच्छतेसंबंधी असलेली कंपनीची बांधिलकीही दाखवून दिली आहे. या मनोरंजक पुस्तकाची खास शिफारस मी बहुसंख्य जनतेला व शैक्षणिक ग्रंथालयांना करतो.

– मायकेल डी. कॅथमन, सेंट जॉन्स युनिव्हर्सिटी लायब्ररी, कॉलेजव्हिले. लायब्ररी जर्नल

'मॅकडोनल्ड'ही जगातील आद्य उद्योजकीय यशाची गाथा आहे- अशी कंपनी की, जिचा जगभरचा विस्तार व वाढ अचंबित करणारी आहे. कठीण आर्थिक परिस्थितीत 'मॅकडोनल्ड'ने हे सिद्ध करून दाखवले की, कल्पकता, प्रयोग व चुका आणि धैर्याची अंतःप्रेरणा या, जगाने ज्याचे कौतुक केले आहे अशा या एका व्यावसायिक साम्राज्याच्या यशाच्या गुरुकिल्ल्या आहेत. 'मॅकडोनल्डस बिहाइंड दी आर्चेस' जेव्हा प्रथम प्रकाशित झाले, तेव्हापासून मॅकडोनल्ड ही जाहिरातीच्या क्षेत्रात नवा पायंडा पाडणारी कंपनी ठरली. त्यात तिने विविध वांशिक गट व शारीरिकदृष्ट्या दुर्बल यांच्यावर लक्ष केंद्रित केले. मॅकडोनल्डने 'मॅकजॉब्स' हा कार्यक्रम खास करून मानसिकदृष्ट्या आव्हान असलेल्या व ज्येष्ठ नागरिक यांच्याकरता विकसित केला. त्यांच्या फ्रँचाइजींची बोटे बाजारपेठेची नाडी तपासण्यासाठी नेहमीच सज्ज असतात, त्यामुळे 'मॅकडोनल्ड'ने यशस्वीरीत्या आरोग्याला पोषक खाद्य पदार्थांच्या जगात क्रांती घडवून आणली, डझनांनी नवी उत्पादने बाजारात आणली, आणि पर्यावरणदृष्ट्या सुरक्षित अशी पॅकेजिंगची व पदार्थांच्या/वस्तूंच्या पुनर्वापराची कार्यपद्धती विकसित केली. नवचैतन्य निर्माण करणारी, माहिती देणारी व पडद्यामागच्या अनेक घटनांनी भरलेली ही प्रशंसनीय यशोगाथा अशा एका अमेरिकन व्यवसायाच्या यशाच्या अंतरंगात घेऊन जाते की, जिथे जाण्याचा मोह आपल्याला आवरणार नाही.

— प्रकाशक

'मॅकडोनल्ड्स – बिहाइंड द आर्चेस'
या इंग्रजी पुस्तकाचा मराठी अनुवाद

कहाणी मॅकडोनल्ड्सची

एका अमेरिकन उद्योगाची आंतरराष्ट्रीय भरारी

लेखक
जॉन एफ. लव्ह

अनुवाद
डॉ. सुधीर राशिंगकर

मेहता पब्लिशिंग हाऊस

Please contact us at **Mehta Publishing House,** Pune 411030.
✆ +91 020-24476924 / 24460313 / Mob. No. 9545000513
Email : production@mehtapublishinghouse.com
Website : www.mehtapublishinghouse.com

- *या पुस्तकातील लेखकाची मते, घटना, वर्णने ही त्या लेखकाची असून त्याच्याशी प्रकाशक सहमत असतीलच असे नाही.*

McDONALD'S BEHIND THE ARCHES by JOHN F. LOVE

This Translation Published by Arrangement with Bantam Books, an imprint of The Random House Publishing Group, a Division of Random House, Inc.
Translated into Marathi Language by Dr. Sudhir Rashingkar

कहाणी मॅकडोनल्ड्सची / अनुवादित माहितीपर

अनुवाद : डॉ. सुधीर राशिंगकर

Email : author@mehtapublishinghouse.com

मराठी अनुवादाचे व प्रकाशनाचे हक्क : मेहता पब्लिशिंग हाऊस, पुणे.

प्रकाशक : सुनील अनिल मेहता, मेहता पब्लिशिंग हाऊस,
१९४१, सदाशिव पेठ, माडीवाले कॉलनी, पुणे - ४११०३०.

मुद्रक : ट्रिनिटी ॲकॅडमी फॉर कॉर्पोरेट ट्रेनिंग लिमिटेड,
नऱ्हे इंडस्ट्रिअल एरिया, नऱ्हे, पुणे - ४१.

मुखपृष्ठ : मेहता पब्लिशिंग हाऊस

प्रथमावृत्ती : जानेवारी, २०१६

किंमत : ₹ ४९५

P Book ISBN 9788184989472

पिता, वाचक, कथाकथनकार, मानवी घटनांचा
चित्तवेधक
निरीक्षक- अशा फिलिप डब्लू लव्ह
यांच्या स्मृतीस

अज्ञात मॅकडोनल्ड्स

मॅकडोनल्ड्सचे मुख्यालय ओक ब्रुक, इलिनॉइस या शिकागोच्या पश्चिमेकडील उपनगरात आहे. इमारतीचे नाव आहे 'मॅकडोनल्ड्स प्लाझा'. तिथे आठव्या मजल्यावर ज्येष्ठ अध्यक्ष फ्रेड टर्नरच्या पूर्वीच्या कार्यालयाबाहेर एक छोटी, गोलाकार आकाराची कॉन्फरन्सची खोली आहे. तिला 'वॉर रूम' (युद्ध खोली) असे नाव आहे. या ठिकाणी उच्च व्यवस्थापकीय अधिकाऱ्यांच्या बैठका होतात. जरी हे नाव फसवे असले, तरी कंपनी हॅम्बर्गरच्या उद्योगाकडे किती गंभीरपणे पाहते, हे त्यातून अचूकपणे दर्शविले जाते.

त्याखेरीज तिथे विशेष असे काही नाही. मॅकडोनल्ड्समधल्या इतर सर्व बाबींप्रमाणे तीही काटेकोरपणे कार्यरत असते. तिथे एक बऱ्यापैकी मोठे गोलाकार टेबल आहे व सर्व जण एकमेकांकडे तोंड करून समान पातळीवर बसतात आणि धोरणांबाबत मनमोकळी चर्चा करतात. तिथे महागनी लाकडाचे उंची फर्निचर नाही, कातड्याच्या उंच पाठीच्या आरामशीर खुर्च्या नाहीत किंवा भिंतीवर महागडे लाकडी कोरीवकाम नाही. ज्या कंपनीच्या जागतिक विक्रीचा आकडा २४०० कोटी डॉलर्सचा आहे, अशा एका प्रचंड मोठ्या कंपनीची ती महत्त्वाचे निर्णय घेण्याची जागा आहे, असे वाटावे असे तिथे काही नाही. टेबलाबरचा टेलिफोनही जुन्या जमान्यातला बेलचा आहे. त्यावर अनेक वेळा 'रॉंग नंबर' लागत असतात. अशा एका प्रसंगी टर्नर स्वतःच फोन उचलतो आणि प्रतिसाद देतो, "हॅलो, हे मॅकडोनल्ड्स आहे." टेलिफोन करणारा घोटाळ्यात पडतो. मग टर्नर खुलासा करतो, "तुम्ही मॅकडोनल्ड्स कॉर्पोरेशनच्या कार्यालयात फोन केला आहे." तरीही फोन करणाऱ्याला काही स्पष्ट कळत नाही. मग टर्नर शेवटचा हुकमी खुलासा करतो, "आम्ही 'हॅम्बर्गर लोक' आहोत."

या मोठ्या कॉर्पोरेशनचा अध्यक्ष क्षणभर जरी त्या प्रसंगी फोन घेत असला, तरी त्या फोन करणाऱ्याच्या पटकन हे लक्षात येत नाही की, तो कुणाशी बोलतोय! कंपनी आपल्या ब्रँड नेमवर दर वर्षी १०० कोटी डॉलर्स एवढा प्रचंड खर्च करते. हा एखाद्या कंपनीचा जगभरातील जाहिरातीवरील सर्वाधिक खर्च आहे. या जाहिराती करणारा त्यांचा प्रवक्ता हा एक विदूषक असतो. तो लहान मुलांमध्ये सांताक्लॉजइतका प्रसिद्ध व आवडीचा आहे. अमेरिकेतल्या इतर व्यापाऱ्यांपेक्षा त्यांची किरकोळ विक्रीची दुकाने जास्त आहेत. त्यामुळे मॅकडोनल्ड्सचे नाते हॅम्बर्गरशी जोडण्यात कोणालाही कशाला त्रास वाटेल?

जगातील सर्वांत मोठ्या अन्नसेवा देणाऱ्या कंपनीच्या अध्यक्षाशी फोन करणाऱ्याने नकळत संपर्क साधलेला असतो, हे एक वेळ आपण सोडून देऊ शकू; पण मॅकडोनल्ड्स म्हणजे काय याचे स्पष्टीकरण त्याला द्यावे लागते, ही विस्मयचकित करणारी गोष्ट आहे. अशा प्रकारचे डझनावारी फोन यापूर्वी त्या 'वॉर रूम'मध्ये आले आहेत. त्याहून महत्त्वाचे म्हणजे, मॅकडोनल्ड्सच्या हॅम्बर्गरचे नाते एका मोठ्या कॉर्पोरेशनशी जोडण्यात लोक कां-कूं करतात, हे नेहमीचेच असते. मॅकडोनल्ड्स ही जागतिक पातळीवर सर्वांत जास्त ओळखली जाणारी किरकोळ विक्रीची व्यापारी निशाणी (ट्रेड मार्क) आहे. पण त्यामागची संघटना फारशी कुणाला माहीत नसलेली आहे. विपणनातले कंपनीचे प्रतिबिंबही आता दंतकथा बनले आहे. पण त्यामागची खरी कॉर्पोरेट संघटना बहुतेकांच्या दृष्टीने अनोळखी आहे.

यामागे काही चांगली कारणेही आहेत. ज्या प्रकारे कंपनीविषयी वृत्तपत्रांतून बातम्या झळकतात, ते यामागचे एक कारण आहे. मॅकडोनल्ड्स आज अमेरिकेतील चौथ्या क्रमांकाचा किरकोळ विक्री करणारा साखळी उद्योग असला, तरी प्रसारमाध्यमे त्याच्या स्टोअर्सच्या बाह्य चकचकीत सजावटीमुळेच भाळून जातात, त्याच्या मोहात पडतात. जेव्हा मॅकडोनल्ड्सचे ८०००वे रेस्टॉरंट उघडले जाते वा ५०० कोटीवा हॅम्बर्गर विकला जातो (जे १९८४ मध्ये घडले), त्या वेळी त्याची विस्तृत बातमी सर्वत्र येते. पण उद्योगाचे जे आडाखे बांधून मॅकडोनल्ड्स हे सर्व घडवून आणते, त्याकडे अमेरिकेतल्या कुणाचे लक्ष नसते; कुणाला ते सर्व जाणून घ्यायची इच्छा नसते.

कंपनीला एवढे क्षुल्लक लेखले जावे, यात या लोकशाहीच्या चौथ्या स्तंभाचाच सर्वस्वी दोष नाही. आपल्या उद्योगाची हलकीफुलकी बाजू जनतेसमोर आणण्यात मॅकडोनल्ड्सचाच वाटा मोठा आहे. पहिल्यापासूनच कंपनीने वृत्तपत्रांच्या वार्ताहरांचे लक्ष विक्रीच्या आकड्यांकडेच जास्त वेधले. मॅकडोनल्ड बंधूंनी १९५०मध्ये कॅलिफोर्नियातील त्यांचे 'ड्राइव्ह-इन रेस्टॉरंट' चालू केले, तेव्हा तिथे निऑन साइन्सवर विक्रीचे आकडे दाखवले जायचे. ते असायचे 'दहा लाखांहून अधिक

विक्री.' तेव्हापासून मॅकडोनल्ड्सच्या अशा आकडेवारीलाच जास्त प्रसिद्धी दिली गेली. उदाहरणार्थ – आत्तापर्यंत विकलेले हॅम्बर्गर एकापुढे एक ठेवले, तर चंद्रापर्यंत किती वेळा पोहोचता येईल किंवा विकलेल्या केचपने मिसिसिपी नदी किती भरेल वगैरे.

जेव्हा कंपनी अशी आकडेवारी सांगत नव्हती, तेव्हा ती आपल्या रंगेल व आख्यायिका बनलेल्या संस्थापक रे क्रॉकच्या कर्तृत्वाच्या गोष्टी सांगायची. मॅकडोनल्ड्सची कहाणी म्हणजे रे क्रॉकची कहाणी असे समीकरण होते. अनेकांच्या मनात रे क्रॉकची ही प्रतिमा इतकी रुजली होती की, मॅकडोनल्ड्स या कॉर्पोरेट उद्योगाची स्वत:ची अशी ओळखीची खूणच राहिली नव्हती. खरंतर मॅकडोनल्ड्सला स्वत:ची अशी अस्तित्वाची खूणच नव्हती. आपल्या अंतर्गत कारभाराची प्रसिद्धी जास्त न करता ते गुपितच ठेवणे कंपनी पसंत करायची. तिचे अधिकारी औद्योगिक प्रदर्शनाला फारशी भेट देत नाहीत व कंपनी औद्योगिक संघटनांची सदस्य बनत नाही आणि कंपनीचे उच्चाधिकारी वृत्तपत्रांना मुलाखती द्यायचेही टाळतात.

मॅकडोनल्ड्सच्या अंतर्गत घडामोडी या रहस्य बनून राहतात, याला आणखीही एक कारण आहे. कंपनीचे बाह्य स्वरूप म्हणजेच रेस्टॉरंट्स. ही आता दृश्य स्वरूपात सर्वत्र इतकी दिसतात की, लोक कंपनीचे अंतर्गत स्वरूप गृहीतच धरून चालतात. अमेरिकेतील ९६ टक्के ग्राहकांनी मॅकडोनल्ड्सच्या या ना त्या कोणत्यातरी रेस्टॉरंटला भेट दिलेलीच असते व तीही एका वर्षात. अमेरिकेच्या लोकसंख्येच्या ५० टक्के जनता कोणत्याही मॅकडोनल्ड्स रेस्टॉरंटपासून मोटारगाडीने तीन मिनिटांच्या अंतरावर राहत असते. टीव्हीच्या ३० चॅनेल्सवरून तसेच रेडिओवरील जाहिरातींमधून कंपनीचे नाव लोकांसमोर सतत असते. जणूकाही मॅकडोनल्ड्सच्या किरकोळ विक्रीच्या दुकानांची म्हणजे रेस्टॉरंट्स वा स्टोअर्सची उपस्थिती इतकी अपेक्षित असते की, तिची कॉर्पोरेट उपस्थिती व ताकद साहजिकच नजरेआड केली जाते. अमेरिकेच्या किरकोळ विक्रीच्या उद्योगात मॅकडोनल्ड्स ही सर्वांत आपुलकीची गोष्ट होऊन बसली आहे.

ही कंपनी अमेरिकन जीवनाचा एवढा अविभाज्य भाग बनली आहे की, तिच्या जगभरच्या १४००० रेस्टॉरंट्सच्या स्पर्धात्मक व आर्थिक महत्त्वाचे फारच क्वचित वेळा योग्य ते मोजमाप केले जाते. प्रत्येक जण म्हणतो की, मॅकडोनल्ड्स मोठी आहे; पण तिचा अमेरिकन उद्योगावर किती प्रभाव आहे, हे फारच थोड्यांना माहीत असते. काही जण एखाद्या रेस्टॉरंटच्या कमानीखालची निऑन साइन वाचतात की, मॅकडोनल्ड्सने नुकताच आपला १०० कोटीवा हॅम्बर्गर विकला. पण एकट्या अमेरिकेत विविध प्रकारच्या एकूण दोन लाख रेस्टॉरंट कंपन्या वा दुकाने आहेत. त्यांपैकी १४ टक्के रेस्टॉरंट मॅकडोनल्ड्सची असतात. म्हणजेच दर सहापैकी एक

दुकान मॅकडोनल्ड्सचे असते. अमेरिकेतील फास्ट फूड उद्योगाच्या बाजारपेठेत मॅकडोनल्ड्सचा वाटा ७२०० कोटी डॉलर्स म्हणजे १८.३ टक्के आहे. हे प्रमाण या कंपनीनंतरच्या तीन उद्योगांच्या एकत्रित विक्रीच्या तिप्पट आहे. देशात विकल्या जाणाऱ्या एकूण हॅम्बर्गरपैकी ३४ टक्के हॅम्बर्गर ही कंपनी विकते, तर फ्रेंच फ्राइजबाबत हेच प्रमाण २६ टक्के आहे. जॉर्ज राइसची 'जीडीआर क्रेस्ट एंटरप्राइजेस' ही कंपनी अशी आकडेवारी गोळा करण्यात आघाडीवर आहे. तो म्हणतो की, या कंपनीची आकडेवारी एवढी प्रचंड आहे की, ती संगणकावर मावत नाही.

बाजारपेठेचा एवढा हिस्सा नियंत्रित करण्यात यश मिळाल्याने खाद्यपदार्थ प्रक्रिया क्षेत्रात मॅकडोनल्ड्सचा प्रभाव मोठा आहे. कित्येक वेळा अशी प्रक्रिया करणाऱ्या कंपन्यांनाही त्याची व्याप्ती लक्षात येत नाही. त्यांच्या हॅम्बर्गरच्या विक्रीची बाब पाहिली, तर मॅकडोनल्ड्स ही अमेरिकेतील बीफ विकत घेणारी सर्वांत मोठी कंपनी ठरते. फ्रेंच फ्राइजकरता ही कंपनी देशात पिकवल्या जाणाऱ्या बटाट्यांपैकी पाच टक्के बटाटे विकत घेते, तर चिकनबाबत हेच प्रमाण दोन टक्के आहे. या प्रचंड आकडेवारीमुळे आणि तिचा दर्जा व सातत्य याबाबतच्या आग्रहामुळे मॅकडोनल्ड्सने मांस व बटाटा यांच्या प्रक्रिया क्षेत्रात क्रांती घडवून आणली आहे.

कंपनीची खरेदीची ताकद एवढी प्रचंड आहे की, एखादा नवा खाद्यपदार्थ कंपनीने बाजारपेठेत आणला, तर अमेरिकन ग्राहकांची खाण्या-पिण्याची आवड पार बदलून जाते आणि कित्येक उत्पादक व प्रक्रिया करणाऱ्यांचे भाग्य उजळते. कंपनीने १९७०मध्ये 'एग मॅकमफिन' हा पदार्थ ब्रेकफास्टच्या पदार्थयादीत घेतला, तेव्हा असे इंग्लिश मफिन्स हे देशाच्या काही भागातच मोठ्या प्रमाणावर विकले जात होते. पण 'एग मॅकमफिन' देशभर लोकप्रिय झाले आणि तेव्हापासून बेकरीच्या धंद्याची वाढ दुपटीने झाली. 'चिकन मॅकनगेट्स' १९८२मध्ये बाजारात आले व त्याचाही असाच प्रभाव पडला. आता 'केंटुकी फ्राइड चिकन' (केएफसी) नंतर चिकनचा मोठ्या प्रमाणावर वापर करणारी मॅकडोनल्ड्स ही दुसऱ्या क्रमांकाची साखळी दुकाने आहेत. ती 'हॅम्बर्गर किंग' म्हणूनही ओळखली जातात.

खाद्यपदार्थांवर प्रक्रिया करणाऱ्या उद्योगात मॅकडोनल्ड्सचा प्रभाव तिच्या स्पर्धकांवरही पडतो. शीतपेयांचेच (सॉफ्ट ड्रिंक्स) उदाहरण पाहा. अमेरिकेत विकल्या जाणाऱ्या कोका-कोलापैकी मॅकडोनल्ड्सच्या स्टोअर्समधून पाच टक्के विकला जातो – मग तो बाटल्या, कॅम्प वा फाउंटन्समधून असेल. जर मॅकडोनल्ड्सने कोका-कोलाऐवजी पेप्सी-कोलावर आपला शीत पेयांचा शिक्का मारला असता, तर कोका-कोला या पेप्सी-कोलाच्या ८ पॉइंट वर असलेल्या ब्रँडचा प्रभाव निम्म्याने खाली आला असता आणि या शीतपेयांच्या शर्यतीत कोका-कोलाची पेप्सीवर असलेली २ : १ अशी आघाडी जवळजवळ संपुष्टात आली असती.

मॅकडोनल्ड्‌सची ताकद खाद्यपदार्थांव्यतिरिक्तच्या उद्योगातही दिसून येते. मॅकडोनल्ड्‌सने १९८२मध्ये 'सिअर्स'ला मागे टाकले, ते जगातील सर्वांत मोठी स्थावर मालमत्ता असलेली कंपनी म्हणून. खरंतर कंपनीचा स्थावर मिळकतीतला प्रभाव व उत्पन्न एवढे प्रचंड आहे की, त्यामुळे ती खाद्यपदार्थांच्या क्षेत्रातही प्रभाव पाडण्यात आणखी पुढे गेली आहे. जर ती स्थावर मालमत्तेच्या क्षेत्रातही नसती, तर ती कदाचित खाद्यपदार्थांच्या क्षेत्रातील पॉवर हाउस (ऊर्जाकेंद्र) बनली नसती. तिच्या समभागावरचा परतावा सरासरीने २५.२ टक्के आहे व १९८५मध्ये पब्लिक लि. झाल्यापासून उत्पन्नातील वाढ २४.१ टक्के आहे. असे असल्यामुळे आता तिची आर्थिक कामगिरी गृहीत धरली जाते. ज्यांनी सुरुवातीच्या काळात शंभर समभागांकरता २२५० डॉलर्सची गुंतवणूक केली, त्यांना पुढे ११ वेळा समभाग विभाजनाच्या प्रक्रियेतून ३७१८० एवढी समभागांत वाढ मिळाली आणि ३० जून १९९४ रोजी त्याचे बाजारमूल्य १० लाख डॉलर्स झाले. केवळ १८-२० वर्षांतील ही वाढ आहे, यावरूनच काय ते लक्षात येते.

मनुष्यबळ क्षेत्रातील कंपनीचा अमेरिकेतील अर्थव्यवस्थेवर असलेला प्रभाव बऱ्याच वेळा दुर्लक्षित केला जातो. कंपनीच्या कार्यपद्धतीत पगाराच्या यादीवर पाच लाख अधिकारी व कर्मचारी आहेत, त्यामुळे ती देशातील सर्वांत मोठी नोकऱ्या पुरवणारी यंत्रणा झाली आहे. ती शालेय विद्यार्थ्यांना फावल्या वेळात काम करायची व प्रशिक्षण घेण्याची संधी देते. त्यामुळे ते शिक्षण घेऊन बाहेर पडले की, कंपनीच्या यंत्रणेत मोठ्या पगारावर व पदावर लवकर पोहोचू शकतात. त्यामुळे कंपनीच्या रेस्टॉरंटमध्ये दर वर्षी मनुष्यबळात १०० टक्के बदल झाला तरी कामावर परिणाम होत नाही. कंपनीने आपल्या पहिल्या ३७ वर्षांत ८० लाख जणांना पहिल्या नोकरीची संधी दिली. त्यांतील कित्येक जण नंतर दुसऱ्या प्रकारच्या नोकरीत गेले. अशा रितीने अमेरिकेतील कर्मचाऱ्यांच्या एकूण संख्येपैकी १८.५ टक्के जणांनी कधी ना कधीतरी मॅकडोनल्ड्‌सच्या यंत्रणेत काम केले आहे व त्यापैकी कित्येकांनी पहिली नोकरी या कंपनीतच केलेली होती. दुसरीकडे काम करत असले, तरी कामाचे दैनंदिन वेळापत्रक पाळणे, कामातील शिस्त पाळणे आणि संघवृत्तीने काम करणे याचे पहिले धडे त्यांनी मॅकडोनल्ड्‌समध्ये गिरवले. मॅकडोनल्ड्‌सने आता अमेरिकेतील सर्वांत मोठी प्रशिक्षण देणारी यंत्रणा म्हणून अमेरिकन संरक्षणसेवेलाही मागे टाकले आहे.

या अज्ञात मॅकडोनल्ड्‌सची ओळख केवळ आर्थिक प्रभावामुळेच पटायला सुरुवात होते असे नाही; तर जे लोक ही कंपनी चालवतात आणि ज्या पद्धतीने चालवतात, त्यांच्यावरून पाहता या कंपनीचे चारित्र्य आणि व्यक्तिमत्त्व एक प्रचंड गूढ आहे. तिथेच कंपनीची जनमानसातील प्रतिमा आणि प्रत्यक्षातील परिस्थिती यांत

बरीच तफावत दिसते. त्यामुळेच सेवाक्षेत्रातील ती अत्यंत यशस्वी कंपनी असली व सेवाक्षेत्रात काम करणाऱ्यांवर ती मोठ्या प्रमाणावर अवलंबून असली, तरी तिच्या यशाची सर्व रहस्ये कधीच प्रकाशात येत नाहीत.

कारण ती रहस्ये अनेक चुकीच्या प्रतिमांच्या थरांत दडून बसलेली आहेत. काहींच्या मते, ती रे क्रॉक या संस्थापकाच्या उद्योजकीय कौशल्यात आहेत. पण या क्षेत्रात क्रॉकने हिमालयाएवढे काम केले असले, तरी रे क्रॉक ही आख्यायिका बनलेली व्यक्ती रे क्रॉक या प्रतिभाशाली व्यक्तीला न्याय देऊ शकत नाही. रे क्रॉक हा खाद्यपदार्थ सेवेच्या व्यवसायामधला स्वप्ने पाहणारा द्रष्टा समजला जातो. काही जण त्याला विपणन (मार्केटिंग) क्षेत्रातला नेता समजतात. फास्ट फूड कसे विकावे याचे आदर्श त्याने घालून दिले. तो काही वेळा शिस्तीचा एवढा भोक्ता समजला जातो की, त्याने आपल्या फ्रँचायझींना लहान मुलांसारखे वागवले व आपले नियम सैनिकी शिस्तीप्रमाणे पाळायला लावले. शिवाय त्याला या उद्योगातला सर्वशक्तिमान संस्थापक समजले जाते. हे सर्व असे की, हे समजण्यासारखे आहे. आजही मॅकडोनल्ड्समधील त्याच्या शिष्यांची फौज मोठी आहे आणि त्याच्या तत्त्वांवरची त्यांची भक्ती अजोड आहे.

तरीही मॅकडोनल्ड्सच्या यशाची कारणमीमांसा वेगळ्या प्रकारे करावी लागेल. क्रॉक स्वप्ने पाहणारा होता, पण त्याने फास्ट फूड या उद्योगाचा शोध लावला नाही किंवा ज्या मॅकडोनल्ड बंधूंनी या उद्योगाला सुरुवात करून दिली, त्यांनाही भेटणारा तो पहिला नव्हता. तसाच तो प्रथमदर्शनी पाहता विपणन तज्ज्ञ नव्हता. ज्या-ज्या खाद्यपदार्थांना त्याने बाजारात आणले, त्यांचा त्याने तिथे माराच केला – बॉम्बचा करावा तसा. आणि रेस्टॉरंटच्या आवारात कचरा दिसला वा त्यांच्या सेवेच्या ट्रेमधले हॅम्बर्गर बराच काळ पडून राहिले, म्हणून जरी त्याने फ्रँचायझींना फैलावर घेतले असले, तरी त्यांना सैनिकी शिस्त लावण्यातही तो फारसा यशस्वी झाला नाही.

मॅकडोनल्ड्सबाहेरच्या फार थोड्या लोकांना रे क्रॉकची हुशारी व कर्तृत्व माहीत आहे; त्यायोगे त्याने त्याचे व्यवस्थापक शिकवून तयार केले व त्यांना कामासाठी प्रोत्साहित केले आणि त्याच्या फ्रँचायझी, पुरवठादार यांच्या बाबतीतही तीच प्रक्रिया अवलंबिली. आपल्याबरोबर काम करणाऱ्या लोकांमधील सर्वोत्कृष्ट कौशल्यांचा समर्पक उपयोग कंपनीसाठी कसा करून घ्यायचा, याची खुबी त्याच्याकडे होती. क्रॉकची मॅकडोनल्ड्समधील यशाची कहाणी ही त्याच्यातल्या उत्तम उद्योजकाची कहाणी म्हणता येईल. पण नाही; ते त्याहूनही अधिक काही आहे. त्याने उत्तुंग यश मिळवले याचे आणखी एक महत्त्वाचे कारण म्हणजे, इतर शेकडो उद्योजकांवर विश्वास टाकून त्यांच्याकडून काम करून घेण्याची हुशारी व धैर्य त्याच्यात होते.

या उद्योगातील त्याच्याबरोबरच्या इतर फ्रँचायझींच्या मानाने तो कोटी-कोटी योजने पुढे गेला; पण ते फ्रँचायझींना शिस्तीचा बडगा दाखवून नव्हे. उलट, ज्या फ्रँचायझींचे या उद्योगात मालकीहक्क होते, त्यांची ताकद त्याने कामाला लावली. त्याने कार्यपद्धतीचे कडक पालन करण्याबाबत त्यांच्याकडे आग्रह धरला; पण त्यांच्या कार्यक्षेत्रात त्यांना योग्य वाटेल त्या पद्धतीने विपणन करण्याचे स्वातंत्र्यही त्यांना दिले आणि आपण श्रीमंत व्हायच्या आधी ते श्रीमंत कसे होतील, हे पाहण्याचे काम त्याने केले. त्यासाठी त्यांना प्रोत्साहन दिले. त्याने या उद्योगातील अत्यंत कार्यक्षम पुरवठापद्धत विकसित करून स्पर्धेत फ्रँचायझी यशस्वी कसे होतील, हे पाहिले. त्याद्वारे त्याने कार्यपद्धती बसवून देण्याची स्वत:मधील कौशल्याची जणू चुणूक दाखवून दिली. खाद्यपदार्थ, यंत्रे व उपकरणे यांचे उत्पादन करणाऱ्या उद्योजकांची पुरवठा यंत्रणा त्याने त्यांच्यावरच विश्वास टाकून विकसित केली. त्यामुळे तेही उद्योजक झाले व त्याच्याशी एकनिष्ठ राहिले. तसेच त्याचे फ्रँचायझीही त्याच्याशी एकनिष्ठ राहिले. फ्रँचायझी, पुरवठादार व कंपनीचे अधिकारी हे त्याचे प्रमुख आधारस्तंभ एकत्रितरीत्या पाहिले; तर ३७०० विविध उद्योगांचे प्रतिनिधित्व करतात व क्रॉकने त्या सर्वांना समान ध्येयधोरणाद्वारे एका सूत्रात बांधले आहे.

त्याने या सर्वांना एकत्र आणून एका व्यवस्थापकीय कार्यपद्धतीत ज्या पद्धतीने बांधले आहे, त्यावरून त्याची व्यवस्थापकीय कार्यक्षमता स्पष्ट होते. आपल्या हाताखालच्या लोकांवर स्वामित्व गाजवणारा, अशी क्रॉकची बऱ्याच वेळा ओळख करून दिली जाते. प्रत्यक्षात बुद्धिमान, आक्रमक व वैविध्य असलेल्या व्यक्तिमत्त्वांना कौशल्याने एकत्र आणून त्याने एक मोठा उद्योग उभा केला, हे विसरले जाते. एकसमान अशा १४,०७७ रेस्टॉरंटची साखळी त्याने निर्माण केली. सैन्याची असते तशी ही एका केंद्रीय व्यवस्थापन असलेल्या लालफितीच्या कारभाराची जणू निर्मिती असावी. सकृद्दर्शनी असे वाटते की, मॅकडोनल्ड्स हे क्रॉकची जणू प्रतिकृती असलेल्या अनेक क्रॉकचा उद्योग आहे.

पण उद्योगातील लोकांना हे माहीत आहे की, तसे वास्तव नाही. त्याने आपल्या अधिकाऱ्यांवर स्वामित्व न गाजवता त्यांना निर्णय घेण्याचे स्वातंत्र्य देऊन त्यांना घडवले. प्रथमपासून त्याच्या व्यवस्थापकीय संघात विविध व्यक्तिमत्त्व असलेले लोक होते. त्यांतले काही कॉर्पोरेट कारभारात टिकलेही नसते. ते खरेतर अधिकारी नव्हते, तर रे क्रॉकच्या दृष्टीने ते उद्योजक होते.

मॅकडोनल्ड्समधले निर्णय हे व्यक्तिगत स्वयंस्फूर्तीने हाती घेतलेल्या कृतीमधून घेतले जायचे. समित्यांनी कल्पनांना एकच रूप दिले नाही, तर त्यांत विविधता ठेवली. नवी दिशा दाखवताना त्यात 'प्रयत्न करा, चुका करा' पद्धतीची प्रक्रिया राबवली आणि अशा नव्या कल्पना या कार्यपद्धतीत सर्व बाजूंनी, सर्व स्तरांतून येत

राहतील, हेही पाहिले. रे क्रॉकच्या व्यवस्थापकीय सिद्धान्तात अपयशाचा धोका पत्करण्याची आणि झालेल्या चुका मान्य करण्याचीही तयारी ठेवणे, याला फार महत्त्व होते. जेम्स कुन्ह या पूर्वीच्या उपाध्यक्ष व मॅकडोनल्ड्स यंत्रणेत २० वर्षे काम केलेल्या अधिकाऱ्याने क्रॉकच्या शैलीचे वर्णन केले आहे, ते प्रतिमा आणि सत्य परिस्थिती यांविषयी बरेचकाही सांगून जाते. ‘‘आमची सामाजिक प्रतिमा आहे ती मुलायम, व्यावसायिक व सज्ञान विपणन तज्ज्ञांची. ते लवचीक व प्रसंगी उथळही आहेत. प्रत्यक्षात आम्ही जणू तोफांसारखे प्रोत्साहित लोक आहोत. त्यांतून गोळे सुटतात; पण दर वेळी ते लक्ष्यापर्यंत पोहोचतातच असे नाही. आम्ही भरपूर चुकाही केल्या आहेत; पण अशा चुकांतूनच आम्ही यशाकडे झेप घेतली आहे. कारण आम्ही चुकांतूनच शिकत गेलो आहोत. आम्ही भावनावशही होतो, आम्ही क्षमतेपेक्षा अधिक जलद पुढे जायचा प्रयत्न करतो; पण आम्ही केलेल्या घोटाळ्यांतून बाहेर पडण्यातही त्यामुळे आम्ही तरबेज होतो.’’

मॅकडोनल्ड्सच्या यशाचे मुख्य रहस्य आहे ते समानता आणण्यात व कार्यपद्धतीशी एकनिष्ठ राहण्यात. पण हे करताना आपल्या क्षमतेचा बळी न देण्याची काळजी घेण्यात आणि अमेरिकेतील व्यक्तिस्वातंत्र्य व वैविध्यतेचा बळी न देण्यातही त्यांचे यश आहे. त्यामुळे सारखेपणा आणि सर्जनशीलता यांचा मिलाफ घडवण्यात मॅकडोनल्ड्स उद्योग यशस्वी होतो.

ज्या पद्धतीने मॅकडोनल्ड्सच्या उद्योगाचे तीन आधारस्तंभ असलेले फ्रँचायझी, अधिकारी व पुरवठादार परस्परांशी सहकार्य करतात, त्यावरून हे दिसून येते. आपापल्यापरीने ते स्वतंत्र उद्योजक आहेत. कोणीही कोणाचे मालक नाहीत. क्रॉकचे यश यात आहे की, असे असूनही त्याने या तिन्ही घटकांना उत्पादक कार्याविषयी एका जाळ्यात बांधले आहे. बऱ्याच वेळा उत्साहाच्या भरात रे क्रॉकलाच सर्व यशाचा शिल्पकार असल्याचे श्रेय दिले जाते. पण अज्ञात मॅकडोनल्ड्स ही कोणा एकाची निर्मिती नाही, ती एकच कंपनीही नाही; स्वतंत्रपणे काम करणाऱ्या शेकडो व्यक्तिगत उद्योगांना एका भागीदारीच्या जाळ्यात गुंतवून ठेवणारी ती संघीय यंत्रणा आहे.

या कार्यपद्धतीत गुंतलेल्यांसाठी आर्थिक उत्पन्न व दर्जा आणि सेवा व स्वच्छतेचे प्रमाण समान आहे; त्याव्यतिरिक्त त्यांच्यात कोणतेच साम्य नाही. त्यांच्या परस्परसंबंधांत काही विशिष्ट घडत नाही. ‘‘मॅकडोनल्ड्समध्ये कोण कशाचा प्रमुख आहे, हे कित्येक वेळा कळत नाही; कारण तिथे ‘ऑर्गनायझेशन चार्ट’ नावाची गोष्टच नसते,’’ असे दीर्घकाळचा पुरवठादार टेड पर्लमन म्हणतो. हा अशा रचनेचा अभाव रे क्रॉकच्या स्वभावधर्मानुसार आहे. मिळतील तिथून कल्पना उचलायची सवय त्याला होती. ती कुठून आली यापेक्षा ती कामाची आहे ना, हे

त्याच्या दृष्टीने महत्त्वाचे होते आणि आजही कंपनी व्यक्तिगत कामगिरीला भरपूर महत्त्व देते. त्यामुळेच उद्योजकतेचा विकास सर्व पातळ्यांवर करण्यात कंपनी आघाडीवर आहे.

त्यामुळे या कार्यपद्धतीतील व्यक्ती उद्योजकीय स्वार्थामुळे प्रेरित होतात, तरी त्यात स्वार्थाचा अंश नसतो. मॅकडोनल्ड्समधल्या यंत्रणा इतक्या भिन्न आहेत व अधिकार इतके विकेंद्रित आहेत की, इथे कोणी एक व्यक्ती मालक नाही. या यंत्रणेतील ३५०० फ्रँचायझी, ५०० पुरवठादार व कंपनीचे अधिकारी यांच्यातील संबंध हे अनेक तपासण्या व कार्यातील समतोल यांवर आधारित आहेत. स्टोअर्सची काळजीपूर्वक तपासणी व निरीक्षण यांमुळे त्यांच्या कार्यावर वचक राहतो. पण कॉर्पोरेट अधिकाऱ्यांनी केलेली जबरदस्ती वा दडपशाहीविरुद्ध दाद मागण्याचा अधिकार फ्रँचायझीनाही असतो. पुरवठादारांबरोबरचे संबंधही असेच परस्परांत गुंतलेले असतात.

पुरवठादार बाहेरचे नसतात, तर ते उद्योगातले कुटुंबीय असतात व कंपनीचा दर्जा कायम ठेवण्यासाठी तेही तेवढेच तत्पर असतात.

मॅकडोनल्ड्सच्या या कार्यपद्धतीचा इतिहास ही अशा एका संघटनेची कहाणी आहे की, जिने शेकडो उद्योजकांची ताकद समान उपभोगाच्या व फायद्याच्या कामासाठी कशी जुंपायची हे पाहिले. धोरणे व निर्णय याआधारे तिचा कारभार चालतो. पण हे फायदे वा उपयोग कोणते, हे कोणी एक व्यक्ती ठरवत नाही; तर ती या तिन्ही घटकांची परस्परांतील विचारविनिमय व निर्णयक्षमता यांतून ठरते. या व्यक्तिगत सर्जनशीलतेला कॉर्पोरेट यंत्रणेत एकसमान बांधण्यात क्रॉकचे यश आहे आणि मॅकडोनल्ड्सचा इतिहास हा या एकसूत्रातील बांधणीबाबतचा अभ्यास आहे.

काही अमेरिकन कंपन्या आता इतर देशांकडे व्यवस्थापकीय सूत्रांसाठी पाहत आहेत. त्यांचे अनुकरण करायचा प्रयत्न करताहेत. पण मॅकडोनल्ड्सची कहाणी सांगते की, उद्योग आपली स्वतःची योग्य ती प्रणाली विकसित करून यशस्वी होऊ शकतो. हा एका उद्योगाचा इतिहास नाही, कारण मॅकडोनल्ड्स ही फक्त एका उद्योगाची यशोगाथा नाही. पण ही कहाणी आहे अशा उद्योगाची – ज्याने जनतेची खाद्यसंस्कृती व पद्धती बदलल्या, अमेरिकेतील व नंतर जगातील खाद्य सेवा व खाद्यप्रक्रिया उद्योग बदलला आणि फ्रँचायझिंगच्या कार्यपद्धतीला कायदेशीर स्वरूप दिले. ही माहीत नसलेल्या मॅकडोनल्ड्सची कहाणी आहे. उद्योजक व कॉर्पोरेशन्स यांना एकसूत्रात बांधणारी ही अमेरिकेची पहिली उद्योजकीय यशोगाथा आहे.

अनुवादकाचे मनोगत

मी १९७८ सालापासून परदेशी प्रवास करत आहे. सुरुवातीला तो जास्त करून युरोप-इंग्लंडमध्ये असायचा. अमेरिकेला (यूएसए) १९८७मध्ये प्रथम गेलो व नंतर बऱ्याच वेळा तो योग आला. सुरुवातीच्या काळात युरोप-इंग्लंडमध्ये 'मॅकडोनल्ड्स'ची रेस्टॉरंट्स तुरळक होती, तर अमेरिकेत ती पश्चिमेकडे जास्त दिसू लागली होती. पण जसजसा काळ पुढे सरकला, तिकडच्या चकरा वाढल्या तसतसे जावे तिथे मॅकडोनल्ड्स दिसायचे. विमानतळ, रेल्वे स्टेशन्स, हमरस्ते, शहरातील प्रमुख चौक व फिरायची ठिकाणे – सर्वत्रच मॅकडोनल्ड्सची ती 'खूण' दिसायचीच. युरोपमध्येही नंतर तीच परिस्थिती निर्माण झाली. पूर्वेकडे सिंगापूर, थायलंड, मलेशिया ते जपान हा भागही त्याला अपवाद नव्हता. सुरुवातीला इंग्लंडसारख्या परंपराप्रिय देशात ती रेस्टॉरंट्स आली, त्या वेळी त्यांच्याकडे हे 'गरिबांचे खाणे' म्हणून बघितले जायचे व तिथे जाणे 'स्टेटस'ला न शोभणारे समजले जायचे. त्या वेळी आपल्याकडे परदेशी चलनाचा तुटवडा होता. परदेशी जाताना मोजकेच डॉलर्स मिळायचे, त्यामुळे मग पैसे वाचवण्यासाठी माझ्यासारखे अनेक जण स्वस्तातल्या 'मॅकडोनल्ड्स'कडे मोर्चा वळवायचे. दोन डॉलरमध्ये पोटभर खायला मिळायचे. आज तिथेच सहकुटुंब जाणे, ही त्या देशातील नागरिकांची आवड बनली आहे व इतरत्रही तसेच चित्र दिसते आहे. विशेषत: बालचमूचा तर तो आवडीचा छंद बनला आहे.

पुढे १९९६मध्ये भारतात मॅकडोनल्ड्सने प्रथम पाऊल टाकले, तेव्हा त्याला प्रचंड विरोध झाला. मला आठवते – दिल्लीत जनपथवर मॅकडोनल्ड्स आले व नंतर ते बंगळुरुला आले. त्या वेळी संस्कृतिरक्षकांनी हे पाश्चात्त्य संस्कृतीचे व 'जंक फूड'चे भारतावर आक्रमण आहे; हे आम्हास मान्य नाही, असे म्हणत तोडफोड

केली, निदर्शने केली. पण कंपनीने त्याला तोंड दिले व आपले पाय रोवले. भारतात आता बहुतेक मोठ्या शहरांत तर मॅकडोनल्ड्सची खूण दिसतेच; पण हमरस्त्यांवरही ती असतेच. त्यापाठोपाठ आता तर 'केएफसी', 'स्टारबक्स', 'सबवे', 'पिझ्झा हट' अशी अन्य साखळी दुकानेही आली आहेत. स्थिरावलीही आहेत. मॅकडोनल्ड्सने भारतात शाकाहारी, शिवाय इथे तिखट जास्त खाल्ले जाते म्हणून खास बदललेले मेनू बनवले आहेत. शाकाहारी पदार्थांसाठी स्वतंत्र तेल वापरले जाते. भारतात १९९६ला सुरुवात झाली असली तरी कंपनी त्या आधी चार वर्षं भारतात त्याचा पाया रचत होती. स्थानिक पुरवठादार विकसित करत होती. आता तिची २००च्या आसपास रेस्टॉरंट्स भारतात आहेत. वापरले जाणारे बहुतेक सर्व पदार्थ, वस्तू भारतातूनच मिळवल्या जातात. उदा. – पुणे, दिल्ली, नैनिताल व उटीतून लेट्यूस तर चीज बारामतीतून, ताजे बन्स खोपोलीतून आणि पंजाबमधल्या फुल्लरमधून चिकन, तळोजाहून शाकाहारी पॅटिस व व्हेज पिझ्झा. खाद्यपदार्थांची यादी करताना भारतातील आवडी-निवडी, स्थानिक संस्कृती यांविषयी पूर्ण आदर बाळगला जातो. फक्त भारत असा देश आहे की, जिथे बीफ आणि पोर्कचे पदार्थ मॅकडोनल्ड्स देत नाही. अगदी शाकाहारी पदार्थांची भांडी व पदार्थही स्वतंत्रपणे हाताळले जातात. भारतात या कंपनीत आज ८,०००च्या वर कर्मचारी विविध स्तरांवर काम करतात. 'दर्जा, सेवा, स्वच्छता व पैशाचे मूल्य' ही चतु:सूत्री इथेही सांभाळली जाते. या सूत्रांवरच तिचा जगभरचा कारभार चालतो. समाजसेवेतही तिचा सहभाग असतो. 'हार्डकॅसल रेस्टॉरंट्स प्रा. लि.' या श्री. जातियांच्या सहकार्याने स्थापन केलेल्या संयुक्त प्रकल्पाद्वारे भारताच्या पूर्व, पश्चिम, दक्षिण व उत्तर अशा चार विभागांतून मॅकडोनल्ड्सची वाढ होत आहे. भावी काळात या आकडेवारीत प्रचंड वाढ होण्याची चिन्हे दिसत आहेत.

'फास्ट फूड'च्या अशा या आगळ्या-वेगळ्या साखळी दुकानांची आजची जगभरची आकडेवारी डोके चक्रावून टाकणारी आहे. जगभर २५,६६३ रेस्टॉरंट्स; शिवाय त्यांत रोज भर पडतच असते. अमेरिकेत १२,८०४, जपानमध्ये ३,५९८, कॅनडात १,१५४, ब्रिटनमध्ये १,११५ व जर्मनीत १,०९१ अशी पाच व चार आकड्यांतील त्यांची संख्या आहे; तर अन्य बहुतेक सर्व देशांत तिचे अस्तित्व आहे. भारत, आफ्रिका व दक्षिण अमेरिकेत २१व्या शतकाच्या पहिल्या २५ वर्षांत कंपनीला आणखी विस्तार करायचा आहे; तर कम्युनिस्टांचा बालेकिल्ला असलेल्या चीनमध्ये आताच ३५०च्या आसपास मॅकडोनल्ड्स केंद्रे सुरू आहेत. मॅकडोनल्ड्सची जगभरची उलाढाल अब्जावधी डॉलर्सची आहे व या क्षेत्रांतील तिची आघाडी निर्विवाद आहे.

जलद खाद्यपदार्थ पुरवणाऱ्या (फास्ट फूड) वा साखळी दुकानांच्या क्षेत्रातील

नेतृत्व करणाऱ्या उद्योगांसंबंधी कुतूहल असते; पण त्याच्या जडणघडणीविषयीची माहिती अज्ञात असते. आपल्याला दिसते ते दृश्य स्वरूपातले रेस्टॉरंट अन् टीव्ही, वृत्तपत्रे व होर्डिंगवरील त्याची जाहिरात. पण त्यामागे सैनिकी शिस्तीप्रमाणे काम करणारी प्रचंड यंत्रणा राबत असते. तिच्यावर डोळ्यांत तेल घालून नियंत्रण ठेवले जाते व 'ग्राहकसेवा हीच ईश्वरसेवा' हा मूलमंत्र जोपासला जातो. सर्वसाधारणपणे एका मॅकडोनल्ड्स रेस्टॉरंटमध्ये ७० ते ८० कर्मचारी विविध स्तरांवर काम करत असतात. त्यांतले फक्त मोजके ५-७ आपल्याला काउंटरवर व अन्य प्रकारे दिसतात. मलाही याबद्दल कुतूहल होते व त्यातूनच पुण्याच्याच विमानतळावर २०१०मध्ये मला 'मॅकडोनल्ड्स – बिहाइंड दी आर्चेस' हे जॉन लव्ह यांचे मॅकडोनल्ड्सची कहाणी सांगणारे पुस्तक मिळाले. ते मी दोन वेळा पूर्ण वाचले व मग वाटले की, हे मराठीत यायला हवे. त्यातून या पुस्तकाचा जन्म झाला.

जसजसे मी अधिक काळजीपूर्वक वाचले तसतसे जाणवले की, ही केवळ मनोरंजक कहाणी नाही; तर उद्योग-व्यवस्थापनशास्त्रातील 'केस स्टडी' म्हणता येईल, अशी ही अभ्यसनीय ग्रंथसंपदा आहे. एखाद्या उद्योगाची कल्पना कोणाच्यातरी डोक्यातून जन्मते व तो ती फुलवतो. पण त्याचा विस्तार करायची त्याला इच्छा नसते. मग एक पन्नाशी गाठलेला विक्रेता उद्योजक ती कल्पना पुढे नेतो, अत्यंत कठीण परिस्थितीत १२ वर्षे एक पैही पगार न घेता तो उद्योग वाढवतो. त्यासाठी विविध प्रयोग करतो, माणसे हेरतो, पुरवठादार व रेस्टॉरंट चालवणारे उद्योजक विकसित करतो आणि 'दर्जा, सेवा, स्वच्छता व पैशाचे मूल्य' या चतु:सूत्रीला आपल्या उद्योगाचे सूत्र बनवतो. या गोष्टी राबवताना अनेक प्रमाणके (स्टँडर्ड्स) विकसित करतो. त्याबाबत कुठेही काटकसर वा तडजोडही करत नाही आणि ८४व्या वर्षी मृत्यूपूर्वी त्याचा जागतिक विस्तार झालेला पाहतो. ही कहाणी म्हणजे या पुस्तकाचे संक्षिप्त रूप म्हणता येईल. साठीनंतर निवृत्तीचे वेध लागणाऱ्यांना या झपाटलेल्या व्यक्तीची कहाणी एखादा नवाच संदेश देऊन जाईल.

डिक व मॅक मॅकडोनल्ड या बंधूंनी हॅम्बर्गर हा पदार्थ स्वस्तात देण्यासाठी प्रथम हा उद्योग चालू केला. सॅन बरनॅन्डो या पश्चिम अमेरिकेतल्या गावातील त्यांचे हे स्टोअर (रेस्टॉरंटमध्ये बसून खायची सोय असते; तर स्टोअरमध्ये पदार्थ विकत घेऊन बाहेर गाडीत बसून वा पॅक करून घरी घेऊन जायची व्यवस्था असते.) प्रसिद्ध झाले व मग त्याच भागात १०-१५ जणांना त्यांची फ्रँचायझी त्यांनी दिली. पण त्यांत सुसूत्रता नव्हती. त्या दोन्ही बंधूंना प्रवासाचा व उद्योगाचा व्याप वाढवायचा कंटाळा होता. अशा वेळी त्यांना मिक्सर पुरवणाऱ्या 'रे क्रॉक' या पन्नाशीतल्या विक्रेत्याला या उद्योगातील सुप्त प्रचंड आवाका दिसला. त्याने या बंधूंकडून त्याचा विस्तार करण्याची परवानगी काही टक्के रॉयल्टी द्यायच्या बोलीवर मिळवली व

शिकागोतल्या आपल्या कार्यालयातून विस्तार चालू केला. खरंतर त्यासाठी त्याला पैशाची चणचण होती. मग त्याने हवी ती माणसे जोडली. काहींना पगाराचे तर काहींना भागीदारीचे आमिष दाखवले. स्वत: त्याने विनामानधन काम करण्याचे ठरवले. कंपनी सुस्थितीत येईपर्यंत तसे केलेही. ज्यून मार्टिनो ही पहिल्या व्यवसायातील मदतनीस व हॅरी सोन्नेबर्न या पगारी अधिकाऱ्याच्या सहकार्याने त्याने घडी बसवली. पुरवठादार विकसित केले, स्टोअर चालवणारे फ्रँचायझी वा उद्योजक त्याने जमवले व मुख्य म्हणजे नागरिकांत या 'फास्ट फूड' पदार्थांविषयी आवड निर्माण केली. बटाटे, चिकन, बीफ व त्यांना लागणारे अन्य पदार्थ (कच्चा माल) सर्वोत्तम होण्यासाठी वर्षानुवर्षे खटपट केली. स्टोअरचालकांना व त्यांच्या कर्मचाऱ्यांना प्रशिक्षण देण्यासाठी खास विद्यापीठाची स्थापना केली. या सर्वांसाठी भांडवल उभारणीसाठी भरपूर सायास पडले, पण हॅरी सोन्नेबर्नने त्याबाबत भरपूर खटपट केली. पुढे कामगार म्हणून कामाला सुरुवात केलेले फ्रेड टर्नर, शिंडलर व अन्य सहकारी प्रगती करत गेले. कंपनी पब्लिक लिमिटेड झाली, जाहिराती व प्रचार-प्रसाराचे प्रयोग झाले. त्यांतच एखाद्या अन्य कंपनीत होते तसेच इथेही औद्योगिक क्षेत्रातले राजकारण घुसले. वादावादी, चढाओढ, कुरघोड्या, संघर्ष आले; पण रे क्रॉक व त्यांच्या निष्ठावंत कर्मचाऱ्यांनी त्यावर मात केली. प्रसंगी शासकीय व न्यायालयीन यंत्रणेतील अडचणींना; तर कधी नागरिकांच्या रोषाला व वंशभेदावर आधारित आंदोलनाला तोंड द्यावे लागले. हे सर्व कसकसे घडत गेले व त्यांतून कंपनी केवळ सावरलीच नाही, तर भक्कम पायावर कशी विस्तारत गेली, हे मुळातूनच वाचण्यासारखे आहे. यांतून उद्योजकांना वा उद्योजक होऊ इच्छिणाऱ्यांना भरपूर शिकता येईल. व्यवस्थापनशास्त्राचा अभ्यास करणाऱ्यांना एखाद्या उद्योगाच्या कारभारातील गुंतागुंतीची कल्पना येईल. शिवाय हे करताना रे यांनी जगभर अक्षरश: हजारो नवे उद्योजक निर्माण केले, ही त्यांची बाजू निश्चितच चिंतनीय वाटेल. उद्योजकांना यातून 'शून्यातून उद्योगाचे विश्व' कसे निर्माण होऊ शकते याचे उद्‌बोधक दर्शन घडेल; तर उद्योजक होऊ इच्छिणाऱ्यांना 'आपणही असे काही करू शकतो', अशी प्रेरणा निश्चितच मिळेल. 'अनंत आमुचि ध्येयासक्ति, अनंत आमुच्या आशा, किनारा तुला पामराला.' – एखाद्या गोष्टीत किती उंची गाठावी याला फक्त अनंत आकाश हीच मर्यादा, हेही इथे जाणवते. अर्थात त्याचबरोबर हे सर्व घडताना त्यामागे त्या उद्योगाचे व त्याच्या सहकाऱ्यांचे अपार कष्ट आहेत, अनेक प्रयोग आहेत, यश आहे; तसेच प्रसंगी अपयशही आहे, हेही दिसून येईल. केवळ पाच-सहा दशकांत एवढे साम्राज्य उभे करायचे, हीच मुळात अचंब्याची बाब आहे; पण 'हाती घ्याल ते तडीस न्या' या ईर्ष्येने काम केले, तर जगात अशक्य काहीच नाही, हाच या उद्योगाचा संदेश म्हणता येईल.

अर्थात मॅकडोनल्ड्स केवळ पैसे कमावण्यासाठी उद्योग – यावरच थांबली नाही, तर तिने आपली सामाजिक बांधिलकीही जोपासली आहे. मॅकडोनल्ड्स चालवणाऱ्या स्टोअर वा रेस्टॉरंटच्या उद्योजकांना स्थानिक समाजसेवेत सहभागी होण्यासाठी कंपनी उत्तेजन देते. संस्थापक रे क्रॉकच्या स्मरणार्थ कंपनीने स्थापन केलेल्या प्रतिष्ठानामार्फत 'रोनाल्ड मॅकडोनल्ड्स चिल्ड्रेन्स होम्स'ची संकल्पना राबवली; तर विविध नैसर्गिक आपत्तींत विविध देशांत मदतीचा हात पुढे केला. जेव्हा ब्रिटन आणि युरोपमध्ये 'मॅड-काऊ' या रोगाने थैमान घातले, त्या वेळी कंपनीने तिथे बीफचे पदार्थ देणे पूर्णपणे थांबवले व प्रादुर्भाव पुरेसा नाहीसा झाल्यावरच त्याची पुन्हा विक्री चालू केली. आपल्या कर्मचाऱ्यांना अधिकाधिक शिकण्यास मदत करण्यात कंपनी आघाडीवर आहे. असेच निम्न स्तरावर कंपनीत आलेले कर्मचारी मग शिक्षण घेऊन कंपनीत उच्चपदस्थ होतात. अमेरिकेतील दर तीन-चार विद्यार्थ्यांमागे एकाने तरी मॅकडोनल्ड्स यंत्रणेत कुठे ना कुठेतरी काम केलेले असते. भारततही हा उपक्रम राबवण्यासाठी कंपनी खटपट करत आहे. हे सर्व करताना आपले पुरवठादार, फ्रँचायझी, ग्राहक हे सर्व एका विशाल कुटुंबाचे घटक आहेत, अशा भूमिकेतून कंपनी कार्यरत असते.

असे हे पुस्तक मराठीत आणण्यात श्री. सुनील मेहतांच्या 'मेहता पब्लिशिंग हाऊस'ने पुढाकार घेऊन मूळ प्रकाशकांची मान्यता मिळवण्याचे संस्कार पूर्ण केले व मराठीत ही माहिती खुली केली. त्यांचा व त्यांच्या सहकाऱ्यांचा मी आभारी आहे. वाचकांना हा उपक्रम आवडेल, अशी आशा आहे.

डॉ. सुधीर राशिंगकर

(सदरहू मराठी अनुवाद लेखकाच्या 'मॅकडोनल्ड्स - बिहाइंड दी आर्चेस' या मूळ पुस्तकाच्या (प्रथमावृत्ती १९८६) १९९५च्या सुधारित आवृत्तीचा संदर्भ घेऊन केले आहे. मूळ पुस्तकातील १९९५पर्यंतची अद्ययावत केलेली आकडेवारी तशीच ठेवली आहे. आता त्या आकडेवारीत भरपूर बदल झाले आहेत.)

अनुक्रमणिका

कहाणी मॅकडोनल्ड्सची

जलद खाद्यपदार्थ वा फास्ट फूडची संकल्पना आज जगभर पसरली आहे. इडली, डोशापासून ते हॅम्बर्गर्स, पिझ्झा, चायनीज असे विविध प्रकारचे खाद्यपदार्थ आता यात विकले जातात व लाखो लोक त्यावर उदरनिर्वाह करतात. गेल्या शतकात याची सुरुवात मोठ्या प्रमाणावर झाली व ही संकल्पना पसरली. मॅकडोनल्ड्स या आता सुपरिचित साखळी दुकानाकडे ती मोठ्या प्रमाणावर राबवण्याचे श्रेय जाते. रे क्रॉक या उद्योजकाने १९५५मध्ये या प्रकारच्या व्यवसायातील सुप्त शक्ती ओळखली व त्याला 'इन्स्टंट' खाद्यपदार्थांचे रूप दिले. आज जगात या साखळीची १४,०००हून अधिक दुकाने पसरली आहेत व त्यांत नित्य भर पडत आहे.

विशेष म्हणजे, रे क्रॉक हा या संकल्पनेचा विस्तारक असला, तरी जनक म्हणता येत नाही. त्याचे जनकत्व जाते रिचर्ड आणि मॉरिस (ज्येष्ठ) या मॅकडोनल्ड बंधुद्वयाकडे. त्यांनी ही संकल्पना रूढ केली; पण ते सावधगिरीने व्यवसाय करणारे होते. आपल्या संकल्पनेच्या भांडवलावर या प्रकारच्या व्यवसायाला मोठे स्वरूप देण्याची धडाडी, उद्योजकता व व्यवस्थापनकौशल्य यांचा त्यांच्याकडे अभाव होता. त्यांच्या या अपयशाचे रे क्रॉकने महायशात रूपांतर करून दाखवले. त्यापूर्वी रेस्टॉरंट व हॉटेल चालवणे हे बहुधा वंशपरंपरागत कुटुंबांनी चालवलेले उद्योग होते. चामड्याचे बूट बनवण्याच्या एका कंपनीत या बंधुद्वयांचे वडील व्यवस्थापक होते. ही कंपनी १९३०च्या जागतिक मंदीत बंद पडली. ती होती अमेरिकेतील न्यू हॅम्पशायरमध्ये. मग या कुटुंबाने कॅलिफोर्नियाकडे कूच केले. त्यांनी हॉलिवूडजवळील ग्लेंडेल या गावी एक थिएटर चालवायला घेतले. ते रडत-खडत चालले होते. मग त्यांनी अन्य कोणता उद्योग जमतोय का, हे पाहायचा प्रयत्न चालू केला. त्या वेळी कॅलिफोर्नियात ड्राइव्ह-इन रेस्टॉरंटची पद्धत जोरात चालू होती. मोटारगाड्यांची

आवड वाढली होती. त्यापूर्वी पूर्व अमेरिकेत ग्राहकांना ते रस्त्यावर उभे असतानाच खाद्यपदार्थांची सेवा द्यायची पद्धत चालू होती. पण १९३७नंतर पश्चिम अमेरिकेतही अगदी ग्राहकांच्या मोटारगाडीपर्यंत ती सेवा पुरवण्याची टूम निघाली. ग्राहकांना ते सोईचे होते. कारपार्क वाढत चालले होते व दुकानांची लहान जागा पुरेशी पडत नव्हती. त्यातून ही कल्पना फुलली.

पिगस्टँड नावाचे पहिले कार-हॉप रेस्टॉरंट हॉलिवूडमधील सनसेट आणि व्हरमाउंटच्या कोपऱ्यावर १९३२मध्ये सुरू झाले. त्यांत विशेष करून विस्तवावर भाजलेले पोर्क सँडविच दिले जायचे. मग चार्ल्स आणि हॅरी कारपेंटर या बंधूंनी 'कारपेंटर्स' हे ग्राहकांना त्यांच्या गाडीत खाद्यपदार्थ पुरवणारे आपले रेस्टॉरंट चालू केले. त्याच सुमारास सिडने हूडमेकर या लॉस एंजलीसमधील प्रसिद्ध रेस्टॉरंट मालकांनी आपले 'हर्बर्ट्स ड्राइव्ह-इन' हे ड्राइव्ह-इन रेस्टॉरंट चालू केले व त्याला अधिक व्यावसायिक स्वरूप दिले. काही काळातच ड्राइव्ह-इन रेस्टॉरंट्स ही कॅलिफोर्नियाची खासियत झाली. त्यांत अनेक प्रयोग झाले. जलद सेवा देण्यासाठी अगदी रोलर स्केटर्सचाही उपयोग करण्यात आला. ऑर्डर देण्यासाठी कारपार्कमधल्या स्पीकर फोनचा उपयोग ग्राहक करू लागले. त्यांत नवनवे खाद्यपदार्थ कसे देता येतील, याचे प्रयोग झाले. ग्राहकांना तेच ते पदार्थ खाऊन कंटाळा यायला लागला. मग त्यांतून नव्या कल्पना उदयास आल्या. 'विआन' यांनी दोन हॅम्बगर्स पॅटिस ट्रिपल डेकर बनमध्ये देण्याची कल्पना राबवली. त्याचा आकार पाहता ते जेवणासारखेच होते. त्यांची आवड एवढी वाढली की, त्यांच्या रेस्टॉरंटकडे लोकांची झुंबड उडाली व तो एक चर्चेचा विषय झाला. मग त्या मालकाने 'बिन बॉय सँडविच' नावाने आपल्या 'बॉब्स' या साखळी रेस्टॉरंटमधून ते विकण्यास सुरुवात केली. त्याने १९४०पर्यंत त्यांच्या कार हॉप रेस्टॉरंटचे जाळे अमेरिकेच्या अन्य भागांत उभारण्यास सुरुवात केली. त्याने त्याची फ्रँचायझी अनेकांना दिली.

या सर्व धामधुमीतच मॅकडोनल्ड्स बंधुद्वयांनी १९३७मध्ये पॅसाडेनामध्ये आपले छोटेखानी ड्राइव्ह-इन रेस्टॉरंट चालू केले. सेवेतील तत्परता व वेग यांत त्यांनी आपले वैशिष्ट्य निर्माण केले. डिक आणि मॅक स्वत: हॉटडॉग्ज तयार करायचे, रसांचे विविध प्रकार बनवायचे. मग काही जण आत बसलेल्या ग्राहकांना पदार्थ पुरवायचे, तर काही जण मोटारगाड्यांपर्यंत जाऊन तिथे पदार्थ द्यायचे. यातून त्यांनी १९४०मध्ये सॅन बरनान्डो शहरात (लॉस एंजलीसपासून ५० मैल पूर्वेला) पहिले मोठे ड्राइव्ह-इन रेस्टॉरंट उघडले. त्या वेळी हे शहर झपाट्याने वाढत होते, कर्मचाऱ्यांची संख्या वाढत होती व त्याचा फायदा या रेस्टॉरंटला मिळाला. त्या वेळी कुणाला स्वप्नातही वाटले नसेल की, या एका रेस्टॉरंटमधून फास्ट फूडची प्रचंड वाढ होणार आहे. जागा होती फक्त ६०० चौरस फूट. अगदी लॉस

एंजलीसमध्ये त्यापेक्षा मोठी अनेक रेस्टॉरंट होती. ते अष्टकोनी होते. त्याचे छप्पर थेट खिडकीपर्यंत उतरले होते. बसण्याची व्यवस्था बाहेरच्या बाजूस होती. तीसुद्धा उंच स्टुलावर. आत फक्त सर्व्हिस काउंटर आणि बाहेरच्या दर्शनी भागावर स्टेनलेसचा पत्रा होता. तसे ते आकर्षक दिसत नव्हते; पण त्याच्यावर तिथली तरुणाई बेहद्द खूश होती. आठवडाअखेरीस सुट्टीच्या दिवशी २० कर्मचारी एकाच वेळी १२५ मोटारगाड्यांतील ग्राहकांना खाद्यपदार्थ पुरवायचे. मेन्यूकार्डावर सुमारे २५ पदार्थ होते व वर्षाकाठी दोन लाख डॉलर्सच्या वर उलाढाल होती. त्यामुळे लवकरच ते बंधुद्वय गावातील नवश्रीमंतांपैकी एक झाले. त्यांतला ५० हजार डॉलर्सचा फायदा दोन्ही बंधू वाटून घ्यायचे. लवकरच ते २५ खोल्यांच्या भल्या मोठ्या घरात (वाड्यातच म्हणा ना) राहायला गेले व गावातील उच्चभ्रू आणि प्रतिष्ठित मंडळींत त्यांचा वावर होऊ लागला. पण तशी त्यांची राहणी साधी होती. लांबच्या प्रवासाचा – विशेषत: विमानाच्या प्रवासाचा – त्यांना कंटाळा होता. फार तर बाहेर जेवायला जाणे, बॉक्सिंगची मॅच पाहणे हाच विरंगुळा. मात्र, गावातील पहिली कॅडिलॅक गाडी त्यांचीच होती. त्यांनी १९४८पर्यंत भरपूर संपत्ती जमा केली. मात्र हळूहळू त्यांना हे कंटाळवाणे वाटू लागले. पैसा येत होता, धंदा होत होता; पण त्यांना त्यात नावीन्य वाटेना.

दुसरे म्हणजे, त्याबरोबरच स्पर्धाही चालू झाली. त्यांचे अनुकरण करून तशाच नव्या धाटणीची अनेक रेस्टॉरंट्स उभी राहिली. तरुणवर्गामध्ये अशा रेस्टॉरंटचे आकर्षण वाढू लागले. त्या स्पर्धेचा तडाखा या बंधुद्वयालाही बसू लागला. पदार्थांच्या किमती जरी कमी होत्या तरी एकंदरीतच खर्च वाढत चालला होता. शिवाय कर्मचारी सोडून जायचे प्रमाणही वाढू लागले होते. त्यांपैकी अनेक जण इतर उद्योगांतील नवनव्या संधींकडे आकर्षित होत होते. अशा वेळी या बंधुद्वयांनी हे रेस्टॉरंट बंद करून नवे रेस्टॉरंट उघडायचे ठरवले. त्याचे नाव त्यांनी मनात ठरवले 'डाइमर'! डाइम म्हणजे डॉलरचा १/१० भाग वा १० सेंट्स. इथे प्रत्येक वस्तू १ डाइमला मिळावी, अशी त्यांची योजना होती. लोकांनी खिशातून डाइमचे नाणे काढले की, त्यांना डाइमरची आठवण होईल व अनायासे प्रसिद्धी मिळेल, हा त्यामागे उद्देश होता. मात्र असे धाडस करण्यामागे येणारा खर्च व मर्यादित उपलब्ध निधी याचा विचार करून त्यांनी तो बेत रद्द केला आणि आपल्या मूळच्या होत्या त्याच रेस्टॉरंटमध्ये सुधारणा करण्याचे ठरवले. त्यांचे ८० टक्के उत्पन्न हे हॅम्बर्गरच्या विक्रीतून येत होते. याचबरोबर त्यांनी वेग हा आपल्या व्यवसायाचा मुख्य गाभा मानला. 'वेग, कमी किंमत, पण जास्ती उलाढाल' हे सूत्र त्यांनी आचरायचे ठरवले. ड्राइव्ह-इन गाड्यांतून सेवा देणारे कर्मचारी जरा मंद गतीने सेवा देत होते. यावर उपाय शोधण्याचे ठरवले आणि मग ड्राइव्ह-इनमध्येही

स्वयंसेवा कशी देता येईल, हे पाहिले.

यासाठी १९४८मध्ये त्यांनी रेस्टॉरंट तीन महिने बंद ठेवले. स्वयंपाकघराची पुनर्रचना केली, सेल्स काउंटरचे रूपांतर सेल्फ सर्व्हिस काउंटरमध्ये केले. ब्रेड भाजण्यासाठीचे तीन फुटी ग्रिल बदलून त्यांनी सहा फुटी ग्रिल बसवले. त्यामुळे अधिक काम होऊ लागले. चिनी मातीची भांडी, डिशेस वगैरे रद्द करून त्यांनी पेपर बॅग्ज, रॅपर्स आणि कागदी कपांची योजना केली. त्यामुळे भांडी धुण्याचा खर्च वाचला. मेनूमध्ये २५ पदार्थ होते, ते नऊवर आणले. त्यामध्ये हॅम्बर्गर, चीजबर्गर, शीतपेयांचे तीन प्रकार एकत्र केले. दूध, कॉफी, बटाटा चिप्स व केक असे सुटसुटीत पदार्थ ठेवले. कोणत्याही वस्तूची किंमत ३० सेंट्सवरून १५ सेंटवर आणली. हॅम्बर्गर्सबरोबर द्यायचे टोमॅटो केचप, मस्टर्ड, कांदे आणि लोणचे यांचेही प्रमाणभूत आकार ठरवले. या मेन्यूव्यतिरिक्त काही घ्यायचे असेल, तर जास्त किंमत द्यावी लागत होती. शिवाय या सेट पदार्थांमुळे ते आधीच तयार करून ठेवता यायचे. त्यामुळे ग्राहकांना ते लगेच मिळू लागले. या बंधूंचे मत असे होते की, 'ग्राहकांना वस्तू निवडण्याचे स्वातंत्र्य देणे म्हणजे गोंधळाला निमंत्रण'. त्यांनी काही मंदगती जुन्या कर्मचाऱ्यांना कमी केले.

रेस्टॉरंटचे वैशिष्ट्य म्हणून त्यांनी 'स्पीडी' नावाचे शेफचे पात्र विकसित केले व ते हलते चित्र रेस्टॉरंटवर अडकवण्यात आले. मात्र त्यांच्या 'स्पीडी सर्व्हिस सिस्टीम'ला ग्राहकांचा प्रतिसाद थंड होता. विक्रीत २० टक्के घटच झाली. नेहमी येणाऱ्या काही ग्राहकांनी 'जुनीच पद्धत बरी होती, ती पुन्हा कधी चालू करणार?' असे विचारायला सुरुवात केली. सेवेतून काढलेल्या कर्मचाऱ्यांनी त्रास द्यायला सुरुवात केली.

मात्र, सहा महिन्यांतच धंद्यात वाढ व्हायची चिन्हे दिसू लागली. मिल्क शेकचे आणखी प्रकार व फ्रेंच फ्राइज (चौकोनी ठोकळ्यासारखा उभा लांब तळलेला बटाट्याचा पदार्थ) मेनूत आले. कुटुंबवत्सल मंडळी लहान मुलांना घेऊन येऊ लागली. तिथले 'सी-थ्रू किचन' पाहण्यात त्यांना मजा वाटायची. तेच मोठे आकर्षणही ठरले. शिवाय किमतीही मध्यमवर्गीय जनतेला परवडण्याजोग्या होत्या. कमी किंमत म्हणजे कमी दर्जा नव्हे, याचा ग्राहकांना अनुभव येऊ लागला. त्यांना प्रथम वाटायचे की, १५ सेंटमधला हॅम्बर्गर गलिच्छ वातावरणात तयार केलेला असणार. पण स्टेनलेस स्टीलची चकचकीत भांडी, अत्यंत स्वच्छ किचन, तिथले उत्तम वातावरण पाहून ते खूश व्हायचे.

लहान मुलांना वाटणारे आकर्षण हा विक्रीचा केंद्रबिंदू ठरला; किंबहुना, नव्या रेस्टॉरंटचा पहिलाच ग्राहक एक नऊ वर्षांचा मुलगा होता. तो भरपूर हॅम्बर्गर घरी घेऊन गेला. पुढे तर मुले घोळक्याने यायची. स्वतः ऑर्डर देऊन स्वतःच

खाद्यपदार्थ घेऊन जायची, याचे त्यांना मोठेच आकर्षण होते. शिवाय त्यांना आपण आई-वडिलांना सोडून स्वतंत्रपणे आपापलं खरेदी करतोय, याचा अभिमान वाटायचा. मग या बंधूंनी आपल्या कर्मचाऱ्यांना अशा मुलांकडे अधिक चांगले लक्ष देण्याचे व चांगली सेवा देण्याचे आदेश दिले. मुलांना आकर्षित करतील, अशा जाहिरातीही द्यायला त्यांनी सुरुवात केली. वर्षाच्या आतच त्यांनी केलेली गुंतवणूक त्यांना परत मिळाली. बस्तान चांगले बसले. मग त्यांनी खाद्यपदार्थ बनवण्याच्या प्रक्रियेचे यांत्रिकीकरण कसे करता येईल, हे पाहिले. (हे म्हणजे जणू कार उत्पादनात हेन्री फोर्डने आणलेल्या यांत्रिकीकरणासारखेच होते.) यासाठी आपल्याला हवी तशी किचनमधील उपकरणे व यंत्रे विकसित करण्याचे या बंधूंनी ठरवले. हॅम्बर्गर्स तयार करण्यासाठी त्यांनी सरकत्या जाळीची व्यवस्था केली. त्यांत एका बाजूने दोघे जण बन्स घालायचे, मध्येच त्यांच्यामध्ये हॅम्बर्गर्स घातले जायचे, पुढे ते ग्रिलमध्ये भाजले जायचे आणि मग दुसऱ्या बाजूने ते गरमागरम हॅम्बर्गर्स कागदात गुंडाळण्यास तयार व्हायचे. एका वेळी २४ नग करण्याची सोय त्यात होती.

किचन इक्विपमेंटची आखणी करून, नवी रचना विकसित करून या बंधूंनी जणू उद्योगाचा हा एक नवा प्रकारच उदयास आणला. त्यानंतर या क्षेत्रात गेल्या ६०-७० वर्षांत प्रचंड क्रांती झाली आहे. सुरुवातीला आपल्याला हवी तशी उपकरणे करून घेण्यासाठी एड टॉमन या स्थानिक उद्योजकाची त्यांनी मदत घेतली. तो तशा किचन इक्विपमेंटचा विक्रेता होता. त्याला उत्पादनातील फारशी माहिती नव्हती. छोट्याशा पत्र्याच्या शेडमध्ये त्याचे वर्कशॉप होते. तिथेच त्याने नव्या डिझाइनची किचन इक्विपमेंट विकसित करण्यास प्रारंभ केला. मात्र ते काम त्याने मनापासून केले. अर्थात त्यांतली काही साधने ओबडधोबड वाटायची. पण काहीतली त्याची कल्पकता उत्तम होती. मात्र त्याने या वस्तूंचे पेटंट कधी घेतले नाही, त्यामुळे त्याला धंदा फार वाढवता आला नाही. त्याने लढवलेल्या अनेक कल्पना मग इतरांनी उचलल्या व मॅकडोनल्ड्सबरोबरच अन्य फास्ट फूट उद्योगांनीही त्या मोठ्या प्रमाणावर वापरल्या.

याचबरोबर मॅकडोनल्ड्सनी मानवी हातांचा उपयोग कमी करून अधिकाधिक काम (खाद्यपदार्थ बनवण्याचे) यंत्राने कसे होईल, याकडेही लक्ष केंद्रित केले. त्यापूर्वी खाद्यपदार्थ बनवणे ही वैयक्तिक आचाऱ्यांची खासियत समजली जायची. त्यामुळे त्यांचा दर्जा व वेग यांत फरक असायचा. मॅकडोनल्ड्स बंधूंनी मग या खाद्यपदार्थ बनविण्याच्या प्रक्रियेचे विश्लेषण करून तिचे एखाद्या यंत्राप्रमाणे छोटे-छोटे भाग केले व ते मग मोठ्या प्रमाणावर एकेका व्यक्तीकडून करून घेणे चालू केले. त्यामुळे एकेक व्यक्ती एकेका कामात तरबेज होत गेली व 'वेग, दर्जा व संख्या' यांत वाढ होत गेली. उदाहरणार्थ, तीन माणसे केवळ ग्रिल हॅम्बर्गर्स

करायची (त्यांना 'ग्रिल-मॅन' म्हणायचे.) दोघे जण केवळ विविध प्रकारचे शेक्स करायचे. (त्यांना 'शेक-मॅन' म्हणायचे.) दोघे जण केवळ बटाटा फ्राइज (फ्राय-मॅन), दोघे जण हॅम्बर्गर्स वा ड्रेसिंग करायचे, तर तिघे फक्त काउंटरवर विक्रीचे काम (काउंटर-मॅन). शिवाय या प्रत्येकातले उपविभागही विकसित करण्यात आले. शेक्स तयार करण्यासाठी मल्टिमिक्सर्स होते, त्यांत एका वेळी ८० शेक्स व्हायचे. एकाच वेळी विविध प्रकारचे शेक्स तयार करून फ्रिजमध्ये ठेवले जायचे. त्यामुळे त्यांची सेवा अल्प वेळात देता यायची. येणाऱ्या संभाव्य ऑर्डर्सची शक्यता लक्षात घेऊन अन्य खाद्यपदार्थही असेच तयार करून ठेवल्याने अर्ध्या मिनिटात ऑर्डर पूर्ण करणे शक्य होई. तयार पदार्थ किती काळानंतर (विकले गेले नाहीत तर) बाद ठरवायचे, याचे प्रमाण त्यातूनच त्यांनी ठरवले. एक प्रकारे मोटारी तयार करण्याच्या एखाद्या फोर्डसारख्या कारखान्यात ज्या तत्त्वांप्रमाणे उत्पादनप्रक्रिया राबवली जाते, तसेच त्यांनी येथे केले. असे अन्य कोणत्याही फास्ट फूड साखळी उद्योगाने केले नव्हते. विशेष म्हणजे, या नव्या पद्धतीत त्यांनी फक्त पुरुषांनाच नोकर म्हणून नेमले होते. थोड्याच काळात त्यांचे रेस्टॉरंट म्हणजे एखादा कारखानाच बनले. 'स्वयंसेवा, कागदांचा वापर, जलद सेवा' हे कळीचे सूत्र त्यांत होते आणि ही त्यांची एकमेवाद्वितीय पद्धत होती. त्यापूर्वी काहींनी मर्यादित मेन्यू असलेली आणि स्वस्तात हॅम्बर्गर्स देणारी रेस्टॉरंट्स उघडली होती. 'व्हाइट कॅसल' नावाचे असे रेस्टॉरंट १९२१मध्ये बिली इन्ग्राम याने उघडले. त्यांत ५ सेंट्समध्ये हॅम्बर्गर्स मिळायचे. त्याने एकूण ११ रेस्टॉरंट्स चालू केली व त्याचे अनुकरण करून इतरांनी 'व्हाइट टॉवर' आणि 'रॉयल कॅसल' अशी तशाच प्रकारची नावे घेऊन त्यांची नक्कल करणारी रेस्टॉरंट्स उघडली. इन्ग्रामचे हॅम्बर्गर्स ग्राहकांनी मोठ्या संख्येने घ्यावेत, म्हणून तो उत्तेजन देई व ग्राहकांचा प्रतिसादही उत्तम होता. पण 'जलद व स्वयंसेवा' हे ब्रिदवाक्य त्यात नव्हते. ग्राहक काउंटरभोवती स्टुलावर बसून खायचे आणि एक-दोन कर्मचारी खाद्यपदार्थ तयार करण्यापासून विक्रीपर्यंतचे काम करायचे.

वेग व जलद सेवा ही युद्धोत्तर अमेरिकेची मानसिकता मॅकडोनल्ड्स बंधूंनी हेरली. सोय आणि तत्काळ सेवा हे त्यांनी वैशिष्ट्य बनवले. हे म्हणजे जणू पूर्वीची छोटी-छोटी किराणा मालाची कोपऱ्यावरची दुकाने जाऊन सुपरमॉलचा जमाना येण्यासारखेच होते. त्यांच्या पहिल्या रेस्टॉरंटच्या बाहेर काउंटरवर २० किंवा त्याहून अधिक ग्राहक रांगेत उभे राहून खाद्यपदार्थ, शीतपेये घेताना दिसायचे. त्यांचा १९५१मध्ये वार्षिक खप २,७७,००० डॉलर्सचा झाला. तो पूर्वीच्या तुलनेत ४० पट होता. लवकरच तो ३.५ लाख डॉलर्सवर गेला व त्यात १ लाख डॉलर्सचा नफा होता. दुपारच्या व संध्याकाळच्या जेवणाच्या वेळी १५०हून अधिक

ग्राहक दुकानाभोवती घोटाळताना दिसायचे. विशेष म्हणजे, प्रचलित अन्य रेस्टॉरंटपेक्षा १/३ भांडवली गुंतवणूक, १/३ कर्मचारी आणि १५ सेंटमध्ये (त्या वेळी डॉलरचा दर चार रुपये होता) हे त्यांनी शक्य करून दाखवले. प्रचलित सर्वसामान्य रेस्टॉरंटचे एखाद्या कारखान्यात रूपांतर करून हे शक्य झाले होते. लॉस एंजलीसच्या बाहेर वाळवंटाच्या कडेला असलेले सॅन बरनान्डो हे छोटे गाव, पण त्यांच्या या यशाची महती लवकरच सर्वत्र पसरली. जून १९५४मध्ये मॅकडोनल्ड्स बंधूंना रे क्रॉक भेटला, पण त्याच्या आधीच मॅकडोनल्ड्स ड्राइव्ह-इन अनेक संधी शोधणाऱ्यांची पंढरी बनली होती. 'अमेरिकन रेस्टॉरंट मॅगेझिन' या खाद्यपदार्थविषयक नियतकालिकाने जुलै १९५२मध्ये मॅकडोनल्ड्सची यशोगाथा छापली व त्यांच्यावर पत्रांचा पाऊस पडला. फोनची घंटा सतत वाजू लागली. व्यावसायिक चौकशीसाठी महिना ३००च्या वर पत्रे येत होती. याच व्यवसायातील अशाच समस्या असलेली प्रचलित फास्ट फूड रेस्टॉरंट्स त्यांना 'तुम्ही विकत घ्या' वा 'आम्ही तुमचे अनुकरण करू का?' असे विचारू लागली. त्यांच्या भेटीमध्ये या बंधूंचा वेळ जाऊ लागला व मग 'आपले फ्रँचाइझ इतरांना कसे देता येईल' याचे चक्र त्यांच्या डोक्यात फिरू लागले. रे क्रॉकने फ्रँचायझीची कल्पना त्यांना सुचवली, यातही तथ्य नाही. त्याच्या भेटीपूर्वी दोन वर्षे आधीच त्यांनी त्यांच्या 'स्पीडी सर्व्हिस सिस्टीम' या खाद्यपदार्थ बनविणाऱ्या यंत्रांची विक्री चालू केली होती. त्यांनी फ्रँचायझी देणे आहे, याबद्दलची जाहिरात त्याच वेळेला केलीही होती. त्याचे घोषवाक्य होते – 'आपल्या आयुष्यातील सर्वांत महत्त्वाचे ६० सेकंदच आहेत.'

१९५२मध्ये नील फॉक्स हा पेट्रोलपंपवाला त्यांचा पहिला फ्रँचायझी झाला. त्यांचे फिनिक्समधले नियोजित रेस्टॉरंट हेच आपल्या साखळी नमुन्याची शोकेस करण्याचा मॅकडोनल्ड्स बंधूंचा विचार होता. त्यांनी स्टॅनलो मॅसन या आर्किटेक्टला त्या दुकानाचा आराखडा बनवण्यासाठी नेमले. पहिल्या दुकानापेक्षा दुप्पट आकाराचे ते बनले. ते आकर्षक व्हावे, असाही त्यांचा कटाक्ष होता. लाल व पांढऱ्या टाइल्सचे थोडे भडक वाटणारे ते दुकान होते. त्याचे छप्पर पुढून मागे उतरते केले होते. पुढच्या बाजूने निम्मे छप्पर काचेचे होते आणि ग्राहक किचनमध्ये घडणाऱ्या सर्व प्रक्रिया सहज पाहू शकत होते. त्यांत जमिनीपासून उंच आकाशात जाणाऱ्या दोन कमानी होत्या. त्याचे आराखडे जेव्हा मॅकडोनल्ड्सनी काही मित्रांना दाखवले, त्या वेळी त्यांनी त्या कमानी 'भयानक' वाटतात, असे मत दिले. पण पुढे त्याच कमानी ही मॅकडोनल्ड्सची खूण बनली. जॉर्ज डेकस्टर नावाच्या निऑन साइन्स बनवणाऱ्या व्यावसायिकाने पिवळ्या रंगाच्या त्या कमानी निऑन साइन्समध्ये बनवल्या. त्या लांबवरून दिसायच्या व काही काळातच त्या कमानी हेच या रेस्टॉरंटचे मोठे आकर्षण बनले. त्या सोनेरी कमानी ही मॅकडोनल्ड्स रेस्टॉरंटची

खूण बनली. तिथले किचनही मूळ रेस्टॉरंटच्या दुप्पट आकाराचे होते. त्याचे डिझाइन प्रथम त्यांनी आपल्या घरच्या टेनिस कोर्टवर रेखाटले व मग सॅन बरनान्डोमधल्या त्यांच्या दुकानातील कर्मचाऱ्यांना रात्री बोलावून त्यांनी हालचालींची रंगीत तालीम केली. सर्व योग्य आहे ना, हे पडताळून बघितले. त्यांनी त्या हालचाली निरखून बघितल्या, योग्य त्या सुधारणा केल्या व पहाटे तीनपर्यंत आराखडा पक्का केला. नेहमीपेक्षा कमी खर्चात हे सर्व घडले. विशेष म्हणजे, दुसऱ्या दिवशी आर्किटेक्टना बोलावून त्या रेखाटनाच्या आधारे त्याचे अंतिम डिझाइन बनवायचा त्यांचा विचार होता, पण पहाटे तिथे प्रचंड पाऊस पडला व त्या टेनिस कोर्टावरील त्यांची सर्व रेखाटने त्यांत धुऊन गेली. फक्त लाल खडूने मारलेल्या काही रेघा दिसत होत्या.

हे चालू असतानाच त्यांचा फ्रँचाइझ देण्याचा कार्यक्रम मात्र योग्य आकार घेत नव्हता. किंबहुना, त्यांनी तसा विचारच केला नव्हता. फिनिक्स येथे १९५३मध्ये जेव्हा नवे रेस्टॉरंट काढायचे ठरले, तेव्हा त्यांनी कॅन्ससला रेस्टॉरंटचे प्लॅन्स, आर्ट बेन्डेर या आर्किटेक्टचा एक आठवड्याचा खर्च आणि स्पीडी ड्राइव्ह सिस्टीमची माहिती हे सर्व फक्त १ हजार डॉलर्सला दिले. पुढे ते मॅकडोनल्ड्स रेस्टॉरंट हे नाव वापरून स्वत:च सगळे व्यवहार पाहणार, असे ठरले. त्यातून त्यांना पुढे काहीही उत्पन्न मिळणार नव्हते, त्यामुळे केवळ नांव वापरण्याची परवानगी, एवढेच त्या कराराचे स्वरूप होते. एकूण या व्यवहारात त्यांची व्यावसायिक, आर्थिक व भावी स्वरूपाची कोणतीही चिन्हे नव्हती. तेवढा उत्साहही त्यांच्याकडे नव्हता. त्यांना वाटले, ते रेस्टॉरंट फॉक्स त्याच्या नावाने चालवणार; पण त्याने त्यांच्याकडे मॅकडोनल्ड्स हे नाव वापरण्याची परवानगी मागितली. 'फिनिक्समध्ये आमचे नाव कशाला? तिथे ते काय चालणार?' – ही त्यांची प्रतिक्रिया होती. पण त्यांनी ते वापरायची परवानगी दिली व मॅकडोनल्ड्स ही साखळी रेस्टॉरंटची ती नांदी ठरली. पुढच्या दोन वर्षांत त्यांनी असे १५ फ्रँचायझी दिले व त्यांपैकी दहा मॅकडोनल्ड्स नावाने चालले. मागणी भरपूर होती, म्हणून ते थोडे बेफिकीर राहिले. त्यामुळे आर्थिक व्यवहारात त्यांना फारसे यश आले नाही व एकूण सौदे करणाऱ्याला ते स्वस्तात मिळाले.

एकदा एकाने सॅक्रॉमॅटोमध्ये सहा रेस्टॉरंटच्या फ्रँचायझीसाठी १५,००० डॉलर्स देऊ केले, तेव्हा त्यांनी त्याला नकार दिला; कारण त्याच दिवशी त्यांनी २,५०० डॉलर्सना एक रेस्टॉरंटचे फ्रँचाइझ विकले होते. हॅरिएट चार्लसन नावाची शिक्षिका त्यांच्याकडे फ्रँचायझी मागायला गेली. त्यांनी तिला उलटा प्रश्न केला – 'त्यापेक्षा कपड्याचे दुकान का उघडत नाहीस?' पण ती दोन दिवसांनी परत आली ती २,५०० डॉलर्सचा चेक घेऊनच, तो त्यांनी स्वीकारला. अलहाम्ब्रामध्ये

मॅकडोनल्ड्स चालू झाले व १५ वर्षांनंतर १९६९ला तिने ते त्यांनाच परत १,८०,००० डॉलर्सना विकले. बऱ्याच काळानंतर या बंधूंनी हे मान्य केले की, 'फ्रँचायझी देण्याच्या बाबतीत ते व्यवहारशून्य होते.'

'कार्नेशन कॉर्पोरेशन' ही डेअरी कंपनी त्यांना मिल्कशेककरिता मोठ्या प्रमाणावर दूध पुरवायची. तिच्या मालकांनी त्यांना मॅकडोनल्ड्स दुकानाची साखळी विस्तारण्यासाठी भरपूर आर्थिक मदत देऊ केली. ती या बंधूंनी नाकारली व एक मोठी संधी वाया घालवली. त्या कंपनीने भागीदारीत अशी दुकाने चालवायला देऊ केलेली सूचनाही त्यांनी फेटाळली. त्यामध्ये सॅन फ्रान्सिस्कोमध्ये व नंतर कॅलिफोर्नियात खाली दक्षिणेकडे, नंतर पूर्व कॅलिफोर्नियात मॅकडोनल्ड्स साखळी दुकाने उघडायची आणि त्याचा सर्व खर्च कार्नेशनने करायचा, असा त्या कंपनीचा प्रस्ताव होता. मात्र, त्या वेळी मॅकने डिकला सांगितले, "असे करायचे म्हणजे सतत प्रवास करा, माणसे शोधा, दैनंदिन कटकटींना तोंड द्या. एवढी डोकेदुखी करून घ्यायला कुणी सांगितलंय?" त्यांच्या या अल्पसंतुष्ट वृत्तीमुळे त्यांनी सोन्यासारखी संधी धुडकावून लावली. अशा वृत्तीमुळे व्यवसायाचे साम्राज्य वाढत नाही. "आम्हाला होते तेच पैसे कसे खर्चावे, समजत नव्हते. आम्हो भरपूर चैन करत होतो. आम्ही हे सर्व हसण्यावारी नेलं, कारण आम्हाला आर्थिक स्वातंत्र्य हवं होतं व ते तिथं मिळत होतं!" ही त्यांची भूमिका होती. त्यामुळे मॅकडोनल्ड्सची एक राष्ट्रीय साखळी उभी करण्यात त्यांना स्वारस्य वाटले नाही. सॅन बरनान्डोमधील रेस्टॉरंटमधून त्यांना वर्षाला १ लाख डॉलर्स नफा होत होता व त्यावर ते खूश होते. त्या दोघांनाही मुले नव्हती. त्यामुळे वारसाहक्काने कुणालातरी हे सर्व द्यायचे, असा प्रकार नव्हता. "शेवटी सगळी संपत्ती एखाद्या चर्च वा अन्य संस्थांना द्यायला लागली असती व आम्ही तर चर्चला जात नव्हतो, चर्चवर आमचा विश्वास नव्हता," असे त्यांचे म्हणणे होते.

मूळ मॅकडोनल्ड्सची सेवा व वेग ही कल्पना १९५३पर्यंत दिलेल्या फ्रँचायझीमधील बेशिस्तीमुळे पार नाहीशी झाली. त्यात शिस्त नव्हती व या बंधूंना त्यावर नियंत्रण ठेवणे अवघड बनू लागले. मग त्यांनी विल्यम टॉन्से नावाच्या माणसाला आपला फ्रँचायझी एजंट नेमले; पण थोड्याच काळात त्याला हृदयविकाराचा त्रास चालू झाला व त्याने ते काम सोडले. पण त्याची कामाची पद्धतही मॅकडोनल्ड्स बंधूंपेक्षा निराळी नव्हती. रेस्टॉरंटचे आराखडे, गोल्डन आर्चची मांडणी, स्पीडी सर्व्हिस सिस्टीमची कार्यपद्धती आणि मॅकडोनल्ड्सचे नाव वापरायची परवानगी – एवढेच त्यात दिले जायचे. फ्रँचायझीना एक आठवड्याचे प्रशिक्षण सॅन बरनान्डोमधील मूळ रेस्टॉरंटमध्ये दिले जायचे. नंतर त्यांना 'त्यांच्या' पद्धतीने काम करायची मोकळीक होती व त्याचा फायदा बऱ्याच फ्रँचायझींनी उठवला. त्यांच्या किमती

सारख्या नव्हत्या, त्यांनी स्वत:चे पदार्थ मेन्यूमध्ये घुसवले, काहींनी आणखी सर्व्हिस काउंटर्स काढली; एकाने तर नाव बदलून ते 'पीक्स' ठेवायचा घाट घातला.

खाद्यपदार्थांत समान दर्जा राखण्यात मॅकडोनल्ड्सना अपयश आले. स्वच्छतेचे प्रश्न निर्माण झाले. मूळ रेस्टॉरंट रोजच्या रोज धुतले जायचे, काचा साफ केल्या जायच्या, जमीन पुसली जायची; इतर ठिकाणी त्याची वानवा होती. त्याचा परिणाम विक्रीवर झाला नसता, तरच नवल. शिवाय मॅकडोनल्ड्सची विश्वासार्हताही धोक्यात आली होती. यामागचे एक कारण म्हणजे, हे बंधूद्वय व त्यांचा फ्रँचायझीचा काम करणारा एजंट हे या नव्या रेस्टॉरंटकडे केवळ पैशाचा एक स्रोत म्हणून पाहत होते व तोही सहज मिळणारा. मात्र, थोड्याच काळात त्यातील धोके त्यांच्या लक्षात आले, हे नशीब.

त्यांच्याकडे त्यांच्या मूळ रेस्टॉरंटची रचना, कार्यपद्धती पाहण्यासाठी येणाऱ्यांचा ओघ सतत वाढत होता. तेही उत्साहाने, हातचे काही राखून न ठेवता सर्व दाखवत होते व त्यातून कॅलिफोर्नियात त्यांची नक्कल केलेली अनेक स्वतंत्र रेस्टॉरंट्स फोफावली होती. यांतलाच एक होता जेम्स ए कॉलिन्स. 'कॉलिन्स फूड इंटरनॅशनल'चा अध्यक्ष. तो १९८६मध्ये केंटुकी फ्राइड चिकनचा सर्वांत मोठा फ्रँचायझी बनला. शिवाय त्यांची सिझलर रेस्टॉरंट्सही होती.

कॉलिन्सने कल्वर सिटी कॉफीशॉप उघडण्याची तयारी केली, त्याच सुमारास त्याने १९५२मध्ये मॅकडोनल्ड्सच्या ड्राइव्ह-इनची माहिती ऐकली. त्याच्या सल्लागारांनी त्याच्या कॉफीशॉपला शेवटचा हात देण्यापूर्वी त्याला सॅन बरनान्डोचे मॅकडोनल्ड्स रेस्टॉरंट नजरेखालून घालण्यास सांगितले. तो गेला, त्या वेळी दुपारच्या जेवणाची सुट्टी होती व त्या रेस्टॉरंटमध्ये खाद्यपदार्थ घेण्यासाठी मोठी रांग होती. पार्किंग लॉट मोटारगाड्यांनी पूर्ण भरून गेला होता. पदार्थ घेण्यासाठी दोन रांगा होत्या व दर दहा सेकंदाला एका ग्राहकाला पदार्थ मिळत होते. हे सर्व पाहून कॉलिन्स चाट पडला. त्याने परत आल्यावर कॉफीशॉपची योजना गुंडाळली व हॅम्बर्गर्सच्या विक्रीचा निर्णय घेतला. बाकी सर्व मॅकडोनल्ड्सची कॉपी होती. फक्त हॅम्बर्गर्सची किंमत १९ सेंट्स होती (जी मॅकडोनल्ड्समध्ये १५ सेंट्स होती.)

अर्थात कॉलिन्सची प्रतिक्रिया एकमेवाद्वितीय नव्हती. कल्वर सिटीमध्ये त्याचे रेस्टॉरंट १९५२मध्ये चालू झाले. त्याआधी त्याने लाँग बीचमधील केन्स ड्राइव्ह-इनच्या केन मॅककॉनेलकडून बरेचकाही शिकून घेतले. अर्थात केननेही मॅकडोनल्ड्सची कॉपीच केली होती. कॉलिन म्हणतो, ''आम्ही चांगले मित्र बनलो व आम्ही आमचे धडे मॅकडोनल्ड्सकडूनच शिकलो, ते गिरवले. अर्थात, मॅकडोनल्ड्सची सर्व माहिती हातचे राखून न ठेवता, फुकटात व खुल्या मनाने त्यांनी दिली. इतर

ठिकाणी त्यासाठी जबर किंमत मोजावी लागली असती.'' अर्थात मॅक मॅकडोनल्ड्सचे म्हणणे – 'आमच्याकडे लपवण्यासारखे काही नव्हते. सर्व पारदर्शक होते व कोणीही ते पाहू शकत होता. लोक पेन, पेन्सिल, कागद घेऊन यायचे. रेखाचित्रे काढायचे. कल्पना घेऊन जायचे व त्या आपापल्या व्यवसायात राबवायचे. अर्थात याचा परिणाम व्हायचा तोच झाला. अनेक स्पर्धक निर्माण झाले, ते फ्रँचायझींपेक्षा अधिक होते.' त्यांनी मॅकडोनल्ड्सची कॉपी केली. तेच इतरांचे सल्लागार झाले. मग १९५४पर्यंत हे लोण पूर्वेकडे पसरत गेले. कॉलिन दिवसाला १०० डॉलर्स घेऊन प्रशिक्षण द्यायचा. सॅन फ्रान्सिस्को, सिॲटल व ऑस्टिनमधील किमान १० लोकांना कॉलिनने प्रशिक्षित केले आणि त्यांनी तशीच रेस्टॉरंट्स उघडली. त्यांत शिकागोमधील ब्रेसल्ट आइस्क्रीमवाल्यांचे 'हेन्रीज' होते, डॉ. अँडरसनची खाद्यपदार्थांची ४४ रेस्टॉरंट्स होती. त्यांनी मॅकडोनल्ड्सचीच कॉपी केली व नंतर ही साखळी दुकाने 'हार्डीज फूड सिस्टीम' या कंपनीला १९८३मध्ये विकली. अँडरसनला फास्ट फूड रेस्टॉरंटचा ज्वर तेव्हा चढला, जेव्हा त्याने केन्स ड्राइव्ह-इन रेस्टॉरंट बघितले. खरंतर त्या वेळी आहे तो व्यवसाय बंद करून स्थावर मालमत्तेच्या व्यवहारात शिरायची त्याची योजना होती. पण मॅकडोनल्ड्सची कॉपी केलेली केन्स ड्राइव्ह-इन त्याने पाहिली व त्याला या व्यवसायातील संभाव्य वाट दिसली. त्याने घरी येऊन आपल्या बायकोला आपला बेत सांगितला. ती म्हणाली, ''मला वाटले, तू हा व्यवसाय सोडलास!'' त्यावर तो म्हणाला, ''नाही, उलट या व्यवसायात मी नव्याने उतरतोय!''

मॅकडोनल्ड्सच्या नेहमीच्याच ग्राहकांपैकी काहींनी त्यांची रेस्टॉरंटची कल्पना पळवली व स्वत:च तसे काही चालू करण्याचा प्रयत्न केला. उदा. – ग्लेन बेल हा टेलिफोन दुरुस्त करणारा मॅकेनिक होता. तो नेहमी मॅकडोनल्ड्समध्ये यायचा. त्याने नूतनीकरण केल्यावर जोरात चाललेला हा धंदा पाहून नील बेकर या बिल्डरला त्याबद्दल सांगून तसेच रेस्टॉरंट तयार करून देण्यास सांगितले. ग्लेनचे रेस्टॉरंट चालू करून दिल्यावर नीलने स्वत:ची सॅन बरनान्डो फास्ट फूड साखळी रेस्टॉरंट चालू केली. मग इतर घुसले व सॅन बरनान्डो ही अशा खाद्यपदार्थांची पंढरी झाली. बेलने मग मेक्सिकन खाद्यपदार्थांची 'टॅको बेल' ही साखळी रेस्टॉरंटही चालू केली.

मात्र, भांडवलाची कमतरता व तंत्रज्ञानाचा अभाव यांमुळे यांपैकी फारसे कोणी राष्ट्रीय पातळी गाठू शकले नाहीत. स्पर्धा वाढल्यामुळे उत्पन्नाला मर्यादा आल्या. कॉलिनच्या पहिल्या रेस्टॉरंटने पहिल्या वर्षी ४,२०,००० डॉलर्सचा धंदा केला. त्यांत ८०,००० डॉलर्सचा नफा होता. पण त्याच्या नंतरच्या रेस्टॉरंटमध्ये उत्पन्न घसरत गेले. मग त्यांपैकी काहींनी अनेक कल्पना लढवल्या. पण त्यामुळे ते मूळ

मॅकडोनल्ड्सच्या कल्पनेपासून दूर गेले. त्यांचे साधर्म्य लोप पावत चालले. मॅकडोनल्ड्सची 'दर्जा, स्वच्छता, उत्पादकता आणि फायदेशीर व्यवसाय' ही तत्त्वे लोप पावत गेली. मात्र, अशी तत्त्वे पाळली, तर या व्यवसायात भरपूर संधी होत्या. रे क्रॉक या फास्ट फूड सर्व्हिस इक्विपमेंटच्या विक्रेत्याने १९५४मध्ये ही गोष्ट हेरली. त्याच्याकडे पाच स्पिंडल्स मल्टिमिक्सरची देशभराकरता एजन्सी होती. तो ती मॅकडोनल्ड्सला नेहमी पुरवायचा व त्याचा कॅलिफोर्नियातला विक्रेता विल्यम जॉमसेन त्याला मॅकडोनल्ड्सची महती वरचेवर सांगायचा. रेने १९५३मध्ये मॅकडोनल्ड्सच्या यशावर आधारित (व त्यांत तो पुरवत असलेल्या इक्विपमेंटचा असलेला सहभाग) लेख लिहिला व तो आपल्या विक्रेत्यांना पाठवला.

तसा मॅकडोनल्ड्सचा त्याचा धंदा फार मोठा नव्हता, पण मॅकडोनल्ड्सच्या उलाढालीने तो चकित झाला. इतर ठिकाणी एक वा दोन मल्टिमिक्सर्स खपायचे, तर मॅकडोनल्ड्स तीन-चार सहज घ्यायचे. त्यांनी १९५४पर्यंत १० मिक्सर्स विकत घेतले. रेची उत्सुकता वाढत गेली व हा काय प्रकार आहे, हे त्याने स्वत: पाहायचे ठरवले. पश्चिम किनाऱ्यावरील एका व्यावसायिक प्रवासात त्याने मॅकडोनल्ड्स बंधूंची भेट घेऊन त्यांचे रेस्टॉरंट पाहण्याची विनंती केली.

तोपर्यंत ते रेस्टॉरंट असलेला १४ किंवा ई आणि ई स्ट्रीट हा भाग संपूर्ण कॅलिफोर्नियात चर्चेचा विषय बनला होता. त्या रेस्टॉरंटची नक्कल भरपूर होत होती. एका राष्ट्रीय व्यापारविषयक नियतकालिकात त्यावर खास लेख आला होता. मग तिथे अनेक भांडवलदार व व्यावसायिकांनी मोर्चा वळवला होता. पण त्यामुळे रेचा उत्साह कमी झाला नाही. त्याने जेवणाच्या वेळेच्या आधीच तिथल्या कार पार्कमध्ये आपली गाडी लावली. तोपर्यंत तिथे ग्राहकांच्या रांगा काउंटरपाशी लागल्या होत्या. शिवाय फ्रेंच फ्राइज (पोटॅटो फ्राइज) करता स्वतंत्र काउंटर व तिथेही रांग होती. सुरुवातीला त्याला त्यात विशेष काही वाटले नाही. कारण हॉट डॉग, हॅम्बर्गर वा मिल्कशेकची अनेक रेस्टॉरंट्स त्याने पाहिली होती. तोपर्यंत मॅकडोनल्ड्सची ती प्रसिद्ध गोल्डन आर्च अस्तित्वात आली नव्हती. (मजा म्हणजे, वर्षानंतर जेव्हा त्यांनी तशा आर्चची निर्मिती केली, तेव्हा त्याचे आकर्षण वाढावे म्हणून त्यांनी दहा मोठे स्पॉटलाइट्स सोडले, ते गावातून कुठूनही दिसायचे. मग लोकांनी ते पाहण्यासाठी गर्दी केली. पण मग त्या प्रखर प्रकाशामुळे असंख्य किडे तिथे घोंघावू लागले, त्यामुळे नाइलाजाने ते दिवे त्यांना बंद करावे लागले.)

रेला त्या इमारतीच्या अष्टकोनी आकाराचे वा तिथल्या रचनेचे फारसे काही वाटले नाही, पण तिथला सेवेचा वेग पाहून तो चाट पडला. जेवणाच्या वेळेपर्यंत पार्किंगमध्ये १५० गाड्या लागल्या होत्या आणि सर्व कर्मचारी जोरात काम करत होते. केवळ १५ सेकंदांत ऑर्डर पूर्ण करण्याची अशी रीत त्याने इतरत्र पाहिली

नव्हती. ग्राहकांशी संवाद साधण्यासाठी तो म्हणाला, ''मी जन्मात कधी अशा रांगेत उभा राहिलो नाही.'' पण थोड्याच वेळात ग्राहकांनीच त्याला तिथला दर्जा व सेवेचा वेग यांची स्तुती ऐकवली. त्याच्या जोडीला वाजवी किंमत व स्वच्छता यांविषयीही ग्राहक मनमोकळी स्तुती करत होते. ग्राहक इतर पदार्थांबरोबर मिल्कशेकही घेत होते व ते तयार होत होते, त्याने पुरवलेल्या मल्टिमिक्सरवर. महिना २०,००० मिल्कशेक्स तिथे विकले जात होते. त्याकरता त्यांनी क्रॉकच्या मिक्सरच्या रचनेत फेरफार केला होता. त्याचा स्पिंडल दोन इंचांनी कमी केला होता व त्यामुळे मिल्कशेकने पेपरचा कप भरणे जलद होत होते.

रेने जेवण्याची वेळ संपेपर्यंत हे सर्व काळजीपूर्वक पाहिले व मग त्याला आपले मिक्सर इथे एवढे का खपतात, त्याचे कोडे उलगडले. मॅकडोनल्ड्स बंधू या आपल्या दोन मोठ्या ग्राहकांना भेटण्यास तो जेव्हा गेला, तेव्हा त्याचा उत्साह ओसंडून वाहत होता. ''माझा या गोष्टीवर विश्वासच बसत नाही!'' तो म्हणाला. डिक आणि मॅक त्याला म्हणाले, ''तुझी प्रतिक्रिया स्वाभाविक आहे.'' ही गर्दी कमी कधी होईल, या त्याच्या प्रश्नाला त्या बंधूंचे उत्तर होते – होईल साधारण मध्यरात्री!

त्याच क्षणी रेने निश्चय केला – 'मला यात शिरलंच पाहिजे.'

विक्रेता

रे क्रॉक हा त्याची फास्ट फूड कंपनी ३० वर्षांची होण्याच्या आतच अमेरिकेतील आख्यायिका होऊन बसला होता. एका नव्या प्रकारच्या उद्योगास सुरुवात करणारा तो संस्थापक ठरला. या क्षेत्रातल्या त्याच्या कामाची तुलना जॉन रॉकफेलरच्या तेलाच्या क्षेत्रातील, अॅन्ड्यू कार्नेजीच्या लोखंड उत्पादनातील आणि हेन्री फोर्डच्या मोटार उत्पादनातील कामगिरीशी होऊ लागली. तो अमेरिकेतील एक उद्योगी भांडवलदार, धोके पत्करून व्यावसायिक जुगार खेळणारा आणि त्यातून भरपूर उत्पन्न मिळवणारा उद्योजक ठरला; तेही त्याचे निवृत्तीचे वय येण्याच्या १३ वर्षे आधीच, म्हणजे ऐन पन्नाशीत! तो या क्षेत्रातील दूरदृष्टीचा माणूस म्हणून गणला जाऊ लागला. अर्थात असे यश आले की, चुका वा दुर्गुणही झाकले जातात. काहींच्या मते, तो एक स्वप्नाळू व्यक्ती होता आणि त्याची स्वप्ने खरी होण्यास १९५० ते ६०च्या दरम्यानची अमेरिकेतील झपाट्याने बदलणारी सामाजिक स्थिती कारणीभूत होती. पण हेही मान्य केले पाहिजे की, तीच परिस्थिती इतर अनेकांना उपलब्ध होती; पण ते तेवढे यशस्वी झाले नाहीत. यातच त्याची दूरदृष्टी दिसून येते.

एका शब्दात सांगायचे तर, तो एक उत्तम विक्रेता होता. त्या काळात व्यावसायिक क्षेत्रात विक्रेत्यांना प्रचंड मान होता. विक्रेते हे १९६०च्या आसपास व्यवस्थापकीय क्षेत्रात उच्चपदस्थ व्हायचे. एखाद्याला उद्योग-व्यवसायाचे अध्यक्ष व्हायचे असेल, तर ते होण्यापूर्वी त्याने विक्रीच्या क्षेत्रात उत्तम कामगिरी केलेली असणे हे जवळजवळ अत्यावश्यक बनले होते. हार्वर्ड बिझनेस स्कूलने एमबीएची पदवी देण्याची व ती उच्चपदस्थांना आवश्यक असण्याच्या अटीपूर्वीची, तसेच अकाउंटंट व अॅडव्होकेट्स यांनी या क्षेत्रात वर्चस्व प्रस्थापित करण्यापूर्वीची ही कथा

आहे. वॉल स्ट्रीटमधील चिकित्सकांनी आर्थिक व्यूहरचना आखण्यापूर्वीची वा तंत्रज्ञाने तंत्रज्ञान उच्चपदी नेऊन ठेवण्यापूर्वीची ही हकिगत आहे. ली आयाकोकाने क्रायस्लर कॉर्पोरेशनला ज्या पद्धतीने अडचणीतून वर आणले, ती परिस्थिती अद्याप यायची होती. आजमितीस विक्रेत्यांचे महत्त्व अमेरिकेतील उद्योग-व्यवसायात कमी झाले आहे; पण रे क्रॉकने मॅकडोनल्ड्सची उभारणी नव्याने चालू केली, तेव्हा त्याचे विक्रेता म्हणून असलेले कौशल्यच अधिक उपयोगी पडले. हे कसब त्याने पुस्तकी ज्ञानातून मिळवले नव्हते. त्याने शाळा सोडून दिली होती. तो कार्यकर्ता होता; हुशार विद्यार्थी नव्हे. शाळेत असतानाच त्याने त्याचे स्वतःचे म्युझिक स्टोअर उघडले व आपले पियानोवादनातले कौशल्य अर्थार्जनासाठी वापरले. पहिल्या महायुद्धाच्या वेळी त्याला परदेशी पर्यटन करण्याची इच्छा झाली. मग त्यासाठी त्याने आपले खोटे वय दाखवून ॲम्ब्युलन्स ड्रायव्हर म्हणून १५व्या वर्षीच एका कंपनीत काम केले. असेच काहीसे करून वॉल्ट डिस्ने हाही तिथेच तशाच नोकरीसाठी आला होता. हा एक योगायोग होता की, दोघांनी नंतरच्या कालावधीत आपापली औद्योगिक साम्राज्ये प्रस्थापित केली, तीही तरुण वयात व त्यासाठी आपल्यातले विक्रीकौशल्य पणाला लावले. दोघेही एकमेकांचे चाहते होते, पण दोघांचे स्वभावधर्म अगदी विरुद्ध होते. रे क्रॉक हा मनमोकळा आणि चारचौघांत मिसळणारा होता; तर वॉल्ट डिस्ने हा एकांडा, घुमा होता. ''तो एकांतात चित्रे काढत बसायचा; तर आम्ही तरुण मुलींच्या पाठीमागे जात असू.'' रे क्रॉक सांगतो. ''आणि त्यातला धडा म्हणजे, त्याची ती चित्रे अजरामर झाली; तर आम्ही ज्यांच्यामागे लागलो होतो, त्या मुली आता भूतकाळात गडप झाल्या आहेत!''

त्या महायुद्धानंतर रे क्रॉकने आपले व्यावसायिक पियानोवादन व विक्री यांचे गणित जमवले. 'लिली' या कंपनीने १९२२मध्ये आपले पेपर कप्स विकण्यासाठी त्याला नोकरीवर ठेवले, तेव्हा तो दिवसा विक्रेत्याचे व संध्याकाळी स्थानिक रेडिओ स्टेशनवर पियानोवादनाचे काम करायचा. काही वर्षांनंतर त्याने त्या कंपनीतून रजा घेतली व फ्लोरिडामध्ये जाऊन स्थावर मालमत्तेच्या खरेदी-विक्रीच्या उद्योगात आपले नशीब अजमावण्याचा प्रयत्न केला. पण १९२६मध्ये फ्लोरिडामधील या क्षेत्रातील उलाढालीचा बुडबुडा फुटला व रेला परत पियानोवादनाच्या आपल्या कलेचा आश्रय घ्यायला लागला. तो २५व्या वर्षी शिकागोला परतला. त्याने असे ठरवले की, पियानोवादन हे आपले कार्यक्षेत्र नाही; तर विक्रेता म्हणून असलेले आपले कसबच पणाला लावले पाहिजे. तो लिली कंपनीत परतला, तेव्हा त्या कंपनीचे रूपांतर फास्ट फूड सर्व्हिस इंडस्ट्रीमध्ये झाले होते. पुढची २५ वर्षे त्याने त्या क्षेत्रात स्वतःला झोकून दिले. तोपर्यंत त्याने कधी रेस्टॉरंट चालवले नव्हते. हॅम्बर्गर वा मिल्कशेक विकला नव्हता. पण त्या २५ वर्षांच्या शेवटी तो त्या

क्षेत्रातला जणू 'दादा' बनला. त्यामुळे १९५४मध्ये जेव्हा त्याने मॅकडोनल्ड्सच्या सॅन बरनान्डोमधील रेस्टॉरंटला पहिली भेट दिली, तेव्हा तो त्या क्षेत्रात अगदीच नवखा नव्हता. त्याच सुमारास या क्षेत्रात घुसलेले अनेक जण त्यातील खाचाखोचा जाणून घेण्यासाठी धडपडत होते. त्या वेळी मॅकडोनल्ड्सच्या त्या व्यवसायातील सुप्त शक्ती रेला सहज समजली. ''मी जेव्हा त्या बंधुद्वयांना भेटलो, तेव्हा मी ही संधी साधण्यासाठी तयारच होतो.'' रे म्हणतो.

विक्रेता म्हणून काम करताना ग्राहकांच्या गरजा व स्वारस्य कशात आहे, हे पाहणे व ते पूर्ण करण्यासाठी सर्व प्रयत्न करणे, ही त्याची खासियत होती. तो लिली कंपनीचे पेपर कप्स रस्त्यावर आइस्क्रीम विकणाऱ्यांना विकायचा. पण १९२९मध्ये लिली कंपनी 'ट्युलिप' कंपनीमध्ये विसर्जित झाली आणि त्या कंपनीच्या अनेक उत्पादनांच्या विक्रीचे काम रेकडे आले. मोठमोठ्या कंपन्यांमध्ये जाऊन तो ती विकू लागला. तो त्यांच्या उत्पादन-प्रक्रियेत सुधारणा सुचवायचा व आपली उत्पादने त्यांत कशी बसवता येतील, हे पाहायचा. यामुळे त्याच्या विक्रीचा आकडा प्रचंड वाढला. अर्थात सर्वच ग्राहक त्याच्या कल्पना स्वीकारत होते, असे नाही. 'रिंगली फिल्ड' या बेसबॉल कंपनीच्या अधिकाऱ्यांकडे तो जेव्हा त्यांच्याकडे आपले कप अधिक खपवण्यासाठी सूचना करण्यास गेला, तेव्हा त्यांचा एक अधिकारी त्याच्यावर खेकसलाच – ''तू आमच्या कामात लुडबूड करू नकोस. तू तुझे पेपर कप विकायचे काम बघ.'' पण अशा सूचनांचा काही वेळा उपयोगही व्हायचा. त्यांत त्याला मोठे यश मिळाले ते 'वालग्रीन ड्रग्ज' या ड्रगस्टोअर चेनमध्ये. 'कॅरीआउट फूड सर्व्हिस'मध्ये कागदी वस्तूंचा वापर केल्याने व्यवसायात कसा फायदा होईल, हे त्यांना पटवून देण्यात त्याला यश आले. तत्पूर्वी, ते काचेचे ग्लास वापरायचे. तासाला सर्वसाधारणपणे ते १०० ग्राहकांना सेवा पुरवायचे. रेने त्यांना सांगितले, ''तुम्ही ही सेवा एवढ्याच वेळात याहून दुप्पट लोकांना सहज देऊ शकाल. माझी सूचना अमलात आणा.'' सुरुवातीला त्यांनी त्यांचे म्हणणे उडवून लावले व शेवटी निदान प्रयोग तरी करून पाहू असे ठरवले व जे घडले ते तत्काळ यशच होते. त्यानंतर ती वालग्रीन कंपनी ट्युलिप कप्सची मोठी ग्राहक बनली आणि रे क्रॉक हा विक्रीक्षेत्रातला जणू ताराच बनला.

त्याच्या यशाचे एक गमक म्हणजे, जरी तो तंत्रज्ञ नव्हता तरी तो अनेक तांत्रिक सुधारणा सुचवायचा. तो इतरांच्या नवनव्या शोधांचा मागोवा घ्यायचा व त्यातले काय, कुठे वापरता येईल याचा सतत शोध घेत राहायचा. त्याला अकार्यक्षमता अजिबात आवडायची नाही आणि त्याचा रोख नेहमी आहे ते अधिक चांगले कसे होईल, हे पाहण्याकडे असायचा. त्यातूनच 'मल्टिमिक्सर' या कल्पनेचा उदय झाला, तो त्याच्या मूळ पेपर कप्सची विक्री कशी वाढेल याबाबतच्या धडपडीतून.

त्याचा एक ग्राहक डेअरी बार प्रॉडक्ट्स मिल्कशेक वा आइस्क्रीम शेक विकायचा. आठ औंस दूध व आइस्क्रीमचे दोन स्कूप याऐवजी त्याने दोन्ही पदार्थांचे समान भाग घेऊन नवे पेय बनवले. ते अधिक थंड होते, पातळ होते आणि पिण्यास सोपेही. त्यामुळे ग्राहकांचा प्रतिसाद उत्तम होता. 'राल्फ सुलेवाल'च्या मालकाच्या या कंपनीतील या प्रयोगाने रे प्रभावित झाला. त्या मंदीच्या काळात कमी प्रतीचे घटक वापरून राल्फ १६ औंसांचे मिल्कशेक १० सेंट्सला (१ डायम) विकत होता.

मग आपल्या कपांचा खप वाढवण्यासाठी 'अर्ल प्रिन्स' या शिकागोमधील आइस्क्रीम स्टँडची साखळी दुकाने चालवणाऱ्या मालकाला रे भेटला. त्याने राल्फ सुलेवाल विकत असलेल्या आइस्क्रीम शेकविषयी आलेला अनुभव सांगितला व तुम्ही असेच काही केले तर खप वाढेल, असा सल्ला दिला. ते त्याने ऐकले व एका वर्षातच रे त्यांना ५० लाख कप विकू लागला. प्रिन्स मग आपले मिल्कशेकचे उत्पादन जलद सेवा कसे देईल, हे पाहण्याच्या खटपटीला लागला. प्रिन्स हा मॅकेनिकल इंजिनिअर होता. त्याने मिल्कशेक बनवण्यासाठी एका मोटारवर पाच स्वतंत्र स्पिंडल चालवून एका वेळी पाच मिल्कशेक बनतील, असे यंत्र बनवले होते. त्याला त्याने 'मल्टिमिक्सर' असे नाव दिले. ते पाहून रे त्याकडे आकर्षित झाला, कारण त्याआधी एका मिक्सरवर एकच स्पिंडल असल्याने एका वेळी एकच मिल्कशेक बनवता यायचा. रेला त्यात विक्री पाचपट होण्याची व आपले अधिक कप्स खपले जाण्याची क्षमता दिसली. त्याने ट्युलिप-लिली कंपनीला त्या मल्टिमिक्सरची जबाबदारी स्वीकारण्याची कल्पना सुचवली, पण कंपनीने ती धुडकावून लागली. त्यामुळे तो थोडासा निराश झाला. पण त्याला वाटले, आपण आता दोन निरनिराळे रस्ते फुटणाऱ्या रस्त्याच्या टोकाशी उभे आहोत. त्याला ३७व्या वर्षी स्वतंत्र धंदा करण्याची संधी दिसू लागली व मग 'नोकरी की व्यवसाय?' या पर्यायातून स्वतंत्र व्यवसायाचा दुसरा मार्ग त्याने निवडला. त्याने प्रिन्सकडून त्या मल्टिमिक्सरचे विक्रीचे संपूर्ण हक्क स्वतःकडे घेतले. उत्पादनाचे हक्क 'स्टर्लिंग मॅन्युफॅक्चरिंग' कंपनीकडे होते.

रे क्रॉकने १९३९मध्ये आपली 'माल्ट-ए-मिक्सर कंपनी' स्थापन केली. (तिचे नाव नंतर 'प्रिन्स कॅसल सेल्स डिव्हिजन' असे झाले.) आणि सोडा फाउंटन या खात्रीच्या ग्राहकांना ते मल्टिमिक्सर विकायचे काम त्याने जोरात चालू केले. त्याचबरोबर अन्य कुठे-कुठे तो मिक्सर वापरता येईल, याचाही शोध तो घेत राहिला. अनेक रेस्टॉरंटमध्ये सिंगल स्पिंडल मिक्सर वापरले जात होते. तिथे जाऊन तो त्यांना मल्टिमिक्सरचे उपयोग पटवून देऊ लागला. कोणती विविध पेये त्या मिक्सरमध्ये बनू शकतील, हेही तो पाहत होता. मग त्याने हा व्याप चालू केला.

दुसऱ्या महायुद्धाने एक संकट आले. सरकारने तांब्याचा वापर मर्यादित केला.

त्यामुळे इलेक्ट्रिक मोटारचे उत्पादन थंडावले आणि ही मोटार म्हणजे तर मल्टिमिक्सरचे हृदयच होते. त्यामुळे त्याने बाजारपेठ तर विकसित केली, पण पुरवठा करायला मालच नव्हता – अशी त्याची विचित्र कोंडी झाली. आपली कंपनी जिवंत कशी राहील, हे पाहण्याच्या विवंचनेत तो होता. दुसरा एखादा असता तर कंपनी बंदही करून परत पहिल्या नोकरीकडे धावला असता. पण रेने कामात लवचीकता कशी येईल पाहिले व उत्पादनांचा शोध चालू केला. या प्रयत्नातूनच त्याचा संबंध आइस्क्रीम विकणाऱ्या 'गुड ह्यूमर' कंपनीच्या मालकाचा मुलगा हॅरी बर्क याच्याशी आला. त्या काळी साखरेची टंचाई असल्याने आइस्क्रीमचे उत्पादन बंद पडायची वेळ आली होती व लोक साखरेला पर्यायी पदार्थ शोधत होते. हॅरीने तसा एक पदार्थ विकसित केला होता. त्याच्यात कॉर्न सिरप आणि आणखी एक गुप्तता राखलेला पदार्थ एकत्र केले होते. त्यामुळे आइस्क्रीमविक्रेत्यांची डोकेदुखी कमी होणार होती. रेने जेव्हा हॅरीचे 'शेक-ए-प्लेंटी' आणि 'माल्ट-ए-प्लेंटी' हे मिसळायचे पदार्थ पाहिले, तेव्हा आपली कंपनी जिवंत ठेवण्यासाठी पर्याय सापडलाय, हे त्याने हेरले. त्याने अमेरिकाभर हे दोन पदार्थ विकण्याची एजन्सी मिळवली. त्यांना तो 'वॉर टाइम बेबीज' म्हणायचा; कारण दूरचा विचार करता त्या विक्रीचा कितपत उपयोग होईल, हे सांगणे अवघड होते. मात्र, या निमित्ताने एक धडा त्याला मिळाला. तो म्हणजे, जर काही कारणाने प्रस्थापित उत्पादनाच्या बाजारपेठेत समस्या निर्माण झाली, तर पर्यायी उत्पादने कंपनी जगवण्यासाठी असली पाहिजेत. युद्ध थांबल्यावर इलेक्ट्रिक मोटारचे उत्पादन पुन्हा सुरू झाले व त्याचे ते मल्टिमिक्सर विकणेही.

त्याच्या मल्टिमिक्सरची विक्री लवकरच वर्षाला ९,००० नग विकण्याइतपत वाढली. त्यांच्याकडे तो धरून तीन विक्रेते आणि तीन कारकूनही होते. टपालाने येणाऱ्या ऑर्डर्सची ते थेट पूर्तता करत होते. त्याचे उत्पन्न वर्षाला २५,००० डॉलर्स झाले. ते १९४०नंतर बरेच जास्त म्हटले पाहिजे. मग तो गोल्फ क्लबचा सदस्य झाला. रोलिंग ग्रीन कंट्री क्लबचा सदस्य झाला. तो बुधवारी सुट्टी घ्यायचा, तीही अर्धा दिवस. त्याला मल्टिमिक्सरने हात दिला व बरे दिवस आले.

मात्र, १९५०नंतर मल्टिमिक्सरची विक्री वर्षाला २,००० नग एवढी घसरली. मग त्याने दोन विक्रेते कमी केले, दोन कारकूनही. तो धरून दोन विक्रेते, एक कारकून, एक सहायिका एवढेच कर्मचारी त्याने ठेवले. यामागे स्पर्धेचे कारण होते. त्या वेळी 'हॅमिल्टन बीच' ही कंपनीही सिंगल स्पिंडल मल्टिमिक्सर बनवत होती. पण मग त्यांनीही तीन स्पिंडल मल्टिमिक्सर उत्पादन सुरू केले. त्यांची किंमत कमी होती, आकारही सुटसुटीत होता; त्यामुळे त्या स्पर्धेत त्यांनी बाजी मारली.

पण रेने पाहिले की, हॅमिल्टन बीचचे उत्पादन खरा शत्रू नसून खुद्द बाजारपेठच खरा शत्रू होती. उपनगरे वाढत होती व त्यामुळे रस्त्यावरची शेक्स आणि आइस्क्रीम

दुकाने कमी होत होती. तिथे सॉफ्ट आइस्क्रीमची मशिन्स कोनमधून आइस्क्रीम विकत होती. त्यांची चलती होती. 'डेअरी क्वीन' आणि त्यांचा स्पर्धक 'टेस्टी फ्रीज' यांची यात चलती होती. त्यामुळे मल्टिमिक्सरचा धंदा कमी होत चालला होता. या दोन कंपन्यांनी पाहिले की, ही नवी उपनगरे प्रशस्त होती. गावातल्यासारखी घरे जवळजवळ नव्हती. त्यामुळे कॉर्नर शॉप्सऐवजी रस्त्यांच्या क्रॉसिंगवर वा चौकात खाद्यपदार्थांची दुकाने काढायची टूम होती. रस्ते प्रशस्त असल्याने वाहतुकीच्या कोंडीचा प्रश्न नव्हता व दोन-चार मैल मोटारने जाणे म्हणजे रहिवाशांना काहीच वाटायचे नाही. त्यामुळे सॉफ्ट सर्व्ह आइस्क्रीम पार्लर्स वा स्टँडवर कार पार्किंगची सोय होती. गाडीत बसल्या-बसल्या तिथे सेवा मिळायची. या सर्वांमुळे ग्राहक वाढत चालले होते. रेने हेरले की, यापुढे या पद्धतीच्या व्यवसायालाच चांगले दिवस आहेत आणि त्याला साजेसे असे उत्पादन हवे. मग त्याने मल्टिमिक्सर विकण्यासाठी या दोन साखळी दुकानांकडे मोर्चा वळवला. मात्र त्यांना अद्याप सॉफ्ट आइस्क्रीमबरोबर मिल्कशेक्स विकण्यात एवढा रस नव्हता. कारण एक तर प्रचलित धंद्यात त्यांचा नफा प्रचंड होता. सोडा फाउंटनच्या व्यवसायाला व मल्टिमिक्सरच्या विक्रीलाही घरघर लागली होती, कारण त्याच्या विक्रीपैकी २/३ या फाउंटनमधून व्हायची आणि सॉफ्ट सर्व्ह आइस्क्रीम विकणाऱ्यांकडील मल्टिमिक्सरची गरज त्या वेळी तरी मर्यादित होती.

आर्थिकदृष्ट्या रे क्रॉक परत अडचणीत आला होता. दुसऱ्या एखाद्याने अशा वेळी व्यवसायाचे स्वरूप कमी करण्याचा, गती मंद करण्याचा विचार केला असता; पण रेचा उत्साह दांडगा होता. त्याला ते आव्हान स्वीकारायचे होते. त्याच्या कंपनीचा आकार छोटा झाला होता. पण त्याने नव्या जोमाने मल्टिमिक्सरला नवे ग्राहक शोधणे चालू केले. अशा वेळी डेन्व्हरमधील सर्वांत मोठ्या रेस्टॉरंट इक्विपमेंटचा घाऊक व्यापार करणाऱ्याने त्याच्याकडे मल्टिमिक्सरच्या पुरवठ्यासंबंधीची विचारणा केली अन् रे चमकलाच. ताबडतोब विमान पकडून तो बर्लिंग्टनला गेला व मग रात्रभर रेल्वेने प्रवास करून सकाळी त्या ग्राहकाकडे पोहोचला. तो चौथ्या मजल्यावर होता व मल्टिमिक्सरच्या शोपीसचे ओझे घेऊन रे ते चढून गेला. मात्र, त्या घाऊक व्यापाऱ्याला केवळ शोकेसमध्ये ठेवण्यासाठी दोनच नग पाहिजे होते. त्यांची किंमत फक्त ३०० डॉलर्स होत होती. पण नाउमेद न होता रेने ती ऑर्डर स्वीकारली. त्याचबरोबर त्याने एक टॅक्सी पकडली व त्या गावातील सर्वाधिक लोकप्रिय व सर्वाधिक विक्री असलेल्या सोडा फाउंटनना भेटी दिल्या. त्याने तिथे आपल्या मल्टिमिक्सरची ट्रायल दाखवली. विशेष म्हणजे त्याने या धडपडीतून दहा मशिन्स विकली. एका आठवड्यानंतर त्या घाऊक व्यापाऱ्याने रेच्या कंपनीला पत्र लिहून त्याची ऑर्डर पूर्ण का करत नाही, म्हणून विचारले. त्या बिचाऱ्याला याचा पत्ता

नव्हता की, तो ती ज्यांना विकणार होता, त्यांनी ती आधीच दुसरीकडून (थेट रेकडून) घेतली होती.

रेला मल्टिमिक्सरच्या जोडीला याच क्षेत्रातील आणखी उत्पादने आपल्या विक्रीच्या यादीत घालून धंद्याची व्याप्ती वाढवायची होती. म्हणून त्याने मल्टिमिक्सरचे उत्पादक 'स्टर्लिंग'कडे नवनवी साहायक उत्पादने विकसित करण्यासंबंधी लकडा लावला. त्यांनी आहे त्या मल्टिमिक्सरच्या काही ॲन्सिलरीज विकसित केल्या, पण त्यांची किंमत मर्यादित असल्याने धंद्याचा आकडा वाढवण्यास ते पुरेसे नव्हते. शिवाय त्यांपैकी कित्येक ॲन्सिलरीज ग्राहकांच्या दृष्टीने योग्य नव्हत्या.

मग त्याने खाद्यपदार्थांच्या बाजारपेठेला उपयुक्त वस्तूंऐवजी अन्य काय विकता येईल, याची चाचपणी चालू केली. त्या खटपटीत त्याच्या एका विक्रेत्याने फोल्डिंग टेबल आणि बेंचची कल्पना सुचवली व याला ग्राहक मिळेल, असे भाकीत केले. त्याचे नाव 'फोल्ड-ए-नूक' होते. त्याप्रमाणे त्याच्या साहायिकेच्या नवऱ्याने तसा एक नमुनाही बनवला. पण तो पाहिल्यावर रेचे अंतर्मन सांगू लागले की, हा आपल्या धंद्याच्या उपयोगाचा नाही. त्याने ते प्रयत्न सोडून दिले. मग त्याने परत मल्टिमिक्सरच्या विक्रीकडे मोर्चा वळवला. त्या वेळी त्याला कॅलिफोर्नियातील सॅन बरनान्डो येथील ड्राइव्ह-इनचे दोन भाऊ एवढ्या मोठ्या संख्येने मल्टिमिक्सर्स का घेतात, हे जाणून घ्यायची इच्छा झाली. त्याने वेस्ट कोस्ट येथील त्याचा विक्रेता जेम्स जॅमिसनला त्या मिक्सरचे हे दोघे जण काय करतात, म्हणून विचारले. त्याने सांगितले की, ते हे मिक्सर्स धंद्यात वापरतात. मॅकडोनल्ड्सच्या त्या दुकानाची कॉपी अन्य अनेकांनी केली होती व त्यांनाही मल्टिमिक्सर्स लागत होते. जणू मॅकडोनल्ड्सच त्या मल्टिमिक्सरचे उत्तम प्रवर्तक बनले होते. मग त्याला या प्रकारच्या खाद्यपदार्थांच्या बाजारपेठेतील सुप्त शक्ती लक्षात आली. (जी मॅकडोनल्ड्स बंधूंच्याही लक्षात आली नव्हती.) फास्ट फूडची बाजारपेठ झपाट्याने वाढत होती व उपनगरात वस्ती केलेले नागरिक त्यांचे मोठे ग्राहक होते. अशा रेस्टॉरंटमध्ये सहकुटुंब जाणे, ही पद्धतच पडत होती. एकीकडे यामुळे सोडा फाउंटन हे त्याचे प्रचलित ग्राहक अस्ताला जात होते, तर दुसरीकडे ही नवी बाजारपेठ त्याला खुणावत होती.

या ड्राइव्ह-इन रेस्टॉरंटमधून मिल्कशेक्सचा मोठा व्यवहार चालू होता व मल्टिमिक्सरचे ते मोठेच ग्राहक होते. पण असे ड्राइव्ह-इन काढायचे म्हणजे तीन लाख डॉलर्सची गुंतवणूक होती. हा आकडा १९५०च्या आसपास बराच मोठा होता. त्यामुळे ३०,००० डॉलर्स गुंतवणुकीच्या डेअरी क्वीन व टेस्टी फ्रीजसारख्या साखळी दुकानांची फ्रँचायझी घेण्याकडे अनेकांचा ओढा होता.

कारहॉप ड्राइव्ह-इनला या मोठ्या गुंतवणुकीच्या मर्यादेच्या खराब प्रतिमेचाही त्रास होत होता. अशा ठिकाणी महिला वा तरुणी काम करण्यास तयार नव्हत्या.

त्यांना पदार्थ तयार करणारे मिळत नव्हते वा सेवा देणारे कार हॉप्सही. बॉब विआनने डल्लसमध्ये 'बिग बॉय' साखळी रेस्टॉरंट्स काढली, त्या वेळी त्याने शेवटी कॅलिफोर्नियातून कर्मचारी आणले. त्यांच्या वर्तणुकीबाबत कडक नियम केले.

या मर्यादा रेच्या लक्षात आल्या. पण त्याचबरोबर युद्धोत्तर आलेली 'बेबी बूम' (लोकसंख्यावाढ) ही त्याने हेरली. या नव्या पिढीला बाहेर खाण्याचे वाढते आकर्षण होते. पण रेस्टॉरंटकडे मर्यादित पदार्थच होते. आइस्क्रीम पार्लर्स वा सोडा फाउंटन्स या परंपरागत बाजारपेठांखेरीज त्या दिशेने खास प्रयत्न होत नव्हते.

त्यामुळे त्याने मॅकडोनल्ड्सचे ते ड्राइव्ह-इन रेस्टॉरंट पाहिले व त्याच्या लक्षात आले की, ही पोकळी भरण्याचे काम या खाद्यपदार्थांच्या बाजारपेठेतून होऊ शकेल. मॅकडोनल्ड्स उभारायला ७५,००० डॉलर्स पुरेसे होते. त्यामुळे फ्रँचायझी देण्यात ते मोठेच आकर्षण होते. संबंध कुटुंबालाच तिथे जाण्याचे आकर्षण वाटायचे व त्यामुळे तिथे मिल्क वा आइस्क्रीम शेकची विक्री प्रचलित सोडा फाउंटनपेक्षा अधिक व्हायची. रेला मॅकडोनल्ड्सची संकल्पना देशभर विस्तारण्याची क्षमता दिसून आली. मॅकडोनल्ड्स बंधूंना प्रवासाचे वावडे होते; तर रेने सर्व देश पालथा घातला होता व त्यामुळे मॅकडोनल्ड्स पद्धतीची रेस्टॉरंट्स कुठे होऊ शकतील, हे त्याने जाणले वा हेरले होते. प्रचलित खाद्यपदार्थ विक्रीच्या रेस्टॉरंटची त्याला कल्पना होती व त्यांना मॅकडोनल्ड्सचा फॉर्म्युला चांगला शह देईल, असे वाटत होते. पण मॅकडोनल्ड्स बंधूंचा दृष्टिकोन संकुचित होता. नील बेकर या मॅकडोनल्ड्ससारख्याच फास्ट फूड साखळी दुकानाच्या मालकाने तर स्पष्टच सांगितले की, मॅकडोनल्ड्सला रे क्रॉकसारखी व्यक्तीच हवी; तरच त्यांचा धंदा विस्तारेल. मॅकडोनल्ड्सची केवळ स्थानिक बाजारपेठ लक्ष्य होती, तर रेच्या दृष्टीने देशातील प्रत्येक शहर हे एक मोठी बाजारपेठ बनेल एवढी क्षमता त्यांच्या खाद्यपदार्थांत व विक्रीव्यवस्थेत होती. तो जेव्हा मॅकडोनल्ड्सला भेटायला गेला, तेव्हा मॅकडोनल्ड्स बंधू बिल टान्सेच्या जागी नवा फ्रँचायझिंग एजंट नेमण्याच्या प्रयत्नात होते. रे त्यांना सांगून आला की, नवा एजंट नेमलात की, मला कळवा म्हणजे मी मल्टिमिक्सरसंबंधी त्याला भेटेन.

मात्र शिकागोला परत आल्यावर रेचे विचारचक्र परत सुरू झाले. त्याने डिक मॅकडोनल्ड्सला फोन करून विचारले, "तुम्हाला नवा एजंट सापडला का?" डिक उत्तरला. "नाही, अजून नाही." त्यावर रे म्हणाला, "मग तुम्ही माझा विचार का करत नाही?"

दुसऱ्याच दिवशीचे विमान पकडून रे त्यांच्याकडे परत गेला व मॅकडोनल्ड्सच्या संपूर्ण देशाच्या फ्रँचायझीचे हक्क त्याला मिळाले. मात्र तत्पूर्वी, या दोन्ही बंधूंनी करारपत्र करण्याच्या अटीसंबंधी बराच घोळ घातला – विशेषत: फ्रँचायझीच्या फीसंबंधी. तू फी जास्त आकारता कामा नये, असे त्यांनी त्याला बजावले. मात्र रेला

हे पटले होते की, या अटी व फी म्हणजे कवडीमोलाने हक्क देण्यासारखे आहे; त्यात फायदा नाही. त्या बंधूंनी 'फ्रॅचाइझी फी' म्हणून ९५० डॉलर्स मागितले व रेने फ्रँचायझी सर्व्हिस फी म्हणून केवळ १.९ टक्के पैसे घ्यावेत, असे सुचवले. त्यापैकी १.४ टक्के रेने ठेवावेत व ०.५ आम्हा बंधूंना द्यावेत, असे त्यांनी सुचवले. तसे पाहता हा करार एकतर्फी होता. मात्र रेने या अटी स्वीकारल्या, कारण मल्टिमिक्सरचा धंदा उतरणीला लागला होता व त्याला अर्थार्जनाचे पर्यायी साधन हवे होते. त्याला हे पटले होते की, त्यांच्या बाजारपेठेतील नावाच्या मानाने त्यांनी आकारलेली फी फारच कमी होती. दुसरे म्हणजे, त्याला वाटले की, यातून पैसे जरी मिळत नसले तरी मल्टिमिक्सरची विक्री वाढवता आली असती. देशभर शेकडो मॅकडोनल्ड्स निघू शकतील व या प्रत्येकात मल्टिमिक्सर लागणारच. त्याने हेही हेरले की, या नव्या धंद्याचा मुख्य गाभा केवळ मल्टिमिक्सरची विक्री नाही; त्यापेक्षाही अधिक काही आहे. कारण जरी सॅन बरनान्डोमध्ये एका वेळी चार मल्टिमिक्सर्स तिथल्या ग्राहकांच्या गर्दीमुळे लागत होते, तरी इतरत्र बहुधा दोनच्या वर लागले नसते, असा त्याचा अंदाज होता. त्याने इलिनॉइसमध्ये डेस प्लेन्स या ठिकाणी एक शोपीस रेस्टॉरंट उघडायचे ठरवले. तिथेही त्याने दोनच मल्टिमिक्सर्सची योजना केली होती. त्याच्या लक्षात आले की, जरी शेकडो मॅकडोनल्ड्स उभारली गेली, तरी फार तर त्याच्या दुप्पट-तिप्पट मल्टिमिक्सर्स लागतील आणि ते एकदा घेतले की, ५-१० वर्षे टिकतील. म्हणजे, फेरविक्रीची शक्यता मर्यादित होती. पण हॅम्बर्गर्सची विक्री? ती तर रोजच्या रोज हजारोंनी होणार होती! या विचाराने त्याने या सर्व व्यवहाराकडे एका नव्या दृष्टिकोनातून पाहायला सुरुवात केली.

सन १९६०मध्ये वर्षाला जेमतेम २,००० मल्टिमिक्सर्स विकले जात होते आणि ही संख्या १० वर्षांपूर्वीपेक्षा फार निराळी नव्हती. म्हणजेच धंद्यात स्थिरता आली होती. मग १९६५मध्ये त्याने मल्टिमिक्सर्सच्याऐवजी थेट यंत्रातून मिल्कशेक मिळू शकतील, अशी यंत्रे विकसित केली.

विक्रेता म्हणून तयार झालेल्या त्याच्या दृष्टीने फास्ट फूडच्या क्षेत्रातील धंद्याची क्षमता हेरली होती. शिवाय त्यांचा उपयोग करण्यासाठी आवश्यक अशी साधनेही त्याच्याकडे होती. २ मार्च १९५५ रोजी त्याने मॅकडोनल्ड्स सिस्टीम्स लि.ची स्थापना केली. (पुढे १९६०मध्ये हे नाव 'मॅकडोनल्ड्स कॉर्पोरेशन' असे बदलण्यात आले.) त्याची आखणीही आपण एक अनुभवी फूड सर्व्हिस सिस्टीमचे विक्रेते आहोत, अशी होती. त्याने मॅकडोनल्ड्सनी घालून दिलेला सेवेचा मूलभूत ढाचा न बदलण्याचे ठरविले. मात्र, कार्यक्षमता वाढावी व सातत्य सर्वत्र सारखे असावे, यासाठी काही बदल केले. ते मूलभूत नव्हते; तर अस्तित्वात होते त्यातच सफाई आणणारे होते. एखादे नवे उत्पादन शोधून ते बाजारात आणून विकण्याऐवजी आहे

त्यांत सुधारणा करून खप वाढवणे, हा विक्रेता म्हणून त्याचा दृष्टिकोन होता. असा दृष्टिकोन या क्षेत्रातील अन्य फारच थोड्या लोकांकडे होता. आहे त्यांत थोडेफार फेरफार करून ते आपले म्हणून खपवायचे, याकडे त्यांचा कल होता. याचे मुख्य कारण या क्षेत्रातला पुरेसा अनुभव असलेली माणसे फार कमी होती. त्यामुळे त्यांचे व्यवहार फायदेशीर नव्हते. चुकांची पुनरावृत्ती व्हायची व प्रत्येकाला वाटायचे, की आपणच शहाणे!

रे हा विक्रेता होता, फूड सर्व्हिस ऑपरेटर नव्हता. त्यामुळे यातले धोके त्याने ओळखले. इतरांचे अनुकरण तो करू शकला असता, पण ते त्याने टाळले. पुढे एकदा त्याला विचारण्यात आले की, स्वत:च्या नावाने (क्रॉक्स) धंदा करण्याऐवजी तुम्ही मॅकडोनल्ड्सचेच नाव कसे काय वापरले? त्यावर तो म्हणाला, "मी तसे केले नसते, तर पूर्वी ज्या चुकांची किंमत मोजून मॅकडोनल्ड्सनी धंद्याला जे स्वरूप दिले; ते देण्यासाठी मला भरपूर किंमत व वेळ द्यावा लागला असता. मला त्या चुकांतून जाण्याची इच्छा नव्हती. जर एखादी सिद्ध झालेली गोष्ट उत्तम काम करत असेल, तर तुमची सुरुवात चांगली होऊ शकते."

खाद्यपदार्थांच्या सेवेत मॅकडोनल्ड्सनी बऱ्यापैकी परिपूर्णता आणली असली, तरी फ्रँचायझींच्या व्यवहारात ती अजिबात नव्हती. त्यामुळे रेने त्याकडे लक्ष देण्याचे ठरवले. इथेही त्याचा विक्रेता म्हणून असलेला अनुभव कामी आला. त्याने अनेक प्रथितयश व्यावसायिकांचे फ्रँचायझीच्या बाबतीत येणारे कडू-गोड अनुभव पाहिले व त्यांत योग्य ते बदल करण्याचे ठरवले. त्यांचा एक उपाध्यक्ष डॉन कॉनली सांगतो, "ते किती गाढवपणा करत होते. फ्रँचायझींना बळी देऊन ते पैसे मिळवत होते. आपल्याला किती पैसे मिळणार याचीच त्यांना जास्ती काळजी होती; फ्रँचायझींना किती मिळणार, याची नव्हती. रेची भूमिका त्याच्या अगदी विरुद्ध होती. त्याला वाटायचे – फ्रँचायझी जर यशस्वी झाले, तर आपोआपच आपल्यालाही यश मिळेल. ते यशस्वी कसे होतील, हे पाहण्यासाठी त्यांना चांगली सेवा देण्याचे त्याने ठरवले. आपले उत्पादन व सेवेमुळे फ्रँचायझी तसेच पर्यायाने ग्राहक कसे खूश होतील, हे पाहण्याचा त्याचा हेतू होता. त्यांच्या मते, त्यांची कंपनी व फ्रँचायझी यांमध्ये समतोल व निकोप भागीदारी हवी. हाच वारसा त्याने शेवटपर्यंत जपला."

बऱ्याच वेळा फ्रँचायझी देणाऱ्यांना फ्रँचायझीपेक्षा अधिक नफा मिळायचा. कारण ते त्यांना पदार्थ, कागदी वस्तू व उपकरणेही पुरवायचे; आणि तेही चढ्या किमतीला. याउलट, रेने हे सर्व व्यवहार माफक किमतीत केले व त्यायोगे व्यवसाय अधिक कसा होऊ शकेल याचा प्रयत्न करण्यासाठी फ्रँचायझींना उद्युक्त केले. पर्यायाने त्याचेही उत्पन्न त्यायोगे वाढणार होते. कारण त्याच्या मते, फ्रँचायझी म्हणजे सोन्याची अंडी देणारी कोंबडी; तिला जिवंत ठेवायलाच हवे. त्यांची

बांधिलकी आपल्याशी राहण्यासाठी त्यांचा व्यवसाय भरभराटीला आला पाहिजे. त्याच्या विक्रीकौशल्याचा नमुना म्हणजे पहिल्या काही वर्षांतच अनेक उद्योजकांनी त्याच्याबरोबर व्यवहारात सहभागी व्हायची इच्छा दाखवली. आपण काय विकतोय, हे त्याला माहीत होते व इतरांशी सुसंवाद साधायची त्याची हातोटी उत्तम होती. रेस्टॉरंटची राष्ट्रीय साखळी असलेला उद्योग केवळ १५ सेंटमध्ये हॅम्बर्गर्स विकू शकतो, ही कल्पनाच कित्येकांच्या विचारापलीकडची होती. ते परंपरेला सोडून होते. या धंद्यातील बहुतेकांनी ही अव्यवहार्य कल्पना समजून त्याकडे दुर्लक्ष केले होते. पण त्याच्या वक्तृत्वशैलीने, तो इतरांना मोहून टाकायचा. रे हा आजपर्यंत आम्ही ऐकलेल्यांतला सर्वोत्तम वक्ता आहे. तो पोडियमपाशी जाऊन फक्त १० मिनिटे मागायचा. त्याच्या हातातील कागदावर तीन शब्द असायचे. एकेक शब्द म्हणजे एक विषय. त्यावर तो १० मिनिटे बोलायचा व नंतर दुसऱ्या विषयाला हात घालायचा. त्या वाणीद्वारे तो काहीही विकू शकला असता; मग फास्ट फूड का नाही? काही जण त्याचे भाषण ऐकताना खुर्चीला खिळून बसायचे, तर काहींना मात्र त्यात विशेष काही वाटायचे नाही असे त्याचा सहकारी टर्नरचे मत होते. "तो एक मानवतावादी होता. त्याच्या बोलण्यात आस्था असायची. त्याची विनोदबुद्धी उत्तम होती व तो अगदी अवघड विषयालाही सहज हात घालायचा. दर्जा आणि स्वच्छता हे त्याचे कळीचे शब्द होते, पण त्यातही तो मानवी, व्यक्तिगत रंग भरायचा. बन कसा भाजावा याचे तो वर्णन करताना ऐकणाऱ्याला जणू समोर ती क्रिया चालू आहे, असेच वाटायचे. ते संपेतोपर्यंत तुमची बन खाण्याची इच्छा अनावर व्हायची, यात शंकाच नसे," असे त्याचा सहकारी टर्नर सांगायचा.

त्याची ही भाषणे चार समूहांपुढे असायची. त्यांचे संभाव्य पुरवठादार, त्याचे तरुण व्यवस्थापक, त्याच्या कंपनीला अर्थपुरवठा करणारे आणि त्याचे फ्रँचायझी. या सर्वांना त्याने आपल्याबरोबर येण्यासाठी नुसते पटवलेच नाही, तर धंद्यात आपल्याएवढी जोखीमही पत्करायला लावली. त्यांना आपल्या कल्पना यशस्वीरीत्या पटवून देण्यातच त्याच्या यशाचे रहस्य लपले होते.

तो मनमोकळ्या व खुल्या मनाने कोणाकडेही जायचा. त्यात प्रामाणिकपणाही असायचा. त्याची स्वत:ची अशी काही गुपिते होती; पण त्याचे उत्पन्न, त्याने घरावर केलेला खर्च आणि त्याच्यावर असलेला देणेकऱ्यांचा बोजा या गोष्टी तो खुल्लमखुल्ला सांगायचा. त्यामुळे धंदावाढीसंबंधी त्याने उभे केलेले चित्र फ्रँचायझींना खरे वाटायचे. त्यांच्या हृदयाला भिडायचे व त्यात जोरही असायचा. धंद्यातील आर्थिक उलाढालीची माहिती तो फ्रँचायझीना व्यवस्थित द्यायचा. त्यांची कमाई किती होऊ शकेल याचे गणित मांडून दाखवायचा. "मला यातून किती सुटणार?" या प्रश्नाचे त्याचे उत्तर असे, "ते तुम्ही ठरवा. येणारे सगळे पैसे तुमचे नाहीत. इतर खर्च जाऊन उरेल,

ते तुमचे. त्याचे गणित मांडा व त्यात बसवा.'' आपल्या पुरवठादारांशीही तो असेच खुलेपणाने बोलायचा व फ्रँचायझींना हे पटवून द्यायचा की, त्यांच्याकडून त्याला काहीही लाच अगर काळा पैसा मिळत नाही. त्याच्या मते, हा प्रामाणिकपणा आवश्यक होता; कारण त्यातूनच परस्परांचा विश्वास वाढणार होता आणि तसा विश्वास त्याने त्यांना स्वत:बद्दल मिळवून दिला, हे विशेष.

शेकडो लोकांशी त्याचे व्यक्तिगत संबंध होते. अगदी सत्तरीतही तो कोणाशी बोलताना काही वर्षांपूर्वीचे संभाषणाचे, माहितीचे संदर्भ सहज देऊ शकायचा. कोणालाही भेटलं की, आपल्या मेंदूतील संगणकाला जणू तो त्या व्यक्तीविषयीची माहिती साठवून ठेवायला लावायचा. त्यांच्या खाण्या-पिण्याच्या सवयी, आवडी-निवडी, संगीताची आवड आणि अगदी टायचीही आवड-निवड, असे सर्वकाही त्याच्या स्मृतीत जायचे व वेळ आली की, ही माहिती तो बाहेर काढायचा. त्यामुळे लोकांवर स्वत:चा प्रभाव टाकण्यात तो यशस्वी व्हायचा. थोडक्यात, त्याने मॅकडोनल्ड्सविषयी लोकांच्यात उत्सुकता व आवड निर्माण केली आणि त्यातूनच त्याचा या व्यवसायातील यशाबद्दलचा विश्वास वाढला अन् संदेह नाहीसा झाला. मॅकडोनल्ड्सविषयीच्या त्याच्या या उत्साहाने मग अनेक पुरवठादारांनी फ्रँचायझींना उधारी दिली. कित्येक फ्रँचायझींनी ती मिळवण्यासाठी घरे गहाण टाकून भांडवल उभारले आणि कित्येकांनी चाकोरीबद्ध व्यवसाय सोडून या फास्ट फूडच्या धंद्यात उडी घेतली. ''रे क्रॉकने आम्हाला हा विश्वास दिला'', असे ते म्हणायचे. त्या वेळी त्याचे वय ५२ वर्षांचे होते.

एकदा त्याच्या बोलण्यातील सत्यता पडताळून पाहण्यासाठी एक संभाव्य फ्रँचायझी त्याच्या शिकागोमधल्या कार्यालयात गेला. रेने त्याला कंपनीचा ताळेबंद खुल्या मनाने दाखवला व तोही हे कसे करू शकेल, हे त्याला त्याने पटवून दिले. ''मला सुरुवातीला वाटले की, तो एक लबाड माणूस आहे; आपल्याला गंडवतोय. पण त्याचा खुलेपणा, विचारातील स्पष्टता, निळ्या डोळ्यांतून ओसंडणारा उत्साह व एकंदरीत आढळलेला प्रामाणिकपणा, हे अनुभवल्यावर 'या भानगडीत पडायचे नाही' – या ठाम मताने आलेला मी शेवटी त्याचा पुरा भक्त झालो!'' हे उद्गार होते त्याच्या तत्कालीन एका संभाव्य फ्रँचायझीचे.

रेचा आशावाद व विक्रीकौशल्य याचा तो परिपाक होता. आपण विकत असलेल्या उत्पादनांच्या भविष्याबद्दल त्याला कधीही चिंता नव्हती. अधून-मधून येणारे अपयश त्याला विचलित करायचे नाही. मल्टिमिक्सर्सचा धंदा १९५२मध्ये गाळात जात होता, तेव्हा विक्रेत्यांचे मनोधैर्य वाढवण्यासाठी तो त्यांना बातमीपत्रे पाठवायचा व नवनव्या क्षेत्राची चाचपणी करायला प्रोत्साहन द्यायचा. त्यांत काही बोधवाक्ये, बोधवचने असायची.

त्याने मॅकडोनल्ड्सचे काम हाती घेतले, तेव्हा तो ५२ वर्षांचा होता; पण अद्यापही ताजातवाना वाटायचा. एखाद्या तिशीतल्या माणसाची ऊर्जा व दम त्याच्यात होता. आपल्या तरुण विक्रेत्याबरोबर तो रेल्वे गाठण्यासाठी झपाझप जायचा; तेव्हा तो तरुण विक्रेता दम लागून घामाघूम व्हायचा, पण हा आपला सदाबहार! ज्या वयात इतर लोक आपल्या कामगिरीच्या भांडवलावर आराम करायची आखणी करतात, त्या वेळी तो नव्या योजना घेऊन त्या मागे धावत असे. आठवड्याला ७० तास काम म्हणजे काहीच नाही, असा त्याचा खाक्या होता. त्याला माहीत होते की, यासाठी त्याला आवडीच्या गोल्फवर पाणी सोडायला लागायचे. जेव्हा इतर लोक आर्थिक जोखमी टाळतात, त्या वेळी त्या तो सहज स्वीकारायचा. मॅकडोनल्ड्सचे काम चालू केले, तेव्हा तो काही फार पैसेवाला नव्हता. मिक्सरच्या धंद्यातून त्याला वर्षाला १२,००० डॉलर्स मिळायचे. पण तेवढ्यावर त्याने मॅकडोनल्ड्सच्या धंद्यातून काहीही पैसे न उचलता आठ वर्षे काम केले. त्यासाठी त्याने क्लबचे सदस्यत्व सोडले, इतर चैनींवर पाणी सोडले, स्वत:च्या जोखमीवर कर्ज उभे केले व त्यांतून कर्मचाऱ्यांचे पगार भागवले. त्याला कसेही करून या धंद्यात उभे राहायचे होते, कारण मिक्सरच्या प्रिन्स कॅसल कंपनीची परिस्थिती घसरत चालली होती. मॅकडोनल्ड्समधून एका रात्रीत श्रीमंत होता येणार नाही, हे तो जाणत होता; पण त्या व्यवसायात त्याला संभाव्य वाढ व उत्पन्नाचा स्रोत दिसत होता. त्यासाठी पैसा हे त्याचे लक्ष्य नव्हते व कर्मचाऱ्यांनाही तो पैशासाठी काम करू नका, समाधानासाठी करा, असे पटवत असे. भरपूर कष्ट केले तर पैसा चालत येईल, हा त्याचा मूलमंत्र होता. त्याला प्रोत्साहित करणारी कल्पना ही होती की, या धंद्याला चांगले भवितव्य येऊ शकते व एक मोठा उद्योग उभा राहू शकतो. लिली-ट्युलिप १९३०मध्ये सोडल्यानंतर असे काही करायचे त्याचे स्वप्न होते व त्याची पूर्तता या धंद्यात त्याला दिसत होती. जणू आपले तीन तपांचे विक्रेता म्हणून कमावलेले कसब त्याने पणाला लावले होते! आपल्याकडे तशी क्षमता आहे, याबद्दल त्याला शंका नव्हती आणि शिवाय अशी संधी परत परत येत नाही, हे तो जाणत होता. "हा माझ्या जीवनमरणाचा प्रश्न आहे. मी जर या मॅकडोनल्ड्सच्या धंद्यात बुडालो, तर मला तोंड दाखवायला जागा उरणार नाही!" हे त्याचे उद्‌गार होते.

फ्रँचायझिंगच्या दुनियेत!

काही उद्योगांनी घेतलेल्या एखाद्या क्षेत्रातल्या पुढाकारामुळे ते भरभराटीस येतात. 'ॲपल कॉम्प्युटर'ने पर्सनल कॉन्प्युटर (पीसी) प्रथम बाजारात आणला आणि या छोट्या कॉम्प्युटरच्या क्षेत्रात मुसंडी मारली. 'फेडरल एक्स्प्रेस'ने (फेडेक्स) कुरिअरच्या क्षेत्रात तसे केले; तर 'झेरॉक्स' कंपनीने फोटोकॉपिंगच्या क्षेत्रात. झेरॉक्स हे तर सामान्यनामच झाले. असेच मॅकडोनल्ड्सने फास्ट फूड क्षेत्रात आणि फ्रँचायझिंगच्या क्षेत्रातही केले; पण प्रत्यक्षात तसे नव्हते.

२ मार्च १९५५ रोजी रे क्रॉकने मॅकडोनल्ड्स सिस्टीम हे कॉर्पोरेशन स्थापन केले. त्या वेळी त्याच्याबरोबर किमान डझनभर इतर उद्योजक फास्ट फूडच्या क्षेत्रात फ्रँचायझिंग देण्यासंबंधी धडपड करत होते. त्यांत 'बर्गरकिंग', 'केंटुकी फ्राइड चिकन', 'चिकन डिलाइट' वगैरेंचा समावेश होता. त्यांनी तसे आधीच चालू केले होते. पुढे त्यात 'बर्गर शेफ', 'बर्गर क्वीन', 'कॅरोल्स', 'सॅन्डीज' यांची भर पडली. या सर्व कंपन्या बरीच वर्षे परंपरेने चालत आलेली फ्रँचायझिंगची पद्धतच वापरत होत्या.

'सिंगर' या शिवणयंत्राच्या कंपनीने सर्वप्रथम आधुनिक फ्रँचायझिंग पद्धत वापरात आणली. त्यांनी ठिकठिकाणी स्थानिक दुकानांना ती मशिन्स विकण्यासंबंधी उद्युक्त केले. पुढे १९०० नंतर ऑटोमोबाइल्स क्षेत्रातील उद्योगांनी तशाच प्रकारचे काम चालू केले; तर शीतपेये विकणाऱ्यांनी त्यांच्याच पावलावर पाऊल टाकले. स्थानिक उद्योजक भांडवल गुंतवायचे, धोका पत्करायचे व वितरणाची पद्धत राबवायचे. घाऊक व्यापारातल्या किमती किरकोळ व्यापारापेक्षा स्थिर असायच्या. विक्री विभागाचे बरेचसे काम स्थानिक पातळीवर व्हायचे. तेल उत्पादकांनी हीच पद्धत १९३०नंतर अवलंबली. पुढे किरकोळ व्यापार आणि सेवाक्षेत्रात हे लोण

पसरले व त्यात मोठी वाढ झाली. यांत ऑटो पार्ट्स, विविध वस्तूंचे उत्पादक, औषधांच्या कंपन्या, किराणा मालाचे उत्पादक असे अनेक जण आले. मोटारींच्या वाढत्या व्यापारामुळे अमेरिका हा 'मोबाइल समाज' बनला होता आणि रेडिओच्या प्रसारामुळे रेडिओवरून केल्या जाणाऱ्या जाहिरातींचा बाजारपेठांकडून उत्तम वापर करून घेतला जात होता.

ऑटोमोबाइल्सबरोबरच नंतर खाद्यपदार्थांच्या क्षेत्रात हे लोण पसरले. ॲलन आणि व्हाइट या उद्योजकांनी १९२४मध्ये त्यांच्या रूट बिअर सिरपचे फ्रँचायझिंग चालू केले. ते आपल्या रूट बीअरचे कॉन्सन्ट्रेट २,००० डॉलर्सच्या बदल्यात द्यायचे. अशी शेकडो दुकाने त्यांच्या नावाने व्यवहार करत होती. पण पुढे त्यांच्या व्यवहारात व पेयपदार्थांत समन्वय न राहिल्याने ते मागे पडले. जे विल्यम मॅरिएटने 'ए ॲन्ड डब्ल्यू'ची वॉशिंग्टनची फ्रँचायझी १९२७मध्ये घेतली व त्याद्वारे खाद्यपदार्थांच्या क्षेत्रात पदार्पण केले. एका वर्षाच्या आत त्यांनी त्यात बार्बेक्यू सँडविचेसची भर घातली. पुढे ती एक मोठी हॉटेल साखळी झाली. हॉवर्ड जॉन्सनने खाद्यपदार्थांच्या क्षेत्रात १९३५मध्ये आपल्या रस्त्याकडेच्या रेस्टॉरंट्स आणि आइस्क्रीम पार्लरनी मुसंडी मारली. भांडवल व व्यावसायिक कसब असेल तर हा व्यवसाय यशस्वी होऊ शकतो, हे त्यांनी दाखवून दिले. चार वर्षांत १००च्या वर दुकानांवर त्यांचे नाव होते आणि अमेरिकेतील एका मोठ्या साखळी दुकानांत त्यांची गणना होत होती.

हॅरी ॲक्सनने १९४०च्या दशकाच्या मध्याला या क्षेत्रात पदार्पण केले. तो ॲलीस काल्मर्स या शेतीविषयक उत्पादनांच्या क्षेत्रातला विक्रेता होता. तो १९४४मध्ये इलिनॉइस राज्यातील ईस्ट मोलिनमध्ये गेला असता त्याने निराळ्याच प्रकारचे आइस्क्रीम पार्लर पाहिले. ते जॉन इलियट नावाचा इसम चालवत होता. पण त्यातील उपकरणे व खाद्यपदार्थांचे मालकी हक्क जॉन मॅक कुलॉग या आयोवा राज्यातील डेव्हनपोर्टच्या डेअरीवाल्याकडे होते. ते त्याने हॅरोल्ड ओल्टझ या रेफ्रिजरेटरवाल्याकडून घेतले होते. त्या फ्रीजमध्ये पाच फूट लांबीच्या एका नळीमध्ये दुधापासून सतत आइस्क्रीम होत राहायचे व ते मग ग्राहकांना ताजे दिले जायचे. त्या दुकानापुढची ग्राहकांची रांग पाहून हॅरी चक्रावलाच. मॅक कुलॉगने डेअरी क्वीन नावाने ते आइस्क्रीम विकणे चालू केले होते. आपल्या उत्पादनात विक्रीची प्रचंड क्षमता आहे, हे त्याला माहीत होते; पण ते कसे विकावे, हे त्याला कळत नव्हते. हॅरीला ते माहीत होते. म्हणून त्याने मॅकबरोबर हातमिळवणी केली आणि देशभरासाठी त्याच्या विक्रीचे हक्क मिळवले. थोड्याच कालावधीत त्याला २६ गुंतवणूकदार भेटले; ते अशा फ्रँचाइझच्या दुकानांत पैसे गुंतवण्यास तयार होते. ते बहुतेक आइस्क्रीम विक्रीच्या क्षेत्रातील होते. मग मोलिनमधल्या हॉटेलात त्याने त्यांची एक

बैठक बोलावली आणि फळ्यावरील आलेखाआधारे तो या धंद्याचे उज्ज्वल भवितव्य पटवून देत असतानाच डेअरी क्वीन आइस्क्रीम त्या सर्वांपुढे आले व त्याने त्याचे काम सोपे करून टाकले! त्याची कल्पना आपोआपच विकली गेली.

त्यांपैकी बहुतेकांनी सबंध राज्याची वा त्याहून विस्तृत प्रदेशाची फ्रँचायझी घ्यायची तयारी दाखवली. हॅरीने मग २५,००० ते ५०,००० डॉलर्सच्या मोबदल्यात तसे हक्क दिले. शिवाय दर गॅलन आइस्क्रीम मिक्समागे तो फ्रँचायझी फी म्हणून ४५ सेंट्स घ्यायचा. "त्या आइस्क्रीमची चव त्यांनी चाखली व माझे काम सोपे करून टाकले." तो नंतर म्हणाला.

त्या मोलिनमधल्या बैठकीनंतर खाद्यपदार्थांच्या फ्रँचायझी पद्धतीने जोरदार कूच केली. ते आइस्क्रीम व ते बनवण्याचे आइस्क्रीम मशिन हे त्याला वरदान ठरले. या क्षेत्रात मिळू शकणाऱ्या संपत्तीची क्षमता त्याने ओळखली. त्याला प्रमाणके ठरवायची नव्हती, कार्यपद्धतीवर लक्ष ठेवायचे नव्हते, माल खरेदी करायचा नव्हता वा उत्पादनाची विक्री करायची नव्हती. या सर्व डोकेदुखीपासून दूर राहून केवळ फ्रँचायझीचे पैसे गोळा करून तो अल्प काळातच लक्षाधीश बनला.

मात्र, त्यामुळे इतरांचे लक्ष या व्यवसायाकडे गेले. ड्राइव्ह-इन फूड सर्व्हिसच्या क्षेत्रात असे काही होऊ शकते, असे अनेकांना वाटले. शिवाय प्रचलित पद्धतीपेक्षा ही पद्धत वेगळी असल्याने अनेक गुंतवणूकदारांना त्याचे आकर्षण वाटले. डेअरी क्वीनसारख्या साखळी दुकानांचा त्यामुळे फायदा झाला. शिवाय दुसऱ्या महायुद्धानंतर अनेक सैनिक परतले होते व त्यांना व्यवसायाच्या संधी हव्याच होत्या. त्यांपैकी अनेकांनी मग अशी कर्जे मिळवली. काहींनी घरासाठी म्हणून कर्ज घेतले व ते धंद्यात गुंतवले. हॅरी अॅक्सेसने १९४८मध्ये डेअरी क्वीनचा राजीनामा दिला. तोपर्यंत त्यांचे देशभर २५००हून अधिक फ्रँचायझी होते. त्यांपैकी अनेकांनी आइस्क्रीमच्या जोडीला हॉट डॉग्ज व अन्य खाद्यपदार्थ पुरवायला सुरुवात केली होती. हॅरीने १९५०मध्ये लिओ मोरान्झ याच्याबरोबर भागीदारी केली. लिओने डेअरी क्वीनपेक्षा लहान; पण कार्यक्षम आइस्क्रीम फ्रीजर तयार केला होता. या दोघांनी मग टेस्टी फ्रीज नावाने डेअरी क्वीनच्या स्पर्धेत उतरायचे धाडस केले. त्यांचे देशभर १७००हून अधिक फ्रँचायझी पाच वर्षांतच झाले.

हे होत असतानाच बॉब विऑनने आणखी एक क्षेत्र निवडले. त्याने बिग बॉय सँडविचचे १९३०मध्ये वितरण चालू केले होते. त्याने १९४०नंतर कारहॉप ड्राइव्ह-इनची फ्रँचायझी देऊन खाद्यपदार्थांचे वितरण करण्याचे काम चालू केले. त्या वेळच्या 'टाइम' मासिकात त्याच्यावर मोठा लेखही छापून आला. त्यामुळे त्याच्यावर पत्रांचा पाऊस पडला. अनेक गुंतवणूकदार त्याच्या मागे लागले व त्यांना तोंड देता-देता त्याच्या नाकी नऊ आले.

डेअरी क्वीन आणि बिग बॉय यांच्या कार्यशैलीत बराच फरक होता. डेअरी क्वीनमध्ये फक्त एकच पदार्थ (आइस्क्रीम) होता. हिवाळ्यात तो जवळजवळ बंद असायचा व त्याच्या फ्रँचायझीची किंमत सुमारे ३०,००० डॉलर्स होती. उलट विऑनच्या बिग बॉयच्या फ्रँचायझीची किंमत २,५०,००० डॉलर्स होती. पण ते वर्षभर चालणारे अनेक पदार्थ पुरवणारे रेस्टॉरंट होते. त्यामुळे दोघांच्यात मोठीच दरी होती.

जेव्हा रे क्रॉकने मॅकडोनल्ड्सची फ्रँचायझी १९५४मध्ये चालवायला घेतली, त्या वेळी ही दरी भरून काढण्यासाठी अनेक कंपन्या पुढे आल्या होत्या. त्यांत डेअरी क्वीनएवढ्या आकाराच्या आणि बिग बॉयच्या आकाराच्याही व काही या दोन्हींच्या मधल्या आकाराच्या होत्या. त्याआधी दोन वर्षे ए.ल. ट्युनिकने केवळ आइस्क्रीम स्टँडच्या पलीकडे जाऊन अनेक पदार्थांची विक्री होऊ शकेल अशी साखळी दुकाने काढायचा प्रयत्न केला. तो एक लोखंडी स्क्रॅपचा व्यापारी होता व एक फॅक्टरी तोडताना त्याला एक स्पेशल ऑइल कुकर सापडला. त्या कुकरच्या मालकाने त्याच्या कुकरमध्ये नेहमीपेक्षा १/३ वेळात चिकन कसे उत्तम शिजते, ते दाखवले. मग ट्युनिकने ज्यांत तो कुकर घेणे सक्तीचे होते, अशी फास्ट फूड साखळी फ्रँचायझी देण्याचे ठरवले. जेव्हा त्याने १९६४मध्ये त्याचा चिकन डिलाइट हा फास्ट फूड साखळी दुकानांचा व्यवसाय विकला, तेव्हा अमेरिकेत त्यांची शेकडो दुकाने पसरली होती.

मात्र सर्वांत मोठ्या चिकन विक्रीच्या दुकानाची मुहूर्तमेढ १९५२मध्ये रोवली गेली. त्या वर्षी केंटुकीमधील कोर्बिनमध्ये मॉटेल व रेस्टॉरंट चालवणाऱ्या हर्लन सँडर्सची गाठ पेटे हर्मनशी पडली. पेटे सॉल्टलेक शहरात हॅम्बर्गरचे रेस्टॉरंट चालवत होता. शिकागोमधल्या एका परिसंवादात दोघांची ही भेट झाली व त्यातून मैत्री वाढली. नंतर हर्मनला सँडर्स परत भेटला तो त्याच्या ऑस्ट्रेलियाच्या वाटेवरील मुक्कामात. जेव्हा हर्मनने त्याला सांगितले की, त्याच्या हॅम्बर्गर रेस्टॉरंटमध्ये तो आणखी पदार्थ वाढवायच्या विचारात होता. तेव्हा सँडर्स म्हणाला, ''आजचे जेवण मी तुझ्याकरिता बनवतो.'' त्या रात्रीच्या जेवणात हर्मनने खाल्ले ते आजवरचे उत्कृष्ट फ्राइड चिकन होते. सँडर्सकडून त्याने त्या चिकनमध्ये वापरलेल्या ११ प्रकारच्या वनस्पती व मसाले यांचे गुपित मिळवले आणि काही दिवसांतच त्या प्रकारचे चिकन आपल्या रेस्टॉरंटच्या मेनूत समाविष्ट केले. त्याने रेस्टॉरंटच्या खिडकीच्या काचेवर खडूने लिहिले – 'केंटुकी फ्राइड चिकन.' परतीच्या वाटेवर सँडर्स परत हर्मनकडे गेला. त्या वेळी त्याने पाहिले की, त्या चिकनची चव लोकांना आवडली होती व तो चर्चेचा विषय झाला होता आणि एकूण विक्रीपैकी ५० टक्के विक्री त्या चिकनची होती. त्या वर्षात हर्मनच्या रेस्टॉरंटची विक्री तिपटीने वाढून ४,५०,००० डॉलर्सवर पोहोचली. हर्मनने १९५२मध्ये दुसऱ्या नव्या रेस्टॉरंटच्या उद्घाटनाला

सँडर्सला खास बोलावले व त्याला त्याने 'केंटुकी कर्नल' हे नामाभिधानही बहाल केले.

हर्मनने सँडर्सला त्याचा हा चिकनच्या पदार्थासाठी देशभर फ्रँचायझी नेमण्यासाठी उत्तेजन दिले व १९५४मध्ये सँडर्सने त्याला संमती दिली. त्याची पद्धत सोपी होती. सँडर्सने त्याची चिकन बनवण्याची पद्धत फ्रँचायझीना द्यायची, त्याने केंटुकी फ्राइड चिकनची फ्रँचायझी घ्यायची व दर चिकनमागे १ निकेल (५ सेंट) रॉयल्टी घ्यायची. हर्मन हा पहिला फ्रँचायझी झाला आणि त्याच्या पाठोपाठ जिम कॉलिन्स झाला. जिमने त्यापूर्वी मॅकडोनल्ड्सच्या हॅम्बर्गरची कॉपी दिली होती. त्या दोघांच्या कंपन्या १९८६पर्यंत या केंटुकी फ्राइड चिकनच्या सर्वांत मोठ्या फ्रँचायझी होत्या व त्यांची सुमारे २५० स्टोअर्स होती.

अशा रीतीने १९५४मध्ये रे क्रॉक आणि सँडर्सनी एका नव्या व्यवसायपद्धतीचा पाया घातला. पण त्याच वेळी आणखीही काही जण या व्यवसायात होते. त्याच वर्षी डेव्ह एडगर्टनने इन्स्टा बर्गरकिंगची फ्रँचायझी घेतली, ती मायामीमधल्या डाडे काउन्टी करता. देणारे होते कीथ क्रेमर आणि मॅरी बर्न्स. ते जॅक्सनव्हिलेचे होते. लॉस एंजलीसमधल्या एका कंपनीच्या नवीन पद्धतीच्या ऑटोमॅटिक ब्रॉयलरच्या उपयोगाने त्यांनी फास्ट फूडची नवी पद्धत बसवली होती. वर्षानंतर एडगर्टनने मायामीमधला रेस्टॉरंट मालक जिम मॅकलामोर याच्याबरोबर हातमिळवणी केली. दोघांच्यात रेस्टॉरंटच्या धंद्याच्या उपयोगाची एक समान गोष्ट होती. ती म्हणजे, कॉर्नेल विद्यापीठाच्या हॉटेल मॅनेजमेंट स्कूलची पदवी. त्या वेळी अशा पद्धतीचे शिक्षण घेतलेले या व्यवसायात फार थोडे लोक होते. बहुतेक जण दुसऱ्या कोणत्या क्षेत्रातले शिक्षण घेतलेले वा शाळेचे शिक्षण अर्धवट सोडलेले होते. मात्र त्याने पुस्तकी शिक्षणाचा फारसा उपयोग न करता केवळ व्यावसायिक दृष्टिकोन ठेवल्याने ते दोघे यशस्वी झाले. एडगर्टनने उपकरणांची पुनर्रचना केली व जिमने नव्या पद्धतीचा पाव पाउंडचा हॅम्बर्गर तयार केल. त्याचे नाव होते – 'व्हॉपर'. मायामीत १९५७पर्यंत दोघांचीं चार स्टोअर्स होती व त्यांनी बर्गरकिंग या नव्या नावाखाली आपला व्यवसाय चालू केला होता. काही वर्षांनंतर जॅक्सनव्हिलेमधील मूळ मालक (फ्रँचायझी) अडचणीत आला व या दोघांना बर्गरकिंगचे राष्ट्रीय हक्क मिळाले.

नंतर या दोघांनी जनरल इक्विपमेंट कंपनीशी हातमिळवणी करून फास्ट फूड रेस्टॉरंटमध्ये लागणाऱ्या यंत्रसामग्रीची पुनर्रचना करून घेतली, कारण जुन्या पद्धतीच्या यंत्रात अनेक अडचणी येत होत्या व त्यामुळे कित्येक वेळा ग्राहकसेवेत व्यत्ययही येत होता. या दोघांनीच नव्या पद्धतीचा ब्रॉयलर विकसित केला व या कंपनीकडून तो तयार करून घेतला. त्याआधी ही कंपनी सॅनी सर्व्ह आइस्क्रीम मशिन्स व सॅनी मिल्कशेक मशिन्स बनवत होती. आता या नव्या उत्पादनाने त्यांच्याकडची उपलब्ध

फास्ट फूड यंत्रसामग्री विस्तृत झाली. यामुळे या कंपनीला स्वतंत्ररीत्या व्यवसाय करणे सोईचे ठरू लागले. फ्रँक आणि डेव्ह थॉमस या दोन भावांनी १९५७मध्ये 'बर्गर शेफ' नावाने हॅम्बर्गर तयार करण्याच्या आपल्याच मशिनच्या मदतीने व्यवसाय चालू केला व त्याची फ्रँचायझी देणे चालू केले. १५ सेंट्स ही त्या हॅम्बर्गरची किंमत होती व लवकरच त्याची बर्गरकिंगबरोबर स्पर्धा चालू झाली. बर्गरकिंगपेक्षा वेगाने ही वाढ सुरू झाली. अशा रितीने या क्षेत्रातील यंत्रसामग्री तयार करणारे या क्षेत्रात स्वतःचे ब्रँडनेम घेऊन उतरले. खाद्यपदार्थ तयार करणारेही मग मागे कसे राहिले असते? त्यांनीही आपापल्या ब्रँडनेमखाली स्वतःच्या खाद्यपदार्थांची फ्रँचायझी देणे चालू केले. रे क्रॉकने १९५५मध्ये डेस प्लेन्समध्ये आपले मॅकडोनल्ड्सचे दुकान उघडले व शिकागोच्या ब्रेसलर आइस्क्रीम कंपनीने स्वतःचे १५ सेंटला हॅम्बर्गरचे दुकानही 'हेन्रीज' या नावाने मॅकडोनल्ड्सपासून १० मैलांवर उघडले. हेन्रीज म्हणजे मॅकडोनल्ड्सच्या ड्राइव्ह-इनची सरळसरळ कॉपी होती. पश्चिम किनाऱ्यावर असताना डेव्हिड ब्रेसलर या पाच भावांपैकी एकाने जिम कॉलिन्सचे हॅम्बर्गरचे पत्रक पाहिले. त्याने आपल्या आइस्क्रीमला चांगले गिऱ्हाईक आहे हे ओळखले. त्याने कॉलिन्सला आपला भाऊ चार्ल्स ब्रेसलरला या धंद्यातील प्रशिक्षण देण्यास सांगितले. त्यामुळे त्याच्या हेन्रीजचे काम चालू होणार होते. तसे तीन महिने प्रशिक्षण घेतल्यावर त्याने शिकागोला पहिले हेन्रीज दुकान चालू केले.

मॅकडोनल्ड्स आणि हेन्रीजखेरीज अन्य अनेकांनी या क्षेत्राकडे मोर्चा वळवला व पश्चिम किनारा सोडून पूर्वेकडे प्रस्थान केले. इलिनॉइस राज्यात तीन कंपन्यांची साखळी दुकाने होती. गोल्डन पॉइंटने मॅकडोनल्ड्सची कॉपी केली, पण पाच वर्षांतच गाशा गुंडाळला. 'सॅन्डीज' ही दुसरी साखळी दुकाने मॅकडोनल्ड्सच्या काही फ्रँचायझींनी चालू केली. त्यांनी १९५७मध्ये मॅकडोनल्ड्सबरोबरच्या कराराचे उल्लंघन केले होते. नंतर ती 'हार्डीज'मध्ये विलीन झाली. आपली एकुलती एक मुलगी कॅरोलच्या नावाने लिओ मोरान्झने १९५०मध्ये 'कॅरोल्स' ही हॅम्बर्गर साखळी दुकाने चालू केली. टेस्टी फ्रीज नावाने चालू केलेल्या साखळी दुकानांचा विस्तार करण्याचा त्याचा उद्देश होता. त्यांनी २००च्या वर दुकाने उघडली. पण पुढे त्यांचा विलय होत गेला व शेवटी बर्गरकिंगची फ्रँचाइझी म्हणून ती काम करू लागली.

थोडक्यात, १९५५मध्ये डेस प्लेन्समध्ये मॅकडोनल्ड्सची साखळी दुकानांची सुरुवात झाली, त्यावरून रे क्रॉकला या क्षेत्रातला अग्रेसर म्हणणे तसे अवघड होते. त्यांनी हेरली तशी संधी हेरणारे अनेक होते. परंपरागत पद्धतीची रेस्टॉरंट्स आणि हॉवर्ड जॉन्सनची रेस्टॉरंट्स होती. त्यांना या क्षेत्राच्या भवितव्याचा अंदाजच आला नाही. हॉवर्ड जॉन्सन सीनिअरने जिम मॅकलामोरला आपला नव्या पद्धतीच्या ब्रॉयलरच्या डेमोसाठी बोलावले. जिम खूश झाला व ते मोठे यंत्र एका ट्रकमध्ये घालून

मायामीला गेला. पण तिथे डेमो दाखवताना हॉर्वर्ड जॉन्सनच्या अनेक अधिकाऱ्यांनी त्यांत इतके बदल सुचविले की, तो हैराण झाला. त्यांना त्यातून आइस्क्रीम व सँडविचही व्हायला हवी होती. पुढे या कंपनीने 'हो जो ज्युनिअर्स' नावाने फास्ट फूडच्या व्यवसायात पदार्पण केले. पण ग्राहकांना त्यांचा मेन्यू भला मोठा व सेवा अतिमंद वाटली.

मात्र, रे क्रॉककडे एक आगळी-वेगळी संकल्पना होती. आपण '१५ सेंट किमतीचा हॅम्बर्गर' या स्वयंसेवी पद्धतीच्या ड्राइव्ह-इनचा जनक आहोत, असे रेला वाटत असले, तरी त्याला तसे म्हणता येणार नाही. तो फक्त एका वेगळ्या फ्रँचायझी पद्धतीचा जनक होता आणि त्यातच त्याच्या पद्धतीचे वेगळेपण होते. निरीक्षणाअंती त्याला इतर फास्ट फूड कंपन्यांच्या कार्यपद्धतीत त्रुटी आढळल्या. त्याचा दृष्टिकोन सकारात्मक होता व त्याचा इतरांकडे अभाव होता. इतर जण या उद्योगातून थोड्या काळात भरपूर नफा कमविण्याच्या मागे होते; तर रे दूरगामी विचार करत होता. त्याच्या डोळ्यांपुढे दीर्घकाळ टिकाव धरू शकेल असा, सेवा आणि उत्पादनांचा उच्च दर्जा असलेला व्यवसाय होता. त्यामुळे त्याने कार्यपद्धतीवर मोठ्या प्रमाणात नियंत्रण कसे राहील, हे पाहिले आणि त्याकरता अल्प काळाच्या मोठ्या नफ्याकडे पाठ फिरवली.

सुरुवातीच्या काळात त्याने मॅकडोनल्ड्स बंधूंबरोबर डिक्टाफोन टेप्स वा अन्य मार्गाने विचारांची देवाणघेवाण केली. हे बंधूही दर्जाबाबत जागरूक होते. इतरत्र चाललेले फ्रँचायझी रॅकेट स्वत:चा नाश ओढवून घेईल, असे त्याला वाटत होते. त्यांची मॅकडोनल्ड्सशी मोठीच स्पर्धाही होती. तरीही दीर्घकाळचा विचार करता, दर्जा व सेवेच्या ग्राहकांच्या मागणीपुढे इतर फारसे टिकणार नाहीत, हे त्याचे गणित होते. त्याच्यामते, "हा अमेरिकेतला सर्वाधिक स्पर्धक असलेला व्यवसाय बनत होता आणि त्यात टिकाव धरण्यासाठीचा आम्ही चोखळलेला मार्गच उत्तम होता. माशा मराव्यात तसे इतर यात मरणार होते. कारण ते झटपट नफ्याचे एक दुष्टचक्र चालवत होते. १५ सेंटमध्ये हॅम्बर्गर देणारी चार साखळी दुकाने होती आणि आणखीही येऊ घातली होती. या शर्यतीत 'बळी तो कानपिळी' हेच तत्त्व चालणार होते आणि यांत मॅकडोनल्ड्सच शेवटी तरणार होते. कारण आमच्याकडे स्वच्छ व प्रामाणिक व्यवसायपद्धती होती."

त्याची फ्रँचायझी देण्याची पद्धत इतरांपेक्षा वेगळी होती. त्याने विभागवार फ्रँचायझी व तीही केवळ ९५० डॉलर्सला देण्याचे ठरवले. जलद पैसा हे त्याचे उद्दिष्ट नव्हते. या वेळी इतर काही जण त्यासाठी ५०,००० डॉलर्सपर्यंत पैसे घेत होते, पण या दुसऱ्या पद्धतीत फ्रँचायझीवर फारसे नियंत्रणही नव्हते. काही वेळा राज्याकरता फ्रँचायझी दिली की, मग अशी कंपनी त्या राज्यात इतरांना ते द्यायची व मग एखाद्या पिरॅमिडसारखी रचना तयार व्हायची. यात दोन, तीन वा अधिक

पातळ्यांवर एकाच नावाने व्यवहार चालायचे. डेअरी क्वीन व टेस्टी फ्रीजने ही पद्धत अवलंबली होती. ते ५०,००० डॉलर्सना राज्यवार फ्रँचायझी द्यायचे व मग हे फ्रँचायझी स्थानिक पातळीवर इतरांना देत. या प्रत्येक पातळीवर परवाना फी वाढत जायची व शेवटच्याला तर त्या बोजाखाली व्यवसाय करणे कठीण व्हायचे. त्यामुळे मग कित्येकांनी तो मार्गच सोडून दिला व स्वतंत्रपणे काय करता येईल याची चाचपणी सुरू केली. अर्थात हे फक्त आइस्क्रीमच्या विक्रीबाबतच होते, असे नाही. सुरुवातीच्या हॅम्बर्गर आणि फ्राइड चिकनच्या साखळी दुकानांबाबतही अशीच परिस्थिती होती. बर्गरकिंगची सर्वांत मोठी परवान्याची व्यवस्था 'डायव्हर्सीफाइड इनकॉर्पोरेटेड'कडे होती आणि तीही पूर्ण लुइझियाना राज्य व शिकागो महानगराकरता होती. त्यात ३७७ स्टोअर्स होते आणि उत्पन्न ५० कोटी डॉलर्स होते. तरीही तिला मध्यम आकाराची कंपनी म्हणता येईल. ही डायव्हर्सीफाइड इनकॉर्पोरेड कंपनी १९८५मध्ये आपल्या ताब्यात घेतली ती बर्गरकिंगच्या 'पिल्सबरी कंपनी' या पालक कंपनीने. त्यामुळे तिच्या कारभारावर बर्गरकिंगचे पूर्ण नियंत्रण आले. अर्थात क्षेत्राप्रमाणे परवाना देण्याची पद्धत अगदी अलीकडेही चालू होती. 'वेन्डीज'ने आपल्या गुंतवणूकदारांपैकी अनेकांना असे क्षेत्राप्रमाणे फ्रँचायझीचे हक्क १९९०मध्ये दिले होते. कारण त्यांनाही थोड्या वेळात नवी स्टोअर्स उघडून आपली गुंतवणूक मोकळी करून घ्यायची होती.

मात्र उद्देश चांगला असला तरी कित्येक वेळा, क्षेत्राप्रमाणे दिलेल्या अशा हक्कांमुळे अडचणी निर्माण व्हायच्या. डेअरी क्वीनबाबत फ्रँचायझींनी त्यांना एकाएकी सोडचिठ्ठी दिली, तर अन्य अनेकांबाबत मध्यवर्ती नियंत्रण दृढ राहू शकले नाही. फ्रँचायझींनी आपल्या सोईप्रमाणे काम करणे चालू केले. त्यामुळे मग डेअरी क्वीनसारख्या कंपनीला निरनिराळ्या राज्यांत निरनिराळ्या पद्धतीने काम करावे लागले. काही ठिकाणी आइस्क्रीमबरोबर अन्य खाद्यपदार्थ विकले जात होते; तर कुठे-कुठे आइस्क्रीमच्या कोनचे आकारही निरनिराळे होते, प्रकारही भिन्न होते. त्यामुळे पदार्थ व सेवेचा दर्जा समान राहिला नाही. काही ठिकाणी सेवा व पदार्थांचा दर्जा उत्तम होता, तर कित्येकांनी आइस्क्रीममध्ये पाणी मिसळायला सुरुवात केली. फ्रँचायझी निवडण्यात चूक झाली, तर त्या चुकीचे परिणाम मोठे असायचे. सबंध राज्यभर जर एकच फ्रँचायझी असेल, तर त्याच्या सर्व स्टोअर्सचा दर्जा आणि चुकांचा आकारही तसाच बदलत जायचा.

अॅक्सेनने १९४८मध्ये डेअरी क्वीन सोडले आणि लिओ मोरान्झच्या मदतीने टेस्टी फ्रीज चालू केले. त्यांनी अशा समस्यांवर उपाय शोधण्याचे प्रयत्न चालू केले. डेअरी क्वीनमध्ये आइस्क्रीम देण्यासाठी वापरायचे यंत्र चालवण्यासाठी कसबी कर्मचारी लागायचे. एका हाताने यंत्रावर व एका हाताने कोनांमध्ये पडणाऱ्या

आइस्क्रीमच्या आकारावर नियंत्रण ठेवावे लागायचे. टेस्टी फ्रीजमध्ये या दोघांनी फ्रीजर व पंप हे दोन स्वतंत्र भाग केले, त्यामुळे कर्मचाऱ्यांचे कामाचे स्वरूप फक्त पंपाद्वारा आइस्क्रीम देण्यापुरतेच मर्यादित राहिले. ते फ्रीजर विकायचे व पंप लीजवर द्यायचे आणि या प्रकारे फ्रँचायझीवर नियंत्रण ठेवायची वेळ आली की, पंप काढून घेतला म्हणजे काम ठप्प व्हायचे.

तरीही डेअरी क्वीन आणि टेस्टी फ्रीज या दोन्ही कंपन्या भरकटत गेल्या त्या फ्रँचायझीवरचे नियंत्रण ढिले पडले म्हणून. त्यामुळे या व्यवसायात वाढायची सुवर्णसंधी त्यांनी सोडली. त्यांच्याकडचा प्रमाणभूत मेन्यू व सेवा त्यांना सर्वत्र देता आली नाही. स्थावर मालमत्तेच्या किमती १९६०नंतर वाढत गेल्या व त्यामुळे काही काळानंतर टेस्टी फ्रीज कंपनी नुकसानीत गेली. डेअरी क्वीनने खाद्यपदार्थ देण्याच्या पद्धतीचा अंगीकार केल्याने ते थोडे सावरले, पण त्यांना व्यवसायात उंची गाठता आली नाही. पुढे अ‍ॅक्सेनने कबूल केले, "परत मी या धंद्यात उतरलो, तर रे क्रॉकची दर्जावरच्या नियंत्रणाची पद्धत अवलंबेन. मी सावकाश; पण निश्चयपूर्वक काम करेन. आम्ही त्या वेळी फार घाई केली. आम्हाला फक्त पैसा दिसत होता व तो जास्तीत जास्त कसा मिळेल हे पाहणे, हेच आमचे उद्दिष्ट होते. रे क्रॉकने आमच्या चुका हेरल्या व त्या टाळायचा प्रयत्न केला. त्यामुळे रे यशस्वी झाला."

रे क्रॉकने एका फ्रँचायझीला एक स्टोअर्स चालवण्याचेच काम दिले. सर्वसाधारणपणे एक-दोन मैलाची त्रिज्या हा स्टोअर्सच्या आवाक्यातील परिसर-क्षेत्र होते. वॉशिंग्टन, सिनसिनाटी, पिटस्बर्ग वगैरे मोठ्या शहरांत तो फार तर ती मोठ्या क्षेत्राकरता द्यायचा. पण तेही पुढे त्याने कमी केले. पुढे-पुढे तर १९६९मध्ये केवळ एका मोठ्या रस्त्यापुरते ते क्षेत्र मर्यादित असायचे. त्यांतही त्या क्षेत्राचे सर्व हक्क तो त्यांना विकायचा नाही; शिवाय त्यांना एकाहून अधिक स्टोअर्स आपल्या क्षेत्रात उभारता यायची नाहीत. त्यासाठी त्यांना पुन्हा करार करायला लागायचा व तोही मॅकडोनल्ड्सची इच्छा असेल तरच. त्यामुळे आपल्या क्षेत्रात अन्य कोणाला येऊ न देण्याचे त्यांना जमायचे, पण जादा स्टोअर्स स्वतः काढणे मात्र जमायचे नाही.

त्यामुळे एखाद्या क्षेत्रातल्या स्टोअर्सचे काम नीट चालले नाही, तर त्याचा परिणाम केवळ त्या क्षेत्रापुरता व्हायचा. त्यामुळे काही जणांना केवळ एकाच स्टोअर्सवर समाधान मानावे लागले, तर काहींना आणखी काढायची परवानगी मिळू शकली. केवळ भरमसाट व जलद वाढीपेक्षा दर्जात्मक वाढ हे रेचे सूत्र होते. मॅकडोनल्ड्सने १९७१मध्ये ओक ब्रूक या शिकागोच्या उच्चभ्रूंच्या उपनगरात ८० मजली इमारतीत आपले मुख्य कार्यालय हलवले. त्या वेळी त्या भागात केवळ एकच मॅकडोनल्ड्स स्टोअर होते. कारण त्या भागात ते चालवणारा फ्रँचायझी 'स्वीनी' दर्जा राखू शकला नाही. मग रेने त्याचे हक्क काढून घेतले व नंतर त्याच

भागात १५ नवी स्टोअर्स काढली.

रेला माहीत होते की, जर त्याने जादा फी घेऊन फ्रँचायझी दिलं, तर तो भरपूर कमावेल. पण त्याने हेही जाणले की, त्या परिस्थितीत फ्रँचायझीज त्यांच्या अटी लादतील. त्यांत क्षेत्र, स्टोअर्सचा आकार व रेचे कमी नियंत्रण – असे काही असू शकेल. पण रेला मॅकडोनल्ड्स नावाची एक समान 'ब्रँड इमेज' हवी होती. त्यात पदार्थ व सेवेचा दर्जा समान राहिला असता. त्याने डेअरी क्वीनची वाताहत पाहिली होती व आपल्याकडे तसे काही होऊ न देण्याचा त्याचा निश्चय होता. त्यामुळे फ्रँचायझीवर चांगले नियंत्रण, हे त्याच्या कामाचे सूत्र होते. प्रमाणभूत दर्जाला चिकटून राहणे, ही मुख्य अट होती; तर अन्य कंपन्या त्याबाबत ढिल्या होत्या. हे त्याचे सूत्र त्याने मॅकडोनल्ड्स बंधूंना पूर्वीच सांगितले होते. त्यामुळे केवळ श्रीमंत आहे म्हणून एखाद्याला फ्रँचायझी द्यायचे त्याने नाकारले. कारण त्या परिस्थितीत त्याने वर्चस्व गाजवले असते. एकदा फ्रँचायझी दिली की, जणू ते क्षेत्र त्याला विकल्यासारखे असते; म्हणजे नियंत्रण कमी राहते, हे त्याला पटले होते. जर फ्रँचायझीने 'दर्जा, सेवा, स्वच्छता आणि ग्राहकांच्या पैशाचे मूल्य' ही चतु:सूत्री पाळली व तसे दाखवून दिले; तरच क्षेत्र वा स्टोअर्सची संख्या वाढवण्याबाबत तो त्याचा विचार करायचा. यातच दूरगामी फायदा आहे, हे त्याचे सूत्र होते. त्यामुळे केवळ भरमसाट फ्रँचायझी फी घेऊन क्षेत्र देणे त्याने टाळले. पैशाची भूक असणारे व्यावसायिक आपले फ्रँचायझी नाहीत, हे त्याने ठाम ठरवले.

रेने आपली यंत्रे भरमसाट किमतीने फ्रँचायझींना विकण्याचे टाळले. इतर अनेकांनी तसे केले होते. त्यांत टेस्टी फ्रीज, डेअरी क्वीन, जनरल इक्विपमेंट असे अनेक होते. चिकन डिलाइट, हॉर्वर्ड जॉन्सन, बर्गरकिंग हेही याबाबत मागे नव्हते. याउलट, रेने पहिल्या दशकात फ्रँचायझीना केवळ दोन मल्टिमिक्सर प्रत्येकी १५० डॉलर्सला विकले. इतर काहींच्या बाबतीत यातून न्यायालयीन प्रकरणे निर्माण झाली. शिवाय यामुळे फ्रँचायझीच्या धंद्याच्या वाढीपेक्षा आपल्या उत्पादनांच्या वाढीकडे कंपन्यांचे लक्ष अधिक जाऊन मूळ व्यवसायाकडे दुर्लक्ष होत गेले. उदाहरणार्थ, १९६०च्या दशकात बर्गर शेफ हा मॅकडोनल्ड्सचा मोठा प्रतिस्पर्धी होता. त्याची पालक कंपनी जनरल इक्विपमेंट सुमारे २५,००० डॉलर्स किमतीची यंत्रे व उपकरणे फ्रँचायझींच्या गळ्यात मारायची. त्यांनी मॅकडोनल्ड्सची १५ सेंटमध्ये हॅम्बर्गरची कल्पना लाटली व जनरल इक्विपमेंटच्या आर्थिक पाठबळावर त्याची वाढ जोरात झाली. मॅकडोनल्ड्सच्या बरोबरीने किंवा १०-१२ स्टोअर्स कमी, अशी त्यांची संख्या होती; पण नंतर जनरल इक्विपमेंटने आर्थिक नाड्या आवळल्या व बर्गर शेफ तोट्यात गेली. त्यांची वाढ एकदम थांबली. आज त्यांचा या क्षेत्रातला दबदबा ओसरला आहे.

असे होण्याचे कारण काय? बर्गर शेफच्या मालकांनी या व्यवसायाकडे आपल्या यंत्रसामग्रीच्या विक्रीचे हमखास गिऱ्हाईक एवढ्याच भूमिकेतून पाहिले व बर्गर शेफच्या कारभाराला योग्य आकार देण्याकडे दुर्लक्ष केले. जॅक रोशमन हा बर्गर शेफचा एके काळचा मोठा फ्रँचायझी होता. त्याने नंतर 'पॅडिरोसा एन्कॉ' या नावाने स्टीक हाउसची साखळी काढली. त्याने बर्गर शेफच्या अपयशाबद्दल म्हटले की, तिथे हेतूंविषयी मतभिन्नता होती आणि ती यंत्रसामग्री व खाद्यपदार्थांपैकी प्राधान्य कशाला द्यायचे, याविषयीची होती. त्याने ओहिओ राज्यात १००च्या वर बर्गर शेफची दुकाने उघडली. तो सांगायचा, "बर्गर शेफच्या यंत्रसामग्रीत ग्रिलऐवजी ब्रॉयलर असायचा, कारण ते त्यांचे उत्पादन होते. मला बर्गर शेफमध्ये ग्रिल्ड हॅम्बर्गर द्यायची इच्छा होती. त्यासाठी मी धडपड केली, झगडलो. कारण अमेरिकनांचा ओढा ग्रिल्ड हॅम्बर्गरकडे वाढत चालल्याचे मी पाहिले. पण आम्ही ते पुरे करू शकलो नाही. आम्हाला ब्रॉयलरवरच भागवावे लागले." तसेच त्या वेळी फ्रेंच फ्राइज करायची उत्तम सामग्री शिकागोची कोटिंग कंपनी करत होती. मॅकडोनल्ड्स त्याचे ग्राहक होते. सुरुवातीला बर्गर शेफही तेच वापरायचे. मग जनरल इक्विपमेंटनेही तसेच उत्पादन चालू केले. त्याचा दर्जा सुमार होता, पण आम्हाला ते वापरावे लागले. स्वतःच यंत्रसामग्री तयार करून खाद्यपदार्थही त्यातच करायच्या कल्पनेत दोन गोष्टी होतात. एक तर उत्तम खाद्यपदार्थ तयार होऊ शकतील अशी यंत्रसामग्री घ्यालच अशी खात्री नसते व दुसरे म्हणजे, 'आपला तो बाब्या, दुसऱ्याचे ते कार्टे' ही मनोभूमिका वाढू लागते.

पुढे-पुढे जनरल इक्विपमेंट कंपनी बर्गर शेफला ७५ टक्के यंत्रसामग्री पुरवत होती व जे पैसे अन्यथा बर्गर शेफची वाढ करण्यासाठी कामी आले असते, ते ही यंत्रसामग्री व जनरल इक्विपमेंटच्या वाढीत गेले. त्याने बर्गर शेफला आपली यंत्रसामग्री आपण निवडायचे स्वातंत्र्य द्यावे, असे ठासून सांगितले; पण त्याचे मत जनरल इक्विपमेंटच्या फ्रँक थॉमसनला मान्य नव्हते. त्यामुळे त्यांना नाइलाजास्तव त्यांच्या सुमार उत्पादनावर खाद्यपदार्थ बनवावे लागले.

यातले धोके रे क्रॉकने ओळखले. त्याने हेरले की, यात यंत्रसामग्री बनवणारे सुरुवातीसच आपले पैसे काढून घेतात व मग फ्रँचायझींच्या नफ्याकडे काणाडोळा करतात. मॅकडोनल्ड्सचा ज्येष्ठ अध्यक्ष फ्रेड टर्नरने याला दुजोरा दिला. तो म्हणतो, "ज्या लोकांनी यंत्रसामग्रीतल्या सोप्या उत्पन्नाला प्राधान्य दिले, ते मॅकडोनल्ड्सची उंची गाठू शकले नाहीत. कारण त्यांच्या इमारती व यंत्रसामग्री चांगल्या दर्जाची नव्हती. त्यांना स्टोअर्सची फिकीर नव्हती. त्यांचे खरे उत्पन्न यंत्रसामग्री विकण्यातून मिळत होते."

याउलट, मॅकडोनल्ड्समध्ये स्टोअर्सच्या विक्रीच्या आकड्याला महत्त्व होते.

त्यांची फ्रँचायझी फी ९५० डॉलर्स होती व खरे उत्पन्न यायचे ते स्टोअर्समधील विक्रीच्या १.९ टक्के रॉयल्टीमधून – ते सर्व्हिस फी या नावाने ते घ्यायचे. मल्टिमिक्सर्स ही एकच वस्तू ते स्टोअर्सना द्यायचे. प्रत्येक स्टोअरचे कार्यक्षेत्र मर्यादित होते आणि फ्रँचायझी एकाच स्टोअरपुरता असायचा. त्यामुळे 'तुमचे भले तर आमचे भले' या दृष्टिकोनातून मॅकडोनल्ड्स स्टोअर्स व त्यांचे फ्रँचायझी उत्पन्न कसे वाढेल या प्रयत्नात असायचे. त्यांचा ओढा त्याकडेच असायचा. तसे केले, तर फ्रँचायझी त्यांच्या स्टोअर्सची उत्तम काळजी घेतील, त्यामुळे आपल्याला त्याची चिंता करायचे कारण नाही, असे रे आपल्या विक्रेत्यांना सांगायचा. त्यामुळे आर्थिक व स्पर्धात्मकदृष्ट्या फ्रँचायझी अडचणीत येणार नाहीत ना, याकडे लक्ष देणे त्यांना जमायचे. 'त्यांचे यश ते आपले यश' हे त्याचे सूत्र होते. त्यामुळे यंत्रसामग्री बनवणाऱ्यांना त्यांच्याकडून कमिशन घ्यायचा मोह टाळून तो थेट फ्रँचायझींना ती पुरवण्यास सांगायचा.

"इतर साखळी स्टोअर्स या मार्गाने सर्रास जायची; पण आम्ही नाही. त्यामुळे आमच्यावर कोणीही कमिशन घेतले, लाच खाल्ली – असले आरोप करू शकला नाही. नाही तर त्याच्या कितीतरी पट पैसे न्यायालयीन लढतीत गेले असते. हे माहीत असल्याने आमचे फ्रँचायझी आमच्याशी उत्तम सहकार्य करायचे." असे तो अभिमानाने सांगायचा. हॉवर्ड जॉन्सनने आपल्या फ्रँचायझींना आपलीच उत्पादने घेणे भाग पाडले व त्यामुळे स्पर्धेतून ते बाहेर फेकले गेले.

कमिशन वा लाच घेण्याच्या तो इतका विरुद्ध होता की, उत्पादकांनी भेटवस्तू दिली तरी तो ती नाकारायचा. तो सांगायचा, "मला फक्त उत्तम उत्पादनं द्या." याचे दाखले त्याचे कित्येक पुरवठादार द्यायचे. स्मॉरगनचा मालक हॅरी हा त्यांपैकीच एक. त्याने नंतर मॅकडोनल्ड्सबरोबर वर्षाला १० कोटी डॉलर्सचा व्यवहार केला व तोही स्वच्छ कारभाराने, एका पैचीही लाच वा बक्षिसी न देता. त्याची कंपनी नंतर सीएफएस कॉर्पोरेशनने ताब्यात घेतली. इतर अनेक फास्ट फूड साखळ्यांना त्याच्याकडून कमिशन हवे होते. अशांशी व्यवहार करणे त्यांनी टाळले. मॅकडोनल्ड्सचा उद्देश दूरदृष्टीचा, स्वच्छ कारभाराचा व अंतिम यशाचा होता. फ्रँचायझीच्या घामाच्या पैशावर आपण मोठे न होता त्यांना अधिकाधिक पैसा मिळविण्यासाठी घाम गाळू दे; मग आपले उत्पन्न आपोआपच वाढेल, हा त्याचा दृष्टिकोन होता. तो त्यांना समान दर्जाचे भागीदार समजायचा. त्याचे हे गणित इतर अनेकांना समजलेच नाही. पण त्याच्या या स्वच्छ वागण्याने मग फ्रँचायझीही स्वच्छ कारभाराचा पाठपुरावा करू लागले. मॅकडोनल्ड्सचे यश असे शेकडो स्वयंप्रेरित उद्योजक तयार करण्यात सामावलेले होते. ते आपल्याबरोबरच मॅकडोनल्ड्सचे यश कसे वाढेल, हे पाहायचे. रेला हेच अभिप्रेत होते.

मालक आणि कर्मचारी

व्यावसायिक संस्कृतीवरून व्यवसायाचे यशापयश ठरते. त्यांचे व्यवस्थापक बदल स्वीकारण्यास तयार आहेत वा नाहीत, ते ठरते. काही कंपन्यांमध्ये अतिगुप्ततेने काम चालते. ते एखादा यशाचा मंत्र शोधून काढतात व मग त्यांपासून दूर जात नाहीत. इतर काही ठिकाणी योग्य त्या वेळी बदल केले जातात. त्यांचे व्यवस्थापक नेहमी नव्या कल्पना लढवतात. त्यांची भावना असते की, काल जे चालले, ते उद्या चालेलच असे नाही.

मॅकडोनल्ड्स पहिल्या प्रकारातले म्हणता येतील. त्यांनी एकदा निवडलेल्या व्यवसायातून दुसरीकडे पाऊल टाकले नाही. तो व्यवसाय त्यांनी दोषविरहित पद्धतीने फ्रँचायझींना मोठे करून वाढवला आणि त्यांत 'दर्जा, सेवा, स्वच्छता' यांचा मूलमंत्र जपून त्यांनी साखळी स्टोअर्सची अशी यंत्रणा निर्माण केली की, त्यांत सर्वत्र समान दर्जा होता. पण यामागे लवचीकता जपणारी सामुदायिक संस्कृतीही होती. त्यांचे व्यवस्थापक परिस्थितीनुरूप आपली पावले उचलण्यास बांधील होते. त्यांनी प्रयोगही केले व चुकाही केल्या. पण चुका लक्षात आल्यावर त्या प्रांजळपणे कबूल करून सुधारणा केली. ही 'प्रयोग करा, चुका करा' पद्धत रे क्रॉकला पहिला फ्रँचायझी मिळवताना उपयोगी पडली. याबाबतची त्याची तत्त्वे अचूक होती व त्यांत तडजोड करायला तो तयार नव्हता. पण ती व्यवहारात उतरवताना १९५०मध्ये त्याच्या लक्षात आले की, त्याच्याकडे चुटकीसरशी काम करणारी जादू नाही. चुकांतून तो शिकत गेला आणि त्याला पहिला धडा मिळाला तो जागेवरून.

त्याने त्याची सुरुवात कॅलिफोर्नियात फास्ट फूड साखळीचे दुकान उघडण्यापासून करायची ठरवली; कारण तिथे मोटारगाड्यांची रेलचेल होती, हवामान छान होते. त्यामुळे ड्राइव्ह-इनला वर्षाचे बारा महिने संधी होती. येथेच मॅकडोनल्ड्स व अन्य

फास्ट फूड दुकानांनी बस्तान बसवले होते आणि त्यासाठी येथेच श्री गणेशा केला होता. त्याने मॅकडोनल्ड्सबरोबर करार केला, त्या वेळी या भागात मॅकडोनल्ड्सची नऊ स्टोअर्स होती व त्यांपैकी आठना थेट परवाने दिले होते. फिनिक्सखेरीज बाकी सर्व कॅलिफोर्नियात होती. थोडक्यात, फ्रँचायझी देण्यासाठी ही उत्तम व आदर्श बाजारपेठ होती. ''या व्यवसायाची इथल्या लोकांना जेवढी जाण आहे, तेवढी इतरत्र कोठेही नाही.'' असे रे क्रॉक नंतर म्हणाला. त्यामुळे पहिल्या वर्षी त्याने करार केलेले १८ पैकी नऊ फ्रँचायझी या भागातले होते. मात्र करार करणे जेवढे सोपे होते, तेवढेच कॅलिफोर्नियातल्या फ्रँचायझीवर नियंत्रण ठेवणे अवघड होते. कारण एक तर कॅलिफोर्निया हे शिकागोतल्या त्याच्या मुख्य कार्यालयापासून दूर होते व मॅकडोनल्ड्स बंधू नियंत्रण ठेवण्याच्या क्षमतेचे नव्हते. त्यामुळे या फ्रँचायझींनी इतर फ्रँचायझी वा स्पर्धकांच्या फ्रँचायझींकडून धडे घ्यायला सुरुवात केली. परिणामी, भयानक आपत्ती आली. त्यांनी किमती बदलल्या, पदार्थ बदलले, कार्यपद्धत बदलली व मनाला येईल तसे वागणे चालू केले. फारच थोड्यांनी सेवा व दर्जाची पातळी उच्च ठेवली होती. रेने त्याचा सहकारी फ्रेड टर्नरला १९५७मध्ये कॅलिफोर्नियातील फ्रँचायझीच्या कामाचा आढावा घ्यायला पाठवले. त्याने जे पाहिले, त्याने तो थक्क झाला. तिथे बेबंदशाही माजली होती. त्यांना भाषणे देऊन काही जमणार नव्हते. परत गेल्यावर त्याने जे वर्णन केले, त्याने रेही थक्क झाला. कॅलिफोर्नियातले फ्रँचायझी प्राणिसंग्रहालयातील असल्यासारखे वागत होते. १ पौंडात (वजन) १० हॅम्बर्गर यायच्या ऐवजी ८, ९, १०, ११, १२ असे कितीही यायचे. काहींत कांदा किसून घालायचे, तर काहींत त्याच्या चकत्या आणि प्रमाणित मेनूच्या बाहेरचे अनेक पदार्थ त्यांत होते. किमतीत फरक होता. काही ठिकाणी त्या अव्वाच्या सव्वा होत्या. सारखेपणा, प्रमाणित मेन्यू, एका आकाराचे व वजनाचे पदार्थ, समान किमती आणि समान दर्जा सर्व फ्रँचायझीकडे असावा, असे रे क्रॉक शिकवत होता. पण कॅलिफोर्नियात जे घडत होते, ते पाहून फ्रेड टर्नर फक्त बेशुद्ध पडला नाही, हेच नशीब!

मात्र जे घडत होते, त्यांतून रे आणि फ्रेड यांनी धडे गिरवले व त्याचा त्यांना भविष्यकाळात दूरगामी फायदा झाला. परिस्थिती हाताबाहेर जाणार नाही, असे त्यांनी पाहिले. त्यासाठी त्यांना 'दर्जा, किमती, मेन्यू, स्वच्छता' या सर्वच बाबतीत आग्रही भूमिका घेऊन फ्रँचायझीशी झगडावे लागले.

यानंतर त्यांनी कॅलिफोर्नियातील फ्रँचायझीना निलंबित केले आणि शिकागो भागात जास्त लक्ष घातले. रे क्रॉकने १९५५मध्ये डेस प्लेन्स येथे मॅकडोनल्ड्स स्टोअर उघडण्याची योजना आखली. त्यासाठी त्याने आर्ट जेकब्स या स्थानिक बिल्डरची मदत घेतली होती. तो अर्लिंग्टन हाइट्समधील रोलिंग ग्रीन कंट्री क्लबचा सदस्य होता. रेला हे स्टोअर 'शोपीस' म्हणून तयार करायचे होते. मात्र येथे नवीनच

प्रश्न उपटला. या भागात मॅकडोनल्ड्सचा एक फ्रँचायझी आधीच होता व त्याच्याकडे त्या क्षेत्राचे सर्व हक्क होते. त्याचे नाव होते फ्रेजलिख आइस्क्रीम कंपनी. रे क्रॉककडे सर्व व्यवहार सोपविण्याच्या काही काळ आधीच हा हक्क त्यांना देण्यात आला होता. फ्रेजलिख बंधूंनी चालू स्टोअर्स उभारण्यासाठी फी म्हणून १०००० डॉलर्स दिले होते. ही डोकेदुखी ठरली असती. पण त्यांत थोडा फरक होता. फ्रेजलिखचे फ्रँचायझी हक्क इलिनॉइसमधील कूक काउन्टीकरिता होते. या ठिकाणी नॅशनल रेस्टॉरंट असोसिएशनचे वार्षिक अधिवेशन भरायचे कायमचे ठिकाण होते. तसेच ते रे क्रॉकच्या प्रिन्स कॅसल सेल्सचे मुख्यालयही होते. याच ठिकाणी रेने विक्रीचा अनुभव ३० वर्षे घेतला होता व त्यातूनच मॅकडोनल्ड्सची संधी चालून आली होती. आणि याच ठिकाणी त्याने फास्ट फूडमधील उत्कृष्ट सेवेचे धडे घेतले होते. त्यामुळे नव्या स्वरूपातील मॅकडोनल्ड्सचे मुख्यालय तिथे असणे उचितच होते. शिवाय इथे त्याला मॅकडोनल्ड्सचे पहिले 'शोपीस' रेस्टॉरंट उघडायचे होते. पण फ्रेजलिखच्या या कराराने त्याला कोलदांडा बसत होता. मग त्याने फ्रेजलिखकडे मल्टिमिक्सर विकायच्या निमित्ताने भेट दिली. त्याच वेळी फ्रेजलिखने क्रॉकला एक वाईट बातमी दिली. त्याला त्या भागातले सर्व हक्क देण्यात आले होते, असे त्याने रेला सांगितले.

घरी आल्या-आल्या त्याने मॅकडोनल्ड्सला फोन लावला व रागावण्याच्या सुरातच विचारले, ''मी राष्ट्रीय लायसेन्सी म्हणून काम करावे; पण त्यांत शिकागोचे हक्क मला नसावेत, असे तुम्हाला कसे वाटले?'' मग डिकने त्याला समजावण्याच्या स्वरात पटवून द्यायचा प्रयत्न केला की, तुझ्याकडे देशाचे सर्व हक्क आहेत. त्यामुळे थोड्या क्षेत्रात फ्रेजलिख असला तर काही बिघडत नाही.

रे त्यावर म्हणाला, ''आपल्या कराराप्रमाणे सर्व क्षेत्र माझे आहे. त्यांत अपवाद होऊ शकत नाही.'' थोड्या वादावादीनंतर रेने रागातच सांगितले, ''आपला करार संपला आहे.''

राग शांत झाल्यावर काही दिवसांनी रेने आपला पश्चिमेकडचा विक्रेता बिल जेमिसन याला मॅकडोनल्ड्स बंधूंकडे रदबदली करण्यासाठी पाठवले. सुदैवाने फ्रेजलिखना स्वत: रेस्टॉरंट काढायची इच्छा नव्हती व तो परवाना विकून त्यात नफा कमवायचा होता. मग रेने घासाघीस करून २५००० डॉलरला तो विकत घ्यायचे ठरविले. त्याने ताबडतोब त्या रकमेचा चेक लिहिला व एवढेच सांगितले, ''मी सांगितल्यावर बँकेत भरा.'' कारण पैसे उभे करायला हवेत ना!

पण हे पैसे कसे उभे करायचे, हे त्याला कळेना. त्याच्याकडे पैशाचा खडखडाट होता, बँकांनी नकारघंटा वाजवली व काही परिचितांनी अंगठा दाखवला. मग त्याने आपल्या या नव्या कंपनीतला काही हिस्सा – अगदी ५० टक्क्यांपर्यंतचा

२५००० डॉलर्सला विकायचे ठरविले. (३० वर्षांनंतर या २५०००चे १०० कोटी डॉलर्स झाले असते.) पण १९५५मध्ये त्याला तो हिस्सा घेणारा कोणी भेटला नाही. मग त्याने बँकेकडून कर्ज घ्यायचा विचार केला. पण मध्येच त्याला एक कल्पना सुचली. जर मॅकडोनल्ड्सनी फ्रेजलिखकडून घेतलेले १०,००० डॉलर्स आपल्याला दिले, तर कर्ज १०,००० डॉलर्सनी कमी होऊ शकेल. सुदैवाने मॅकडोनल्ड्सनी ते मान्य केले आणि मग उरलेले पैसे बँकेकडून घेऊन त्याने फ्रेजलिखकडचे हक्क आपल्या नावावर करून घेतले. त्यांत दोन गोष्टी झाल्या – बँकेचे १५००० डॉलर्सचे कर्ज डोक्यावर बसले व त्याचे मॅकडोनल्ड्स बंधूंविषयीचे मत कायमचे बिघडले. 'हे बंधू अननुभवी आहेत. त्यांना व्यवसायातले काही कळत नाही', असे त्याचे पक्के मत झाले.

मग उद्‌घाटनासाठी डेस प्लेन्समधील त्याचे रेस्टॉरंट (१५ एप्रिल १९५५ या दिवशी) तयार झाले. त्याला ग्राहकांना, तसेच फ्रँचायझीना आकर्षित करायचे होते. त्यामुळे ते सर्वोत्कृष्ट कसे दिसेल व सेवा उत्तम कशी मिळेल, यासाठी त्याने त्यात जातीने लक्ष घातले. जणू एखाद्या कोंबडीने आपल्या पिल्लांचा संभाळ करावा तसा रोज सकाळी सात वाजता तो आपली गाडी रेस्टॉरंटच्या बाहेर लावायचा व व्यवस्थापकांबरोबर दिवसाच्या कारभाराची व्यवस्था झाली आहे ना, याची सविस्तर चर्चा करायचा. मग तिथून तो रेल्वेने इतर कामाला जायचा व संध्याकाळी बरोबर सहा वाजता परत तिथे यायचा. फ्रेड टर्नर हा तिथे सुरुवातीला ग्रिलवर काम करायचा. तो पुढे मॅकडोनल्ड्सचा ज्येष्ठ अध्यक्ष बनला. तो सांगतो, "त्या काळात रे रेस्टॉरंटकडे येताना वाटेत पडलेले रेस्टॉरंटचे कागद, कप वगैरे उचलायचा. तो जणू तिथला सफाई कामगार असावा, असे वाटायचे. पण त्याचा उद्देश स्वच्छता टिकवण्याचा होता."

यामुळे पूर्वी मॅकडोनल्ड्सच्या सॅन बरनान्डोच्या रेस्टॉरंटने जसे नाव कमावले होते, तसे काही दिवसांतच या रेस्टॉरंटने नाव कमावले. टर्नर म्हणतो, "ते इतके चकचकीत, स्वच्छ व बहुरंगी होते की विचारू नका. किचन पारदर्शक होते, सर्वत्र स्टेनलेस स्टीलचा वापर केला होता व कर्मचाऱ्यांचे गणवेश पांढरेस्वच्छ होते. डेस प्लेन्सच्या लोकांनी असे जणू पूर्वी कधी अनुभवलेच नव्हते."

मात्र असे असूनही अजून त्याला फ्रँचायझीबाबतच उद्योजकांचा प्रतिसाद नव्हता. याचे कारण यापूर्वीची रेस्टॉरंटच कमी बजेटची होती. त्यांत एखादाच कर्मचारी असायचा, तो हॅम्बर्गर द्यायचा व वर्षातले पाच महिने हॉट डॉग्ज विकणे बंद असायचे. गुंतवणुकीकडे ते फारसे गांभीर्याने पाहत नव्हते आणि रेच्या या नव्या रेस्टॉरंटने त्यांच्या मनोधारणेत फारसा फरक पडला नव्हता. मग त्याने त्याच्या रोलिंग ग्रीन कंट्री क्लबच्या गोल्फच्या मित्रमंडळींकडे खडा टाकून पाहायचा प्रयत्न केला.

रे व त्याची बायको एथेल हे दोघे शिकागोच्या एका उपनगरात मोठ्या रँच हाउसमध्ये राहत होते. ते घर व त्याचा परिसर आकर्षक ठेवायचा त्यांचा प्रयत्न असायचा. ती एक मध्यमवर्गीय नागरिकांची वसाहत होती. आठवडाअखेरीस सकाळी घरची साफसफाई व दुपारी गोल्फ क्लबला जाणे, हा त्याचा नियम होता. तसा त्याला संधिवाताचा थोडा त्रास होता. त्याच्या अपंगत्वाचे प्रमाण १५ टक्के होते. पण तो या गोल्फच्या आड आला नाही. बुधवारी दुपारीही तो त्या क्लबमध्येच जेवण घ्यायचा व गोल्फ खेळायचा. मग संध्याकाळी एथेलबरोबर तिथेच जेवण असायचे. ते त्यांचे सामाजिक वर्तुळाचे केंद्र होते. गोल्फ क्लबच्या शेजारीच घर होते आणि क्लबचे वातावरण त्यांच्या जीवनशैलीला साजेसे होते. मध्यमवर्गीय सदस्य जास्त होते, त्यामुळे सेवा तेवढी चांगली नव्हती. (त्या मानाने श्रीमंत वस्तीतील क्लबची सेवा अधिक चांगली असायची.) पण इथले मित्रमंडळ व जेवण दोघांना आवडायचे. मित्रांबरोबर तिथे जेवणावळी चालायच्या. तिथे त्याचे विक्रीकौशल्य दिसायचे. तसा तो बोलका आणि उत्तम संभाषणपटू होताच. त्याची विनोदबुद्धीही उत्तम होती व एखाद्याने त्याच्या विनोदावर जरा जरी विनोद केला, तरी तो खळखळून हसून दाद द्यायचा. शिवाय तो उत्तम पियानोवादक होता. त्यामुळे जेवणानंतर पियानोवादनातही तो चमकायचा.

तिथल्या त्याच्या मित्रमंडळींमध्ये लघु आणि मध्यम व्यवसायातील अनेक उद्योजक होते. तो बँकेतील अधिकारी व बड्या उद्योगपतींत फारसा मिसळायचा नाही. मात्र या मित्रमंडळींत खाद्यपदार्थ सेवा पुरवणारे कोणी नव्हते. आर्ट जेकब हा बिल्डर होता, जेरी एल्सन हा मोटारगाड्यांचा विक्रेता होता आणि टॉनी वेसमुल्लर हा घरे उबदार ठेवणारी यंत्रसामग्री व तिचे आराखडे विकायचा. मात्र ही चौकडी तिथे प्रसिद्ध होती. त्याच्या मित्रमंडळींत त्या क्लबचा अध्यक्ष बिल पॅल होता. तो एक दफनभूमी चालवत होता. शिवाय टॉम आणि जॅक टॉबेन्सी बंधू लोखंडाच्या क्षेत्रातले होते. त्याखेरीज फिल आणि व्हर्न व्हिनेयार्ड हे सीए होते. ख्रिस ओबेरहाइड हा कोळशाचा व्यापारी होता. बिल गॉडफ्रे हा केल्व्हिनेटरचा विक्री व्यवस्थापक होता. डॉन कॉफीची स्क्रू मशिन कंपनी होती. स्किल टूल्सचा विक्री व्यवस्थापक जो स्वीनी होता; तर डिक पिचिनेट्टी हा प्लॅस्टरिंग कॉन्ट्रॅक्टर होता. बॉब डोन्डेनव्हिले हा 'लेडीज होम जर्नल'चा जाहिरात कंत्राटदार होता. तो रेचा सर्वांत जानी दोस्त होता, असे म्हणता येईल. हे सर्व सांगायचे कारण म्हणजे, या सर्वांच्यातला समान दुवा म्हणजे त्यांचे या क्लबचे सदस्यत्व. मात्र १९५८पर्यंत आश्चर्य घडले व त्यांच्यात दुसरी समानता आली. ती म्हणजे, ते सर्व मॅकडोनल्ड्सचे फ्रँचायझी बनले. एकूण १८ जणांना रेने आपले फ्रँचायझी बनवले आणि त्यांच्यावर रेच्या आशा केंद्रित झाल्या होत्या, कारण त्याला फक्त याच क्षेत्रातील स्पर्धकांना (फास्ट फूड रेस्टॉरंटमधील)

तोंड द्यायचे होते. रेने फार गाजावाजा न करता आपले व्यवहार सुरू केले. त्या सर्वांना एकच शंका होती – केवळ १.९टक्के रॉयल्टीत रेचे कसे भागणार?

त्याच्या लवकरच हे लक्षात आले की, मॅकडोनल्ड्समुळे फ्रँचाइझर (रे क्रॉक)ला घबाड मिळणार नाही, पण फ्रँचायझींना दिलेल्या प्रस्तावामुळे जरूर मिळेल. क्रॉकचे गणित असे होते – डेस प्लेन्समधल्या त्याच्या रेस्टॉरंटने दुसऱ्याच वर्षी केला तेवढा व्यवसाय जर झाला, तर तो वार्षिक २ लाख डॉलर्स असता. त्यावर २० टक्के नफ्याप्रमाणे फ्रँचायझींचा ४०,००० डॉलर्सचा नफा झाला असता आणि गुंतवणुकीचा विचार करता, तो कितीतरी अधिक परतावा होता. या रेस्टॉरंटच्या धंद्यात २,५०,००० डॉलर्सची गुंतवणूक फ्रँचायझींनाच करावी लागत होती. पण मॅकडोनल्ड्स पद्धतीच्या रेस्टॉरंटमध्ये ती फक्त ८०,००० डॉलर्स होती. त्यातही जर जमीन मालकांना जागा भाड्याने दिली आणि बँकेने जर स्थावर मालमत्ता गहाण ठेवून कर्ज दिले, तर केवळ ३०,००० डॉलर्सची गुंतवणूक रोख रकमेत करावी लागत होती आणि एवढी छोटी रक्कम कोणाकडूनही कर्जाऊ घेणे अशक्य नव्हते.

मॅकडोनल्ड्सच्या पहिल्या (नव्या व्यवस्थेतील) फ्रँचायझीने स्वत:चे फक्त १७,००० डॉलर्स गुंतवले आणि त्यावर त्याला पहिल्याच वर्षी दुप्पट नफा मिळण्याची शक्यता होती. अन्य काहींनी नंतर स्वत:चे फक्त ५००० डॉलर्सच रोख गुंतवले. या क्षमतेबाबतची माहिती जेव्हा रोलिंग ग्रीन क्लबच्या अन्य सदस्यांपर्यंत पोहोचली, त्या वेळी रे क्रॉकचे काम बरेच सोपे झाले. त्याने काही न बोलताच अनेक गुंतवणूकदार त्याला सहकार्य करण्यास पुढे आले. पहिल्या तीन वर्षांतच एकूण फ्रँचायझीपैकी ५० टक्के फ्रँचायझी त्याचे रोलिंग ग्रीन कंट्री क्लबचे सदस्य व त्याच्या मित्रपरिवारातले होते. तरीही मॅकडोनल्ड्स वा रे क्रॉकचा विचार केला, तर हा पाया फार मजबूत होता, असे म्हणता येणार नाही. कारण कंट्री क्लबमधील त्यांच्या मित्रपरिवारापैकी अनेक जणांना उत्पन्नाचे अन्य साधन असल्याने ते या नव्या व्यवसायावर अवलंबून नव्हते. त्यांच्या दृष्टीने हा त्यांचा दुय्यम व्यवसाय होता. त्यामुळे त्यांची जोखीम थोड्या रकमेची होती. त्यांचे सर्व जीवन त्यांतल्या उत्पन्नावर अवलंबून नव्हते. रे क्रॉकने हे हेरले. सर्व जीवन याच रेस्टॉरंटवर अवलंबून असेल, असे फ्रँचायझी मिळवायचा प्रयत्न केला आणि हे त्याने त्याच्या क्लबमधील मित्रांनाही सांगितले. पण त्यांपैकी अनेकांनी त्याची कडक नियंत्रणे झुगारून द्यायचे ठरवले. त्यांनी दर्जा, स्वच्छता याबाबतची नियंत्रणे बासनात गुंडाळून ठेवली आणि यांत आघाडीवर होता तिथला त्याचा जिवलग मित्र बॉब डोन्डेनव्हिले.

रे क्रॉकने मॅकडोनल्ड्सचा व्यवसाय चालू करण्याआधी दोन वर्षे डोन्डेनव्हिलेने 'चूचू' नावाचे हॅम्बर्गर रेस्टॉरंट उघडले होते. त्याने किचनमध्ये प्रक्रियेतून पूर्ण झालेले त्याचे हॅम्बर्गर थेट तिथे बसलेल्या ग्राहकांपर्यंत पोहोचवायची व्यवस्था केली

होती. त्यामुळे त्याची निवड रे क्रॉकने मॅकडोनल्ड्स स्टोअर चालवण्यासाठी केली. त्या वेळी त्याच्यासारखा स्वयंभू उद्योजक हा रे क्रॉकच्या शिस्तीच्या व दर्जाच्या उच्च अपेक्षेत बसणारा नव्हता, कारण रेबरोबरच्या व्यवहारात त्याच्यावर अनेक बंधने येऊ घातली होती. रेने जेव्हा त्याला केवळ १० पदार्थांच्या मेन्यूमध्येच कारभार करण्यास सांगितले, तेव्हा डोन्डेनव्हिलेसारख्या कॅलिफोर्नियामधल्या त्या गुंतवणूकदाराला हा मोठाच नियंत्रणाचा भाग वाटला. रेबरोबरच्या चर्चेत त्याने असे दाखवून दिले की, नफा कमावण्यासाठी यापेक्षा मोठा मेन्यू हवा. त्याने परस्परच तो वाढवला. जेव्हा त्याने जे मॅकडोनल्ड्स नावाने चालणाऱ्या त्याच्या रेस्टॉरंटमध्ये रोस्टेड बीफची डिश द्यायला सुरुवात केली, तेव्हा पहिला संघर्ष निर्माण झाला. डोन्डेनव्हिलेने आपल्या शोपीस खिडकीत तो रोस्ट बीफचा भला मोठा तुकडा ठेवला आणि ग्राहकांसमोरच त्यांची डिश द्यायला सुरुवात केली. त्या वेळी इतरांना ते मॅकडोनल्ड्सऐवजी रोस्ट बीफचे रेस्टॉरंटच वाटले. तो स्वत:च ती डिश बनवायचा व ग्राहकांना स्वत: नेऊन द्यायचा. पण सर्वांत मोठा धक्का म्हणजे, त्याने हॅम्बर्गरची किंमत १५ सेंटऐवजी १८ सेंट ठेवली होती. त्याने आर्थिकदृष्ट्या या कृतीचे समर्थन केले, कारण कॅलिफोर्नियामधला राहणीमान निर्देशांक बघता, ती किंमत वाजवी वाटत होती. त्या रेस्टॉरंटचा मालक म्हणत होता, आम्ही यावर भरपूर चर्चा करूनच हा निर्णय घेतला आहे. पण रे रागाने जळफळत होता. हॅम्बर्गर केवळ १५ सेंट्सचा असणे हे आर्थिकदृष्ट्या शक्य होते आणि म्हणून त्यांनी चर्चा करूनच हा निर्णय घेतला होता. तो घेते वेळी त्याला मॅकडोनल्ड्सची एजन्सी जाईल, असे वाटले होते. पण रेला जेव्हा ही माहिती मिळाली, तेव्हा त्यानेच 'हा निर्णय बदला' असा निर्वाणीचा संदेश टेलेक्सवर पाठवला व या कंपनीला आपल्या दुकानावरच्या मॅकडोनल्ड्सच्या कमानी काढायला लावल्या.

डोन्डेनव्हिलेने त्याकडे दुर्लक्ष केले. शिवाय त्याने नियमित दाढी करावी, यासाठी रेने केलेली टोचणीही त्याला आवडली नव्हती. आपल्या स्टोअर्समधील प्रत्येकाने नियमित दाढी केली पाहिजे, याबाबत रे कटाक्ष बाळगायचा. जेव्हा त्याने अर्धवट दाढी वाढवलेल्या डोन्डेनव्हिलेला पारदर्शक किचनमध्ये तशा वाढवलेल्या दाढीसह ब्रेड कापताना पाहिले, तेव्हा त्याचे पित्तच खवळले. डोन्डेनव्हिलेने दाढी वाढवली होती ती या निश्चयाने की, ज्या दिवशी स्टोअरचे अधिकृत उद्घाटन होईल, त्याच दिवशी ती काढायची. पण कदाचित रेचा विरोध आहे, म्हणून मुद्दामही त्याने ती तशी वाढवली असावी. रेने मग दुसरा विचार केला – प्रसिद्धी द्यायचा. डोन्डेनव्हिलेला प्रसिद्धीची फार हौस होती. स्थानिक वृत्तपत्रांतून तो नेहमी आपल्या स्टोअरची जाहिरात करायचा. आपल्या गाडीवरही त्याने मॅकडोनल्ड्सच्या त्या प्रसिद्ध कमानींची प्रतिकृती लावली होती. रेने आपल्या मॅकडोनल्ड्सच्या नव्या

कामगिरीची माहिती देणारी वार्तावृत्त परिषद डोन्डेनव्हिलेच्या त्या स्टोअरमध्येच भरवायचे ठरवले. तिथे तो असे जाहीर करणार होता की, डोन्डेनव्हिले या यशाप्रीत्यर्थ दाढी करणार आहे. पण डोन्डेनव्हिलेने त्याला दाद लागून दिली नाही व दाढी तशीच ठेवली. पुढे डोन्डेनव्हिलने कराराच्या विरोधात जाऊन मॅकडोनल्ड्सशी संबंधित नसलेले एक स्वतंत्र हॅम्बरर्गरचे स्टोअर उघडले. त्यामुळे त्याला नंतर मॅकडोनल्ड्सची फ्रँचायझी दुसऱ्या एखाद्या दुकानासाठी मिळाली नाही. तो म्हणायचा, ''हरकत नाही. पण मला कोणाचे हुकूम ऐकायला आवडत नाही. पण एक खरे की, माझ्या या अशा वागण्याने त्यांनी पुढचे फ्रँचायझी निवडताना काळजी घेतली असणार.''

पण रोलिंग ग्रीनमधल्या त्या क्लबमधल्या मित्रमंडळींपैकी तो एकटाच तसा नव्हता. वेसमुल्लरला पहिल्या दोन दुकानांप्रमाणेच तिसऱ्या दुकानाच्या जागेची मालकी पाहिजे होती. तोपर्यंत मॅकडोनल्ड्सचे धोरण असे ठरले होते की, कंपनी जागा विकत घेईल व फ्रँचायझींना भाड्याने देईल. जॉन स्वीनीकडे सहा स्टोअरची फ्रँचायझी होती; पण त्याला ती पुन्हा मिळाली नाही. कारण त्याने स्टोअर्सच्या देखभालीकडे दुर्लक्ष केले होते. मॅकडोनल्ड्सने १९६८मध्ये ते ताब्यात घेतले, तेव्हा त्याची अवस्था पाहून रेला धक्काच बसला. तळघरात एका पाइपाला पोते गुंडाळले होते. त्या पाइपमधून कोल्ड्रिकचे ड्रेनेज जात होते. त्या पोत्याला भयानक कुबट वास येत होता. रेच्या व्यवस्थापकाने ते पाहिले व पोते उघडले तर त्याला दिसले की, पाइपला पडलेले भोक बुजवण्यासाठी तिथे एक बटाटा कोंबला होता व तो आता कुजला होता. रेचे माथे भडकले नसते, तरच नवल!

सर्वांत मोठा संघर्ष झाला तो रोलिंग ग्रीनमधला त्याचा मित्र रिचर्ड पिचेट्टी अणि रेमध्ये. रिचर्ड नेहमी कमी प्रतीचा माल खरेदी करतो, अशी रेची माहिती होती आणि त्यामागचा उद्देश पैसे वाचवणे हा आहे, हेही त्याला माहिती होते. तसा रिचर्ड हा शिकागो परिसरात मॅकडोनल्ड्स स्टोअर उघडणारा पहिलाच होता. डेस प्लेन्समधील रेच्या स्टोअरपासून तो फार लांब नव्हता, पण त्या वस्तीतील ग्राहकांना तो सोईचा होता. मात्र रिचर्डच्या या वृत्तीने रे नाराज झाला.

रिचर्डचे स्टोअर उघडल्यावर त्याची पाहणी करण्यासाठी रे लवकरच त्या स्टोअरमध्ये गेला. त्रुटींबद्दल रे नेहमीच कडक असायचा. त्याला टाळाटाळ खपायची नाही. त्याने तिथे नखे वाढलेली व साफ नव्हती म्हणून एका कर्मचाऱ्याला झापले. रिचर्डला ते आपल्या अधिकारावरचे आक्रमण वाटले. ते त्याचे स्टोअर होते; रेचे नव्हे, ही त्याची धारणा होती आणि आपल्या व्यवहारात रेने ढवळाढवळ करू नये, असे त्याला वाटत होते. त्याने रेला तसे स्पष्ट सांगितले. रे चमकलाच. त्याच्या मते 'दर्जा आणि समानता' याबाबत मॅकडोनल्ड्समध्ये त्याचे मत अखेरचे आणि प्रत्येक मॅकडोनल्ड्स स्टोअर हे मॅकडोनल्ड्सचे धोरण अवलंबत असल्याने त्यावरही

त्याचा अधिकार होता. त्याने रिचर्डचे ते बोलणे ऐकले, कोट आणि हॅट चढवली तो तिथून निघून गेला. त्याने परत त्या दुकानात पाऊल ठेवले नाही. त्याच्यामते, तो रिचर्डला स्टोअर स्वच्छ ठेवण्यासाठी मदत करत होता आणि त्याला मात्र त्याची इच्छा नव्हती. नंतर १७ वर्षांनी रे त्या स्टोअरमधल्या कर्मचाऱ्यांच्या विनंतीवरून तिथे गेला; कारण तोपर्यंत परवाना नूतनीकरण करायची वेळ आली होती व रिचर्डला पक्के माहीत होते की, ते होणार नव्हते. कर्मचाऱ्यांच्या खास विनंतीमुळेच ते नूतनीकरण झाले. पण रिचर्डला मॅकडोनल्ड्सचा दुसरा कोणताही परवाना मिळाला नाही.

या विविध प्रकारांचा या लोकांशी असलेल्या त्याच्या मैत्रीवरही परिणाम झाला. त्या लोकांना वाटले की, वाढत्या मॅकडोनल्ड्सचा त्यांना फायदा होईल; पण तो तसा झाला नाही. जरी ते स्टोअर उघडण्यात अग्रेसर होते, तरी वरील विविध प्रकारांमुळे त्यापैकी फक्त पाच जणांनाच एकापेक्षा अधिक स्टोअरचे परवाने मिळाले. फिल आणि व्हिनेयार्डनी फ्लोरिडात २१ स्टोअर्स उघडली. फक्त नियम पाळणाऱ्यांना व उच्च दर्जा दाखवणाऱ्यांतच परवाना मिळेल, हे रेचे धोरण त्याने कडक शिस्तीने राबवले. त्याच्या रोलिंग ग्रीनमधील काही मित्रांनी दिलेल्या दग्यामुळे तो नाराज झाला व तसे त्याने काही वेळा बोलूनही दाखवले. काहींची तर तो नावेही घेणे टाळत होता. फक्त त्यांच्याबरोबरच्या सुरुवातीच्या परवान्यामुळे याबाबतचा बहुमोल धडा त्याला मिळाला, इतकेच! त्यांचे उत्पन्नाचे इतरही मार्ग होते. जास्तीत जास्त पैसे मिळवणे, हे त्यांचे मुख्य लक्ष्य होते. जणू ते 'गैरहजर मालक' होते. ते त्यांचा स्वत:चा वेळ व्यवसायाला देत नव्हते आणि काय विकलं जातंय, याच्याशी त्यांना काही सोयरसुतक नव्हते. त्यामुळे त्यांचे स्टोअर ठरवलेल्या सूत्रांनुसार चालवले जात नव्हते.

पण याबरोबरच इतर काही फ्रँचायझी मात्र मनापासून काम करत होते व त्यामुळे रेचा हुरूप वाढत होता. त्यांच्यामुळेच त्याच्या व्यवसायाचे क्षितिज रुंदावत होते. जणू ते अपघातानेच सापडले होते; पण रे त्यांच्यावर पूर्णपणे विसंबू शकत होता. त्यांपैकी कोणी फारसे श्रीमंत नव्हते. त्यांचा स्वत:चा दुसरा कोणताही व्यवसाय नव्हता. ते फार मोठे गुंतवणूकदार नव्हते, तसेच ते अगदी थोड्या कालावधीकरताचे गुंतवणूकदारही नव्हते. त्यांनी त्यांच्या नोकऱ्या सोडल्या होत्या, आपली सर्व पुंजी त्यांनी मॅकडोनल्ड्सच्या स्टोअर्समध्ये घातली होती, काहींनी नातेवाईक व मित्रांकडून कर्जे घेतली होती. ते जणू स्टोअर हे आपले दुसरे घर असल्यासारखे भरपूर वेळ तिथे घालवत होते. मात्र त्यांना जरी स्वतंत्र व्यवसाय करायचा होता, तरी पूर्णपणे त्यांत स्वत:ला आर्थिकदृष्ट्या झोकून द्यायचे नव्हते. मॅकडोनल्ड्स ही त्यांच्या दृष्टीने तडजोड होती. ते स्वत:चा तो व्यवसायही चालवून सोबत मॅकडोनल्ड्सच्या देशभरच्या यंत्रणेचा उपयोगही करून घेणार होते. अट

एकच होती. ती म्हणजे, त्यांनी मॅकडोनल्ड्सचे सर्व नियम पाळायचे होते. थोडक्यात, ते 'फ्रँचायझी उद्योजक' होते. पूर्णपणे उद्योजक आणि मोठ्या उद्योगाचे कर्मचारी यांच्यामधले काहीतरी. त्यांच्या त्या समर्पित वृत्तीने मॅकडोनल्ड्सची प्रतिमा अशी झाली की, जणू ते पैसे मिळवायचे उत्तम साधन आहे.

क्रॉकने जाहिराती देऊन त्यांना बोलावले नव्हते. मॅकडोनल्ड्समधल्या ३३ वर्षांच्या त्याच्या काळात अशा कामासाठी त्याने फारच थोड्या जाहिराती दिल्या. त्यांतील बहुतेक 'शिकागो टिब्यून'मध्ये प्रसिद्ध झाल्या. त्याने स्वीकारलेला मार्ग म्हणजे तोंडी होणारी प्रसिद्धी. त्याची सुरुवात कुठेतरी व्हायला पाहिजे होती व ती झाली सॅनफोर्ड ॲगेटपासून. सँडीने १९५५मध्ये मॅकडोनल्ड्सबद्दल ऐकले. तो शिकागोमध्ये एका छापखान्यात काम करायचा. पण त्याला स्वत:चा छोटा, पण चांगला व्यवसाय सुरू करायचा होता. त्या वेळी त्याचे वय होते ४६ वर्षे. एका रात्रशाळेत जाऊन त्याने चष्म्याबद्दलचा अभ्यासक्रमही पूर्ण केला होता. पण त्यात त्याचा जम बसत नव्हता, म्हणून त्याला कारखान्यातही काम करावे लागत होते. बेट्टी या त्याच्या बायकोने संसाराला हातभार लावण्यासाठी घरोघरी जाऊन बायबल विकायचा उपक्रम केला आणि त्यांतही निवडली शिकागोमधील मोठ्या उद्योगांची कार्यालये. एका ज्यू व्यक्तीने बायबल विकावे, हे जरा विचित्रच होते. पण त्यामुळे त्या दांपत्याचा एका नव्या जगात प्रवेश झाला. त्यांच्या पहिल्या ग्राहकांपैकी एक होते '२२१, नॉर्थ लासेल' येथील ८५० चौरस फुटांचे प्रिन्स कॅसल सेल्स डिव्हिजनचे कार्यालय. त्या वेळी तिथूनच रेने मॅकडोनल्ड्सची सुरुवात केली होती. सर्व नवोदित होते. त्यामुळे येणारा प्रत्येक जण मॅकडोनल्ड्सचा संभाव्य फ्रँचायझी असल्यासारखे कार्यालयातील सर्व जण समजायचे. बेट्टीने रेची सेक्रेटरी ज्यून मार्टिनोचे लक्ष वेधून घेतले. ज्यून धडपडी, आक्रमक आणि बोलकी होती. ''एक ज्यू बायबल विकून पैसे मिळवते, हे विचित्रच आहे. त्यापेक्षा तू मॅकडोनल्ड्सची फ्रँचायझी का घेत नाहीस?'' ज्यूनने खडा टाकला. असे थेट बोलणे हे ज्यूनचे वैशिष्ट्य होते. पण तो खडा योग्य जागी लागला. सँडी आगेट त्या वेळी रेस्टॉरंटच्या धंद्याचा विचार करतच होता. शिवाय त्याला त्यांत फार गुंतवणूक नको होती. मग रेबरोबरच्या एका जेवणात त्याला मॅकडोनल्ड्सची अधिक माहिती मिळाली. बेट्टीने त्याला उत्तम सहकार्याचे आश्वासन दिले. ''चला, प्रयत्न तर करू.'' म्हणून तिने त्याचे मनोबल वाढवले.

त्या वर्षी त्यांनी रेला फ्रँचायझीचे ९५० डॉलर्स दिले आणि रेचा स्थावर मालमत्तेचे काम बघणारा हॅरी सोन्नेबर्न याने त्याला शिकागोपासून ५० मैलांवरील वाऊकेगान येथील एक भाड्याची जागा दाखवली. तिथे कामगारवस्ती अधिक होती आणि गावाची वस्ती होती ६०,०००. तिथे एक ड्राइव्ह-इन हॅम्बर्गर टपरी होती.

पण ती हिवाळ्यात पाच महिने बंद असायची, शिवाय तिथल्या नियोजित शॉपिंग सेंटरसमोरच्या एका बँकरच्या मालकीची ती जागा होती. रेने शब्द टाकला व विल्यम ओमिरा या त्या बँकरने तिथे स्टोअर बांधून सँडीला भाड्याने देण्याचे मान्य केले. सेल्सच्या पाच टक्के; पण जास्तीत जास्त १००० डॉलर्स व कमीत कमी ५०० डॉलर्स दरमहा असे भाडे ठरले. एवीतेवी सँडीकडे स्वत:ची जागा घेण्याइतपत पैसे नव्हते, त्यामुळे त्याने याला मान्यता दिली.

या दुकानातील विक्री महिना २०,००० डॉलर्स होऊ शकेल, असे विल्यमला स्वप्नातही वाटले नव्हते. पण पहिल्या महिन्यातच तो आकडा गाठला गेला. विल्यम त्यामुळे अस्वस्थ झाला व त्याने रेला फोन केला. ''आश्चर्य आहे! या वेगाने सँडी लक्षाधीश होईल व मी कवड्या घेत राहीन.'' रे म्हणाला, '' मी सांगितले तेव्हा तुझा विश्वास नव्हता; आता तूच पाहा.'' आगेटने छापखान्यातील नोकरी सोडली व तो किचनमध्ये काम करू लागला, तर बेट्टी काउंटरवर. पुढे अनेक जोडप्यांनी तसे काम केले; पण सुरुवात झाली सँडी-बेट्टीमुळे. गेल्या दोन दशकांत या जोडप्याने वाचवलेले २५००० डॉलर्स अनामत रक्कम, परवाना फी आणि यंत्रसामग्रीत गेले. शेवटी सर्व शिल्लक संपल्यावर क्रॉक म्हणाला, ''हे पाहा, काउंटरवर नेहमी १०० डॉलर्स सुट्ट्या नाण्यांच्या रूपात ठेवायला हवेत.'' सँडी हबकलाच. ''हे जर तू मला आधी सांगितले असतेस, तर मी या फंदात पडलो नसतो.'' रे म्हणाला, ''म्हणूनच आधी सांगितले नाही.'' मग उरलेल्या १५० पैकी १०० काउंटरवर ठेवून ५० डॉलर्स सँडीने बेट्टीला घरखर्चासाठी दिले.

२६ मे १९५५ला त्यांनी स्टोअर उघडले व ते गिऱ्हाइकांची वाट पाहत बसले. रे पण तिथे होता. दुकानाचे उद्‌घाटन व ग्राहकांचा प्रतिसाद हा मॅकडोनल्ड्स व सँडी-बेट्टी या दोघांसाठीही महत्त्वाचा होता. रेच्या स्वत:च्या स्टोअरमधून वर्षाला दोन लाख डॉलर्सचा धंदा होत होता. पण चांगल्या चाललेल्या फ्रँचायझीमुळे त्याला इतर संभाव्य गुंतवणूकदारांना एक उत्तम उदाहरण दाखवता आले असते. रोलिंग ग्रीनमधल्या त्याच्या मित्रांनी तेवढा उत्साह दाखवला नाही. एक तर त्यांना धंद्याचे गणित कळले नाही व मित्र म्हणून ते रेला तेवढे महत्त्व देत नव्हते. त्यामुळे शोपीस म्हणून त्याचे स्टोअर्स इतरांना दाखवणे रेला पसंत नव्हते. अशीच केविलवाणी परिस्थिती डल्लसमधील स्टोअरची होती. रॉस कोल आणि व्ही.एफ. मॅरेटच्या मालकीचे ते स्टोअर रेने दिलेल्या फ्रँचायझींपैकी पहिल्या चारांतले होते व ते १९५६मध्ये सुरू झाले होते. तिथली मासिक विक्री जेमतेम १०,००० डॉलर्सची होती व १५ महिन्यांनंतर या दोघांनी ते बंद करून टाकले. आता तिथे मॅकडोनल्ड्सची ती प्रसिद्ध कमान नाही; पण लाल-पांढऱ्या विटांची ती छोटेखानी इमारत तिथे आजही एका मोठ्या औद्योगिक साम्राज्याच्या सुरुवातीच्या अपयशाची खूण म्हणून उभी

आहे. तिथे आता मोटारगाड्या दुरुस्तीचे गॅरेज आहे, एवढेच! इतर काही जणांना इतर धंद्यात खोट बसल्याने त्यांचे या फ्रँचायझीकडे दुर्लक्ष झाले आणि इतर काही प्रकरणात चांगले बस्तान बसेपर्यंत मालकी बदलली गेल्याने व्यत्यय येत गेला. या डल्लस प्रकरणामुळे टेक्सास राज्यात जम बसवण्यासाठी रेला बराच वेळ घालवावा लागला.

स्टोअर उघडल्यापासून सँडीचे स्टोअर म्हणजे मॅकडोनल्ड्सची सोन्याची खाण ठरली. त्याच्या यशामुळे रेसुद्धा पार चाट पडला. पहिल्याच दिवशी ग्राहकांची रांग पार रस्त्यापर्यंत लागली. सँडी ज्यांच्याकडून बन विकत घ्यायचा, त्याच्या ड्रायव्हरने त्याला सकाळीच सांगितले होते, ''तुम्ही १२५ डझन बन्सची ऑर्डर दिली आहे, ती माझ्या मते मोठी आहे. बन वाया जातील.'' पण संध्याकाळी ५ वाजताच बन संपले आणि सँडीला परत तातडीने ऑर्डर द्यावी लागली. पहिल्याच दिवशी ४५० डॉलर्सचा गल्ला जमला. ''तू तर पैशाच्या ढिगावर बसला आहेस!'' रे त्याला म्हणाला. दुसऱ्या दिवशीचा गल्ला ८०० डॉलर्सपर्यंत गेला. पण एक प्रश्न निर्माण झाला. त्याची कॅश रजिस्टर्स लहान होती. एवढ्या मोठ्या गर्दीला ती तोकडी पडू लागली. त्यांच्याकडे नोटांची थप्पी लागली. सँडीने बँकेतून रिकामी थैली आणायचा विचारच केला नव्हता. दुकानात ठेवावी तर चोरीची भीती, म्हणून त्याने कागदी बॅगेत नोटा भरल्या व घरी घेऊन गेला. काहीही जाहिरात न करता त्या छोट्या गावात हे स्टोअर चर्चेचा विषय बनले. शनिवारी पाऊस असूनही सकाळी १० पासूनच लोक सुमारे तासभर रांगा लावून उभे होते. कारण ११ला विक्रीला सुरुवात होणार होती. रात्री १पर्यंत रांग संपली नव्हती आणि ती वेळ अधिकृत वेळेपेक्षा दोन तास जास्त होती. गल्ला १००० डॉलर्सचा जमला. हे तर रेच्या स्वतःच्या स्टोअरमध्येही झाले नव्हते. रविवारी हीच परिस्थिती होती व संध्याकाळी पाच वाजता बीफ संपले आणि त्याने परत तातडीची ऑर्डर दिली. रांगेत उभे असलेल्यांना अर्धा-पाऊण तास उशीर होईल, असे सांगितले; पण सर्व जण शांतपणे उभे होते. ते पाहून सँडी आणि रे चाट पडले. केवळ तोंडी प्रचारातून हे सर्व घडले होते.

या प्रकरणामुळे रेला यशस्वी होण्यासाठी कोणत्या प्रकारचे फ्रँचायझी पाहिजेत, याचे गणित कळाले. त्यामुळेच तो या व्यवसायातील जीवघेणी स्पर्धा जिंकणार होता. मॅकडोनल्ड्सला सँडी पूर्णतः समर्पित होता. त्याने स्टोअरमागचेच घर भाड्याने घेतले होते. पण स्टोअर हेच त्याचे घर झाले होते. तो सकाळी सात वाजता तिथे येई व सगळे गेल्यावर मध्यरात्री स्टोअर बंद करून घरी जाई. त्याच्या स्वयंपाकघरातून स्टोअर दिसायचे. त्यामुळे घरी असताना तो लहर आली की, तिथे जाऊन स्टोअरकडे बघत बसे. तिथून त्याला कार आल्यापासून बाहेर पडायला किती वेळ लागतो, हे पाहता यायचे व त्यावरून सेवा देण्याचा वेगही कळायचा. त्याने शेजारच्याच नेव्हल ट्रेनिंग स्कूलमधील लोकांना कर्मचारी म्हणून घेतले आणि सँडी स्वतः एखाद्या कप्तानासारखा

सगळ्यांकडून काम करून घेऊ लागला. रेच्या लक्षात आले की, यशस्वी व्हायचे असेल तर मॅकडोनल्ड्सला असे आणखी सँडी आगेट पाहिजेत.

या स्टोअरच्या यशाची बातमी हळूहळू इतरत्र पसरू लागली आणि संभाव्य उद्योजक जागरूक झाले. ते लांबलांबून येऊन या स्टोअरची 'याचि देही याचि डोळा' पाहणी करू लागले. पहिल्या १२ महिन्यांत आगेटचा २,५०,००० डॉलर्सचा धंदा झाला आणि त्यातून त्याला ५०,००० डॉलर्सचा फायदा झाला. पुढे लवकरच त्याने एक लाख डॉलर्सला उच्चभ्रू वस्तीत एक घर घेतले. ते रेच्या घरापेक्षाही उत्तम होते. त्याचे उत्पन्न रेच्या चौपट होते, पण रेला त्यामुळे आनंद होत होता. त्याला पक्के माहीत होते की, यशस्वी व्हायचे असेल तर फ्रँचायझींना भरपूर पैसा मिळाला पाहिजे. सँडीची कहाणी ऐकून तो इतरांना त्या स्वप्नांच्या दुनियेत नेऊ शकत होता. सँडीच्या यशाची कहाणी व त्याचा ताळेबंद रे संभाव्य उद्योजकांना दाखवायचा. पण त्यामुळे सँडी वैतागला. हा त्याचा खासगी मामला होता. मग रेने त्याचे खरे नाव बदलून 'गॅन' या नकली नावाने ती माहिती इतरांना द्यायला सुरुवात केली.

काही दिवसांतच सँडीला त्याच्या स्टोअरच्या पार्किंग लॉटमध्ये इतर राज्यांतल्या गाड्या दिसू लागल्या. तसे ते काही पर्यटकांचे गाव नव्हते. पण ते सर्व होते रेकडे आलेले संभाव्य उद्योजक. रेने त्यांना ते स्टोअर पाहण्यासाठी आवर्जून जायला सांगितले होते.

त्यांपैकी एक होता लोऊ ग्रोएन. सिनसिनाटीमधील स्टोअर्सचा तो अंशत: भागीदार व व्यवस्थापक होता. शिकागोच्या नॅशनल रेस्टॉरंट शोच्या वेळी त्याने रेचे स्टोअर पाहिले होते. ते पाहून तो खूश होता. पण त्याच्यामते, तो शोपीस होता. "तुम्ही कोणाला फ्रँचायझी दिली आहे का?" त्याने रेला विचारले. मग रेने त्याला सँडीच्या स्टोअरचा संदर्भ दिला. ग्रोएन तिथे गेला व स्टोअरबाहेरची ग्राहकांची रांग पाहून चाटच पडला. सँडीने सांगितले, "माझी गुंतवणूक काही महिन्यांतच वसूल झाली." ग्रोएन म्हणाला, "ते ठीक आहे, या धंद्यात तरीही इतका पैसा नाही. तुझ्यावर विश्वास कसा ठेवायचा? तुझे हे टॅक्स रिटर्न दाखवशील का?" सँडी त्याला घरी घेऊन गेला व त्याने डायनिंग टेबलावर टॅक्स रिटर्न पसरले. "मी माझ्या जन्मात एवढा पैसा कधी पाहिला नव्हता." सँडी म्हणाला. हे सर्व पाहून ग्रोएन थक्क झाला. तिथून तो बाहेर पडला ते फ्रँचायझी घेण्याचा निश्चय करूनच! पुढे त्याने मॅकडोनल्ड्सची ४० स्टोअर्स चालवली व सँडीच्या कितीतरी पट उत्पन्न कमावले. त्याने स्वत: दोन, त्याच्या मुलांनी दोन; तर त्याच्या कर्मचाऱ्यांनी चार स्टोअर्स चालवली. पुढे उरलेली स्टोअर्स त्याने मॅकडोनल्ड्सलाच विकून टाकली. सँडीने ज्या पद्धतीने मॅकडोनल्ड्सची माहिती सांगितली, त्याला आपल्या यशाचे श्रेय तो देतो. 'शून्यातून वर आलेला माणूस' असे तो सँडीचे वर्णन करायचा.

असाच अनुभव अन्य काही संभाव्य उद्योजकांना आला. रुबेन टेलर हा विस्कॉन्सिनमध्ये ट्रकच्या पार्टचा विक्रेता म्हणून नोकरी करत होता. तोही फ्रँचायझीच्या शोधात होता. सँडीचे यश त्याने पाहिले व तो खूश झाला. त्याने हॅमडेन, कनेक्टिकट येथे १९५७मध्ये स्टोअर उघडले. नोकरी सोडली. त्याचाही धंदा सँडीसारखा जोरात चालू झाला. दोन वर्षांनंतर त्याला न्यू यॉर्क-बोस्टन हमरस्त्यावरील न्यू विंग्टन येथील एका मोक्याच्या जागेची फ्रँचायझी मिळाली आणि त्याचे भाग्यच उजळले. सँडीपेक्षाही त्याचा धंदा जोरदार चालू झाला. रेला या धंद्यात किती सुप्त शक्ती आहे, हे जाणवू लागले. न्यू विंग्टनच्या या स्टोअरने १९६४मध्ये पाच लाख डॉलर्सचा धंदा केला व तसे करणारा तो पहिलाच होता. मॅकडोनल्ड्सच्या स्टोअर्सच्या सरासरी वार्षिक उत्पन्नापेक्षा ते कितीतरी अधिक होते. पुढे रुबेनने एकूण २५ स्टोअर्स चालवली व त्यांतली १६ आपल्याकडे कायम ठेवली.

सँडीचे नातेवाईक व मित्र यांनाही त्याच्या स्टोअरचे आकर्षण होते. त्याने त्याच्या भावाच्या मदतीने इव्हान्स्टन, इलिनॉइस इथले; तर मेव्हण्याच्या मदतीने मिशावाका, इंडियाना येथील स्टोअर चालवले. बेट्टीच्या भावाने मॅडिसन, विस्कॉन्सिनमध्ये पाच स्टोअर्स चालवली. त्याचप्रमाणे त्या गावातील अनेक व्यापारी त्याच्या स्टोअरसमोरची ती रांग पाहून चाट पडायचे. मग त्यापैकी हॅरॉल्ड स्टर्नने स्त्रियांच्या कपड्यांचे दुकान या स्टोअरसमोरच काढले. बेट्टीने मेल गार्ब या आणखी एका व्यापाऱ्याला रेला भेटायला सांगितले व मग त्याच्या भागीदारीत सागिनॉ, मिशिगन येथे एक मॅकडोनल्ड्स स्टोअर १९५८-५९मध्ये उघडले. त्यांनी ते मॅकडोनल्ड्सला १० वर्षांनी अडीच कोटी डॉलर्सला विकले. गार्ब-स्टर्न भागीदारीने मॅकडोनल्ड्सची एकूण ४६ स्टोअर्स चालवली. ती मिशिगन, विस्कॉन्सिन, ओक्लाहामा, नेवाडा आणि कॅलिफोर्निया अशी दूरवर पसरली होती.

तसाच तिथला आणखी एक म्हणजे, आर्थर कोर्फ हा कापडाचा व्यापारी होता – त्याने १९५९मध्ये ॲशव्हिले, नॉर्थ कॅरोलिना इथले स्टोअर घेतले आणि त्याच्या भागीदारीत रिचर्ड फ्रँकलेने कॅरोलिना (नॉर्थ व साउथ) आणि ॲरिझोना राज्यात २९ स्टोअर्स चालवायला घेतली. ती त्यांनी १९७६मध्ये मॅकडोनल्ड्सला विकली. त्याच गावातल्या फ्रिट्स कास्पर या आणखी एका कापड व्यापाऱ्याने टॅम्पामधली फ्रँचायझी मिळवली. त्याची पुढे २९ स्टोअर्स झाली. तिथलाच आणखी एक औषधाचा व्यापारी बिल ओब्रायन याने आयोवा सिटी, आयोवात दोन स्टोअर्स चालवली.

म्हणजेच पहिल्या तीन वर्षांतच सँडीच्या यशामुळे दोन डझनांहून अधिक नवे फ्रँचायझी मॅकडोनल्ड्सला देता आले. रोलिंग ग्रीन क्लबमधील त्याच्या मित्रांनी पहिल्या काही वर्षांत निम्मी स्टोअर्स घेतली; तर त्यानंतर सँडीच्या गाववाल्यांची एकूण संख्या मोठीच झाली. सँडीच्या पॅटर्नमधील स्टोअर्सचे मालक हे मालक व

व्यवस्थापक अशी दुहेरी भूमिका बजावत होते, त्यामुळे त्यांचे यश अधिक खुलले. त्यांतून २००च्या वर नवी स्टोअर्स चालू झाली. मेल गार्बच्या मते, सँडी आगेटच्या त्या स्टोअरमधून एक मोठा वटवृक्ष तयार झाला.

मात्र, इतर अनेकांनी जसा वाढवला तसा सँडीचा पसारा वाढला नाही. पहिल्या स्टोअरनंतर तीन वर्षांनी रेने त्याला दुसरे स्टोअर चालवण्याची सूचना केली. पण त्यापेक्षा जास्त जेव्हा तो मागू लागला तेव्हा रेने ते नाकारले, कारण त्याचा दर्जा घसरला होता. तो कमी दर्जाचा माल वापरत होता. त्यासाठी तो मान्यताप्राप्त पुरवठादारांऐवजी इतरांकडून स्वस्तात माल घ्यायचा. बेट्टी त्याला सावध करायची, पण सँडी म्हणायचा, ''मी माझा राजा आहे. मी मला पाहिजे तेच करेन.''

सँडी आगेटचे म्हणणे होते की, त्याच्या गावात कोका-कोलापेक्षा पेप्सी-कोला जास्त खपेल. पण मॅकडोनल्ड्सच्या मान्यता यादीत कोका-कोला होता. सँडीने बंद करून १९६०मध्ये पेप्सी पुरवणे चालू केले व मग त्याचे अनुकरण अन्य काही स्टोअर्सनी केले. मग पेप्सी-कोला हा महत्त्वाचा पुरवठादार बनला. पण सँडीला त्याची किंमत मोजावी लागली. रेने त्याला २० वर्षांच्या परवान्याचे नूतनीकरण १९७५मध्ये होणार नाही, असे सांगितले. 'पेप्सी'चा प्रयोग आपल्या मॅकडोनल्ड्स स्टोअर्समध्ये त्याने केला नाही. मात्र या निमित्ताने आपल्या व्यवसायातील समानता हा रेच्या दृष्टीने महत्त्वाचा भाग आहे, हे सर्वांना पटले. याबाबत स्टोअर्सनी केलेले दुर्लक्ष खपवून घेतले जाणार नाही, असा इशाराच सँडीच्या निमित्ताने त्याने सर्वांना दिला.

कोणत्या प्रकारचे फ्रँचायझी मॅकडोनल्ड्सच्या दृष्टीने उत्तम आहेत, हे पाहायचा १९५०च्या दशकाच्या शेवटी रेने प्रयत्न केला. त्यांनी केवळ गुंतवणूकदार असलेल्यांना काही स्टोअर्स दिली; पण सँडीसारखे स्वत: राबणारे उद्योजक अधिक चांगले काम करतात, हे त्याला दिसून आले. त्यांपैकी बहुतेक सर्व जण या क्षेत्रात नव्यानेच आलेले असल्याने त्यांना मॅकडोनल्ड्सच्या पद्धतीत बसवणे सोपे गेले. ते खुल्या मनाने सूचना स्वीकारत होते. रेचे एका फ्रँचायझीला एक स्टोअर हे गणित त्यांच्या बाबतीत उत्तम बसत होते. त्यामुळे दर्जाम्ध्ये समानता आणणेही सोपे होत होते. तो त्यांच्याकडून कामातील सुधारणा सुचवण्यासाठी सूचना मागवायचा, योग्य त्या अमानत आणायचा; पण ठरवून दिलेल्या पद्धतीच्या बाहेर काम करणे खपवून घ्यायचा नाही. अशामुळे कार्यपद्धत बिघडते, असे त्याला वाटायचे. पण या पद्धतीमुळे तो मॅकडोनल्ड्सच्या कारभारात समानता व एकसंधता आणू शकला. आपल्या सूचना दुर्लक्षित केलेल्या त्याला खपायचे नाही. बेट्टी आगेट म्हणायची, '' रे म्हणजे एखाद्या कठीण खडकासारखा आहे. तो कधीही विसरत नाही व कधीही कुणाला माफ करत नाही.''

रे क्रॉकची 'भट्टी'

"जर कॉर्पोरेशनमध्ये एकच विचार करणारे दोन अधिकारी असतील, तर त्यांतला एक अनावश्यक आहे."

एका मॅनेजमेंट स्कूलमध्ये विद्यार्थ्यांसमवेतच्या एका परिसंवादात भाषण करताना रे क्रॉकने १९७३मध्ये हे उद्‌गार काढले. त्या वेळी त्याचे अधिकारी उपस्थित होते. त्या परिसंवादात रेने शासनाच्या मुक्त व्यापाराच्या विरोधातील धोरणांवर टीका केली. "तुमचे हे विचार तुमच्या सर्व अधिकाऱ्यांनी मानावेत का?" असे एका विद्यार्थ्याने विचारल्यावर त्याने मॅकडोनल्ड्स कॉर्पोरेशनच्या उभारणीतील व्यवस्थापकीय तत्त्वज्ञान त्यांना सांगितले.

त्याचा प्रमुख व्यवस्थापक फ्रेड टर्नर याने रे क्रॉक कोणत्या गोष्टींना उत्तेजन देतो व कोणत्या खपवून घेत नाही, हे या वेळी उत्तमरीत्या सांगितले. तो म्हणाला, "१९७२मध्ये रेने रिचर्ड निक्सनच्या निवडणूक प्रचार मोहिमेसाठी २,५०,००० डॉलर्स दिले. त्याला त्यामुळे बरीच नकारात्मक प्रसिद्धी मिळाली. मात्र, त्याच्या एका उच्च अधिकाऱ्याने विरुद्ध पक्षाला मत दिले. असे आणखीही काही वेळा घडले आहे. त्यावरून एकच दिसते की, मॅकडोनल्ड्स ही एकांगी विचार करणारी कंपनी नाही. तिचे उच्च अधिकारी काही बाबतींत स्वतंत्ररीत्या विचार वा कृती करू शकतात. त्यांच्या पार्श्वभूमीत व चारित्र्यात समानता असेलच, असे नाही. ही रचना ठरवून केलेली आहे. रे क्रॉकला त्याच्या अधिकाऱ्यांकडून केवळ मॅकडोनल्ड्सशी बांधिलकी आणि निष्ठा हवी असते. त्यामुळे एका साच्यातलेच सर्व अधिकारी असावेत, असे त्याला वाटत नाही."

उलट, रेला व्यवसायाच्या एखाद्या अंगाचे उत्तम व्यवस्थापन करणारा अधिकारी आवडायचा. ते आपल्या दिलेल्या कामात कसे वागतात व उद्दिष्ट गाठतात, हे तो

हेरायचा. त्यावरून तो त्यांची पात्रता ठरवायचा. त्यांना कामावर ठेवायचा. प्रसंगी त्यांपैकी काहींचे अन्य वागणे थोडे चक्रमपणाचे वाटले, तरी तो ते खपवून घ्यायचा. त्याच्यावर तसा शिक्का बसला नसला, तरी तो व्यवस्थापनक्षेत्रातला तज्ज्ञ होता. कित्येक वेळा त्याचे काही बाबतींत विचित्रासारखे वागणे व आरडाओरड करणे, यामुळे त्याचे हे कौशल्य झाकोळून जायचे. तो एक भावनाप्रधान माणूस होता व काम कसे व्हावे आणि माणसांनी कसे वागावे, यासंबंधी त्याची काही ठाम मते होती. जुन्या जगतातील मूल्यांसंबंधी त्याला बराच आदर होता. त्याचे एखाद्या विषयावरचे वा व्यक्तीबद्दलचे निर्णय स्पष्ट व लिखित असत. मॅकडोनल्ड्‌समधील जे अधिकारी वा कर्मचारी उत्तम कामगिरी करत, त्यांच्याविषयी त्याच्या मनात कौतुकाची व गुणग्राहकतेची भावना असायची. जेव्हा त्याने कंपनीतले उच्चपदस्थ अधिकारी निवडले, तेव्हा वैयक्तिक आवडी-निवडी बाजूला ठेवून उत्कृष्ट कामगिरी बजावलेल्या अधिकाऱ्यांना त्याने बढत्या दिल्या. एखाद्याने अगदी त्याच्या मनाविरुद्ध गोष्ट केली, तरी त्याच्याबद्दलच्या रागाला कुठे व कशी वाट करून द्यायची, याविषयी त्याचे तंत्र त्याने बसवले होते. एका मोठ्या अमेरिकन कॉर्पोरेशनच्या उच्च व्यवस्थापनात त्यामुळे त्याने विविध गुणवत्तेची, स्वभावाची व कार्यपद्धतीची माणसे जमवली होती. ती पद्धत आजही तिथे राबवली जाते. त्याचा एक निवृत्त उपाध्यक्ष एडवर्ड श्मिट याने रेच्या याबाबतीतल्या विचारप्रणालीला दुजोरा दिला. त्याच्या मते, रेचे व्यवस्थापनविषयक तत्त्वज्ञान अगदी तळागाळापर्यंत राबवले जाते. रेने आपल्या अधिकाऱ्यांना भरपूर स्वातंत्र्यही दिले. कित्येकांना वाटायचे की, मॅकडोनल्ड्‌स म्हणजे रेचा एकखांबी तंबू आहे; पण ते खरे नव्हते. अन्य कॉर्पोरेशनमधले संस्थापक द्यायचे त्याच्यापेक्षा कितीतरी अधिक स्वातंत्र्य अधिकाऱ्यांना रे देत असे. मात्र काही अधिकारी त्याला 'सात्त्विक व्यावसायिक हुकूमशहा' समजायचे. त्यांत काही तथ्यही होते, कारण काही वेळा त्याचा कारभार एकतंत्री वाटायचा. अधिकारी वा कर्मचाऱ्यांचे वागणे, पेहराव, सवयी, खोड्या यांविषयी त्याची काही ठाम मते व अपेक्षा असायच्या. उदा. – च्युइंगमचा फुगा तोंडातून काढणे, कॉमिकची पाने वाचणे, अगदी पांढरे पायमोजे घालणे – हे त्याला निषिद्ध होते. खराब, वाढलेली वा कुरतडलेली नखे, चुरगळलेले कपडे किंवा नीट भांग न पाडलेले केस हे पाहिले की, त्याच्या तळपायाची आग मस्तकात जायची. काम संपवून घरी जाताना आपापले टेबल सर्वांनी साफ ठेवावे, टाइपरायटर कापडाने झाकावा आणि अगदी आपापली वाहनेही सर्वांनी स्वच्छ ठेवावीत, यावर त्याचा कटाक्ष असे.

त्याची ही व्यक्तिगत मते म्हणजे जणू मॅकडोनल्ड्‌सची आचारसंहिताच बनली होती. त्यांपैकी काही नियम केवळ रेचे मत म्हणून अस्तित्वात होते. एकदा एका अधिकाऱ्याला त्याने मॅनहटन हे पेय पिताना पाहिले व त्याबद्दल त्याला खडसावले.

त्याला त्या पेयाबाबत काही देणे-घेणे नव्हते, पण त्याच्या मते उच्चाधिकाऱ्यांनी तसले पेय पिणे हे कमीपणाचे लक्षण होते. स्पोर्ट्स शर्ट घालून कोणी कामाला आलेले त्याला खपायचे नाही. सर्वांनी लांब बाह्यांचे शर्ट्स घालूनच कार्यस्थळी यावे, याबाबत तो आग्रही असायचा. त्याने अधिकाऱ्यांनी पाइप वापरून धूम्रपान करण्यावर बंदी घातली होती. त्याच्या मते, पाइप म्हणजे जिवंत ज्वालामुखीच. सिगरेट ओढणे त्याला आवडायचे, तोही करायचा; पण महिला कर्मचाऱ्यांनी ते केवळ आपल्या कार्यालयीन जागेवर करावे, असा त्याचा आदेश होता. काहींच्या नाकातील वाढलेले केस त्याने काढायला लावले, तर कोणाचे दात साफ नसले तर ते त्याने आपल्यासमोर साफ करायला लावले. दाढी-मिशा राखणे त्याला मान्य नव्हते. याबाबत कोणी हयगय केली, तर तो अशा कर्मचाऱ्याला नोकरीतून तडकाफडकी काढायलाही मागे-पुढे पाहायचा नाही. व्यवसायात वापरायची हॅट न घालता एकदा त्याचा वकील कामावर येताना हिवाळ्यातील कानटोपी घालून आला. त्याला त्याने परत जायला सांगितले. त्याच्या मते, उच्चपदस्थांनी केवळ बिझनेस हॅटच घातली पाहिजे. एकदा त्याच्या एका स्थावर मालमत्तेचे व्यवहार बघणाऱ्या मध्यस्थाने कारपार्कचे बिल देण्यासाठी रेकडे दोन डॉलर्स उसने मागितले. त्याने एवढे थोडे पैसे ठेवायचीही तसदी न घेतल्यामुळे रेचा राग अनावर झाला. एकदा ओक्लाहामामधील त्याचा क्षेत्रीय अधिकारी मळलेले बूट घालून व धुळीने माखलेली गाडी घेऊन न्यायला आला. त्याने प्रथम जवळच्या कार धुवायच्या पंपावर गाडी घ्यायला सांगितली व मग त्याला कामावरून काढून टाकले.

भावनेच्या आहारी जाऊन त्याने अशी अनेकांची गच्छंती केली होती. मात्र त्याने स्वत: ती कधी केली नाही. तो अशा वेळी अन्य कुणालातरी मध्यस्थ म्हणून घालायचा. कित्येक वेळा क्षणार्धात आलेल्या रागात अशा ऑर्डर्स दिल्या जायच्या, पण राग ओसरल्यावर तो सर्व विसरूनही जायचा. एकदा एका व्यवस्थापकाकडे तो तातडीच्या कामासाठी गेला. तो व्यवस्थापक त्या वेळी टेबलावरच्या कागदपत्रांची आवराआवरी करत होता. "हे काय करतोयस?" असे रेने विचारल्यावर तो म्हणाला, "काही नाही, काल तुम्ही मला कामावरून कमी केले आहे, त्यामुळे आता मी काम सोडण्याआधी आवराआवरी करतोय." खरे म्हणजे, राग ओसरल्यावर रे हे सर्व विसरला होता. मग त्याने त्याला परत काम चालू ठेवण्याचे आदेश दिले. काही वेळा फ्रेड टर्नरसारखा ज्येष्ठ सहकारी त्याच्या अशा आज्ञा ऐकायचा नाही. एकदा एका तशा अत्यंत उत्तम अधिकाऱ्याला क्षणिक रागामुळे रेने काढून टाकायला सांगितले, तेव्हा फ्रेडने ते ऐकले नाही. त्याच्या मते, तो एक कार्यकुशल व्यवस्थापक होता. अशा वेळी फ्रेड त्याच्याशी भांडायचा व आपले म्हणणे त्याला पटवून द्यायचा. रे कित्येक वेळा एखाद्याला काढायचे रागात दिलेले आदेश त्याची सहायिका

ज्यून मार्टिनो हिच्याकडे द्यायचा. ती निर्णयाची कार्यवाही मुद्दामच लांबवायची. कारण तिला त्याचा शीघ्रकोपी स्वभाव माहोत होता व शांत झाल्यावर तो आपला आदेशही बहुतेक वेळा फिरवायचा. ती जर म्हणाली, "मी हे काम करणार नाही", तर तिचीही गच्छंती होणार, हे तिला माहीत होते. म्हणून "रे, तुझे म्हणणे खरे आहे, तो काढायच्याच लायकीचा आहे." असे ती म्हणायची. दुसऱ्या दिवशी ती अंदाज घ्यायची "रे, मला खात्री आहे – तू परत विचार केला आहेस आणि तो काढायचा निर्णय बदलायची तुझी तयारी आहे." हे तिचे उद्गार बरेच काम करून जायचे.

बहुतेक वेळा त्या क्षणिक संतापाने एखाद्याच्या बाबतीत तो अगदी वेड्यासारखा बेफाम व्हायचा; पण नंतर त्याला आपला संताप योग्य नाही, हे पटायचे. हा रागाचा भाग सोडला, तर अंतर्यामी रे हा एक एकांडा शिलेदार नसून उदारमतवादी उच्चपदस्थ आहे, हे बहुतेकांना पटायचे. तो कित्येक लोकांचे चुकीचे वागणे वेळप्रसंगी खपवून घ्यायचा, त्याकडे दुर्लक्ष करायचा. जोपर्यंत ते मॅकडोनल्ड्सच्या भल्याकरता काही करत असायचे तोपर्यंत ते त्याचे असत. व्हिएटनाम युद्धाच्या वेळी लांब केस राखणे ही अमेरिकनांची फॅशन होती व त्याने आपल्या कर्मचाऱ्यांबाबत याबाबतीत डोळेझाक केली. एकदा तो आपल्या मुख्यालयातून पार्किंगच्या जागेकडे जात होता व त्याचा जाहिरात सल्लागार अल गोलिन त्याच्याबरोबर होता. त्याने त्याच्या जाहिरात व्यवस्थापकाचे खांद्यावर रुळलेले केस वाऱ्यामुळे उडत असलेले पाहिले. त्या व्यवस्थापकाने नुकतेच जाहिरातीकरिता 'रोनल्ड मॅकडोनल्ड्स'चे पात्र निर्माण केले होते. ते रेला आवडले होते. मग त्याने गोलिनकडे फक्त नजर टाकली व तो पुटपुटला, "या वेड्याने थोडे केस बारीक केले, तर काही बिघडेल काय?"

असे इतरांचे त्याला निराशाजनक वाटणारे वागणे रे खपवून घ्यायचा. तीन तपांच्या धडपडीनंतर मॅकडोनल्ड्सला स्थैर्य प्राप्त होत होते आणि चांगली माणसे टिकविणे, हे त्याचे महत्त्वाचे काम होते. त्यामुळे एखाद्याने त्याला त्याचे मत कसे चुकीचे आहे हे पटवून दिले, तर तो ते स्वीकारायचा. रेचे कित्येक व्यवस्थापक हे जाणत होते. फ्रेड टर्नरने जेव्हा मॅकडोनल्ड्समध्ये १९५७मध्ये पदार्पण केले, त्या वेळी मार्टिनोने त्याला रे-स्टाइल वागणुकीचे नियम समजावून सांगितले. "तुला नेहमी सुटात वावरले पाहिजे आणि मुख्य म्हणजे कामाच्या टेबलावर असताना धूम्रपान निषिद्ध आहे." ती म्हणाली. त्या वेळी ८.३० वाजले होते. टर्नरने ९.३० वाजता कोट काढला व निवांतपणे धूम्रपान चालू केले, बाह्या सरसावल्या. कामात टर्नरने गुणवत्ता मिळवावी, यासाठी रेने त्याकडे दुर्लक्ष केले. एड श्मिटच्या बाबतीतही त्याने अशीच डोळेझाक केली. तसा श्मिट थोडा स्थूल होता. त्याला भराभर बढत्या मिळून तो उपाध्यक्ष झाला. तो म्हणायचा, "रेला स्वत:चा कमकुवतपणा माहीत होता. त्यामुळे तो ती कमतरता भरून काढणारी माणसे शोधत राहायचा."

त्याला तसे करणे आवश्यक वाटायचे, कारण या व्यवसायातील अन्य उद्योग केवळ फ्रँचायझी देण्याच्या मागे होते. स्वतःच्या व्यवसायाची घडी बसवण्याकडे त्यांचे दुर्लक्ष होत होते. रेला मॅकडोनल्ड्समध्ये ते नको होते. विक्री, विपणन, व्यवस्थापन, अर्थ, स्थावर मालमत्ता, यंत्रे व उपकरणे, स्टोअर्सची मांडणी आणि कच्चा माल व कागद खरेदी अशा विविध विभागांत त्याला कसबी व्यवस्थापक हवे होते. त्याला फ्रँचायझींना संपूर्ण सेवा देणारी यंत्रणा निर्माण करायची होती. शिवाय यांत लागणारे विविध प्रकारचे मनुष्यबळ पुरवणे, हे काम तसे सोपे नव्हते. शिवाय हे क्षेत्र इतके नवे होते की, त्याबाबतचे प्रशिक्षण देणाऱ्या संस्थाही फारशा उपलब्ध नव्हत्या. प्रचलित हॉटेल मॅनेजमेंट आणि केटरिंग इन्स्टिट्यूटमध्ये फास्ट फूडसंबंधी काहीही शिकवले जात नव्हते. त्यामुळे परंपरागत खाद्यसेवा क्षेत्रातील प्रशिक्षित व्यक्तींपेक्षा रेला लागणाऱ्या व्यक्ती निराळ्या होत्या. त्यामुळे माणसांना घडवून आपल्याला पाहिजे त्या प्रकारे तयार करायचे मोठेच आव्हान रेपुढे होते. म्हणून माणसे हेरताना रे त्यांचे पुस्तकी ज्ञान व बौद्धिक पातळी पाहायचा नाही; केवळ खोल विचार करणारे चिंतक निवडण्यापेक्षा तो चळवळे, काम यशस्वी करून दाखवणारे लोक निवडायचा. त्यामुळे केवळ पदवीधर निवडण्याकडे त्याचा कल नसायचा. त्याच्या मते, ‘‘त्यांना कठोर परिश्रमात स्वारस्य नसायचे; त्यांना बैठे, व्हाइट कॉलरचे काम आवडायचे. त्यातच त्यांना आपण काही खास करतोय, असे वाटायचे. त्यांच्याऐवजी कठोर परिश्रम करून, शिकून, काही करून दाखवायला तयार असतात अशीच माणसे मी निवडायचो.’’

जिम कुहन हा मॅकडोनल्ड्समध्ये मनुष्यबळ विभागात १९६२मध्ये रुजू झाला. तो म्हणतो, ‘‘मला जेव्हा कळले की, मॅकडोनल्ड्सला केवळ पदवीधर नकोत; तेव्हा माझा जीव भांड्यात पडला. इथे मला सांगितलं गेलं की, तुम्ही उत्तम माणसं निवडा, ती त्यांची गुणवत्ता पाहून; केवळ पदवीचा कागद बघून नको. त्यामुळे इतर परंपरावादी कंपन्यांतून ज्यांना कधीही नोकरी मिळाली नसती, अशी कितीतरी माणसं आम्ही मॅकडोनल्ड्समध्ये घेतली.’’ रेलाही अपारंपरिक मार्गाने काम करणारी व त्यांत आनंद लुटणारी माणसं आवडायची. त्यांपैकी कित्येकांनी १५ सेंटमध्ये हॅम्बर्गर देणाऱ्या कंपनीत नोकरी मिळवली असं घरी सांगितलं, तेव्हा घरच्यांनी नाकं मुरडली. फ्रेड टर्नर म्हणाला की, त्याच्या वडलांच्या चेहऱ्यावरचे नापसंतीचे भाव व आठ्या तो विसरू शकत नाही. टर्नरच्या अनेक मित्रांचा अनुभवही निराळा नव्हता. टर्नरचा वर्गमित्र व्हिआ. त्याला टर्नरच्या या नव्या नोकरीबाबत कळले व त्याने टर्नरला टाळायला सुरुवात केली. पुढे तो म्हणाला, ‘‘मला वाटायचे, आता टर्नर हॅम्बर्गर तळणारा होणार. त्याचे नशीब! त्याची बायको व दोन मुलांची मला कीव येते.’’ पुढे हाच व्हिआ क्लीव्हलँडमध्ये मॅकडोनल्ड्सचा फ्रँचायझी झाला आणि

नंतर मॅकडोनल्ड्सच्या ब्रिटनमधील कंपनीचा ४५ टक्क्यांचा भागधारक बनला.

त्यामुळे त्याच्याकडे येणाऱ्या व्यक्तींचे व्यक्तिमत्त्व हे इतरांपेक्षा निराळे वाटायचे. त्याचे सुरुवातीचे व्यवस्थापक व नंतर कंपनीचे मालक झालेले ज्यून मार्टिनो आणि हॅरी सोन्नेबर्न हेही त्यांपैकीच एक होते. ज्या वेळी रेला फार पगार देणे परवडत नव्हते, तेव्हा त्याने ज्यूनला १० टक्के व हॅरीला २० टक्के भाग देऊन भागधारक करून घेतले. ते दोघे १० वर्षांतच लक्षाधीश बनले. दोघांची कौटुंबिक पार्श्वभूमी साधी होती. मार्टिनो रेच्या प्रिन्स कॅसल सेल्समध्ये त्याची सहायिका व हिशेब लिहिण्याचे काम करायची. ती मॅकडोनल्ड्समध्येही शेवटपर्यंत त्याची सहायिका होती. नंतर ती कॉर्पोरेट सेक्रेटरी व खजिनदार झाली. पुढे ती संचालक मंडळावरही गेली. पण तिचे मुख्य योगदान एवढेच नव्हते. तिचे मुख्य कसब होते ते मॅकडोनल्ड्सच्या सुरुवातीच्या कठीण दिवसांत कंपनीतील लोकांना एकत्र ठेवणे. कामाचा दबाव सर्वांवरच प्रचंड होता आणि त्यामुळे तिच्या रूपाने रेला एक उत्तम मध्यस्थ मिळाला. माणसांना हाताळणे, कंपनी म्हणजे एक कुटुंब ही भावना सर्वांत जोपासणे आणि भिन्न व्यक्तिमत्त्वांच्या लोकांमुळे कंपनीचे नुकसान होणार नाही हे पाहणे – हे फार महत्त्वाचे होते आणि हे सर्व मार्टिनो उत्तम करायची. टर्नर तर तिला 'डिंक' म्हणायचा. डिंक लावल्यासारखी ती सर्वांना एकत्र ठेवायची. एक स्त्री असूनही प्रचलित पद्धतीने सहायिका करत असलेल्या रूढ कामापलीकडे जाऊन मार्टिनोने पुरुषांचे वर्चस्व असलेल्या त्या कंपनीत स्वतःचे उच्च स्थान निर्माण केले.

मॅकडोनल्ड्समध्ये येण्यापूर्वी शाळेतून बाहेर पडल्यावर आर्मी सिग्नल कोरमध्ये नॉर्थवेस्टर्न युनिव्हर्सिटीत १८ महिन्यांचा इलेक्ट्रॉनिक अभ्यासक्रम मार्टिनोने पूर्ण केला. त्यात ५०० मुलांमधील केवळ दोन असलेल्या मुलींपैकी ती एक होती. त्यानंतर सिग्नल कोरमध्ये अन्यथा जी कामे पुरुष करायचे, ती तंत्रज्ञानाधीन कामे ती करायची. त्यांत विमानातील रेडिओ यंत्रणेची कामेही असायची. पुढे ती व तिचा नवरा लाऊ यांनी विस्कॉन्सिनमध्ये ग्रामीण भागात वीजपुरवठा करण्याची सोय देण्याचा उद्योग चालू केला. रेला स्वतःला भरपूर प्रवास करावा लागायचा व त्यामुळे त्याच्या अनुपस्थितीत कार्यालय व्यवस्थित संभाळणारी सहायिका त्याला हवी होती. प्रिन्स कॅसलमध्ये तिने काम चालू केले. मॅकडोनल्ड्समध्येही सुरुवातीचे व्यवस्थापक सतत बाहेरच असायचे. त्यामुळे सर्वांची कार्यालयीन कामे सुसूत्र करणे, हे तिचे काम होते. एक प्रकारे या सर्वांमधला एक दुवा व संपर्क यंत्रणा म्हणून ती काम करायची. 'शिकागो ट्रिब्यून'मध्ये तिच्यावर एक लेखही १९६१मध्ये प्रसिद्ध झाला होता. त्यात म्हटले होते – ''श्रीमती मार्टिनो प्रत्येक समस्येकडे थंड डोक्याने पाहते. सर्वसाधारण महिलेत न आढळणारा, समस्यांची उत्तम उकल शोधणारा तिचा सुप्त गुण अनन्यसाधारण आहे.'' शिवाय ज्या काळात महिलांनी व्यवसायात अशी कामे

करावीत असा प्रघात नव्हता, त्या वेळी तिने हे सर्व केले, हे विशेष. महिला अधिकाराची चळवळही त्या वेळी फारशी जोरात नव्हती.

एकदा सुरुवातीच्या काळात रात्री उशिरापर्यंत काम करणाऱ्या कार्यालयीन कर्मचाऱ्यांकरता तिने मटणाची सँडविचेस मागवली. मात्र ती आल्यावर तिच्या लक्षात आले की, आयरिश कॅथॉलिक्स शुक्रवार हा मांसविरहित दिवस साजरा करतात. मॅकडोनल्ड्स त्या वेळी नुकतेच सुरू झाले होते व काटकसर हा त्यांचा कळीचा शब्द होता. त्यामुळे मग ती सँडविचेस फुकट घालवणे मार्टिनोला पटले नाही. मग तिने स्थानिक कॅथॉलिक चर्चच्या मुख्यालयाला फोन केला व ती सँडविचेस गरिबांना वाटण्याची सोय केली. मॅकडोनल्ड्स हे त्या वेळी मोठे नाव झाले नव्हते, तरीही हे धाडस तिने केले, हे विशेष. तिचे महत्त्व वाढत गेले तरी ते तिच्या डोक्यात फार शिरले नाही. ती अत्यंत व्यवहारी होती. मॅकडोनल्ड्स जेव्हा लिमिटेड कंपनी झाली, तेव्हा स्टोअर्समधील सर्व्हिस काउंटरवर मॅकडोनल्ड्सचे शेअर्सचे रोजचे भाव प्रदर्शित करावेत, अशी कल्पना तिने मांडली.

ती तशी इतरांची काळजी घेणारी आणि प्रेमळही होती अन् त्या कंपनी परिवारात ते वैशिष्ट्य उठून दिसायचे. पैशाने श्रीमंत होण्यापूर्वीपासूनच तिने अनाथ मुले दत्तक घ्यायचे धोरण ठेवले होते व स्वतःची दोन मुले असतानाही तिच्याकडे एका वेळी अशी आठ दत्तक मुले होती व त्याकरता इतरांकडे मदत मागण्यात तिला कधीही कमीपणाचे वाटले नव्हते. फ्रेड टर्नर जेव्हा उपाध्यक्ष झाला, तेव्हा तिने त्याच्याकडचे जुने फर्निचर प्युर्टोरिकोहून आलेल्या गरीब कुटुंबाकरता मागून घेतले व स्वतःच्या गाडीत ते कोंबून ती त्या कुटुंबाकडे घेऊन गेली. कामातही तिचा हा काळजीवाहू स्वभाव ती दाखवून द्यायची. जेव्हा मॅकडोनल्ड्स ही छोटी कंपनी होती व तिचे कित्येक फ्रँचायझी गरीब होते, तेव्हा ते कंपनी प्रशिक्षणासाठी शिकागोला आले तर ती त्यांना स्वतःच्या घरी ठेवून घ्यायची; कारण हॉटेलचे पैसे देणे त्यांना परवडत नसे. एकदा तर एक जण आपली बायको व पाच मुलांना घेऊन आला. मग त्यांना एका खोलीत सामावून घ्यावे लागले. कंपनीतले अधिकारी व कर्मचारी वैयक्तिक अडीअडचणीत तिचा सल्ला व मदत घेण्यासाठी तिच्याकडे यायचे. लोकांतले गुण हेरणे तिला बरोबर जमायचे व त्यामुळे कर्मचारी भरतीच्या वेळी तिचा फार उपयोग व्हायचा. सँडी आणि बेट्टी आगेट यांना फ्रँचायझी म्हणून तिनेच हेरले. (त्यांची गोष्ट यापूर्वीच या पुस्तकात आली आहे.) तिचा नवरा लाऊ यालाही तिने कंपनीत आणले व मग त्याने काही वर्षे कंपनीची संशोधन प्रयोगशाळा संभाळली. तिच्या मुलाने त्याच्या एका मित्राला तिच्याकडे काम दिले, ते त्याने उत्तम केले व पुढे टपालाचे काम संभाळणारा तो मुलगा मायकेल क्विनलॅन हा १९६०च्या आसपास मॅकडोनल्ड्सचा अध्यक्ष बनला.

एकदा तिच्याकडे त्यांच्या कंपनीच्या पॉलिसीसंबधी माहिती देण्यासाठी दोन विमा एजंट्स आले. तिने त्यांच्यातले कायदेविषयक ज्ञान हेरले व त्यांनाच आपल्या कंपनीत अधिकारी म्हणून घेतले. त्यासाठी तिने त्यांना अर्थव्यवहार संभाळणाऱ्या हॅरी सोन्नेबर्नकडे पाठवले. पुढे त्यांपैकी एक रॉबर्ट रियान हा कंपनीचा कोशाध्यक्ष झाला आणि रिचर्ड बायलॉन हा ज्येष्ठ कार्यकारी उपाध्यक्ष व अर्थ खात्याचा प्रमुख अधिकारी बनला.

कंपनीला उपयोगी पडतील अशी माणसे हेरत राहणे, हे काम ती नेहमीच करायची. त्यासाठी विविध शैक्षणिक वा कौटुंबिक पार्श्वभूमी असलेली माणसे ती हेरायची. तिच्या मुलीच्या शाळेतील शिक्षिकेने एका इटालियन माणसाशी लग्न करायचे ठरवले, त्या वेळी त्याला अमेरिकेत प्रवेश मिळण्यासाठी तिने कंपनीपुरस्कृत केले. त्याचे नाव लुइगी सॅल्वानची. तो कॉर्पोरेट लॉमध्ये तज्ज्ञ होता. त्याला इंग्रजी सोडून नऊ भाषा येत होत्या. पण तिला खात्री होती की, तो इंग्रजीही सुधारेल. तिने स्वत:च्या शिकागो उपनगरातील मॅकडोनल्ड्स स्टोअरमध्ये त्याला काम दिले. पुढे तो कंपनीच्या स्थावर मिळकती संभाळणाऱ्या उपकंपनीचा उपाध्यक्ष बनला आणि नंतर तो केंटुकी फ्राइड चिकनचा उपाध्यक्ष झाला.

रे क्रॉकही तिचे कंपनीतले वर्चस्व मानायचा. तसा तो परंपरावादी होता व महिला हक्कांबाबतही त्याचे विचार फारसे पुढारलेले नव्हते. उलट, १९६०पर्यंत कंपनीच्या मॅकडोनल्ड्सच्या सर्व स्टोअर्समध्ये केवळ पुरुष कर्मचारीच असतील, हे धोरण होते. त्याचा स्वभाव पाहता, महिलांना त्याच्या कामात फारसे स्थान नव्हते. पण त्यानेही मार्टिनोच्या कामाला उत्तम दाद दिली.

हॅरी सोन्नेबर्नला अधिकार देतानाही रेने उदार धोरण स्वीकारले. मॅकडोनल्ड्सचे काम जेव्हा रेने चालू केले, तेव्हा हॅरी त्याचा भागीदार बनला व त्याचे योगदान जवळजवळ सहसंस्थापकाएवढे झाले. मात्र त्याव्यतिरिक्त त्या दोघांत काहीही साम्य नव्हते. रे क्रॉक हा बोलका, सर्वांत मिसळणारा, प्रसन्न व्यक्तिमत्त्वाचा होता; तर हॅरी हा अबोल, थंड डोक्याचा व कुणाशी फार जवळीक न साधणारा होता. मात्र ज्या गोष्टी व्यवसायात रेला आवडायच्या नाहीत, त्या हॅरीला आवडायच्या. आकडेवारीतून कंपनीची प्रगती योग्य मार्गावर ठेवण्यात तो पटाईत होता. उलट रे त्याबाबत कच्चा होता. त्याला ताळेबंदातील आकडेवारी समजायची नाही. रेला हॅम्बर्गर्सच्या विक्रीत जास्त स्वारस्य होते व तो स्टोअर्सना भेटी देऊन ती व्यवस्थित चाललीयत ना? हे पाहायचा. तर हॅरी म्हणायचा, "मला कंपनीत पैसे मिळवण्यासाठी हॅम्बर्गर वा पिझ्झा – काहीही विकले तरी चालेल." स्टोअर्समधली स्वच्छता व सेवेकडे रेचे पूर्ण लक्ष असायचे; तर हे पाहावे, हेही हॅरीच्या डोक्यात यायचे नाही. रेला फ्रँचायझीमध्ये मिसळायला; तर हॅरीला नेहमी उत्तम सुटाबुटात, वकील आणि बँकर्सच्या सहवासात राहायला आवडायचे. रेला ते आवडायचे नाही. रेला आपल्या

फ्रँचायझीनी लक्षाधीश झालेले पाहण्यात मोठेच यश साध्य केल्यासारखे वाटायचे; तर हॅरीला मॅकडोनल्ड्समध्ये लोकांनी केलेली लक्षवधींची गुंतवणूक पाहण्यात स्वारस्य होते. न्यू यॉर्क स्टॉक एक्चेंजच्या लिस्टिंगमध्ये मॅकडोनल्ड्सचे नाव आलेले पाहून हॅरी धन्य झाला. थोडक्यात – रेच्या छायेत राहिलेला, अत्यंत शांत; पण आर्थिक व्यवहारात तज्ज्ञ असा त्याचा भागीदार म्हणजे हॅरी.

असे अत्यंत साधे पण ज्यांच्यावर प्रशिक्षणाचे संस्कार केले, तर ते विकसित होऊ शकतील, असे लोक शोधत राहणे, हे रेचे वैशिष्ट्य होते. हॅरी शालेय जीवनात हुशार होता; पण विस्कॉन्सिन युनिव्हर्सिटीतले शिक्षण त्याने अर्धवट सोडून दिले व आपल्या सावत्र वडलांच्या कपड्यांच्या फॅक्टरीत विक्रेता म्हणून तो काम करू लागला. त्याने १९४०च्या आसपास कपडे बनवण्याचा स्वत:चा लघुउद्योग चालू केला. त्यासाठी बँकेकडून कर्ज मिळवण्यात तो यशस्वी झाला व तिथेच त्याच्या आर्थिक क्षेत्रातील तज्ज्ञतेचे दर्शन झाले.

त्याला १९५०च्या सुरुवातीला फ्रँचायझीमधले नवे क्षेत्र दिसले. मग तो 'टेस्टी फ्रीज'च्या लिओ मोरान्झकडे काम करू लागला. पण १९५६मध्ये तिथे त्याचे लिओशी वितुष्ट आले व मग त्याला एकाने रेकडे काही संधी आहे का, हे पाहण्यास पाठवले. रेला ज्यू आवडत नव्हते, हे त्याला माहीत होते. पण त्या मित्राने त्याला तसे काही नसल्याचे सांगितले. तो मित्र म्हणजे डॉन कॉनली. तो पुढे मॅकडोनल्ड्सच्या परवाना विभागाचा पहिला उपाध्यक्ष झाला.

सोन्नेबर्नला फ्रँचायझी शोधणे व त्यांच्याशी वाटाघाटी करून व्यवहार पक्का करण्याचा अनुभव टेस्टी फ्रीजमध्ये होता. त्यामुळे रेने त्याला आपल्याकडे खेचले. शिवाय तो आठवड्याला १०० डॉलर पगारावर काम करण्यासही तयार झाला. तो टेस्टी फ्रीजमधील पगाराच्या पावपट होता. लवकरच त्याने आपले कौशल्य दाखवायला सुरुवात केली व हां-हां म्हणता तो रेचा उजवा हात बनला. त्याने त्याला अनिर्बंध अधिकारही दिले. रेने टाकलेल्या विश्वासाचा त्याने कधीही गैरफायदा घेतला नाही. त्याने मॅकडोनल्ड्सला आर्थिक ऊर्जाकेंद्र बनवले. तो मॅकडोनल्ड्सच्या बाहेर फारसा कुणाला माहीत नव्हता आणि कंपनीतही सर्वांना माहिती नव्हता.

मात्र रेला हे माहीत होते की, हॅरी सोन्नेबर्नचे व्यक्तिमत्त्व रेच्या नेमके विरुद्ध होते. जणू ते मुद्दाम वादविवाद निर्माण करण्यासाठीच तसे घडवले होते! रेच्या मते, त्याने कंपनी चालवताना पैशाचा विचार कधी केला नाही. ''मला फक्त हॅम्बर्गरमधला पहिल्या क्रमांकाचा विजेता व्हायचे होते आणि फायदा होणारच, हे मी गृहीत धरले होते. उलट, हॅरीला हॅम्बर्गर वा फ्रेंच फ्राइजशी देणे-घेणे नव्हते. कंपनीने काय विकावे व फ्रँचायझी कोण आहेत, यात त्याला काहीही स्वारस्य नव्हते. तो फक्त आर्थिकदृष्ट्या कंपनी योग्य मार्गावर आहे ना, हेच पाहायचा.''

रे क्रॉक, ज्यून मार्टिनो आणि हॅरी सोन्नेबर्नच्या विविध प्रकारच्या स्वभाववैशिष्ट्यांमुळे मॅकडोनल्ड्समध्ये एक साचा निर्माण झाला होता. पुढचे तीन महत्त्वाचे अधिकारी म्हणजे फ्रेड टर्नर, जिम शिंडलर आणि डॉन कॉनली. त्यांचेही स्वभाव व व्यक्तिमत्त्व भिन्न-भिन्न होते. तरीही 'प्रत्येकातले उत्तम ते घ्या' हा क्रॉकचा व्यवस्थापनातील विचार अत्यंत यशस्वी ठरला. यांपैकी प्रत्येकाने एकेका अंगामध्ये प्रावीण्य मिळवून कंपनी संयुक्तरीत्या भरभराटीला आणली. फ्रेड टर्नरने 'रेस्टॉरंट ऑपरेशन्स सिस्टीम' विकसित केली आणि ती पुढे फास्ट फूड उद्योगात आदर्श नमुना बनली. शिंडलरने स्टोअर्सच्या इमारती, यंत्रसामग्री व उपकरणे तसेच बोधचिन्हे विकसित केली आणि तीही या उद्योगात आदर्श ठरली. कॉनलीने स्वतंत्र फ्रँचायझी निवडून त्यांना विकसित करण्यात लक्ष घातले व ते या उद्योगाचे पायाभूत काम झाले. मॅकडोनल्ड्सची विविधतेतून एकता या सर्वांतून दिसून आली.

रे क्रॉक जेव्हा व्यवस्थापक निवडण्याच्या कामात होता, तेव्हा त्याला या व्यवसायातील अनुभवी व मध्यमवयीन व्यवस्थापक इतर कंपन्यांतून आपल्याकडे खेचता आले असते. पण फ्रेड टर्नर प्रथम त्याला भेटला, तेव्हा फक्त २३ वर्षांचा होता. फेब्रुवारी १९६५मध्ये फ्रेड आपला भाऊ डॉन याच्याबरोबर क्रॉकच्या कार्यालयात आला. शिवाय त्यांच्याबरोबर डॉनचे सासरे जे.डब्ल्यू. पोस्ट आणि त्यांचा मुलगा जो हे होते. डॉन, टर्नर आणि त्याचे सासरे फास्ट फूडच्या व्यवसायात गुंतवणूक करायच्या विचारात होते. असा विचार होता – ते दोघे गुंतवणूक करतील आणि फ्रेड व जो हे ते स्टोअर चालवतील. त्या वेळी जोने 'शिकागो ट्रिब्यून'मध्ये मॅकडोनल्ड्सची छोटी जाहिरात पाहिली. मग ते चौघे पुढच्या आठवड्यात मॅकडोनल्ड्सच्या कार्यालयात रेला भेटायला गेले.

त्याच्या आदल्या दिवशी फ्रेड आणि जोने डेस प्लेन्समधील मॅकडोनल्ड्सचा स्टोअर जवळजवळ तीन तास निरखून पाहिला. फेब्रुवारीतल्या कडाक्याच्या थंडीतही तिथे ग्राहकांची रांग पाहून ते चकित झाले. शिवाय त्या ग्राहकांत विविध प्रकार होते. त्यात कुटुंबवत्सल लोक, मुले आणि महिला होत्या. काही सहकुटुंब आले होते व ते सर्व कुटुंबाला पुरेल एवढे पदार्थ घेत होते आणि आपापल्या गाडीत बसून खात होते. ऐन थंडीत शुक्रवारच्या संध्याकाळची ही परिस्थिती पाहून त्यांनी या धंद्यातील संधीचा अंदाज मनोमन घेतला. दुसऱ्या दिवशी पोस्ट-टर्नर कॉर्पोरेशनचे हे चार भागीदार रेकडे त्याचे मॅकडोनल्ड्ससंबंधीचे म्हणणे ऐकण्यासाठी गेले. प्रत्येक स्टोअरमध्ये तीन लाख डॉलर्सचा धंदा व्हायलाच पाहिजे, हे क्रॉकने त्याचे स्वप्न त्यांना ऐकवले. हा आकडा डेस प्लेन्सच्या उलाढालीच्या दुप्पट होता. पण रेला ते शक्य वाटत होते. टर्नर म्हणतो, "त्याचा उत्साह व सरळ विचार मला चांगलाच भावला. तो त्याने कमावलेला उत्साह नव्हता, तर नैसर्गिक होता. तरीही त्यांत

विश्वासार्हता होती. त्याच्याजवळ लपवण्यासारखे काही नव्हते.''

टर्नरने लष्करातील सेवेसाठी कॉलेज सोडले होते व ती सेवा संपवल्यावर त्याचा कॉलेजला परत जायचा विचार होता. पण त्या भेटीनंतर सर्व चित्र पालटले. त्या चौघा भागीदारांनी ९५० डॉलर्सची फ्रँचायझींची फी दिली आणि मग जागा बघायला सुरुवात केली. मधल्या काळात टर्नरने डेस प्लेन्समधील स्टोअरमध्ये काउंटरवर काम करून स्टोअर चालवण्याचा अनुभव घेतला आणि आपली बायको व चार महिन्यांच्या मुलीसाठी पैसेही मिळवले. मात्र, त्यांना जागा बघताना सर्व चारही भागीदारांना पसंत पडेल अशी जागा मिळेना. फ्रेडचे डेस प्लेन्समधले प्रशिक्षणही संपत होते व दोन महिन्यांनंतरही जागा पक्की न झाल्याने त्यांची भागीदारीही अडचणीत येऊ लागली होती. मग काही काळ त्याने फ्यूलरचे ब्रश दारोदारी जाऊन विकायला आरंभ केला. पण कार्यालयात गेल्यावर स्वागतिकेच्या पुढे ब्रश दाखवण्यासाठी गयावया करणे त्याला अवघड वाटू लागले. तेवढ्यात मॅकडोनल्ड्‌सच्या शिकागोमधल्या सिसेरो ॲव्हेन्यूमध्ये एक व्यवस्थापकाची जागा रिकामी होती. त्यात आठवड्याला १०० डॉलर पगारावर त्याने नोकरी स्वीकारली. त्या दिवशीची संध्याकाळ त्याने ब्रशने भरलेल्या बॅगेवर बसून एका रेल्वे स्टेशनच्या प्रवेशद्वाराजवळ घालवली. डोक्यात विचार होते, मॅकडोनल्ड्‌सच्या नव्या दुकानाचे.

रेने त्याला निवडले ते त्याच्या तारुण्यावर, उत्साहावर व हिमतीवर खूश होऊन; पण काही वेळा त्याच्या व्यासंगाची इतरांना भीती वाटायची. टर्नर म्हणतो, ''मी फार थोड्या गोष्टी समतोल विचाराने केल्या.'' बहुतेक वेळा त्या अतिउत्साहाच्या भरात केलेल्या होत्या. तो अभ्यासात फारसा रमला नाही. तिथेही तो चार मित्र जमवून, क्लास बुडवून पार्ट्या करायचा. पुढे त्याने अभ्यासच सोडून दिला.

मॅकडोनल्ड्‌समध्येही असेच कुठे ना कुठे लक्ष घालण्याच्या त्याच्या स्वभावामुळे त्याला एक मार्ग सापडला. रेने 'दर्जा, सेवा आणि स्वच्छते'वर; तर हॅरी सोन्नेबर्नने आर्थिक व्यवहार व स्थावर मालमत्तेवर भर दिला होता. फ्रेडने कार्यपद्धतीकडे अधिक लक्ष दिले व त्यात प्रचंड उंची गाठली. काही महिन्यांतच त्याने सर्व कामाच्या कार्यपद्धती बसवल्या व लिहून काढल्या. फ्रँचायझीने करायच्या कामाचे मार्गदर्शक साहित्य तयार केले आणि फ्रँचायझीची कामगिरी ठरवण्याचे व मोजण्याचे मापदंडही निश्चित केले. 'दर्जा आणि सातत्य' हा मॅकडोनल्ड्‌सचा ट्रेडमार्क विकसित करण्यात रेइतकाच फ्रेडचा वाटा होता. इतकेच नव्हे, तर इतर फास्ट फूड साखळीची कामगिरी या मापदंडावर तोलली जायची. मॅकडोनल्ड्‌सशी तुलना व्हायची. रेने त्याला याबाबतीत आपल्या बरोबरीने कार्यस्वातंत्र्य दिले, हे विशेष. कारण हॅरी सोन्नेबर्नला त्याने आर्थिक व्यवहारात तसे स्वातंत्र्य दिले होते. रेला स्वत:ला त्यात स्वारस्य नसल्याने हॅरीला ते बहाल केले. पण फ्रेड करत असलेले

काम त्याच्या जिव्हाळ्याचे होते, तरीही त्याने त्याला कार्यस्वातंत्र्य दिले, हे विशेष. रे सर्व कर्मचाऱ्यांना त्यांनी कसे राहावे, वागावे, दिसावे यासंबंधी काटेकोर नियम लावायचा. पण तो त्यांना कामही करू द्यायचा. जर एखाद्याच्या बोलण्यात ठामपणा व विश्वास असेल, तर तो ते नीट ऐकून घ्यायचा व योग्य वाटले तर स्वीकारायचा. फ्रेडला याचा अनुभव अनेकदा आला.

दुसरा सुरुवातीचा कर्मचारी म्हणजे डॉन कॉनली. तो पुढे मॅकडोनल्ड्सचा पहिला फ्रँचायझिंग उपाध्यक्ष झाला. तो एक परंपराप्रिय, आरामात काम करणारा विक्रेता होता. त्याने शिपिंग कारकून म्हणून काम सुरू केले व तो पुढे 'हेल्मो लॅसी' कंपनीत लॅसीहॉट कप नावाने विकले जाणारे सूप गरम करण्याचे उपकरण रेस्टॉरंट्सना विकणारा विक्रेता झाला. तसेच तो फज गरम करण्याचे वॉर्मर्स, सोडा फाउंटनही विकायचा. हे सोडा फाउंटन क्रॉकचे मल्टिमिक्सर्स वापरायचे. त्यालाही वाटायचे की, फ्रँचायझींचा धंदा चांगला झाला पाहिजे, म्हणजे आपलाही चांगला चालेल. अर्थात रेचा दृष्टिकोनही तसाच होता व त्यामुळे त्याला कॉनली हा फ्रँचायझी म्हणून निवडायला योग्य वाटला. पण फ्रँचायझींचा करार झाल्यानंतर वर्ष-सहा महिने स्टोअर व रेस्टॉरंट चालू होण्यासाठी लागायचे. त्या मधल्या काळात त्यांचा धीर कायम ठेवून मनोधैर्य वाढवण्याचे कामही करायला लागायचे. रेला कॉनली त्या कामासाठी योग्य वाटला. त्याचे अकाली पांढरे झालेले बारीक केस त्याला प्रौढत्वाकडे न्यायचे, पण त्यामुळे त्याच्या वागण्यात भारदस्तपणा यायचा. असे मनोधैर्य वाढवण्यास तो योग्य असायचा.

कॉनलीकडे दुसऱ्या महायुद्धाच्या वेळचा फायटर पायलटचा परवाना होता. त्यामुळे मॅकडोनल्ड्समध्ये आल्यावर तो कंपनी पायलटही झाला. तो कंपनीच्या व्यवस्थापकांना स्वतःच्या एका इंजिनच्या 'सेसना १९५' विमानातून देशभर कुठेही घेऊन जायचा. पण त्यामुळे रे आणि हॅरीला अगदी अडचणीच्या वा छोट्या गावीही जाता यायचे. ते स्वस्तही पडायचे. त्यामुळे ते अनेक वेळा स्पर्धकांवर मात करायचे. मोक्याच्या जागा मिळवायचे. शिवाय त्यामुळे फ्रेड टर्नरला फ्रँचायझींना स्वतःची कर्मचाऱ्यांची टीम जमवणे, पुरवठादारांची व्यवस्था करणे आणि त्यांच्या कामगिरीवर लक्ष ठेवणे – या बाबतीत मदत व्हायची.

त्यामुळे रेला विमान वाहतुकीचे व या संसाधनाचे महत्त्व पटले. सन १९५९मध्ये कंपनीची एकूण मालमत्ता १ लाख डॉलर्सची होती. पण त्याने एक क्रीमक्राफ्ट बोनान्झा व ७०,००० डॉलर्स किमतीचे रॉकवेल एअरो कमांडट हे सहा जणांना नेऊ शकणारे दोन इंजिनांचे टर्बो प्रॉम विमान आपल्या ताफ्यात सहभागी केले. त्यांच्या या तीन विमानांच्या ताफ्यामुळे त्यांची हालचाल जलद आणि सर्वदूर होऊ लागली व त्यांच्याशी स्पर्धा करणे इतर स्पर्धकांना अवघड जाऊ लागले. शिवाय

यामुळे त्यांच्या स्थानिक पुरवठादारांना व फ्रँचायझींना मॅकडोनल्ड्सची विश्वासार्हता अधिक पटली. स्थावर मिळकतीच्या मालकांशी वाटाघाटी करणे सोपे होऊ लागले, कर्ज देणारे भेटले. त्या काळी इतर अनेक कंपन्या अशा व्यवहारात चलाखी करायच्या व त्यामुळे त्यांची, व्यवसायाची विश्वासार्हता धोक्यात यायची. या पार्श्वभूमीवर मॅकडोनल्ड्सचे हे पाऊल योग्य दिशेने पडले होते, असे म्हणता येईल.

मॅकडोनल्ड्सची इमारत उभी करण्यात ज्यांनी पायाचे दगड म्हणून काम केले, त्यांत जेम्स (जिम) शिंडलरचा उल्लेख करायलाच हवा. त्याने कंपनीचे स्थावर बांधकाम व यंत्रे, उपकरणे विकसित करण्यात महत्त्वाची कामगिरी केली. मोठ्या कॉर्पोरेशनमध्ये काम करण्याची व त्या वातावरणात वावरायची थोडीफार संधी मार्टिनो, सोन्नेबर्न, टर्नर आणि कॉनली यांना पूर्वी मिळाली होती. पण जिमला कॉर्पोरेटमधील किरकोळ गरजांची आवश्यकता वाटली नाही. त्याने कॉर्पोरेट राजकारणात वेळ घालवला नाही. मात्र माणसाची कार्यक्षमता देवाच्या ६४ टक्क्यांइतकीच असते, असले सिद्धान्त पटवून देण्याच्या कामात तो हरवून जायचा. एखाद्या १०० कोटी डॉलर्सच्या कंपनीत काम करण्याची कल्पनाच त्याला सतावायची. तो एकदा १९७०नंतर वैतागला ते कॉर्पोरेटमधील लाल फितीमुळे. एका दौऱ्याहून परत आल्यावर कंपनीच्या २०-२५ व्यवस्थापकांसमोर त्याला स्लाइडद्वारा अहवाल सादर करण्याबद्दल सांगण्यात आले. त्यांत अध्यक्ष फ्रेड टर्नर आणि पूर्वीचे उपाध्यक्ष एड श्मिट पण भाग घेणार होते. तो त्या वेळी नुकताच आफ्रिकेची सफारी टूर करून परत आला होता आणि त्याने स्वत:च्या अनुभवावरून मॅकडोनल्ड्समधील कॉर्पोरेट रचनेवर भाष्य केले – तेही थोडे कडवट. प्रथम त्याने कंपनी संचालक मंडळींबद्दल मते सांगितली. त्या वेळी चित्र दाखवले काही झेब्र्यांच्या पृष्ठभागाचे. मग कार्यकारी गटाचे वर्णन करताना एक लांडगा आपल्याच अंगावरच्या केसांतून माशा तोंडात पकडतानाचे चित्र होते. मग कंपनीचा 'ब्रेन ट्रस्ट' – आर्थिक व्यवहार संभाळणाऱ्या गटाबद्दल बोलताना त्याने बबून या माकडांचे चित्र दाखवले. तोपर्यंत सर्व जण खदखदा हसून त्या चित्रांना दाद देत होते आणि जिम वैतागाने आपल्या स्लाइड्स घेऊन निघून गेला होता!

शिंडलर बोलताना नेहमी तांत्रिक भाषा व तत्त्वज्ञानामधील क्लिष्टता यांचे असे मिश्रण करायचा की, त्यामुळे रे क्रॉकसारखी व्यक्ती भांबावून जायची. तो काय बोलतोय, हे रेला कळायचे नाही. पण त्याला रेविषयी आणि विशेषत: त्याच्यातील सर्जनशील क्षमतेबद्दल विश्वास होता. कारण अशी व्यक्ती या क्षेत्रात अद्वितीयच होती. शिंडलरने त्याची तांत्रिक आणि आरेखनाची कसबे काम करता-करता शिकून घेतली. तो रात्रशाळेत जाऊन केमिकल इंजिनिअरिंग व आर्किटेक्चरचे धडे घेत होता; पण त्याने पदवी कधी मिळवली नाही. मात्र, त्याचा कार्यानुभव एखाद्या

पदवीहून अधिक होता. त्याचे वडील प्लॅस्टरिंग कॉन्ट्रॅक्टर होते. त्यांच्याकडे त्याने सुरुवातीचे धडे गिरवले. मग त्याने शाळेत असतानाच कॉलेज पातळीवरील आरेखन व आर्किटेक्चरचे धडे घेतले. पुढे तो 'अल्बर्ट पिक अँड' कंपनीत काम करू लागला. त्या कंपनीत वॉक-इन कूलर्स, कॅफेटेरियातले काउंटर्स वगैरे रेस्टॉरंटच्या क्षेत्रातील वस्तू तयार केल्या जायच्या. तिथे तो किचनच्या मांडणीमधील गुंतागुंत शिकला. त्याचा पुढे त्याला मॅकडोनल्ड्समध्ये उत्तम उपयोग झाला. त्याने या निमित्ताने या मांडणीतली प्रमाणके घालून दिली व त्यांचा फास्ट फूड व्यवसायाला उपयोग झाला.

युद्धकाळात तो सैन्यात सिग्नल कोअरमध्ये होता. तिथे तो लिथोग्राफिक प्रेसचे काम शिकला व त्याने सबमशिनची किचन्स तयार केली. त्याचा उपयोग त्याला मॅकडोनल्ड्समधील कमी जागेतील किचन्स तयार करताना झाला. युद्धानंतर तो लाइटनर इक्विपमेंट कंपनीत चीफ इंजिनिअर झाला. या कंपनीत किचनचे पूर्ण पॅकेज तयार करून दिले जायचे व इतरही अन्य वस्तू.

या ठिकाणीच १९५५मध्ये रे क्रॉकची व त्याची भेट झाली. त्या वेळी रेच्या डेस प्लेन्समधील रेस्टॉरंटमध्ये काही समस्या निर्माण झाली होती. तिथले काउंटरचे सेक्शन्स पातळ पत्र्याचे होते व लाकडाभोवती चोपून बसवलेले होते. ते हिवाळ्यातील कडक थंडीत वाकडे व्हायचे. शिंडलरने ते प्री-फॅब्रिकेटेड स्टेनलेस स्टीलच्या पत्र्याचे बनवले. ते पहिल्यापेक्षा २० पट जाड होते. त्याने ते जागेवर नट-बोल्टनी बसवले. त्यामुळे ते वर्षभराच्या तापमानातील फरकातही चांगले टिकून राहतील, हे रेने ओळखले. त्यामुळे त्याला शिंडलरची तांत्रिक क्षमता, दर्जाबद्दलचा आग्रह चांगलाच भावला. शेवटी त्याने १९५८मध्ये त्याला मॅकडोनल्ड्समध्ये आणले.

अशी ही विविध पार्श्वभूमी असलेली पात्रे एकत्र करून ठेवणे, हे मोठेच आव्हान होते. या सर्वांना एकदिलाने कामाला लावायचे, हे दुसरे आव्हान. प्रत्येकाची आपापल्या कामाविषयी अत्यंत दृढ मते होती, त्यांत त्यांच्यातील व्यक्तिमत्त्व फरकाची भर पडली की, जणू एक सुरुंगाच्या दारूचे मिश्रणच तयार व्हायचे! यातून निर्माण होणारी ऊर्जा किती प्रचंड असेल याची कल्पनाच केलेली बरी आणि ती योग्य कामी लावणे, हे रेच्या दृष्टीने किती प्रचंड आव्हान होते, हेही लक्षात होते. यासाठी केंद्रशासित पद्धतीचा वापर असावा, असे काहींनी रेला सुचवले. म्हणजे, शेवटी त्याचे म्हणणे प्रमाण व तोच आदेश. पण रेने ते साफ नाकारले. त्याच्या मते, या प्रत्येकाला त्याच्या पद्धतीने काम करू देणे व ते कंपनीच्या भल्याचेच आहे ना हे पाहणे, हा योग्य मार्ग होता. त्याने तसेच केले. त्यामुळे त्याने सत्तेचे विक्रेंद्रीकरण जाणीवपूर्वक केले. जरी चेहऱ्यावरून तो अधिकार गाजवणारा वाटायचा, तरी अंत:करणात तो एक विचारवंत होता व आपल्या व्यवस्थापकांची सर्जनशीलता

आपल्या वागण्याने लोप पावणार नाही याची तो काळजी घ्यायचा. तो उद्योजक होता आणि त्याला जाणीव होती की, व्यवस्थापकांच्या कामात लुडबुड न करता त्यांना स्वतंत्रपणे काम करू दिल्याने ते अधिक चांगले काम करतील. "मला स्वत:ला हुकूमशाही आवडत नाही, त्यामुळे इतरांवर ती लादणे मला मान्य नाही. मला दुसऱ्यावर जबाबदारी टाकणे आवडते, अधिकार सोपवणे आवडते आणि आपल्यापेक्षा निराळ्या पद्धतीने आपल्याला हवे ते काम करून देणारी माणसे मला आवडतात," असे तो म्हणायचा.

त्याच्या हेही लक्षात आले होते की, आपण हुकूमत गाजवू शकणार नाही. कारण त्याच्याकडे काम करणाऱ्या इतर लोकांइतकाच तोही या फास्ट फूडच्या क्षेत्रात नवखा होता. आपल्या रेस्टॉरंट्समध्ये हॉट डॉग्ज देण्यास त्याने बंदी केली. कारण त्याला त्याविषयी तिटकारा होता. तसेच रेस्टॉरंटमध्ये मुलांसाठी खेळाची साधने ठेवण्यासही मनाई केली. त्याच्या मते, असे केल्याने तिथे मुलांची गर्दी निष्कारण वाढली असती व इतरांना ते अडचणीचे झाले असते. पण असे निर्णय अपवादात्मकच. एरवी तो व्यवस्थापकांना त्यांची भिन्न मते मांडण्यास वा नवे प्रयोग करण्यास उत्तेजन देत असे. "मला हॅम्बर्गरच्या धंद्यातला पूर्वीचा अनुभव नाही. खरं तर, आपल्यापैकी कुणालाही ठामपणे याबाबत बोलता येणार नाही. म्हणून मी व्यवस्थापकांना त्यांच्या कल्पना प्रत्यक्षात आणायला व त्यांचे फलित काय आहे, ते पाहायला सांगतो. आमच्यात मतभिन्नता होती. मी चुका केल्या, तशा त्यांनीही केल्या; पण तरीही आम्ही सर्व एकत्रच वाढलो." असे तो म्हणायचा.

थोडक्यात, त्याने आपल्या सहकाऱ्यांची ऊर्जा योग्य मार्गाने कामात लावली. वादावादी टाळली, कारण ती करण्यास व्यवस्थापकांना वेळ नव्हता. त्यांना स्वत:चेच काम भरपूर होते आणि जबाबदारीही. सुरुवातीच्या काळात रे क्रॉक आणि हॅरी सोन्नेबर्न यांच्या स्वभाव व कार्यशैलीत जमीनअस्मानाचे अंतर होते. हॅरीने काम सुरू केल्यापासून वर्षाच्या आतच स्थावर मालमत्तेतील गुंतवणुकीसंबंधी कंपनीच्या धोरणाबाबत महत्त्वाचे व मोठे बदल सुचवले. लीझिंग कॉन्ट्रॅक्ट्स, जमीन खरेदी व्यवहार आणि इमारती गहाण टाकणे अशा व्यवहारांतील गुंतागुंतीबद्दल रे क्रॉकला काही माहीत नव्हते. तरीही त्याने हॅरीला पूर्ण स्वातंत्र्य दिले आणि त्यामुळे हॅरी उत्साहाने कामाला लागला. "माझ्यापेक्षा रे चांगला गृहस्थ आहे. मी त्याच्या मताशी जेवढा सहमत असायचो, त्यापेक्षा अधिक तो माझ्या मताशी असायचा. तो स्थावर मालमत्तेच्या व्यवहारात सहभागी व्हायचा, पण त्यातले निर्णय तो माझ्यावर सोपवायचा." हॅरी म्हणतो. रेही हे मान्य करतो. "मी त्याच्याशी सहमत असायचो; पण काही वेळा मात्र मला आठवण करून द्यायला लागायची की, जरी त्याला कामात स्वातंत्र्य असले तरी कंपनीचा मालक शेवटी मीच आहे," रे म्हणतो.

व्यवस्थापकांनी चुका कराव्यात व त्यांतून शिकावे, असे रेला वाटायचे. त्यामुळे रे जरी त्यांचा 'साहेब' होता तरी हॅरी कधीही संध्याकाळी उशिरापर्यंत काम करत बसायचा नाही. रे हे खपवून घ्यायचा, याबद्दल हॅरीला त्याच्याविषयी आदर वाटायचा. बहुतेक परंपरावादी उद्योगांपेक्षा मॅकडोनल्ड्समध्ये विचारस्वातंत्र्य व काम आणि निर्णयाचे असलेले विकेंद्रीकरण यामुळे अनेक गुणवान माणसे तिथे आकर्षित झाली. ज्यांच्याकडे क्षमता होती, पण ती सिद्ध करून दाखवण्याची संधीच त्यांना कार्यस्थळी मिळत नव्हती, म्हणून जे काम सोडून जात होते; अशांना मॅकडोनल्ड्समधले हे वातावरण काहीही भांडवल खर्च न करता क्षमता दाखवून देण्याची संधी देणारे दिसले.

आपण एका कुटुंबाचे घटक आहोत, हे वातावरण जोपासले गेल्याने मॅकडोनल्ड्समध्ये एकमेकांतील स्पर्धेचे वातावरण कमी झाले. जर कुणी कंपनी सोडून गेला तर तो वैयक्तिक तोटा आहे, असे बाकीच्यांना वाटायचे – अगदी घरात कोणाचातरी मृत्यू झाल्यासारखे त्यांना जाणवायचे. आणि जाणारा जर कंपनीच्या स्पर्धकाकडे गेला, तर तो विश्वासघातकी आहे, अशी त्यांची भावना व्हायची. मॅकडोनल्ड्समध्ये ज्येष्ठ उपाध्यक्ष म्हणून १९७६मध्ये बढती मिळालेला डोनाल्ड स्मिथ बढतीनंतर आठवड्याच्या आत बर्गरकिंग कंपनीत अध्यक्ष म्हणून गेला, त्या वेळी सर्वांची हीच भावना झाली अन् ती दीर्घकाळ टिकून होती. पुढे तो शिकागोला परत आला व 'इंटरनॅशनल डायव्हर्सी फूड्स'चा अध्यक्ष झाला तरी त्याच्याशी संबंध ठेवण्याचे मॅकडोनल्ड्समधील बहुतेकांनी टाळले.

असे हे एक कुटुंब असल्याची भावना निर्माण करण्याचे वातावरण रेने जाणीवपूर्वक निर्माण केले. अगदी प्रथमपासून आपण एका पवित्र कामासाठी – म्हणजे १५ सेंटमध्ये हॅम्बर्गर देणाऱ्या राष्ट्रीय रेस्टॉरंटची साखळी निर्माण करण्यासाठी – जमलो आहोत व ते इतरांना अवघड वाटते आहे, हे तो ठसवून सांगायचा. त्यामुळे त्याचे सहकारी व कर्मचारीही आपले नातेवाईक, मित्रमंडळी आणि इतरांना आपण किती महत्त्वाचे व मूलभूत काम करत आहोत, हे पटवून द्यायचे. याचा अमेरिकेतील जीवन व व्यवसायावर एक दिवस दूरगामी परिणाम होणार आहे, अशी त्यांची भावना असायची.

रेच्या मते, मॅकडोनल्ड्सचे स्वतःचे असे एक मिशन होते. फास्ट फूडच्या उद्योगाला प्रतिष्ठा प्राप्त करून देणे, हे ते कार्य होते. अनेक कंपन्या या उद्योगाकडे झटपट पैसे कमवायचा मार्ग म्हणून पाहत होत्या. त्यामुळे सेवेचा दर्जा व उद्योगाची विश्वासार्हता कमी होत होती. ते थांबवायलाच हवे होते. त्याकरिता मग तो आपल्या अधिकाऱ्यांना उत्तमोत्तम पुस्तके वाचायला द्यायचा; ज्यांच्यातून त्यांना काही संदेश मिळावा, हा हेतू त्यामागे असे. उदा. – वॉल्टर शिवमर 'व्हॉट हॅव यू डन फॉर मी लेटली?' या पुस्तकात जाहिरातीच्या क्षेत्राबद्दल लिहितो व काही कंपन्या खोट्या वा फसव्या जाहिराती कशा देतात, हे स्पष्ट करतो. अशा पुस्तकांमुळे कित्येक जण

अधिक उत्साहाने वा जोमाने कामाला लागले. रेच्या मते, मॅकडोनल्ड्स ही एक सर्जनशील कंपनी होणार होती. त्याकरता सर्वांनी झटून काम करावे, अनेक गोष्टी आणि कृती टाळाव्यात, असे तो सांगत असे. त्यामुळे अधिकाऱ्यांनी ह्या उद्योगाकडे अधिक गांभीर्याने बघितले. आयबीएमने कॉम्प्युटरच्या क्षेत्राकडे पाहिले होते किंवा डेल्टाने एअरलाइन्सच्या उद्योगाकडे किंवा बोइंगने विमाननिर्मितीच्या क्षेत्राकडे जसे पाहिले होते; तसेच त्यांनी पाहिले. या बाबी बाहेरच्या जगाच्या पचनापलीकडच्या होत्या. त्यामुळे त्यांचे काम अधिकच अवघड होत होते.

एक अधिकारी कुन्ह म्हणतो, ''आपण काय करतोय, यावर तुम्ही जेव्हा विश्वास ठेवता, त्या वेळी तुम्ही अनेक लोकांबरोबर त्यांना यातले काही कळले नाही तरी काम करू शकता. जर आपल्यामागे प्रेरक शक्तीच नसेल, तर जगाने कितीही ढकलायचे म्हटले तरी तुम्ही प्रगती करू शकत नाही.'' मॅकडोनल्ड्स हे एक कुटुंब आहे, ही रे क्रॉकने जोपासलेली भावना होती. त्यामुळे तो त्याचे काम व सामाजिक काम यांत फरक करत नव्हता. जेव्हा क्रॉकच्या जोडीला मार्टिनो व सोन्नेबर्न यांच्याबरोबर केवळ तीन कर्मचारी होते, तेव्हा कित्येक वेळा हे सर्व जण रेच्या घरी संध्याकाळी जेवायला जात व मग तिथे व्यवसायाच्या वृद्धीची चर्चा चाले. कर्मचाऱ्यांची संख्या वाढवल्यावरही अशी जेवणे आयोजित करण्यात रे पुढाकार घ्यायचा. पुढे कंपनीची उलाढाल १०० कोटी डॉलर्सवर गेली तरी अशी अधिकाऱ्यांची जेवणे व त्यानिमित्ताने परस्परांत मिसळणे चालूच राहिले. फक्त त्याचा खर्च वाढला व मग वाढत्या संख्येमुळे ती घराऐवजी हॉटेलात होऊ लागली. परस्परांत सामाजिक पातळीवर वावरताना सहजता यावी यासाठी परिषदा, अधिवेशने वगैरे होऊ लागली. आता मॅकडोनल्ड्समध्ये आपले व्यवस्थापकीय अधिकारी व फ्रँचायझी यांच्या परस्परांतील बैठकांवर एक कोटी डॉलर्सहून अधिक खर्च केला जातो. दर दोन वर्षांनी जगभरातील फ्रँचायझी व त्यांचे कुटुंबीय यांचे अधिवेशन भरवले जाते. लास वेगासमधील १९९४च्या अधिवेशनाला दहा हजारांहून अधिक प्रतिनिधी आले होते. तिथे कामाबरोबरच मेजवान्या व करमणुकीच्या कार्यक्रमांची रेलचेल होती. येथे कंपनीतील अधिकाऱ्यांच्या श्रेणी व श्रेष्ठ-कनिष्ठता बाजूला ठेवली जाते, सर्वांना समान वागणूक दिली जाते व अगदी प्रमुखासाठीही खास टेबल नसते. हा कौटुंबिक जिव्हाळा कायम राहावा म्हणून मॅकडोनल्ड्सने मग कुटुंबप्रमुख व कुटुंबचालक ही अनौपचारिक पदे विकसित केली.

कुटुंबप्रमुखाची भूमिका बहुधा ज्यून मार्टिनोकडे असायची. ती जणू अनेक तरुण कर्मचाऱ्यांच्या आईसारखी वाटायची व ती तशीच वागायची. त्यामुळे ती सर्वांची लाडकी असायची. सर्वांना एकत्र ठेवण्याचे महत्त्वाचे कार्य ती करायची. अर्थात, त्याबद्दल तिला नेहमीच सन्मान मिळाला, असे नाही. तिने काहीही स्वार्थ

न साधता कंपनीत शांतता राखण्याचे महत्त्वाचे कार्य केले. कंपनी लहान होती व त्यात व्यवस्थापनाची सर्वच अंगे पाळली जात नव्हती. त्यामुळे अशी एखादी व्यक्ती असणे हे उपयुक्तच होते. एकदा कंपनीतला एक विवाहित अधिकारी व तिथली तरुण मुलगी यांचे प्रथम सूत जमले, पण त्याने ते फार गांभीर्याने घेतले नाही. त्यामुळे ती मुलगी नैराश्याच्या गर्तेत गेली. मग मार्टिनो तिला काही दिवस आपल्या घरी घेऊन गेली व तिला मानसिक उभारी येईपर्यंत तिच्याशी बोलत राहिली. नवे कर्मचारी कार्यालयात येताना चुरगळलेले कपडे, वाढलेली नखे वा दाढी वाढलेल्या अवतारात आले, तर रे क्रॉकची नजर जाण्याआधी मार्टिनो त्यांना ठाकठीक व्हायला सांगायची. कंपनीतल्या अधिकाऱ्यांना सायंकाळी बराच वेळ काम करायला थांबावे लागायचे. त्यामुळे घरी होणाऱ्या कुरबुरी टाळण्यासाठी मग मार्टिनोने त्यांच्या पत्नींना मॅकडोनल्ड्सच्या कामात गुंतवले. टर्नरला रेने पहिल्या वर्षी १५०० डॉलर्स बोनस दिल्यावर मार्टिनोने त्याला गाठले; मग त्याला घेऊन ती कपड्यांच्या दुकानात गेली व त्याच्या बायकोकरता एक छानशी भेटवस्तू घेऊन जाण्यास टर्नरला तिने भाग पाडले. पण खर्च झाला १७०० डॉलर्स व दुसरी कार घेण्याचे त्याचे स्वप्न अपुरेच राहिले. पण त्या प्रेझेंटने जादू केली व घरची बायकोची कटकट कमी झाली. त्याच्या प्रवासाबद्दलच्या, उशिरा घरी येण्याबद्दलच्या तिच्या कुरकुरी थांबल्या. तिचे नाव होते पॅटी. मार्टिनोच्या मते, पत्नीचा पाठिंबा पतीला असणे व्यवसायवृद्धीच्या दृष्टीने आवश्यक असते. त्यामुळे मॅकडोनल्ड्समध्ये पत्नींचा सहभाग कसा वाढत राहील, याकडे खास लक्ष दिले जायचे.

कंपनीतील कुटुंबचालकाची भूमिका रे क्रॉककडे आली आणि त्यामुळे कंपनीत एकतेची भावना निर्माण करण्यात तो यशस्वी झाला. त्याला कर्मचाऱ्यांची निष्ठा मिळत गेली. अर्थात जो कुटुंबचालक व्यवसायाला निष्ठा देतो, त्याला इतरांची निष्ठा मिळतेच. फ्रँचायझीची निष्ठा जशी महत्त्वाची, तशीच कर्मचाऱ्यांचीही महत्त्वाची होती. त्यासाठी मग रे उदारपणे विचार करायचा. सुरुवातीचे काही कर्मचारी फार कमी पगारावर कामाला आले होते. जास्त पगार देण्यासारखी कंपनीची परिस्थितीपण नव्हती. हॅरी वर्षाला २५००० डॉलर्स मिळणाऱ्या टेस्टी फ्रीजच्या उपाध्यक्षपदाची नोकरी सोडून आठवड्याला १०० डॉलर्स मिळणाऱ्या मॅकडोनल्ड्समधल्या नोकरीत आला. कॉनलीचा नवा पगार त्याहून कमी होता. मात्र पुढे परिस्थिती सुधारल्यावर सुरुवातीला ज्यांनी त्याग केला, त्यांना रेने भागधारक बनवले, पगारवाढ व इतर भरपूर सवलती दिल्या. मॅकडोनल्ड्सच्या प्रिन्स कॅसल सेल्समध्येही पैशाची चणचण होतीच. जिम शिंडलरने तिथे यावे म्हणून त्याने १९५८मध्ये त्याला वर्षाला १२ हजार डॉलर्स पगार देऊ केला. रेला स्वत:लाही तेवढे पैसे मिळत नव्हते. मॅकडोनल्ड्समधून १९६१पर्यंत तर रे काहीही पगार वा खर्चापोटी पैसे घेत नव्हता.

परिस्थिती कठीण होती व पगार भागवण्यासाठी कित्येक वेळा रेला आपल्या विमा पॉलिसीवर कर्ज घ्यायला लागायचे.

त्या आधी दोन वर्षे त्याने फ्रेड टर्नरला प्रति महिना ४२५ डॉलर्स देऊ केले व अगदी आग्रह केल्यावर तो ४७५ डॉलर्सवर कबूल झाला. टर्नरने घरखर्चाचा सर्व हिशेबच त्याला दाखवला व तो मागत असलेली रक्कम कशी योग्य आहे, हे पटवून दिले. अर्थात, रेने फारसे आढेवेढे घेतले नाहीत.

मात्र, कुटुंबचालक ही रेची भूमिका केवळ आर्थिक व्यवहाराबाबतच नव्हती. त्याने अधिकारी व कर्मचाऱ्यांना व्यवसायातील अनेक मूलभूत तत्त्वे शिकवली आणि मॅकडोनल्ड्स कंपनीशी आपली बांधिलकी कशी जोपासायची, त्याचे धडे दिले. त्याचे बहुतेक व्यवस्थापक त्याच्यापेक्षा २० ते ३० वर्षांनी तरुण होते. त्यामुळे रे त्यांना पित्यासारखा वाटायचा. त्याची शिकवण केवळ कार्यालयीन कामासंबंधात नसायची; तर कसे राहावे, वागावे व त्यांचे हित कशात आहे, हे सांगण्यातही तो हयगय करत नसे.

कार्यालयीन नीतिमूल्यांवर रेचा विश्वास होता. मूलभूत व शाश्वत मूल्यांवरही त्याची निष्ठा होती. स्वच्छ व उत्तम पेहराव व्यक्तिमत्त्वाविषयी बरेचकाही सांगून जातो, असे तो समजायचा. त्याच्या विश्वासावर व निष्ठेवर त्याच्या बोहेमियन पार्श्वभूमीचा प्रभाव होता, त्यामुळे तो मॅकडोनल्ड्सला भरपूर उंची गाठून देऊ शकला आणि या प्रक्रियेत तो देशातली एक श्रीमंत व्यक्ती बनला. अगदी ८०व्या वर्षीही तो घासाघीस करण्यास मागे-पुढे पाहायचा नाही. तो स्वत:ची रोल्सरॉइस गाडी घेऊन लांबवरच्या दुकानांतून डिस्काउंट कूपनवर थोडे पैसे वाचवून पत्नीकरता सिगरेटची मोठी बॉक्स आणायला जायचा. त्यांत वाचणाऱ्या पैशापेक्षा कमी किमतीत ती बॉक्स जवळच्या दुकानातही कदाचित मिळू शकली असती. रेच्या मते, पैसा व अन्य कोणत्याही गोष्टी वाया घालवणे, ही गोष्टच भयानक होती.

मॅकडोनल्ड्सची परिस्थिती १९५०मध्ये खालावली. तिच्या अस्तित्वाविषयीच प्रश्नचिन्ह निर्माण झाले. मग रेने सर्व कर्मचाऱ्यांना काटकसरीचे धडे दिले, पैसे जपून खर्च करायला सांगितले. स्वस्तातल्या वस्तू घ्या – डिस्काउंट कूपनचा उपयोग करा आणि ज्यातून अधिक मिळेल असे काटकसरीचे मोठे पॅक्स घ्या, हे तो पटवून द्यायचा व स्वत:ही आचरणात आणायचा. याची उदाहरणे देणारी माहितीपत्रके तो कार्यालयात वाटायचा. पुढे श्रीमंती आली तरी काटकसरीची त्याची सवय कमी झाली नाही. रे आणि त्याची तिसरी बायको जोन एकदा त्यांच्या ६० लाख डॉलर किमतीच्या विमानातून काही अधिकाऱ्यांबरोबर जात होते. तेव्हा रे तिला संत्र्याबरोबर एकाऐवजी तीन कागदी रुमाल आणले म्हणून रागावत असताना त्यांनी ऐकले.

रे क्रॉक व्यवसायाचे तत्त्वज्ञानही शिकवत असे व ते बऱ्याच वेळा तो

शिकलेल्या नीतितत्त्वाच्या मूल्यांवर आधारित असे. दर्जात्मक कामगिरीमुळे येणाऱ्या दूर पल्ल्याच्या नफ्याकडे लक्ष देऊन काम करा; कमी कामात मिळणाऱ्या झटपट नफ्याकडे पाहू नका, कारण तो दीर्घ काळ टिकत नाही, हे तो ठसवायचा.

जर आपले काम चोख केलेत तर पैसा आपोआप चालत येईल, हे त्याचे सांगणे असायचे. त्याची अशी छोटी-छोटी बोधपर वाक्ये 'क्रोसिझम' म्हणून प्रसिद्ध होती व ती मॅकडोनल्ड्सच्या कार्यालयात ठिकठिकाणी लावली जायची. त्यांपैकी आणखी काही अशी : 'यश हे फुकट येत नाही, तसेच अपयशही.' (सक्सेस इज नॉट फ्री, नायदर इज फेल्युअर), 'आपल्याकडे कोणीही एक आपल्या सर्वांपेक्षा चांगला नाही.' (नन ऑफ अस इज ॲज गुड ॲज ऑल ऑफ अस), 'जर तुम्ही निर्धाराने केलात, तर मुक्त व्यवसाय उपयुक्त ठरेल.' (फ्री एंटरप्राइज विल वर्क इफ यु विल).

रे क्रॉक तसा धार्मिक वृत्तीचा नव्हता. तो जन्माने कॉन्ग्रेशनॅलिस्ट (स्वतंत्र धर्मपद्धतीचा) होता आणि चर्चमध्ये जायचा तो लग्नसमारंभाला वा अंत्यसंस्कारासाठी. पण जीवनाच्या तत्त्वांशी तो अत्यंत निष्ठावान होता. ती अगदी पांढऱ्यावर काळे करावेत, अशी होती व त्यांत त्याला तडजोड खपायची नाही. जुन्या जगातील मूल्यांवर आधारित फास्ट फूडचे नवे जग उभारण्यात तो अग्रेसर होता, हे त्याचे वैशिष्ट्य. जॉर्ज बिल नावाच्या स्तंभलेखक म्हणतो, 'विसाव्या शतकात वावरणारा हा एकोणिसाव्या शतकातला माणूस होता.' "तो आपली तत्त्वे एखाद्या वडलांनी मुलांकडे हस्तांतरित करावीत तशी आपल्या व्यवस्थापकांना शिकवत होता. त्या तत्त्वांत त्याला तडजोड खपायची नाही. त्यांतून त्याने सर्वांच्यात एक कौटुंबिक बंध निर्माण केला. त्यांची व्यक्तिमत्त्वे भिन्न होती, पण संस्थापकाने शिकवलेली व्यावसायिक तत्त्वे सर्वांच्यात समान होती. त्याचे नियम नकारात्मकही नव्हते किंवा कुणाला ते अपमानस्पदही वाटायचे नाहीत. ही तत्त्वे महत्त्वाची वाटतात हे ते जाणत होते व ते त्यांना पटतही होते." असे टर्नर व्यवस्थापकासंबधी म्हणतो.

पण त्यांनी ती स्वीकारली याचे मुख्य कारण म्हणजे, त्यांचे कामातले स्वातंत्र्य रेने हिसकावून घेतले नव्हते. त्याने त्यांच्यावर भरपूर जबाबदाऱ्या टाकल्या होत्या व त्यांत त्यांनी आपल्या निराळ्या व्यक्तिमत्त्वाचा ठसा उमटवून दाखवावा, असे तो मानायचा. त्यांचा कुटुंबचालक बनून रे त्यांना एका समान दिशेने आगेकूच करायला लावायचा. सर्जनशील व्यक्तींना हेरून त्यांचे स्वातंत्र्य व त्यांना आवश्यक असलेल्या मार्गदर्शनाची गरज यांतील समतोल साधण्याचे कौशल्य त्याने उत्तमपैकी आत्मसात केले होते.

टर्नर म्हणतो, "तो लोकांमधले उत्तमातले उत्तम कर्तृत्व फुलवायचा. तो म्हणजे तुम्हाला उपलब्ध असलेला सर्वोत्कृष्ट नेता होता." थोडक्यात, रे क्रॉकने आपल्या भट्टीतून तावून-सुलाखून बाहेर काढून अनेक अधिकारी, उद्योजक घडवले; नाही का?

हॅम्बर्गर्सची निर्मिती

ती १९६०च्या आसपासची घटना आहे. ओहिओ राज्यातील स्प्रिंगफिल्ड येथे आकार घेत असलेल्या आपल्या 'बर्गर शेफ' या रेस्टॉरंटच्या बाहेर त्याचा मालक जॅक रॉशमन उभा होता. या रेस्टॉरंटचे उद्घाटन लवकरच होणार होते. त्या राज्यात तो उघडणार असलेल्या १००च्या वर बर्गर शेफ रेस्टॉरंटपैकी ते पहिलेच होते. पण तिथे घडलेला प्रसंग तो कधीही विसरू शकला नाही. रस्त्याच्या पलीकडेच मॅकडोनल्ड्सच्या नव्या रेस्टॉरंटवर कामगार शेवटचा हात फिरवत होते. रॉशमन या आपल्या थेट आणि जीवघेण्या स्पर्धकाच्या त्या नव्या कृतीकडे पाहत होता. भावी काळात दोन्ही कंपन्यांत तशी स्पर्धा होत राहणार होती.

त्याने मॅकडोनल्ड्समधून एक माणूस त्याच्याकडे येत असलेला पाहिला. त्याला वाटले, तो मॅकडोनल्ड्सचा नवा फ्रँचायझी असेल. पण तो होता मॅकडोनल्ड्सचा नवा क्षेत्रीय पर्यवेक्षक राल्फ लान्फर. तो आल्यावर त्याच्याशी औपचारिक शुभेच्छांपर चार शब्द बोलावेत, या विचारात जॅक होता. मनोमन तो उजळणी करत होता की, त्याच्याशी बोलायचे – निकडीच्या वेळी दोन्ही रेस्टॉरंट्स एकमेकांना हॅम्बर्गर्स, बन्स आणि अन्य अनेक पदार्थ देऊन सहकार्य करतील. त्याला मॅकडोनल्ड्सची ही ख्याती माहीत होती की, ती काही मैत्री वाढवू शकेल अशी कंपनी नाही. पण त्याने जे अनुभवले, त्याने तो हबकलाच. तो त्यासाठी तयारच नव्हता. "हॅलो, मी मॅकडोनल्ड्सचा नवा क्षेत्रीय पर्यवेक्षक आहे. आम्ही तुम्हाला लवकरच इथून गाशा गुंडाळायला लावणार आहोत!"

ही घटना रॉशमन पुढची तीन तपे विसरू शकला नाही. पहिले म्हणजे, यातून मॅकडोनल्ड्सची सर्वोत्कृष्ट हॅम्बर्गर्स स्टोअर्सची साखळी निर्माण करण्याची बांधिलकी दिसत होती आणि प्रतिस्पर्ध्याशी सहकार्य करणे म्हणजे एखादी घाणेरडी सवय लावून

घेण्यासारखे होते, हा दृष्टिकोनही दिसत होता. मॅकडोनल्ड्सची कार्यपद्धती रोशमनच्या दृष्टीने मरिन कोअरसारखी होती. कठोर प्रशिक्षण, कडक नियम आणि कडक शिक्षक यामुळे ते मरिन सैनिकासारखे कडक होते, तसे. ''जेव्हा एखादी व्यक्ती हॅम्बर्गर्स युनिव्हर्सिटीतून (मॅकडोनल्ड्सच्या ट्रेनिंग सेंटरमधून) प्रशिक्षित होऊन बाहेर यायची; तेव्हा ती अशा समजुतीनेच की, ती एक उत्तम रेस्टॉरंट ऑपरेटर आहे आणि ती जगातील काहीही जिंकू शकेल. बर्गर शेफमध्येही दर्जा, सेवा आणि स्वच्छतेकरता कडक नियम होते; पण ते मॅकडोनल्ड्सएवढे परिणामकारकरीत्या अमलात येत नव्हते. हॅम्बर्गर म्हणजे हॅम्बर्गर. त्यात गुपित काही नव्हते. पण आमच्यात मॅकडोनल्ड्सएवढी दर्जाबाबत समर्पित वृत्ती नव्हती.'' रॉशमन प्रांजळपणे सांगतो.

फ्रेड टर्नर मात्र रॉशमनने केलेली मॅकडोनल्ड्सच्या कार्यपद्धतीची तुलना मरिन कोअरशी करण्याबाबत सहमत नव्हता. त्याच्या मते, मॅकडोनल्ड्सने अनेक फ्रँचायझींच्या विपणनाबाबत, नवनव्या उत्पादनांबाबत अनेक नव्या कल्पना लढवत व्यवसायवृद्धी केली आणि जम बसवला. त्यामुळे त्यांना सैनिकी वळणाची पद्धत म्हणणे योग्य नाही आणि मॅकडोनल्ड्समध्ये तसे कुणीच होऊ शकणारही नाही. इथे प्रत्येकाच्या सर्जनशीलतेला भरपूर वाव दिला जातो. चाकोरीबाहेर जाऊन माणसे काम करतात. त्याने घेतलेला आक्षेप क्षणभर बाजूला ठेवला, तरी ही बाब नाकारता येणार नाही की, मॅकडोनल्ड्सचे यश हे कार्यपद्धतीच्या शिस्तीमुळे व समर्पित वृत्तीमुळे वृद्धिंगत झाले आहे. या क्षेत्रातील कोणत्याही पद्धतीपेक्षा तिने कार्यपद्धती रुजवणे, प्रमाणके व प्रणाली घालून देणे, पुरवठादारांवर व फ्रँचायझींवरही नीट देखरेख ठेवणे, या सर्वांतून दर्जाबाबत घालून दिलेले निकष पाळले जाताहेत ना, याची खात्री करणे याकडे अधिक लक्ष पुरवण्यासारख्या या गोष्टी केल्या. याची सुरुवात कंपनीच्या स्थापनेच्या पहिल्या तपातच झाली. ती घालून देण्यात फ्रेड टर्नरचा मोठाच वाटा होता व त्यातल्या अनेक पद्धती आजही पाळल्या जाताहेत.

रे क्रॉकने धोरणे आखून दिली. त्याच्या फ्रँचायझी व व्यवस्थापनविषयक दृष्टीबाबत प्रवाद असतील; पण दर्जा, सेवा आणि स्वच्छतेबाबतचा त्याचा कटाक्ष ही आजही एक आख्यायिका बनली आहे. 'दर्जा, सेवा, स्वच्छता' यांमुळे मॅकडोनल्ड्सची इतरांपेक्षा निराळी ओळख निर्माण झाली होती व इतर बाबतींत अनेक स्पर्धक नक्कल करण्यात यशस्वी झाले तरी याबाबत मॅकडोनल्ड्सचा हात कोणी धरू शकले नाही. मॅकडोनल्ड्स बंधूंनी हॅम्बर्गर्स, मिल्कशेक्स वा फ्रेंच फाइजबाबत त्याला कोणताही गुप्त फार्म्युला दिलेला नव्हता. त्याच्याकडे कशाचेही पेटंट नव्हते. तांत्रिक आघाडी नव्हती वा नवा पदार्थ वा उत्पादनही नव्हते. त्याला यांपैकी कशाचीही कार्बनकॉपी, फोटोकॉपी वा फोटो मिळाला नव्हता. त्याने हे स्वत: सर्व विकसित केले होते.

इतर फास्ट फूड व्यावसायिकांना हे माहीत होते की, जर व्यवस्थित तयार केले तर त्यांचे खाद्यपदार्थ मॅकडोनल्ड्सइतकेच उत्तम होऊ शकतात; त्यांच्याशी स्पर्धा करू शकतात. तरीही मॅकडोनल्ड्सचा या व्यवसायात एवढा प्रभाव का, याविषयी अनेक सिद्धान्त मांडले जाऊ शकतात; मांडले जातात. तरीही स्पर्धक एक गोष्ट मान्य करतात. ती म्हणजे, मॅकडोनल्ड्सने एक समान कार्यपद्धती विकसित केली व काटेकोरपणे अमलात आणली. त्यांच्या फ्रँचायझींना कोणत्याही क्षणी व कोणत्याही ठिकाणी ती अमलात आणावी लागायचीच. याबाबत एकाही स्पर्धकाला त्यांची नक्कल करता आली नाही.

या व्यवसायात अशी सातत्याने समानता असणे, ही मोठीच कामगिरी व यश मानले जाते. एखादे औद्योगिक उत्पादन एकाच ठिकाणी ठरावीक पद्धतीने ठरावीक साच्यात बनवता येते; पण फास्ट फूडच्या क्षेत्रात पदार्थ तयार करणारे भरपूर असतात, सर्वदूर पसरलेले असतात व स्थानिक परिस्थिती विविध प्रकारची असू शकते. असे असूनही मॅकडोनल्ड्सने या एका बाबतीत उत्तम यश मिळवले. विविध पातळ्यांवर सर्जनशीलतेला भरपूर वाव देऊन खाद्यपदार्थ तयार करण्याबाबत नियमांची कडक अंमलबजावणी मॅकडोनल्ड्समध्ये केली जात असे. शिवाय याबाबत सर्व स्टोअर्समध्ये समानता होती. "आम्ही मॅकडोनल्ड्सइतकेच उत्तम आहोत," असा दावा करणारे खोटे बोलताहेत, असे रिचर्ड क्विअर्नस सांगतो आणि तो होता ३००च्यावर स्टोअर्स असलेल्या रेड बार्न हॅम्बर्गर साखळीचा जनक. ती त्याने सर्व्होमेशन कॉर्पोरेशनला १९९८मध्ये विकली. तो पुढे म्हणतो, "मॅकडोनल्ड्सच्या जवळपासही आमच्यापैकी कोणी नव्हते. आमच्याकडेही उत्तम स्टोअर्स होती, पण कंपनी म्हणून आम्ही मॅकडोनल्ड्सवर मात करू शकलो नाही. रे क्रॉकला पैशाचे आकर्षण नव्हते. पण त्याचा अहंकार एका बाबतीत प्रचंड होता. तो म्हणजे 'दर्जा, सेवा, स्वच्छता' ही त्रिसूत्री. तिचे पालन न करणारा फ्रँचायझी पाहिला की, त्याचे माथे भडकायचे. तो या त्रिसूत्रीकडे धर्म म्हणून पाहायचा आणि तोच नव्हे, तर मॅकडोनल्ड्समधला प्रत्येक जणच तसे वागायचा."

कॉलिन फूड्स इंटरनॅशनल या २५० स्टोअर्सच्या म्हणजेच – केंटुकी फ्राइड चिकन रेस्टॉरंट्स चालवणाऱ्या साखळीचा जिम कॉलिन्सही असेच काहीसे म्हणतो. "मी मॅकडोनल्ड्सच्या टोकिओ, व्हिएन्ना आणि ऑस्ट्रेलियातील स्टोअर्समध्ये गेलो आहे आणि या प्रत्येक ठिकाणी एकाच प्रकारचे पदार्थ बनवले जातात, हे मी अनुभवले आहे. अशा प्रकारचे सातत्य राखण्यात अन्य स्पर्धक यशस्वी होत नाहीत आणि याला बहुधा रे क्रॉकचा इशारा कारणीभूत असावा. तो म्हणजे, एक तर मी सांगतो त्या पद्धतीने वागा, नाही तर तुम्ही इथे राहणार नाही."

ही कार्यपद्धती कार्यान्वित करून रुजविण्यात फारशी अलौकिकता नव्हती,

पण प्रचंड चिकाटी होती. आजकालच्या युगात टिकाव धरायचा असेल, तर मध्यवर्ती यंत्रणेने कार्यपद्धतीची 'मानांकने' ठरविणे व ती सर्व फ्रँचायझी कसोशीने पाळताहेत ना, हे पाहण्याची यंत्रणा विकसित करणे आवश्यक असते. चांगले पुरवठादार विकसित करणे आणि सर्व खाद्यपदार्थांची प्रमाणके आखून देणे महत्त्वाचे असते आणि शेवटी त्या पद्धतीनेच सर्व होतेय याची खात्री करून घेणारी यंत्रणाही आखावी लागते. मॅकडोनल्ड्सने हा मार्ग १९५०मध्येच निवडला. त्यापूर्वी अशी सर्वंकष यंत्रणा विकसित करण्याचा विचारही कोणी केला नव्हता. बाकीच्यांनी फक्त फ्रँचायझी विकण्याच्याच बाबीवर लक्ष दिले होते. मॅकडोनल्ड्सबाबत त्याचा क्रम बराच खाली होता. बाकीचे फक्त रॉयल्टी घेण्यात व नवी स्टोअर्स उघडण्यात दंग होते; तर मॅकडोनल्ड्सने या काळात कार्यपद्धती विकसित करण्यात प्रचंड आघाडी घेतली होती.

मॅकडोनल्ड्सने १९५५मध्ये आपले काम चालू केले, तेव्हा डेअरी क्वीन आणि टेस्टी फ्रीज या दोन साखळी दुकानांनी आपापली पद्धती बसवली होती. त्यांनी राज्यभर फ्रँचायझी दिली होती व तिथून मग राज्यांतर्गत सब-फ्रँचायझी स्थानिक पातळीवर काम करायचे. त्यामुळे काम व्यवस्थित होते का, हे पाहायला राज्याचे फ्रँचायझी जबाबदार होते. त्यामुळे सर्वत्र समानता नव्हती. त्यांतील काहींनी दर्जाबाबत जागरूकता दाखवली, काहींनी नाही. काही स्थानिक रेस्टॉरंट्सना वरचेवर भेटी देऊन पाहणी करायचे. काहींनी त्याकडे दुर्लक्ष केले. राष्ट्रीय पातळीवर त्यांनी समान पद्धतीने कार्य करावे, असा त्यांच्याकडे कोणी आग्रह धरला नाही. हॅरी ॲक्सेसने एकखांबी तंबूप्रमाणे डेअरी क्वीनचा कारभार चालवला. टेस्टी फ्रीजचा संस्थापक लिओ मोरान्झकडे फक्त पाच कर्मचारी होते आणि त्याने ५०० स्टोअर्सना फ्रँचायझी दिली होती. या कर्मचाऱ्यांपैकी दोन कार्यवाहिका होत्या. एक जण रॉयल्टी गोळा करायचा, तर एक जण टेस्टी फ्रीज बाइंग असोसिएशन या सहकारी संस्थेमार्फत पुरवठादारांवर लक्ष ठेवायचा आणि फक्त एक जण प्रवास करून नवे संभाव्य फ्रँचायझी हेरायचा. हॅरी सोन्नेबार्नने टेस्टी फ्रीज सोडले, त्याचे मुख्य कारण त्याच्या योग्यतेला साजेसे काम तिथे नव्हते, असे लिओ म्हणतो. कारण तिथे सर्व लिओच हाताळायचा. जणू तो म्हणजेच व्यवसाय! लिओने एकदा सर्व अमेरिकाभर फ्रँचायझींची साखळी निर्माण केल्यावर त्याचे काम उरले ते म्हणजे डेअरी पदार्थ विकला की, मिळणारी १० सेंट रॉयल्टी गल्लाभर गोळा करणे. जणू त्याच्या या पैसे मिळवण्याच्या मशिनला तेलपाणी करण्याचीही आवश्यकता नव्हती. "मला प्रत्येक स्टोअरमागे वर्षाकाठी ६०० डॉलर्स सरासरी रॉयल्टी मिळत होती आणि अशी १५०० स्टोअर्स होती व खर्चाची बाजू फारच मर्यादित होती," असे मोरान्झ सांगतो. शिवाय त्याला फ्रिजर विक्रीच्या कामातूनही पैसे मिळायचे. त्याचे त्या काळचे उत्पन्न वर्षाला १०

लाख डॉलर्स होते आणि त्या काळी ती रक्कम प्रचंडच होती. हिवाळ्यात तो सहा महिने पाम स्प्रिंगला उबदार हवेत जाऊन राहायचा आणि तरीही त्याचा व्यवसाय उत्तम चालायचा.

त्या वेळचे फास्ट फूडचा व्यवसाय करणारे अनेक जण या पद्धतीनेच काम करत होते. ते भरपूर वेळ काम करायचे; पण असा एक पद्धतशीर, लांब पल्ल्याची कार्यपद्धती विकसित करावी व ती राबवावी, असा कोणी विचारच केला नाही. हर्मन सँडर्सने केंटुकी फ्राइड चिकनची राज्यवार मोठी साखळी निर्माण केली, पुढे ती त्याने केंटुकीचा पूर्वीचा गव्हर्नर जॉन ब्राउनच्या नेतृत्वाखालील सिंडिकेटला १९६४मध्ये विकली तोपर्यंत तरी त्याची कार्यपद्धती टेस्टी फ्रीजच्या लिओ मोरान्झसारखीच होती. बिग बॉयच्या बॉब विऑनने पाच जणांच्या जोरावर हॅम्बर्गर स्टोअरची साखळी चालवली. याने राज्यवार कारभार चालवण्याची जबाबदारी तिथल्या फ्रँचायझींवर सोपवली; स्वत: लक्ष घातले नाही. क्रॉकने विकसित केली तशी देखभाल करणारी व साहाय्य पुरवणारी यंत्रणा १५ सेंटमध्ये हॅम्बर्गर देणाऱ्या अन्य कोणीही विकसित करण्याचा प्रयत्न केला नाही. क्रॉककडे आर्थिक पाठबळ फारसे नव्हते, पण तसे असलेल्या हेन्रीजनेसुद्धा तसा प्रयत्न केला नाही. ब्रेसलर आइस्क्रीम कंपनीच्या मालकीची ही 'हेन्रीज' साखळी स्टोअर्स होती. त्यांच्यात व मॅकडोनल्ड्समध्ये तुलना करता येईल. दोघांचेही मुख्यालय शिकागोलाच होते. रे क्रॉकने डेस प्लेन्समध्ये पहिले स्टोअर उघडले. त्यानंतर पाच महिन्यांत हेन्रीजनेही तिथेच आपले स्टोअर उघडले. लॉस एंजलीसमधील जिम कॉलिन्सच्या हॅम्बर्गर दुकानाची नक्कल हेन्रीजने केली व जिमने मूळ सॅन बरनान्डोमधल्या पहिल्या मॅकडोनल्ड्सची नक्कल केली होती. हेन्रीजच्या पहिल्या दुकानाचे किचन जिम शिंडलरने बनवले होते. त्यालाच पुढे रे क्रॉकने आपल्याकडे खेचले. सुरुवातीच्या काळात हेन्रीजने मॅकडोनल्ड्सपेक्षा मोठी आघाडी मिळवली, असे चित्र दिसत होते व १५ सेंट हॅम्बर्गरच्या क्षेत्रात ती पुढे जाणार, असे वाटत होते. पण १९६५मध्ये मॅकडोनल्ड्स पब्लिक लिमिटेड कंपनी झाली. तिने ७०० स्टोअर्स उघडली; तर हेन्रीज लयाला गेली.

हेन्रीजमध्ये कार्यपद्धतीविषयक समस्या होती. हॅम्बर्गरच्या विक्रीचा त्यांचा मुख्य उद्देश आपले आइस्क्रीम विकणे, हा होता. ब्रेसलरचे उत्पादन विकण्याविषयी फ्रँचायझीवर प्रचंड दबाव असायचा. पण त्यांनी कार्यपद्धती राबवणारी यंत्रणा निर्माण केली नाही. त्यामुळे विविध स्टोअर्सवर त्यांच्या देखरेखीचा अंमल नव्हता. त्याचा प्रमुख चार्ल्स ब्रेसलर म्हणतो की, माझ्या अन्य चार भावांना त्याची गरजच वाटली नाही. त्याने १९६१मध्ये मॅकडोनल्ड्सच्या धर्तीवर आपली एक प्रशिक्षण संस्था असावी, अशी कल्पना मांडली. हे फार लवकर होतेय, एवढी घाई कशाला? – असा त्याला अल्प वा विरुद्ध प्रतिसाद मिळाला. त्याला जिम शिंडलरला पगारी

नोकरीत घ्यायचे होते. पण नव्या नोकराकरता जागा रिक्त नाही, असे सांगण्यात आले. जिम मग मॅकडोनल्ड्सकडे गेला व त्याने किचन इक्विपमेंटमध्ये क्रांती केली. फ्रँचायझी निवडताना अधिक कडक नियम व निकष असावेत, असे चार्ल्स म्हणायचा; तर त्याचे भाऊ अधिकाधिक फ्रँचायझी कायम करण्यात गुंतलेले असायचे. फिनिक्समध्ये हेन्रीजच्या फ्रँचायझीच्या स्टोअरच्या उद्घाटनाला तो गेला व त्या मालकाला फक्त एकच हात होता, हे पाहून तो चाटच पडला. ''तुला मदत करायला कोणी बायको, भाऊ, मुलं आहेत का?'' असे विचारल्यावर तो म्हणाला, ''नाही, मी एकटाच सर्व काम करणार आहे!''

फ्रँचायझी निवडताना होणारी ही घाई व हेळसांड ब्रेसलरच्या लक्षात आली. त्याचे म्हणणे होते की, एक हात नसणे यांत विशेष काही नाही; पण मग ती व्यक्ती हॅम्बर्गर कागदात गुंडाळून कसे देणार? त्याला सहायक तरी नकोत का? त्याच्या लक्षात आले की, आपले भाऊ बेफिकीर आहेत व त्यांचा सर्व रोख आपले आइस्क्रीम अधिक कसे विकले जाईल, यावरच आहे.

याउलट, मॅकडोनल्ड्सने आपले सर्व लक्ष कार्यपद्धती रुजवणे, सुधारणे व उभारणे – याकडे पुरवले. त्यांच्याकडे फक्त सॅन बरनान्डोमधल्या पहिल्या दुकानाच्या पाच-सहा वर्षांच्या अनुभवाची शिदोरी होती व तोही अनुभव त्यांचा स्वत:चा नव्हता. पण तरीही त्यांच्या लक्षात आले की, मॅकडोनल्ड्स बंधूंची स्पीडी सिस्टीम सुधारायला वाव आहे. तिला वरच्या दर्जावर नेता येऊ शकते आणि तसे नेण्यासाठीचा अधिकार त्याच्याकडे आहे. गोम एकच होती की, तो करत असलेल्या सर्व बदलांना मॅकडोनल्ड्स बंधूंची लेखी परवानगी लागायची व तशी ती नेहमीच मिळत नसे. त्याच्या लक्षात आले की, राष्ट्रीय पातळीवरची साखळी निर्माण करायची असेल, तर अधिक चांगली कार्यपद्धती राबवायला हवी. ती सध्याच्या पद्धतीत राबवणे अवघड होते. ती मजबूत हवी आणि सहज आचरणात आणता येईल अशी सोपीही हवी; तसेच ती फ्रँचायझींना थोड्याच काळात आत्मसात करता यावी. म्हणून डेस प्लेनमधल्या त्याच्या पहिल्या स्टोअरपासूनच त्याने या दिशेने पावले टाकायला सुरुवात केली. त्याला माहीत होते की, हे मॅकडोनल्ड्सबरोबरच्या कराराच्या ते विरुद्ध होते; पण त्याने ते काम तसेच रेटून नेले.

त्याने चार गोष्टींवर लक्ष दिले – खाद्यपदार्थांत सुधारणा, कच्च्या मालाच्या पुरवठ्याची उच्च दर्जाची पद्धत, इमारत व यंत्रसामग्री / उपकरणे यांचे आधुनिकीकरण आणि परवानाधारकाला प्रशिक्षण देण्यासाठी व त्यांच्यावर देखभाल करण्यासाठी कार्यक्षेत्री काम करणारी कर्मचाऱ्यांची साखळी 'निर्माण' करणे. रे क्रॉकने दिशा दाखवून दिली, प्रोत्साहन दिले आणि फ्रेड टर्नर, जिम शिंडलर आणि निक या तिघांनी मग त्या दिशेने काम केले. कॅरोसचे कुटुंबीय शिकागोच्या उत्तरेस सॅंडविच

व आइस्क्रीम विक्रीचे 'कॅरोसेल' नावाचे दुकान चालवत होते. हेन्रीजच्या एका फ्रँचायझीचे स्टोअर कॅरोस संभाळत होता; पण त्याची हेन्रीजच्या बाबतीत थोडी निराशा झाली आणि मग त्याने रे क्रॉकने देऊ केलेली मॅकडोनल्ड्समधील नोकरी पत्करली. या सर्वांच्या कामामुळे पदार्थांचा दर्जा, सेवेचा वेग व अमेरिकन ड्राइव्ह-इन रेस्टॉरंटमधील स्वच्छता यांत प्रचंड फरक पडला. त्यांनी ७२०० कोटी डॉलर्सच्या फास्ट फूड उद्योगाची जणू मुहूर्तमेढ रोवली व प्रमाणके आखून दिली. पण त्यांच्या प्रयत्नांचा प्रभाव त्याहून दूर पडला. केवळ खाद्यपदार्थच नव्हे, तर किचन इक्विपमेंट्स, पदार्थांची निर्मिती व शेतकी क्षेत्रातील साह्यभूत उत्पादने यांसारख्या अन्य क्षेत्रांतही मग सुधारणा होत गेली. मॅकडोनल्ड्सचा कित्येक क्षेत्रांतला प्रभाव ग्राहकांच्या लक्षातही येत नाही. सुधारणा अमलात आणण्यासाठी खाद्यपदार्थ व इक्विपमेंट तयार करणाऱ्या साखळी दुकानांकडे मॅकडोनल्ड्सचे तज्ज्ञ वळले. शेतकऱ्यांची बटाटा उत्पादनाची पद्धत व उद्योगांची बटाट्यावर प्रक्रिया करण्याची पद्धत यात त्यांनी आमूलाग्र बदल केले. त्यांनी दुग्धशाळेत नव्या पद्धती राबवल्या. बीफ उत्पादनासाठी लागणारी जनावरे कशी जोपासावीत व बीफ प्रक्रिया कशी करावी यांत त्यांनी प्रमाणके आणली. त्यांनी अत्यंत कार्यक्षम अशी खाद्यपदार्थ शिजवायची उपकरणे बनवली. पदार्थांचे पॅकिंग व वितरण यात सुधारणा घडवल्या. त्यापूर्वीच्या चार दशकांत झाला नसेल एवढा आमूलाग्र बदल मॅकडोनल्ड्सने या विविध क्षेत्रांत थोड्याच कालावधीत प्रयत्नपूर्वक घडवून आणला.

फास्ट फूडमधील हॅम्बर्गर, फ्रेंच फाइज आणि मिल्कशेक हे सर्वांत लोकप्रिय पदार्थ कसे तयार करावेत, यासाठी त्यांनी मार्गदर्शक पुस्तके निर्माण केली. यापूर्वी परंपरागत खाद्यपदार्थ तयार करून ग्राहकांना देणारी हॉटेल्स व रेस्टॉरंट्स यांनी आपल्या क्षेत्रात अनेक प्रयोग करून नावीन्य आणले होते. पण फास्ट फूडसारख्या मोठ्या प्रमाणावर उत्पादन व विक्री करण्याच्या क्षेत्रात अशी प्रमाणबद्धता त्या वेळेआधी आली नव्हती, त्यासाठी कुणी काही प्रमाणके ठरवली नव्हती. मॅकडोनल्ड्सने जेव्हा डेस प्लेन्समध्ये आपले स्टोअर उघडले, तेव्हा प्रचलित दुकानात हॅम्बर्गरमध्ये बीफ वापरले जायचे, ते खाटकाच्या दुकानात उरले-सुरले, शिळे, फेकण्याच्या लायकीचे असायचे. फ्रेंच फ्राइज या बटाटा चिप्सला लागतील असे उत्तम व एकाच प्रकारचे बटाटे सातत्याने पिकवण्याबाबत बटाटा उत्पादकही उत्साही नव्हते. स्टोअर्समध्ये येतील ते बटाटे वापरले जायचे व मग फ्रेंच फ्राइजही कधी चांगले; तर कधी वाईट बनायचे. मिल्कशेक तयार करण्यात भरपूर वेळ जायचा व त्यामुळे त्यावरचा कामगारांचा खर्च वाढायचा. एकंदरीत या सर्वच बाबतींत सर्वदूर उदासीन वृत्ती पसरली होती. अशा वेळी मॅकडोनल्ड्सने हॅम्बर्गर, फ्रेंच फ्राइज व मिल्कशेक यांसारख्या एरवी साध्या वाटणाऱ्या पदार्थांमध्ये अधिक लक्ष, अधिक अभ्यास आणि

अधिक संशोधन केले. तसे करण्याचे इतर कोणाच्या डोक्यातही आले नव्हते. फ्रेड टर्नर आणि रे क्रॉक यांनी एखाद्या कारखान्यातल्या यंत्रातून जसे एक साच्याचे उत्पादन तयार होते तसे या पदार्थांसाठी केले. सेवेमध्ये दर्जा आणण्याची तीव्र इच्छा त्यांच्याकडे होती व त्यांच्या रेस्टॉरंटमधील १० पदार्थांच्या मेन्यूमध्ये तसा दर्जा आणि प्रमाणबद्धता आणण्यासाठी त्यांनी प्रयत्न केले. तसे इतर रेस्टॉरंटमध्ये इतक्या विविध प्रकारचे पदार्थ दिले जात होते की, असे करणे त्यांना अवघड होत होते. पण मॅकडोनल्ड्सने पदार्थ मर्यादित केले, पुरवठादार थोडे ठेवले व त्यामुळे त्यांना या सुधारणा करणे शक्य झाले. दुसरा फायदा त्यांना मिळाला तो इतरांच्या या क्षेत्रातील अज्ञानाचा. प्रचलित प्रशिक्षण संस्थेत अशा व्यवसायाचे प्रशिक्षणच दिले जात नव्हते. त्यामुळे मॅकडोनल्ड्सने स्वत:चीच प्रणाली विकसित केली व आपल्या कर्मचाऱ्यांना त्यांनीच प्रशिक्षित केले. याला 'टर्नर, शिंडलर, कॅरोस' प्रणाली म्हणता येईल. कारण त्यांनी त्या दृष्टीने मूलभूत काम केले व 'मॅकडोनल्ड्स प्रमाणके' विकसित केली. यात त्यांना प्रयोग करावे लागले, त्यात चुकाही झाल्या. पण सुचेल त्या कल्पनेवर त्यांनी चर्चा केली, नव्या कल्पना सुचल्या तरी जुन्यांवरचे प्रयोग पूर्ण झाल्याशिवाय त्यांना हात घातला नाही. हजारो प्रयोग झाले. टर्नर म्हणतो, "आम्ही अधिक चांगले काय होऊ शकेल, हे पाहण्यासाठी सतत प्रयत्न केले, त्यांत बदल केले."

साधे फ्रेंच फ्राइज या पदार्थाचे उदाहरण घेतले, तर त्यांत प्रमाणबद्धता येण्यासाठी केले तेवढे प्रयत्न अन्य कशासाठीही झाले नसावेत. तसे प्रयोग होऊन त्यांत प्रमाणबद्धता आली, त्या वेळी अमेरिकेतील बटाट्यांच्या वापरापैकी पाच टक्के बटाटे केवळ मॅकडोनल्ड्समध्ये खपत होते. आज हेच प्रमाण २५ टक्क्यांवर गेले आहे आणि या क्षेत्रातले तज्ज्ञ याचे श्रेय मॅकडोनल्ड्सच्या सातत्याच्या प्रयोगांना व प्रमाणबद्धतेला देतात. त्यामुळे कंपनीची प्रतिमाही सुधारली. त्या पदार्थाची किंमत १० सेंट्स होती, पण १५ सेंटच्या हॅम्बर्गरपेक्षा त्याचा खप अशा प्रमाणबद्धतेमुळे वाढत गेला. आजही मॅकडोनल्ड्सला जाणाऱ्यांपैकी ८० टक्के ग्राहक फ्रेंच फ्राइज आवर्जून घेतात. एवढी लोकप्रियता स्पर्धकांच्या फ्रेंच फ्राइजला कधीच मिळाली नाही.

अर्थात, हा काही अपघात नव्हता वा त्याचा वारसा मॅकडोनल्ड्स बंधूंकडून मिळालेला नव्हता. सातत्याच्या संशोधनाचे ते फळ होते आणि यासाठी कंपनीने सुरुवातीच्या काळात ३० लाख डॉलर्स खर्च केले, ही अत्यंत लक्षणीय गुंतवूणक म्हटली पाहिजे. असे पूर्वी कोणीही केले नव्हते. यासाठी कोणते विशिष्ट तापमान व वेळेला एका विशिष्ट पद्धतीचेच फ्रेंच फ्राइज तयार होतील, यावर प्रयोग करण्यात आले. सुरुवातीला हे सर्व सोपे वाटले, पण त्याची व्याप्ती अणूचा शोध लावण्याइतपत

वाढत गेली. त्यांच्या लक्षात आले की, तेलाच्या कढईत फ्रेंच फ्राइज किती वेळ तळायचे याचे प्रत्येकाचे गणित वेगळे येत होते. वेळ व तापमान यांत फरक होत होता. मग फ्रेड टर्नरने स्वत: तापमापक घेऊन प्रयोग केले व ते विशिष्ट तापमान व वेळ ठरवला. तरीही व्यक्तिभिन्नतेबरोबर या पदार्थांच्या तयार होण्यात विविधता येत होती. इडाहो रसेट नं. १ या एकाच पद्धतीचे बटाटे होते. यांचे वैशिष्ट्य म्हणजे त्यांचा लांबट आकार व त्यातला घट्ट गर. पण असे का होते हे बटाटा उत्पादक, ते तळणारे वा आणखी कोणीही सांगू शकत नव्हता. पण टर्नर आणि कॅरोस यांच्या लक्षात आले की, याचे कारण ते बटाटे भांडारात ठेवले जातात. त्यानंतर किती वेळाने वापरले जातात याच्याशी याचा संबंध होता. जे भांडारात अधिक काळ ठेवले गेले, त्यांच्यापेक्षा जे ताबडतोब वापरले गेले, त्यांच्यात हा फरक प्रकर्षाने जाणवला. त्यांतून असे सिद्ध झाले की, शेतातून काढल्यानंतर ते बटाटे भांडारात किमान तीन आठवडे ठेवायला हवेत. कारण त्यामुळे त्यांच्यातील साखरेच्या अंशाचे स्टार्चमध्ये पुरेसे रूपांतर होण्यास वेळ मिळत होता. तसे केले नाही, तर साखरेमुळे त्यांच्यात दृश्य तपकिरी रंग हा आतल्या भागापेक्षा अधिक येत होता.

मग त्यांनी फ्रेंच फ्राइजमधील अन्य प्रमाणबद्धतेकडे लक्ष दिले. इडाहो रसेट बटाट्याच्या उत्पादकांनी असे लक्षात आणून दिले की, त्यातल्या घट्ट गराचा परिणाम तळल्यानंतरच्या कुरकुरीतपणावर होतो. मग प्रयोग करून २१ टक्के घट्ट गर हे प्रमाण सिद्ध केले. मग शेतात जाऊन बटाट्यातील घनता व पाण्याचे प्रमाण यावर त्यांनी प्रयोग केले. त्यासाठी ते हायड्रोमीटर घेऊन शेतात गेले. त्यांनी पाण्यात बटाटे ठेवून त्यांची घनता मोजली. उत्पादकांना हे सर्व अनोखेच होते, कारण यापूर्वी असे कोणी केले नव्हते.

उत्पादक व पुरवठादार यांना एका गोष्टीमुळे मात्र बरे वाटले की, मॅकडोनल्ड्सची एकेका स्टोअर्सची बटाट्याची गरज ३००० पौंड (सुमारे १५०० किलो) प्रति आठवडा होती व अशी मोठी मागणी यापूर्वी कोणीच केलेली नव्हती. साध्या बटाट्यांवर एवढे संशोधन होऊ शकते, प्रमाणबद्धता असू शकते, असे कोणाच्याही स्वप्नातही आले नव्हते.

मॅकडोनल्ड्स स्टोअर्सची संख्या १९६२पर्यंत ४००च्यावर पोहोचली व त्यांची बटाट्याची गरज प्रतिवर्ष ६० लाख पौंड (३० लाख किलो) एवढी वाढली. त्यामुळे या बटाटा उत्पादकांनाही त्यांचे सर्व म्हणणे मान्य करावे लागले. मग त्यांनी उत्पादन व त्याची विशिष्ट तापमानातील साठवण यावर खर्च करण्यास हरकत घेतली नाही. जेव्हा १९५५ला सुरुवात केली, त्या वेळी क्रॉकला हे काही माहीत नव्हते. पण १९६०च्या दशकाच्या मध्यापर्यंत या संशोधनामुळे या केवळ बटाट्यात एवढी क्रांती आणि सुधारणा झाली होती.

बटाटा उत्पादनाबरोबरच तळण्याच्या पद्धतीवरही बरेच संशोधन करण्यात आले. यामध्ये बटाट्याचे काप तळताना लागणारे तेलाचे तापमान मोजण्यात आले व योग्य तापमान कोणते, याचा अंदाज घेण्यात आला. तसेच तळण्यासाठी लागणाऱ्या वेळेचेही गणित मांडण्यात आले. डेस प्लेन्समधील स्टोअर उघडल्यावर तिथे गॅसचे तळणयंत्र पुरविणाऱ्या डिक किटिंगची व रे क्रॉकची भेट झाली. त्यात त्याला शिकागोमधील सॅम्स या हॉट डॉग्ज पुरवणाऱ्या दुकानाला भेट देण्यास सांगण्यात आले. तिथे फ्रेंच फ्राइज पुरवले जायचे व ते तळण्यासाठी खास पद्धत वापरली जायची. तिचे नाव होते 'शिकागो पद्धत.' तिथे सकाळी बटाटे काप करून तीन मिनिटे ठेवायचे व नंतर ग्राहकांना पुरवण्याआधी ते पुन्हा दीड-दोन मिनिटे तळायचे. यामुळे त्या कापांना कुरकुरीतपणा यायचा, असे दिसून आले. मग क्रॉकनेही ही दोन टप्प्यांची पद्धत आपल्या स्टोअरमध्ये चालू केली. शिवाय किटिंगने त्याला फ्रेंच फाइज तळताना बीफच्या चरबीचा वापर करायला सांगितले. त्यासाठी त्याने शिकागोच्या नॉर्थ साइड हॉट डॉग्ज स्टँडला भेट देण्यास सांगितले. तिथे तिचा पुरवठा करणाऱ्या हॅरी स्मॉरगॉन याची गाठ त्याने घालून दिली. त्याने आपल्या इंटरस्टेट फूड कंपनीतर्फे तेल पुरवण्याचे काम घेतले होते. तो १००टक्के शाकाहारी तेल देऊ शकत नव्हता, म्हणून तो त्यात हे बीफच्या चरबीचे मिश्रण करायचा. त्यामुळे फ्रेंच फ्राइज कुरकुरीत होतात, हे कळल्यावर रे क्रॉकने मग तेच तेल-मिश्रण आपल्याकडे वापरणे चालू केले. असे का होते याचे कारण मात्र सापडले नव्हते. मग यामुळे स्मॉरगॉनला मोठेच गिऱ्हाईक मिळाले. मग त्याने खास मॅकडोनल्ड्सकरता 'फॉर्म्युला ४७' नावाचे खास तेल-मिश्रण बनवले. (त्या वेळी ४७ सेंट्समध्ये मॅकडोनल्ड्स 'ऑल अमेरिकन मील' द्यायचे. त्यात १५ सेंट्सचा हॅम्बर्गर, १२ सेंटचे फ्रेंच फ्राइज व २० सेंट्सचा मिल्कशेक असायचा.)

पुढे असे मिश्रण हे फास्ट फूड इंडस्ट्रीचे प्रमाणच झाले. यामुळे तीन माणसांवर चालू झालेल्या स्मॉरगॉन कंपनीचे मोठ्या कंपनीत रूपांतर झाले. सीएफएस इंटरनॅशनल या त्यांच्या कंपनीची उलाढाल साडेबारा कोटी डॉलर्सवर पोहोचली. मॅकडोनल्ड्सच्या १४,००० स्टोअरबरोबरच बर्गरकिंग, वेंडीज, हार्डीज, जॅकस दी बॉक्स वगैरे अन्य फास्ट फूड चेन्समध्येही तो पुरवठा करू लागला. जवळजवळ ४० टक्के बाजारपेठ त्याने काबीज केली. मॅकडोनल्ड्सच्या पाठिंब्याशिवाय हे शक्य झाले नसते.

पण मॅकडोनल्ड्सचे एवढ्यावरच समाधान झाले नाही. एखादी औषध कंपनी नवे औषध बाजारात आणण्यापूर्वी जसे प्रदीर्घ संशोधन करते, तसे या फ्रेंच फ्राइजसाठीचे बटाटे तळणाऱ्या पद्धतीचे संशोधन मॅकडोनल्ड्समध्ये केले गेले. ज्यून मार्टिनोचा नवरा लुई मार्टिनो याने १९५७मध्ये रे आणि फ्रेडला बटाट्याचे काप तळण्याचे तंत्र 'कला' म्हणून वापरण्याऐवजी 'शास्त्र' म्हणून वापरावे, असे

सुचवले. तो हे काप तळण्यासाठी कित्येक महिने प्रयोग करत होता. त्याने मोटारोलामधील नोकरी सोडून ज्यूनच्या मदतीने ग्लेन एलिनमधील मॅकडोनल्ड्सचे स्टोअर चालवायला घेतले होते व तिथल्या तळघरात त्याने हे प्रयोग चालू केले. अशा प्रकारच्या प्रयोगांसाठी मॅकडोनल्ड्सची पूर्ण वेळ प्रयोगशाळा हवी, असे त्याने सुचविले. मग तिथे २४ तास असे संशोधन होऊ शकले असते. विशेषत: बटाटा व तळणाचे यंत्र यांतील संशोधनानंतरही फ्रेंच फ्राइजच्या तयार करण्यात सातत्य नव्हते व लुईच्या मते, यासाठी पूर्ण यांत्रिक पद्धतच वापरायला हवी होती. त्याला असेही वाटायचे की, तळणारा माणूस बदलला तरी तळले गेलेले फ्रेंच फ्राइज त्यामुळे एकाच पद्धतीचे राहतील.

मग पश्चिम शिकागोच्या ॲडिसन या उपनगरात ४७ बाय ५० फुटांच्या खोलीत ही प्रयोगशाळा चालू झाली. या व्यवसायातील अशा प्रकारची ही पहिलीच प्रयोगशाळा ठरली. (त्यापूर्वी खाद्यपदार्थ तयार करणाऱ्या काही मोठ्या कंपन्यांकडे अशी प्रयोगशाळा होती.)

या प्रयोगशाळेत मार्टिनोने तळण्याची प्रक्रिया चालू असताना बटाट्यात काय बदल होतात, याचा अभ्यास करायला सुरुवात केली. त्याने तळण्याच्या भांड्यात व बटाट्यांच्या कापात तापमानमापक सेन्सर्स बसवले व तळण्याच्या प्रक्रियेदरम्यान तापमानातील होणारे बदल त्याद्वारा नोंदवले. काही वेळा त्यासाठी त्याने सूक्ष्मदर्शक यंत्र (मायक्रोस्कोप) वापरले. मग रे क्रॉकने त्याच्या मदतीला केन स्ट्रॉंग हा एक अन्न-तंत्रज्ञ नेमला. या दोघांच्या सुमारे वर्षाच्या संशोधनानंतर त्यांना बटाट्याचे काप आपोआप कसे तळता येतील, यामागचे सूत्र ठरवण्यात यश आले. भावी काळात मग त्यासाठी तशी स्वयंचलित यंत्रे तयार करण्यामध्ये याचा उपयोग झाला.

त्यांच्या असे लक्षात आले की, निरनिराळ्या स्टोअर्समध्ये जरी फ्रेंच फ्राइज तयार करण्याच्या पद्धती, वापरायचे तेल यासंबंधी दिलेल्या सूचनांचे पालन होत होते; तरीही एकाच व्यक्तीने केलेले फ्राइज निरनिराळ्या वेळी निरनिराळे असायचे. त्यांचा कुरकुरीतपणा वा चव बदलायची. मग त्यांनी निरीक्षण केले की, बटाट्याचे काप ३२५० फॅरेनहाइट एवढ्या तापलेल्या तेलात सोडले की, ते तापमान एकदम खाली यायचे व नंतर निरनिराळ्या बॅचमध्ये (कापांच्या) ते निरनिराळ्या तापमानाला वेगवेगळे व्हायचे. मग त्यांच्या लक्षात आले की, अशा नीचतम तापमानात ३°ची वाढ झाली की कुरकुरीतपणा छान यायचा. मग त्याने त्यावरही मात करण्यासाठी यंत्रात स्वयंचलित नियंत्रणपद्धती बसवली. त्याचे नाव ठेवले 'पोटॅटो कॉम्प्युटर'. त्यांत हे ३° वाढ झालेले तापमान कधी झाले व किती आहे, त्याची नोंद व्हायची. मग लवकरच हे सर्व मॅकडोनल्ड्स स्टोअर्समध्ये बसवले गेले. त्यामुळे फ्राइज व्यवस्थित तळले गेलेत का, हे कळायचे. या 'पोटॅटो कॉम्प्युटर'ने अनेक वर्षे उत्तम

काम दिले. त्याचे सुधारित यंत्र आजही मॅकडोनल्ड्समध्ये वापरले जाते. इतकेच नव्हे, तर मार्टिनोने विकसित केलेले तंत्र आजही फिलेट-ओ-फिश किंवा चिकन मॅकनगेट्ससारख्या पदार्थांच्या बाबतीत वापरले जाते. याबाबत पुढे या उद्योगातील प्रमाणके ठरवण्यात आली. क्रॉकने मिल्कशेकबाबतही अशीच प्रमाणके ठरविण्यात पुढाकार घेतला. कारण त्याला दुधाचे पदार्थ व त्याला लागणारी उपकरणे विकण्याचा ३० वर्षांचा अनुभव होता. मॅकडोनल्ड्स बंधू पहिल्यांदा परंपरागत पद्धतीने मिल्कशेक तयार करायचे. पण यात फार वेळ जायचा व कामाचे तास वाढायचे. शिवाय जास्त ग्राहक असतील, तर ते देण्यास लागणाऱ्या वेळामुळे ग्राहक नाराज व्हायचे. या मिल्कशेक विभागाने सॅन बरनान्डोमधील १/४ जागा व्यापली होती व हे सर्व रे क्रॉकला टाळायचे होते.

मिल्कशेकचे कॉन्सेन्ट्रेट वापरून स्व्यंचलित यंत्रावर मिल्कशेक तयार करता येऊ शकतो, हे रे क्रॉकला माहीत होते. हे कॉन्सेन्स्ट्रेट मोठ्या कॅन्समधून ठेवल्याने जागा कमी लागायची. ते यंत्रात टाकले की, यंत्रातून कोनमध्ये तयार आइस्क्रीम लगेच बाहेर यायचे. त्यामुळे ते पुरवण्यात्त लागणारा वेळ कमी व्हायचा. या नव्या तंत्राचे प्रयोगात्मक पहिले यंत्र त्याने डेस प्लेनमधील आपल्या स्टोअरमध्ये बसवले. त्यामुळे वेळ व सेवेत फरक पडला. शिवाय कॉन्सेन्ट्रेटचे कॅन्स त्याने तळघरात ठेवायची व्यवस्था केल्यामुळे स्टोअरची जागा वाचली. अशा रितीने मॅकडोनल्ड्स कंपनी ही या तंत्राचा वापर करणारी पहिली कंपनी ठरली. मिल्कशेक व अन्य अनेक पद्धतींमुळे डेअरीमालकांबरोबर वाटाघाटी करण्यात तो यशस्वी झाला. डेअरी मालक जुन्या पद्धतीने काम करत होते व कोणतीही नवी योजना आणण्यास त्यांचा विरोध होता. त्या क्षेत्रात त्यांची दादागिरी असायची, कारण बहुतेक डेअरी या एकेका कुटुंबाने चालविलेल्या असायच्या व सर्व एकत्र येऊन भाव ठरवत. ते इतरांपेक्षा कित्येक वेळा १/३ जास्त असायचे. त्यामुळे आहे त्या परिस्थितीत बदल करणे त्यांना नको वाटायचे.

रे क्रॉकने येनकेनप्रकारेण या दादागिरीला शह द्यायचे ठरवले. प्रत्येक मॅकडोनल्ड्स स्टोअर वर्षाला सरासरी १५ हजार गॅलन्स शेक मिक्स खरेदी करायचे. ते पूर्वीच्या पाच पट होते. त्यामुळे दुग्धोत्पादन करणाऱ्यांना तो खात्रीचा धंदा होता. त्यामुळे मग डेअरीमालक आपणहून क्रॉककडे येऊ लागले. त्यांनी परंपरागत बर्फासारखे थंड केलेले दूध न देता लिक्विड मिक्स द्यावे, असे क्रॉकला वाटत होते. डेअरीवाल्यांना आठवड्यातून पाच दिवस पुरवठा पाहिजे होता; तर क्रॉकला दिवसातून तीन वेळा मिक्स हवे होते. त्याला मिक्स शेक घट्ट झालेला हवा होता, तर डेअरीवाल्यांना पातळच पुरवायचे होते. डेअरीवाल्यांना १० गॅलनच्या कॅनमधून तो पुरवायचा होता व ते हाताळायला दोन माणसे लागायची, तर क्रॉकला ते पाच गॅलनच्या कॅनमधून

आणि एक माणूस सहज हाताळू शकेल, असे ते पाहिजे होते. शिवाय मोठ्या प्रमाणावर खरेदी केल्याने क्रॉकला दुधाच्या भावात सवलत हवी होती, ती डेअरीवाल्यांना मान्य नव्हती. क्रॉकने एकूण ४७ वेळा त्यांच्याशी घासाघीस केली. त्यांना दर वेळी आपल्या कार्यालयात यायला लावले व शेवटी आपल्याला हवी ती किंमत पदरात पाडून घेतली. गॅलनमागे त्याने २८ सेंट्सची सूट (१ डॉलरच्या किमतीत) मिळवली. शिवाय तो पुरवत असलेले मिल्कशेक इतरांपेक्षा जास्त घट्ट असायचे, त्यामुळे ग्राहक त्यावर खूश होते. यांत फ्रेड टर्नर आणि एल्जिन डेअरीचा हॉवर्ड सोरेन्सन यांनी बरेच प्रयोग करून प्रमाणके ठरवली. त्यांत वापरल्या जाणाऱ्या पदार्थांवर त्यांनी संशोधन केले. त्यामुळे तशा प्रकारचे मिल्कशेक देणारी ती पहिलीच व एकमेव कंपनी ठरली. त्यामुळे तहानही भागत होती. इतर मिल्कशेक घेतल्यावर तोंडात दीर्घकाळ एक विशिष्ट वासाची चव रेंगाळायची. मॅकडोनल्ड्सच्या बाबत तसे व्हायचे नाही. यामध्ये मिल्कशेक करताना होणारे बर्फाचे काप व त्याचे प्रमाण याबाबत फ्रेड टर्नरने बरेच संशोधन केले, त्याचा हा परिणाम होता. मॅकडोनल्ड्सने ही पद्धत लोकप्रिय केली व ते पुढे या उद्योगाचे प्रमाणक बनले.

डेअरी उद्योगात माल पॅकबंद करण्याच्या क्षेत्रातही मॅकडोनल्ड्सने बरेच संशोधन केले. त्यांत कार्डबोर्ड बॉक्समध्ये बसवलेली प्लॅस्टिकची बॅग विकसित केली. ती जास्त टिकाऊ पण होती. पूर्वीच्या प्लॅस्टिक बॅग्ज पुन्हा वापरता येण्यासारख्या होत्या; पण त्या धुण्यात वेळ जायचा व शिवाय ते आरोग्यदृष्ट्या सुरक्षिततेचे नव्हते. त्या पद्धतीत एकदा वापरलेली बॅग फेकून दिली जायची, शिवाय त्यांची साठवण सोपी होती. कमी जागेत जास्तीत जास्त कॅन्स कसे बसतील, हेही त्याने पाहिले. यामुळे जागा कमी लागायची व जास्त माल पुरवता यायचा. बरेचसे डेअरी मालक परंपरागत गोल कॅन्समधूनच दूध पुरवायचे, पण त्यासाठी जास्त जागा लागायची. त्यांचा रेच्या चौकोनी कॅन्सला विरोध होता. पण डेअरी फ्रेशच्या सॅम लर्नरने त्याचा स्वीकार केला व मग इतरांनाही तसे करणे भाग पडले. आता ही पद्धत सर्वदूर पसरली आहे. पण अगदी दोन कॅन्समधील हवेची जागाही कमी कशी करता येईल इथपर्यंत विचार करायच्या रेच्या प्रयत्नांमुळेच हा बदल होऊ शकला, असे फ्रेड टर्नरने नंतर सांगितले.

हॅम्बर्गरबाबत संपूर्ण उद्योगाची दृष्टी बदलण्याचे काम फ्रेड टर्नर आणि कॅरोसने याबाबतीत केलेल्या दीर्घ संशोधनाने केले. तोपर्यंत हॅम्बर्गरबाबत विविध प्रकार, आकार व त्यांतले पदार्थ अस्तित्वात होते. शासकीय तरतुदीबाबत एकच प्रमाण होते. हॅम्बर्गरना वापरल्या जाणाऱ्या किसलेल्या मांसात ३० टक्क्यांहून अधिक चरबी नसे, बाकी त्यात काहीही वापरले जायचे. त्यांत मीट एक्स्टेंडर वापरले जायचे. त्यामुळे हवेतील आर्द्रता शोषून घेतली जायची व शिजवताना मांसाचे

आकसणे कमी व्हायचे. त्यांत रक्ताचे प्रमाणही अधिक असायचे. त्यामुळे फॅट कमी आहे, असे भासायचे. नायट्रेट वापरल्याने मांस बराच काळ लालसर दिसायचे. शिवाय किसताना त्यात जनावरांच्या शरीरातील मांसाव्यतिरिक्त अन्य भाग म्हणजे आतडे व अन्य भागही वापरले जात. गोल्डन स्टेट फूड्स कॉर्पोरेशनचा अध्यक्ष जिम विल्यम्स म्हणतो, ''या किसलेल्या मांसाचा फॉर्म्युला जणू पेन्सिल वापरून तयार केलेला असायचा.'' (म्हणजेच तो कधीही बदलता यायचा). ड्राइव्ह-इन रेस्टॉरंटबरोबर पुरवठादार आधी किंमत ठरवायचे व मग ती किंमत परवडावी अशा पद्धतीने मांस पुरवायचे. त्यांत कित्येक पदार्थ मिसळले जायचे व त्यामुळे 'पूर्णपणे मांसाचा हॅम्बर्गर' ही संकल्पना नावालाच होती. काय मिसळले जाईल, याबाबत कुणाला ठामपणे सांगता यायचे नाही.

म्हणून मग टर्नर आणि कॅरोसने यासाठी कडक प्रमाणके ठरवली. जी पूर्वी उद्योगांनी स्वप्नातही पाहिली नसतील, ती आजही वापरली जातात. अमेरिकेत मांसामध्ये चरबीचे ३० प्रमाण टक्के होते, ते मॅकडोनल्ड्सने ते १७ ते २२.५ टक्क्यांपर्यंत खाली आणले. शिवाय त्यांत मांसखरेदीत अन्य काहीही मिसळता येत नव्हते. त्यांच्या प्रमाणात ८३ टक्के मांस हे जनावरांच्या खांद्याजवळचे हवे व १७ टक्के अन्य भागातले. शिवाय ही जनावरे फक्त गवतावर पोसलेली असावीत, असे नियम आहेत. मात्र हे अमलात आणणे आवश्यक होण्यासाठी त्यांना बरेच प्रयत्न करावे लागले. कारण बहुतेक पुरवठादार या बाबतीत लबाडी करण्यासाठी प्रसिद्ध होते; किंबहुना, ती करणे हा तिथे नियमच होता म्हणा ना!

त्यांना वाटले, मॅकडोनल्ड्सबाबतही तसेच करता येईल. कारणही तसेच होते. आजपर्यंत पुरवठादार ताज्या मांसाचा पुरवठा करायचे, गोठलेल्या मांसाचा नाही. पहिली १२ वर्षे तसे चालले होते. पण १९६८मध्ये मॅकडोनल्ड्सने गोठवलेले मांस वापरायची पद्धत स्वीकारली व पुरवठादारांची संख्या १७५ पर्यंत पोहोचली. मग त्यांपैकी काहींना वाटले, गोठवलेल्या मांसात भेसळ केली, तर मॅकडोनल्ड्सला काही पत्ता लागणार नाही व ते तेवढा पाठपुरवठाही करू शकणार नाहीत. मात्र, त्यांना मॅकडोनल्ड्सच्या मांसाच्या प्रमाणबद्धतेसंबंधीच्या बांधिलकीचा अंदाज नव्हता. फक्त नजरेने मांसाचा दर्जा ठरवण्याऐवजी मॅकडोनल्ड्सने टर्नर आणि कॅरोसची योजना करून प्रयोगशाळेत नमुने तपासण्याचे नक्की केले.

कॅरोसने ५० निरनिराळ्या प्रकारच्या मांसाची तपासणी पद्धत ठरवली व ती फ्रँचायझींना स्वत:च पाहता येईल अशी व्यवस्था केली. त्यायोगे मांसात भेसळ आहे का, हे त्यांना ओळखता यायचे. प्रत्येक पुरवठादाराकडचा मांसाचा नमुना घेऊन त्याचे पॅटिस बनवायचे व त्याची तुलना प्रमाणभूत पॅटिसशी करून बघायची. यावरून भेसळ सहज कळून यायची. चिवट वा फिकट मांस असेल व शिळे झाले

तरी तपकिरी झाले नाही तर, ते बैलाचे असणार. जर रंग लालसर झाला, तर त्यात भेसळ असणार. जर शिजवताना मांसामुळे जास्त ओलसरपणा दिसून आला, तर त्यांत सोयाची भेसळ असणार. जर पॅटिस ग्रिलवर शिजवताना वाकडे झाले तर ते नीट किसलेले नसणार. तसेच चरबीच्या टक्केवारीसाठीसुद्धा त्यांनी एक छोटे, सुटसुटीत यंत्र तयार केले होते. या सर्व चाचण्यांमुळे पुरवठादारांचे धाबे दणाणले नसते, तरच नवल! त्यांना कळून चुकले की, मॅकडोनल्ड्सला फसवणे वाटते तेवढे सोपे नाही. तरीही काहींनी प्रयत्न केले. मग टर्नर आणि कॅरोस अशांच्या मांसप्रक्रिया करायच्या कारखान्याला रात्री-अपरात्री भेटी द्यायचे, तेही पूर्वसूचना न देता. विशेषत: ज्यांच्याविषयी शंका असे, अशा भेसळखोर पुरवठादारांकरता त्या असायच्या. एकदा कॅरोसने ओहिओतल्या एका रेस्टॉरंटला भेट दिली. तिथे त्याला दिसले की, ग्रिलवर भाजल्यावर मांसाच्या पॅटिसमधून काही वायू बाहेर येत होता. त्यावरून त्याला लक्षात आले की, पॅटिसमध्ये बॅक्टेरियाचे प्रमाण बरेच जास्त असणार. तपासणीनंतर प्रयोगशाळेत ते सिद्ध झाले. मग पहाटे तीन वाजता कॅरोसने त्या फ्रँचायझीबरोबर तिथे भेट दिली. त्याला धक्काच बसला. तिथे हॉटेलमध्ये उरलेले मांस मॅकडोनल्ड्सला पुरवायच्या मांसात मिसळले जात होते. त्यांनी लगेच दुसरा पुरवठादार गाठला, यात आश्चर्य नव्हते.

दुसऱ्या एका प्रकारात पुरवठा केलेल्या मांसात सोया पावडर व पाणी मिसळल्याचे फ्रेड टर्नरला आढळून आले. त्यामुळे पॅटिसची चव बदलली होती. दुसऱ्या दिवशी फ्रेड टर्नरने त्या पुरवठादाराला पूर्वसूचना न देता भेट दिली. त्याने सोया पावडर कुणाला दिसू नये, अशा जागी लपवून ठेवलेली पाहिली. ते ठिकाण पाण्याच्या बेसिनच्या खाली होते. त्यांत पाणी मिसळत होते. त्याने त्या पुरवठादाराचे काम ताबडतोब काढून घेतले व सर्व फ्रँचायझींना मांसपुरवठा करणाऱ्या पुरवठादारांकडे कोणकोणत्या जागा तपासायच्या त्याबाबत सविस्तर पत्र लिहिले. त्यांत 'बेसिनच्या खालची जागा अवश्य पाहा,' असे आवर्जून लिहिले होते.

मॅकडोनल्ड्सने इतरत्रही सुरुवातीच्या पुरवठादारांच्या बाबतीत अशीच जागरूकता दाखवली. काही जण इडाहो नंबर १ बटाट्यांत इतर बटाटे मिसळायचे. पुढे-पुढे अशी भेसळ पोते न उघडताही लक्षात येण्याइतपत फ्रँचायझी तयार झाले. पोत्याची शिवण उसवली असेल वा जुन्या भोकाशेजारी दाभणाची नवी भोके असली, तर ते सहज लक्षात यायचे.

सुरुवातीच्या काळात मांस व बटाट्यांबाबत अशा अचानक तपासण्या नेहमीच व्हायच्या, कारण मॅकडोनल्ड्सच्या दर्जाची पातळी फारच उच्च होती. कित्येक वेळा त्यांनी हॅम्बर्गरच्या पुरवठ्याबाबत केलेली हातचलाखी मुद्देमालासह पकडली व असे काही घडेल असे स्वप्नातही न वाटलेल्या पुरवठादारांचे धाबे दणाणले. इतरांकडे

जे खपते ते मॅकडोनल्ड्सकडे नाही, हे त्यांच्या लक्षात आले. अर्थात, कंत्राट जाणे याचा अर्थ मॅकडोनल्ड्ससारखा एक चांगला ग्राहक गमावणे. ते मात्र परवडणारे नव्हते. त्यांची मागणी मोठी होती. प्रत्येक स्टोअरमध्ये दर आठवड्याला १८०० पौंड मांस, १०० पौंड वजनाची बटाट्याची ३० पोती असे मोठे आकडे असायचे. इतरांपेक्षा हे प्रमाण पाचपट मोठे होते. जोन क्रॉक आणि तिचा पहिला नवरा रोली स्मिथ यांनी १९५८मध्ये रॅपिड सिटी, साउथ डाकोटामध्ये मॅकडोनल्ड्स स्टोअर उघडले आणि उद्घाटनाच्या आदल्या दिवशी बटाट्याचा पुरवठादार फ्रेड कायपर्स बटाट्याचे एक पोते घेऊन आला. जेव्हा त्याला सांगण्यात आले की, ३० पोत्यांची ऑर्डर बरोबर आहे, तेव्हा तो परत गेला व सर्व पोती घेऊन आला. ''आता हे बटाटे कुजून जाणार!'' असे त्याचे उद्गार होते. पण ते आठवडा संपायच्या आधीच संपले.

असे अनुभव आल्यावर मांस व बटाट्याचे पुरवठादार मॅकडोनल्ड्सबरोबरचा व्यवसाय अधिक गंभीरपणे करू लागले. मॅकडोनल्ड्स पाळत असलेली प्रमाणके व दर्जा यामागचे कंपनीचे धोरण त्यांना कळून चुकले व स्वच्छ व्यवसाय केला तर भरपूर फायदा आहे, हे त्यांच्या लक्षात आले. मग हळूहळू इतर फास्ट फूड कंपन्याही सावध झाल्या. विशेषत: मांस, बटाटे, दुग्धजन्य पदार्थ यांबाबत हे जाणवू लागले व मग फास्ट फूड रेस्टॉरंट्स आणि इतर नेहमीची रेस्टॉरंट्स यांत लढा चालू झाला. मॅकडोनल्ड्सने फास्ट फूडचे वर्चस्व प्रस्थापित करेपर्यंत नेहमीची रेस्टॉरंट्स म्हणतील त्या भावाने पुरवठादारांना माल द्यावा लागत होता. मॅकडोनल्ड्सने आपल्या गरजेच्या आकाराने हे गणित बदलले. जशी सुपरमार्केटने खरेदीची स्थानिक गणिते बदलली तसे मॅकडोनल्ड्सने देशभर केले. त्यांनी राष्ट्रीय पातळीवर आपली राष्ट्रीय प्रतिमा ही मोठ्या प्रमाणावर खाद्यपदार्थांतील कच्चा माल घेणारा उद्योग, अशी करून ठेवली.

रे क्रॉकने आपल्या पहिल्या काही फ्रँचायझींना एक महत्त्वाची सेवा पुरवली, हे नक्की. ती म्हणजे – खाद्यपदार्थ व कागदी वस्तूंची खरेदी आणि त्यासाठी सवलतीच्या दरात त्या खरेदी करण्याची व्यवस्था करण्याची. यामुळे फ्रँचायझी व मॅकडोनल्ड्स यांमध्ये पक्की बांधिलकी निर्माण झाली व एक यंत्रणा विकसित झाली. असे असले, तरी दर्जासाठी तो थोडी जास्त किंमत द्यायलाही तयार असायचा. तो पुरवठादारांना नेहमी सांगायचा की, केवळ आता तुम्ही किती माल देताय यावर जाऊ नका; तर काही वर्षांतच देशभर आमची हजार स्टोअर्स निघतील, त्या वेळी होणारा तुमचा संभाव्य व्यवसाय लक्षात घेऊन व्यवहार करा. त्यासाठी तुमची पुरवठाव्यवस्था उत्तम विकसित करा. फ्रँचायझींना या व्यवहारात खाद्यपदार्थांवर ३० टक्के तर कागदाच्या वस्तूंवर १५ टक्के सवलत तो देत असे. क्रॉक त्याच्या

पुरवठादारांना मॅकडोनल्ड्सचे संभाव्य भागीदार होण्याचे एक प्रकारे आवाहनच त्याद्वारे करीत असे आणि त्याला उत्तम यश मिळत गेले.

स्टीव्ह बार्नेस हा पेरिमन पेपर कंपनीचा विक्रेता. ही कंपनी डिक्सी कप्स आणि इतर कागदी उत्पादने फास्ट फूड उद्योगाला पुरवायची. रे क्रॉकचे सांगणे किती प्रभावी असायचे, याविषयी तो सांगतो, "तो असे बोलायचा की, जणू हजार रेस्टॉरंट्स आताच त्याच्या हातात आहेत आणि त्याची कारणमीमांसा इतकी प्रभावी असायची की, ती उभी राहणार याबद्दल कोणाला शंकाच उरत नसे. फक्त तो म्हणायचा, तुम्ही पुरवठादार माझ्याबरोबर हवेत." स्टीव्ह त्याचा मालक लाऊ पर्लमन याच्याबरोबर रेच्या ऑफिसात १९५४मध्ये गेला. त्या वेळी डेस प्लेन्सचे पहिले रेस्टॉरंटही उघडलेले नव्हते. त्या वेळची त्याची भविष्यवाणी व वाटाघाटी तसेच घासाघिशीची पद्धत पाहून ते चाटच पडले. रेने सांगितले, "मला या स्टोअरकरता वर्षाला १० हजार कप्स लागतील; पण ते सव्वादोन लाख लागतील या हिशेबाने येणारी किंमत तुम्ही मला सांगा." पर्लमनने ते मान्य केले, कारण तो रेच्या अशा वाणीला पुरता भुलला गेला होता. आपण एका मोठ्या साखळी स्टोअर्सची उभारणी करणार आहोत, हे रे आत्मविश्वासाने पटवत होता. असे चित्र तो सर्वच पुरवठादारांपुढे ठेवत होता. आपण तुमच्या उत्पादनाचे एक मोठे ग्राहक आहोत, हे पटवून देण्यात तो यशस्वी होत होता. त्या रात्री बार्नेसने बायकोला सांगितले की, एक ना एक दिवस मी या माणसाबरोबर काम करणार. तो १९६१मध्ये क्रॉकचा पहिला खरेदी समन्वयक बनला व पुढे मॅकडोनल्ड्स इंटरनॅशनलचा अध्यक्ष बनला. पण त्या पहिल्या भेटीच्या वेळी पर्लमनने जसे मान्य केले, तसे अन्य अनेकांनीही केले. त्यांतले जे पुढे त्याच्याबरोबर राहिले, ज्यांनी रेच्या आशावादावर विश्वास टाकला, ते लक्षाधीश वा त्याहूनही अधिक श्रीमंत बनले.

किमतीतील सवलतीबरोबर रेने पुरवठादारांकडून हमीही घेतली, ती त्यांना ज्या पद्धतीने वागणूक दिली व त्यांची निवड त्याने केली, त्यामुळे. ते त्या वेळचे छोटे-छोटे पुरवठादार होते. पर्लमन पेपर, गोल्डन स्टेट, इंडस्ट्रियल फूड्स वगैरे लघुउद्योजक होते आणि मॅकडोनल्ड्सही त्यांच्यासारखाच लघुउद्योजक होता. त्यापैकी अनेक आजही मॅकडोनल्ड्सचे पुरवठादार आहेत. पण ते आज प्रचंड मोठे झाले आहेत. मॅकडोनल्ड्स त्यांचे मोठे ग्राहक आहेत, ते जणू त्या यंत्रणेशी घट्ट बांधले गेले आहेत. ते मॅकडोनल्ड्सबरोबर आहेत, ही त्यांच्या व्यवसायातली त्यांची मोठी ओळख आहे व त्या ओळखीचा त्यांना भरपूर उपयोग होतो.

रे क्रॉकने ग्राहक-पुरवठादार यांच्यातील नात्यांच्या संकल्पनेत आमूलाग्र बदल घडवून आणला. अनेक मोठ्या व प्रस्थापित पुरवठादारांनी रेचे म्हणणे हसण्यावारी नेले व त्याच्याशी व्यावसायिक संबंध ठेवले नाहीत. म्हणून रेने स्वत:चेच नवे

पुरवठादार विकसित केले. ते त्याच्या संकल्पना मानणारे होते. मॅकडोनल्ड्सने पुढे लघुउद्योजकांनाच उत्तेजन द्यायचे धोरण ठरवले व अन्य मोठ्या प्रस्थापितांना चार हात दूर ठेवले. त्यात 'क्राफ्ट', 'हाइन्झ', 'स्विफ्ट' वगैरे नावे होती. या नावांमुळे मोठ्या झालेल्यांना किरकोळ मालाची मोठी बाजारपेठ आकर्षित करत होती. त्यांना मॅकडोनल्ड्ससारखे ग्राहक नको होते.

या दोन्ही प्रकारच्या बाजारपेठांना एकाच वेळी हाताळणे तसे सोपे नव्हते. त्यासाठी दोन विभिन्न मनोधारणा असणे आवश्यक होते. मोठे उद्योग त्यांच्या उत्पादनांना साजेशी बाजारपेठ विकसित करण्यात सक्षम होते. त्यांच्यासाठी ते विपणनाचे व विक्रीचे नवनवे प्रयोग करायचे. त्यामुळे त्यांना मॅकडोनल्ड्ससारख्या एकाच ग्राहकाला त्याला पाहिजे तशी व्यक्तिगत सेवा देणे जमत नसे. तसे करावे, असे वाटतही नसे. याउलट, छोट्या उद्योजकांना असे करणे जमत असे व ते उत्तम सेवा देत. त्यामुळे मॅकडोनल्ड्सने त्यांना उत्तेजन देण्याचे धोरण ठेवले. त्याचबरोबर मॅकडोनल्ड्सने छोट्या उद्योजकांना त्यांचे उद्योग अद्ययावत करण्यासाठी उत्तेजन दिले. त्यांत त्यांनी असे दाखवून दिले की, ज्या उद्योजकांची निष्ठा मॅकडोनल्ड्सशी आहे, त्यांच्याशी मॅकडोनल्ड्सही तेवढ्याच निष्ठेने वागतील. इंटरस्टेट फूड्सच्या संस्थापकांचा मुलगा केनेथ स्मारगॉन म्हणतो, "इतर साखळी उद्योग अर्ध्या सेंटच्या घासाघिशीसाठी तुम्हाला सोडून जात. याउलट, मॅकडोनल्ड्स उत्तम दर्जासाठी पैसे खर्च करण्यात मागे-पुढे पाहायचे नाहीत. घासाघीस करायचे नाहीत. पुरवठादारांनाही फायदा व्हायलाच हवा, याकडे त्यांचा कटाक्ष असायचा. बरेच जण पुरवठादारांकडे तुच्छ नजरेने बघतात. याउलट, मॅकडोनल्ड्सने त्यांच्या उद्योगाचा व्याप वाढवला नाही, तरी छोट्या-छोट्या उद्योगांनाही उत्तम वागणूक दिली, सन्मानाने वागवले. त्यांच्यात आणि इतरांच्यात मोठा फरक हाच होता. जर मॅकडोनल्ड्सने आज्ञा केली की, चला उडी मारा; तर त्यांपैकी बहुतेक जण प्रतिसाद देतील. 'आज्ञा शिरसावंद्य! फक्त किती लांब, तेवढे सांगा!' असे ते म्हणतील." यांपैकी कित्येक उद्योजकांनी इतर साखळी स्टोअर्सना मालपुरवठा केला. पण मॅकडोनल्ड्सला नेहमीच थोडे झुकते माप दिले. मॅकडोनल्ड्सची त्यांच्याविषयी असलेली निष्ठा या उद्योजकांना नेहमीच अचंब्याची वाटायची. कारण यांपैकी अनेकांना इतर साखळी स्टोअर्सचा अनुभव होता की, थोड्याफार दराच्या घासाघिशीमध्ये ते कोणालाही सहज बाहेरचा दरवाजा दाखवायचे. गोल्डन स्टेट फूड्सचा जिम विल्यम्स म्हणतो की, १९५०च्या मध्याला तो काही साखळी दुकानांना हॅम्बर्गर्स पुरवायचा, त्या वेळी जो सर्वांत कमी दराने पुरवेल त्याला ऑर्डर, हा जणू अलिखित संकेत होता. छोट्या-छोट्या व्यवहारासाठी भयंकर वादावादी व्हायची आणि उद्योजकांना फारशी कोणी किंमत देत नव्हते; शिवाय लाचही द्यायला लागायची. पैसे देणं जेवढे लांबवता येईल तेवढे

चांगले, असे साखळी उद्योग समजायचे. उत्पादनाच्या दर्जाबद्दल कोणी फिकीर करत नव्हते. रे क्रॉकने अशा परिस्थितीत पुरवठादारांची निष्ठा मिळवली. मॅकडोनल्ड्सच्या प्रमाणकाबरहुकूम आपले उत्पादन असेल व स्पर्धेत टिकणारी किंमत असेल, तर मॅकडोनल्ड्सची ऑर्डर मिळणार याची पुरवठादारांना खात्री असायची.

पुरवठादारांबद्दल रे क्रॉकचा रोख नेहमीच पुरोगामी असायचा. त्याला व त्याच्या सहकाऱ्यांना दर आठवड्याला पुरवठादारांशी घासाघीस करायला वेळ नव्हता. "मी फक्त एवढेच सांगायचो – तुम्ही जर व्यवस्थित व्यवहार केलात, तर एक दिवस तुम्हाला आमच्याकडून एवढा धंदा मिळेल की, कोणीही हिरावून घेऊ शकणार नाही." रे त्यांना सांगायचा. "तुम्ही एवढंच करायचं – आमच्याशी खोटेपणा करायचा नाही. तुमच्यावर विश्वास ठेवला म्हणजे, तुम्ही कसेही वागलात तर आम्ही खपवून घेऊ, असं नाही. जर तुम्ही खोटेपणा केलात, तर तुम्हाला बाहेरचा दरवाजाच दाखवू."

गोल्डन स्टेटचा विल्यम्स म्हणतो, "तेव्हा निष्ठा त्याला उपयोगी पडली, जेव्हा इतर साखळी उद्योग कोणत्याही मार्गाने पैसे मिळवायच्या मागे होते. पुरवठादारांशी असलेली बांधिलकी रे क्रॉकच्या उपयोगी पडली. त्यामुळे रे क्रॉकला कंपनीचा जम बसवण्याकडे अधिक लक्ष देता आले. त्या वेळी इतर उद्योग मात्र पुरवठादारांची घडी बसवण्यात वेळ घालवत होते."

मॅकडोनल्ड्सने अशा रितीने मोजक्याच पुरवठादारांना विकसित करून पुरवठ्याची घडी बसवली व उद्योगाच्या वाढीकडे लक्ष दिले. लागणाऱ्या उत्पादनांची प्रमाणके निश्चित करण्यास वेळ दिला. त्यांच्या गरजा आगळ्या-वेगळ्या झाल्या. त्यामुळे इतर साखळी दुकानांना लागणाऱ्या उत्पादनांपेक्षा मॅकडोनल्ड्सच्या गरजा निराळ्या ठरल्या. त्यांना आयती तयार उत्पादने नको होती. त्यांना एक तर त्यांच्या गरजेप्रमाणे वस्तू तयार करून देणारे पाहिजे होते व आहेत ती उत्पादने मॅकडोनल्ड्सच्या गरजेप्रमाणे बदलून देणारे हवे होते. असे ज्यांनी केले, त्यांच्याशी मॅकडोनल्ड्सची भागीदारी पक्की झाली.

पदार्थांइतकेच मॅकडोनल्ड्सच्या इमारती व लागणारी यंत्रे/उपकरणे यांतील आराखड्यासंबंधीच्या गरजा आगळ्या-वेगळ्या असायच्या आणि तसे करण्यात जिम शिंडलरचा वाटा महत्त्वाचा होता. रेच्या लक्षात आले की, इमारत आणि तिच्यातले सर्वकाही सर्वसाधारण खाद्यपदार्थांची सेवा देणाऱ्यांसारखे असून चालणार नाही. खाद्यपदार्थ पुरवणारे एक रेस्टॉरंट त्याला नको होते; तर खाद्यपदार्थांचे उत्पादन करणारी यंत्रणा विकसित करायची होती. इतर सर्वसाधारण रेस्टॉरंटपेक्षा त्यांच्याकडची खाद्यपदार्थ उत्पादनाची उलाढाल पाचपट होती. शिवाय त्यांत अकुशल कर्मचाऱ्यांकडून पूर्णत: वा अंशत: स्वयंचलित यंत्रांवरून खाद्यपदार्थ करून घेतले

जात होते. त्यामुळे प्रत्येक मॅकडोनल्ड्स रेस्टॉरंट म्हणजे छोटा कारखानाच बनत होता. त्यामुळे तिथल्या सर्व गोष्टी या वेग, साधेपणा व टिकाऊपणा या त्रिसूत्रीच्या नव्या प्रमाणांना साह्यभूत ठरतील, अशाच असणे अवश्य होते.

मॅकडोनल्ड्स बंधूंनी जेव्हा सुरुवात केली, तेव्हा अशीच उद्दिष्टे नजरेसमोर ठेवली होती. पण रे क्रॉकच्या लक्षात आले की, सॅन बरनान्डोमध्ये जेवढे साध्य झाले आहे तेवढे राष्ट्रीय पातळीवर काम करताना पुरेसे नव्हते. डेस प्लेन्समधील वाकडी होणारी काउंटर्स हे उदाहरण या दृष्टीने देता येईल. शिंडलरने जुनी मेटलची काउंटर्स बदलून अधिक जाडीची लोखंडी (वीसपट जाड) काउंटर्स बनवली. त्यांची किंमत पूर्वीच्या दुप्पट म्हणजे ५०० डॉलर्स होती. पण मग तो साचाच मॅकडोनल्ड्समध्ये सर्वत्र वापरला गेला, कारण ती अधिक टिकाऊ होती. शिंडलरचे तत्त्व होते – सुरुवातीला थोडा जास्त खर्च झाला तरी चालेल; पण करायचे ते मजबूत, ग्राहकांना सोईचे व टिकाऊ झाले पाहिजे. केवळ सर्वांत कमी किमती हाच निकष नको.

मॅकडोनल्ड्स बंधूंच्या मूळ डिझाइन्सच्या लाल व पांढऱ्या रंगाच्या स्टोअरच्या इमारतींमध्ये शिंडलरने आमूलाग्र बदल केले. ते केवळ वरवरचे, दिखाऊ नव्हते. खरंतर त्याने इमारतीच्या मूळ दृश्य स्वरूपात फारसे बदल केले नाहीत. फक्त त्याने एवढे पाहिले की, भरपूर वापरानंतरही इमारतीचे दृश्य स्वरूप व अंतर्गत रचना टिकली पाहिजे. वापरानंतर इमारत खराब होत जाते, हे फास्ट फूडच्या उद्योगात कंपनीच्या प्रतिमेच्या दृष्टीने योग्य नसते. शिंडलरने इमारत टिकाऊ आणि काम करण्यास उपयुक्त कशी होईल, हे पाहिले.

त्याने बांधकामासाठी वापरल्या जाणाऱ्या विविध मालांचा दर्जा व त्यांची प्रमाणके उच्च कशी असतील, हे पाहिले. प्रचलित इमारतीत पावसाळी वा अन्य पाण्यामुळे होणारी गळती व सांडपाण्याच्या निचऱ्यात अडचण होती. त्याने मग सर्व व्यवस्थेचे आराखडे बदलून पुनराखणी केली. जमिनीवर ठेवलेली कपाटे उचलून भिंतीवर बसवली. त्यामुळे फरशी साफ करणे सोपे झाले. मॅकडोनल्ड्सच्या त्या प्रसिद्ध कमानीही बदलून वारा व बर्फ यांच्या माऱ्यातही त्या टिकतील, असे पाहिले. शिवाय जणू संपूर्ण इमारतच त्या कमानींवर लटकत आहे, असा आभास त्याने निर्माण केला. त्यासाठी शीट मेटलऐवजी स्ट्रक्चरल स्टीलचा उपयोग करण्यात आला. कमानींवर असलेले निऑन लाइट्स बदलून कमानीच्या आत फ्लोरोसंट दिवे बसवण्यात आले. शिंडलरचे नवे डिझाइन इतके मजबूत बनले की, तो म्हणायचा – चक्री वादळ, तुफानी वादळ, पूर वा जोरदार बर्फवृष्टी काहीही होवो; इमारतीला धक्का पोहोचणार नाही. एका वेळी तर जवळच डायनामाइटचा स्फोट झाला तरी इमारत शाबूत राहिली. क्लिव्हलँडमध्ये तर त्याच्या मजबुतीला

जणू प्रशस्तिपत्रकच मिळाले, कारण शासनाने मॅकडोनल्ड्सच्या इमारतींना आपत्ती काळातील अधिकृत आसरागृहे म्हणून मान्यता दिली.

शिंडलरचे याहूनही मूलभूत योगदान म्हणजे, त्याने फास्ट फूड उद्योगास लागणारी यंत्रसामग्री व उपकरणे यांत आमूलाग्र बदल सुचवले आणि ते अमलात आणले. प्रचलित पद्धतीत कामाचा दबाव वाढत गेला तसतसे जादा उत्पादन करणे अवघड होत होते. उपलब्ध यंत्रसामग्री व उपकरणे जागेत बसत नव्हती, शिवाय ती वाढत्या मागणीच्या गरजा वेळेत पुऱ्या करण्यास योग्य नव्हती. त्यामुळे उपलब्ध साधनांमधून पुन्हा डिझाइन्स करावी लागली. शीतपेये पुरवण्याची रोजची गरज २५० गॅलन्सची होती व ती उपलब्ध क्षमतेच्या पाचपट होती. त्यामुळे उपलब्ध सामग्रीची पेये थंड करण्याची व ती ग्राहकांना पुरवण्याची क्षमता फारच अपुरी पडत होती. दर मिनिटाला २४ हॅम्बर्गर्स तयार करण्यासाठी व कर्मचाऱ्यांना ते करताना त्रास होऊ नये यासाठी ग्रिल्सची रचना पूर्णत: बदलण्यात आली. गॅस ग्रिलमध्ये वापरले जाणारे ग्रीस गोळा करण्यासाठी लावलेले ट्रॅप्स पुढच्या बाजूला होते व त्यामुळे त्यांत कांद्याच्या पाती जाऊन पडण्याचा अडथळा येत होता. शिवाय ते जाळीच्या जवळ असल्याने कित्येक वेळा पेटायचे. शिंडलरने ते ग्रीस ट्रॅप्स बाजूला बसवले, त्यांचा आकार वाढवला व ते जाळापासून दूर लावले. त्यामुळे त्याची किंमत वाढून ३५०वरून ८०० डॉलरवर गेली. पण मग त्यांच्या गरजेप्रमाणे ते उत्तम काम देऊ लागले. तो म्हणतो, ''मी ज्या सुधारणा करत गेलो, त्यामुळे खर्चात वाढ होत गेली अन् मला कित्येकांचे बोलणे ऐकून घेणे भाग पडले.''

इमारत उबदार ठेवणे, त्यांतील व्हेंटिलेशन व एअरकंडिशनिंग उत्तम ठेवणे याबाबतीतही शिंडलरला असेच आव्हान स्वीकारावे लागले. त्याला आटोपशीर, पण उत्तम काम देणारा एअरकंडिशनर पाहिजे होता. इमारत फक्त ९०० चौरसफूट जागेत होती. त्यांतच पदार्थ तयार करण्याची व त्यामुळे हवा गरम होऊ शकणारी यंत्रसामग्री होती. त्यामुळे दर तीन मिनिटांनी ती गरम हवा बाहेर टाकून ताजी व खेळती हवा आत येत राहील, हे पाहणे आवश्यक होते. उपलब्ध औद्योगिक एअरकंडिशनर खर्चिक होते व त्यांचा आकार प्रचंड होता, त्यामुळे स्टोअरच्या आतली बरीच जागा त्यांनी व्यापली असती.

मग 'मॅमथ फर्नेस' कंपनीच्या मदतीने शिंडलरने छपरावर बसवायच्या हवा गरम करण्याच्या व एअरकंडिशनरच्या यंत्रांची रचना करून घेतली. ती पूर्वीच्या तुलनेत २/३ जागा व्यापायची, त्यांची किंमत कमी होती व ती त्यांना गरज होती तेवढे हवेचे आकारमान हाताळायला पुरेशी होती. आता ती एक सर्वमान्य पद्धत झाली आहे व सर्वत्र वापरली जाते आहे. जणू मॅकडोनल्ड्सच्या शिंडलरने छपरावर बसवायच्या एअरकंडिशनिंग पद्धतीची अमेरिकेत सुरुवात केली.

काही वेळा उपलब्ध यंत्रसामग्रीत सुधारणा करूनही मॅकडोनल्ड्सच्या गरजा पुऱ्या होत नव्हत्या. त्यामुळे त्याने नव्या प्रकारची डिझाइन्स बनवली. त्यांना १९६०नंतर बन्स भाजण्यासाठी ग्रिलचा होणारा वापर टाळायचा होता. मग त्यासाठी त्यांनी ग्रिलच्या वरच ते भाजले जातील, यासाठी संपूर्ण नव्या पद्धतीची रचना विकसित केली. अगदी किरकोळ अडथळे व त्यासाठी आवश्यक त्या सुधारणा करून ते दूर करणे, याकडेही या चमूने लक्ष दिले. फ्रेंच फ्राइज तयार करणाऱ्या कर्मचाऱ्यांनी सांगितले की, तयार झालेले फ्रेंच फ्राइज कागदी पिशव्यांत भरण्यासाठी वापरले जाणारे डाव बरोबर नाहीत. त्यांनी भरण्यात फार वेळ जातो. मग लाऊ मार्टिनोने राल्फ बायमर या तंत्रज्ञाला त्यांत सुधारणा करण्याचे काम दिले. त्याने साधा अ‍ॅल्युमिनियमच्या व्ही आकाराचा एक डाव व त्याच्या शेवटी फनेल लावले. त्यामुळे एकाच फटक्यात फ्रेंच फाइज बॅगेत भरता येऊ लागले. आजही ही रचना मॅकडोनल्ड्सच्या सर्व स्टोअर्समध्ये वापरली जाते. हीच पद्धत फास्ट फूड उद्योगात आज रूढ झाली आहे. ती रे क्रॉकच्या प्रिन्स कॅसल या जुन्या कंपनीत तयार करून उद्योगांनाही विकली जाते. पुढे रे क्रॉकने ही कंपनी मॅकडोनल्ड्सच्या आठ अधिकाऱ्यांना फक्त १,५०,००० डॉलर्सला विकली. पूर्वीची अनेक उत्पादने त्यात बंद झाली. नंतर तीनच वर्षांत त्या अधिकाऱ्यांनी ती ९ लाख डॉलर्सला मार्टिन ब्रोवर कंपनीला विकली. कारण स्टॉक एक्स्चेंजच्या नियमानुसार मॅकडोनल्ड्समध्ये राहून अधिकाऱ्यांनी अशी कंपनी चालवणे यांत 'स्वारस्याचा संघर्ष निर्माण' होतो. मार्टिन ब्रोवर कंपनी मॅकडोनल्ड्सला पूर्वी कागदी वस्तू पुरवायची. ती नंतरही मॅकडोनल्ड्सच्या डिझाइन्सप्रमाणे सामग्री तयार करून देत होती. यातून पुढे इथे विकसित झालेल्या तंत्रज्ञानाचा फायदा फास्ट फूडमधल्या इतर उद्योगांतही झाला. अर्थात, हे रे क्रॉकला आवडले नाही. त्या कंपनीच्या संचालक मंडळावर असताना त्याने असे मत मांडले की, मॅकडोनल्ड्सच्या मालकीच्या डिझाइनची सामग्री कंपनीच्या स्पर्धकांना विकू नये. पण त्याचे तिथे फारसे कोणी ऐकले नाही. रे क्रॉक कबूल करतो की, आम्ही विकसित केलेले तंत्रज्ञान आम्ही आमच्याच हातांनी इतरांना वापरायला दिले.

मात्र पुढे मॅकडोनल्ड्सने याबाबत सावधगिरी बाळगली व आपले विकसित तंत्रज्ञान सुरक्षित राहावे, यासाठी पावले उचलली. आता पूर्वीपेक्षा अर्ध्या वेळात हॅम्बर्गर तयार होतात. इमारतीसंबंधीच्या रचनेत व यंत्रसामग्रीतही अशीच सुरक्षिततेची काळजी घेतली जाते. आता स्वत:च्या ५५० तंत्रज्ञांच्या मदतीने मॅकडोनल्ड्स जगभरातील त्यांची यंत्रसामग्री व उपकरणांच्या सुरक्षिततेची काळजी घेते. अर्थात, ही सर्व काळजी घेतली तरी फ्रँचायझी आपले स्टोअर्स कसे चालवतात व मॅकडोनल्ड्सचे हित जपण्याचे किती प्रयत्न करतात, यावरही बरेचसे अवलंबून असते. त्यांच्या कामातला दर्जा, सेवा व वेग ह्यावरच समानता अवलंबून असते.

यासाठी मग कंपनीने खास नियमावली व तिचे पालन होते आहे ना, यावरील देखरेखीची यंत्रणाही तयार केली.

पहिली कार्यपद्धत मॅकडोनल्ड्स बंधूंनी घालून दिली. त्यांत १५ 'डू आणि डोन्ट्स' (हे करा, ते करू नका) होते. पुढे फ्रेड टर्नरने ही पद्धत आणखी विकसित केली. त्यांत भरपूर गोष्टींचा उल्लेख होता व त्याचे एक मोठेच कार्यपद्धतीचे पुस्तकच तयार झाले. त्यांत स्टोअर्समध्ये घ्यायच्या सर्व दक्षतांची यादी होती. त्याद्वारे मॅकडोनल्ड्सने सर्व फ्रँचायझींना हे दाखवून दिले की, त्यांच्याबरोबर व्यवसाय करायचा हा एक गांभीर्याने घ्यायचा विषय आहे व त्यासाठी एक ठरावीक दर्जा राखणेही आवश्यक आहे. असा संदेश इतर फास्ट फूड साखळीचे मालक वा अधिकारी पाठवताना दिसत नव्हते.

मॅकडोनल्ड्समध्ये रुजू झाल्यापासून काही महिन्यांतच फ्रेड टर्नरने प्रथम १५ पानी कार्यपद्धती-पुस्तिका तयार केली. पुढे ती सुधारून ३८ पानी केली. पुढे १९५८मध्ये अनेक प्रयोग आणि पाहणीनंतर व फ्रँचायझीकडून आलेल्या प्रतिसादानंतर ७५ पानी छापील व पुठ्ठ्याच्या बांधणीची पुस्तिका त्याने तयार केली. कॅरोसने ती १९६१मध्ये २०० पानी केली आणि आता ती ७५० पानी, चार पौंड वजनाची आहे. यामागे कंपनीचे परिश्रम, माहितीचे जाणीवपूर्वक संकलन, प्रकटीकरण तसेच समानता व दर्जा राखण्याची तळमळ होती आणि त्याचा पाया फ्रेड टर्नरने रचला, असे म्हणता येईल. इतर साखळी उद्योगमालकांनी असा उपक्रम त्या काळात राबवला नव्हता. एकदा करार झाला की, फ्रँचायझीवर ते सर्व सोडून द्यायचे. पण मॅकडोनल्ड्समध्ये फ्रँचायझींनी स्टोअर उघडले की, तिथे ते काय-काय करतात, व्यवसाय कसा हाताळतात, तिथे काय अनुभव येतात याचे त्यांनी सविस्तर निरीक्षण केले आणि त्यांतून काय शिकता येईल व काय टाळता येईल, या सर्वांचा दस्तऐवज करून ठेवला, तो पुढच्या लोकांना मार्गदर्शक ठरला.

स्टोअर चालवणे ही 'कला' नसून 'शास्त्र' आहे, असे टर्नरने मानले. त्याच्या तिसऱ्या मार्गदर्शक पुस्तकात त्याने शिल्लक मालाची जंत्री (इन्व्हेन्टरी), रोख जमा-खर्चाचा हिशेब व इतर आर्थिक व्यवहाराची नोंद, जबाबदारींच्या वाटपाची नोंद आणि विक्रीचा संभाव्य अंदाज यासंबंधीची माहिती गोळा करणारे व ठेवणारे तक्ते दिले होते. त्याने ते सर्व फ्रँचायझींना पाठवून दिले व उद्योगाचे विशिष्ट पद्धतीने विश्लेषण करायची पद्धत ठरवून घेतली. त्यांना मिळणाऱ्या संभाव्य पत्राबरोबरच कर्मचारी, कच्चा माल व अन्य कार्यकारी खर्चाचा हिशेबही त्यांनी मागितला. फ्रँचायझींबद्दल असे सर्वत्र केल्याने सरासरीपेक्षा आपण खाली आहोत की वर आहोत, हे समजून घेण्याची संधी फ्रँचायझींना मिळायची. त्यामुळे दर्जा-नियंत्रणाच्या समस्या, लुबाडणूक, भेसळ व परताव्यावर नियंत्रण ठेवणे त्यांना शक्य व्हायचे.

पण कार्यकारी व्यवस्थापन पद्धत विशद करण्यावर पुस्तकात अधिक भर असायचा. कारण मोठ्या उलाढालीच्या या व्यवसायात त्यावरील नियंत्रण महत्त्वाचे असायचे; शिवाय त्यातील आकडेवारीची गुप्तताही महत्त्वाची असायची. त्याने फ्रँचायझींना याची जाणीव करून दिली की, मॅकडोनल्ड्सबरोबर काम करायचे तर ते सांगतील ती पद्धत अमलात आणायलाच हवी. ती बरोबर का चुकीची, हा नंतरचा विषय. तसे करणार नाहीत, त्यांच्याबाबत मॅकडोनल्ड्स कडक धोरण स्वीकारायचे व प्रसंगी ते स्टोअर बंदही करावे लागायचे. या मार्गदर्शक पुस्तकाची सुरुवातच होती, 'येथे एका यशस्वी पद्धतीची रूपरेषा दिली आहे.' अशी. टर्नरला स्वत:ला तपशिलात जायची सवय होती. "तुम्ही परिपूर्णतेचा ध्यास घेतला पाहिजे," असे तो सांगायचा. त्याच्या दृष्टीने म्हणजे एखादी कोंबडी जशी आपल्या पिलांची काळजी घेण्यासाठी सतत इकडून तिकडे धावत असते, तसे मॅकडोनल्ड्स आणि तिचे फ्रँचायझी होते. शेकडो गोष्टींवर लक्ष ठेवावे लागते, त्यात काही तडजोड चालत नाही. एक तर तुम्ही सर्व तपशील वाचता व तुमचा व्यवसाय वाढतो; नाही तर तुम्ही त्याबाबत तेवढे जागरूक नसता, तुम्हाला त्यात स्वारस्य नसते वा नुसत्या व्यवसायाचा तुम्हाला अभिमान नसतो वा आवड नसते. त्या परिस्थितीत तुम्ही एक नगण्य व्यक्ती होता. तुम्ही दुसऱ्या प्रकारात मागे असाल, तर तुमचे या व्यवसायात काही काम नाही, स्थान नाही.

टर्नरने या पुस्तकात अगदी छोट्या-छोट्या गोष्टींबाबतही लिहिले आहे. मिल्कशेक कसा करावा, हॅम्बर्गर ग्रिलवर कसा भाजावा, बटाट्याचे काप कसे तळावेत वगैरे. प्रत्येक वस्तूची शिजण्याची वेळ व तापमान त्यात दिले आहे. प्रत्येक पदार्थाचा आकार, वजन वगैरेचे सविस्तर वर्णन त्यात आहे. प्रत्येक कांद्याच्या कापांचे वजन व चीजच्या प्रत्येक पौंडाचे ३२ तुकडे (स्लाइसेस) व्हावेत, हे नमूद केले आहे. बटाट्याचे काप एका इंचात किती असावेत, तेही दिले आहे. दर्जासंबंधी सूचना आहेत व न वापरलेले वा वाया गेलेले मांस वा बटाटे कसे नष्ट करावेत (फेकून द्यावेत), तेही दिले आहे.

एखाद्या कारखान्यातील असेंब्ली लाइनसारखे जे पदार्थ मॅकडोनल्ड्समध्ये बनवले जात, त्यांची संपूर्ण माहिती त्यात आहे. प्रत्येक पाळीतील व्यवस्थापकाची कामे व जबाबदाऱ्या त्यात दिल्या आहेत आणि प्रत्येक ठिकाणी काम करणाऱ्या कर्मचाऱ्यांबाबतही सविस्तर मार्गदर्शन आहे. त्यात नऊ जण असायचे. जसे काउंटर वा खिडकीतून ऑर्डर घेणारे तीन, ग्रिलवर काम करणारा एक, मिल्कशेक करणारा एक, फ्रेंच फ्राइज तळणारा एक, बन गुंडाळणारे दोन व स्वच्छता करणारा एक. ग्रिलवरील माणसाने ग्रिलवर हॅम्बर्गर उलटा डावीकडून उजवीकडे ठेवत जावा, अशा पॅटिसच्या सहा ओळी असाव्यात आणि शेवटच्या दोन ओळी विस्तवापासून

दूर असल्याने पॅटिस बनमध्ये भरताना तिसरी, चवथी, पाचवी व सहावी व मग शेवटच्या दोन अशा ओळी भराव्यात – इथपर्यंत मार्गदर्शन होते. त्यांत प्रत्येक पदार्थाच्या किमती दिल्या आहेत. प्रचलित व्यवसायाचे शासकीय नियम दिले आहेत आणि सर्व पुरुष कर्मचारी असल्याने त्यांच्या कामाची नावे तशी होती. (अर्थात पुढे केवळ पुरुष कर्मचारी ही प्रथा बंद झाली, ती शासकीय नियमामुळे) महिलांना नोकरी न देण्यासंबंधी त्यांत स्पष्ट उल्लेख आहे. त्याच्या मते, अनेक कामे महिलांच्या दृष्टीने कष्टाची व त्रासाची, न पेलणारी होती. दुसरी त्याची भीती म्हणजे, जर विशेषत: तरुण मुलींना नोकरीवर ठेवले तर पोरांची टोळकी येऊ लागतील व अनेक प्रकारच्या डोकेदुखी निर्माण होतील. तसे झाले तर कुटुंबवत्सल लोकांना तिथे जावेसे वाटणार नाही व मग ते मॅकडोनल्ड्स हे कुटुंबातील सर्वांनी जाण्याचे ठिकाण या रेच्या मूळ कल्पनेच्या विरुद्ध झाले असते. म्हणूनच त्याने तिथे इलेक्ट्रॉनिक खेळांची साधने, टेलिफोन बूथ, सिगारेट मशिन्स वगैरे ठेवणे टाळले होते. रेने एकदा एका वार्ताहराला सांगितले होते की, जर हे सर्व ठेवले तर चामड्याची जाकिटे घातलेल्या, सिगरेटचा धूर फुंकणाऱ्या पोरांची तिथे झुंबड उडेल आणि तुमच्या-आमच्या बायकांना तिथे जाणे आवडणार नाही. असे काही घडू द्यायचे नाही, याला रेने प्रथम प्राधान्य दिले होते. सुरुवातीच्या काळात पैशांची चणचण होती. व्यवसाय नीट चालत नव्हता, तेव्हाही त्याने या मार्गाने पैसे मिळवण्याचा मार्ग टाळला. शिवाय अशी मशिन्स विकणाऱ्या कंपन्यांचे गुंडांच्या टोळीशी लागेबांधे असल्याचे त्याला माहीत होते.

मॅकडोनल्ड्स हे कौटुंबिक रेस्टॉरंट व्हावे, यासाठी रेने एका गोष्टीकडे कटाक्षाने लक्ष दिले. ते म्हणजे, स्वच्छतेकडे. टर्नरच्या मार्गदर्शक-पुस्तिकेत त्यासंबंधी सविस्तर सूचना आहेत. जवळजवळ निम्मे पुस्तक त्यानेच भरले आहे. कित्येक स्पर्धकांनीही मॅकडोनल्ड्सच्या स्वच्छतेच्या प्रमाणकांची प्रशंसा केली. कारण त्या काळी स्वच्छतेकडे अन्य साखळी दुकाने तेवढे लक्ष देत नव्हती. कॉलिन फूड्सचा जिम कॉलिन्स म्हणायचा, ''मॅकडोनल्ड्स हेच आजचे सर्वांत स्वच्छ स्टोअर आहे.''

त्या पुस्तिकेत अशा सूचना आहेत – खिडक्या रोज पाण्याने स्वच्छ केल्या पाहिजेत. पार्किंगची जागा पाइपच्या पाण्याने धुतली पाहिजे. कचराकुंड्या रोजच्या रोज पुसून घेतल्या पाहिजेत. दर दोन दिवसांनी स्टेनलेस स्टीलची सर्व भांडी व उपकरणे स्वच्छ केली पाहिजेत. दर आठवड्याला स्टोअरचे छत धुतले पाहिजे. फरशा स्वच्छ करणे आणि काउंटर साफ ठेवणे, हे सातत्याने करायचे काम असले पाहिजे. प्रत्येक कर्मचाऱ्याजवळ स्वच्छतेसाठी एक फडके सतत असले पाहिजे. 'इफ यू हॅव टाइम टू लीन, यू हॅव गॉट टाइम टू क्लीन' हे घोषवाक्य रेने बनवले होते.

स्वच्छतेच्या त्याच्या या आवडीमुळे रेने मॅकडोनल्ड्सचा चेहरामोहरा बदलून टाकला. त्याने डेस प्लेन्समधल्या आपल्या पहिल्या रेस्टॉरंटपासून त्याची सुरुवात केली. तो आठवडाअखेरीस स्वच्छतेच्या कामात मदत करण्यासाठी रेस्टॉरंटमध्ये स्वत: जायचा. त्याचा प्रभाव टर्नर आणि कॅरोसवर चांगलाच पडला. विशेषत: ज्या भागातला स्वच्छतेचा एरवी कोणी विचारही केला नसता, अशा भागांतील स्वच्छतेबाबतही रे आग्रही असायचा. अगदी छोट्या-छोट्या भोकांतील धूळही तो टूथब्रशने साफ करायचा. तो इतरांकडे ज्याबाबत आग्रह धरायचा, त्या गोष्टी तो स्वत: आचरणात आणायचा. त्यामुळे दर्जा, स्वच्छता व सेवा यांबाबतच्या त्याच्या आग्रहाची सुरुवात त्याने स्वत:पासूनच केली.

त्याच्या स्वच्छतेबाबतच्या आग्रहाला कित्येक वेळा निराळीच झालर असायची. कंपनीच्या १९५८मध्ये ख्रिसमस पार्टीत डॉन कॉनली या कंपनीच्या उपाध्यक्षाच्या बायकोने – डोलोरेस कॉनलीने रेला सुचवले की, हॅम्बर्गरबरोबर जे लोणचे दिले जाते, ते ग्राहकांनी मागितले तरच द्यावे; अन्यथा देऊ नये. तिचे म्हणणे होते की, बऱ्याच लोकांना लोणचे आवडत नाही व मग ते ते लोणचे पार्किंग लॉटमध्ये कोठेही फेकून देतात. पादचाऱ्यांच्या पायांना ते चिकटते. रेला ते पटले. कारण त्याने बऱ्याच वेळा तसे ते पार्किंगमधून उचलले होते. मग त्याने फ्रेड टर्नरला पुढच्याच सोमवारी सर्व फ्रँचायझींना एक सूचना पाठवायला सांगितली व लोणचे देण्याची पद्धत बंद करण्याची सूचना देण्यात आली. पण सहा महिन्यांनंतर त्याच्या लक्षात आले की, आपण थोडी घाई केली. एवढी कडक अंमलबजावणी आवश्यक नव्हती व मग ते लोणचे परत द्यायला सुरुवात झाली.

रे जरी डेस प्लेन्समध्ये पुढे काम करत नव्हता, तरी त्याने स्वत:ला जणू मॅकडोनल्ड्सचा 'स्वयंघोषित स्वच्छतापुरुत्र' म्हणून घोषित केले होते. तो कोणत्याही फ्रँचायझीकडे गेला व त्याला पार्किंगमध्ये वा अन्यत्र कागदाचे तुकडे वा अन्य वस्तू दिसल्या, तरी त्या तो स्वत: उचलायचा. काही वेळा ते इतरांना अवघड वाटायचे. पण डॉन कॉनलीच्या मते, रेने हे दाखवून दिले की, 'उच्चपदस्थाला कोणतेही काम हलके वाटले नाही, तरच ते तसे इतरांना वाटणार नाही.'

एखादे अस्वच्छ रेस्टॉरंट बघितले की, रेचा रागाचा पारा चढायचा. त्याचा आवाज दूरवर ऐकू जायचा. तो त्या मालकाला स्वच्छतेबाबत तडकून बोलायचा. मग राग शांत झाला की, त्याला समजवून सांगायचा की – या धंद्यात टिकायचे असेल तर स्वच्छता पाळा. बहुतेक वेळा त्यानंतर त्या मालकाला परत तसे सांगायची वेळ रेवर यायची नाही. तिथे स्वच्छतेकडे आपोआपच लक्ष दिले जायचे.

पण टर्नर आणि कॅरोसने आखून दिलेल्या मार्गदर्शक पुस्तकानुसार जर फ्रँचायझींनी काम केले नाही, तर दयामाया नसायची. त्यामुळे तिचे पालन होऊ लागले. रेच्या

मते, फास्ट फूडच्या या राष्ट्रीय पातळीतील व्यवसायात स्वच्छतेचे नियम पाळणे अत्यंत आवश्यक होते. त्याला पर्याय नव्हता. अगदी रेच्या अत्यंत जवळच्या मित्रांच्या बाबतीतही त्याने यात तडजोड केली नाही. उद्योगाने व्यक्तीवर विश्वास ठेवायचा नसतो; व्यक्तीने उद्योगावर विश्वास ठेवायचा असतो. नाही तर त्याने अशा उद्योगात येऊ नये, असे तो सांगायचा. याबाबतचे त्याचे विचार त्याने मॅकडोनल्ड्स बंधूंना त्यांच्याशी करार होण्यापूर्वीही ऐकवले होते.

त्यामुळे त्याने मॅकडोनल्ड्सचा ताबा घेतल्यावर व्यवसायाच्या सर्व विभागांवर व प्रक्रियांवर देखरेखीची पद्धत विकसित केली. पूर्वी कधीही, कोणी अशी पद्धती विकसित केली नसेल. फ्रेड टर्नरला १९५७मध्ये कामावर घेऊन त्याने सुरुवात केली ती त्याला दिलेल्या कामाने. ते म्हणजे 'सर्व स्टोअर्सना भेटी देऊन ये.' ज्या प्रखरतेने रेने सांगितले, तेवढ्याच गांभीर्याने ते फ्रेडने मनावर घेतले व ते आपले उद्दिष्ट ठरवले. दोन महिन्यांतच त्याने पहिला सात पानी 'फील्ड सर्व्हिस रिपोर्ट' नावाचा तक्ता तयार केला. त्यामुळे रेस्टॉरंट वा स्टोअर्सना भेट दिल्यावर करावयाच्या नोंदी व अहवाल आपोआपच तयार होऊ लागले. त्यांत इमारतीची स्वच्छता, खाद्यपदार्थांचा दर्जा, पदार्थ तयार करताना वापरलेले तापमान व लागलेला वेळ आणि ऑर्डर घेतल्यापासून ग्राहकाला खाद्यपदार्थ पुरवण्यास लागलेला वेळ – या सर्व बाबी होत्या. त्याच्या इलिनॉइस राज्यातील शँपेन उरबाना भागातील स्टोअरचा असा पहिला अहवाल त्याने तयार केला. एका ड्राइव्ह-इनचा इतका विस्तृत तयार केलेला तो पहिलाच अहवाल होता. फक्त एकच झाले – रेने तो नजरेखालून घातला; पण सविस्तर वाचला नाही. खरे म्हणजे, रेला लांबलचक अहवाल वाचायचा कंटाळा होता. त्याने कंपनीचा वार्षिक अहवाल तरी कधी पूर्ण वाचला होता की नाही, याविषयी शंकाच आहे!

पुढच्या खेपेला टर्नरने संक्षिप्त अहवाल तयार केला. त्याने ए, बी, सी, डी अशा ग्रेड्स दिल्या होत्या व प्रत्येक विभागासाठी त्या कागदाच्या वरच्या कोपऱ्यात त्या दिलेल्या असायच्या. पहिला महत्त्वाचा विभाग म्हणजे सेवा, नंतरचा दर्जा, तिसरा स्वच्छता आणि चौथा म्हणजे सर्वंकष कामगिरी. त्याच पुढे 'एसक्यूसी' (सर्व्हिस, क्वालिटी आणि क्लीनलीनेस) या क्रमाने संक्षिप्त रूपात देण्यात आल्या. पण दोन वर्षांनी रेने 'क्यूएससी' असा क्रम बदलायला सांगून दर्जाला प्राध्यान्य दिले आणि तो क्रम हाच पुढे फास्ट फूडच्या व्यवसायात कळीचा ठरला. रेने १९६०मध्ये 'व्ही' (व्हॅल्यू) त्यात मिळवले. पण या पद्धतीच्या श्रेणी फ्रँचायझींना त्याला देता आल्या नाहीत. कारण स्वतंत्र व्यावसायिक म्हणून त्यांना त्यांच्या किमती वा श्रेणी ठरवण्याचे स्वातंत्र्य होते. पण मॅकडोनल्ड्स त्यांची कामगिरी मापण्याकरता त्याचा दीर्घ काळ उपयोग करत होती.

टर्नरच्या जोडीला १९५०नंतर कॅरोस व अन्य आले आणि स्टोअर्सना भेटी देणे हे अधिकृत कामच बनले. असे पूर्ण वेळ काम करणाऱ्यांना क्षेत्रीय सल्लागार (फिल्ड कन्सल्टंट) असे नामाभिधान देण्यात आले. अर्थात त्यांचे काम निरीक्षकाचे नव्हते, तर फ्रँचायझींना सल्ला देण्याचे होते. त्यामुळे त्यांची कामगिरी सुधारत होती. पुढे हे काम मॅकडोनल्ड्सचे विविध विभाग स्वतंत्ररीत्या करू लागले व मग या सल्लागाराकडे कामगिरीचे मोजमाप करण्याचे काम आले. १९६०नंतर या फ्रँचायझींच्या श्रेणीवरून त्यांना एकापेक्षा अधिक स्टोअर्स द्यायची अथवा नाहीत, ते ठरवण्यात येऊ लागले. त्यामुळे या सल्लागारांच्या कामाला महत्त्व आले.

पुढे मॅकडोनल्ड्सने असे ३३०च्या वर सल्लागार नेमून त्या प्रत्येकाकडे २१ स्टोअर्सच्या कामगिरीचे मूल्यमापन करण्याचे काम दिले. प्रत्येक अहवालात 'क्यूएससीव्ही' या चतु:सूत्रीवरून श्रेणी देण्यात येत असे. शिवाय विक्री आणि नफा यांचेही मूल्यमापन होत असे. या बाबीला एवढे महत्त्व आले की, १९९२मध्ये मॅकडोनल्ड्सने या सल्लागारांच्या पद्धतीवर २.७ कोटी डॉलर्स खर्च केले. स्टोअर श्रेणीवरून त्या-त्या स्टोअर्सची विस्ताराची क्षमता पाहिली जायची. आज किमान बी श्रेणी ही आणखी स्टोअर्सची परवानगी मिळायला आवश्यक करण्यात आली आहे.

मॅकडोनल्ड्सच्या क्षेत्रीय सेवापद्धतीची नक्कल अन्य अनेक कंपन्यांनी केली. पण त्यांनी केवळ त्यांच्या पद्धतीची नक्कल केली; ज्या तडफेने मॅकडोनल्ड्सने ती अमलात आणली, ती तडफ त्यांना दाखवता आली नाही. हे त्यांपैकी काहींनी कबूल केले. त्या वेळी फ्रेड टर्नर व अन्य पंचविशीचे होते; तर रे आणि अन्य ज्येष्ठ पन्नाशीचे. फ्रेड ज्या वेळी फ्रँचायझींकडे तपासणीसाठी जायचा, त्या वेळी त्याला दोन प्रश्न हमखास विचारले जायचे. ते म्हणजे, "तुझे वय काय?" आणि "तू किती वर्षे मॅकडोनल्ड्समध्ये काम करतोयस?" मग त्याने हॅट वापरणे चालू केले. तसे केल्याने कदाचित त्याचे वय जास्त वाटेल, हा उद्देश त्यामागे होता. पण पुढे त्याने फ्रँचायझींना हे पटवून दिले की, वयावर जाऊ नका; मी किती गांभीर्याने हे काम करतोय, हे पाहा आणि त्याची तडफ पाहून त्याच्याविषयी फ्रँचायझींचा विश्वास हळूहळू वाढत गेला.

जसजशी या कामावर फ्रेडची पकड बसत गेली तसतशी आलेली आव्हाने पेलण्यासही तो सक्षम बनला. ही आव्हाने यायची फ्रँचायझींकडून आणि त्यातले बरेचसे रोलिंग ग्रीन क्लबमधले रेचे मित्र होते. पण त्या बाबतीतही तो ठाम असायचा. त्यांच्याशी त्याचे वाद व्हायचे व त्याला पटवून द्यायचा प्रयत्न करायचे की, ते वापरतात ती पद्धतच चांगली आहे आणि खरे तर मॅकडोनल्ड्सने सर्वत्रच ती वापरली पाहिजे.

एकदा टर्नरचा वाद झाला ते फ्रेंच फ्राइज तुटू नयेत म्हणून कसे हाताळावेत

यावरून आणि तो झाला रोलिंग ग्रीन क्लबमधला रेचा मित्र व नंतर फ्रँचायझी बनलेला टोनी वेसमुल्लर यांच्याशी. त्याचे स्टोअर इलिनॉइसमधल्या अरोरामध्ये होते. त्याला पटवून देण्यासाठी फ्रेडने इतर ठिकाणी ती पद्धत वापरल्याने कसा फायदा झाला, ते समजावून सांगण्याचा प्रयत्न केला. पण टोनी मानायला तयार नव्हता. टर्नरने तासन्‌तास खर्च केले. अगदी मध्यरात्रीपर्यंत वाद घातले, व्यर्थ. पण यानिमित्ताने फ्रेड, कॅरोस व इतरांची मॅकडोनल्ड्‌सशी असलेली बांधिलकी फ्रँचायझींच्या लक्षात येऊ लागली व ती बांधिलकी होती घालून दिलेली प्रमाणके प्रत्यक्षात उतरवण्यासंबंधी. टोनीने व इतर अनेकांनी टर्नरला त्यांच्या फ्रँचायझींची भागीदारी देऊ केली, पण तो बधला नाही. तो म्हणायचा, एखाद्या महिन्यात अशी कल्पना एखाद्या फ्रँचायझीने सुचवली नाही, तर मला चुकल्याचुकल्यासारखे वाटायचे. मनात यायचे, माझ्या कामात तर काही कुचराई होत नाही ना? अर्थात हे केवळ मजेनेच तो म्हणत असे.

अर्थात, या त्याच्या व इतरांच्या प्रयत्नांना रे क्रॉकचा पूर्ण पाठिंबा होता व हे फ्रँचायझींना माहीत होते. कॅरोस तर उत्साहीच होता. तो अस्वच्छ स्टोअर्सचे फोटोच काढायचा व ते रेला दाखवायचा. अशा प्रकारे फ्रँचायझींना सुधारणा केल्याशिवाय गत्यंतर नसायचे. आजही ही पद्धत कंपनीत वापरली जाते. अर्थात, काही वेळा कॅरोसच्या अति उत्साहामुळे फ्रँचायझींकडून रागाचा प्रतिसाद मिळायचा. एकदा न्यू जर्सीत स्टोअरपासून दोन ब्लॉक परिसरात त्याने मॅकडोनल्ड्‌सचे रॅपर्स पडलेले पाहिले. त्याच्या लक्षात आले की, हे आखून दिलेल्या प्रमाणकांविरुद्ध आहे. कॅरोसने ते सर्व गोळा केले व त्या फ्रँचायझींच्या टेबलावरच ओतले. "तू शेजाऱ्यांच्या हिरवळीवर हे पडलेले कसे खपवून घेतोस?" हा त्याचा प्रश्न होता. हे टर्नरला कळले, तेव्हा तो हबकलाच. तो म्हणाला, "हा फ्रँचायझी ६ फूट ४ इंच उंचीचा, २५० पौंड वजनाचा आहे. त्याने तुला बुकलले नाही, हे नशीब समज."

असे भांडणाचे प्रसंग सोडले तरी सर्वसाधारणपणे फ्रँचायझींना घालून दिलेल्या सूचना तंतोतंत पाळण्याचे महत्त्व या सल्लागारांनी पटवून दिले. कॉनलीने १९५७मध्ये यासाठी फिल्म तयार करण्यास सुरुवात केली. त्या फ्रँचायझींना दाखवल्या जात. पहिल्या फिल्ममध्ये फ्रेड टर्नरने शेफची भूमिका केली व हॅम्बर्गर कसे तयार करायचे याची पद्धत दाखवली. पुढे अशा फिल्म्स त्या क्षेत्रातील जाणकारांकडून करवून घेण्यात येऊ लागल्या आणि १९६१मध्ये तर मॅकडोनल्ड्‌सने स्वत:चा प्रशिक्षण कार्यक्रमच विकसित केला. त्यातूनच 'हॅम्बर्गर विद्यापीठ' तयार झाले. हे फास्ट फूड उद्योग व सर्वसाधारण जनता यांच्या कल्पनाशक्तीच्या पलीकडचे होते. त्यामुळे त्याची सर्वत्र चर्चाही झाली. त्यापूर्वी फ्रँचायझीना त्यांच्या स्टोअरमध्येच प्रशिक्षण दिले जायचे. पण मॅकडोनल्ड्‌सची उद्योगाची तत्त्वे वर्गात बसवून शिकवणेच अधिक

श्रेयस्कर आहे, असे वाटू लागले. त्यातूनच या व अशा कल्पना सुचत गेल्या.

असे पूर्ण वेळचे प्रशिक्षण केंद्र चालू करण्याचा विचारही इतर कंपन्यांनी केलेला नव्हता. पण टर्नर आणि कॅरोसच्या मते, असे केंद्र काढल्याने सर्व फ्रँचायझींच्या कार्यपद्धतीत समानता येण्यास मदत होणार होती. अर्थात ही कल्पना मॅकडोनल्ड्समध्येही सर्वांनाच मान्य नव्हती. आर्थिक व्यवहार पाहणाऱ्या सोन्नेबर्नला त्या खर्चाचे २५००० डॉलर्स मान्य नव्हते. (प्रत्यक्षात खर्च १ लाख डॉलर्स झाला होता.) त्या खर्चातून मॅकडोनल्ड्सच्या रेस्टॉरंटच्या तळघरातच तसे केंद्र चालू करण्यात आले. त्यात वर्गाची एक खोली होती. त्यांत सर्व वापरल्या जाणाऱ्या उपकरणांची व यंत्रांची मॉडेल्स होती आगि तिथे पूर्ण वेळ प्रशिक्षणाचा कार्यक्रम राबवला जायचा. पण क्रॉकने या कल्पनेला पाठिंबा दिला व १९६१च्या फेब्रुवारीत मॅकडोनल्ड्सने १५ जणांच्या पहिल्या तुकडीला प्रशस्तिपत्रक प्रदान करण्याचा हॅम्बर्गर विद्यापीठाचा समारोप शिकागोच्या वायव्येच्या एल्क ग्रोव्ह व्हिलेजमध्ये असलेल्या स्टोअरमध्ये केला. कॅरोस या विद्यापीठाचा पहिला डीन झाला.

या विद्यापीठाच्या कल्पनेने मॅकडोनल्ड्सने इतर स्पर्धकांच्या पुढे मजल मारली. क्रॉकने जेव्हा डेस प्लेन्समधल्या पहिल्या स्टोअरमध्ये '१५ सेंटमध्ये हॅम्बर्गर' ही कल्पना राबवण्याचे ठरवले, त्या वेळी काहीशी नकारार्थी प्रतिमा तयार होऊ लागली होती, ती त्याला बदलायची होती. नागरिकांच्या मते, १५ सेंटमध्ये ते देणे परवडणारे नव्हते व दिले तर त्याला दर्जा राहिला नसता. ही प्रतिमा बदलण्यासाठी प्रथम त्याने 'स्पीडी' हे पोरगेलेसे दिसणारे मॅकडोनल्ड्सच्या बोधचिन्हातील मुलाचे चित्र बदलले, १५ सेंट किमतीला दिलेले बोर्डावरचे महत्त्व कमी करण्यासाठी तसा उल्लेख टाळला आणि एका कुटुंबाचे मॅकडोनल्ड्समध्ये खातानाचे चित्र तिथे लावून येथे येणे हा एक कौटुंबिक कार्यक्रम आहे, असे त्याने सूचित केले. हे चित्र त्याला डिक मॅकडोनल्ड्सने पाठवले होते. पण कित्येकांना ते भडक वाटले व मग एखाद्या बोधचिन्हाचा शोध चालू राहिला. टर्नरने 'व्ही' आकाराच्या कॅडिलॅकसारख्या चिन्हाचा वापर सुचवला; तर शिंडलरने 'एम' या कमानीच्या चिन्हांतून उतरत्या छपराचा छेद दाखवला व ती मॅकडोनल्ड्सची खूण ठरवावी, असे सुचवले. ते वापरणे चालू झाले; पण १९६८मध्ये ते छपराचे चिन्ह काढून टाकण्यात आले व मग सध्याचे चिन्ह कायम करण्यात आले.

या हॅम्बर्गर विद्यापीठाला प्रसिद्धिमाध्यमांनी भरपूर प्रसिद्धी दिली, तशी अन्य कोणत्याही उपक्रमाला या उद्योगात मिळाली नसेल. त्यांत शुभ्र सफेद कपड्यातील स्नातक आपापली प्रशस्तिपत्रके घेऊन दाखवले होते. कित्येकांना हा प्रसिद्धीचा एक स्टंट वाटला, तर कित्येकांनी त्याकडे तितक्याशा गांभीर्याने पाहिले नाही. क्रॉकने १९५७मध्ये अल गोलिन याला जनसंपर्काच्या कामाचा सल्लागार म्हणून नेमले.

मग 'लाइफ' या प्रसिद्ध मासिकाच्या संपादकांनी एक वार्ताहर व छायाचित्र घेणारा यांना एल्क ग्रोव्ह व्हिलेजमधील हॅम्बर्गर विद्यापीठात पाठवले. त्यांना मिळालेल्या प्रसिद्धीमुळे मॅकडोनल्ड्सला चांगलीच प्रतिष्ठा प्राप्त झाली. तशी अन्य कोणत्याही साखळी उद्योगाला तोपर्यंत मिळाली नव्हती. पुढे इतर अनेक नियतकालिकांनीही याबाबतची वृत्ते राष्ट्रीय पातळीवर दिली व 'सीबीएस इव्हिनिंग न्यूज' या टीव्ही चॅनेलने दिलेल्या विस्तृत प्रसिद्धीमुळे मॅकडोनल्ड्सचा टीव्हीच्या माध्यमातही पहिल्यांदाच प्रवेश झाला. 'लाइफ'च्या महिला वार्ताहर नॅन्सी फ्रेजरला वाटले की, या कंपनीवर उपहासात्मक लिहिता येईल. पण तिने तिथला वर्ग, प्रशिक्षणपद्धत व सामग्री पाहिली आणि तिचे मत पार बदलून गेले. "तुम्ही या विद्यापीठाच्या कामात किती समर्पित वृत्तीने काम करताहात, हे मी पाहिले. याकडे दुर्लक्ष करून चालणार नाही," असे तिचे उद्‌गार होते.

हॅम्बर्गर युनिव्हर्सिटी हे केवळ नुसतेच फुगवून ठेवलेले नाव नव्हते. काहींनी उपहासाने त्या प्रशस्तिपत्रक, पदवी पत्रकाला हॅम्बर्गरलॉजीची पदवी म्हटले. पण मॅकडोनल्ड्स या केंद्राकडे गांभीर्याने पाहत होती. तिथे कोणत्या दर्जाचे बटाटे असावेत व हॅम्बर्गरमध्ये वापरायच्या मांसाचे वैशिष्ट्य काय असावे, अशा प्रत्येक बाबी सविस्तर शिकवल्या जायच्या. वापरल्या जाणाऱ्या यंत्रांची व उपकरणांची 'कट-अवे' मॉडेल्स तिथे ठेवल्याने अंतर्गत रचनाही नीट ध्यानात यायची. तिथे पॅटिस बनवण्याच्या मशिनची प्रतिकृतीही होती. त्यामुळे ते कसे बनवायचे, हे सहज शिकवता यायचे. मग इतर स्पर्धकांनाही या पद्धतीचे महत्त्व पटू लागले. आता यांपैकी अनेक फास्ट फूड साखळी कंपन्यांची स्वत:ची प्रशिक्षण केंद्रे आहेत, पण यातले मूलभूत व आघाडीचे काम त्या वेळी मॅकडोनल्ड्सनेच केले आणि आजही ती आघाडी कायम आहे.

मॅकडोनल्ड्सने १९६८मध्ये पाच लाख डॉलर्स खर्च करून हॅम्बर्गर युनिव्हर्सिटी अधिकृतरीत्या व स्वतंत्रपणे सुरू केली. त्यांत दोन मोठे वर्ग होते. त्या वर्गात सर्व दृक्-श्राव्य उपकरणे होती. कंपनीने १९८३मध्ये ही युनिव्हर्सिटी चार कोटी डॉलर्सच्या नव्या व सुसज्ज जागेत हलवली. अशी सुविधा त्या वेळी फक्त काही विमान कंपन्यांकडेच होती. त्यात सात मोठे ऑडिटोरियम पद्धतीचे वर्ग होते. प्रत्येकात ६० ते ३०० पर्यंत 'विद्यार्थी' बसू शकत होते व एका वेळी ७५० जणांना प्रशिक्षित करण्याची क्षमता होती. प्रत्येक वर्गात संगणकाद्वारे परीक्षेचे गुण संकलित करण्याची सुविधा होती. शिवाय इतर देशांतून आलेल्या अन्य भाषिक विद्यार्थ्यांकरता भाषांतराद्वारे शिकवण्याची सोय होती. त्यामुळे एकाच पद्धतीचे शिक्षण सर्वांना देता यायचे. तिथल्या प्रयोगशाळेत पूर्ण आकाराची कार्यक्षम ग्रिल्स, फ्राइंग मशिन्स, शेक मशिन्स, कुकिंग मशिन्स व रेफ्रिजिरेटर्स होते. तिथे ३० जणांचा प्रशिक्षण देणारा

अधिकारीवर्ग होता व त्यांत कार्यपद्धती, व्यवस्थापन, संघबांधणी, परस्परसंबंधवृद्धी वगैरे बाबतींत प्रशिक्षण दिले जायचे. तिथल्या ३६ तासांच्या शिक्षणाला 'अमेरिकन कौन्सिल ऑफ एज्युकेशन'ने मान्यता दिली आहे व अशी मान्यता मिळवणारे ते एकमेव केंद्र आहे. प्रशिक्षणार्थींना राहण्यासाठी २२७ खोल्यांचे खास वसतिगृहही तिथे आहे.

मॅकडोनल्ड्सची बांधिलकी समान कार्यप्रणाली व त्यांतील प्रमाणकांशी आहे. त्यामुळे तिथे व्यक्तिगत कर्तृत्वाला वा पुढाकाराला काहीसे दुय्यम स्थान आहे, असा एक समज आहे. पण खरेतर तिथे सर्वदूर पसरलेली समानता जशी आहे तसाच एखाद्याच्या सर्जनशीलतेला तितकाच वाव व आदर आहे. टर्नर म्हणतो, "हे खरे आहे की, जेव्हा १४,०००हून अधिक स्टोअर्स आम्ही हाताळतो, तेव्हा त्यांत कार्यप्रमाणित समानता हवीच. तिथे डोळेझाक करण्यास वाव नाही. पण हे केवळ वरवरचे विचार आहेत. व्यवहारात सर्वांना एखाद्या सैनिकी पद्धतीत बांधणे अशक्य आहे. फ्रँचायझींमध्ये विविधता आहे व त्यांतही अनेक सर्जनशील आहेत. आम्ही त्यांच्या विचारांचाही आदर करतो, शक्य असेल तिथे ते आचरणात आणतो."

मॅकडोनल्ड्सचे यशाचे खरे गमक हे आहे हे की, तिथे जितक्या कसोशीने एक समान कार्यपद्धत राबवली जाते तितक्याच कसोशीने फ्रँचायझींची उद्योजकता कशी फुलेल, हेही पाहिले जाते. एका परीने जपानच्या 'सर्वांच्या मतैक्याने व्यवस्थापन' या कार्यपद्धतीला अमेरिकन पद्धतीने दिलेली ती दाद आहे, असे मॅकडोनल्ड्सला वाटते व म्हणून ती तिथे आचरणात आणली जाते. फ्रँचायझींना व पुरवठादारांना आपल्या वर्चस्वाखाली ठेवून 'आम्ही सांगू तेच खरे' या पद्धतीने मॅकडोनल्ड्सने कार्य केले असते, तर कुणाला काही म्हणता आले नसते. पण यांच्या सर्जनशीलतेला, उद्योजकतेला वाव देण्याने व त्यातले योग्य ते स्वीकारण्याने मॅकडोनल्ड्सने यश मिळविले; अन्यथा ती अधिक खर्चिक ठरली असती. या सर्वांची सर्जनशीलता मारली गेली असती. टर्नरने स्वतःच फक्त मॅकडोनल्ड्सच्या मर्यादांची कबुली दिली. नियम एक चौकट आखून देतील, पण त्यामुळे फ्रँचायझींचे सुप्त गुण प्रकट होणार नाहीत. त्यांत शेकडो कल्पक उद्योजक आहेत. त्यांचा वापर करून घेणे आणि आपल्या मर्यादा ओळखून त्यांना आपल्या कार्यपद्धतीत सुधारणा करण्यासाठी सूचना करण्याची, कल्पना लढवण्याची मोकळीक देणे, हेच मॅकडोनल्ड्सच्या यशाचे गमक म्हणता येईल.

आर्थिक कमाई

रे क्रॉकने मॅकडोनल्ड्स हा एक यशस्वी उद्योग होण्यासाठी आवश्यक संसाधनांची जुळवाजुळव १९५७पर्यंत केली. त्याने तयार केलेल्या फ्रँचायझींच्या कार्यपद्धतीमुळे त्यांना स्वत:चा व्यवसाय चालू करता आला व तोही परवान्यासाठी फार खर्च न करता वा सक्तीच्या खरेदी योजनेचा बोजा न घेता. त्यांच्या यशोगाथा जशा पसरत गेल्या तशी स्वत:ची आयुष्याची कमाई या व्यवसायात घालून फ्रँचायझी मिळवणारे अनेक जण तयार झाले. रे क्रॉकला काहीही लाच न देता त्या फ्रँचायझींना थेट माल पुरवणारे अनेक उद्योजक रेच्या योजनेमुळे विकसित झाले व त्यांत अनेक लघुउद्योजक होते. त्याने विकसित केलेल्या रिझवूड कार्यक्रमपद्धतीतील 'दर्जा, सेवा, स्वच्छता' या त्रिसूत्रीमुळे या उद्योगात पूर्वी कधी झाली नाही एवढी प्रचंड प्रगती झाली. तिचा दर्जा सुधारला.

रे क्रॉकच्या योजनेत एकच त्रुटी होती. त्यात फायदा कमावण्याची ताकद दिसत नव्हती. फास्ट फूड उद्योगातील नवनव्या संधींकडे एखाद्याने मधुचंद्राची वाट पाहावी तसा रे क्रॉक पाहत होता. या उद्योगातील विक्रीचा आवाका व '१५ सेंटमध्ये हॅम्बर्गर' हे ग्राहकांसाठीचे आवाहन यामुळे त्यांच्यातला विक्रेता जागृत झाला होता. जुन्या पिढीतल्या रेला असेंब्ली लाइन फूड सर्व्हिसिंगचे हे नवे क्षेत्र खुणावत होते. सॅन बरनान्डोमध्ये त्याने जे पाहिले, त्याचे एका राष्ट्रीय साखळीत रूपांतर करण्याचे आणि ज्या मार्गाने हा उद्योग चालला होता व त्यातल्या प्रक्रिया केल्या जात होत्या, त्यांत आमूलाग्र बदल करायचे त्याने मनोमन ठरवले; तसा निश्चय केला. पण पैसे कमावणे म्हणजे प्रणय करणे नव्हे. जेव्हा १९८४मध्ये मरण पावला, तेव्हा तो अमेरिकेतील एक श्रीमंत माणूस होता व त्याची संपत्ती ६० कोटी डॉलर्सची होती. तरीही त्याने केवळ संपत्ती गोळा करणे, हा आपला कार्याचा भाग केला नाही; तसे

तो कधी बोललाही नाही. पैसे कमवण्याच्या मागे तो कधी लागला नाही. त्याने उद्योगाचे यश कधी नफ्या-तोट्यावर मोजले नाही; इतकेच नव्हे, तर आपल्या कंपनीचा ताळेबंदही त्याने कधी काटेकोरपणे अभ्यासला नाही.

त्यामुळे मॅकडोनल्ड्स ही केवळ नफा कमावणारी कंपनी असावी, असा आराखडा त्याने कधी मांडला नाही. मॅकडोनल्ड्स बंधूंबाबत तो अत्यंत उदार मनोवृत्तीचा होता. फ्रँचायझी यशस्वी कसे होतील याचीच त्याला काळजी होती आणि अत्यंत प्रामाणिकपणे तो त्यांना मालाचा पुरवठा करायचा. त्याच्या कंपनीचे बरेचसे उत्पन्न हे त्याला फ्रँचायझींच्या विक्रीतून मिळणाऱ्या १.९ टक्के कमिशनचे होते. त्यातले १/४ त्याला मॅकडोनल्ड्स बंधूंना द्यायला लागत होते. त्याने क्षेत्रीय परवाना देण्यासाठी अवाजवी फी आकारली नाही. तो त्यापोटी फक्त ९५० डॉलर्स घ्यायचा. पुढे १९५६मध्ये ती १५०० डॉलर्स करण्यात आली व पुढे ४५००० डॉलर्स. फ्रँचायझींना यंत्रे, उपकरणे व खाद्यपदार्थ पुरवण्यात त्याने नफेबाजी केली नाही. त्याच्या 'प्रिन्स कॅसल सेल्स' या कंपनीतून तो १५० डॉलर्समध्ये मल्टिमिक्सर्स द्यायचा व त्यात थोडे विक्री कमिशन त्याला मिळायचे. एक तत्त्व म्हणून त्याने फ्रँचायझी देणे हा केवळ पैसा कमावण्याचा मार्ग म्हणून पाहिला नाही किंवा त्याऐवजी पैसे कमावण्याची पर्यायी योजनाही त्याने तयार केली नाही.

असे म्हटले तर वावगे ठरणार नाही की, रे क्रॉकची कंपनी सोडली तर बाकी या उद्योगातील प्रत्येक जण चांगली कमाई करत होता. त्याच्या स्टोअर्समधील प्रत्येक जण सरासरी दोन लाख डॉलर्सची विक्री १९५०च्या दशकात करत होता व त्यांतील फक्त २८०० डॉलर्स रे क्रॉकच्या कंपनीला मिळत होते; तर १००० डॉलर्स मॅकडोनल्ड्स बंधूंना जात होते. फ्रँचायझींचा नफा सरासरी ४० हजार डॉलर्सचा होता. मिळालेल्या उत्पन्नातून फ्रँचायझींना द्यायच्या सेवेसाठीचा कर्मचारीवर्ग पोसणे वा फ्रँचायझींना किमान सेवांचा खर्च भागवणे रेला जड जात होते. रेच्या आर्थिक गणितावर जर कंपनी पूर्णत: विसंबून राहिली असती व तिने त्याच दर्जाची सेवा दिली असती, तर १९९३मध्ये ती कंपनी देशातील एक अत्यंत फायदेशीर कंपनी झाली नसती. तिचे उत्पन्न १०० कोटी डॉलर्सवर गेले नसते (तेही २३६ कोटी डॉलर्सच्या विक्रीवर) थोडक्यात, रे क्रॉकची आर्थिक कमाईची संकल्पना दिवाळखोरीकडे नेणारी ठरली असती.

मॅकडोनल्ड्सला आर्थिक कमाई करणारे किफायतशीर यंत्र बनविण्यात रे क्रॉक, मॅकडोनल्ड्स बंधू यांचा काहीही हात नव्हता आणि तसे केवळ हॅम्बर्गर, फ्रेंच फ्राइज व मिल्कशेकच्या विक्रीमुळेच होऊ शकले नव्हते. स्थावर मालमत्तेचे व्यवहार हाताळणे व हॅरी सोन्नेबर्नने आखलेल्या व फारशा कुणाल माहीत नसलेल्या सिद्धान्तामुळे त्यांना आर्थिक कमाई झाली. तो मूळचा 'टेस्टी फ्रीज' कंपनीतला

अधिकारी. रे क्रॉकने त्याला आपल्याकडे १९५६मध्ये घेतले, नंतर तो केवळ १० वर्षे मॅकडोनल्ड्समध्ये होता. त्या कालावधीत तो रे क्रॉकचा अत्यंत शांत व नगण्य असा भागीदार होता. रे क्रॉक हा पुढे या व्यवसायातली आख्यायिका बनला, तर हॅरीविषयी कंपनीच्या छोट्या वर्तुळापलीकडे कुणाला फारसे काही माहीत नाही. पुढच्या पिढीतल्या कर्मचाऱ्यांना तर या नावाचा कोणी तिथे होता, हेही माहीत नाही. पण त्याने मांडलेलं सूत्र व सिद्धान्त जर मॅकडोनल्ड्सने स्वीकारला नसता, तर ती कंपनी फास्ट फूड उद्योगातील सर्वाधिक यशस्वी स्पर्धक बनली नसती व तिने पटकावलेले स्थान ती टिकवू शकली असती. त्याच्या निधनानंतर रे क्रॉक म्हणाला, "हॅरीच्या धोरणांमुळे ही कंपनी वाचू शकली, मोठी झाली. त्याच्या कल्पनांमुळेच ती श्रीमंत झाली."

मॅकडोनल्ड्सचा दीर्घकालीन जनसंपर्क सल्लागार अल गोलिन म्हणतो, "रे आणि हॅरीची जोडगोळी ही श्रीयुत बाहेरचे (मि. आऊटसाइड) व श्रीयुत आतले (मि. इनसाइड) अशी होती. संस्थापक रे क्रॉकच्या रंगतदार व मनमिळावू स्वभावामुळे जनतेत मॅकडोनल्ड्सची चांगली प्रतिमा निर्माण झाली. त्याच्या प्रभावी व्यक्तिमत्त्वापुढे हॅरीचे व्यक्तिमत्त्व झाकोळले गेले. हॅरीची व्यक्तिनिरपेक्ष कार्यपद्धती व केवळ आर्थिक व्यवहाराकडेच लक्ष द्यायच्या धोरणामुळे तो पडद्याआड राहून काम करणारा ठरला."

पण सोन्नेबर्नने स्थावर मालमत्तेसंबंधी आखलेल्या धोरणांमुळे मॅकडोनल्ड्स ज्या सबळ आर्थिक सुस्थितीत आहे, तशी एरवी राहिली नसती. कोणीही स्पर्धक याबाबत तिच्या जवळपासही पोहोचू शकत नाहीत. आर्थिक आघाडी त्याने भक्कमपणे संभाळल्यामुळे क्रॉक-टर्नर जोडीने उद्योग-विस्तारासाठी आखलेली धोरणे व उद्योग व्यवस्थित चालावा यासाठी घालून दिलेली कार्यपद्धती राबवण्यास वाव मिळाला. एवढेच नव्हे, तर ती एक फायदेशीर कंपनी ठरली. पुरवठादार व फ्रँचायझीच्या बाबतीतल्या क्रॉकच्या उदार धोरणांना धक्का न लावता त्याने पैसे कमाविण्याचे अन्य मार्ग शोधले व कंपनीला कमाई करून दिली. फ्रँचायझींचीच फी वाढवण्यासाठी व त्यांना पुरवठा करण्याच्या गोष्टीत जादा नफा कमावण्याऐवजी त्याने शक्कल लढविली ती स्थावर मालमत्ता कंपनीतर्फे खरेदी करायची व ती फ्रँचायझीना भाडेकराराने द्यायची. त्यामुळे फ्रँचायझीबरोबर भागीदारी करण्याच्या रेच्या सिद्धान्तालाही पुष्टी मिळाली. त्यापूर्वी या व्यवसायात येऊ इच्छिणाऱ्या छोट्या-छोट्या उद्योजकांची मोठी समस्या होती ती फ्रँचायझी घेतल्यावर स्टोअर्स उघडण्यासाठी जागा मिळवायची व मग स्टोअर्सची इमारत बांधून ती सर्व प्रकारे सुसज्ज करण्यासाठी लागणारा निधी जमवायची. वेन्डीज, बर्गरकिंग आणि अन्य स्पर्धकांनी यांसाठी मोठ्या क्षेत्राची फ्रँचायझी देऊन, अनेक स्टोअर्स उघडायची परवानगी देऊन यासाठी श्रीमंत भांडवलदारांना गुंतवणुकीसाठी उद्युक्त केले होते. पण रे क्रॉकने 'एका उद्योजकाला एक स्टोअर'

हे धोरण आखले व त्यातून कार्यपद्धतीतल्या दर्जावर नियंत्रण ठेवले. पण अशा लोकांकडे जमीन खरेदीसाठी लागणारे ३०,००० डॉलर्स व नंतर स्टोअरची उभारणी करण्यासाठी लागणारे ४०,००० डॉलर्स नसायचे. शिवाय तसे ते कर्जाऊ घेण्यासाठी बँकेला हमी द्यायचीही त्यांची क्षमता नसायची.

यासाठी सोन्नेबर्नने एक साधा उपाय सुचवला. मॅकडोनल्ड्सने याकरता एक स्वतंत्र स्थावर मालमत्तेचे व्यवहार करणारी कंपनी काढावी. तिचे नाव 'फ्रँचायझी रिॲलिटी कॉर्पोरेशन' ठेवावे. या कंपनीने जमिनी हेरून व फ्रँचायझी घेऊ इच्छिणाऱ्यांना त्या भाडेकरारावर द्याव्यात. शिवाय त्या जागेवर स्टोअर उभारून सुसज्ज करण्यासाठीही मदत करावी. त्यासाठी कंपनीने अशा जागा २० वर्षांच्या भाडेकरारावर मालकांकडून घ्याव्यात व फ्रँचायझीना तशाच उपभाडेकरारावर द्याव्यात, अशी ही योजना होती. पूर्वी त्याने असा आराखडा टेस्टी फ्रीजच्या मोरान्झाला सुचवला होता, पण त्याने तो धुडकावून लावला होता. पण मोरान्झचे हक्काचे उत्पन्न होते ते फ्रँचायझीना दुग्धनिर्मित पदार्थांच्या विक्रीतून मिळणाऱ्या रॉयल्टीचे. ते भरपूर होते, त्यामुळे त्याला पैशाची फिकीर नव्हती व अशा भानगडीत पडण्याची इच्छाही नव्हती. पण मॅकडोनल्ड्समध्ये फ्रँचायझीकडून मिळणारे उत्पन्न मर्यादित होते व येत होते त्यातील बहुतेक सर्व उत्पन्न कंपनीचे खर्च भागवण्यातच जात होते. त्यामुळे इथे या कल्पनेला खतपाणी मिळू शकणार होते. या योजनेत मॅकडोनल्ड्सची स्थिती सँडविचसारखी होती. जमीनदारांकडून भाडेकरारावर जमिनी घ्यायच्या व त्यावर आपले कमिशन लावून त्या फ्रँचायझीना उपभाडेकराराने द्यायच्या. त्यातून होणारा नफा हा रॉयल्टी व यंत्रसामग्री-उपकरणे पुरवण्यातून मिळणाऱ्या नफ्यापेक्षा अधिक होणार होता. फ्रँचायझीचे म्हणणे होते की, विक्रीच्या प्रमाणात भाडे बदलते ठेवावे. पण सोन्नेबर्नच्या मते, ते तसे नसावे; ते एकच कायम ठेवावे. त्यासाठी त्याने सुरुवातीला मॅकडोनल्ड्सने द्यायच्या जमिनीच्या भाड्यावर प्रथम २० टक्के व नंतर ४० टक्के जादा रक्कम आकारायचे धोरण ठेवले. जसे – ५०० ते ६०० डॉलर्समध्ये मॅकडोनल्ड्सने जमीन भाड्याने घ्यायची व फ्रँचायझीना ८४० डॉलर्स प्रतिमास भाड्याने द्यायची. शिवाय स्थावर मालमत्ता घेण्यासाठी लागणारे व्याजही त्यात मिसळले जायचे. आपल्या या गणितावर सोन्नेबर्न बेहद्द खूश होताच, पण कंपनीही त्यामुळे प्रभावित झाली होती.

जोपर्यंत उपभाडेकरारावर जागा दिलेला फ्रँचायझी त्या उद्योगात आहे तोपर्यंत त्याच्याकडून मिळणाऱ्या भाड्याच्या उत्पन्नाला मरण नव्हते आणि कंपनीला २० वर्षे देणार असणाऱ्या भाड्याच्या रकमेतही वाढ होणार नव्हती. शिवाय अशा जागेचा विमा व स्थानिक करभारही उपभाडेकरार केलेल्याने भरायचा होता. त्यामुळे त्याचाही बोजा नव्हता. कारण वेळ जाईल तसतशी त्यात वाढ होण्याची शक्यता

होती. त्यामुळे हा सर्वच व्यवहार मॅकडोनल्ड्सच्या दृष्टीने आकर्षक व फायद्याचा होता. या योजनेतले वैशिष्ट्य म्हणजे, मॅकडोनल्ड्सने द्यायच्या भांडवलावर ४० टक्के वाढवून फ्रँचायझीलाही भाडे आकारले जायचे, त्यात कार्यालयीन खर्च भागायचा. शिवाय हे भाडे आकारले जायचे ते किमान होते. त्याला पर्याय होता एकूण विक्रीच्या पाच टक्के भाडे द्यायचे. या दोन पर्यायांतले जी जास्त असेल, ती रक्कम भाडे म्हणून घ्यायची. त्यामुळे विक्रीचा आकडा जसजसा वाढेल तसतसे भाडेही. हा नफ्यातला हिस्सा मिळवण्याचा मार्ग सोन्नेबर्नने शोधून काढला. त्यामुळे जागा भाड्याने घेताना एकच पक्के भाडे, पण भाड्याने देताना जे जास्तीत जास्त भाडे होईल, असा दुहेरी फायदा यात होत गेला. याशिवाय यात वाटाघाटीला दोन्ही बाजूंना वाव नव्हता. "हा आमचा करार घ्यायचा तर घ्या, नाही तर फुटा" असा त्याचा खाक्या होता. शिवाय मॅकडोनल्ड्स भाड्याने जागा घेताना कुठल्या अटीवर घेताहेत, हे फ्रँचायझींना सांगायचा प्रश्नच नव्हता.

या व्यवस्थेमुळे या नव्या कंपनीत पैशाचा ओघ लगेच सुरू झाला. शिवाय फ्रँचायझींना जागा भाड्याने देताना तो ७५०० डॉलर्स सुरक्षा ठेव म्हणून घ्यायचा. त्यातले निम्मे १५ वर्षांनंतर व उरलेले २० वर्षांनंतर परत केले जायचे. (पुढे ते १९६३मध्ये १०,००० डॉलर्स व नंतर १५,००० डॉलर्स करण्यात आले.) त्यामुळे हे पैसे मॅकडोनल्ड्सला बिनव्याजी वापरता यायचे. त्यातून मग सोन्नेबर्नने पुढचे पाऊल उचलले. ते म्हणजे जागा भाड्याने घ्यायच्याऐवजी खरेदीच करायच्या. या जागा मग भाड्याने दिल्या जायच्या व त्यावरच्या इमारतीची मालकी मॅकडोनल्ड्सकडे असायची. मग सुरक्षा ठेवींपैकी काही रक्कम जमिनीच्या भाड्यापोटी सुरक्षा म्हणून दिली जायची व काही इमारतींच्या गहाणवटीच्या परतफेडीसाठी वापरली जायची. पुढे १९६७ नंतर सोन्नेबर्नने जागा पूर्णपणे खरेदी करायची, पण त्याची रक्कम १० वर्षांच्या हप्त्याने द्यायची कल्पना राबवली आणि जागेवर इमारत बांधून घेण्यासाठी बँकेचे कर्ज घेऊन इमारतच बँकेकडे गहाण ठेवायची योजना सुरू केली. हा थोडा धाडसी निर्णय होता. जागा आणि इमारत दोन्ही स्वत:ची रोख रक्कम न गुंतवता मॅकडोनल्ड्स मिळवत होते. फ्रँचायझीकडून मिळणाऱ्या रकमांतून हप्ते जात होते व बाकी रोख रक्कम बँकेकडून कर्जाऊ घेत होते. ती योजना व्यवस्थित चालली, तर कंपनीचा चांगलाच फायदा होता. रे क्रॉकला आर्थिक व्यवहारात फारसे गम्य नव्हते आणि त्याला सोन्नेबर्नच्या रूपाने ते सर्व हाताळणारा उजवा हात मिळाला.

सोन्नेबर्नचा व्यवसायाकडे बघण्याचा दृष्टिकोन फक्त आर्थिक बाजूचा होता. पैसा किती मिळतोय याकडे त्याचा मुख्य रोख असायचा. त्याला कोणती कार्यपद्धती राबवली जाते आहे, यात स्वारस्य नव्हते. तसे तो कुठल्याही धंद्यात हे कसब वापरू शकला असता – मग तो वापरविक्रीचा असो वा हॅम्बर्गरचा! त्याच्या मते, स्थावर

मालमत्तेत पैसे कमावण्याचे उत्तम अस्त्र म्हणजे हा खाद्यपदार्थ विक्रीचा धंदा. त्यामुळे तो म्हणजे रे क्रॉकचे दुसरे टोक होता व त्यामुळे धंद्यात समतोल साधायला ते योग्य होते. पैसे कमावण्याबाबत रे उदासीन; तर सोन्नेबर्न प्रोत्साहित. रेला स्वारस्य होते फ्रँचायझी दर्जा, सेवा, स्वच्छता नीट राबवताहेत ना हे बघण्यात; तर सोन्नेबर्नला होते मॅकडोनल्ड्सकडून मिळणाऱ्या सेवेचा परतावा फ्रँचायझी व्यवस्थित देताहेत ना हे बघण्यात. ''मला फक्त नफा मिळतोय ना, हे पाहण्यात स्वारस्य आहे.'' हे त्याचे कळीचे वाक्य असायचे.

अर्थात नफा हेच केवळ सोन्नेबर्नच्या स्थावर मालमत्तेसंबंधीच्या व्यवहाराचे एकमेव अंग नव्हते. केवळ मॅकडोनल्ड्सबरोबरच्या खाद्यपदार्थांच्या करारामुळे जेवढे नियंत्रण फ्रँचायझीवर ठेवणे शक्य झाले असते, त्यापेक्षा अधिक स्थावर मालमत्तेवरील अधिकारांमुळे मिळवता आले. कायद्यामध्ये १९५०मध्ये फ्रँचायझीचे अधिकार यासंबंधी फार तरतुदी नव्हत्या, त्या पुढे आल्या. नंतर झालेल्या काही न्यायालयीन खटल्यांमुळे हे झाले. जर फ्रँचायझीने करार करूनही मॅकडोनल्ड्सचे चिन्ह काढले, रेस्टॉरंटचे नाव बदलले वा रॉयल्टी फी दिली नाही तर? याला त्या वेळी उत्तर नव्हते. जर खाद्यपदार्थांची यादी वा कार्यपद्धती त्यांनी पाळल्या नाहीत तर? सोन्नेबर्न म्हणतो, ''याबाबत आमच्यातल्या करारपत्राची किंमत शून्य होती. कारण ते न्यायालयीन लढाईत टिकू शकले नसते. त्यात एक मोठे कॉर्पोरेशन – मॅकडोनल्ड्स विरुद्ध एक लघुउद्योजक अशा लढाईत कॉर्पोरेशनचा पराभव निश्चित होता.''

भाडेकराराबाबत मात्र तशी परिस्थिती नव्हती. ते वेळेचे बंधन पाळणारे कायदेशीर दस्तऐवज होते. त्यामुळे कार्यपद्धती हा त्या दस्तऐवजांचा एक भाग म्हणून मॅकडोनल्ड्सने घातला. म्हणून फ्रँचायझीनी फ्रँचायझी कराराचा भंग केला तर भाडेकरारपत्र आपोआपच रद्द होईल, अशी त्यात तरतूद होती. त्यामुळे नंतर न्यायालये भाडेकरार दस्तऐवज व फ्रँचायझी म्हणून करारपत्र हे एकच मानू लागले; जणू ते एक एकत्र केलेले पॅकेज आहे असे. रे क्रॉकला १९५०च्या दशकात सोन्नेबर्नचा विचार फारच भावला. कारण त्या वेळी त्याच्या रोलिंग ग्रीन क्लबमधील, तसेच कॅलिफोर्नियातील काही फ्रँचायझी हाताबाहेर जाऊ लागले होते. त्यांपैकी बहुतेकांची स्वत:ची स्टोअर्स होती व त्यांनी थेट जमीनमालकांशी भाडेकरार केले होते. त्यामुळे ते मॅकडोनल्ड्सला जुमानेसे झाले होते. त्यामुळे १९५६मध्ये जेव्हा सोन्नेबर्नच्या या योजनेत रे क्रॉकला त्यातील नफ्यांपेक्षा फ्रँचायझीवरच्या नियंत्रणाची बाजू अधिक आकर्षक वाटली, त्यामुळे सर्व फ्रँचायझीवर आपले नियंत्रण येईल, हे त्याच्या लक्षात आले. जर मॅकडोनल्ड्सने या फ्रँचायझीबाबत रिॲलिटी कॉर्पोरेशनला कळवले असते की, दर्जा व सेवा देण्यात एखादा फ्रँचायझी ढिला आहे, तर ३० दिवसांची नोटीस देऊन भाडेकरारपत्र रद्द करता येऊ शकत होते. त्यांच्या दाढीला

हात लावून विनवण्या करण्याची वा मस्कापॉलिशचीही गरज नव्हती. रे आता हुकूम देऊ शकत होता; सहकार्य करा म्हणून विनवण्या करण्याचे कारण नव्हते.

शिवाय या मार्गाने मिळालेला पैसा गैरवाजवी नव्हता; पूर्णतया अधिकृत होता. फ्रँचायझी नफा कमवायला मोकळे होते. फ्रँचायझीचे कार्यक्षेत्र जादा फी घेऊन दिले तर ते नफ्याचा भाग होत नव्हते. जर फ्रँचायझींनी मॅकडोनल्ड्सव्यतिरिक्त इतर खाद्यपदार्थ विकले, तर ते करारबाह्य व्हायचे आणि फ्रँचाइझरने (येथे मॅकडोनल्ड्स) तिऱ्हाइताकडून माल घेऊन जर फ्रँचायझींना जास्त किमतीला दिला तर तेही कायद्याच्या भाषेत बसत नव्हते. सोन्नेबर्नने एक अत्यंत किफायतशीर मार्ग तर निवडलाच; पण त्याचबरोबर फ्रँचायझीच्या मार्गाने अधिक नफा कमावण्याचा सनदशीर प्रकारही त्याने निवडला. ते फ्रँचायझीच्या खर्चाने नफा कमवत नव्हते, त्यामुळे तो कायदेशीर मार्ग होता. फ्रँचाइझरने जर फ्रँचायझीवर त्यांच्याकडून यंत्रे, उपकरणे वा कच्चा माल घ्यायचे बंधन घातले; तर ते कोर्टात बेकायदा ठरत होते. पण त्यांनी जर भाडेकराराने जागा दिली तर ते कायदेशीर ठरत होते. न्यायालयाचे म्हणणे होते की, मोक्याच्या जागा शोधणे व त्यावर नियंत्रण ठेवणे, हा रेस्टॉरंटची साखळी चालू ठेवण्याचा अविभाज्य भाग आहे. त्यामुळे भाडेकरार करून घेणे, हा योग्य मार्ग आहे. त्यामुळे त्यात परस्परांच्या स्वारस्याला धोका पोहोचत नाही. मॅकडोनल्ड्सच्या बाबतीत हे सर्वच गणित चपखल बसले, कारण सोन्नेबर्नच्या गणिताप्रमाणे सुरुवातीला जम बसेपर्यंत फ्रँचायझींना मर्यादित नफा होता व त्यामुळे भाडे कमी द्यावे लागायचे. विक्री वाढली की नफा वाढायचा व मग विक्रीच्या पाच टक्के भाडे व्हायचे. (पुढे ते साडेसहा टक्के झाले.) त्यामुळे तसे होईपर्यंत मॅकडोनल्ड्सला पैसे कमावण्यासाठी थांबावे लागायचे. पण सुदैवाने हा कालावधी फार मोठा नसायचा.

यामुळे मॅकडोनल्ड्सचे उत्पन्न वाढत गेले व त्यांतून अधिक चांगली कार्यपद्धती रुजवणे सोपे झाले. इतर कंपन्या फ्रँचायझी विकून व नवनवी स्टोअर्स उघडून पैसा कमवत होत्या; तर मॅकडोनल्ड्सच्या बाबतीत ते करण्यासाठी त्यांना फ्रँचायझींना कार्यप्रवण करायला लागायचे. त्यांची विक्री कशी वाढेल याच्या नवनव्या कल्पना लढवायला लागायचे व कार्यपद्धती कार्यक्षम करायला लागायची. हे प्रोत्साहन सोन्नेबर्नच्या भाडेकरारपद्धतीच्या कार्यशैलीने अधिकच वाढले. जसजसे विक्रीचे प्रमाण वाढले तसतसे भाड्याचेही प्रमाण वाढले व त्यामुळे मॅकडोनल्ड्सना जे भाडे द्यावे लागायचे, त्यांचे प्रमाण कमी झाले. थोडक्यात, क्रॉकच्या 'दर्जा, सेवा, स्वच्छता' या त्रिसूत्रीचे रूपांतर आर्थिक लाभात झाले. टर्नरच्या मते, ''आमच्या उत्पन्नाची पातळी ही आमची सध्याची स्टोअर्स किती कमावतात यावर ठरायची, नव्या स्टोअर्सच्या उभारणीवर नाही.''

हॅरी सोन्नेबर्नच्या मते, हा आकड्यांचा खेळ म्हणजे सुवर्णसंधी होती. जेव्हा मॅकडोनल्ड्स ही पब्लिक लिमिटेड कंपनी झाली, तेव्हा सोन्नेबर्नने सिक्युरिटी ॲनालिस्टना सांगितलं की, आमची कंपनी खाद्यपदार्थांच्या क्षेत्रात नाही तर स्थावर मालमत्तेच्या व्यवहारातील आहे. कर्जपुरवठा करणाऱ्यांनाही त्यांचे हे म्हणणे अधिक आकर्षक वाटायचे. कारण तेही खाद्यपदार्थाच्या क्षेत्रातील कंपनीपेक्षा स्थावर मालमत्तेच्या क्षेत्रातील कंपनीला अधिक सढळ हाताने कर्ज द्यायचे. अर्थात त्याच्या या बोलण्याने क्रॉकचा पारा चढायचा. पण थंडपणे विचार केला, तर सोन्नेबर्नच्या बोलण्यात तथ्य आहे, हे जाणकारांना पटायचे. त्यामुळे १९६० ते १९७०च्या दरम्यानच्या स्थावर मालमत्तेच्या क्षेत्रातील तेजीचा मॅकडोनल्ड्सला चांगलाच फायदा झाला. त्या वेळी उपनगरे जोरात वसवली जात होती व तिथे ज्यांच्याकडे मोक्याचा जागा होत्या, त्यांची चंगळ होत होती. मॅकडोनल्ड्सने अशा जागा घासाघीस करून पदरात पाडून घेतल्या. अर्थात नव्या जागा घेताना मॅकडोनल्ड्सला अधिक किंमत द्यावी लागली; पण त्यांच्याकडे ज्या जागा आधीच होत्या, त्या जर भाड्याच्या असतील तर लांबच्या पल्ल्याच्या करारामुळे त्याचे भाडे कमी द्यावे लागत होते वा त्यांना ती जागा विकत घेण्याचा पर्यायही होता. याउलट, या क्षेत्रातील ज्या अन्य कंपन्यांनी या स्थावर मालमत्तेच्या व्यवहाराकडे दुर्लक्ष केले, त्यांना या तेजीचा चांगलाच फटका बसला.

मॅकडोनल्ड्सच्या बाबतीत त्यांच्या स्थावर मालमत्तेच्या खर्चाचे आकडे बहुतांशी स्थिर राहिले, पण या मालकीवरील जागांच्या भाड्याच्या उत्पन्नात वाढ झाली. कारण चलनवाढीमुळे खाद्यपदार्थांच्या किमती वाढल्या. त्यामुळे उलाढाल वाढली व त्याच्या टक्केवारीत भाडे मिळायचे, म्हणून ते वाढले. ती दोन आकडी चलनवाढ हे त्यांना वरदानच ठरले. त्या काळात १५ सेंटच्या हॅम्बर्गरची किंमत तिप्पट झाली. पण विक्री वाढल्याने ६.५टक्केवारीने भाडे मिळत होते. मात्र हॅम्बर्गरच्या किमती वाढल्याचा थोडा नकारात्मक परिणाम जाणवला.

सोन्नेबर्नच्या स्थावर मिळकतीत गुंतवणूक करण्याच्या धोरणाचा मॅकडोनल्ड्सला अशा मिळकतीचा मोठा आकडा गाठण्याच्या दृष्टीने फायदा झाला. पुढे या मालमत्तेच्या किमती प्रचंड वाढल्याने त्यांच्या संपत्तीत प्रचंड वाढ झाली व मॅकडोनल्ड्स ही इतरांना हेवा वाटावा अशी कंपनी झाली. आता अमेरिकेतील स्टोअर्सपैकी ६९ टक्के स्टोअर्सच्या जमिनीची मालकी मॅकडोनल्ड्सकडे आहे. आंतरराष्ट्रीय व्यवहारात हेच प्रमाण ३५ टक्के आहे. बाकीच्या जागा कंपनीने भाडेकरारावर घेतल्या आहेत.

मॅकडोनल्ड्सच्या संपत्तीची किंमत १९८२मध्ये सिअर्स, रोबुक आणि कंपनी यांच्या संयुक्त संपत्तीपेक्षा जास्त होती. १९९१मध्ये त्याची किंमत ८८० कोटी डॉलर्स झाली. पण खरी किंमत ही त्यापासून मिळणाऱ्या भाड्याच्या उत्पन्नातून

होती. मॅकडोनल्ड्सचा ३९ टक्के नफा हा फ्रँचायझी न दिलेल्या २९ टक्के स्टोअर्समधून येतो, तर उरलेला फ्रँचायझींकडून येतो व यातील ९० टक्के भाडेकराराचा असतो.

सोन्नेबर्नच्या कल्पनेचे वैशिष्ट्य म्हणजे, ती कल्पना केवळ लढवणे हेच नव्हते; तर ती व्यवहारात सुरळीत कशी चालेल याची व्यवस्था लावण्यात होते. 'फ्रँचायझी रिॲलिटी' या नावाने १९५६मध्ये त्याने हा उद्योग चालू केला, तेव्हा त्याच्या यशाबद्दल साशंकता होती. रे क्रॉकने १९५४मध्ये मॅकडोनल्ड्सचा कारभार हाती घेतला, तेव्हा त्याच्याकडे फक्त १००० डॉलर्स होते व तेवढेच त्याने भागधारक म्हणून गुंतवले. तीन वर्षांनंतर सोन्नेबर्नने स्थावर मिळकतीचा पाया रचायला सुरुवात केली, तेव्हा कंपनीचे एकूण मूल्य केवळ २४००० डॉलर्स होते. अशा किरकोळ आकड्यांवर त्यांना स्थावर मिळकतीचे मालक आपली जागा भाडेकरारावर देतील का, याविषयीही प्रश्नचिन्ह होते. पुढे काही वर्षांनी मॅकडोनल्ड्सने जागा हप्त्यावर विकत घ्यायचे ठरवले, तेव्हाही त्यांची आर्थिक परिस्थिती नाजूकच होती. बँकाही अशा कंपन्यांना आर्थिक मदत द्यायला तयार नव्हत्या आणि शिवाय स्टोअर्स बंद पडण्याचे प्रमाण सर्वसाधारणपणे वाढते असल्याने त्यासाठीही बँका अर्थसाह्य करण्यास धजावत नव्हत्या.

अशा अवघड परिस्थितीत मॅकडोनल्ड्सने स्थावर मिळकतीचे मालक व बँका यांनी आपल्याशी व्यवहार करण्यास तयार व्हावे, यासाठी मार्ग काढला. त्यांनी मॅकडोनल्ड्सची दुहेरी प्रतिमा निर्माण केली. एक व्यवस्थापकीय गट हॅम्बर्गर, फ्रँचायझी आणि मिल्कशेकच्या व्यवहाराची घडी बसवत होता; तर दुसरा गट ह्यात लक्ष न घालता स्थावर मालमत्तेच्या व्यवहाराची घडी बसवण्यात व अशा मिळकतींचे एजंट व बँका यांना आपल्याशी व्यवहार करण्यासाठी आकर्षित करण्याचे मार्ग शोधत धडपड करत होता. पहिला गट उत्तम काम करून ग्राहकांना मॅकडोनल्ड्सच्या दर्जा, सेवा व स्वच्छता त्रिसूत्रीवर चालणाऱ्या रेस्टॉरंटकडे आकर्षित करत होता, त्यामुळे पैशाची आवक चांगली होत होती; तर दुसरा गट पडद्यामागे राहून, प्रसिद्धीपासून दूर राहून स्थावर मालमत्तेच्या व्यवहाराची घडी बसवत होता.

रे क्रॉकला या दोन्ही आघाड्यांवर काम करावे लागत होते. त्याशिवाय या दुसऱ्या गटात अन्य अनेकविध क्षमता असलेले व्यवस्थापक काम करत होते. रेने सोन्नेबर्नप्रमाणेच जागांच्या व्यवहारात, स्टोअर्सच्या व्यवहारात तो करायचा तितक्याच तडफेने काम केले. त्याने स्थावर मिळकतींच्या अनेक व्यवहारांत वाटाघाटी करून करार करून घेतले. मोक्याच्या जागा हेरण्यात तो पटाईत होता. त्यांच्याकडे या कामाची व्यवस्था पाहणारा स्वतंत्र विभाग उत्तमरीत्या काम करत होताच; तरीही मोक्याच्या जागा दिसल्या की, त्या या विभागाच्या नजरेस क्रॉक आणून द्यायचा. 'दि

एडिटर ॲन्ड पब्लिशर मार्केट गाइड' या डिरेक्टरीमध्ये अमेरिकेतील सर्व नियतकालिकांची सूची असायची. तसेच प्रत्येक शहराची लोकसंख्या, तिथले मुख्य उद्योग, व्यापार यांची माहिती असायची. रे नेहमी या डिरेक्टरीचा अभ्यास करायचा. किंबहुना, त्याच्याइतका याचा समर्पक उपयोग अन्य कोणी केला नसेल. संबंधित विभागातून जाताना तो त्याची प्रत स्वत:जवळ ठेवत असे व खाली बघून त्याला एखादे चांगले मोक्याचे ठिकाण दिसले की, ते कुठे असेल, हे या डिरेक्टरीत तो पाहत असे. वयाच्या साठीनंतरही व फ्रेड टर्नरकडे कंपनीचा सर्व कारभार सोपवल्यावरही ही डिरेक्टरी म्हणजे त्याचा प्रवासातील पूर्ण वेळेचा साथीदार असायची आणि मोक्याची नवनवी ठिकाणे शोधत राहणे, हे त्याचे आवडीचे काम होते. झोपतानाही ती जणू त्याच्या उशाशी असायची. मॅकडोनल्ड्सचा स्थावर मिळकत विभागाचा उपाध्यक्ष विलबर्न सदरलँड म्हणतो, "अशी जागा दिसली की, रेचा दुसऱ्या दिवशी हमखास फोन यायचा व तो पुढचे व्यवहार करायची आम्हाला जणू आज्ञाच करायचा."

असे असले, तरी स्थावर मिळकत व आर्थिक व्यवहारात सोन्नेबर्नचे वर्चस्व अधिक असायचे. तो वकिलांची, बँकर्सची आणि स्थावर मालमत्तेचे विक्रेते यांची भाषा चांगली जाणायचा व त्यांच्याच भाषेत बोलायचा. त्यांचे डाव त्यांच्यावरच उलटवण्यात तो चतुर होता. बँकर्सना आवडणारी आकड्यांची भाषा व वकिलांना आवडणारी कंत्राटाची भाषा याची त्याला उत्तम माहिती होती व त्यांच्या त्या गुणांचे तो कौतुकही करायचा. वाटाघाटी करण्यात त्याचा हातखंडा होता आणि त्याच्या या कलेचा मॅकडोनल्ड्सला चांगलाच फायदा व्हायचा. तो तसा भावनाप्रधान नव्हता. मिळकतीचे मालक मॅकडोनल्ड्सशी संबंध ठेवण्यास तयार आहेत का नाहीत, हे जाणण्यास तो उत्सुक असायचा; पण त्याबाबतची आपली उत्सुकता तो कधीही प्रदर्शित करायचा नाही. त्यामुळे त्याचे हे मानसशास्त्र चांगले काम करायचे. त्याला स्वत:चे श्रेष्ठत्व राखावेसे वाटायचे. जणू त्याला दाखवून द्यायचे असे की, मॅकडोनल्ड्स त्यांच्या जागेचा विचार करताहेत, हे त्यांच्यावर उपकार केल्यासारखेच आहे! तो जणू सांगायचा की, या भागातल्या अन्य अनेक जागा त्याच्या पाहण्यात आहेत, त्यांचे मालक त्यांच्या पाठीमागे आहेत आणि जरी तुमची जागा चांगली वाटते, तरी तेवढीच फक्त उपलब्ध आहे असे नाही. हे म्हणणे मांडले आहे डॉन कॉनलीने.

कित्येक वेळा कंपनीची आर्थिक परिस्थिती स्थावर मिळकतीच्या मालकीवर कुरघोडी करण्याइतपत चांगली नसायची. तरीही तो तसे न दाखवता त्यांच्यावर मात करायचा. भाड्यात कालमानाने वाढ व्हावी वा विक्रीच्या प्रमाणात भाड्याची टक्केवारी असावी, असे सुचवायचा प्रयत्न करणाऱ्या मालकांना तो साफ धुडकावून लावायचा. जेव्हा विरुद्ध बाजूच्या मागण्या अवास्तव असायच्या, तेव्हा "आम्हाला हे कंत्राट

नको'', हे सांगण्याची त्याची हातोटी अशी काही होती की, ते मालक तो म्हणेल ते ऐकायला तयार व्हायचे. वाटाघाटी करण्याचे त्याचे हे तंत्र अद्वितीय म्हटले पाहिजे. त्याच्या अशा वागण्याने तो स्थावर मालमत्तेच्या मालकांना वा बँकर्सना हे पटवून द्यायचा की, कंपनीच्या ताळेबंदात दिसते त्यापेक्षा तिची आर्थिक क्षमता प्रचंड आहे. ''तो अशा पद्धतीने वागायचा की, आर्थिक परिस्थिती नाजूक असतानाही इतरांना वाटायचे की ती चांगली आहे.'' असे ज्येष्ठ कार्यकारी उपाध्यक्ष व आर्थिक व्यवहाराचा मॅकडोनल्ड्सचा प्रमुख रिचर्ड बॉयलॅन म्हणतो.

असे असले तरी कंत्राट खिशात घालण्यासाठी तडजोड कुठे व किती करायची, हेही त्याला उत्तम माहीत असायचे. कित्येक वेळा इतरांनी केली नसेल एवढी तडजोड त्याने केली होती. त्याच्या मते, कंपनीच्या प्रगतीचा सर्वांत सरळ मार्ग म्हणजे कर्जाऊ घेतलेले पैसे. इतर कंपन्यांना जे अशक्य व्हायचे, असे पैसे मिळवणे त्याला सहज जमायचे; कारण त्यासाठी प्रसंगी तो अधिक व्याज द्यायला तयार असायचा. जसजशी मॅकडोनल्ड्सची वाढ होत गेली तसतसा तो पैसे कर्जाऊ घेण्याबाबत अधिक आग्रही व आक्रमक पद्धतीने वागायचा. पण त्याला हे माहीत होते की, जास्त व्याज देण्याची तयारी ठेवणे, हाच सोपा मार्ग असतो. जरी प्रसंगी व्याजाचे दर भरमसाट वाढले तरी कर्ज मिळवण्याची संधी तो सोडत नसे. रे क्रॉकने १९५७मध्ये त्याला प्रिओरिया (इलिनॉइस) येथे पाठवले. तिथल्या एका ब्रोकरने हरी ब्लांचार्ड आणि कार्ल यंग यांच्याशी त्यांची ओळख करून दिली होती. ते दोघे बराच काळ किरकोळ विक्री आणि मद्यनिर्मितीच्या व्यवसाँयात सहकारी होते. त्यांनी अलीकडेच जिथे बँका कर्ज देण्यास तयार नसतात, अशा आणि जोखमीच्या स्थावर मालमत्तेच्या व्यवहारात कर्ज देण्याचे काम करणारी कंपनी काढली होती. सोन्नेबर्न त्यांना भेटला व त्याने प्रिओरियामधील स्टोअर्ससाठी मोक्याच्या जागेसंबंधी त्यांच्याशी बोलणे केले. त्याला थोडी मऊ जमीन लागली असे वाटले, कारण त्या जोडगोळीचा कर्ज देण्याकडे कल दिसला; मग त्याचे खडा टाकला. ''जर तुम्ही या स्टोअरकरता अर्थसाह्य करत असाल, तर अशा सहा स्टोअर्सना का करत नाही? मी तुम्हाला इतरही काही जागा दाखवतो.'' खडा बरोबर लागला. यंगला ते पटले. ब्लांचार्डने अशा जागांसाठी मॅकडोनल्ड्सला स्टोअर्स बांधण्यासाठी सहा जागा भाडेकरारावर देण्यास मान्यता दर्शवली. सोन्नेबर्नला जॅकपॉटच लागला. मॅकडोनल्ड्सकडे १९५७मध्ये ३९ स्टोअर्स होती व त्यांपैकी एकाचीही जागा त्यांच्या मालकीची नव्हती. या एकाच करारामुळे त्यांच्या स्टोअर्सची १५ टक्के वाढ होणार होती व त्यामुळे ड्राइव्ह-इन स्टोअर्सच्या उद्योगात त्यांना पहिला भागधारक होता आले. शिवाय ब्लांचर्ड-यंग ही दुक्कल त्यांना सात टक्के व्याजाने कर्ज देणार होती, जे बँकांच्या दरापेक्षा केवळ दोन टक्केच जास्त होते. फक्त एक मेख होती. प्रति स्टोअर

२५,००० डॉलर्सच्या कर्जाची परतफेड त्यांनी ४०,००० डॉलर्स अधिक व्याज या दराने करावी, असे या दुकलीने सांगितले. पण त्यामुळे व्याजदर १८ टक्क्यांवर जात होता. असा भरमसाट व्याजदर फक्त शिकागोतील काही भांडवलदार आकारत होते. असे असले तरीही सोन्नेबर्नने ती अट मान्य केली. त्याच्या मते, हा व्यवहार यशस्वी झाला, तर यापेक्षा अधिक रकमेचे व्यवहार भविष्यात करता आले असते आणि त्या वेळी व्याजदराबाबत त्याला फायदेशीर घासाघीस करता आली असती. पण त्यासाठी ही खर्चिक जोखीम उचलण्यासाठी पहिले पाऊल टाकायला हवेच होते.

या पहिल्या कर्जामुळे मॅकडोनल्ड्सची कर्जे मिळवायची अशी पद्धत ठरत गेली. मात्र, यानंतर त्याने भरमसाट व्याज आकारणाऱ्यांना थोडी वेसण घातली; पण अशा पद्धतीतूनच कंपनीची वाढ करता येईल, हे त्याला पटल्याने त्याने तोच मार्ग स्वीकारला. त्यांच्या या सर्जनशील अर्थपुरवठ्याच्या धोरणामुळे मॅकडोनल्ड्सची घोडदौड सुरू झाली आणि त्यामुळे इतर फास्ट फूड कंपन्यांवर मात करणे शक्य झाले. इतर अनेकांना भरमसाट व्याजदराची भीती वाटायची व त्यामुळे ते धोका पत्करायचे नाहीत. रे क्रॉकने मॅक्डोनल्डच्या कारभार हाती घेतला त्याच्या ३० वर्षे आधी 'व्हाइट कॅसल' कंपनीने हॅम्बर्गरच्या उद्योगात प्रवेश केला होता व त्यानंतरही मॅकडोनल्ड्ससारखी स्टोअर्सची मजबूत साखळी बनवली होती. पण त्याचा मालक बिली इन्ग्राम हा कर्जे घेण्याच्या विरुद्ध होता व त्यामुळे त्याला सुरुवातीची आघाडी पुढे टिकवता आला नाही. त्यांच्या १९८०च्या ताळेबंदात काहीही कर्जाऊ रक्कम नव्हती. पण त्यामुळे त्यांच्या स्टोअर्सची संख्या फक्त २३०वरच अडकली होती.

याच जोडीला सोन्नेबर्नने मॅकडोनल्ड्समध्ये स्थावर मालमत्तेच्या व्यवहारासाठी संबंधित अधिकाऱ्यांची मजबूत आर्थिक व्यवहारासाठी फळी निर्माण केली. ते अधिकारी १९६०नंतर कंपनीच्या तीन विमानांतून शेकडो मोकळ्या जागा हेरण्यासाठी फिरू लागले होते. स्टोअर्सच्या कार्यपद्धतीची अंमलबजावणी करण्यासाठी रे क्रॉकने मुद्दाम नवखे तरुण अधिकारी निवडले. त्याचे कारण त्यांना मग पाहिजे तसे वळण लावता आले असते. याविरुद्ध सोन्नेबर्नने आर्थिक व्यवहार पाहण्यासाठी शिक्षित व त्या क्षेत्रातील अनुभवी अधिकारी निवडले. आठ पैकी सहा जण मोठ्या कंपन्या – भारतातील स्टँडर्ड ऑइल कंपनी, आखाती देशातील वा इतर प्रमुख तेल कंपन्या – यांतले अनुभवी होते. ते घेण्याचे कारण म्हणजे, या ऑइल कंपन्या अनेक साखळी उद्योगांना नव्यानेच उदयाला येत असलेल्या उपनगरांतून मोक्याच्या जागी स्टोअर्स उभारण्यासाठी मदत करत होत्या. याचबरोबर क्रॉकने या क्षेत्रातील स्थावर मिळकतीच्या बाहेरच्या आठ ब्रोकर्सचे जाळे निर्माण केले होते व त्यांचे काम अशा मोक्याच्या जागा शोधण्याचे असायचे. काही वेळा त्यांना काही कार्यक्षेत्र खास

त्यांच्यासाठी म्हणून राखून दिले होते. कधीकधी मग हे बाहेरचे ब्रोकर्स व कंपनीचे अंतर्गत अधिकारी यांच्यात काही जागा व कार्यक्षेत्रावरून वादावादी वा स्पर्धा व्हायची. पण रे आणि हॅरी सोन्नेबर्न यांचा त्यांना पूर्ण पाठिंबा असायचा व त्यानुसार इतर कंपन्यांपेक्षा मोक्याच्या जागा पटकावण्यात मॅकडोनल्ड्सने बरीच आघाडी मिळवली. कित्येक वेळा मग अशी जागा देण्याबाबत जागेच्या मालकांतच चढाओढ लागायची व त्यांच्याशी घासाघीस करताना त्याचा फायदा कंपनीला व्हायचा. सोन्नेबर्नने अशीच एक फळी कर्जाऊ पैसे मिळवण्यासाठी उभी केली. बँकेत त्यांना अध्यक्षांनाच भेटायचे असायचे आणि मग बोलताना त्यांची जादा व्याजाने कर्ज घेण्याची तयारी आहे अशी पुडी ते सोडून द्यायचे. भरपूर कर्ज पाहिजे, अशी हवा निर्माण करायचे. अर्थसाह्य करणाऱ्या अन्य संस्थांचे पैसे मिळवण्यासाठी तशीच त्यांची झेप असायची. एकंदरीत स्थावर मिळकती मिळवणे व निधी उपलब्ध करून घेणे, यात मॅकडोनल्ड्सने चांगलीच आघाडी मिळवली होती. त्यातला त्यांचा वेगही आश्चर्यकारक होता. सुरुवातीला त्यांनी 'टॉप लीज' या नावाने कंपनीला पाहिजे त्या पद्धतीची इमारत आपल्या जागेवर बांधून घेऊन मालकाने ती २० वर्षांच्या भाडेकराराने द्यावी, अशा योजनेतून जागा घेतल्या. त्यात गुंतवणूक सुमारे ४०,००० डॉलर्स व मासिक भाडे साधारण ७०० डॉलर्स असे. स्थावर मिळकतदारांना यांत जोखीम वाटायची. कारण १५ सेंटचा हॅम्बर्गर विकणारी कंपनी, नव्या अनोळखी व भावी व्यवसायाचा अंदाज नसलेल्या एखाद्या कंपनीला पाहिजे तशी इमारत बांधली की, तिचा अन्य कशालाही सहज उपयोग होऊ शकणार नव्हता.

पण सोन्नेबर्न व त्याच्या चमूने त्यांच्या फायद्याच्या अनेक बाबींचा हुशारीने उपयोग करून घेतला. एक म्हणजे, क्रॉकने उपनगरे निवडली होती; कारण त्याला मॅकडोनल्ड्समध्ये जणू हा 'कौटुंबिक कार्यक्रम' (सर्व कुटुंबाने तिथे जायचे) अशा छापाचा करायचा होता. "चर्चेस, शाळा आणि नवनवी घरे होत असलेली जागा पाहा," असे तो आपल्या चमूला सांगत असे. त्यांनी या क्षेत्रात प्रवेश केला, त्या वेळी उपनगरात जागा विकसन करणाऱ्यांचे बस्तान बसायचे होते. भरपूर मोकळ्या जागा उपलब्ध होत्या. भरपूर घरे होत होती. पण दुकाने, स्टोअर्स वगैरे काही बाबींकडे दुर्लक्ष होत होते. फक्त पेट्रोल/डिझेल पंप उभारण्यात तेल कंपन्यांनी आघाडी घेतली होती, कारण वाहनांसाठी त्याची गरज होती. के मार्ट, ७-११, पॅसिफिक स्टिरिओज, मिडास मफलर, टॉइज आर यू, वगैरे प्रकारच्या दुकानांचा पत्ता नव्हता आणि शॉपिंग मॉल तर कुणाला माहीतच नव्हते. "एकदा जमिनीवर काही बांधले की, ती जमीन हातातून गेली; कारण बांधलेले लगेच कोणी पाडत नाही," असे रिचर्ड शूबॉट म्हणायचा. तो १९६०मध्ये पाम बीचमध्ये मॅकडोनल्ड्सचा फ्रँचायझी होता व रिअल इस्टेट ब्रोकर बनून त्याने मॅकडोनल्ड्सला जितक्या जागा

मिळवून दिल्या होत्या, तितक्या अन्य कोणीही दिल्या नव्हत्या. कारण १९५०च्या दशकात सर्वत्र भरपूर रिकाम्या जागा मिळत होत्या. या स्थावर मालमत्तेच्या व्यवहारात मॅकडोनल्ड्सचा प्रमुख स्पर्धक एकच होता व तो म्हणजे तेल कंपन्या. पण मॅकडोनल्ड्स त्यांच्यापेक्षा चांगल्या दराचे आकर्षण दाखवायचे. मात्र तेल कंपन्यांची आर्थिक व्यवहारासाठी श्रेणी 'एएए' असायची, तर मॅकडोनल्ड्स ही नवखी कंपनी होती. तिच्याकडे होते फक्त चांगल्या भवितव्याचे आश्वासन. यावर मॅकडोनल्ड्सने एक युक्ती काढली. त्यांनी मिळकतीच्या बाजारातील कंपनीच्या १० टक्के जादा भाडे दर वर्षी देण्याची तयारी दाखवली. (सर्वसाधारणपणे ऑइल कंपन्या ७ टक्के द्यायच्या) हे आमिष टाळणे अनेक जागामालकांना अवघड व्हायचे व करार होऊन जायचा.

दुसरे असायचे जागेचे ठिकाण. तेल कंपन्यांना चौकातील जागा योग्य वाटायची, कारण त्यामुळे सर्व बाजूंनी वाहनांना पंपावर येणे सुलभ व्हायचे व धंदा वाढायचा. त्यामुळे त्यांना अन्य जागांचे आकर्षण नसायचे. याउलट, मॅकडोनल्ड्सला पुढे व बाजूला पार्किंगची भरपूर जागा मिळू शकेल अशी यू आकाराच्या वळणाची रस्त्यामधील जागा चालायची. अशा जागांना मागणी कमी असल्याने दर वाजवी, म्हणजे इतर जागांपेक्षा ते जवळजवळ ५० टक्के कमी असायचे. त्यामुळे अशा जागा शोधण्यात त्यांना यश यायचे. त्यामुळे मॅकडोनल्ड्सच्या घसघशीत पैसे देण्याच्या आमिषाने जागामालक विरघळून जायचे व सौदा व्हायचा. अशा जागा शोधण्यात आपल्या अधिकाऱ्यांबरोबर त्यांनी स्वतंत्र ब्रोकर्सनाही कामाला लावले. त्यांच्या उद्योजकतेला वाव मिळाल्याने मग ते कंपनीला फायदेशीर होतील असे चांगल्या जागांचे व्यवहार हौसेने करून द्यायचे. ज्यांना स्थानिक परिस्थिती, प्रचलित दर व स्थानिक गुंतवणूकदार यांची अधिक माहिती असायची; त्यांना कंपनी कमिशनही चांगले द्यायची. त्यामुळे त्या आकर्षणाने ते अधिकच उत्साही बनायचे.

असाच भरपूर फायदा घेणारा, तरुण, अनुभवी ब्रोकर म्हणजे क्लीव्हलँडचा डिक शूबॉट. त्याने १९५८मध्ये मॅकडोनल्ड्ससाठी काम करणे चालू केले. पुढे त्याने मॅकडोनल्ड्सची फ्रँचायझी घेतली, पण त्यापूर्वी त्याने कंपनीला २५०हून अधिक जागांचे भाडेकरार करण्यात मदत केली. १९६०च्या दरम्यान, कंपनीच्या एकूण स्टोअर्सपैकी हे प्रमाण २५ टक्के होते, यावरून त्याचे काम लक्षात येईल. तो मोक्याच्या जागा शोधण्यात तरबेज झाला व त्यासाठी आठवड्याचे सातही दिवस अथक प्रयत्न करण्यासही तो मागे-पुढे पाहायचा नाही. स्थानिक बाजारपेठेची त्याची जाण या क्षेत्रातील मॅकडोनल्ड्सच्या अधिकाऱ्यांपेक्षाही अधिक होती. जागामालक व त्यांचे वकील यांच्याशी वाटाघाटी करण्यात त्यांचा हातखंडा होता. तो विमानातून फोटो घेऊन मोक्याच्या जागा निवडे. मुख्य रस्ते, देवळे, शाळा व अन्य ठिकाणे

त्यामुळे त्याला सहज हेरता यायची. मग तो अशा जागी भाड्याच्या मोटारीतून फेरफटका मारून वाहतुकीचा व वस्तीचा अंदाज घेत असे. पुढे त्याने अशा हवाई छायाचित्रांचे संग्रहालय बनवले. जेव्हा जागामालकांच्या वतीने एखादा मध्यस्थ त्यांच्याकडे जागेचा प्रस्ताव तो घेऊन येई, तेव्हा त्याला त्यांच्यापेक्षा त्या जागेची व आसपासची माहिती अधिक आहे, हे त्यांच्या लक्षात येई व ते चक्रावून जात.

तो सोन्नेबर्नसारख्याच थोड्याशा अरेरावीच्या पद्धतीने जागेबाबत वाटाघाटी करायचा. तो जागामालकांकडे कमिशन मागायचा व त्या बदल्यात त्यांना सर्व सेवा देऊ करायचा. त्यांत इमारत बांधण्यासाठी कंत्राटदार, बँकर आणि वकीलही असायचे. या सर्वांशी वाटाघाटी तोच करायचा. वर म्हणायचा – 'कमिशन कमी करा, पण मग ही सर्व कामे तुम्हीच करा!' त्याला नकार देणे अवघड असायचे. या 'पूर्ण वेळ सेवा आश्वासनामुळे' तो चांगलाच यशस्वी झाला. तो जागामालकांबरोबर बँकांकडे जायचा, कर्जाबाबत वाटाघाटी करायचा व जर सौदा होत नाही असे वाटू लागले; तर त्या बँकेसमोरच तो जागामालकाला 'मी तुम्हाला दुसरा बँकर गाठून देतो. तो तुमचे काम करेलच,' असे चक्क सांगायचा. जर जागाबांधणीसंबंधी लागणारी परवानगी मिळायला त्याला स्थानिक शासकीय कचेरीत वेळ होऊ लागला तर तो स्वत:ची सहायक घेऊन तिला सर्व संभाषण टिपून घ्यायला वा रेकॉर्ड करायला सांगायचा व मग अधिकाऱ्याला दम द्यायचा की हे मी तुमच्याविरुद्ध पुरावा म्हणून वापरेन. त्याचे काम व्हायचेच.

काही वेळा शूबॉट जागा निवडताना परंपराबाह्य विचार करायचा. त्याने १९६४मध्ये अशीच एक जागा इथाका येथे (न्यू यॉर्कच्या दक्षिणेकडील बाजूला) निवडली. ती तशी एकाकी होती. नेहमीच्या चौकटीत बसेल असे आसपास काही नव्हते. कॉर्नेल विद्यापीठाचा परिसर तिथून पाच मैल दूर होता. त्याने सोन्नेबॉनेला ती दाखवली व त्याने ती नाकारली. पण शूबॉटने थोडा जोर लावला व मग त्याला डिवचायला सोन्नेबर्नने त्याला सांगितले, "मी ही जागा निवडेन, पण इथले स्टोअर तू चालवायचेस. बोल, आहे तयारी?" शूबॉट काही वेळ शांत बसल्यावर सोन्नेबॉनने पुढे म्हटले, "बघ, तू कोण आहेस हे सिद्ध करायची ही चांगली संधी आहे." त्या वाक्याने शूबॉटने ते आव्हान स्वीकारले. त्याने तिथे स्टोअर काढले व मजा म्हणजे, अल्पावधीतच ते त्या विद्यापीठातील विद्यार्थ्यांचे आवडते ठिकाण बनले. गर्दी एवढी वाढायची की, मग त्यासाठी शूबॉटला खास वॉकीटॉकी बाळगणारे सुरक्षा कर्मचारी गर्दीच्या नियंत्रणासाठी ठेवावे लागायचे. दुसऱ्याच वर्षी तिथे पाच लाख डॉलर्सची उलाढाल झाली. ती मॅकडोनल्ड्सच्या सरासरी प्रतिचौरस उलाढालीच्या दुप्पट होती.

चांगल्या जागा हेरणे व त्यांच्या मालकांना त्या भाडेकराराने देण्यासाठी राजी करणे, एवढेच आव्हान मॅकडोनल्ड्सच्या अधिकाऱ्यांपुढे नव्हते. त्यांना त्यात

स्थावर मालमत्तेसंबंधीची सोन्नेबर्नची धोरणेही राबवायला लागायची. शिवाय त्यासाठी लागणाऱ्या अर्थसाह्याची जुळणीही करावी लागायची. अशा मालकांकडून जागा व त्यावरची मॅकडोनल्ड्सच्या आराखड्याची इमारत भाडेकरारावर घेऊन ती स्टोअरला उपकराराने द्यायची, अशी १९५६मध्ये त्याने याची सुरुवात केली. पण पुढे त्याचे रूपांतर जागा व इमारत विकतच घेण्यात झाले. त्यासाठी गुंतवणुकीसाठी अधिक निधी उपलब्ध होण्याची व्यवस्था करणे, ही डोकेदुखीच होती. अशा जागा मग बँकांकडे गहाण टाकून त्यांच्या बदल्यात त्यांच्या खरेदीसाठी बँकांकडून पैसे घेण्याची योजना चालू करण्यात झाली. सोन्नेबर्नच्या मते, बँकेचे तत्त्व पाहिजे की, 'ज्यांना पैशाची गरज नाही, अशांना पैसे घेण्यास उद्युक्त करणे. ज्यांना पैसे पाहिजेत, त्यांना ते देण्यात फारशी जोखीम नसते. आणि बँकर्स या व्यवसायात असतात ते अशा बिनजोखमीच्या ग्राहकांकरता नव्हेत.' पण बँकर्सची नाखुशी मॅकडोनल्ड्सच्या वतीने दूर करण्यासाठी सोन्नेबर्न स्थावर मालमत्तेच्या मालकांना बँकाकडून कर्ज मिळवण्यास उद्युक्त करत असे. बँकाकडून कर्ज घेण्यासाठी तो त्या मालकांना जामीन राहण्यास सांगत असे. बँकांना १५ सेंटमध्ये हॅम्बर्गरच्या मॅकडोनल्ड्सच्या उद्योगात फार पैसे असतील, असा विश्वास नसायचा. पण जामीन म्हणून जमीन गहाण टाकल्याने व त्यासाठी जमीनमालकच हमीदार असल्याने बँकांना त्यांच्या पैशाच्या सुरक्षिततेसंबंधी काळजी वाटायची नाही व त्यामुळे मग अशा व्यवहारांसाठी त्या राजी व्हायच्या.

तसे हे थोडे जोखमीचे होते; पण लवकरच त्याच्या लक्षात आले की, जमीनमालक अशा व्यवहाराला तयार होताहेत. शिवाय उद्योगाच्या उलाढालीत अशा स्टोअर्सच्या बाबतीत मॅकडोनल्ड्स थोड्याच काळात हेवा वाटण्यासारखी कामगिरी करायची. बहुतेक स्टोअर चालवणारे वर्षाला किमान ५० हजार डॉलर्स वा त्याहून अधिक नफा मिळवायचे; मग ते स्टोअर कोणत्याही राज्यात असो. उदा. – वॉकुशॉनचा आगेट, कनेक्टिकटमधील न्यू विंग्टनचा टेलर वा वॉशिंग्टन डीसीमधील गिब्सन आणि गोल्डस्टाइन. अर्थात डल्लसमधील कोल्ड-गॅरेटचे स्टोअर्स तोट्यातही होते. पण तसे होणे हे सहसा दुर्मीळ असायचे.

मॅकडोनल्ड्सच्या अशा दमदार कामगिरीमुळे १९५०च्या दशकाच्या शेवटी जागामालक अशा व्यवहारासाठी आपणहून पुढे येऊ लागले. बँकांनी मॅकडोनल्ड्सला इमारत बांधण्यासाठी कर्ज द्यावे, म्हणून खटपट करू लागले. मग त्याने पुढचे पाऊल उचलले, ते म्हणजे जागाच खरेदी करायची. फ्रँचायझींना भाडेकरारावर इमारत देताना तो १५,००० डॉलर्सची अनामत रक्कम घ्यायचा. त्याचा उपयोग तो दहा वर्षांच्या हप्त्याने खरेदी केलेल्या जागांच्या खरेदीसाठी कंपनीची सुरुवातीची देय रक्कम म्हणून वापरायचा. तशी ही योजना थोडी धाडसाची होती, पण सोन्नेबर्नच

ती करू जाणे! फ्रँचायझीची नकद रक्कम त्यांनाच भाडेकरारावर द्यायच्या जागेच्या खरेदीसाठी वापरायची, ही त्याची शक्कल अजबच म्हटली पाहिजे. बाकी जमीनमालकांना द्यायची रक्कम तो जागामालकांकडून बँकांमार्फत कर्जाऊ घ्यायचा व त्यासाठी तीच मिळकत बँकांना गहाण ठेवायचा. पण जोपर्यंत हॅम्बर्गरची विक्री जोरात चालू होती तोपर्यंत त्याला या व्यवहारात काही धोका नव्हता. अशा पद्धतीने त्याने मॅकडोनल्ड्‌सकरता स्थावर मालमत्तेचे साम्राज्य उभे केले. तेही स्वत:च्या म्हणजे कंपनीच्या खिशातला पैसा खर्च न करता; इतरांच्या पैशावर! मात्र यात त्यांना होणारा त्रास हा जागा मिळण्यापेक्षा बँकेचे कर्ज मिळवण्यासाठी जास्त असायचा. त्यासाठी त्याचे अधिकारी अनेक धाडसी व वेगवेगळ्या शकला लढवायचे. सोन्नेबर्नने १९५९मध्ये ३१ वर्षे वयाच्या जॉन ज्युरासिक या वकिलाला बँकांच्या व्यवहाराच्या कामासाठी पूर्ण वेळ नोकरीत घेतले. तो स्थावर मालमत्तेच्या व्यवहाराबाबत तज्ज्ञ होता. त्याने वयाच्या २२व्या वर्षीच कायद्याची पदवी परीक्षा दिली होती. त्याने नऊ वर्षे भरपूर अनुभव मिळवला होता. दुसऱ्याला राजी करण्याची स्वत:ची चांगली शैलीही विकसित केली होती. मॅकडोनल्ड्‌सकडे पूर्णवेळ येण्यापूर्वी त्याच कंपनीसाठी कमिशनवर काम करून त्याने जमिनींचे अनेक व्यवहार मार्गी लावले होते. त्यामुळे सोन्नेबर्नपुढे दोन पर्याय होते, एक तर त्याला श्रीमंत करणे वा थेट नोकरीत घेणे.

ज्युरासिकची शैली शूबॉटपेक्षा निराळी होती. तो बँकांना 'पैसे द्या' अशी वकिली करायला जायचा नाही, तर उलट त्यांनी 'पैसे देऊ नकाच', असे खिजवायचा. सुरुवातीच्या काळात मोठ्या बँका कर्ज द्यायला तयार नसायच्या. सुरुवातीला रे क्रॉकने शिकागोच्या हॅरिस बँकेकडे आपले व्यवहार चालू केले. पण एका प्रसंगी एका व्यवहारासाठी त्याला २५ हजार डॉलर्स कर्ज, कंपनी चालू करताना देण्यास बँकेने नकार दिला; मग त्याने अमेरिकन नॅशनल बँकेकडे व्यवहार हलवले. पुढे त्याला कॉंटिनेंटल बँकेने आणि पुढे निक्सनच्या काळात सरकारी अर्थ खात्याच्या सेक्रेटरीनेही एकदा कर्जाला नकार दिला.

ज्युरासिकने मग आपला मोर्चा त्या-त्या भागातल्या स्टोअर्ससाठी कर्ज मिळण्यासाठी त्या-त्या भागातील छोट्या बँका वा पेढ्यांकडे वळवला. त्यामुळे मोठ्या बँकांकडे कर्जासाठी जोडे झिजवणे कमी झाले. छोट्या व मोठ्या शहरांतील नवी उपनगरे यांत अशी स्टोअर्स उघडण्यास मदत करण्यात बँकांना रस असायचा. कारण त्यामुळे त्यांचे नाव तिथे प्रसिद्ध व्हायचे व शिवाय त्यातून ३५-४० जणांना रोजगारही मिळायचा. शिवाय तो बँकांना पटेल अशी आकर्षक योजना तयार करायचा. अशा बँकांकडे कर्जे देऊनही बराच पैसा पडून असायचा व मग अशा बँका तो पैसा मोठ्या बँकांच्या ठेव योजनेत गुंतवायच्या. पण त्यातून व्याज कमी मिळायचे. मग ज्युरासिकने जास्त व्याजदराने (सात टक्के) कर्ज द्या व शिवाय कर्ज देण्याचे कमिशन म्हणून

पाच टक्के घ्या, अशी योजना राबवण्यास उद्युक्त केले. त्यामुळे या बँका मग थोडा धोका पत्करून अशी कर्जे देऊ लागल्या. शिवाय त्याच बँकांकडे स्टोअर चालवणारा आपले खाते उघडेल, अशी व्यवस्था तो करायचा. त्याबद्दल ४० हजार डॉलर्सपर्यंत कर्जे तो सहज मिळवायचा. स्टोअर चालवणारे १५,००० डॉलरपर्यंत ठेवीही ठेवायचे. मग तो बँकांनाच प्रश्न विचारायचा – ''तुमच्या माहितीत असे कोणते खाते आहे की, जिथे कर्जाच्या १/३ इतकी रक्कम खातेदार बँकेत ठेव ठेवतो?'' या त्याच्या कार्यपद्धतीने त्याने अनेक बँकांना कर्जे देण्यास राजी केले. तो कंपनीच्या विमानाने छोट्या-छोट्या गावांत जात असे. त्यामुळे बँकांनाही ही साधी असामी नाही, असा विश्वास वाटायचा. तो अगदी सुटाबुटात त्यांच्याकडे जायचा. त्याच्याकडे मॅकडोनल्ड्‌सच्या ठिकठिकाणच्या स्टोअर्सचे भरपूर रंगीत फोटो असायचे. विक्रीचे आकडे व गहाण ठेवण्यासाठीच्या दस्तऐवजांचे नमुनेही असायचे. तो बँकेच्या अध्यक्षांखेरीज त्यापेक्षा कनिष्ठ दर्जाच्या कुणाला भेटायचा नाही. कारण त्याला माहीत असायचे की, खालचे अधिकारी चाकोरीबाहेरची जोखीम घेत नाहीत व व्यवहारही करत नाहीत. बँकेचा प्रमुख तसे निर्णय घेऊ शकायचा.

मात्र, अशा उच्च पदस्थाचीच भेट घेण्याच्या त्याच्या आग्रहामुळे काही वेळा बँकांत खळबळ माजायची. एका प्रकरणात बँकेतल्या लोकांनी सांगितले की, अध्यक्ष ९० वर्षांचे आहे व ते दिवसाकाठी एकच तास बँकेत येतात आणि कर्जाचे व्यवहार तर अजिबात बघत नाहीत. 'मी मग जातो' असे म्हणून ज्युरासिक त्यांना जणू धमकी देत होता. तेवढ्यात ते अध्यक्ष तिथे आले. शिकागोचा एक उच्च अधिकारी केवळ आपल्यालाच भेटायचा आग्रह धरतोय, हे पाहून ते खूश झाले. मग दोघे जेवायला गेले. तिथे त्या अध्यक्षांनी आपल्या अनेक जुन्या आठवणी व त्याने घेतलेले धाडसी निर्णय त्याला सांगितले. चांगल्या दोन तास गप्पा झाल्यावर ते परतले ते ज्युरासिकचे कर्ज मंजूर झाल्याची बातमी घेऊनच. बँकेतले इतर अधिकारी आ वासून हे पाहू लागले.

कित्येक वेळा तो बँकेच्या अध्यक्षांना थेट आव्हान देण्यासही मागे-पुढे पहायचा नाही. एकदा अलाबामामधील मोबाइल इथल्या बँकेच्या अध्यक्षांनी त्याची डाळ शिजू दिली नाही. त्याने बँकेच्या अहवालावरून त्या बँकेच्या संचालकांची यादी मिळवली. मग तो अध्यक्षांना म्हणाला, ''मी आता या संचालकांशी बोलणार आहे.'' अध्यक्षांनी कशासाठी, म्हणून विचारल्यावर तो म्हणाला, ''तुम्हाला कर्ज मंजूर करायचे नसेल; पण माझी योजना त्यांना पटवून दिल्यावर ते नक्कीच राजी होतील.'' असे म्हणून त्याने उठून जाण्याचा बहाणा केला. अध्यक्ष ताबडतोब नरमले व त्यांनी कर्ज मंजूर केले.

मॅकडोनल्ड्‌सने कर्जासाठी एक ठरावीक साचा न ठेवल्याने अशा लटपटी

करायला लागायच्या. मॅकडोनल्ड्सचा ताळेबंद अगदी बँकांनी आग्रह केला, तरच त्यांना दिला जायचा. कारण अधिकाऱ्यांनी कितीही आव आणला, तरी कंपनीची ताळेबंदातील परिस्थिती तेवढीशी समाधानकारक नसायची. मॅकडोनल्ड्सने कार्यपद्धती विकसित करून बसवण्यात बराच खर्च केल्याने स्टोअर्सची विक्री वाढत होती, पण त्यांचे कंपनीचे उत्पन्न फार मोठे नव्हते. शिवाय सुरुवातीच्या काळात स्थावर मालमत्तेच्या व्यवहाराचा जमही तेवढासा बसला नव्हता. त्यांचे १९५८मध्ये नकद मूल्य फक्त २४,००० डॉलर्स होते. त्या वर्षी त्यांचे उत्पन्न २६,००० डॉलर्स होते व ते फक्त एका वेळीच आकारायच्या परवाना फीचे होते. त्या आधीच्या वर्षी कंपनीला ७००० डॉलर्सचा तोटाच झाला होता. त्यांची ३८ स्टोअर्स होती, पण तिथल्या जागांवर त्यांचा हक्क नव्हता. कंपनीसाठी १९५८मध्ये आणखी ५० स्टोअर्स उघडायची होती व त्यात जागांवर नियंत्रण ठेवायची त्यांची योजना होती. ही साधारण ३५ लाख डॉलर्स किमतीची स्थावर मिळकत होणार होती. आपल्या स्वत:च्या नाजूक अर्थवाढीच्या स्थितीवर मॅकडोनल्ड्स एवढी उडी घेऊ शकेल, यावर कोणाचा विश्वासच बसला नव्हता. पण ते कंपनीने करून दाखवले. कंपनीची १९६०च्या अखेरीस २२८ स्टोअर्स होती आणि त्यांपैकी ५६ वगळता बाकी सर्व ठिकाणच्या स्थावर मालमत्तेवर त्यांचे नियंत्रण होते. त्यांचे मूल्य १.६ कोटी डॉलर्स होते. केवढी ही झेप!

पण लवकरच सोन्नेबर्नच्या लक्षात आले की, बँकांव्यतिरिक्त अर्थसाह्य करणाऱ्या अन्य संस्था-व्यवसायांकडून कर्ज मिळवायचे, तर कंपनीचा ताळेबंद सुधारायला हवा. कारण त्यांचे हिशेबतपासनीस तो अधिक बारकाईने अभ्यासून मगच अर्थसाह्य द्यायचे का नाही, ते ठरवत असत. जोपर्यंत त्यांना आकर्षित करेल असा ताळेबंद नसेल तोपर्यंत त्याचे मॅकडोनल्ड्सला मोठे करायचे स्वप्न हे स्वप्नच राहिले असते. त्यावर त्याने उपाय काढला की, हिशेब ठेवण्याच्या अशा पद्धती व कल्पना राबवायच्या की, ज्यायोगे तो ताळेबंद अधिक आकर्षक दिसेल. कसेही करून त्याला कंपनी सुस्थितीत आहे, हे चित्र निर्माण करायचे होते. तोपर्यंत त्याच्याकडे दाखवण्यासारखे आर्थिक चित्र हे डेस प्लेन्सच्या पहिल्या स्टोअरच्या उलाढालीचेच होते. पुढे त्याने कबूल केले की, ते चांगले दिसावे यासाठी त्याने अनेक बदल केले. अर्थात संपूर्ण कंपनीचे चित्र कागदावर जसे पाहिजे तसे बदलणे तितकेसे सोपे नव्हते. जसे दोन आचारी तेच पदार्थ निरनिराळ्या चवीचे करू शकतात तसेच दोन हिशेबनीस त्याच आकड्यांचा वापर करून कंपनीचे चित्र चांगले वा वाईट करू शकतात. सोन्नेबर्नला ते चांगले दिसेल, असेच पाहिजे होते. त्यासाठी १९५८मध्ये त्याने रिचर्ड बायलॅन याला कामाला लावले. तो वकीलही होता व अकाउन्टन्टही. त्याने आठ वर्षे शासकीय महसूल खात्यातही काम केले होते. तिथे उत्पन्न इस्टेट आणि गिफ्ट

टॅक्स विभागात त्याने काम केले होते. त्यामुळे कायद्याच्या चौकटीत बसेल असे कंपनीचे चांगले चित्र कसे उभे करता येईल, हे त्याला उत्तम जमेल, असा सोन्नेबर्नचा होरा होता.

रिचर्डने काम चालू केल्यावर काही काळातच त्याला हवे तसे चित्र उभे करणे चालू केले. महसूल खात्याच्या नियमाप्रमाणे जसे पुढे देय भाडे एखाद्या मृत व्यक्तीच्या आजच्या हिशेबात दाखवता यायचे, तसे मग पुढे येणारे भाडे आजच्या हिशेबात जमा बाजूला का दाखवता येऊ नये, असा त्याने विचार केला. तसे ते दाखवल्यावर कंपनीचे आर्थिक चित्र निराळेच व चांगले दिसू लागले. मात्र, असे करणे हे हिशेबाच्या तत्कालीन नियमात बसत नव्हते. पण त्याने असा बचाव केला की, प्रचलित पद्धत ही भावी कायदेशीर उत्पन्न – जे मॅकडोनल्ड्स विकसित करत आहे, ते दाखवू शकत नाही. त्यांची भाडेकरारावर दिलेली स्थावर मिळकत जेव्हा फ्रँचायझींना स्टोअर चालवायला दिली जायची, तेव्हा मॅकडोनल्ड्स आपल्याही भावी खात्रीशीर उत्पन्नाचा स्रोत निर्माण करत होती. त्याने मॅकडोनल्ड्सच्या 'डोटी ॲन्ड डोटी' या चार्टर्ड अकाउन्टन्टना हे सर्व पटवून दिले आणि भाडेकरार हे भांडवल आहे व त्यातून भावी उत्पन्न ही जमेची बाजू आहे, असेही पटवले. त्यामुळे कंपनीचे आर्थिक चित्र चांगलेच फुगले. त्यांत मॅकडोनल्ड्सची संपत्ती १९६०मध्ये १.२४ कोटी डॉलर्स दिसू लागली. ती आधीच्या वर्षाच्या चौपट होती. हे फक्त एका ओळीच्या त्यांत येण्याने झाले. ती ओळ म्हणजे, 'अनारिअलाइज्ड इन्क्रीमेंट फ्रॉम अप्रायजल इन व्हॅल्युएशन ऑफ ॲसेट्स.' त्यात ५८ लाख डॉलर्सच्या भाडेकराराचे मूल्य जमेच्या बाजूला दिसत होते. याचाच अर्थ, कंपनीच्या मालमत्तेपैकी सुमारे ४० टक्के या मार्गातून आलेली दिसत होती व ती एरवी चार्टर्ड अकाउन्टन्टनी मात्र केली नसती. पुढे १९६४मध्ये जेव्हा मॅकडोनल्ड्सने पब्लिक लिमिटेड कंपनी व्हायचे ठरवले, तेव्हा त्यांनी देशातील पहिल्या आठ सर्वोत्तम कंपन्यांपैकी एक असलेल्या 'आर्थर यंग आणि कंपनी'ला वॉल स्ट्रीटवरील गुंतवणूकदारांचे समाधान करण्यासाठी नेमले. त्यांच्याविषयीच्या बाजारपेठेतील आदराचा मॅकडोनल्ड्सला चांगलाच फायदा झाला. अर्थात आर्थर यंगला कंपनी भाडेकराराच्या भावी उत्पन्नाला मालमत्ता म्हणून दाखवण्यात स्वारस्य नव्हते, त्यामुळे सुमारे १.७४ कोटी डॉलर्सची मालमत्ता त्यांना ताळेबंदातून काढून टाकावी लागली. त्यामुळे मालमत्ता निम्म्याने खाली आली; पण मधल्या काळात सोन्नेबर्नने गुंतवणूकदारांना बऱ्यापैकी तयार केले होते. त्याने मॅकडोनल्ड्सची भावी कमाईची ताकद किती आहे, हे या मार्गाने त्यांना उत्तम पटवून दिले होते.

बायलॅनने संभाव्य उत्पन्नाचे हिशेब कसे दाखवायचे, याचीही पद्धत शोधून काढली. जेव्हा मॅकडोनल्ड्स वेगाने वाढत होती व तिचे फ्रँचायझी उत्तम व्यवसाय

करत होते, तेव्हा कंपनीचे उत्पन्न तसे बरेच कमी होते. कारण व्यवस्थापकीय व कार्यपद्धतींची घडी घालण्यासाठी होणारा खर्च वाढत होता; त्यामुळे येणारे उत्पन्न लगेच नव्हे, तर भविष्यात वाढणार होते. १९५८मध्ये स्थावर मालमत्तेच्या व्यवहारात पदार्पण केल्यावर तर नफा दिसेनासा झाला. त्या वर्षी एकूण विक्री दुप्पट म्हणजे एक कोटी डॉलर्स झाली, तरी मॅकडोनल्ड्सचे उत्पन्न फक्त १२००० डॉलर्सच होते. व ते त्याआधीच्या वर्षीच्या निम्याहून कमी होते. सोन्नेबर्नने बायलॅनला सांगितले, ''काहीतरी करायला पाहिजे. या अशा आकड्यांनी मी निधी उभा करू शकणार नाही.'' बायलॅनने बघितले की, स्थावर मिळकतीच्या विकासनाचा खर्च झपाट्याने वाढत चालला होता. तो कमी करणे शक्य नव्हते; पण उत्पन्नाच्या प्रमाणात तो दाखवला, तर ताळेबंदातील चित्र थोडे बदलू शकणार होते. त्या वेळच्या 'एएएपी'च्या सूत्रानुसार अशा विकसनावरील खर्च ते जेव्हा होतील तेव्हा खर्ची टाकले जात होते. पण बायलॅनच्या मते, ते झाल्यावर नऊ महिन्यांनी खर्ची टाकले पाहिजेत, कारण विकसनाचे काम पूर्ण होण्यास सर्वसाधारणपणे तेवढा वेळ लागत असे. त्याच्या मते, त्या जागेतून जेव्हा उत्पन्न चालू होईल, त्या वेळी तो खर्च त्या उत्पन्नाच्या वेळी पडला पाहिजे. कारण स्टोअर चालू झाल्याशिवाय त्यांतून उत्पन्न चालू होत नसे. तसेच त्याने असे सांगितले की, जागेच्या कर्जावरचे व्याजही त्या वेळी खर्ची (उत्पन्न चालू झाल्यावर) पडले पाहिजे. यासाठी २० वर्षांच्या भाडेकराराच्या कालावधीसाठीचे भाडे टाकून भांडवली खात्यात मिसळा. ह्यामुळे या दोन्ही खर्चांचा ताळेबंद समावेश केल्यामुळे व जोरात चाललेल्या व्यवसायाच्या वाढीमुळे तो वाढतच जाणार असल्याने ताळेबंदाचे चित्र एकदम बदलून गेले. पूर्वी या खर्चामुळे पार संपून जायचे, तिथे उत्पन्न दिसू लागले.

अर्थात, तत्कालीन प्रचलित हिशेबपद्धतीत हे बसणारे नव्हते. मग बायलॅनने डोटी अँन्ड डोटी कंपनीला मॅकडोनल्ड्सचे ताळेबंद स्वीकारण्यासाठी साकडे घातले. त्या पद्धतीने मॅकडोनल्ड्सचा ताळेबंद १९६०नंतर तयार होऊ लागला. त्या वर्षी कंपनीचे निव्वळ उत्पादन १,०९,००० डॉलर्स दिसून आले. ते १९५८च्या आकड्यांच्या दसपट होते आणि ही सर्व किमया या नव्या हिशेबपद्धतीची होती. बायलॅनची पद्धत 'जीएएपी'च्या पद्धतीशी जुळत नव्हती, याच्याशी सोन्नेबर्नला देणे-घेणे नव्हते. संभाव्य गुंतवणूकदारांना प्रभावित करण्यास हे काही हिशेब पुरेसे होते. बँकांनाही ते उत्तम वाटले व त्यामुळे जादा कर्जे मिळण्याचा मार्ग मोकळा झाला. त्याच्या मते, हिशेबपद्धतीची ही सर्वोत्तम खेळी होती.

अर्थात, हिशेब सादर करताना त्या खाली तळटीप देऊन जी नवी पद्धत वापरली होती, ती देण्यास सोन्नेबर्न विसरला नाही. त्यात माहीत होते की, फारच थोडे लोक ती वाचतात. गॅरी न्यूमन हा मॅकडोनल्ड्सचा माजी ज्येष्ठ कार्यकारी

उपाध्यक्ष आणि प्रमुख हिशेब अधिकारी याच्या मते, "ही आकडेवारी मजेशीर होती. पण त्यांच्याशिवाय आमचे वाढीचे प्रयत्न सफल झाले नसते, कारण आमच्या हातात नगद नफा नगण्य होता. पण आम्ही जी आकडेवारी दिली, ती तशी प्रत्यक्षातली होती." त्यात तळटीप छापली नव्हती; फक्त मांडण्याच्या पद्धतीच्या जादूने चमत्कार घडवले. त्यात मूलभूत हिशेबपद्धतीचा भंग झालेला नव्हता; फक्त प्रचलित पद्धतीपेक्षा निराळ्या पद्धतीने ते मांडले होते. पुढे काही वर्षांनी त्यांतील काही भाग इतर कंपन्यांतर्फे प्रचारात आणला गेला. विशेषत: विकसनाच्या खर्चावरील कर्जाचा भाग भांडवली दाखवण्याची पद्धत पुढे सर्वमान्य झाली.

मात्र या पद्धतीने कंपनीची प्रतिमा सुधारली तरी हातात नगद पैसा पाहिजे, ही गरज त्यामुळे संपली नाही. विशेषत: फास्ट फूडच्या उद्योगात नव्यानेच आलेल्या अनेक कंपन्यांना अशी समस्या भेडसावत होती. पण त्यात अनेकांनी धैर्याने तोंड दिले. काहींच्या मते, फास्ट फूड उद्योगात फ्रँचायझी देण्यासाठी सुरुवातीला थोडी गुंतवणूक करावी लागते, त्यामुळे लगेच नफा दिसू लागतो. पण त्यानंतर कार्यपद्धती बसवण्यास येणारा खर्च करायच्या फंदात अशा कंपन्या पडत नाहीत व त्यामुळे त्यांना आपला गाशा गुंडाळावा लागतो. होईल तेवढा नफा कमवायचा व पळ काढायचा, हेच त्यांचे उद्दिष्ट असते. मॅकडोनल्ड्सची कार्यपद्धती तशी नव्हती.

रे क्रॉकने छोट्या पल्ल्याच्या नफ्यावर लक्ष केंद्रित करण्याचा मोह टाळला. त्याने सहा वर्षे मेहनत करून उत्तम कार्यपद्धती बसवली. त्या काळात त्यांना फारच थोडे पैसे सुटले. १९६०च्या नंतरच्या काळात मॅकडोनल्ड्सच्या स्टोअर्समधील हॅम्बर्गर्स, फ्रेंच फ्राइज व मिल्कशेकची विक्री ७.५ कोटी डॉलर्स झाली. पण या सहा वर्षांच्या काळात मॅकडोनल्ड्सचा एकूण नफा फक्त १,५९,००० डॉलर्सच दिसला. या दशकाच्या शेवटी त्यांची २२८ स्टोअर्स होती. (ही संख्या या उद्योगातील इतर कंपन्यांचा स्टोअर्सपेक्षा कितीतरी अधिक होती) पण त्या वेळचे त्यांचे कंपनीमूल्य फक्त ९५,००० डॉलर्स होते आणि बायलॅनची हिशेबपद्धत वापरली नसती, तर हाही आकडा वजाबाकीचा झाला असता. या काळात मॅकडोनल्ड्सकडून रे क्रॉक काहीही पगार घेत नव्हता. प्रिन्स कॅसल कंपनीतून मिळणारे १००० डॉलर्स व डेस प्लेन्सच्या स्टोअर्समधून मिळणारे ५०० डॉलर्स त्याचा महिन्याचा खर्च भागवायला व देणेकऱ्यांचा ससेमिरा चुकवायला त्याच्याकडे असायचे. सोन्नेबर्न हा सर्वाधिक पगारवाला होता व तो वर्षाला २७५०० डॉलर्स कमवायचा. ४० जणांना कामावर ठेवणाऱ्या कंपनीच्या उच्च पदाधिकाऱ्याचा हा पगार तसा नगण्यच म्हटला पाहिजे. फ्रेड टर्नर हा उपाध्यक्ष होता व त्याचा वार्षिक पगार १०५०० डॉलर्स होता. बायलॅनच्या पगाराची यावरून कल्पनाच केलेली बरी.

एवढे कमी पगार असूनही ते द्यायलाही कित्येक वेळा कंपनीकडे पैसा नसायचा.

दर आठवड्याला पगार होईलच, अशी शाश्वती नसायची. सोन्नेबर्नच्या स्थावर मिळकतीच्या व्यवहारातून पैसा मिळत होता; पण वाढत्या कर्मचाऱ्यांवरील खर्चामुळे तो पुरेसा पडायचा नाही. कार्यपद्धती बसवणे व स्थावर मिळकतीची घडी लावून देणे, या दोन्ही आघाड्यांवर अधिक माणसे लागत होती व खर्चही बेसुमार होत होता. पगाराच्या दिवशी मग ज्यून मार्टिनो फ्रँचायझींना फोनवर फोन करायची व येणे असलेली रॉयल्टी वसूल करायच्या मागे असायची. आणखी पैसे लागले की, मग जे परवानाधारक प्रतीक्षा यादीत असत, त्यांना फोन जायचे व त्यांची १०००० डॉलर्सची सुरक्षा ठेव मिळते का, हे पाहायचा प्रयत्न व्हायचा. उपाध्यक्ष कॉनली त्यांना आमिष दाखवायचा की, जर तुम्ही ठेव लगेच ठेवली, तर एखादे ठिकाण तुमच्यासाठी खास राखून ठेवले जाईल. सोन्नेबर्नचा आदेश होता की, १००० डॉलर्सचे कोणतेही बिल एका वेळी पूर्ण द्यायचे नाही आणि पगाराची पूर्ण व्यवस्था झाल्याशिवाय तशी कुणाचीच बिले भागवायची नाहीत. असे असूनही बऱ्याच वेळा आणीबाणीची परिस्थिती यायची. त्या काळात स्थावर मिळकती काबीज करायच्या मागे सोन्नेबर्न होता व त्या मिळविण्यासाठी थोडे आगाऊ पैसे देऊन तो त्या बुक करून ठेवायचा. त्यासाठी तो चेकबुक घेऊनच हिंडायचा. पण त्यामुळे पैशाचे व्यवहार संभाळणाऱ्या गॅरी न्यूमनची तारेवरची कसरत व्हायची. कित्येक वेळा आपण किती रकमेचे किती चेक दिलेत, हे गॅरीला सांगायला सोन्नेबर्न विसरायचा आणि ते लक्षात येईपर्यंत बँकेतील खाते रिकामे झालेले असायचे.

एकदा एका आठवड्यात शुक्रवारी दुपारी तीन वाजता गॅरीच्या लक्षात आले की, आठवड्याचा पगार द्यायला पैसेच नाहीत, खडखडाट आहे. ऐन वेळी मदत करणाऱ्यांनीही हात वर केले, कारण पुढचे दोन दिवस सुट्टी होती. त्यामुळे पगार करणे अवघड बनले. कर्मचाऱ्यांना चेक दिले असते तर ते वटले नसते वा परत आले असते आणि पैशांचा खडखडाट आहे, हे कर्मचाऱ्यांना सांगणेही अवघड होते. यापैकी काही घडणे कंपनीच्या विश्वासार्हतेच्या दृष्टीने योग्य नव्हते. मग त्याने आपल्या अधिकारात ताबडतोब एक मेमो काढला की, यापुढे पगार आठवड्याच्या ऐवजी पंधरा दिवसांनी होतील. अशा प्रकारे ती वेळ टळली. मात्र या निमित्ताने ती पंधरा दिवसांनी पगाराची पद्धतच पुढे रूढ झाली.

या पैशाच्या ओढाताणीसारखीच परिस्थिती अन्य एका बाबतीतही आली व तिच्यापुढे ही ओढाताण फिकी पडावी, एवढी ती भयानक ठरली. त्याचे असे झाले की, एका स्टोअर्सचे बांधकाम चालू होते आणि जनरल डेव्हलपर्स नावाच्या विकसनकर्त्यांकरता एक मेकॅनिक काही काम करत होता. हे स्टोअर मॅकडोनल्ड्सकरता बांधले जात होते. त्या मेकॅनिकला डेव्हलपरने पैसे दिले नाहीत व मग जागा गहाण टाकलेल्या मॅकडोनल्ड्सकडे त्याने पैशासाठी तगादा लावला. ते प्रकरण सोन्नेबर्नने

कसेबसे मिटवले. तोपर्यंत दुसऱ्या एका मेकॅनिकबाबतही असेच घडले. या जनरल असोसिएट्सने सर्वांचेच पैसे तुंबवले होते. जर नुसत्या स्टोअर्सचा करार असता आणि ते चालले नसते, तर जास्तीत जास्त रॉयल्टीचे पैसे गेले असते. फ्रँचायझीचे पैसे बुडले असते व ती इमारत ज्याची असेल तो मालक कदाचित ती इमारत विनाठायी ठरल्याने, (तिचा दुसरा उपयोग नसल्याने) अडचणीत आला असता. पण जर हे सर्व मॅकडोनल्ड्सच्या करारामुळे त्यांच्या डोक्यावर आले असते, तर ती आफतच ठरली असती.

जोखीम किती आहे, हे जनरल असोसिएट्स या मिलवॉकीमधील कंपनीबाबत मिळालेल्या धक्क्यावरून लक्षात आले. त्याचा अध्यक्ष क्लेम बोहर याने नऊ स्टोअर्स बांधण्यासाठी जागा खरेदी करून काम करण्याचे मान्य केले. त्यासाठी फ्रँचायझीकडून घेतलेली अनामत रक्कम जमीनव्यवहारासाठी आपली गुंतवणूक म्हणून वापरली. नंतर १० वर्षांच्या कराराने ह्या इमारती वापरायला द्यायचा करार झाला. बोहरने जमीनमालकांना असे पटवून द्यायचे ठरवले की, त्यांनी जमिनीवरचा त्यांचा हक्क बँकेकडे गहाण ठेवायचा व त्या बदल्यात बोहरने बँकेकडून कर्ज घेऊन इमारती बांधायच्या. मॅकडोनल्ड्सने नंतर १० वर्षांच्या परतफेडीच्या हप्त्याने या लाल-पांढऱ्या इमारती बोहरकडून विकत घ्यायच्या, असाच व्यवहार करण्याची सोन्नेबर्नने योजना होती. अगदी सुरुवातीच्या थोड्या गुंतवणुकीवर मॅकडोनल्ड्सला या इमारतीची मालकी मिळणार होती. पण जे कागदावर उत्तम वाटत होते, ते सोन्नेबर्नच्या दृष्टीने भयानक स्वप्न ठरले. बोहरने ठरल्याप्रमाणे कॉन्ट्रॅक्टर्स नेमून इमारतीचे काम चालू केले. पण त्याला बँकेकडून मिळणार होते ते कर्ज मिळाले नाही. त्याचे कारण कधीच कळले नाही. त्याने १९५९च्या वसंत ऋतूपर्यंत कॉन्ट्रॅक्टर्सना छदामही दिला नाही. इमारतीचे अर्ध्याहून अधिक काम झाले होते. त्यामुळे ते पूर्ण करण्याचे कॉन्ट्रॅक्टर्सनी नाकारले. शिवाय बोहरच कुठेतरी गायब झाला होता.

मॅकडोनल्ड्स एकाएकी अकल्पित अशा अडचणीत आली. सात स्टोअर्स विस्कॉन्सिन राज्यात व दोन ओहिओत असा हा मॅकडोनल्ड्सचा आजपर्यंतचा सर्वांत मोठा प्रकल्प होता आणि त्यामुळे त्यांच्या वाढीत १० टक्के भर पडणार होती. सरासरी ४०,००० डॉलर्स प्रति इमारत या हिशेबात कॉन्ट्रॅक्टरचे कर्ज होते व शिवाय जमिनीच्या व्यवहाराचे पैसे देणे होते, ते निराळेच. या सर्वांचीच बेरीज जवळजवळ ४ लाख डॉलर्स होत होती. शिवाय फ्रँचायझीनी प्रति स्टोअर १५००० डॉलर्स अनामत रक्कम दिली होती. त्यामुळे त्याचे १,३५,००० डॉलर्स झाले होते. त्यामुळे बोहरच्या गायब होण्यामुळे मॅकडोनल्ड्सवर पाच लाख डॉलर्सचा बोजा पडून एरवी सोन्यासारख्या वाटणाऱ्या या व्यवहाराची माती झाली होती.

छोट्या कंपनीच्या दृष्टीने तो एक न पेलणारा बोजा होता. कंपनीच्या एकूण मूल्याच्या २० पट ही रक्कम होत होती व पैशांचा तर खडखडाट होता. सोन्नेबर्न म्हणू शकला असता की, ही देणी बाहेरची आहेत, मॅकडोनल्ड्सची नव्हे. पण फ्रँचायझींनी त्यांचे पैसे मॅकडोनल्ड्सबरोबरच्या व्यवहारासाठी दिले होते व कॉन्ट्रॅक्टर्सनीही त्याच्याच मागे तगादा लावला होता. कोर्टात दावे दाखल होण्याची भीती होती व त्यात मॅकडोनल्ड्स पार बुडून गेली असती. जर एक-दोन महिन्यांत पाच लाख डॉलर्सची व्यवस्था झाली नसती, तर प्रचंड पंचाईत झाली असती आणि सर्वांत मोठे नुकसान रे क्रॉकचे झाले असते. जे स्वप्न त्याने त्याची उद्योजकता वापरून तीस वर्षांपूर्वी पाहायला सुरुवात केली व ज्याच्यामुळे अमेरिकन लोकांची जीवनशैली बदलून गेली असती, ते पार धुळीला मिळाले असते.

मॅकडोनल्ड्सचा हा अत्यंत कठीण व कसोटीचा काळ होता. त्यांना तातडीने पैसे हवे होते. तसा इतर ठिकाणचा धंदा जोरात चालू होता व त्याचे उत्पन्न येत होते. त्यामुळे त्या अस्तित्वात असलेल्या स्टोअर्सच्या अस्तित्वाचाही प्रश्न होता. मग सोन्नेबर्नने त्यापैकी पाच स्टोअर्सच्या फ्रँचायझीशी संपर्क साधला. कॉन्टिनेन्टल कॉफी, पर्लमन पेपर कंपनी, हनिहेल डेअरी, मेरी ॲन बेकिंग आणि इस्टेट मूड्स ही त्यांची नावे होती. त्या प्रत्येकाने मॅक्डोनल्डचे २५००० डॉलर्सचे डिबेंचर्स (कर्जरोखे) घ्यावेत, अशी गळ त्याने घातली. अर्थात, त्याला त्यात फारसे स्वास्थ्य नव्हते.

हॅरी म्हणाला, ‘‘मेरी ॲन बेकिंगच्या लुई कुचरीसला यात स्वारस्य नव्हते. पण मी त्याला जेवायला घेऊन गेलो व त्याने ताबडतोब चेक लिहून दिले. जर या पाच जणांनी मदत केली नसती, तर मॅकडोनल्ड्स दिवाळखोरीतच गेली असती!’’

या सव्वालाख डॉलर्समुळे सोन्नेबर्नला असे गुंतवणूकदार शोधण्यास उसंत मिळाली. स्थावर मिळकतीमध्ये गुंतवणुकीसाठी पुढे येतील, अशा गुंतवणूकदारांच्या शोधात एरवीही तो होताच; पण त्याला यश येत नव्हते. जर वाढीसाठी पैसे मिळवणे अशक्य होत असेल, तर कंपनी जिवंत ठेवायला पैसे कोण देणार? मात्र या बोहर प्रकरणाने हॅरीला चांगलाच अनुभव आला. त्याला आता गुंतवणूक करणाऱ्या इन्स्टिट्युशनल फायनान्सर कंपन्यांचा मागोवा घेता आला. विमा कंपन्या, स्थावर मालमत्तेचे ब्रोकर्स आणि गुंतवणूक करणाऱ्या बँका – ज्या शिकागोच्या ला साले स्ट्रीटवर असतात – यांच्याशी चर्चा करण्यात त्याने प्रत्येक क्षण घालवला. पेन्शन फंडांच्या युनियनचे उंबरठे त्याने झिजवले. पण तिथे त्यांनी त्याला बाहेरचा रस्ता दाखवला. तो म्हणतो, ‘‘ज्या-ज्या कोणी जे-जे काही सुचवले, ते-ते याबाबतीत करणे मी सोडले नाही. मी जणू भिकारी झाली होतो व या सर्वांचा मला अभिमान वाटत नव्हता.’’

मात्र सुचवणाऱ्यांपैकी एकाने त्याला 'ऑल अमेरिकन लाइफ अॅन्ड कॅज्युल्टी कंपनी'चा अध्यक्ष ई.ई. बेलार्ड याला भेटण्यास सांगितले. ती १९८६मध्ये यू.एस. लाइफची उपकंपनी बनली. ती अमेरिकेतील एक मोठी विमा कंपनी होती. मात्र, १९५९मध्ये बेलार्डने तिची सुरुवात छोट्या प्रमाणावर, पण धडाक्याने केली होती. सोन्नेबर्नने त्याला सर्व हकिगत सांगितली, पण बोहर प्रकरणाची वाच्यता केली नाही. बेलार्डने ते सर्व शांतपणे ऐकून घेतले व खास करून १५ सेंट्समध्ये हॅम्बर्गर या कल्पनेचे त्याला फार कौतुक वाटले. काही दिवसांनंतर त्याच्या मुलाने रे क्रॉकची भेट घेतली व फ्रँचायझी मिळवण्यासंबंधी बोलणे केले. ही संधी साधून रेने त्याच्या वडलांचा मोठ्या कामासाठी उपयोग करून घेता येईल का, याची संधी शोधण्याचा प्रयत्न केला. पूर्वी त्यांची कधी भेट झाली नव्हती. तसा तो रेच्या घराजवळच राहत होता व रोलिंग ग्रीन क्लबलाही जायचा. तिथेच रेच्या या साखळी दुकानांच्या उपक्रमाची ओझरती माहितीही त्याच्या कानावर आली होती. त्यामुळे रेला जेव्हा त्याच्या घरी जाण्यासाठी बेलार्डने विचारणा केली, तेव्हा त्याने ते आनंदाने मान्य केले.

आता कंपनी वाचवायची संधी रेला मिळाली व तिचा त्याने उत्तम उपयोग करून घेतला. बेलार्ड म्हणतो, "रेच्या बोलण्यातली तडफ पाहून माझे स्वारस्य वाढले. रेचे व्यवसायातील ज्ञान पाहून मी चकित झालो. आपण काय करतोय, हे त्याला उत्तमरीत्या माहीत होते व ते कसे करायचे, याचेही त्याला भान होते. त्याची टापटीप, ताठ उभे राहणे व बोलण्यातला आत्मविश्वास बरेचकाही सांगून जात होता."

दुसऱ्या दिवशी बेलार्डने त्याच्या काही अधिकाऱ्यांना मॅकडोनल्ड्सच्या आर्थिक व्यवहाराची पाहणी करण्यास पाठवले. त्यांना बोहर प्रकरणाचा वास आला नाही, पण एकंदर परिस्थिती फारशी आशादायक वाटली नाही. "या कंपनीकडे स्वत:ची स्थावर वा जंगम मालमत्ता नाही", असे त्यांचे म्हणणे पडले. तरीही बेलार्डने संचालक मंडळाला मॅकडोनल्ड्सच्या त्या नऊ इमारतींसाठी अर्थसाह्य करण्याची शिफारस केली. १० वर्षांच्या गहाणवटीची किंमत सहा टक्के व्याजदराने २,६०,००० डॉलर्स होत होती. बेलार्डच्या मते, यात तशी जोखीम कमी होती, कारण जमिनींचे मालक जमिनी गहाण ठेवायला तयार होते. ऑल अमेरिकन कंपनी इमारती बांधायला अर्थसाह्य करणार व त्याच्या वदल्यात जमिनी गहाण ठेवणार, असा हा बिनजोखमी व्यवहार होता. जर मॅकडोनल्ड्सने पैसे दिले नाहीत, तर जमीन मालमत्ता तर द्यावी लागलीच असती वा जमिनी गेल्या असत्या. मग ते कर्ज मंजूर झाले. ऑल अमेरिकन कंपनीच्या रूपाने मॅकडोनल्ड्सला जीवनदाता भेटला. बेलार्डला ही कंपनी दिवाळखोरीच्या उंबरठ्यावर कशी घेऊन ठेपली होती, हे कधीच कळले

नाही. त्याने पाहणीसाठी कधी जागेवर आपले अधिकारी पाठवले नाहीत. तो म्हणाला, "मी यांच्याबाबतीत गोष्टी जरा वरवर पाहून केल्या, असं वाटलं. पण मी रे क्रॉकसारखा होतो. ज्या लोकांना अंगीकृत कार्याविषयी उत्साह असतो, अशांवर विश्वास ठेवणं मला आवडायचं. रेने ठाम निश्चय केला होता की, मी कंपनी यशस्वी करणार आणि मला खात्री होती की, तसे तो करेलच."

फास्ट फूडच्या उद्योगात इन्स्टिट्युशनल फायनान्सिंगची ही पहिलीच घटना होती आणि सोन्नेबर्नला त्याची कार्यक्षमता पुरेपूर समजली. लेखणीच्या एका फटकाऱ्यात मॅकडोनल्ड्सने नऊ स्टोअर्सकरता अर्थसाह्य मिळवले. तेवढ्यावरून एका स्टोअरकरता बँका व ब्रोकरना कर्जासाठी तयार करायला जेवढा वेळ लागायचा त्यापेक्षा कमी वेळात नऊ स्टोअर्सकरता हे काम या पद्धतीने झाले. त्यातून एक लक्षात आले की, जर देशभर विस्तार करायचा असेल, तर असे एकेका स्टोअरकरता स्वतंत्र निधी जमवणे वेळखाऊ होईल. त्यामुळे अशा प्रकारे एका वेळी अधिक स्टोअर्ससाठी जे निधी उपलब्ध करू शकतील, असे आर्थिक स्रोत पाहण्याचे महत्त्व त्यांना पटले व ऑल अमेरिकन कंपनीने तो मार्ग दाखवून दिला. लवकरच मग असेच कर्ज शिकागोच्या सेंट्रल स्टँडर्ड लाइफ कंपनीनेही दिले.

काही छोट्या विमा कंपन्यांनी छोटी-मोठी कर्जे दिली होती; पण त्यामुळे मॅकडोनल्ड्सला आर्थिक विश्वासार्हता मिळत नव्हती. तरी मॅकडोनल्ड्स अजूनही इतर स्पर्धकांसारखीच फास्ट फूड स्टोअर्सची साखळी होती व त्यांना कर्ज देणाऱ्यांच्या लेखी फारशी किंमत नव्हती. या चक्रातून बाहेर आल्याशिवाय मॅकडोनल्ड्सला पैशाच्या बाजारपेठेत किंमत राहणार नव्हती. मग तिने पूर्व अमेरिकेकडे मोर्चा वळवला. तिला १० लाख डॉलर्सचे कर्ज हवे होते. तसे ते लगेचच पाहिजे होते, असे नाही. पण सोन्नेबर्नला ते ताळेबंदात तसे दिसायला हवे होते.

ती रक्कम तशी मोठी वाटली तरी ती फारसा त्रास न पडता मिळाली. त्याने मॅनहटनमधील एका पैसेवाल्या गुंतवणूकदाराला गाठले. तो त्यांचे स्थावर मिळकतीबाबतचे आराखडे पाहून प्रभावित झाला होता व सोन्नेबर्नने कल्पनाही केली नसती असे मोठे कर्ज द्यायला तो मनोमन तयार होता. सोन्नेबर्न ताबडतोब त्याला भेटायला गेला. त्याने त्या गुंतवणूकदाराच्या वकिलाच्या टेबलावर लिहिलेला चेक पाहिला व तो हबकलाच. त्यावरचा आकडा होता – २,२०,००,००० डॉलर्सचा! आदल्या वर्षी मॅकडोनल्ड्स दिवाळखोरीच्या उंबरठ्यावर होती व आज त्या वर्षभरातल्या उत्पन्नाच्या ३५० पट रकमेचे कर्ज त्यांच्या हातात होते. त्यामुळे स्टोअर्सची संख्या तेव्हा होती त्याच्या दुप्पट करणे त्यांना जमणार होते.

सोन्नेबर्न म्हणाला, "छान! मला पाहिजे होते, तसेच झाले." पण तेवढ्यात त्या गुंतवणूकदाराचा फोन आला. "या करारात मला काही किरकोळ बदल

करायचेत.'' मग त्याने त्यांना भरपूरच बदल सुचवले आणि या नव्या अटी मान्य करणे सोन्नेबर्नला शक्य नव्हते, कारण त्यातून कंपनीला काहीच उरत नव्हते. सोन्नेबर्न संतापाने म्हणाला, ''तुम्हाला पहिल्यांदा भेटलो त्या वेळी वाटलं की, तुम्ही सज्जन व्यावसायिक आहात. पण तुम्ही तर पक्के लबाड निघालात!'' आणि तो तिथून पूर्ण निराश व हताश होऊन निघून गेला. तो मनोमन उद्ध्वस्त झाला होता. त्याला वाटत होते की, तिथून बाहेर पडल्यावर चेक घेऊन मस्तपैकी या यशाबद्दल मजा करावी. पण तो हॉटेलच्या खोलीत आला व त्याने स्वत:ला बिछान्यावर झोकून दिले.

पण ही निराशा फार काळ टिकली नाही. त्याने गुंतवणूकदारांचे अनेक पत्ते मिळवले होते, त्यांपैकी एखाददुसरा तरी कर्ज देऊ शकला असता. तसा तो त्याला भेटलाच. त्याचे नाव होते मिल्टन गोल्डस्टान्डट. तसा तो अनपेक्षित संपर्क होता. तो मूळ शिकागोचा होता व त्याचा मुख्य व्यवसाय विमा पॉलिसी देण्याचा होता, कर्ज देणे हा नव्हे. पण क्रॉकने त्याच्याबद्दल ''हा कर्ज मिळवून देण्याला मदत करेल, खडा टाकून पाहा'' असे सोन्नेबर्नला सांगितले व त्याप्रमाणे त्याने पाठपुरावा केला.

त्याने जेव्हा त्याप्रमाणे मिल्टनची भेट घेतली, त्या वेळी त्याला कळले की, तो केवळ साधासुधा विमा एजंटच नाही तर जॉन हॉनकॉकचा सर्वांत जास्त व्यवसाय करणारा माणूस होता. त्यामुळे त्याचा त्या कंपनीत चांगला वट होता व तोही थेट उच्चपदस्थ अधिकाऱ्यांपर्यंत. त्यांत गुंतवणुकीचे काम पाहणारेही होते. तो विम्याच्या पॉलिसी देण्याच्या निमित्ताने जेव्हा निरनिराळ्या कंपन्यांत जायचा, तेव्हा कुणाकुणाला पैशाची गरज आहे याची माहिती त्याला काढता यायची आणि मग ती माहिती तो जॉन हॉनकॉक कंपनीत गुंतवणूक विभागाचा उपाध्यक्ष आणि त्याचा चांगला मित्र ली स्टॅकपर्यंत पोहोचवायचा. ली हा १९५०च्या दशकात या व्यवसायातला एक प्रथितयश खाती संभाळणारा अधिकारी म्हणून प्रसिद्ध होता. तो जादा व्याजदराची अनेक कंत्राटे कंपनीकरता मिळवायचा. त्यातही श्रीमंत गुंतवणूकदारांना करसवलत मिळवून देण्यासाठी रेल्वेचे डबे व वाघिणी खरेदी करून रेल्वे कंपन्यांना पुरवण्यासाठी कर्जे मिळवून द्यायचा. ज्या वेळी कित्येक अधिकारी एएए श्रेणी असल्याशिवाय कंपन्यांना कर्जे देण्यास तयार नसायचे, त्या वेळी तो अनेक धाडसी निर्णय घ्यायचा व ते यशस्वी करायचा.

जेव्हा सोन्नेबर्नने मिल्टनला पैशाच्या गरजेविषयी सांगितले, तेव्हा त्याने ती बातमी ताबडतोब लीकडे पोचवली. त्या वेळी ६४ वर्षांचा ली हॉनकॉकमधून निवृत्त होण्याच्या मार्गावर होता. पण त्यामुळे फारसा फरक पडत नव्हता. कारण त्याने या क्षेत्रात काम करण्यासाठी व बोस्टनमधील ओळखी टिकवण्यासाठी पाइन वेबर या

ब्रोकरेज फर्ममध्ये भागीदार होण्याचे ठरवले होते. त्यांपैकी एक संपर्क होता डिक विल्सनचा. तो स्टेट म्युच्युअल लाइफ इन्शुरन्समध्ये लीसारखाच मोठ्या पदावर होता. असेच दुसरे होते पॉल रिवेरे लाइफ इन्शुरन्समधील गुंतवणूक विभागाचे प्रमुख जॉन गोस्नेल आणि फर्स्ट 'नॅशनल बँक ऑफ बोस्टन'मधील कमर्शिअल लोन ऑफिसर बिल ब्राउन. या कंपन्या तशा रूढ मार्गाने जाणाऱ्या होत्या, पण हे लीचे मित्र थोडी जोखीम पत्करून धंदा मिळवण्यात मागे-पुढे न पाहणारे होते. अगदी नव्या कंपन्यांत जोखमीचे भांडवल गुंतवणे त्यांना फारसे आवडायचे नाही. पण आधी अस्तित्वात असलेल्या आणि अनेक चढ-उतार पाहिलेल्या व ज्यांच्याकडे वाढीच्या योजना आहेत, अशा थोड्या जुन्या कंपन्यांना आर्थिक मदत करणे त्यांना पसंत पडायचे.

बऱ्याच महिन्यांच्या खटपटीनंतर सोन्नेबर्नला थोडी मऊ जमीन सापडली होती. तो अशाचीच वाट पाहत होता. त्याने मग लवकरच हॉनकॉक कंपनीतून १५ स्टोअर्सकरता कर्ज मिळवले आणि बिल ब्राउनच्या फर्स्ट नॅशनल बँक ऑफ बोस्टनकडूनही त्याला कर्ज मिळाले. मग त्याला वाटले, यापेक्षा थोडे अधिक कर्ज मिळतेय का, पाहावे. त्याने १५ लाख डॉलर्सचे कर्ज व त्याबदल्यात मॅकडोनल्ड्सचे काही शेअर्स देऊन बरोबरच इतर सवलती मिळतील, असे पाहायचे ठरवले. ली हॉनकॉककडे तसा प्रस्ताव घेऊन तो गेला, पण त्यांनी त्यात फार स्वारस्य दाखवले नाही. त्या वेळी मॅकडोनल्ड्सच्या नगद मूल्याच्या १५ पट कर्ज देणे म्हणजे कंपनीला मोठी जोखीम वाटत होती. शिवाय हे पैसे विमाधारकांचे होते, त्यामुळे ते जादा जोखीम पत्करायला तयार नव्हते.

मग लीने आपला मोर्चा स्टेट म्युच्युअलच्या विल्सनकडे वळवला. विल्सन थोडा कारस्थानी होता. त्याने कंपनीच्या गुंतवणूक विभागातील एक उगवता अधिकारी २९ वर्षांचा फ्रेंड फ्रेडेली याला आपल्या केबिनमध्ये बोलावले. जोखमीचे व्यवहार करण्यात फ्रेड नवखा होता, पण कंपन्यांचे २५-२५ पानी अहवाल अभ्यासण्यात तो तरबेज होता. त्याने मॅकडोनल्ड्सचे अहवाल व नव्या योजनांची कागदपत्रे पाहिली. त्याच्या लक्षात आले की, जरी उत्पन्नाचे आकडे फुगवून दाखवलेत असे मान्य केले, तरीही कर्जफेडीची क्षमता मॅकडोनल्ड्सकडे नक्कीच आहे. पण सर्वांत मोठे आकर्षण म्हणजे, जर कर्ज मंजूर झाले तर कंपनीचे २० टक्के शेअर्स द्यायला सोन्नेबर्न तयार होता. पण विल्सन आणि फ्रेडेलीला असं वाटलं की, मॅकडोनल्ड्सची प्रत्यक्ष पाहणी करायला हवी. कारण खास करून ली तिची शिफारस करत होता. त्या दोघांनीही मॅकडोनल्ड्सविषयी पूर्वी ऐकले नव्हते. त्यामुळे फ्रेडेलीने शिकागोला जाऊन पाहणी करायची, असे ठरले.

थोड्याच दिवसांत फ्रेडेली सोन्नेबर्नच्या मॅकडोनल्ड्समधल्या कार्यालयात गेला.

तिथे त्याला तो स्थावर मालमत्तेच्या क्षेत्रात किती मोठे काम करतोय, ते पाहायला मिळाले. पण "हॅरी केप्ट मी टेलिंग नॉट टू वरी" हे फ्रेडेलीचे आवडते वाक्य होते. हॅरीच्या मते, जरी रेस्टॉरंटचा धंदा चालला नाही, तरी स्थावर मालमत्तेची किंमत वाढतच जाणार होती आणि मॅकडोनल्ड्सच्या नियंत्रणाखाली अशा मालमत्ता भरपूर होत्या. हॅरीला रेस्टॉरंटच्या धंद्यात फारसे गम्य नव्हते. त्याच्या मते, स्थावर मालमत्ता जमवणे व टिकवणे यासाठी त्याची मदत होते, एवढेच. फ्रेडेलीला हे त्याचे विचार पटले व एकंदरीत आर्थिक व्यवहारातील हॅरीची जाण त्याला भावली. पण फ्रेडेली केवळ खाद्यपदार्थांच्या क्षेत्रातील कंपनी म्हणून कोणत्याही स्थावर मालमत्तेच्या व्यवहाराला संमती देणाऱ्यांतला नव्हता. मॅकडोनल्ड्सला द्यायच्या कर्जाला हमी नव्हती आणि ती इतर कर्जाला संलग्न होती. जर उद्या मॅकडोनल्ड्सचे दिवाळे निघाले असते, तर स्टेट म्युच्युअल कंपनी ही त्यांच्या मिळकतीतील हिश्श्याची प्रथम वाटेदार नव्हे, तर शेवटची राहणार होती. म्हणून रेस्टॉरंट उत्तम चालणे, ही धंद्याची मेख होती. जर ते तसे नसेल, तर कर्ज मंजूर करण्याच्या दृष्टीने त्यांची बाजू लंगडी पडणार होती. पुढच्या दोन दिवसांत फ्रेडेलीने मॅकडोनल्ड्सच्या विमानातून भरपूर प्रवास केला व सुमारे २० स्टोअर्सना भेटी दिल्या. ती पाहणी झाल्यावर कर्ज देण्याचा त्याचा विचार पक्का झाला. तो म्हणाला, "केवळ ५० सेंट्समध्ये हॅम्बर्गर, फ्रेंच फ्राइज व मिल्कशेक मिळू शकतो, यावर माझा विश्वासच बसत नव्हता. ही खरी पैशाची किंमत होती. सर्व जागा उत्तम प्रकारे स्वच्छ होती, पार्किंगची जागा पूर्ण भरली होती व जिथे-जिथे मी गेलो तिथे-तिथे परिस्थितीत काही बदल नव्हता."

फ्रेडेलीने परत आल्यावर वडील व भावाला मॅकडोनल्ड्स रेस्टॉरंट पाहायला यायचा आग्रह धरला. जवळचे तसे रेस्टॉरंट तीन तासांच्या मोटारच्या प्रवासाइतके लांब होते, ते कनेक्टिकट राज्यातील नेविंग्टन येथे. पण तेवढ्यावरच तो थांबला नाही. त्याला मॅकडोनल्ड्सच्या फ्रँचायझीचे, पण स्वत:ची स्वतंत्र जागा असलेले मॅकडोनल्ड्स रेस्टॉरंटही पाहायचे होते. तसे एक बोस्टन आणि न्यू यॉर्कमधल्या बर्लिन टर्नपाइकवर होते. ते रूबेन टेलर नावाचा माणूस चालवत होता आणि तो मॅकडोनल्ड्सचे विक्रीचे सर्व उच्चांक मोडत होता. इतर ठिकाणी सरासरी २,५०,००० डॉलर्सची विक्री व्हायची, ती इथे ५,००,००० डॉलर्स होत होती. सकाळी साडेअकरा वाजता तो तिथे गेला, तेव्हाच पार्किंगची जागा पूर्ण भरली होती. दोन खिडक्यांतून सेवा दिली जात होती व प्रत्येकीपुढे ५० ग्राहकांची रांग होती.

तिथे त्याचा निश्चय पक्का झाला. त्याने विल्सनला कर्ज देण्यासाठी राजी केले. सोन्नेबर्नच्या स्थावर मालमत्तेसंबंधीच्या मतापेक्षा रे क्रॉकच्या प्राथमिक बाबींची रेस्टॉरंटमध्ये कटाक्षाने पूर्तता करण्याच्या धोरणपद्धतीला त्याने प्राधान्य दिले. "जर पार्किंगमध्ये

घाण असती, कर्मचाऱ्यांच्या कपड्यांवर तेलाचे डाग असते आणि खाद्यपदार्थांचा दर्जा चांगला नसता, तर मॅकडोनल्ड्‌सला मी कधीही कर्ज मंजूर केले नसते. मग सोन्नेबर्नने स्थावर मालमत्तेसंबंधी कितीही वकिली केली असती, तरीही मी त्यांचा विचार केला नसता.'' असे तो म्हणाला.

फ्रेडेलीने अत्यंत अनुकूल अहवाल सादर केला. विल्सनने कंपनीच्या गुंतवणूक समितीला कर्जाची शिफारस केली. पण व्यवहारात थोडी जोखीम होती, म्हणून स्टेट म्युच्युअल कंपनीला व्यवहारात आणखी एक भागीदार पाहिजे होता. मग फ्रेडेलीने पॉल रिवेरेच्या जॉन गॉस्नेलला मध्ये घातले. एकूण १५ लाख डॉलर्सच्या कर्जापैकी निम्मे-निम्मे त्यांनी वाटून दिले व त्यावर सात टक्के व्याजाने कर्ज मंजूर झाले. दोन्ही कंपन्यांनी २० टक्के शेअर्स अर्धे-अर्धे वाटून घेतले. स्टॅक व गोल्डस्टान्डन्टनी आपली मध्यस्थाची २.५ टक्के वर्गणी मॅकडोनल्ड्‌सचे शेअर्स घेण्यात गुंतवली.

अशा प्रकारचे कर्ज घेण्याचा मॅकडोनल्ड्‌सचा निर्णय साधासुधा नव्हता. त्यामागे सहा वर्षांचे परिश्रम होते व शिवाय २२.५ टक्के मालकीही द्यायची होती. सोन्नेबर्नच्या काही सहकाऱ्यांच्या मते, अशा प्रकारे कंपनीची अंदाजे मालकी देऊन कर्ज घेण्याची गरज नव्हती. अनेक स्थानिक बँका हे काही न करता कर्ज देऊ शकल्या असत्या. त्यात जॉन ज्युरासिक होता. त्याला तर एवढा राग आला की, त्यानंतर लवकरच त्याने राजीनामा दिला. रे क्रॉकही अशा प्रकारे शेअर्स देण्याच्या विरोधात होता. ''तो रागाने वेडा झाला होता,'' असे सोन्नेबर्न म्हणतो. पण त्याने रेची समजूत काढली. त्याने त्याला सांगितले की, १०० टक्के काहीही न मिळण्यापेक्षा ७७.५ टक्के मालकी ही चांगली. १९६०मध्ये त्या २२.५ टक्क्यांचे मूल्य काय आहे याची कोणाला कल्पना आली नाही. पण पाच वर्षांनंतर मॅकडोनल्ड्‌स पब्लिक लिमिटेड कंपनी झाली, त्या वेळी त्या इन्शुरन्सचे कर्जाचे ते खाते सर्वांत फायदेशीर ठरले. त्यांच्या प्रत्येकाच्या शेअर्सचे मूल्य ३३ लाख डॉलर्स झाले. पुढे त्यांनी ते सर्व शेअर्स विकून टाकले. त्यात प्रत्येकाला २ कोटी डॉलर्सचा भांडवली परतावा मिळाला व १५ वर्षांच्या शेवटी १५ लाखांचे कर्जही मॅकडोनल्ड्‌सने फेडून टाकले.

या सर्व व्यवहारामुळे फ्रेडेलीचे वजन फारच वाढले व तो पुढे १९७९मध्ये स्टेट म्युच्युअलचा अध्यक्ष बनला. आजही तो म्हणतो की, मॅकडोनल्ड्‌समध्ये केलेली गुंतवणुकीची शिफारस ही त्याच्या आयुष्यातील सर्वोत्कृष्ट शिफारस होती. तो म्हणतो, ''जुन्या वयस्कर, रूढीवादी संचालकांना हे कर्ज द्या; काळजी करण्याची गरज नाही, हे पटवून द्यायला फार त्रास पडला. त्यांच्या मते, त्यांत फार जोखीम होती.'' त्याने १९७५मध्ये मॅकडोनल्ड्‌सचे स्टेट म्युच्युअलमधले सर्व शेअर्स

विकून टाकले व त्यातून १.२ कोटी डॉलर्स मिळाले. त्याने ते तसेच ठेवले असते तर ती सोन्याची खाण झाली असती, कारण आता त्याचे मूल्य ९७.५ कोटी डॉलर्स झाले असते.

ते कर्ज मिळवण्यासाठी सोन्नेबर्नने प्रतिष्ठा राखण्यासाठी ही फार मोठी किंमत दिली. त्याने ते कर्जाऊ घेतलेले पैसे सहा महिने तसेच पडून ठेवले. ते ताळेबंदात दिसल्यामुळे त्याला इतर बँकर्स व ब्रोकर्सकडून पैसे उभे करणे सोपे झाले. कारण केवळ त्या नावामुळेच त्यांना मॅकडोनल्ड्सशी व्यवहार करणे कमी जोखमीचे वाटू लागले. जर कंपनीकडे आधीच कर्ज असेल, तर आणखी कर्ज मिळवणे सोपे जाते, हा त्याचा सिद्धान्त होता.

अशा प्रकारे कर्ज मिळवणे अन्य कोणत्याही फास्ट फूड साखळीला जमले नव्हते. त्याच वेळी रे क्रॉकच्या स्वच्छतेच्या आग्रहामुळे मॅकडोनल्ड्सचे नाव या क्षेत्रात गाजत होते. इतरांना वाढीसाठी कर्ज मिळवणे अवघड जायचे, पण सोन्नेबर्नने तो प्रश्न सोडवल्याने मॅकडोनल्ड्सची झपाट्याने वाढ झाली. मॅकडोनल्ड्सने आपले शेअर्स देऊ करून व त्यामार्गे इन्स्टिट्युशनल इन्व्हेस्टर्सना आकर्षित करून प्रचंड झेप घेतली. पुढे बर्गरकिंगची मालकी पिल्सबरीकडे गेली. बर्गर शेफ जनरल फूड्सकडे गेले. पिझ्झा हट आणि टॅकोबेल पेप्सिकोकडे गेले. रेड बॉर्न सर्व्होमेशनकडे गेले. बिग बॉय मॅरिएटकडे गेले आणि हार्डीज इमास्कोकडे. त्या वेळी मॅकडोनल्ड्स ही पब्लिक लिमिटेड कंपनी झाली होती व आर्थिक स्वातंत्र्याकडे तिची वाटचाल चालू होती. वेन्डीज इंटरनॅशनल ही दुसरी कंपनी सोडली, तर मॅकडोनल्ड्सची मालकी अन्य कोणाही कॉर्पोरेशनकडे गेली नाही. हे जादाचे कर्ज सहजासहजी मिळाले नाही. त्या १५ लाखांच्या एकरकमी कर्जाने सुरुवात होऊन पुढच्या १० वर्षांत मॅकडोनल्ड्सला खात्रीचा कर्जपुरवठा मिळणे सोपे होत गेले. त्यामुळे त्या पहिल्या कर्जाचे समर्थन करणे सोन्नेबर्नला सोपे गेले. त्यातून त्यांना हवा तसा पैसा उभा करणे सोपे झाले व त्यामुळे १९६० व १९७०च्या दशकांत मॅकडोनल्ड्सची वाढ झपाट्याने झाली आणि या व्यवसायात त्यांनी इतिहास निर्माण केला. 'चॅपमन ॲन्ड कटलर' या कायदेतज्ज्ञांच्या फर्मचा वकील डे वॅट्स म्हणतो, "हे खरे की, १५ लाखांच्या कर्जासाठी त्यांनी मोठ्या रकमांचे शेअर्स दिले. पण त्यामुळे त्यांना सबळ आर्थिक पुरस्कर्ते मिळत गेले. या कर्जामुळे बाजारपेठेत त्यांची विश्वासार्हता वाढली. त्या पायावरच त्यांनी कंपनीची इमारत उभी केली."

कंपनीची नियंत्रक-मालकी

डिक मॅकडोनल्ड्सने फोनचा नंबर फिरवला. दुसऱ्या बाजूने फोन उचलला गेला, पण कोणी बोलत नव्हते. त्यामुळे तो अस्वस्थ झाला. प्रत्येक सेकंद त्याला युगासारखा वाटू लागला. त्याला वाटले, त्या शिकागोच्या फ्रँचायझीशी त्याचा संबंध संपलेला दिसतो. मॅकडोनल्ड्सने रे क्रॉकला नुकतेच सांगितले होते की, तो व त्याचा भाऊ मॅकडोनल्ड्समधले त्यांचे सर्व हक्क रेच्या फास्ट फूड कंपनीला विकायला तयार होते. त्यांत मॅकडोनल्ड्स या नावाच्या वापराचाही हक्क होता. किंमत फक्त २७ लाख डॉलर्स होती. त्यावरचा कॅपिटल गेन्स टॅक्स सोडला, तर त्या दोन्ही बंधूंना त्यातून प्रत्येकी १० लाख डॉलर्स मिळत होते व ते त्यावर खूश होते. मॅकडोनल्ड्सच्या फास्ट फूड साखळीचे संस्थापक या नात्याने त्यांनी बजावलेल्या भूमिकेची ती किंमत होती.

डिक मॅकडोनल्ड्स टेलिफोनवर अधिक वेळ थांबायला तयार नव्हता. "रे, तू फोनवर आहेस ना ?" रेने उत्तर दिले, "तुला रॉकेटसारखा आवाज ऐकू येतोय का? ला साले वॉल्कर इमारतीवरून मी खाली पडल्याचा तो आवाज आहे!" क्रॉक मनातल्या मनात रागाने पेटला होता, पण त्याने तो राग प्रकट करायचे टाळले. "डिक, ही फार मोठी किंमत आहे. तू खरंच हा सौदा किती रकमेवर तोडू शकतोस, सांग?" तो म्हणाला. त्याला डिकचे उत्तर होते, "एक पैही कमी नाही. या सौद्यातून मला १० लाख, मॅकला १० लाख व अंकल सॅमला (अमेरिकन सरकारला) ७ लाख डॉलर्स मिळतील."

त्या क्षणी रेच्या मनात मॅकडोनल्ड्सविषयी जो नितांत आदर होता, तो पार लयाला गेला. त्याला माहीत होते की, तो मागतोय तेवढे पैसे द्यायची कंपनीची आर्थिक परिस्थिती नाही आणि ही गोष्ट डिकला माहीत असावी, असे त्याला वाटले

होते. 'त्यांना माहीत आहे की, हा आकडा मोठा आहे. जर मी मान्य केले, तर त्यांचे उखळ पांढरे होणार आहे. पण त्यांना हेही माहीत आहे की, असे घडण्याची सुतराम शक्यता नाही,' असे रेला वाटले.

त्याचे विचार खरे होते. तो २७ लाख डॉलर्सचा आकडा खराच मोठा होता. ही चर्चा १९६१मध्ये चालू झाली व मॅकडोनल्ड्सच्या २२५ स्टोअर्सची विक्री त्या आधीच्या वर्षी ३.७८ कोटी डॉलर्सवर पोहोचली होती. त्यांतून त्या दोन्ही भावांना ०.५ टक्के म्हणजेच १,८९,००० डॉलर्स मिळाले होते. ती रेने त्यांचे नाव व कंपनीची हॅम्बर्गर पद्धत वापरण्याची रॉयल्टी होती. आता त्यासाठी ते १५ पट किंमत मागत होते.

त्या वेळी स्वबळावर एवढे पैसे उभे करण्याची कंपनीची परिस्थिती नव्हती. कंपनीचा १९६०मधील निव्वळ नफा ७०,००० डॉलर्सचा होता व त्यापेक्षा सॅन बरनान्डो येथील पहिले ड्राइव्ह-इन अधिक नफा कमवत होते. तो होता १ लाख डॉलर्सचा व तो त्या बंधूंना जात होता. शिवाय नुकतेच त्याने बोस्टन इन्शुरन्सकडून १५ लाख डॉलर्सचे कर्ज घेतले होते. त्यामुळे कर्जाचा बोजा प्रचंड होता. आता नव्याने कर्ज मिळायची शक्यता अजिबात नव्हती. त्या वेळी कंपनीच्या दीर्घ मुदतीच्या कर्जाची एकूण रक्कम ५७ लाख डॉलर्स होती व कंपनीचे शेअर भांडवल फक्त २,६२,०००चे होते. हे आकडेच सर्वकाही सांगून जात होते.

तरीही अशा प्रकारचे हक्क विकत घेणे रेला आवश्यकही वाटत होते. मॅकडोनल्ड्सचे राष्ट्रीय हक्क विकत घ्यायच्या घाईत त्याने केलेल्या मॅकडोनल्ड्स बंधूंबरोबरच्या करारात अनेक त्रुटी होत्या. कंपनीच्या कायदा सल्लागारांनी त्या रेला दाखवून दिल्या होत्या. जरी रे त्या वेळी फास्ट फूडच्या या अगदी नव्या क्षेत्रात स्थिरावत होता, तरी त्या क्षेत्रातही नित्य नवनवे बदल होत होते व त्यामुळे त्यांत लवचीकता असणे आवश्यक होते; पण प्रचलित करारात ती फारशी नव्हती.

त्या करारात रेला फक्त परवाने विकण्याचा अधिकार होता. तेही त्या बंधूंचा परवानाविषयक प्रतिनिधी म्हणून. रेने पुरवठ्याची पद्धत विकसित करावी, परवाना दिलेल्या रेस्टॉरंटवर देखरेख ठेवावी, नवीन खाद्यपदार्थ, यंत्रे वा उपकरणे वा कार्यपद्धती विकसित करावी – अशी तरतूद त्यांत नव्हती. स्टोअर्सकरता नवी जागा निवडण्याचे स्वातंत्र्य नव्हते. करार असे सुचवत होता की, ही कामे रेची नाहीत. करारानुसार सॅन बरनान्डो येथील रेस्टॉरंटमध्ये वापरण्यात येत असलेली पद्धतच योग्य होती व इतर ठिकाणी ती राबवताना त्यात काहीही सुधारणा करण्याची गरज नव्हती व रेला त्याचे अधिकारही दिलेले नव्हते. त्यात म्हटले होते, 'मॅकडोनल्ड्स बंधूंचा परवानाविषयक प्रतिनिधी या नात्याने त्याला मॅकडोनल्ड्सच्या यंत्रणेत कोणताही बदल करण्याचा, सुधारणा करण्याचा, भर टाकण्याचा व गाळायचा अधिकार त्या

बंधूंच्या पूर्वपरवानगीशिवाय नव्हता' व तसे त्यांनी रजिस्टर्ड टपालाने त्याला कळवले होते.

त्या पहिल्या सात वर्षांत रेने ती पद्धत राबवताना केलेल्या बदलांची लिखित संमती त्यांच्याकडून घेण्यासाठी विचारणा केली. त्याला कधीही तोंडी वा लेखी परवानगी मिळत नव्हती. रेला कळून चुकले की, जर राष्ट्रीय साखळी उभी करायची असेल तर असे होऊन चालणार नव्हते. मॅकडोनल्ड्सच्या वकिलांनी त्यांचे हक्क सुरक्षित राहावेत म्हणून कराराचा मसुदा एकतर्फी तयार केला होता.

एखादा पुरोगामी विचार करणारा जो करेल, तेच त्याने केले. त्याने त्या कराराकडे दुर्लक्ष केले. त्याची पहिलीच वृत्ती होती – स्वत:कडे एखादे स्टोअर चालवायचे काम घेणे. डेस प्लेन्समध्ये तसे करून त्याने करार मोडलाच होता. पण त्याला हेही माहीत होते की, स्वत: एक स्टोअर उघडून ते व्यवस्थित चालवले नाही व नमुना म्हणून दाखवण्यासाठी विकसित केले नाही, तर नवे फ्रँचायझी मिळणार नाहीत. शिवाय त्याच्या त्या स्टोअरमध्ये मॅकडोनल्ड्स बंधूंच्या पद्धतीपेक्षा कित्येक निराळ्या पद्धती तो राबवत होता. सुमारे डझनभर प्रकारे तो करारभंग दिसत होता. त्याने मिल्कशेक बनवण्याच्या मशिनची रचना बदलली होती. शिंडलरने रचना केलेले स्टेनलेस स्टीलचे जाड कंटेनर्स त्याने बसवले होते, ग्राहकांना शिकागोच्या हिवाळ्यातील प्रचंड थंडीपासून संरक्षण मिळावे म्हणून त्याने काउंटरसमोर स्टेनलेस स्टील व काचेचे मोठे पार्टिशन बसवले होते. त्याने तळघरात एक भट्टी बसवली होती. सॅन बरनान्डोमध्ये तळघराची वा तशा भट्टीची गरज नव्हती. मॅकडोनल्ड्स बंधूंना ही गरज तिथे दिसत होती, त्यांनी त्याला हरकत घेतली नाही; पण लेखी संमतीही दिली नाही. मग रेने ठरवले, 'नाही दिली तर नाही; गेले उडत! मला धंदा चालवायचा आहे आणि यांचे तर सहकार्य नाही.'

कंपनीचा विस्तार जसजसा वाढत गेला तसतसे करारभंगाचे प्रकारही. पहिली पाच वर्षे तरी रेने करार शक्य होता त्या प्रकारे तंतोतंत पाळला. पण काम करण्याच्या गरजेनुसार त्याने त्यांत बदलही केले, ते भरपूर होते व त्यासाठी त्याने लेखी परवानगी घेतली नव्हती. ''जे आधीच यशस्वी ठरले होते, त्यांत ढवळाढवळ करणे चुकीचे आहे'', ही डिक मॅकडोनल्ड्सची भूमिका होती. त्यांनी रेला करार रद्द करण्याची धमकी कधी दिली नाही; पण त्याचबरोबर गरजेनुसार करारातील तरतुदी बदलण्याची तयारीही त्यांनी कधी दाखवली नाही. जर खरोखरच कायद्याच्या लढाईत उतरायचे त्यांनी ठरवले असते, तर त्यासाठी त्यांच्याकडे भरपूर मुद्दे होते. सोन्नेबोर्नला म्हणूनच त्या करारामुळे अधिक गुंतागुंत होण्यापूर्वी आणि नंतर कायदेशीर लढाईत पैसे घालवण्यापूर्वी काहीही करून तो करार बदलायला हवा, असे वाटत होते.

खरे तर करारात पुरेसे स्वातंत्र्य मिळाल्याशिवाय त्यांना नवी कर्जे उभी करणेही अवघड झाले असते. त्यांना १५ लाख डॉलर्सचे कर्ज मिळणे, हा दैवयोगच म्हटला पाहिजे. पण तसे दर वेळी घडणे अवघड होते. त्या कर्जाच्या वेळीच त्या विमा कंपनीचा कायदेशीर सल्लागार डे वॅट्सने तो करार पाहिला होता व त्यांतल्या धोक्यांचा इशारा सोन्नेबर्न आणि रेला दिला होता. तो म्हणाला, "जर खरोखरच मनावर घेतले आणि मॅकडोनल्ड्स बंधूंनी ठरवले, तर रे आणि सोन्नेबोर्नला श्वास घेणेही अवघड झाले असते." ज्याच्यावर आपले नियंत्रण नाही, असा हा व्यवसाय होत्या त्या अटींवर चालू ठेवणे फारच जोखमीचे होते. ते करत असलेली जणू प्रत्येक गोष्ट त्या कराराचा भंग ठरणारी होती. त्या इन्शुअरर्सना रे आणि हॅरीने दाखवलेले २० टक्के शेअर्सचे गाजर होते, म्हणूनच ते कर्ज मंजूर झाले. त्यापुढे असे शेअर्स देऊ करायचे नाही, हे रेने आणि हॅरीने नंतर पक्के ठरवले.

पण करारात केवळ आर्थिक व्यवहारासंबंधीचीच बंधने नव्हती; मॅकडोनल्ड्स बंधूंनी मनात आणले असते, तर त्यांचे नाव वापरणेही त्यांना बंद पाडता आले असते. तसे झाले असते तर रेला सर्व फ्रँचायझींशी पुन्हा वाटाघाटी करून नवे नाव द्यावे लागले असते किंवा ते फ्रँचायझी मग थेट मॅकडोनल्ड्स बंधूंकडेच गेले असते. त्यांनी रेला रामराम ठोकला असता. सुदैवाने, सोन्नेबर्नने केलेल्या स्थावर मिळकतीच्या व्यवहारांमुळे फ्रँचायझींना तशा परिस्थितीत त्याच जागेवर नव्याने उद्योग चालू करता आला नसता व अशी ठिकाणे भरपूर होती त्यांत रोज नव्याने भर पडत होती. यामुळे मॅकडोनल्ड्सच्या कराराची धार थोडी बोथट झाली असती, तरी त्यांतले धोके पूर्णपणे नाहीसे होणार नव्हते. कंपनीने नव्यानेच नियुक्त केलेल्या 'सोनेनशाइन, कार्लिन, नाथ अॅन्ड रोझेन' या कायदेविषयक सल्ला देणाऱ्या कंपनीच्या फ्रॅंक बर्नार्डने म्हणूनच सल्ला दिला की, "हा करार बदला. तसे केले नाहीत, तर आज ना उद्या तुम्हाला या उद्योगावर पाणी सोडावे लागेल."

या कराराचा १९६०च्या आसपास आणखी एक धोका निर्माण झाला होता. तो म्हणजे, त्याची मुदत संपत आली होती. ती फक्त चार वर्षे शिल्लक राहिली होती. जरी त्यात ती मुदत पुढे १० वर्षे वाढवता येण्याची तरतूद होती, तरी पण मॅकडोनल्ड्स बंधूंना कराराच्या भंगाची अनेक उदाहरणे व कारणे देऊन तो रद्दही करता येऊन मुदतवाढीला अडथळा निर्माण करता आला असता किंवा फ्रँचायझींवर थेट नियंत्रण मिळवण्यासाठीही त्या बंधूंना करार गुंडाळता आला असता. तसे काही झाले असते, तर रेच्या कंपनीला गाशाच गुंडाळावा लागला असता. त्यांचे मूळ अस्तित्वच नाहीसे झाले असते.

त्यामुळे मग १९६०मध्येच मॅकडोनल्ड्सनी करारासंबंधी रेशी वाटाघाटी करण्यास सुरुवात केली. क्रॉकला कराराची मुदत ९९ वर्षांची करून पाहिजे होती. त्यांत

त्याला कार्यपद्धतीत आमूलाग्र बदल करण्याची, फ्रँचायझींशी कोणतेही व्यवहार करण्याची आणि स्वत:च्या अखत्यारीतील व नियंत्रणाखालचे स्टोअर्स उघडायची तरतूद हवी होती. यांत त्याचा संघर्ष मॅकडोनल्ड्स बंधूंचे वकील फ्रँक कॉटर यांच्याशी वारंवार होऊ लागला. तो फ्रँक कॉटरला दोनच प्रकारे ओळखत होता. जायने व अॅन्ड्र्यू मिडोजचा भाऊ म्हणून आणि स्वत:चा शत्रू म्हणून. दोघे जणू परस्परांचा अत्यंत द्वेष करत होते. मॅकडोनल्ड्स बंधू मात्र मधल्यामधे सापडले होते.

क्रॉक वा त्यांच्या वकिलांनी सुचवलेले कोणतेही बदल करण्यास कॉटर तयार नव्हता. कराराची मूळ भाषा कोणत्याही परिस्थितीत न बदलण्याबाबत तो ठाम होता. त्याबाबत तो मॅकडोनल्ड्स बंधूंचेही ऐकायला तयार नव्हता. तसे ते थोडे बदल करायला एरवी राजी झाले असते, तशी त्यांची मानसिकता होऊ लागली होती. कॉटरच्या मते, क्रॉकला कोणतेही नियंत्रण द्यायचे नव्हते. त्याने फक्त फ्रँचायझी विकण्याचे काम करावे, असे त्याला वाटत होते. त्याच्या विचाराला अर्थातच कायदेशीर बाजू होती. त्या बंधूंनी ०.५ टक्के रॉयल्टीचे समर्थन त्यांचे नाव व त्यांनी दिलेली कार्यपद्धत वापरण्यासाठी केले होते. जर त्यात रेने बदल केले, तर तो त्या बदलांवर स्वत:चे हक्क लागू करू शकला असता. मग त्याने त्या साखळी स्टोअर्सचे नाव बदलले असते, त्या फ्रँचायझींशी नव्याने करार केले असते आणि अशा प्रकारे त्या बंधूंना शह दिला असता. म्हणून कॉटरने त्या करारात मॅकडोनल्ड्स बंधूंचा नियंत्रणाचा हक्क शाबूत राहील व जर उद्या न्यायालयात प्रकरण गेले, तर त्या बंधूंची बाजू भक्कम राहील, हे पाहिले होते.

करारात मूळची एक त्रुटी होती की, तो गैरविश्वासावर आधारित होता व त्या प्रकारे उद्योग चालवणे अवघड असते. केवळ न्यायालयीन लढाईतच तो करार संपत होता. त्यांत बाजारपेठेतील परिस्थितीनुसार कार्यपद्धतीत आवश्यक ते बदल करायची तरतूद नव्हती. रेलाही ते माहीत होते व १९५४मध्ये कोणत्या परिस्थितीत त्याला तो करार करावा लागला, तेही आठवत होते व तसे आठवले की, तो संतापाने अधिक लाल होत होता. "रेला पुन: पुन्हा आमच्याकडे यायला लागू नये, म्हणून व्यवहारांवर पूर्ण नियंत्रण हवे होते. आम्ही कॅलिफोर्नियात आरामात बसून काहीही न करता मलिदा खात होतो, असे त्याला वाटत होते. आम्हाला त्याच्या भावना कळत होत्या व आम्ही त्याच्या जागी असतो, तर तसाच विचार केला असता." मॅकडोनल्ड्स बंधू म्हणाले. "पण जसे डॉक्टर सांगेल ते ऐकायला लागते, तसेच वकिलाचे आहे. तसे ऐकले नाही, तर त्यांना नेमायचे कारणच नाही."

भरपूर वाटाघाटी केल्यावर रेला थोड्या सवलती मिळाल्या. नव्या करारानुसार इमारतीच्या मूळ रचनेतील आराखडे वा दृश्य स्वरूप यांत बदल न करता थोडेफार फेरफार करता येणार होते. दुसरी सवलत होती ती मॅकडोनल्ड्स बंधूंना फ्रँचायझी

न नेमता, पण स्वत:च्या मालकीचे त्याच नावाने आणखी स्टोअर्स उघडता येणार होते. हे फार महत्त्वाचे होते. पण तरीही बाकी बाबतींत त्यांच्या परवानगीशिवाय रेला काहीही बदल करण्याचे स्वातंत्र्य नव्हते.

मात्र, रे आणि तो वकील कॉटर याच्यात खरी कटुता आली ती त्या कराराच्या मुदतीवरून. रेला ती मुदत ९९ वर्षांची हवी होती, तर कॉटरला ती फक्त २० वर्षांची. आणि ही अट ही उंटावरची शेवटची उडी ठरली. ''कॉटरला आमचा परस्परांवर किती विश्वास आहे व आमचे पूर्वापार काय संबंध आहेत, याची कल्पना नाही. त्यामुळे तो अव्वाच्या सव्वा अटी घालतोय.'' असे मॅकडोनल्ड्स बंधूंना डिक्टाफोनमधील मुद्रित संदेशाद्वारे रे म्हणाला. यानंतर मात्र मॅकडोनल्ड्स बंधूंनी कॉटरच्या विरोधाला न जुमानता ५ फेब्रुवारी १९६० रोजी रे क्रॉकबरोबर ९९ वर्षांच्या मुदतीचा देशभर फ्रँचायझी चालवायचा करार केला. पण व्हायचे ते नुकसान होऊन गेले होते. पहिल्या कराराच्या वेळी मॅकडोनल्ड्स बंधूंच्या उद्योजकतेविषयी रेला आदर होता व नंतरही त्यांचे जवळचे संबंध राहिले होते. रेला त्यांच्या सॅन बरनान्डो येथील उत्तम चाललेल्या रेस्टॉरंटच्या प्रतिकृती इतरत्र उभ्या करायच्या होत्या व त्या दिशेने रे करत असलेल्या धडपडीबद्दल त्या बंधूंना आदर वाटत होता. हळूहळू ही जवळीक थंड पडत गेली. व्यवसायाबद्दलच्या त्या बंधूंच्या नकारात्मक भूमिकेमुळे क्रॉक चिडून होता. तो त्यांच्यासाठी काय वाटेल ती धडपड करायला तयार होता. पण त्यांच्याकडून त्याबद्दलचा प्रतिसाद मिळत नव्हता. पण या नव्या करारामुळे दोन्ही बाजूंचे संबंध बर्फाहूनही थंड झाले. क्रॉक आणि सोन्नेबर्नला कार्यकारी स्वातंत्र्य मिळत नव्हते आणि तशातच त्यांचा नवा वकील बर्नार्ड याने त्यांना या कराराचा गांभीर्याने विचार करण्याचा सल्ला दिला. जर या व्यवसायात पुढे काही भव्य करायचे असेल, तर मॅकडोनल्ड्स बंधूंना दूर सारूनच ते करता येईल, हे त्यांना पटू लागले होते.

या स्वातंत्र्याच्या तीन गरजांमुळेच रेने एरवी अवघड वाटत असलेल्या त्या बंधूंच्या मागणीबाबत थोडी नरमाईची भूमिका घेतली. फक्त त्यांना पाहिजे असलेल्या २७ लाख डॉलर्स रोख रकमेबाबत त्याचा आक्षेप होता. त्याच्या मते, हा आकडा त्यांच्या क्षमतेच्या मानाने मोठा होता. क्रॉकने १००० स्टोअर्सची साखळी उभारायचा महत्त्वाकांक्षी प्रकल्प नजरेसमोर ठेवला होता आणि १९६१मध्येच २५० स्टोअर्स झाल्यावर संपूर्ण देशाचा विचार करता हे ध्येय गाठणे फारसे अवघड वाटत नव्हते. त्या वेळी त्यांची सरासरी वाढ वर्षाला १०० नव्या स्टोअर्सची होती आणि त्या वेगाने ते दशक संपायच्या आतच तो हजाराचा आकडा त्यांना सहज पार करता आला असता. जर दर वर्षी प्रति स्टोअर विक्री सध्याच्या सरासरीने २,१०,००० डॉलर्स झाली असती, तरी त्या बंधूंना १९६०च्या दशकाच्या शेवटी दर वर्षी १०

लाख डॉलर्स मिळू लागले असते.

या गणितामुळे क्रॉकला मॅकडोनल्ड्स बंधूंचा हिस्सा विकत घेण्याची घाई होती, तर त्या बंधूंनाही विकण्याची. त्यांच्या रॉयल्टीच्या मागणीत उत्पन्नावरील कराचा बोजाही होता. प्रत्येक भावाला दर वर्षी १० लाख डॉलर्स रॉयल्टी याचा अर्थ त्यांच्या कराची रक्कमही प्रचंड झाली असती. त्यांच्या मृत्यूनंतर त्या संपत्तीवरील करही प्रचंड झाला असता. "डिक, तू आणि तुझ्या भावाने निरोगी राहिले पाहिजे. जर तुम्ही पाच वर्षांत मरण पावलात, तर अंकल सॅम तुमच्या उत्पन्नाच्या पाचपट संपत्ती विचारात घेईल आणि लाखाचा कर भरणे तुमच्या बायका-मुलांना अवघड जाईल," असे एका करसल्लागाराने त्यांना सांगितले.

त्यामुळे मॅकडोनल्ड्स बंधूंनी त्याचे पुढचे रॉयल्टीचे उत्पन्न एका वेळच्या रॉयल्टी विकण्याच्या व्यवहारात बदलायचे ठरवले. कारण पहिल्या प्रकारात ५० टक्के कर जात होता, तर दुसऱ्या प्रकारात तो भांडवली गुंतवणुकीवर म्हणून २५ टक्केच जात होता. त्यामुळे रॉयल्टी सतत मिळत राहण्याचे आकर्षण, पण त्या जबरदस्त कराची भीती या कात्रीत ते सापडले व त्यांनी कमी कर जाणारा मार्ग निवडला. डिकने पुढे सांगितले की, त्यांनी घेतलेल्या निर्णयाचा त्यांना कधीही पश्चात्ताप झाला नाही. "तसे केले नसते, तर मी एखाद्या गगनचुंबी इमारतीत चार प्रकारची दुखणी घेऊन आणि ८-१० कर सल्लागारांना भरपूर पैसे देऊन सर्व कर कसा भरायचा, याची काळजी करत बसलो असतो." असे ते म्हणत असत.

"त्या बंधूंना आरामात राहायचे होते. तेवढेच त्यांचे माफक ध्येय होते. आम्हाला आर्थिक स्थैर्य हवे होते. तसे त्यांच्याकडे काही कमी नव्हते. त्यांच्याकडे कॅडिलॅकची रांग होती; पामस्प्रिंगममध्ये एक, सॅन बरनान्डोमध्ये एक आणि सान्ता बार्बारामध्येही त्यांचे एक घर होते. इतके असूनही दर वर्षी मिळणाऱ्या ५० लाख डॉलर्सचे काय करायचे, हाही त्यांच्यापुढे प्रश्न होता."

क्रॉकने हस्तांतराच्या अटी तत्त्वत: मान्य केल्यावर बर्नार्डला योग्य ते दस्तऐवज तातडीने करण्यासाठी सांगण्यात आले. हे काम चालू होत होते तोपर्यंत क्रॉक एका मोठ्या अडचणीत अडकला. जेव्हा त्याने त्या बंधूंना काही किरकोळ फेरबदलासाठी फोन केला, तेव्हा जाता-जाता त्याने सॅन बरनान्डो येथील त्यांच्या रेस्टॉरंटचा उल्लेख केला. त्यांच्या मते, त्या रेस्टॉरंटची मालकीही त्याच्याकडे येईल व मग त्यासाठी २७ लाखांचा व्यवहार किफायतशीर होईल. तिथे वर्षाला एक लाख डॉलर्सचा नफा होत होता व त्याचीच हस्तांतराची किंमत या २७ लाखांतील १/३ होत होती.

"तू काय समजतोस? सॅन बरनान्डो? ते या व्यवहारात नाही व त्याचे हस्तांतर होणार नाही," डिक म्हणाला. रे म्हणाला, "असे कसे? तसे तर आपले ठरले होते."

“नाही, मी असे कधीही म्हणालो नव्हतो.” डिक उत्तरला. “आमचे दोघां बंधूंचे ते स्टोअर आमच्या दोन कर्मचाऱ्यांना देण्याचे आधीच ठरले आहे.”

मॅकडोनल्ड्स बंधूंवर क्रॉक प्रचंड संतापला. ते स्टोअर मिळणार, हे तो गृहीत धरूनच चालला होता. “माझ्या दृष्टीने हा व्यवहार संपला आहे.” क्रॉक म्हणाला व त्याने फोन तसाच चालू ठेवला. नंतर तो आपल्या केबिनमध्ये जाऊन येरझाऱ्या घालत बसला व त्यातही आठवल्या तेवढ्या शिव्या त्या बंधूंना घालत राहिला. त्याच्या मनात तिथे असलेले काचेचे फ्लॉवर पॉट्स खिडकीतून फेकून द्यायचे होते. पण त्याने राग आवरला. त्याचे मन भूतकाळात गेले. जेव्हा-जेव्हा त्याने मूळ करारात दुरुस्त्या सुचवल्या, त्या-त्या वेळी त्यांनी त्या अडवून ठेवल्या होत्या. त्याच्याच हद्दीतील आइस्क्रीमची फ्रँचायझी त्यांनी दुसऱ्या कोणाला दिली, हे त्याला आठवले. त्यांचा तो आडमुठा वकील त्याला आठवला. आठवड्याला ७२ तास काम तो करत होता व हे बंधू आरामात पैसा कमवत होते. बऱ्याच वेळा त्याचे स्वत:चे १९६०मधले वार्षिक उत्पन्न २०००० डॉलर्स होते. त्याला आठवले की, हे बंधू शिकागोला क्वचितच आले, कारण त्यांना विमानप्रवासाचा कंटाळा होता. त्याने त्यांचा हा आडमुठा स्वभाव अनेक वर्षे सहन केला होता. आता तर ते त्याच्या विरोधातच होते. रेच्या दृष्टीने आता निर्माण झालेली दरी कधीही भरून न येणारी होती.

जरी त्याने फोनवर सांगितले तरी त्याच्या मनात तो करार रद्द करण्याचे नव्हते. “यात भरपूर पैसा ओतावा लागणार होता. मी नाव थोडेसे बदलून ‘मॅकडोगल्स’ सारखे काहीतरी ठेवून त्यांच्यावर मात करू शकलो असतो. पण मीही वृद्धत्वाकडे झुकू लागलो होतो. त्यामुळे कसेही करून तो करार करायचाच, असे मला ठरवावे लागले.” तो म्हणाला.

त्यांना द्यायचे पैसे मान्य करणे हा एक भाग, पण त्याहून अवघड दुसरा भाग म्हणजे ते पैसे उभे करायचा. त्याच्या आधीच्या वर्षी सोन्नेबर्नने उभे केलेले १५ लाख डॉलर्सचे कर्ज जर मिळाले नसते, तर त्यांना हाही करार करणे अवघड झाले असते. त्यामुळे आता पुन्हा कोणीतरी गुंतवणूकदार गाठणे, हाच मार्ग खुला होता. शिवाय त्याची व्यवस्थाही थोड्याच कालावधीत करायला हवी होती. त्यांच्या फ्रँचायझी हक्कांचे मूल्य रोज वाढत होते व असेच चालू राहिले असते, तर ती २५ लाखांची रक्कमही लहान वाटू लागली असती.

पहिल्या कर्जाचा विनियोग स्टोअर्सची वाढ करण्यासाठी करायचे आधीच ठरले होते. पण या निमित्ताने त्यांचा संपर्क ‘एस्टॅब्लिशमेंट मनी’च्या एका गटाशी आला. परत पैसे उभे करण्यासाठी सोन्नेबर्नने तो संपर्क वापरायचे ठरवले. कंपनीच्या १५ लाखांच्या कर्जाच्या झालेल्या दोन कंपन्यांबरोबरच्या कराराप्रमाणे नवे कर्ज घेताना

त्यांची परवानगी घेणे आवश्यक होते. म्हणून हॅरीने पॉल रिवेरे लाइफ इन्शुरन्सच्या जॉन गॉस्नेलशी संपर्क साधला. पण त्याने सांगितले की, असे आणखी कर्ज घेतले तर कंपनीची जोखीम वाढेल व पण त्याचबरोबर तेही मॅकडोनल्ड्सचे १० टक्के मालक होते, म्हणून त्यांचीही जबाबदारी होतीच. मग गॉस्नेलने आणखी एखादा मार्ग निघतो का, हे पाहायचे ठरवले. त्याला तसा एक गुंतवणूकदार माहीतही होता. त्याचे नाव जॉन ब्रिस्टॉल. तो मॅनहटनमध्ये राहायचा व निधी व्यवस्थापनाचे काम – विशेषत: खासगी विद्यापीठे व सेवाभावी फाउंडेशनच्या निधीचे काम करायचा. तोही थोडीफार जोखमीच्या, पण जास्ती परतावा मिळणाऱ्या कंपनीत गुंतवणुकीच्या मार्गाचा नेहमीच विचार करायचा. त्यासाठी 'एएए' श्रेणीच्या कंपन्यांची आवश्यकता नसायची. गोस्नेलला त्याच्यापेक्षा उत्तम दुसरा कोणी मिळाला नसता. ब्रिस्टॉलला मॅकडोनल्ड्सच्या स्थावर मिळकतीच्या व्यवहाराबाबत बरेच कुतूहल होते. त्याने त्याच्याकडे काम असलेल्या संस्था वा अन्य मार्गाचे पैसे पेट्रोल पंपांसारख्या प्रकल्पात गुंतवले होते. तो त्या मिळकती विकत घ्यायचा व पंप चालवण्यासाठी भाडेकरारावर द्यायचा. त्यामुळे त्याच्या न्यू यॉर्कच्या कार्यालयात बसून हॅरी सोन्नेबर्न त्याला मॅकडोनल्ड्सची कहाणी ऐकवत होता, तेव्हा तो जणू ब्रिस्टॉलची कार्यपद्धतीच सांगत होता. ब्रिस्टॉलच्या मते पूर्व अमेरिकेतील लोकांना फास्ट फूड उद्योगाविषयी फारच कमी माहिती होती आणि हॅम्बर्गरविषयी तिथे फारसे चांगले बोलले जात नव्हते. सोन्नेबर्न त्या २७ लाख डॉलर्सच्या कर्जासंबंधी बोलायला आला तोपर्यंत त्यानेही मॅकडोनल्ड्सचे नाव ऐकले नव्हते. पण हॅरीच्या स्थावर मिळकत व हॅम्बर्गरच्या एकत्रीकरणाच्या प्रयत्नाने तो प्रभावित झाला होता.

''हॅरीकडे एखाद्या गुंतवणूकदारावर कसा प्रभाव टाकायचा याची मेख होती. त्याला व्यवसायाची माहिती होती. त्याला माहीत होते की, मॅकडोनल्ड्स या स्थावर मालमत्तेच्या व्यवहारात बऱ्यापैकी गुंतवणूक करून ती मालमत्ता मग फ्रँचायझींना दीर्घकालीन करारावर द्यायची व त्यामुळे मालमत्तेवरचा कर्जाचा बोजा संपेपर्यंत त्यांना पैसे मिळवता यायचे ते त्याच मालमत्तेच्या पायावर.'' ब्रिस्टॉल म्हणाला.

शेवटी सोन्नेबर्नला त्याच्या स्थावर मालमत्तेच्या व्यवहाराची उपयुक्तता पटलेला कोणीतरी मिळाला होता. सुदैवाने, ब्रिस्टॉलकडे हॅरीला हव्या होत्या तेवढ्या रकमेची व्यवस्था होत होती. त्याच्याकडे त्या वेळी प्रिन्स्टन युनिव्हर्सिटीच्या निधीचे व्यवस्थापन होते व त्याचे मूल्य १० कोटी डॉलर्सहून अधिक होते. त्याशिवाय कोल्बी कॉलेज, हार्वर्ड युनिव्हर्सिटी, सिराकस युनिव्हर्सिटी इन्स्टिट्यूट ऑफ ॲडव्हान्स्ड स्टडीज, प्रिन्स्टन आणि स्वार्थमोर कॉलेज वगैरेंच्या निधीचे व्यवस्थापन तो पाहायचा. त्याशिवाय अनेक सेवाभावी न्यासांच्या निधी व्यवस्थापनाचे कामही त्याच्याकडे होते. त्यांत गुडविल होम असोसिएशन, दि सॅम्युएल फेल्स फंड, दि न्यू वर्ल्ड

फाउंडेशन (हे सायरस मॅक्‌कॉर्मिकच्या नातीने स्थापन केले होते) आणि बुलेटिन कॉन्ट्रिब्युशनशिप ह्या ओल्ड फिलाडेल्फियाचे सेवाभावी न्यास यांचेही काम त्याच्याकडे होते. त्याशिवाय शार्पलेस कॉर्पोरेशन (नंतर पेनवॉल्टचा भाग आलेल्या) चा पेन्हान फंड व जे वॉल्टर थॉम्पसनचा प्रॉफिट शेअरिंग फंड यांचेही काम करायचा. या सर्वांत फारच विविधता होती व त्यांना एटी ॲन्ड टीसारख्या मजबूत व सुरक्षित कंपन्यांत निधी गुंतवणे बरे वाटायचे. पण हॅरी सोन्नेबर्नशी बोलणे झाल्यावर ब्रिस्टॉलने आपल्या बारा प्रमुख ग्राहकांना मॅकडोनल्ड्‌सच्या त्या २७ लाख डॉलर्सच्या कर्जासाठी शिफारस केली. तसा हॅरी कोणीतरी पूर्व अमेरिकन गुंतवणूकदार शोधायच्या मागे तीन वर्षे होता व आता ब्रिस्टॉलच्या रूपाने त्याला हुकमी एक्का मिळाला. हे ग्राहक गेली सुमारे १० वर्षे चाकोरीच्या मार्गाने कर्जे देऊन पैसे मिळवत होते व आता फास्ट फूडच्या या उगवत्या नव्या व्यवसायात पैसे गुंतवण्यासाठी ब्रिस्टॉल त्यांना आवाहन करत होता. ब्रिस्टॉलने मग एक योजना आखली. त्यानुसार प्रिन्स्टन १० लाख डॉलर्स देणार होते व उरलेले १७ लाख इतर ११ जण घालणार होते. त्यांना ते पटवून देण्यासाठी त्याने मॅकडोनल्ड्‌सच्या आर्थिक व्यवहाराचा उत्तम अहवाल तयार केला. त्यात त्याने लवकरच या कंपनीची देशभर १५००च्या वर स्टोअर्स होतील, असा अंदाज वर्तवला. त्यानंतर त्याने गुंतवणुकीवरच्या बोनसचाही विचार असणारी योजना आखली. त्यानुसार १५ वर्षांतील २७ लाख डॉलर्सच्या गुंतवणुकीला गुंतवणूक करणाऱ्यांना ७१ लाख ते ९० लाख डॉलर्स परत मिळतील, असे म्हटले होते. हा म्हणजे १५० ते २२५ टक्के परतावा होत होता.

ब्रिस्टॉलने जोरदार शिफारस केल्याने सर्वांकडून त्याला संमती मिळाली. मग सगळे पुढच्या तयारीला लागले. क्रॉक आणि त्याच्या सहकाऱ्यांनी या ब्रिस्टॉलच्या या १२ गुंतवणूकदारांचे टोपणनाव ठेवले – '१२ प्रेषित'! तसा आनंद होणे स्वाभाविक होते. सोन्नेबर्नने सर्व अडचणींवर मात करून मॅकडोनल्ड्‌ससारख्या छोट्या कंपनीला एवढे मोठे कर्ज मिळवून दिले. शिवाय, ज्या पद्धतीने या १२ प्रेषितांकडच्या कर्जाची जुळवणी झाली होती, ती तर आगळीवेगळी होती. या गुंतागुंतीच्या खासगी कर्ज प्रकरणात अनेक बाबींचा गुंता होता. शिवाय या २७ लाखांच्या कर्जाने अनेक उद्दिष्टे साध्य झाली. त्यांत शेअर्सच्या सहभागाचा भाग नव्हता. कारण क्रॉक, मार्टिनो आणि सोन्नेबर्न या तिघांनाही शेअरधारकांची संख्या वाढवायची नव्हती. त्याऐवजी त्यांनी बोनस देण्याची पद्धती स्वीकारली. त्यामुळे त्या गुंतवणूकदारांना कर्ज देण्यासाठी आमिष मिळाले आणि मॅकडोनल्ड्‌सला ते लवकर परत करण्यासाठी उत्तेजन मिळाले. शिवाय, त्यामुळे मॅकडोनल्ड्‌सच्या रोख शिलकीचे प्रमाण वाढले.

या करारात मॅकडोनल्ड्‌सला सहा टक्के दराने २७ लाख डॉलर्सचे कर्ज

मिळणार होते आणि एकूण खाद्यपदार्थ विक्रीच्या ०.५ टक्के एवढ्या रकमेने त्याची परतफेड दरमहा करायची होती. जवळजवळ तेवढीच रक्कम एवीतेवी मॅकडोनल्ड्स बंधूंना रॉयल्टीच्या रूपाने जात होतीच. एकूण कर्जाची रक्कम व त्यावरचे व्याज याच्या परतफेडीसाठी लागणाऱ्या वेळेच्या प्रमाणानुसार त्यांना द्यावयाच्या बोनसची रक्कम ठरणार होती व ती साधारणपणे प्रतिमास ०.५ टक्के इतकी एकूण विक्रीच्या आकड्यांनुसार होत होती. म्हणजेच जर सहा वर्षांत मूळ रक्कम व त्यावरील व्याज यांची परतफेड होणार असेल, तर आणखी आठ वर्षे बोनस मिळत राहिला असता आणि ज्या पद्धतीने विक्री वाढत होती ती पाहता, मूळ रक्कम व त्यावरील व्याज यापेक्षा बोनसची रक्कम कितीतरी पट अधिक झाली असती. सोन्नेबर्नचा हिशेबनीस रिचर्ड बॉयलरने या कर्ज प्रकरणात आणखी जुळणी केली व त्यामुळे कंपनीची रोख रकमेची परिस्थिती सुधारली. त्याने असे सुचवले की, एकूण देण्यापैकी जोपर्यंत २० टक्के मूळ रक्कम व व्याज देणे पूर्ण होत नाही तोपर्यंत मॅकडोनल्ड्सने लांबवावे. कर्ज व व्याज या परतफेडीत ०.५ टक्के हा दर कायम राहील; पण त्यांपैकी ०.४ टक्के मॅकडोनल्ड्स ताबडतोब देईल व उरलेला ०.१ टक्का राखून ठेवेल व नंतर देईल. म्हणजेच रॉयल्टीच्या रूपाने मॅकडोनल्ड्स बंधूंना जेवढे पैसे दरमहा जात होते, त्याच्यापेक्षा २० टक्के पैसे राखून ठेवून उद्योगासाठी वापरता येत होते आणि या कर्ज प्रकरणाने सोन्नेबर्नने जणू प्रचंड क्रांतीच घडवून आणली. काही दिवस सोन्नेबर्न आपल्या कुटुंबासह लास वेगासला गेला. या प्रकरणातील त्याचे सहकारीही त्याच्यासोबत होते. या सर्वांनी तिथे काही दिवस मनमुराद मजा केली.

पण ही मजा अल्पजीवी ठरली. त्यांना तिथेच ज्यून मार्टिनोचा आणीबाणीचा फोन कॉल आला. कर्जाचे हे प्रकरण मृतवत झाले होते. त्या '१२ प्रेषितां'च्या अधिकाऱ्यांच्या समितीने न्यू यॉर्कमध्ये बैठक घेतली होती. ती खरे म्हणजे या सर्व कर्जांना अधिकृत मंजुरी देण्यासाठी होती. पण तिथे त्यांनी ठरवले की, फास्ट फूडसारखा उद्योगात असे कर्ज देणे फारच जोखमीचे होते.

सोन्नेबर्नने मग तातडीने ब्रिस्टॉलला फोन लावला व दुसऱ्या दिवशीच वॉल स्ट्रीटवर या गुंतवणूकदारांच्या गटांच्या प्रतिनिधींची तातडीची बैठक बोलवायला सांगितले. त्याने रात्रीचे विमान गाठले, विमानातच त्या सर्वांना पटेल अशा तऱ्हेने एक निवेदन त्याने तयार केले. हा उद्योग, त्यांतील संभाव्य उत्कर्ष व उत्पन्न याविषयीच्या माहितीचे तक्तेही तयार केले. या कर्जामुळे त्यांची मॅकडोनल्ड्स बंधूंच्या जाचातून कशी सुटका होणार होती, हे त्याने त्यात दाखवले होते. शिवाय बर्गर शेफ, बर्गरकिंग आणि केंटुकी फ्राइड चिकन यांसारख्या स्पर्धकांवर मात करणे कसे शक्य होणार होते त्याचेही विवेचन होते; कारण हे सर्व स्पर्धकही देशव्यापी

साखळी दुकाने काढायच्या मार्गावर होते.

सोन्नेबर्न सकाळी ९ वाजता न्यू यॉर्कला पोहचला. त्याने दाढी केली नव्हती व रात्रभर या तयारीत असल्याने त्याची झोपही झाली नव्हती. त्याने हेलिकॉप्टर शटल पकडले व तो १० वाजताच्या बैठकीकरता हजर झाला. ही बैठक डीन मॅथी या गुंतवणूकदार बँकरच्या वॉल स्ट्रीटवरच्या कार्यालयात होती. त्याची खासियत तेल खाणींच्या व्यवहारात होती. लुइझियाना राज्यातील जमिनींचे व्यवहार व तेलखाणींचा पसारा यात ती अधिक होती. त्या काळातील ती सर्वाधिक गुंतवणुकीची देशातील क्षेत्रे होती. मॅथी हा प्रिन्स्टन युनिव्हर्सिटीच्या गुंतवणूक समितीचा अध्यक्ष होता. त्याने आल्या-आल्या सोन्नेबर्नला पाहिले व ओळखले की, तो अडचणीत होता. "तुला एखादे मद्य हवे का?" असे मॅथीने त्याला विचारले. सोन्नेबर्नला तो हे का विचारतोय व त्यामागे त्याचा काही डाव नाही ना, अशी शंका आली. कारण सकाळच्या वेळी मद्य देऊ करणे, तसे विरळाच! त्याने ताबडतोब या कर्जाला कोणी अडथळा आणलाय, ते ओळखले. मॅथीच म्हणाला, "आम्ही हे कर्ज नाकारतोय, कारण फास्ट फूडसारख्या उद्योगातल्या कंपन्यांना कर्ज देण्याचे आमचे धोरण नाही. कारण अशा उद्योगातील दिवाळखोरीची टक्केवारी प्रचंड आहे."

सोन्नेबर्नने अशा प्रकारच्या शंका वा आक्षेप यापूर्वी भरपूर वेळा ऐकले होते व तो त्यांना उत्तर द्यायला तयारच होता. तो म्हणाला, "मि. मॅथी, तुम्हाला मॅकडोनल्ड्सचा खरा उद्योग काय आहे, हे समजलेलेच नाही. आम्ही फास्ट फूडच्या नव्हे, तर स्थावर मालमत्तेच्या व्यवहाराच्या उद्योगात आहोत. आम्ही १५ सेंटमध्ये हॅम्बर्गर द्यायची योजना अशाकरता राबवतो की, त्यातून मिळणाऱ्या उत्पन्नामुळे आमचे फ्रँचायझी आम्हाला आमचे भाडे व्यवस्थितपणे देऊ शकतात. एवढ्या मोठ्या प्रमाणावर पैसा जमवणे अन्य उद्योगांत इतक्या झटपट जमत नाही आणि आमचे सर्व भाडेकरार हे विक्रीच्या टक्केवारीवर आधारित असतात. आमच्या एकेका स्टोअर्सचे विक्रीचे आकडे पाहा, म्हणजे मी काय म्हणतोय ते आपल्याला पटेल."

जवळजवळ तासभर त्याने स्थावर मिळकतीचे व्यवहार, त्यातली मॅकडोनल्ड्सची गुंतवणूक, त्यावरचे परतावे, त्याची व्याप्ती व त्यातले उत्पन्न यावरच जोर दिला आणि फास्ट फूडच्या बाजूचा उल्लेख ओझरता, केवळ भाडे देण्याची परिस्थिती निर्माण करण्याचे साधन म्हणूनच केला. त्याची ही पद्धत व विचारसरणी रे क्रॉकच्या अगदी विरुद्ध होती, कारण रेला खाद्यपदार्थांच्या उद्योगाविषयी अधिक आपुलकी होती. फास्ट फूडच्या उद्योगाच्या प्रेमात क्रॉक पडला होता; तर सोन्नेबर्न तसा प्रेमात वगैरे पडला नव्हता.

पण सोन्नेबर्नचा दृष्टिकोनच मॅथी आणि इतरांना भावला. हे सर्व ऐकून झाल्यावर सोन्नेबर्न म्हणाला, "मित्रांनो, मी रात्रभर जागा आहे. मला जरा टॉयलेटला

जायला हवे.'' सोन्नेबर्न धरूनच चालत होता की, हे कर्ज हातातून निसटले आहे. पण तो टॉयलेटहून परत आल्यावर मॅथीने त्याला सांगितले, ''आम्ही तुला जास्त प्रतीक्षेत ठेवायचे नाही, असे ठरवले आहे. तू उत्तम वकिली केली आहेस. तुझे कर्ज आम्ही मंजूर केले आहे.''

काही दिवसांतच मॅकडोनल्ड्स बंधू त्यांना मिळालेले १० लाख डॉलर्सचे चेक्स सर्वांना दाखवत होते. व्यवहार पूर्ण झाल्यावर गेल्या सात वर्षांत या बंधूंच्या वागण्यामुळे आलेले नैराश्य घालवण्यासाठी क्रॉकने लॉस एंजलीसचे विमान पकडले आणि त्या बंधूंच्या एका ड्राइव्ह-इनपासून जवळच जागा मिळवून मॅकडोनल्ड्सच्या नव्या स्टोअरची उभारणी केली. त्याचा एकच उद्देश होता – ते मॅकडोनल्ड्स बंधूंचे स्टोअर बंद पाडणे. लवकरच त्यांना दुकानावरची मॅकडोनल्ड्सची पाटी काढावी लागली व तिचे नाव मग 'बिग एम' असे ठेवावे लागले, कारण मॅकडोनल्ड्स नावावर आता क्रॉकच्या कंपनीची मालकी होती.

पश्चिम किनाऱ्यावर जागेच्या शोधात असताना त्या बंधूंचा पहिल्यापासून फ्रँचायझी असलेल्या आर्ट बेन्डर या फ्रेन्सोमधल्या माणसाशी त्याची भेट झाली. त्याला क्रॉकच्या नैराश्याची कल्पना आली, कारण त्या बंधूंचा स्वभाव त्याला प्रथमपासून माहीत होता. या बंधूंनी त्यालाच डेस प्लेन्समधले रेचे स्टोअर उघडायला व त्याची घडी बसवायला पाठवले होते. बोलताना रे त्याला म्हणाला, ''आर्ट, मी तसा सूडबुद्धीचा नाही; पण आता मात्र मी या बंधूंना जन्मभर आठवण राहील असा धडा शिकवणार आहे.''

क्रॉकचाही एक मार्ग होता. ज्या जागी बंधूंनी पहिले स्टोअर उघडले – त्याच्या त्या पांढऱ्या व तांबड्या विटांची रंगसंगती दिली – ती कमान, तिची खूण केली – तिथून जवळच रेने आपले अगदी तसेच सर्व असलेले मॅकडोनल्ड्स उघडले. फरक इतकाच की, आता मॅकडोनल्ड्स नाव व ती कमान यावर त्याचा अधिकार होता. बऱ्याच जुन्या ग्राहकांना वाटले की, मूळ दुकानाने जागा बदलली व त्यांनी तिकडे जायला सुरुवात केली. मूळ दुकानात केवळ दोनच मूळचे कर्मचारी होते व तिथली विक्री घटत चालली होती. रेचे स्टोअर १९६२मध्ये सुरू झाले. जुने स्टोअर १९६७मध्ये बंद करावे लागले. ज्या स्टोअरने फास्ट फूडच्या उद्योगाची मुहूर्तमेढ रोवली, ज्याने १९५०च्या दशकात वर्षाला ४ लाख डॉलर्सच्या विक्रीचा आकडा गाठला; तो १९६८मध्ये ८१,००० डॉलर्सवर आला. मॅकडोनल्ड्स बंधूंनी ते स्टोअर १९६८मध्ये नील बेकर या उद्योजकाला विकले. तो तिथे स्थानिक पातळीवर तयार केलेले खाद्यपदार्थ हॅम्बर्गर व टेको विकायचा. पण त्याचेही नशीब तिथे उजळले नाही व त्याने ते १९७७मध्ये बंद केले. मग तिथे म्युझिक बॉक्स हे म्युझिक स्टोअर चालू झाले. मूळच्या स्टोअरची फक्त ती लाल-पांढरी इमारत ही खूणच

शिल्लक राहिली, पण त्यावरही ती प्रसिद्ध कमान नव्हती.

त्या बंधूंचे पुढे काय झाले? मॅक (मॉरिस) हा १९७१मध्ये मरण पावला. तो कार्यपद्धती विकसित करणारा तज्ज्ञ होता. रिचर्ड (डिक) हा विपणन (मार्केटिंग) तज्ज्ञ होता. तो बेडफोर्डमध्ये (न्यू हॅम्पशायर) राहू लागला. पण त्याला मिळालेल्या १० लाख डॉलर्सपेक्षा जर ते त्या उद्योगात राहिला असता, तर भरपूर कमावता झाला असता. त्याला अन्य काहीही मिळाले नाही.

जर त्यांनी त्यांचे ०.५ टक्के मिळकतीचे हक्क विकले नसते व त्याऐवजी ९९ वर्षांच्या कराराने दिले असते, तर ते देशातले अत्यंत श्रीमंत गृहस्थ बनले असते. अगदीच नाही तर निदान रे क्रॉकइतके तर नक्कीच श्रीमंत झाले असते. त्यांनी हक्क विकल्यावर (१९६१मध्ये) पुढे मॅकडोनल्ड्सची विक्री १९८ कोटी डॉलर्सवर पोहोचली. त्यावर मॅकडोनल्ड्स बंधूंना डॉलर्समध्ये ९.९ कोटी रॉयल्टी प्रतिवर्षी मिळाली असती व ते प्रमाण वाढतच गेले असते. पण रे क्रॉकने ते हक्क विकत घेऊन त्यांनी त्याला दिलेल्या वागणुकीचा पुरेपूर बदला घेतला.

दुसरे महत्त्वाचे म्हणजे, क्रॉकच्या कंपनीला आपली धोरणे ठरवण्याचे स्वातंत्र्य मिळाले. अर्थात, ते स्वस्तात मिळाले नव्हते. त्यांनी २७ लाखांचे कर्ज साडेपाच वर्षांतच म्हणजे मूळ मुदतीच्या तीन वर्षे आधीच फेडले, तरी त्यावरच्या बोनसची रक्कम १.४ कोटी डॉलर्स झाली. पण वाढीचे, नवे खाद्यपदार्थ विकसित करण्याचे व कंपनीच्या स्टोअर्सचे रूप अधिक आकर्षित करण्याचे स्वातंत्र्य मिळाल्याने झपाट्याने वाढ झाली; अन्यथा इतर डझनभर फास्ट फूड साखळी दुकानांची ज्या प्रकारे वाट लागली, तीच गत त्यांचीही झाली असती. थोडक्यात, मॅकडोनल्ड्सची पूर्णत: खरेदी करणे आणि या उद्योगावर आपले जागतिक वर्चस्व सिद्ध करणे, अशी, दुहेरी अप्रतिम संधी २८ डिसेंबर १९६१ रोजी क्रॉकने मिळवली.

त्या वेळी अन्य डझनभर साखळी स्टोअर्सचे खाद्यपदार्थ उद्योग अस्तित्वात होते व त्यांनी दूरवरचा विचार केला असता, तर त्यांपैकी अनेकांना आपले वर्चस्व प्रस्थापित करता आले असते. त्या वेळी ५४ राज्यांतील मॅकडोनल्ड्सच्या ३२३ स्टोअर्सपैकी २/३ केवळ ग्रेट लेक्स परिसरात होती व देशभर आपले वर्चस्व प्रस्थापित करण्यापासून मॅकडोनल्ड्स 'बहोत दूर थी'. देशातल्या अनेक संभाव्य ग्राहकांना मॅकडोनल्ड्सचे नावही माहीत नव्हते. पण स्वातंत्र्य मिळाल्यावर मॅकडोनल्ड्सने सर्व हस्तगत करण्यात अजिबात वेळ दवडला नाही व पुढच्या काही काळातच केवळ देशच नव्हे; तर सर्व जग पादाक्रांत केले.

भागीदार

या कंपनीच्या खरेदी व्यवहारामुळे रे क्रॉकला मॅकडोनल्ड्सच्या फ्रँचायझी स्टोअरच्या उद्योगावर पूर्ण नियंत्रण मिळवता आले. त्याच्या प्रत्यक्ष कार्यक्षेत्रात काम करणाऱ्या अधिकाऱ्यांनी अपूर्व अशी कार्यकारी शिस्त बसवली. त्याची फ्रँचायझी योजना अत्यंत काटेकोर होती. त्यांना फक्त एकाच स्टोअर्सची कार्यकक्षा दिली होती, संपूर्ण क्षेत्र दिलेले नव्हते आणि त्यांचे काम समाधानकारक असेल, तरच त्यांना दुसरे स्टोअर दिले जायचे. अधिकाऱ्यांनी कामातील सर्व प्रमाणके व दर्जा काटेकोररीत्या अमलात आणला. हॅरी सोन्नेबर्नने स्थावर मिळकतीचे नियंत्रणही त्यांच्याकडे दिले होते व विशेष म्हणजे कंपनीची आर्थिक परिस्थिती इतकी सुधारली होती की, त्यांना गुंतवणूकदारांच्या वा कर्जदारांच्या मेहरेबानीवर अवलंबून राहावे लागणार नव्हते.

एक प्रकारे १९६०मध्ये मॅकडोनल्ड्स आणखी एक झेप घ्यायला सज्ज झाली होती. ती म्हणजे, काही रेस्टॉरंटची पूर्ण नियंत्रणाची पद्धत – मालक म्हणून आणि चालवणारे म्हणून – त्यांच्याकडे होती. मॅकडोनल्ड्सने १९५९मध्ये एका फ्रँचायझीची रेस्टॉरंटची मालकी स्वत:कडे घेण्याचा प्रयोग केला होता. ते होते मिसुरीमधील ब्रेंटवूड येथील मिलो क्रॉकचे. तो रेचा दूरचा नातेवाईक होता. पण एक वर्षानंतर मॅकडोनल्ड्सने चारांपैकी आपले पहिले 'मॅक ऑपको' (McOpCo – मॅकडोनल्ड्स ऑपरेटिंग कंपनी) रेस्टॉरंट उघडले ते ओहिओ राज्यातील कोलंबसमध्ये. एका शॉपिंग सेंटरच्या विकसनकर्त्याने त्यांना एका अटीवर चार जागा देऊ केल्या होत्या – ही रेस्टॉरंट्स कंपनीने स्वत: चालवावीत, रेस्टॉरंटमार्फत नव्हे. रे क्रॉकने ते मान्य केले, कारण सोन्नेबर्नला तो स्थावर मिळकतीचा व्यवहार आवडला होता आणि फ्रेड टर्नरलाही अशी कंपनीच्या स्वत:च्या मालकीची काही रेस्टॉरंट्स हवी होती. ती

प्रत्यक्ष कार्यक्षेत्री काम करणाऱ्या अधिकाऱ्यांना व फ्रँचायझींच्या कर्मचाऱ्यांना प्रशिक्षण देण्यासाठी उपयुक्त ठरली असती.

पण रे क्रॉकला असेही वाटले की, अशी स्वत:च्या मालकीची रेस्टॉरंट्स असण्याने फ्रँचायझींनाही असा संदेश जाईल की, स्वत:चा कारभार सुधारणे व स्वच्छता राखणे आता अत्यावश्यकच आहे. खरेतर व्यावहारिक मर्यादांमुळेच रे क्रॉकला सर्वच स्टोअर्स आपल्या मालकीची ठेवणे आजपर्यंत शक्य झाले नव्हते. ''जर आम्ही आमच्या मालकीची सर्व रेस्टॉरंट्स आर्थिक व व्यावहारिकदृष्ट्या उत्तम वाढवू शकण्याच्या क्षमतेचे असतो, तर आम्हाला फ्रँचायझींचा मार्ग चोखाळावा लागला नसता.'' अगदी कितीही चांगला फ्रँचायझी असला, तरी तो कंपनीच्या स्वत:च्या मालकीच्या रेस्टॉरंटइतका चांगला ठरू शकला नसता. कारण त्याने पैसा घातला की, त्याला स्वत:ला कंपनीत काही म्हणणे मांडण्याचे स्थान असावे, असे वाटतेच, असे मॅकडोनल्ड्स बंधूंच्या फारकतीपूर्वी रे क्रॉक म्हणाला होता.

कंपनीच्या मालकीची दुकाने ही कल्पना रम्य असली, तरी त्याचे खरे महत्त्व म्हणजे, रे क्रॉक आपल्या '२२१ नॉर्थ, ला साले' या इमारतीमधील २०व्या मजल्यावरील कार्यालयात बसून आपल्या मनातल्या कल्पना तिथे राबवू शकत होता, याचे होते. जरा दूर राहून विचार केला, तर मध्यवर्ती नियंत्रण हा रे क्रॉकचा आवडीचा विषय होता.

पण खोलात जाऊन पाहिले, तर त्याचा तेवढाच उद्देश नव्हता. क्रॉकने अशी स्वत:च्या मालकीची स्टोअर्स चालवणाऱ्यांवर जेवढ्या प्रमाणात नियंत्रण मिळवले, तेवढ्या प्रमाणात त्याला ते फ्रँचायझींच्या स्टोअर्सवर मिळवता आले नसते. पण बाजारपेठेशी संबंध ठेवताना क्रॉकचे अंतर्मन त्याला सांगत होते की – उद्योगाची वाढ, जाहिरात, नव्या पदार्थांची निर्मिती वगैरे गोष्टी केवळ कंपनीचे अधिकारी करू शकणार नाहीत. जर मार्केटिंगमध्ये यशस्वी व्हायचे असेल, तर प्रत्येक बाजारपेठेच्या गरजेप्रमाणे तिथे व्यवहार करायला हवेत. त्यामुळे अशा कल्पना त्या-त्या बाजारपेठेत काम करणाऱ्या तळागाळातल्या माणसांकडून यायला हव्यात; कंपनीच्या कार्यालयातील वातानुकूलित कक्षात बसून नव्हे. म्हणून त्याला असे वाटले की, याबाबत आपले व्यावसायिक भागीदार – फ्रँचायझी व पुरवठादार यांना हाताशी धरले पाहिजे.

त्याला दोन कारणे होती. एकतर राष्ट्रीय फास्ट फूड साखळीच्या कार्याचे विस्तृत विपणन – मास मार्केटिंग हे शास्त्र नाही, तर एक कला आहे; ती कुणाला फारशी माहीत नाही. जेव्हा १९५०च्या आसपास मॅकडोनल्ड्सने आपल्या टीव्हीवरील जाहिरातीची सुरुवात केली, तेव्हा या क्षेत्रात अन्य कोणीही नव्हते. टीव्ही वा अन्य कोणत्याही प्रकारे रेस्टॉरंट्स जाहिरात करत नसत. ग्राहकांकडून होणारा तोंडी प्रचार हाच जाहिरातीचा महत्त्वाचा स्रोत होता. 'यलो पेजेस'मधील छोट्या जाहिराती वा

दुकानांसमोरील काळे फळे ही जाहिरातीची माध्यमे होती. या फळ्यांवर खडूने लिहिले जायचे. हाच जाहिरातीचा मुख्य मार्ग होता. त्यामुळे विपणनात नवनव्या कल्पना आल्या तर उत्तम होईल, असे रे क्रॉकला वाटले.

पण जाहिरात व नव्या खाद्यपदार्थांचा शोध याबाबत आपल्या भागीदारांवर अवलंबून राहण्यात रेचा पुरोगामी दृष्टिकोनही होता. मॅकडोनल्ड्सच्या अधिकाऱ्यांनी कार्यपद्धती व अर्थकारण यांच्या विकासात भरपूर वेळ दिल्याने त्यांचे विपणनाकडे दुर्लक्ष झाले होते. त्याला स्वत:लाही या दोन्ही क्षेत्रांतील फारशी जाण नव्हती. फक्त समोरासमोर बसून ग्राहकाला आपल्या वस्तू विकण्यात तो तरबेज होता. जाहिरातीच्या माध्यमाचा कसा समर्पक उपयोग करावा, याबाबत तो अनभिज्ञ होता व कंपनीने तसा उपयोग करायचे ठरवले, त्या वेळी तो त्यात फारसा गुंतलाही नव्हता.

नवे पदार्थ विकसित करण्याचा क्रॉकचा प्रयत्न सतत चालू होता, तरी त्यातही त्याच्या पदरात सातत्याने घोर निराशेशिवाय काही पडत नव्हते. असे नवे खाद्यपदार्थ यादीत घालण्याने मॅकडोनल्ड्सविषयी आकर्षण वाढले असते; पण त्यातून अपयशाखेरीज काही हाती लागत नव्हते.

क्रॉकला नेहमी वाटायचे की, मॅकडोनल्ड्सच्या मेन्यूत जर मुख्य पदार्थांनंतर खायचा एखादा गोड पदार्थ घातला (त्याला 'डेझर्ट' म्हणतात), तर त्याचे आकर्षण वाढेल. त्याच्या मनात ब्राउनीज, स्ट्रॉबेरी, शॉर्टकेक आणि पाउंड केकसारखे पदार्थ होते. त्याने जेव्हा पाउंड केकचा विचार केला, तेव्हा त्याने अंदाज केला की, रोज किमान १००० केक विकले जातील. पण त्यांची विक्री कधीही तेवढी झाली नाही व मग तो पदार्थ मेन्यूतून काढून टाकण्यात आला. मग त्याने पूर्व युरोपात लोकप्रिय असलेला 'कोलाकी' हा पदार्थ मेन्यूत घालण्याचा प्रयत्न केला. पण अमेरिकन ग्राहकांत तो लोकप्रिय झाला नाही.

मग त्याला वाटले की, बरेच लोक शुक्रवारी 'डुकराचे मांस' खात नाहीत. मग ते नसलेला आणि अननस व चीजचे दोन तुकडे असलेला भाजलेला बन करण्यात आला. त्याचे नाव त्याने 'हुलाबर्गर' असे हॅम्बर्गरला जवळचे ठेवले. पण तोही अपयशी ठरला. तसा तो एक 'उत्कृष्ट' विक्रेता म्हणून ओळखला जायचा, पण हा नवा पदार्थ लोकप्रिय करण्याबाबत तो अपयशी ठरला.

शिवाय त्याने जेवढ्या उत्साहाने कार्यपद्धती बसवणारे वा स्थावर मालमत्तेत काम करणारे अधिकारी तयार केले, तेवढे या विपणन क्षेत्रात तो तयार करू शकला नाही. कंपनीचा पहिला विपणन प्रमुख होता डॉन कॉनली. पण त्याचे पहिले काम होते लायसेन्सिंग उपाध्यक्षपदाचे व दुसरे कंपनीचा पायलट म्हणून काम करायचे. विपणनक्षेत्रात त्याचे काम काही जाहिराती देणे वा जाहिरात फलक तयार करणे व त्याचबरोबर थेट पत्रे पाठवून लोकांना माहिती देणे, हे होते. त्यांपैकी काहींमध्ये

ऑस्टिन व्हाइट या चित्रकाराच्या चित्रांचा समावेश असायचा. तसे काम ऑस्टिन कोका-कोलासाठीही करायचा. मॅकडोनल्ड्सने त्याच्या पाच चित्रांकरता एक लाख डॉलर्स दिले; पण कंपनीची उलाढाल पाहता ती काही फार मोठी रक्कम म्हणता येत नव्हती. शिवाय कंपनी जाहिरातीचे काम स्वत: न करता ते फ्रँचायझीमार्फतच व तेही त्यांच्या क्षेत्रातील स्थानिक वृत्तपत्रांद्वारेच केले जात होते.

आता मॅकडोनल्ड्सचे नाव टीव्हीवरील जाहिरातक्षेत्रात आक्रमक जाहिरातदार म्हणून घेतले जाते, पण पहिल्या दशकात तरी तो अगदीच मामुली जाहिरातदार होता. कंपनीने १९६१मध्ये जाहिरात विभागाचा पहिला संचालक नेमला, तो म्हणजे जॉन हॉर्न आणि १९६३मध्ये कंपनीने पहिल्यांदा एक पूर्ण पान जाहिरात दिली, ती रिडर्स डायजेस्टमध्ये व तेही कंपनीचा शेअर इश्यू रुजू करण्याच्या आधी! तोपर्यंत त्यांनी टीव्हीवरही कधी जाहिरात केली नव्हती. पहिल्यांदा ३० सेकंदांच्या दोन जाहिराती टीव्हीवर केल्या, त्यात 'आर्ची मॅकडोनल्ड्स' हे पात्र मॅकडोनल्ड्सच्या काउंटरभोवती नाचताना दाखवले होते. तसेच 'स्पीडी' नावाचे पात्र मॅकडोनल्ड्स बंधूंनी फार पूर्वी तयार केले होते व ते ड्राइव्ह-इन रेस्टॉरंटच्या माहितीफलकावर लावले होते. पण हॉर्नने त्याचे स्वरूप आणि नावही बदलले. कारण ते पहिले पात्र 'स्पीडी' हे स्पीडी अल्का सेटझरशी साम्य असलेले होते व ते कोणालाही हवेसे वाटत नव्हते. शिवाय ही नवी जाहिरात स्थानिक टीव्ही चॅनेलवर काही फ्रँचायझी त्यांच्या सोईनुसार दाखवायचे. मॅकडोनल्ड्सने १९६४मध्ये पहिल्यांदा 'डी आर्ची ॲडव्हर्टायझिंग' या कंपनीला आपले अधिकृत प्रतिनिधी म्हणून नेमले आणि १९६७मध्ये प्रथमच राष्ट्रीय पातळीवरील जाहिरातीचा पहिला कार्यक्रम आखला व त्याच वर्षी पहिल्यांदा आपले स्वतंत्र विपणन खाते चालू केले.

असे असूनही कंपनीने आपले भागीदार फ्रँचायझींना या क्षेत्रात काम करण्यासाठी उद्युक्त केले. क्रॉकने प्रथमच राष्ट्रीय पातळीवर फास्ट फूड साखळी स्टोअर्सची मालिका विकसित केली होती व नवनिर्मितीचा अंश असलेल्या कल्पक जाहिरातींच्या अभावी ती वाया घालवायची त्याची इच्छा नव्हती. कार्यकारी कार्यपद्धतीत समानता असावी, याबाबत क्रॉकने आग्रही भूमिका घेतली होती. तसेच नवनवे प्रयोग करावेत व त्यातून नवे पदार्थ विकसित करावेत, नव्या कार्यपद्धती सुचवाव्यात – याकरता तो उत्तेजन द्यायचा. पण ते बव्हंशी स्थानिक पातळीवर असायचे. सन १९५९पर्यंत फ्रँचायझींनी त्यांच्या उत्पन्नाच्या २.५ टक्के खर्च जाहिराती व विक्रीतील वाढ यांवर करावा, याबाबत तो आग्रही असायचा. पुढे हे प्रमाण चार टक्क्यांवर गेले व असा आग्रह धरणारी ती या क्षेत्रातील पहिली कंपनी ठरली. आक्रमक पद्धतीने जाहिरात व्हावी यासाठीही तो आग्रह धरायचा. नियतकालिकातील मॅकडोनल्ड्सच्या जाहिरातींसाठी शिकागोच्या 'कूपर, बर्न्स ॲन्ड गोलिन' या फर्मला हे काम १९५७मध्येच त्याने

दिले. त्यांची फी महिना ५०० डॉलर्स ठरवली. तशी ही रक्कम इतरांच्या दृष्टीने मोठी नव्हती, पण मॅकडोनल्ड्सच्या दृष्टीने होती; कारण त्यांचे त्या वेळचे वार्षिक उत्पन्न होते २,४३,००० डॉलर्स आणि केवळ वृत्तपत्रात नाव येण्यासाठी एवढी रक्कम देणे हा मोठाच धाडसी निर्णय होता. हॅरीचा तर याला फार विरोध होता. त्याच्या मते, हा खर्च म्हणजे पैशाचा अपव्यय होता.

क्रॉकचे म्हणणे होते की, आपला व्यवसाय हा नेहमीचा ग्राहकाभिमुख व्यवसाय नाही, तसेच ते नेहमीसारखे रेस्टॉरंटही नाही. त्यांच्या सेवेचा दर्जा व वेग आणि त्यांचे पारदर्शक किचन हा ग्राहकांच्या दृष्टीने आकर्षणाचा भाग होता. क्रॉकच्या मते, मॅकडोनल्ड्स हे रेस्टॉरंटच्या व्यवसायात नसून 'दिखाऊपणा' प्रकट करायच्या व्यवसायात आहेत. त्याने ५०० डॉलर्स प्रतिमास नेमलेल्या कंपनीची कामगिरी तशी चांगली झाली व त्यांतून काही कल्पक जाहिरातीही तयार झाल्या. आजकाल जाहिरातीच्या क्षेत्रातील सल्लागारांना स्वत:ला आर्थिक संबंधांचे सल्लागार म्हणवून घेणे आवडते. त्यांचा रोख ग्राहकांपेक्षा गुंतवणूकदार कसे आकर्षित होतील, हे बघण्याकडे असतो. पण क्रॉकने केवळ जाहिरात करण्यासाठी उपयुक्त अशा जाहिरातीच्या क्षेत्रातील काम करणाऱ्या फर्मला नेमले आणि त्यांचा उद्देश प्रसिद्धी मिळवणे, हाच होता.

कूपर आणि गोलिन हे एखाद्या धाडसी उद्योगाला करमणुकीच्या दृष्टिकोनातून प्रसिद्धी मिळवून देण्यात जास्त तरबेज होते. विशेषकरून, जर उद्योगाचा मालक या अशा कल्पनांना उत्तेजन देणारा असेल, तर ते त्यांना हवेच असायचे. कूपर हा छोटी-छोटी, सुटसुटीत पण चुरचुरीत, सहज गुणगुणता येतील अशी वाक्ये रचण्यात व ती स्थानिक वृत्तपत्रांच्या गप्पागोष्टींच्या सदरात कशी येतील, हे पाहण्यात निष्णात होता. त्याबाबत 'सन टाइम्स'मधील कुपसीनेटचा स्तंभ वा 'शिकागो ट्रिब्यून'मधला 'टॉवर ट्रिकर' हा हर्ब लिऑन्सचा स्तंभ हे प्रसिद्ध होते.

गोलिनचे प्रशिक्षणसुद्धा वृत्तपत्रीय क्षेत्रात झाले होते व मॅकडोनल्ड्सचा प्रसिद्धी एजंट म्हणून काम चालू करायच्या आधी 'एमजीएम' (मेट्रो गोल्डविन मेयर) या सिनेसृष्टीतील कंपनीत तो तसेच काम करायचा; पण त्यामागे सिनेमाला गर्दी कशी खेचता येईल हे पाहणे, हा उद्देश असायचा. तिथे तो सिनेसृष्टीतील नट-नट्यांना गावोगाव घेऊन जाऊन सिनेमाची प्रसिद्धी करायचे काम करायचा. क्रॉकला अशीच व्यक्ती हवी होती. आपल्या गिऱ्हाइकांची बातमी वृत्तपत्रांत कशी येईल, ते पाहणारी व्यक्तीच त्याला अपेक्षित होती. गोलिनला आठवते तसे एकदा तो शिकागोतील एका रेल्वे स्टेशनवर एका जुन्या जमान्यातल्या नटीबरोबर क्लार्क गेबलला घेऊन गेला. ती नटी म्हणाली, ''क्लार्क, हे फॅन्सला सह्या द्यायचे काम फार कंटाळवाणे आहे, नाही?'' त्यावर तो गेबल म्हणाला, ''जेव्हा फॅन्स तुमच्याकडे सह्या मागणे

सोडून देतात, तेव्हा अशा गोष्टी कंटाळवाण्या होतात.''

क्रॉकच्या नव्या जाहिरात चमूने गेबलचे हे तत्त्वज्ञान पाळले व मॅकडोनल्ड्सच्या प्रसिद्धीची सूत्रे हाती घेतली. हे काम चालू केल्यावर त्यांच्या कूपर, बर्न्स अॅन्ड गोलिन कंपनीने मॅकडोनल्ड्स व क्रॉकविषयीच्या गोष्टी व छोटी-छोटी वाक्ये स्थानिक वृत्तपत्रांत येत राहतील असे पाहिले. मग त्यांनी त्याचा विस्तार राष्ट्रीय पातळीवरील वृत्तपत्रांत केला व मग १९६१मध्ये सर्वांत प्रतिष्ठित 'टाइम' मासिकातही.

त्यांच्या काही पद्धती आजच्या परिस्थितीत कालबाह्य वाटतील, पण त्या काळात सातत्याने ते तसे करीत राहिल्याने नागरिकांच्या तोंडात मॅकडोनल्ड्सचे नाव पक्के बसले. शिवाय मॅकडोनल्ड्सच्या नावाची सांगड हॅम्बर्गरशी घालायची त्यांची योजनाही त्यामुळे सफल झाली. मग क्रॉकचे नावही नियमितपणे शिकागो वृत्तपत्रांच्या तशा स्तंभात येऊ लागले. त्याच्या त्या विनोदी चुटक्यांनी वा वाक्यांनी तो प्रसिद्ध झाला. 'रे क्रॉक, मॅकडोनल्ड्सचा बॉस म्हणतो', अशा वाक्यांनी त्याची सुरुवात व्हायची. शिवाय यातले बरेचसे फुकटात केलेले असायचे.

मॅकडोनल्ड्सने मग आपल्या फ्रँचायझींकरता स्थानिक वृत्तपत्रांत जाहिरात व प्रसिद्धी कशी करावी याचे मार्गदर्शन करणारा संचच तयार केला. त्यांत बातम्या कशा व कशाबद्दल द्याव्यात, याविषयी माहिती असायची आणि हॅम्बर्गरच्या विक्रीचे आकडे दिलेले असायचे. उदा. मॅकडोनल्ड्सच्या हॅम्बर्गरकरता आजपर्यंत बनवलेले बन्स जर एकत्र केले, तर ग्रँड कॅनियन पूर्ण भरून जाईल किंवा त्यांत वापरलेल्या टोमॅटो केचपने लेक मिशिगन पूर्ण भरेल वगैरे. तसेच न चुकता आजपर्यंत विकलेले कोट्यवधी बन्स एकापुढे एक ठेवले, तर चंद्रापर्यंत किती वेळा पोचतील, तेही लिहिलेले असायचे. पुढे ही चंद्रापर्यंत पोहोचण्यासंबंधीची मॅकडोनल्ड्सची कव्हर स्टोरी १९७३मध्ये 'टाइम' मासिकात आली. त्यात त्यांनाही हे नोंदवायचा मोह आवरला नाही की, तोपर्यंत विकल्या गेलेल्या १२०० कोटी हॅम्बर्गरचा पिरॅमिड बनवला, तर तो मोठ्यात मोठ्या पिरॅमिडच्या ७८३ पट मोठा होईल.

या जाहिरात कंपनीने मॅकडोनल्ड्सचे नाव हॅम्बर्गर क्षेत्रातील जगातले पहिल्या क्रमांकाचे नाव कसे होईल याची काळजी घेतली व त्या स्थानाच्या उपयोग मग इतर स्पर्धकांना दयामाया न दाखवता प्रसिद्धीसाठी केला. उदा. – दर वर्षी मॅकडोनल्ड्स एक 'हॅम्बर्गर' सर्व्हे प्रसिद्ध करायची व त्यांत सर्वसाधारण अमेरिकन प्रति हप्ता किती हॅम्बर्गर खाऊन संपवतो, त्याची आकडेवारी अगदी दशम स्थानापर्यंत दिली जात असे. अशी आकडेवारी अन्य कुणाकडे नसायची व अमेरिकन मीट इन्स्टिट्यूट मग त्यांचीच आकडेवारी अधिकृत म्हणून वापरायची. अर्थात कंपनीने हे कधीच उघड केले नाही की, त्यांची आकडेवारी हो शिकागोमधल्या काही हजार नागरिकांच्या मुलाखतीवर आधारित असायची. पण वृत्तपत्रे व त्यांचे वाचक अशा करामती

आवडीने खपवून घ्यायचे. त्यांनी हॅम्बर्गर हे जणू गृहीतच धरले होते. गोलिन म्हणतो, "या हॅम्बर्गरच्या विक्रीत एवढा मोठा धंदा होऊ शकतो, हे तोपर्यंत कुणाच्याही ध्यानी-मनीसुद्धा नव्हते."

फुकट प्रसिद्धीचे आणखी एक तंत्र म्हणजे वृत्तपत्रांत सोडून दिलेल्या छोट्या-छोट्या बातम्या. जसे, त्यांनी असे पसरवले की, हॅम्बर्गरचा शोध हा रशियन सैन्य जेव्हा जर्मनीत आले, तेव्हा लागला. त्याचे असे झाले... त्यांना मध्यरात्री भूक लागली म्हणून ते एका रेस्टॉरंटमध्ये गेले व तिथे मग आचाऱ्याला उठवून त्यांनी खायला मागितल्यावर त्याने उरलेसुरले अन्न व पालेभाज्या बनमध्ये घालून त्यांना दिल्या. हे 'हॅम्बर्ग' या शहरात घडले, म्हणून 'हॅम्बर्गर' हे नाव पडले. अर्थात त्या बातमीला नव्हे, गोष्टीला उत्तम प्रसिद्धी मिळाली; पण त्याच्या खरेपणावर फारसा कोणी विश्वास ठेवला नाही. पुढे त्यांनी जाहिरात स्टंट म्हणून हॅम्बर्ग गावाच्या नगराध्यक्षाला १९६०मध्ये 'त्याच्या गावात हॅम्बर्गरचे आगमन' म्हणून खास समारंभात हॅम्बर्गर खायला दिला. त्यावर तो नगराध्यक्ष म्हणाला, "छे! हा कसला हॅम्बर्गर; मीच खरा हॅम्बर्गर!" आणि दुसऱ्या दिवशी त्याचे ते वाक्य व मॅकडोनल्ड्‌सचे नाव सर्व जर्मनीभरच्या वृत्तपत्रांत झळकले.

पण मॅकडोनल्ड्‌सच्या नावाबरोबरच त्याच्या रंगेल संस्थापकाचेही नाव वृत्तपत्रात येईल, असे पाहिले गेले. हॅम्बर्गरच्या विक्रीतून क्रॉक त्याचे एक साम्राज्य उभे करण्याचे स्वप्न वृत्तपत्र वार्ताहरांना आवर्जून सांगायचा. त्याचे व्यक्तिमत्त्व वृत्तपत्रीय प्रसिद्धीला साजेसे आहे, हे लक्षात आल्यावर जाहिरात कंपनीने त्याच्या मुलाखती घेण्यासाठी वार्ताहर येतील, हे पाहिले. त्यांच्या मते, रे क्रॉक हा जनतासंपर्काच्या क्षेत्रातील माणसांच्या स्वप्नातली व्यक्ती होता.

याबाबत मोठा योग त्यांनी जुळवून आणला तो रे क्रॉकची मुलाखत पुलित्झर प्राइजचा विजेता वार्ताहर हाल बोएल याने घेतलेल्या मुलाखतीमुळेच. हालच्या अशा स्तंभांना देशभरच्या वृत्तपत्रांतून मोठेच स्थान मिळायचे व या क्षेत्रात त्याचे नाव चांगले होते; पण तसा तो ढिसाळही होता. गॉलिनने त्याचा पाठपुरावा करताना त्याला अनेकदा मॅकडोनल्ड्‌सचे 'प्रेस किट' मिळाले का म्हणून विचारायचा व त्याने 'नाही, कुठेतरी गहाळ झाले' म्हणून सांगायचे व ते परत पाठवले जायचे, असे सहा-सात वेळा तरी झाले. पण शेवटी हालने क्रॉकची मुलाखत घ्यावी यासाठी त्याला राजी करण्यात गोलिन यशस्वी झाला. मग रे क्रॉक खास त्यासाठी न्यू यॉर्कची वारी करण्यास तयार झाला. काळजी म्हणून गोलिनने एक दिवस आधी हाल बोएलला भेटून "उद्याच्या मुलाखतीची तयारी झाली ना?" म्हणून विचारले. बोएलने विचारले "कुणाच्या?" मग गोलिनने त्याला आठवण करून दिली – "उद्या दुपारच्या जेवणाच्या निमित्ताने रे क्रॉकची मुलाखत तो घेणार आहे." बोएल

म्हणाला, "पण ते कसे शक्य आहे? उद्या दुपारी असोसिएटेड प्रेसचे जेवण आहे व मला तिथे जायला हवे." मग तिथे जाण्यापूर्वी सकाळी त्या प्रेसच्या कार्यालयातच मुलाखत घ्यावी, असे ठरले.

पण सकाळी जेव्हा क्रॉकला घेऊन गोलिन त्या कार्यालयात गेला, तेव्हा तिथे कोणत्याही वृत्तपत्राच्या कार्यालयात असावी तशी धावपळ, गडबड चालू असलेली दिसली. पण क्रॉकला कमी ऐकू येत असल्याने जोरात बोलायची सवय होती, त्यामुळे त्या गोंगाटातही ती मुलाखत शेवटी छान पार पडली. मग क्रॉकने मोठ्या आवाजात मॅकडोनल्ड्सच्या विक्रीची आकडेवारी सांगायला सुरुवात केली व मग त्या कार्यालयातील सर्वांनीच (त्यात वार्ताहरही होते) कान टवकारले, टाइपरायटर बंद पडले, गोंगाटही थांबला आणि त्या १५ सेंटमधल्या हॅम्बर्गरची कहाणी सर्वांनी उत्तमरीत्या ऐकली.

मग सर्व जण बोएलच्या टेबलाकडे धावले आणि आम्हाला मॅकडोनल्ड्स कुठे व कधी मिळेल, असे विचारू लागले. बोएलने पहिल्यांदा या मुलाखतीत फारसे स्वारस्य दाखवले नव्हते. पण वार्ताहरांची प्रतिक्रिया पाहिल्यावर त्याने 'आपले काम झाले', हे ओळखले. दुसऱ्या दिवशी अमेरिकेतील ६०० वृत्तपत्रांत मॅकडोनल्ड्सची कहाणी क्रॉकच्या मुलाखतीद्वारा वाचकांपुढे आली. ती मुलाखत चांगली दीड तास चालली होती. "मी हॅम्बर्गरला असेंब्ली लाइनवर आणले." असे क्रॉक म्हणाला, असे बोएलने लिहिले होते.

एवढी मोठी प्रसिद्धी पहिल्यांदाच मिळाली होती. मग मॅकडोनल्ड्सच्या कार्यालयात संभाव्य फ्रँचायझींचे विचारणा करणारे फोन, तारा व पत्रांचा खच पडला. एरवी फ्रँचायझी निवडणे ही मोठी समस्या नव्हती; पण आता ती समस्या झाली ती मोठ्या संख्येने आलेल्या अर्जांमुळे. मग प्रतीक्षायादी तयार करण्यात आली. त्यांत १००च्या वर नावे होती व त्यांतल्या काहींना दोन वर्षे वाट पाहायला लागली. शिवाय भरपूर पैसे खर्च करूनही जी प्रसिद्धी मिळाली नव्हती, ती त्या एका मुलाखतीने मिळाली. मग इतर वृत्तपत्रांचे, नियतकालिकांचे वार्ताहर हे आजपर्यंत या कामासाठी टाळत होते, त्यांनी गोलिनला गाठून "आम्हालाही मुलाखत घ्यायची आहे. क्रॉकची भेट घडवून आणा" असा लकडा त्याच्याकडे लावला. 'टाइम', 'न्यूजवीक', 'द वॉल स्ट्रीट जर्नल' आणि 'फोर्ब्स' या सर्वांना क्रॉकची मुलाखत हवी होती व त्यानेही त्यांना निराश न करता आपल्या मुलाखतीतून मंत्रमुग्ध केले.

अर्थात, फुकट प्रसिद्धी मिळवण्यासाठी केवळ मुलाखती हा एकच मार्ग नव्हता. सेवाभावी काम हाही भाग होता. स्थानिक वृत्तपत्रांच्या सेवाभावी कार्यात सहभागी होण्याचा सल्ला फ्रँचायझींना दिला जाई. विशेषत: त्यांच्या निधी उभारणीच्या कामात मॅकडोनल्ड्सविषयीची प्रेस किट्स त्यांच्याकडे पाठवली जायची. त्यांत

जनसंपर्क व सामाजिक संबंधांविषयी भरपूर माहिती असायची. उदा. – हॅम्बर्गरच्या विक्रीतून होणारा नफा बँड गणवेशासाठी एखाद्या सेवाभावी संस्थेला द्यावा. विशेषत: जिथे कुटुंबवत्सल मंडळी मॅकडोनल्ड्सचे ग्राहक होते, अशा ठिकाणी किंवा जिथे तरुण कुटुंबवत्सल मंडळी मॅकडोनल्ड्सचे ग्राहक होते तिथे. एखाद्या ठिकाणी तरुण स्वयंसेवकांना – जे प्रौढांना मदत करतात, त्यांना द्यावा वगैरे. त्यांत वृत्तपत्रीय प्रसिद्धी कशी द्यावी, फोटो कोणते द्यावेत याचेही मार्गदर्शन असायचे आणि अशा मार्गाने होणारी प्रसिद्धीही अधिक फायद्याची ठरते, हेही त्यांच्या लक्षात आले. पुढे त्यांनी ख्रिसमसच्या दिवसांत एका ट्रकला मॅकडोनल्ड्सच्या इमारतीसारखे सजवले. कंपनीची ती खास कमान त्यावर लावली. हॅम्बर्गर्स तयार करायची सोय त्यांनी त्यात केली. प्रत्येक चौकात गाडी थांबवून तिथे उभ्या असलेल्या सांताक्लॉजच्या वेशातील माणसांकरवी हे हॅम्बर्गर देण्यात आले. ते साल्व्हेशन आर्मीचे स्वयंसेवक होते. या उपक्रमाची बातमी व फोटो सर्व शिकागो वृत्तपत्रात झळकले व थोड्या पैशांत भरपूर प्रसिद्धी मिळाली.

गोलिनच्या मते, नागरिकांचा सहभाग असलेले असे कार्यक्रम हा वृत्तपत्रांतील जाहिरातींपेक्षा अधिक प्रभावी असा प्रसिद्धीचा मार्ग होता. प्रथम स्टोअर्स विखुरलेले असल्याने संयुक्त प्रसिद्धी करणे अवघड व्हायचे, त्यांना व्यक्तिगत स्टोअर्सच्या प्रसिद्धीचे काम करावे लागायचे व त्यासाठी मग मोठ्या प्रमाणावर खर्च करणे अवघड व्हायचे. त्यापेक्षा जनसंपर्काद्वारे प्रसिद्धी हा मार्ग स्वस्त व जास्त प्रभावी ठरायचा.

धर्मादाय वा सेवाभावी कार्याला मदत हा दृश्य स्वरूपातील प्रसिद्धीचा स्वस्त व उत्तम मार्ग आहे, हे त्यांच्या लक्षात आले. मॅकडोनल्ड्सला प्रतिमा उंचावणारी प्रसिद्धी हवी होती व त्या वेळी ड्राइव्ह-इन रेस्टॉरंटसारख्या फास्ट फूड व्यवसायातील स्टोअर्सची विश्वासार्हता हा चिंतेचा विषय होता. त्यामुळे स्थानिक स्टोअर्सनी मॅकडोनल्ड्स या नावाद्वारे अशा धर्मादाय कार्यात केलेली मदत ही प्रसिद्धी व विश्वासार्हता मिळवण्यासाठी उपयुक्त ठरली. मात्र, सुरुवातीचा त्यांचा मुख्य उद्देश होता – हॅम्बर्गर्स विकणे. फ्रेड टर्नर म्हणतो, "आम्ही या उपक्रमात थोड्या स्वार्थी हेतूने उतरलो. हा कमी खर्चाचा व लोकांसमोर आपले नाव सातत्याने येत राहील असे पाहण्याचा कल्पक मार्ग होता. शिवाय १५ सेंटमध्ये हॅम्बर्गर या कल्पनेची थोडी नकारार्थी प्रतिमा होती, तीही त्यामुळे दूर झाली. उलट, या उपक्रमाला ९९ टक्के व्यावसायिक स्वरूप प्राप्त झाले."

अशा संस्थांच्या मदतीने चालू केलेली ही चळवळ लवकरच तळागाळात पोहोचली. स्थानिक स्टोअर्स अशा उपक्रमांतून आपल्या व्यवसायाची प्रसिद्धी करण्याचे कल्पक मार्ग शोधू लागले. थोड्याच दिवसांत मॅकडोनल्ड्स कॉर्पोरेशनचे

मुख्य काम स्थानिक स्टोअर्सवाल्यांनी यशस्वीपणे लढवलेल्या व कल्पनांच्या उपक्रमांना मान्यता देणे व त्यांना जमेल ती मदत करणे, एवढेच राहिले. एका स्टोअरने जनसंपर्कासाठी एका कार्यक्रमात ऑरेंज शीतपेय फुकट देण्याचा उपक्रम राबवला. त्याला एवढी प्रसिद्धी मिळाली की, तो उपक्रम मग देशभर अनेक स्टोअर्सनी राबवला. त्यासाठी खास ग्लास तयार केले गेले व मग त्यांचे नावच 'ऑरेंज बॉल्स' असे पडले. कारण त्यांत स्वयंचलित यंत्राद्वारे हे शीतपेय भरलेले ग्लास देण्याचे काम होत असे. शिवाय ते देणारे मॅकडोनल्ड्सच्या गणवेशात असत. उपक्रमाचे महत्त्व व परिणामकारकता एकदा पटल्यावर मग त्यातून कोणी माघार घेतली नाही. मॅकडोनल्ड्सच्या कार्यपद्धतीत त्यांच्या अशा सार्वजनिक उपयोगाच्या सेवाभावी कार्याची लागण मग एखाद्या साथीच्या रोगासारखी पसरली व स्थानिक बँड पथके ते शाळा, स्काऊटची चळवळ ते हॉस्पिटल अशा विविध मार्गांनी स्टोअर्स चालवणाऱ्यांचा त्यातील सहभाग वाढला. मग त्याचे केवळ मॅकडोनल्ड्सची प्रसिद्धी एवढेच स्वरूप न राहता ती सामाजिक चळवळ बनली.

अशा प्रकारची कामे स्थानिक स्टोअर्सनी स्वयंस्फूर्तीने केली. त्यांच्यावर मॅकडोनल्ड्स कंपनीचे अजिबात दडपण नव्हते. उलट, १९९१मध्ये कंपनीने अशा कामातील आपला वाटा म्हणून सात लाख डॉलर्स खर्च केलेले दिसले. असे असले, तरीही बहुतेक स्थानिक स्टोअर्सना हे काम आपले आहे, फक्त मॅकडोनल्ड्सचेच नाही, असे वाटू लागले. कारण त्यातून त्यांची स्थानिक व्यवसायाशी वैयक्तिक सांगड घातली गेली; एका मोठ्या कॉर्पोरेशनची नव्हे, असे त्यांना वाटू लागले. उदा. – अशा स्थानिक स्टोअर्सनीच एकत्र येऊन 'रोनाल्ड मॅकडोनल्ड हाउसेस' ही दृश्य स्वरूपातील धर्मादायी व सेवाभावी चळवळ उभी केली. ती लहान मुलांच्या हॉस्पिटलजवळ असे आणि तिथे हॉस्पिटलमध्ये दाखल झालेल्या मुलांच्या पालकांची राहण्याची व जेवण्याची मोफत व्यवस्था केली जात असे. ही कल्पना प्रथम फिलाडेल्फियातील मॅकडोनल्ड्सच्या ऑपरेटरला सुचली व ती 'एल्कमन ॲडव्हर्टायझिंग'ने अमलात आणली. फिलाडेल्फियातील ईगल लाइन बेकरच्या फ्रेड हिल याने अशा कामाच्या आवश्यकतेविषयी विचार मांडला होता. त्याची मुलगी किम ही रक्ताच्या कर्करोगाने आजारी होती व ती हॉस्पिटलमध्ये असताना फ्रेडने अशा हॉस्पिटलमध्ये दाखल झालेल्या मुलांच्या पालकांची होणारी कुचंबणा पाहिली होती व अशांकरता फिलाडेल्फियामध्ये 'घरापासून दूर घर' अशी कल्पना राबवून त्यांच्यासाठी आश्रयाची सोय कशी होईल, हे तो पाहत होता. मग काही फ्रँचायझींनी एकत्र येऊन ५०००० डॉलर्स उभे केले व पहिले 'रोनाल्ड मॅकडोनल्ड हाउस' उभारले. आता १२ देशांत १६२ ठिकाणी अशी घरे आहेत व ती सर्व स्थानिक फ्रँचायझींनी पुरस्कृत केलेली आहेत. त्याचा लाभ १५ लाख कुटुंबांना झाला आहे.

रे क्रॉकचे निधन १९८४मध्ये झाले. मग कंपनीने त्याच्या स्मृत्यर्थ 'रोनाल्ड मॅकडोनल्ड चिल्ड्रन्स चॅरिटिज' नावाचा धर्मादायी न्यास स्थापन केला. ज्या समाजातून आपला व्यवसाय होतो, त्या समाजाला आपण काहीतरी परत दिले पाहिजे, असे रेला नेहमीच वाटायचे. त्यासाठी मुले आणि कुटुंबीयांना मदत मिळेल असे पाहणे, हा उत्तम मार्ग आहे, असे तो समजायचा. या न्यासाने स्थापनेपासून १० कोटी डॉलर्सहून अधिक मदत हजारो संस्थांना केली आहे.

या स्टोअर्स चालवणाऱ्यांनी असे सेवाभावी कार्य करण्यात पुढाकार घेतल्याने मॅकडोनल्ड्सच्या विपणनाच्या कार्यात त्यांची भूमिका प्रभावी राहणार, अशी चिन्हे दिसू लागली. निदान सुरुवातीच्या तपात तरी तसे चित्र होते. सुरुवातीला रेने गुंतवणूकदारांना फ्रँचायझी केले; पण त्यांच्या व्यावसायिक उदासीनतेचा त्याला अनुभव आल्यावर त्याने धडपडणाऱ्या, पण आर्थिकदृष्ट्या साधारण असलेल्या उद्योजकांना हाताशी धरले. त्यांना व्यवसायात स्थिरस्थावर होऊन चार पैसे कमवायची तीव्र इच्छा असल्याने ते आपले काम मन लावून करतील, असे त्याला वाटायचे. त्यांना काउंटरवर काम करण्यास लाज वाटायची नाही व मॅकडोनल्ड्सची कार्यपद्धती तंतोतंत राबवण्यातही ते चुकारपणा करायचे नाहीत. हा प्रयोग यशस्वी झाला. त्याचा परतावा मिळू लागला व त्याचबरोबर विपणनाच्या क्षेत्रातही त्यांची चांगली मदत झाली. ते अनेक नवनव्या कल्पना घेऊन पुढे आले. क्रॉकने त्यांना विरोध केला नाही, कारण ते मॅकडोनल्ड्सला अत्यंत प्रभावीपणे प्रसिद्धीच्या झोतात नेत होते. शिकागोमधील कार्यालयात बसून त्याच्या अधिकाऱ्यांनाही तेवढे करणे जमले नसते. ते आता एक नवनवोन्मेषशाली व प्रभावी ताकद कसे बनले, याचे भरपूर अंदाज करता येतील. एक म्हणजे, यांपैकी बहुतेक जण परंपरागत रेस्टॉरंटच्या व्यवसायातून आलेले नव्हते आणि त्यामुळे केवळ तोंडी प्रचार या संकल्पनेवर अवलंबून राहायची त्यांची तयारी नव्हती. त्यांपैकी कित्येकांना विक्री, विपणन वा जाहिरातक्षेत्रातील पूर्वाभुनव होता व ते क्षेत्र सोडून ते इथे आले होते आणि त्याच्या दृष्टीने मॅकडोनल्ड्सचे पदार्थ विकणे हे इतर चार पदार्थ वा वस्तू विकण्यापेक्षा काहीतरी आगळेवेगळे होते. त्यामुळे मॅकडोनल्ड्सचे विपणन अधिक सर्जनशील झाले. याचे कारण, या लोकांना सर्जनशीलता अभिव्यक्तीचा त्यापेक्षा चांगला मार्गच माहीत नव्हता. शिवाय त्यांना असे वाटले की, आपली वैयक्तिक सर्जनशीलता प्रकट करायचा या पद्धतीतला हा मार्गच उत्तम आहे; अन्यथा त्यांना तसा वाव अन्य प्रकारे मिळायची शक्यता या व्यवसायात मिळणे अवघड होते. बाकी सर्व काय करायचे, ते व्यवस्थापन-पद्धती सांगणाऱ्या मार्गदर्शक पुस्तकात लिहिले होते आणि त्यांत बदल करण्याचा कोणाला अधिकार नव्हता. क्रॉकला त्यांची वैयक्तिक सर्जनशीलता विपणनाच्या क्षेत्रात दिसून आल्यावर त्याने अलिखित करार केल्यासारखे त्यांना विपणनाच्या क्षेत्रात पूर्ण

स्वातंत्र्य दिले व व्यवस्थापकीय संहितेत मात्र मार्गदर्शक पुस्तकाप्रमाणेच काम करण्याचे बंधन घातले.

एकदा असे स्वातंत्र्य मिळाल्यावर अनेक फ्रँचायझींनी अनेकविध कल्पना लढवल्या व मॅकडोनल्ड्सचे नाव सर्जनशील विपणनाच्या क्षेत्रात आघाडीवर नेले. यात कोणा एकाचा वाटा जास्त व कुणाचा कमी, हे जोखणे अवघड होते. पण जिम झिएन हा पद्धतशीर पद्धतीने जाहिरात करण्यात, नवनव्या कल्पना लढवण्यात अग्रेसर होता. सेंट पॉलमधील 'क्रायटेरियन' हे त्याचे नेहमीसारखे रेस्टॉरंट होते आणि ते प्रसिद्धही होते. पण त्याचा केवळ तेवढाच व्यवसाय नव्हता. त्याचा मुख्य व्यवसाय होता सिनेमा थिएटर्स चालवणे. त्याने १९५८मध्ये मिनिओपोलिस इथे पहिले मॅकडोनल्ड्स रेस्टॉरंट उघडले, त्या वेळी त्याच्या मालकीची सात थिएटर्स होती. इतर थिएटरवाल्यांप्रमाणे तोही वृत्तपत्रांतील सिनेमाच्या जाहिरातींवर भर द्यायचा. पण स्वत:च्या थिएटरमध्ये लागलेल्या सिनेमांची प्रसिद्धी करण्यासाठी त्याच्याही काही वेगळ्या कल्पना होत्या. मोटारीवर सिनेमाच्या जाहिराती लावून त्या गाड्या शहरभर फिरवल्या जायच्या. जाहिरातबाजी जणू त्याच्या रक्तातच होती. त्यामुळे त्याने जेव्हा पहिले मॅकडोनल्ड्स रेस्टॉरंट मिनिओपोलिस येथे उघडले, तेव्हा त्याची जाहिरात करण्याच्या कल्पना लगेच त्याला सुचू लागल्या. त्याच्या मते, ग्राहकांच्या तोंडी प्रचाराने ग्राहक वाढणे हे वेळखाऊ काम आहे. मग त्याने इतर फ्रँचायझींनी ज्याचा तोपर्यंत कधी विचारच केला नाही, ते करायचे ठरवले. त्याने एकूण विक्रीच्या तीन टक्के रक्कम केवळ जाहिराती व प्रसिद्धीवर खर्च करायचे ठरवले आणि मॅकडोनल्ड्सच्या सेंट पॉलमधील फ्रँचायझीलाही तेवढीच रकमेची भर टाकून सहकारी पद्धतीने जाहिरात करण्याचे आवाहन केले. त्याचे नाव होते 'पॅटी क्रिमिन्स'. त्यामुळे मग महिना १००० डॉलर्स त्यांना या कामासाठी उपलब्ध झाले. केवळ वृत्तपत्रीय जाहिरातीवर अवलंबून न राहता आणखी मार्ग हाताळायचे झिएनच्या मनात होते. म्हणून त्याने मग 'जाफे', 'नॉटन अॅन्ड रिच' या जाहिरात कंपनीला हाताशी धरले आणि अधिक व्यवहार्य व आधुनिक मार्ग चोखाळायला सांगितले. पण जाफेला हे कळेना की, १५ सेंटच्या हॅम्बर्गरसाठी महिना १२०० डॉलर्स जाहिरातीत खर्च करण्यासारखे त्यात एवढे काय होते? पण मग झिएनशी बोलणे झाल्यावर त्याला वाटले की, आपण समजतो त्यापेक्षा अधिक काही यात असावे. त्यांनी वृत्तपत्रीय जाहिरातींखेरीज इतर मार्ग निवडायचे ठरवले, कारण नेहमीच्या रेस्टॉरंटच्या जाहिराती त्यांत नेहमीच येत होत्या.

मग त्यांनी रेडिओवर जाहिरात करण्याची योजना आखली. त्यासाठी त्यांनी रुणझुण आवाजातील छोट्या-छोट्या गाण्याच्या ओळी तयार केल्या. पुढे त्या एवढ्या लोकप्रिय झाल्या की, अमेरिकन पॉप म्युझिकमध्ये त्या घेतल्या गेल्या. सिड

रिच हा त्या जाहिरात एजन्सीतला दुसरा भागीदार. त्याने अशीच एक ओळ १९५८मध्ये तयार केली व त्यात मॅकडोनल्ड्सचे वैशिष्ट्य असलेले हॅम्बर्गर, फ्रेंच फ्राइज आणि मिल्कशेक हे ४५ सेंटमध्ये मिळणारे जेवण – हा त्याने महत्त्वाचा मुद्दा धरला होता. 'फोर्टी फाइव्ह सेंट्स फॉर ए थ्री कोर्स मील, साउंड्स मी लाइक दॅट इज ए स्टील' ह्या ओळीने ग्राहकांच्या आवडीचा उच्चांक गाठला. लवकरच ते सर्व मिलिओपोलिसमध्ये प्रसिद्ध झाले व लोक गुणगुणू लागले. त्यामुळे झिएनच्या त्या स्टोअरची वार्षिक विक्री १९५९मध्ये ३,१५,००० डॉलर्स झाली. ती राष्ट्रीय सरासरीपेक्षा ६१ टक्के जास्त होती. पुढच्याच वर्षी सर्व स्टोअर्समध्ये त्यांचा विक्रीत पहिला क्रमांक आला. मग त्याने इतर फ्रँचायझींना आपल्या यशाची गोष्ट सांगितली. मग त्यांनी त्या गाण्याची ध्वनिफीत मागितली. ती त्याने काहीही पैसे न घेता फक्त मुद्रित करण्याचा खर्च घेऊन, म्हणजे जवळजवळ फुकट पुरवली. लवकरच ती अमेरिकेतील अनेक मोठ्या शहरांतल्या रेडिओवर वाजू लागली व 'ऑल अमेरिकन मील' हे बोधवाक्य मॅकडोनल्ड्सला चिकटलेच. ही जाहिरात योजना एकदम लोकप्रिय झाली. झिएनने घालून दिलेली एकमेकांना मोफत जाहिरात कल्पना वा सामान द्यायची पद्धत पुढे मॅकडोनल्ड्समध्ये रूढच झाली. सर्व फ्रँचायझी हे भागीदार आहेत व एखाद्याने स्वतःच्या क्षेत्रातील विक्री वाढवण्यासाठी एखादी योजना राबवली, तर ती इतरांना कोणताही आकार वा रॉयल्टी न घेता द्यायची, हा परिपाठच झाला.

रेडिओवरची ही जाहिरातीची कल्पना यशस्वी झाल्यावर १९५९मध्ये झिएनने टीव्हीकडे मोर्चा वळवला व त्याने सुरू केलेले त्या माध्यमाचे काम आजही मॅकडोनल्ड्सच्या जाहिरात योजनेत महत्त्वाचे आहे. त्यावर आता वर्षाला ६० कोटी डॉलर्स खर्च होतो. त्यापूर्वी टीव्ही माध्यमाचा उपयोग अशा खाद्यपदार्थांच्या क्षेत्रात कोणीही केला नव्हता. त्याने ओळखले की, टीव्हीवरच्या जाहिराती लहान मुलेही बघणार; मग ते पालकांकडे हट्ट करणार – 'मॅकडोनल्ड्सला चला' व पालकांनाही ते नाकारता येणार नाही, शिवाय तिथे जाणे स्वस्तही होते. इतर फ्रँचायझींनीही देशभर मुलांचे विश्व हे आपले महत्त्वाचे लक्ष्य व ती आपले महत्त्वाचे ग्राहक आहेत, हे ओळखले होते. बऱ्याच पालकांना ते स्वस्त खाद्यपदार्थ म्हणजे कमी दर्जा, असे वाटायचे; पण मुलांना आकर्षित करण्याने अनेक फायदे झाले. मुलांना किचनमध्ये पदार्थ कसे बनतात, ते काचेतून पाहता यायचे. शिवाय काउंटरवर आपली आपण ऑर्डर देणे व खाद्यपदार्थ स्वयंसेवा पद्धतीने घेणे, त्याचे पैसे चुकते करणे यांत मजा वाटायची. टीव्ही हे या संभाव्य ग्राहकांपर्यंत – म्हणजेच मुलांपर्यंत पोहोचवायचे उत्तम साधन होते.

तोपर्यंत मुलांमध्ये टीव्ही ही कल्पना फारशी रुजली नव्हती व टीव्हीवर फार

कार्यक्रम असावेत, याकडे फारसे कुणाचे लक्ष गेले नव्हते. स्थानिक टीव्ही चॅनेल्स त्यांच्याकरता स्थानिक पातळीवर काही कार्यक्रम सादर करायचे व ते दिवसा असायचे. शिवाय त्यांचे जाहिरातीचे दरही जास्त असत. नेहमीच्या वस्तूंच्या वा खाद्यपदार्थांच्या जाहिराती त्या चॅनेल्सवर केल्या जात.

मग झिएनने त्याचे जाहिरातीचे सर्व पैसे मिनिओपोलिसमधील टीव्ही चॅनेलवर मुलांच्या कार्यक्रमाच्या वेळच्या जाहिरातींवर खर्च करण्याचे ठरवले. अशी तीन चॅनेल्स होती व त्यावर कार्टून्स वा मुलांचे अन्य कार्यक्रम व्हायचे. झिएन आणि क्रिमिन्सने त्या टीव्ही चॅनेल्सवर आठवड्यातून तीन वेळांसाठी जाहिरातींसाठी वेळ राखून ठेवला व त्यावर मॅकडोनल्ड्सची जाहिरात चालू केली. त्याला फारसा खर्चही आला नाही. लवकरच त्याचे यातले यश इतर भागात पोहोचले व मग १९६०पर्यंत इतर १२ ठिकाणी टीव्हीवर जाहिरातीचे असेच काम चालू झाले. मग इतरांनी जाहिरातीच्या नवनव्या कल्पना राबवायला सुरुवात केली व त्याची माहिती इतरांना मिळत राहिल्याने त्या-त्या फ्रँचायझींनी त्या राबवणे चालू केले.

मॅकडोनल्ड्सचा मिलवौकीमधील परवानाधारक जिम मिहॉस हा रायरसन स्टीलमध्ये सेल्स प्रमोशन मॅनेजर होता. ते सोडून त्याने स्टोअर चालू केले. जाहिरातीवर दर वर्षी तीन ते चार टक्के उत्पन्न खर्च करण्याचा त्याचा प्रयत्न असायचा. त्यानेही या शहरातील दुसरा परवानधारक पीटर वाइझमन याच्या सहकार्याने संयुक्त मोहिमा राबवल्या. पण त्याने थेट ग्राहकांना पत्रे पठवण्यावरही भर दिला. दर तिमाहीला तो २० हजार पत्रे पाठवायचा. त्यांत खरेदीचा आग्रह न धरता तो एक हॅम्बर्गर फुकट मिळेल, अशी योजनाही द्यायचा. त्याच्या या पत्राबरोबर ऑस्टिन व्हाइट नेटवर्कचे एक सुंदर चित्रही असायचे. या योजनेला ग्राहकांचा ५० टक्के प्रतिसाद मिळायचा व त्यामुळे त्याची विक्री सरासरीपेक्षा नेहमी अधिक असायची. मग इतर काही फ्रँचायझींनी त्यांचे अनुकरण केले.

मॅकडोनल्ड्सचा ईशान्य दिशेचा फ्रँचायझी रौब टेलरने आणखी एक शक्कल लढवली. त्या भागात हॉवर्ड जॉन्सन या देशातील सर्वांत मोठ्या खाद्यपदार्थ विक्री साखळीचे वर्चस्व होते, शिवाय तो भाग परंपरावादी होता. त्याने काउंटरवर सेवेचा दर्जा सुधारण्यावर भर दिला. जर तिथल्या व्यक्ती सभ्य व कार्यक्षम नसतील, तर मॅकडोनल्ड्सच्या जलद सेवेच्या तत्त्वाला काही अर्थ उरणार नव्हता. त्याने त्यांना अदबशीरपणे ग्राहकांचे स्वागत करणे, त्यांची ऑर्डर व्यवस्थित घेणे व ती लवकरात लवकर पूर्ण करणे यांसाठी प्रशिक्षण देऊन तयार केले. त्यासाठी त्याने एक चित्रफीत तयार केली व ती कर्मचाऱ्यांना दाखवणे चालू केले. १५ सेकंदांत ऑर्डर कशी पूर्ण करत येईल हे पाहणे, त्याचे उद्दिष्ट होते. "मे आय हॅव युवर ऑर्डर प्लीज ?" या वाक्याने ग्राहकाचे स्वागत होत असे व ऑर्डर पूर्ण झाल्यावर "थँक

यू व्हेरी मच, अॅन्ड प्लीज कम अगेन'' या वाक्याने ग्राहकाला निरोप दिला जात असे. ऑर्डर पूर्ण करण्याचा कार्यक्षम अनुक्रम कोणता, ते सांगितले जात असे. स्त्रियांना हॅम्बर्गर देताना ते स्वच्छ दिसतील हे पाहा व ट्रक ड्रायव्हरना देताना त्यांतले मस्टर्ड आणि केचप स्पष्ट दिसेल, हे पाहा – अशा छोट्या-छोट्या टिपाही त्यात होत्या.

टेलरच्या त्या युनिटने यशाचे शिखर गाठले. त्यांची विक्री सरासरीच्या वर होती व न्यू विंग्टन, कनेक्टिकट इथल्या त्याच्या तिसऱ्या स्टोअरवर त्याने मॅकडोनल्ड्सला पहिले १५ लाख डॉलर्सचे कर्ज मिळवून देण्यात मोलाची भूमिका बजावली. सरासरीच्या दुप्पट विक्रीचा उच्चांक मोडल्यानंतर १९६४मध्ये त्या स्टोअरने मॅकडोनल्ड्सच्या एका स्टोअरमधील विक्रीचा पाच लाख डॉलर्स प्रतिवर्षाचा उच्चांक प्रस्थापित केला. त्याची कार्यपद्धती पाहायला केवळ मॅकडोनल्ड्सचेच नव्हे; तर अन्य फास्ट फूड साखळी स्टोअर्सचे लोक यायचे.

मग फ्रेड टर्नरने त्या चित्रफितीची पुनर्निर्मिती व्यावसायिक पद्धतीने करून ती सर्व स्टोअर्सना पुरवायची योजना आखली व विंडो सर्व्हिसबाबत त्यात दिलेल्या सूचनांचा वापर सर्वत्र होऊ लागला. आज कनेक्टिकटमधील टेलरची पद्धत न वापरणारे स्टोअर विरळाच म्हटले पाहिजे.

वॉशिंग्टन मेट्रोमधील दोन फ्रँचायझींनी विपणनाबाबत असाच प्रभावशाली कार्यक्रम १९५६मध्ये राबवला. त्यांची नावे जॉन गिब्सन आणि ऑस्कर 'गोल्डी' गोल्डस्टाइन अशी होती. गिब्सन हा मिलर बिअरचा वितरक होता, तर गोल्डस्टाइनचा पथिकाश्रम होता. तो त्यांत देत असलेल्या स्वादिष्ट पदार्थांमुळे तिथे त्याचे नाव उत्तम झाले होते. या दोघांनी अत्यंत उत्तम तऱ्हेने आपापली स्टोअर्स चालवली. क्रॉक आणि सोन्नेबर्नने कंपनीचे कार्यालय जसे चालवले होते, तसेच त्यांनीही हे काम केले. गिब्सन सर्व कारभारावर काटेकोर लक्ष ठेवून असायचा. याबाबत त्याचे क्रॉकसारखेच होते. गिब्सनने त्या भागीदारी स्टोअर्समध्ये आर्थिक शिस्त बसवली व स्थावर मालमत्तेबाबतचे व्यवहार काटेकोरपणे पाळले. याबाबतही त्यांनी क्रॉक-सोन्नेबर्नची पद्धत स्वीकारली. त्यांच्या या भागीदारीतील व्यवसायाचे नाव होते 'जी जी कॉर्पोरेशन'. मॅकडोनल्ड्स स्थावर मिळकतीच्या व्यवहारात पडण्यापूर्वी त्यांनी आपल्या स्वतःच्या जागेवर त्यांची स्टोअर्स उभारलेली होती. कारण त्यासाठी लागणारे आर्थिक बळ त्यांच्याकडे होते व त्यामुळे त्यांना मॅकडोनल्ड्सला फक्त १.९ टक्के सेवाकरच द्यावा लागत होता. त्यामुळे जर त्यांनी विक्री वाढवली, तर ती सोन्याची खाणच ठरणार होती.

गोल्डस्टाइन हा विक्रीवाढीबाबत सर्वाधिक प्रयत्न करणारा मॅकडोनल्ड्सचा फ्रँचायझी होता. जी जी कॉर्पोरेशनने १९५७मध्ये व्हर्जिनियातील अलेक्झांड्रिया येथे

पहिले स्टोअर उघडले व तेव्हापासून त्याने मिलर बिअरच्या वितरणासाठी वापरलेल्या 'काल, एर्लिच ॲन्ड मेरिक' या जाहिरात एजन्सीला हाताशी धरले. त्या भागातील ती प्रसिद्ध व यशस्वी जाहिरात फर्म होती. तिने बिअरच्या व्यवसायात उत्तम जाहिरात केल्याने त्यांना या फास्ट फूडच्या स्टोअर्सच्या जाहिरातीत स्वारस्य वाटले व पुढे ते वाढले. भागीदार हॅरी मेरिक म्हणायचा, "पाहा, आम्ही कुठे सुरुवात केली व कुठे या हॅम्बर्गर विक्रीच्या व्यवसायाची जाहिरात करण्यात पडलो!" त्याला पुढे काहीसे नैराश्य आले, कारण गोल्डस्टाइनला आपल्या व्यवसायाची उत्कृष्ट जाहिरात वाटेल त्या किमतीला करायची होती. बरेच उद्योजक उत्साहाच्या भरात आपल्या आर्थिक क्षमतेचे भान त्यासाठी ठेवत नाहीत. पहिले स्टोअर उघडल्यावर त्याने मेरिकला सांगितले की, त्याला वॉशिंग्टन टेलिव्हिजन चॅनेल्स, तिथली रेडिओ स्टेशन्स व 'वॉशिंग्टन पोस्ट' या वृत्तपत्रात जाहिरात करून हवी आहे. गोल्डस्टाइनला जाहिरातीची मूलभूत तत्त्वे माहीत नाहीत, त्यांत काही खर्चाचे अंदाजपत्रक असावे हे माहीत नाही, असे मुल्लेट या जाहिरात एजन्सीच्या भागीदाराला वाटले. त्याच्या मते, अशा खर्चाने व्यवसायाला फार मदत होणार नव्हती. पण गोल्डीला एखादा मोठा ग्राहक जसा जाहिरातीवर खर्च करेल तसे काहीसे करावेसे वाटत होते. बरीच वर्षे त्याने गोल्डीला छोटी रेडिओ स्टेशन्स व छोटी वृत्तपत्रे यांत जाहिरात देण्यासाठी राजी केले; पण १९६०पर्यंत गोल्डीची वॉशिंग्टनमध्ये पाच स्टोअर्स झाली होती. मग मोठ्या आकाराची माध्यमे जाहिरातीसाठी वापरणे त्याला शक्य होऊ शकणार होते. डब्ल्यूआरसी टीव्ही या 'एनबीसी'च्या सहकार्याने काम करणाऱ्या स्थानिक चॅनेलने 'बोझो सर्कस' हा नवा कार्यक्रम टीव्हीवर चालू केला होता. तो फ्रँचायझींच्या व्यवसायाची जाहिरात करण्यास उत्तम माध्यम ठरला असता, कारण तो कार्यक्रमही फ्रँचायझींकरताच तयार केलेला होता. लॉरी हर्मन या त्याच्या निर्मात्याने त्याचे प्रसरणाचे हक्क 'कॅपिटल रेकॉर्ड्स' या कंपनीकडून विकत घेतले होते व त्यात एका विदूषकाच्या भूमिकेतील मध्यवर्ती पात्र होते. तो जेव्हा लोकप्रियतेच्या अत्युच्च शिखरावर होता, त्या वेळी त्याचे प्रयोग अनेक टीव्ही चॅनेलवर होत होते आणि त्यातील विदूषकाचे काम करण्यासाठी बोझो व काही स्थानिक कलाकारांची मदत घेतली जायची.

गोल्डस्टाइनला तो कार्यक्रम पुरस्कृत करण्याची कल्पना आवडली, कारण त्याचे प्रमुख प्रेक्षक होती लहान मुले. ती मॅकडोनल्ड्सच्या खाद्यपदार्थांची प्रमुख ग्राहक होती. वॉशिंग्टनमध्ये बोझोचे काम करणारा नट हा लवकरच लहान मुलांचा हीरो बनला. त्याचे नाव होते विलार्ड स्कॉट. पुढे तो 'एनबीसी टुडे' कार्यक्रमात हवामानाची माहिती देणारा निवेदक झाला.

पण काम सुरू केले तेव्हा, वयाच्या २५व्या वर्षी स्कॉट हा काही प्रसिद्ध

नव्हता वा त्याला अभिनयाचे फारसे अंगही नव्हते. त्याने नुकतेच टीव्हीवर कनिष्ठ निवेदक म्हणून काम चालू केले होते व त्यात सफाई आणण्याचे त्याचे प्रयत्न चालू होते. या निवेदनात तो स्टिबहॅन टायर स्टोअरचे निवेदन सफाईने करायचा व ते या जाहिरात एजन्सीने पुरस्कृत केलेल्या जाहिरातीतले होते. त्यांत त्याला सहा सेकंदांत वाक्य म्हणायचे होते – ''देअर आर सेव्हन स्टिबहॅन टायर स्टोअर्स टू सर्व्ह यू इन वॉशिंग्टन डीसी'' आणि त्यांतले ते चार वेळा 'स' असलेले 'सेव्हन स्टिबहॅन टायर स्टोअर्स' हे शब्द उच्चारताना तो चाचरत असे.

पण बोझोचे विदूषकाचे पात्र साकार करताना तो अगदी सराईतासारखा वावरायचा. लहान मुलांसारखी वागायची त्याची क्षमता व लकब यामुळे तो लहान मुलांत लवकरच लोकप्रिय झाला. त्याने आपल्या कल्पना लढवून त्या विदूषकाच्या व्यक्तिमत्त्वाला निराळेच रूप दिले. त्यामुळे लवकरच त्याने पुरस्कृत केलेली उत्पादने लहान मुलांच्यात तुफान लोकप्रिय झाली. तो जेव्हा म्हणायचा, ''गेट मॉम ॲन्ड डॅड टू टेक यू टू मॅकडोनल्ड्स'' तेव्हा या आवाहनाचा लहान मुलांच्यावर चांगला प्रभाव पडे व बिचाऱ्या पालकांना मुलांचा आग्रह मोडणे अवघड जात असे. पण त्याचा आवाजाचा सूर नेहमी आनंदाचा, निष्पाप व प्रामाणिक असे. तो एक उत्तम विक्रेता झाला.

बोझोच्या या पात्रावर गोल्डस्टाइन एवढा खूश झाला की, आपल्या नव्या 'जी जी'च्या मॅकडोनल्ड्स स्टोअर्सच्या उद्‌घाटनाचा पाहुणा म्हणून त्याने त्यालाच बोलावले. ते ॲलेक्झांड्रियातील दुसरे स्टोअर होते. ग्राहकांचा प्रतिसाद पाहून गोल्डस्टाइन चाटच पडला. हजारो लोक बोझोला पाहायला जमले. दोन्ही बाजूंनी रस्त्यावर दोन मैलांपर्यंत वाहतुकीची कोंडी झाली व लहान मुले आपल्या पालकांसह स्टोअर्समध्ये खाद्यपदार्थ घेण्यासाठी लांबलचक रांगेत दीर्घ काळ उभी राहिली.

बोझो हे पात्र वॉशिंग्टनचा हीरो तर झालेच होते, पण मॅकडोनल्ड्सचाही ते हीरो होते. गोल्डस्टाइन आपल्या विक्रीच्या तीन टक्के रक्कम जाहिरातींवर खर्च करत असे व त्यांतील बरीचशी या बोझोवर खर्च होत असे. या बोझो विदूषकामुळे त्याच्या पुढच्या वर्षी वार्षिक विक्रीत ३० टक्क्यांनी वाढ झाली व ती प्रतिवर्ष ३,२५,००० डॉलर्स एवढी झाली. मॅकडोनल्ड्सच्या स्टोअर्सच्या सरासरीपेक्षा ती ५० टक्के अधिक होती. तोपर्यंत त्यांनी वॉशिंग्टन क्षेत्रात २५ स्टोअर्स उघडली होती व ते सर्वांत मोठे फ्रँचायझी बनले होते. मग इतर गावांतील फ्रँचायझींनी असेच स्थानिक बोझो पुरस्कृत करण्यास सुरुवात केली.

पण १९६३मध्ये वॉशिंग्टनमधील बोझोची ही करामत एकाएकी संपुष्टात आली, कारण त्या चॅनेलने त्याचे प्रक्षेपण थांबवण्याचा निर्णय घेतला. बोझोची लोकप्रियताही घसरली. तब्बल पाचशे, साडेपाचशे कार्यक्रम प्रसारणानंतर तो

कार्यक्रम तेवढाच आकर्षक राहिला नाही, हे त्यामागचे कारण होते. पण त्यामुळे मॅकडोनल्ड्सचा उत्तम प्रवक्ता व विक्रेता नाहीसा झाला. साहजिकच गोल्डी खवळला व त्याने त्या चॅनेलवर पुन्हा कोणताही कार्यक्रम पुरस्कृत करणार नसल्याचे त्यांना सांगितले. त्या जाहिरात कंपनीने नंतर बोझोसारखेच नामसाधर्म्य असलेला दुसरा नट वा अन्य मार्गाने प्रसिद्धी मिळवण्याचे मार्ग चोखाळले; पण कुणालाही बोझोइतके यश मिळाले नाही. मग त्यांनी स्वत:च असे एखादे पात्र विकसित करायचे ठरवले. त्यांना हे पटले की, असे विदूषकाच्या भूमिकेतील बोझोसारखेच पात्र असेल, तरच ते मुलांमध्ये लोकप्रिय होईल. पण दुसरी अडचण होती की, मॅकडोनल्ड्सचे स्वत:चे असे टीव्ही चॅनेल नसल्यामुळे त्या पात्राला सर्वांसमोर आणण्याचे साधन नव्हते व त्यासाठी मग स्वत:च्याच व्यावसायिक जाहिराती तयार करणे आवश्यक बनले होते.

तोपर्यंतच्या मॅकडोनल्ड्सच्या टीव्हीवरच्या जाहिराती तशा साध्यासुध्या असायच्या. त्यांत मुलांच्या कार्यक्रमाचा सूत्रधार एखाद-दुसरे वाक्य कंपनीकरता वाचून दाखवायचा. 'जी जी' आता टीव्हीवरील कार्यक्रमाच्या निर्मितीच्या नव्या क्षेत्रात उतरत होते आणि असे काही करावे, असे स्वप्नही इतर कुणा फ्रँचायझीला त्या वेळी पडले नव्हते. मॅकडोनल्ड्सने १९६३मध्ये टीव्हीच्या स्थानिक कार्यक्रमात दाखवण्याची आपली पहिली ३० सेकंदांची जाहिरात फ्रँचायझींकरता तयार केली होती.

पण विदूषकाच्या कार्यक्रमाच्या कल्पनेने गोल्डस्टाइन प्रभावित झाला होता. जाहिरात कंपनीतल्या जॅनेट व्हॅनने त्या पात्राकरता कपड्याचे डिझाइन बनवले व ते गोल्डस्टाइनला फार आवडले. त्याची हॅट मॅकडोनल्ड्सच्या पिशवीसारखी होती. तिच्यातून बर्गर, फ्राइज आणि मिल्कशेक दिला जाई. त्याचे बूट बनच्या आकाराचे होते व नाक मॅकडोनल्ड्सच्या कपाच्या आकाराचे बनवले होते. बेल्टचे बकल स्टायरोफोम हॅम्बर्गरच्या आकाराचे होते व कार्यक्रमात तो विदूषक त्यांतून जादू केल्यासारखे खरेखुरे हॅम्बर्गर काढायचा.

जाहिरात कंपनीला त्या विदूषकाचे नाव 'आर्ची मॅकडोनल्ड्स' ठेवायचे होते (मॅकडोनल्ड्सच्या गोल्डन आर्चेसवरून). पण त्या वेळी आर्च मॅकडोनल्ड्स नावाचा निवेदक वॉशिंग्टनमध्ये होता व त्याने त्याच्या नावाच्या व्यावसायिक दुरुपयोगाबद्दल आक्षेप घेतला असता. विलार्ड स्कॉट ती विदूषकाची भूमिका करणार होता, त्याने 'रोनाल्ड मॅकडोनल्ड' हे नाव पक्के केले.

पण आता अडचण होती की, ते नाव व ते विदूषकाचे पात्र बोझोइतकेच पण टीव्हीच्या माध्यमाशिवाय प्रसिद्ध करण्यासाठीची. केवळ जाहिरातीच्या माध्यमातून तसे होईल का, याविषयी सर्व साशंक होते.

मग त्या जाहिरातीच्या एजन्सीने नुसती जाहिरात न करता त्यात ते पात्र एक

छोटी गोष्ट सांगते आहे, असे दाखवले. (तशी पद्धत नंतर मॅकडोनल्ड्सने सर्वत्र वापरली.) त्यात मॅकडोनल्ड्सच्या नावाबरोबरच सुरक्षितता वा विनयशीलपणाबद्दल एखादे बोधपर वचन असायचे. मुलांच्यात त्याचे आकर्षण वाढावे यासाठी त्यांनी ते पात्र फार प्रौढ न दाखवता मुलांच्याच वयाचे दाखवले. ते रोलर स्केटिंग करायचे, सायकलिंग करायचे, पोहायचे वा बेसबॉल खेळायचे. रोनाल्ड सर्व मुलांचा जणू मित्रच बनला.

ऑक्टोबर १९६३मध्ये वॉशिंग्टनमध्ये रोनाल्डची पहिली जाहिरात प्रक्षेपित व्हायला सुरुवात झाली व थोड्याच कालावधीत ते पात्र बोझोइतकेच लोकप्रिय झाले. (बोझोचे काम करणारा विलार्ड स्कॉटच आता रोनाल्ड बनला होता.) मॅकडोनल्ड्सचे १९६०च्या दशकाच्या मध्याला वॉशिंग्टनमधील फ्रँचायझी जाहिरातींवर वर्षाला पाच लाख डॉलर्स खर्च करत होते व त्यातली बहुतेक रक्कम या रोनाल्डच्या जाहिरातींवर खर्च होत होती. ही रक्कम इतर कोणत्याही स्थानिक वा राष्ट्रीय पातळीवरील फास्ट फूड साखळ्यांपेक्षा अधिक होती. इतकेच नव्हे, तर मॅकडोनल्ड्स कॉर्पोरेशनही तेवढी रक्कम सर्व देशभर खर्च करत नव्हती. गोल्डस्टाइनने मग प्रत्येक नव्या स्टोअर्सच्या उद्घाटनाला रोनाल्ड या पात्रालाच नियुक्त केले, त्यामुळे वाहतुकीची कोंडी होत राहिली व मुलांसह त्यांच्या पालकांची गर्दीही वाढत राहिली.

गोल्डस्टाइनच्या १९६५मध्ये लक्षात आले की, रोनाल्डच्या रूपाने मॅकडोनल्ड्सला एक सर्वदूर उपयोगी 'मॅस्कॉट' मिळाले आहे. मग ते मॅकडोनल्ड्सला त्याने काहीही रॉयल्टी न घेता सर्वत्र वापरण्याची परवानगी दिली. त्या वेळी मॅकडोनल्ड्सचा पहिला विपणन संचालक होता मॅक्स कूपर. विशेष म्हणजे, मॅक्सने तो त्या वेळी नाकारला. त्याच्या मते, त्याचे कपडे हे मॅकडोनल्ड्सच्या दर्जाला साजेसे नव्हते. मग गोल्डस्टाइनने त्याला स्मरण करून दिले की, तो मॅकडोनल्ड्सचा सर्वांत यशस्वी फ्रँचायझी आहे. मग मात्र कूपरने आढेवेढे न घेता ते स्वीकारले व त्याची शिफारस हॅरी सोन्नेबर्नला केली.

"तुला काय वेड लागलंय का? या विदूषकाला घेऊन आपण काय करणार?" ही हॅरीची उत्स्फूर्त प्रतिक्रिया होती. हॅरीने अशा त्याच्या सूचना धुडकावून लावायच्या सवयीची कूपरला कल्पना होती. मग त्याने वॉशिंग्टनच्या बाजारपेठेत रोनाल्डच्या आगमनानंतरच्या मॅकडोनल्ड्सच्या विक्रीत झालेली वाढ ही पैशाच्या रूपात हॅरीपुढे आकडेवारी मांडून दाखवली. मग मात्र हॅरीने ती कल्पना मान्य केली आणि १९६५मध्ये रोनाल्डने राष्ट्रीय पातळीवर आपले अस्तित्व सिद्ध केले व अनेक टीव्ही जाहिरातींत तो चमकला. थोड्याच काळात मुलांच्यात तो सांताक्लॉजच्या पात्राएवढा लोकप्रिय झाला. त्यामुळे लहान मुलांच्या बाजारपेठेत मॅकडोनल्ड्सचे वर्चस्व वाढले. मग इतर फास्ट फूड साखळीच्या प्रवर्तकांनी हे मान्य केले की,

त्यांनी लहान मुलांची बाजारपेठ पूर्णपणे दुर्लक्षित केली होती.

मॅकडोनल्ड्सच्या यशाला कारणीभूत अन्य कोणत्याही गोष्टीपेक्षा ही लहान मुलांची बाजारपेठ काबीज करणे व त्यासाठी रोनाल्डसारख्या पात्राची निर्मिती करणे हे महत्त्वाचे गमक होते आणि इतरांनी ती बाजारपेठ काबीज करण्याचे प्रयत्न चालू केले, तोपर्यंत लहान मुलांनी आपली बांधिलकी मॅकडोनल्ड्सशी जोडली होती. आजही मॅकडोनल्ड्सच्या ग्राहकांपैकी ४० टक्के ग्राहक ही सात वर्षांच्या आतली मुले असतात व हे प्रमाण त्यांच्या ३३ टक्क्यांच्या सरासरीपेक्षा कितीतरी अधिक आहे.

मिनिओपोलिस आणि वॉशिंग्टनच्या अनुभवावरून इतर फ्रँचायझींनाही टीव्हीवरील जाहिरातींचे महत्त्व पटू लागले. पण त्याची ज्बर किंमत मोजणे त्यांच्या आवाक्याबाहेरचे होते. झिएन आणि 'जी जी' यांच्यासाठी ती सुलभ गोष्ट होती, कारण त्यांच्याकडे त्या-त्या भागातील एकाहून अधिक स्टोअर्स होती. त्यामुळे त्यांना तो खर्च परवडत होता. पण हे दोन्ही सुरुवातीचे फ्रँचायझी होते. पुढे क्रॉकने एकाच कंपनीकडे इतकी स्टोअर्स द्यायचे धोरण बदलून एका व्यक्तीकडे एक स्टोअर ही योजना राबवली. पण त्यामुळे त्यांच्यावर चांगले नियंत्रण ठेवता आले तरी त्यांची खर्च करण्याची आर्थिक क्षमता मर्यादित राहिली. त्यांचा दर्जा, सेवा, स्वच्छता उत्तम राखता आली; पण त्यांच्यातील विपणनाच्या सर्जनशीलतेला त्यात आवश्यक असलेल्या खर्चामुळे मर्यादा आल्या. त्यामुळे त्यांपैकी कोणालाही टीव्हीवरील जाहिरातीच्या खर्चाचा विचार करणेही शक्य झाले नाही.

यावर उपाय म्हणजे, सर्व फ्रँचायझींना एकत्र करून त्यांच्याकडून ठरावीक रक्कम घेऊन जाहिरातीचा एकत्र कार्यक्रम राबवणे. पण ही कल्पना शिकागोच्या फ्रँचायझींनी नाकारली. अन्य कोणत्याही क्षेत्रात इतके फ्रँचायझी एकवटलेले नव्हते. उलट, शिकागोत रे क्रॉकने स्वतंत्र व्यवसाय करणाऱ्या व रोलिंग ग्रीन क्लबमधल्या त्याच्या मित्रांना फ्रँचायझी दिल्या होत्या. रेच्या दर्जाच्या आग्रहासंबंधी ते राजी असले, तरी अशी सहकारीतत्त्वावरून जाहिरात करण्याची त्याची तयारी नव्हती. पण त्यामुळे तिथली स्टोअर्स ही मिनिओपोलिस वा वॉशिंग्टन इथल्या स्टोअर्सइतकी विक्रीतही यशस्वी झाली नव्हती, कारण तिथले फ्रँचायझी आक्रमक पद्धतीने जाहिरात करायचे.

निक कॅरोस याला फ्रेड टर्नरनंतर क्षेत्रीय सल्लागार म्हणून घेण्यात आले होते व त्याने शिकागोचा अनुभव लक्षात घेऊन क्लीव्हलँडमध्ये त्याची पुनरावृत्ती होणार नाही याची काळजी घेतली. तिथे त्याचा भाऊ गुस याने १९५८मध्ये रेस्टॉरंट उघडले होते. मग त्या विभागात क्लीव्हलँड, ॲक्रॉन, कॅन्टन वगैरे ठिकाणी नवे परवानाधारक होऊ घातल्यावर या टीव्हीवरील जाहिरातींसाठी सहकारीपद्धतीवर

एकत्र खर्चाची व्यवस्था करण्याची कल्पना त्याने त्यांच्यासाठी राबवण्याचे ठरवले. हे ज्यांना मान्य असेल, त्यांनाच परवाना देण्याची योजना आखली. याबाबत कॅरोस म्हणायचा, ‘‘याबाबत कुणावर सक्ती करता येत नाही, पण ‘ब्रेनवॉश’ करता येतो.’’

तिथे १९६१पर्यंत सहा ठिकाणी रेस्टॉरंट्स चालू झाली व मग ही जाहिरातीची योजना राबवणे शक्य होण्याची वेळ आली. त्यांच्या पहिल्याच बैठकीत कॅरोसने त्यांच्यासमोर ही सहकारपद्धतीवर जाहिरातीची कल्पना मांडणे चालू केले. वैयक्तिकरीत्या कुणा एकाला ते परवडणार नाही, पण सहकारतत्त्वावर प्रत्येकाने थोडे-थोडे पैसे घातले तर ही योजना सर्वांच्या फायद्यासाठी परिणामकारकरीत्या राबवता येईल, असे त्याने मांडले. त्याला सर्वांनी सकारात्मक प्रतिसाद दिला. त्याचे मुख्य कारण, रेस्टॉरंटची १९६०मधील विक्री २,६०,००० डॉलर्सवरून १९६१मध्ये २,२०,००० डॉलर्सवर घसरली होती. मग त्या सर्वांनी प्रत्येकी तीन टक्के किंवा ७००० डॉलर्स एकत्र करण्याचे ठरवले. मग मॅकडोनल्ड्सची पहिली सहकारतत्त्वावरील जाहिरात योजना अस्तित्वात आली. त्याची नियमावली व निर्वाचित अधिकारीही ठरले. त्यांच्या लक्षातही आले नसेल की, या निमित्ताने त्यांनी इतर क्षेत्रे व राष्ट्रीय पातळीच्या दृष्टीने एक नवा नमुना निर्माण केला आहे. आज मॅकडोनल्ड्सच्या जाहिरातींचा पूरक स्रोत या अशा सहकारतत्त्वावरील जाहिरातीच्या पैशातूनच मिळतो. मग या ‘नॉर्थईस्ट ओहिओ को-ऑपरेटिव्ह’ने एका जाहिरात एजन्सीला आपल्या कामासाठी नेमले. त्याचे नाव नेल्सन स्टर्न. नेल्सनने असे सुचविले की, जाहिरातीसाठी उत्तम माध्यम म्हणजे लीन शेल्डन हा नट साकार करत असलेले बार्नबी नावाच्या विदूषकाचे पात्र. त्याचे कार्यक्रम अनेक टीव्ही चॅनेलवर व्हायचे. मग त्याने टीव्हीवर मॅकडोनल्ड्सच्या हॅम्बर्गरची जाहिरात सुरू केली. तो दिवस गुरुवार होता. त्या आठवड्याच्या रविवारपर्यंत त्या भागातील मॅकडोनल्ड्सच्या रेस्टॉरंटवर एवढी झुंबड उडाली की, तिथले पदार्थ संपून गेले. मग घसरत गेलेली विक्री पुन्हा सावरली व १९६४पर्यंत प्रति रेस्टॉरंट सरासरी विक्री २,५६,००० डॉलर्सच्या पातळीवर आली.

लॉस एंजलीस क्षेत्रातही विक्री घसरत चालली होती. जेव्हा १९६३मध्ये प्रति दुकान २,००,००० डॉलर्स एवढी राष्ट्रीय विक्री होती, तेव्हा मॅकडोनल्ड्सचे जन्मस्थान असलेल्या राज्यात ती १,६५,००० डॉलर्सपर्यंत खाली गेली होती. याचे एक कारण म्हणजे, तिथे अनेक स्पर्धकांनी गर्दी केली होती व त्यांतले अनेक मॅकडोनल्ड्सची नक्कल करत होते.

मे १९६२मध्ये रे क्रॉकने या क्षेत्राकडे लक्ष द्यायचे ठरवले. त्याने कॅरोसला त्या विभागाच्या कार्यपद्धतीचा प्रमुख म्हणून नेमले. कॅरोसने ताबडतोब तिथल्या परवानाधारकांना क्लीव्हलँडमधील सहकारतत्त्वावरील जाहिरात योजनेच्या यशाची

कहाणी सांगितली. सुरुवातीला ते सर्व काहीसे सावध होते, कारण शिकागोहून आणलेल्या अशा कहाण्या लॉस एंजलीसमध्ये 'फ्लॉप' गेल्या होत्या. उदा. – मॅक्स कूपरने अशी कल्पना सुचवली की, रोज कामावर जाता-येता वाहतूककोंडीत अडकलेल्या लोकांना जाहिरातीद्वारा मॅकडोनल्ड्सची माहिती द्यायची. त्याने एक विमान त्यासाठी भाड्याने घेतले व निऑन साइन्सद्वारा जाहिरात करण्यास सुरुवात केली; पण त्या प्रयोगाला यश आले नाही.

पण सहकारतत्त्वावर जाहिरात करण्यात दोन अडचणी होत्या. एक तर त्या क्षेत्रातील टीव्ही जाहिरातींचे दर भरमसाट होते व दुसरे म्हणजे, तिथल्या परवानाधारकांकडे देण्यासाठी फार पैसे नव्हते; कारण व्यवसायच होत नव्हता. त्यांनी केवळ एक टक्का उत्पन्न देऊ केले. पण कॅरोसच्या लक्षात आले की, तिथे एक तर टीव्हीवर जाहिरात करायला पाहिजे वा कंपनीचा गाशा गुंडाळायला पाहिजे. मग त्याने फ्रेड टर्नरला पत्र लिहून कळवले की, टीव्हीवरील जाहिरातीचा सतत माराच मॅकडोनल्ड्सला तिथे वाचवू शकेल व त्यासाठी मग कंपनीनेही या सहकारतत्त्वावरील जाहिरातीत काही पैसे ओतायला हवेत. मॅकडोनल्ड्सने १९६४मध्ये मग ती योजना राबवली. त्यांनी १,८७,००० डॉलर्स त्यात ओतले व जाहिरात चालू झाली. कंपनीने हे पाऊल पहिल्यांदाच टाकले होते. पण त्याचे परिणाम लगेच दिसू लागले. पहिल्याच वर्षी विक्रीत २२ टक्क्यांनी वाढ झाली आणि १९६५मध्ये आणखी २१ टक्के वाढ झाली. हे यश पाहिल्यावर या माध्यमाचे महत्त्व सर्वांना पटले व टीव्हीवरील जाहिराती हाच मुख्य मार्ग आहे, हे त्यांनी ठरवले व तेही सहकारपद्धतीने. इतर क्षेत्रांतील परवानाधारकांनी मग अशा सहकारीतत्त्वावरील जाहिरातीच्या योजना राबवणे १९६७पासून चालू केले. प्रत्येकाची जाहिरात एजन्सी त्यांच्या-त्यांच्या सोईप्रमाणे ठरवली जायची.

त्याच वर्षी मॅकडोनल्ड्सने टीव्ही जाहिरातींचा राष्ट्रीय अधिकृत कार्यक्रम पक्का केला; परंतु त्याआधीच फ्रँचायझींच्या जाहिरातीसाठीच्या स्थानिक सहकार योजना कार्यान्वित झालेल्या असल्याने या कार्यक्रमाचे स्थानिक नियंत्रण त्या सहकारी योजनेंतर्गतच ठेवण्याचे ठरले. मॅकडोनल्ड्सचे १९९२मध्ये जाहिरातीचे एकूण अंदाजपत्रक १०० कोटी डॉलर्सचे झाले. एखाद्या एकुलत्या एक ब्रँडचा असा हा सर्वत्र मोठा पहिलाच अंदाजपत्रकी खर्च होता. तरीही १६५ क्षेत्रीय सहकारी यंत्रणेमार्फत व त्यांच्या ४८ जाहिरात एजन्सींमार्फत या सर्व जाहिरातींचा निधी उभारणी, प्रसिद्धिमाध्यमांशी करार यांचे अधिकार यावर नियंत्रण ठेवले जायचे. एवढेच नव्हे, तर दीर्घकालीन जाहिरातविषयक धोरणे व दिशा, तदनुषंगिक कार्यक्रम हेही त्याच यंत्रणा संभाळायच्या.

मॅकडोनल्ड्सच्या या जाहिरातीचा तोंडावळा एखाद्या कॉर्पोरेट कंपनीच्या राष्ट्रीय

पातळीला समान धोरणासारखा वाटायचा, तरी व्यवहारात त्यांचे काम या सहकारी यंत्रणेमार्फत चालायचे आणि त्या प्रत्येकाच्या क्षेत्रीय प्राधान्यता व धोरणे कित्येक वेळा स्वतंत्र असायची. त्यामुळे कॉर्पोरेटच्या एकावगुंठित धोरणात प्रत्येक भागात जे परिणामकारक होईल, ते माध्यम व ती पद्धत वापरली जायची.

हे केवळ जाहिरातीबाबतच व्हायचे, असे नाही. त्याचबरोबरच विपणनाचे आणखी एक महत्त्वाचे साधन म्हणजे, खाद्यपदार्थ. त्यावरही या सहकारी यंत्रणेने आपला प्रभाव ठेवला. क्रॉकने काही गोड पदार्थ (डेझर्ट्स) देण्याचा प्रयत्न केला, पण त्यात त्याला अपयश आले. फ्रेड टर्नर व नव्या उत्पादनाचे काम बघणारा संचालक बर्नांडिन यांनी १९७२मध्ये 'क्वार्टर पाउंडर' हा नवा हॅम्बर्गर आणला, तोपर्यंत फारसे नवे पदार्थ यादीत आले नव्हते. नंतर 'चिकन मॅकनगेट्स' हीसुद्धा टर्नरने सुचविलेली नवनिर्मिती होती. बाकी बहुतेक नवे खाद्यपदार्थ हे ठिकठिकाणच्या स्थानिक फ्रँचायझींनी शक्कल लढवून विकसित केले. बर्नांडिन म्हणायचा, ''स्ट्रॉबेरी केक ते फ्राइड क्लॅम्सपर्यंत अनेक पदार्थ मी विकसित केले व ते सर्व अपयशी ठरले. तरीही मला कंपनीने कामावर ठेवले, हे आश्चर्यच.'' याबाबत फ्रँचायझींच्या यशाचे रहस्य म्हणजे, ते बाजारपेठेच्या थेट जवळ होते. त्यामुळे ग्राहकांच्या आवडी-निवडी, त्यांतले बदल हे त्यांना अधिक जवळून अभ्यासता यायचे. याउलट, कंपनीचे अधिकारी मध्यवर्ती कार्यालयात बसून आपल्या कल्पना लढवत होते. नव्या पदार्थांचे विकसन-प्रयोग करत होते. टर्नर आणि त्यांच्या सहकाऱ्यांना दुसरी भीती अशी वाटायची की, नवे पदार्थ विकसित केले व बाजारात आणले, तर ते ग्राहकांपर्यंत पोहोचवण्यासाठी फ्रँचायझींच्या कर्मचाऱ्यांचा हात बसेतोपर्यंत वेळ जाईल व त्यांची सेवेची कार्यक्षमता कमी होईल, वेळ वाढेल. त्यामुळे फ्रँचायझींनी नवनव्या कल्पना लढवून तयार केलेले पदार्थ कंपनीने स्वीकारावेत म्हणून धडपड करत राहायचे व कंपनीचे अधिकारी ते स्वीकारायला टाळाटाळ करायचे.

सिनसिनाटीमधील फ्रँचायझीच्या १९६०मध्ये असे लक्षात आले की, नवे खाद्यपदार्थ यादीत घालणे हे अस्तित्व टिकविण्यासाठी आवश्यक आहे. लाऊ ग्रोएनचे ते रेस्टॉरंट कसेबसे अस्तित्व टिकवून होते. त्याच्या लक्षात आले की, आसपास रोमन कॅथॉलिकांची वस्ती जास्त आहे. ते शुक्रवार हा 'मांसरहित दिवस' पाळायचे व त्या दिवशी मॅकडोनल्ड्सचे रेस्टॉरंट टाळून शेजारी 'बिग बॉय'चे फ्रँचायझी असलेले डेव्ह फ्रिशचे रेस्टॉरंट गाठायचे. तिथे माशाचे सँडविच मिळायचे व त्यामुळे आपले गिऱ्हाईक कित्येक वेळा इतर दिवशीही तिथे जातेय, हे लाऊच्या लक्षात आले. बऱ्याचशा ग्राहकांना वाटायचे की, मॅकडोनल्ड्सला आपली गरज नाही म्हणून ते असे सँडविच देत नाहीत. मग ते आपल्याकडेही हवेच, असे लाऊने ठरवले.

हे त्याने जेव्हा मॅकडोनल्ड्सला सांगितले, तेव्हा तेथील कार्यपद्धती तज्ज्ञांनी ''आपल्याला माशाची गरज नाही'', असे सांगून ते धुडकावले. इतर ठिकाणी ग्राहक हॅम्बर्गर व्यवस्थित खाताहेत, असे त्यांचे सांगणे होते. पण त्याने लाऊचे मन पालटले नाही. त्याने स्पर्धकांची माशांच्य सँडविचची विक्री, आपला दुसरीकडे जाणारा व्यवसाय व तसा पदार्थ आपल्याकडे तयार करण्याचा संभाव्य खर्च याची आकडेवारी तयार केली. मग त्याची एक दृक्-श्राव्य चित्रफीत तयार केली व त्यांत आहे त्या यंत्रणेत माशाचा पदार्थ कसा तयार होऊ शकेल याची प्रात्याक्षिके प्रदर्शित केली. मग तो ते घेऊन शिकागोला गेला. तिथे त्याने हे सर्व मॅकडोनल्ड्सच्या अधिकाऱ्यांना दाखवले. एवढेच नव्हे, तर त्याने प्रत्यक्ष माशाचे सँडविच करून दाखवले. त्यांत हॅलिबुट मासा, त्यात मसाला घालून, तेलात तळून बनमध्ये घालून दिला.

त्याच्या या धडपडीने ते अधिकारी खूश झाले. त्यांनी त्याची विनंती मान्य केली व फिश सँडविचचा प्रयोग नव्या खाद्यपदार्थात करायचा ठरवले. ग्राहकांची प्रतिक्रिया उत्स्फूर्त व सकारात्मक होती. लाऊची शुक्रवारची विक्री १०० डॉलरवरून ५०० डॉलर्सपर्यंत गेली व त्यामुळे इतर दिवशीची हॅम्बर्गरची विक्रीही वाढली. एका वर्षातच विक्रीच्या आकड्यात ३० टक्क्यांनी वाढ झाली. लाऊ म्हणाला, ''माशाने मला दिवाळखोरीत जाण्यापासून वाचवले.''

मॅकडोनल्ड्सचे अधिकारी व देशभरचे फ्रँचायझी मग सिनसिनाटीला हे माशांचे सँडविच ग्रोएन कसे करतो,. हे पाहायला खास आले. पण त्यांना ही पद्धत फार गुंतागुंतीची वाटली. ग्रोएनने शुक्रवारी वापरण्याचे मासे मंगळवारी सर्वसाधारणपणे अडीच इंचांच्या कापात कापायला सुरुवात केली. मग त्याचा ठोकून पातळ थर करणे व ते शिजवणे हे काम शुक्रवारी तीनपर्यंत चालले होते आणि ती पद्धत मॅकडोनल्ड्सच्या असेंब्ली लाइनच्या दृष्टीने त्याने विकसित केली. पण इतर फ्रँचायझींना ही प्रक्रिया कटकटीची व त्यांच्या ठिकाणी वापरण्यास अयोग्य वाटली. कॅलिफोर्नियातील फ्रँचायझी व पुढे कंपनीचा अधिकारी झालेला अल बर्नाडिन म्हणाला, ''अशा प्रकारची प्रक्रिया आमच्या स्टोअरमध्ये करणे शक्य नाही. हा म्हणजे, एक घोळ आहे. आमच्या टापटिपीत ते बसत नाही.''

मात्र ग्रोएनचे ते यश पाहून मॅक्डोनल्ड्समधील माशाविषयीचा तिटकारा नाहीसा झाला. मग आपला स्वत:चा माशाचा पदार्थ कोणता व कसा करता येईल, यावर तिथे संशोधन चालू झाले. पण त्यांच्याकडे माशांपासून पदार्थ बनविण्याचे तंत्रज्ञान नव्हते. त्यांनी अनेक संभाव्य मासे पुरवठादारांना फोन केले. पण त्यांपैकी फक्त एकाने, म्हणजे बड स्वीनीने याबाबतीत स्वारस्य दाखवले. तो त्या वेळी 'गॉर्टन कॉर्पोरेशन' या बर्फात गोठवलेले मासे पुरवण्याचे मोठे नाव असलेल्या

कंपनीत हिशेब विभागाचा अधिकारी होता. पण कंपनी तशी लहान होती. मॅकडोनल्ड्स कंपनीचा एक महत्त्वाचा ग्राहक होऊ शकेल, या होऱ्याने स्वीनीने आपली कामासंबंधीची ट्रीप मध्येच थांबवली व तो शिकागोला परत आला. मग त्याला मॅकडोनल्ड्सने का फोन केला होता, ते सविस्तर सांगण्यात आले. दुसऱ्या दिवशी तो माशांचे काही नमुने घेऊन मॅकडोनल्ड्समध्ये अल् बर्नाडिनला भेटला. स्वीनी नंतर म्हणाला, "त्या माशांच्या नमुन्यामुळे नाही तर, आम्ही त्याच्या फोनला दिलेल्या त्वरित प्रतिसादामुळे अल् अधिक खूश झाला."

तरीही स्वीनीला ते कंत्राट मिळाले व यानिमित्ताने मॅकडोनल्ड्स कोणत्या प्रकारच्या पुरवठादारांकडे पाहते, हे दिसून आले आणि त्यांतून नव्या पदार्थाचे विकसन व निर्मिती करण्यात पुरवठादार किती महत्त्वाची भूमिका निभावू शकतात, याचे प्रत्यंतर आले. स्वीनीने आपली पहिली प्रतिमा तर उत्तम निर्माण केली होती; पण त्यापेक्षा त्याने मॅकडोनल्ड्सकडे केलेल्या पाठपुराव्यामुळे मॅकडोनल्ड्स या माशांच्या व्यापात पडले व गॉर्टन कंपनी मॅकडोनल्ड्सच्या पुरवठादारांपैकी एक झाली. प्रथमपासून तो मॅकडोनल्ड्सचा खाद्यपदार्थांचा बिनपगारी विकसन सल्लागार झाला. त्याचे मुख्य काम होते योग्य प्रकारचे फिश सँडविच विकसित करणे. ग्रोएनने माशावरचे संस्कार स्वत:च्या स्टोअरमध्ये केले होते; तर मॅकडोनल्ड्सला ते पुरवठादाराने आपल्या कंपनीत करून बर्फात थंड करून आणून द्यावे, असे वाटत होते. आल्यावर फक्त तो तेलात तळायचा व सँडविचला वापरायचा – अशी योजना होती. शिवाय स्वीनीने हे दाखवून दिले की, ग्रोएन वापरत असलेला हॅलिबुट मासा हा या प्रकारे विशेषत: राष्ट्रीय पातळीवरील साखळी उद्योगांसाठी वापरास योग्य नव्हता, कारण त्याचा पुरवठा मर्यादित होता व किमतीतही भरपूर चढ-उतार झाले असते.

मग स्वीनीने अनेक पर्याय सुचवले व त्या प्रत्येकाची चव मॅकडोनल्ड्सच्या स्टोअरमध्ये द्यायला सुरुवात केली. तो केवळ रिकामटेकडा निरीक्षक राहिला नाही. त्याचे आठवड्याच्या कामाचे बहुतेक दिवस त्याने मॅकडोनल्ड्सच्या टेस्ट स्टोअरमध्ये माशांच्या विभागात घालवले व गर्दीच्या वेळी सुट्टी घेऊन हॅम्बर्गर तयार करणे चालू ठेवले. आपल्या इतर ग्राहकांना तो फावल्या वेळी भेटत असे. तो हा असा मॅकडोनल्ड्समध्ये निष्कारण एवढा वेळ का घालवतोय, अशी विचारणा गार्टनमधले त्याचे सहकारी करू लागले होते.

पण स्वीनीचा आग्रह व गॉर्टनची चिकाटी यांची भरपूर परीक्षा व्हायची होती. तीन महिन्यांच्या प्रयोगांनंतरही मॅकडोनल्ड्सच्या पसंतीला उतरेल असे काही घडले नाही. मग स्वीनीने क्रॉक आणि टर्नरला कंपनीच्या ग्लाउस्टर, मॅसॅच्युसेट्समधील मुख्यालयाला भेट द्यायला बोलावले. तिथे गॉर्टनच्या वरिष्ठ अधिकाऱ्यांनी मॅकडोनल्ड्सच्या

अक्षेपांची सविस्तर माहिती घेतली व चर्चा केली. बहुतेक सर्व बर्फात गोठवलेल्या माशांना मक्याचे कच्चे दाणे वापरून शिजवले. त्यामुळे त्यांच्या चवीत फरक पडला होता. ग्रोएन वापरत होता तशी त्यावर थापायची पेस्ट मॅकडोनल्ड्सला वापरून हवी होती. याकरता मग सर्व नव्याने विकसित करायला हवे होते. फक्त २०० स्टोअर्स असलेल्या मॅकडोनल्ड्सची ती ऑर्डर तशी मोठी नव्हती. पण स्वीनीने कंपनीला पटवून दिले की, मॅकडोनल्ड्सची वाढ झपाट्याने होणार आहे व त्यामुळे धंद्याच्या वाढीला वाव आहे.

स्वीनीने मग गॉर्टन कंपनीने बनवलेले माशांचे पदार्थ मॅकडोनल्ड्सच्या स्टोअर्समध्ये चाचणी करण्यात आणखी तीन महिने घालवले. मग सर्वांच्या पसंतीचा नमुना जमला. त्याची चव घेण्यासाठी मॅकडोनल्ड्सच्या सर्व वरिष्ठ उच्चाधिकाऱ्यांना तिथे बोलावण्यात आले. पण हॅरी सोन्नेबर्नच्या शब्दांनी स्वीनीच्या पायाखालची वाळूच सरकली. ''मॅकडोनल्ड्सच्या स्टोअर्समध्ये तुम्हाला कधीही माशांचे पदार्थ पाहायला मिळणार नाहीत.'' मॅकडोनल्ड्सने तरीही चाचण्या चालू ठेवण्यास सांगितले, पण शेवटी त्या प्रयोगाची वाट लागली.

पण स्वीनीने हार मानली नाही. आपल्या व्हीलिंगमधल्या स्टोअरमध्ये त्याने आठवड्याला तीस तास खर्ची घालून मॅकडोनल्ड्सच्या फास्ट फूड पद्धतीत बसेल असा माशांचा पदार्थ कसा विकसित होत नाही हे पाहतोच, अशी भूमिका घेतली व कामाचा सपाटा लावला. तीन महिन्यांच्या त्या प्रयोगांनंतर एक वर्षाने अल् बर्नांडिनच्या बरोबरीने काम करून त्याच्या मते सर्वांना पसंत पडेल असे फिश सँडविच बनवण्यात त्याने यश मिळवले. ते कॉड माशांपासून बनवले होते. तो भरपूर प्रमाणात उपलब्ध होता व त्याची किंमतही हॅलिबुट माशापेक्षा स्थिर होती. शिकागोच्या सुप्रसिद्ध पाल्मर हाउस हॉटेलमधील मुख्य शेफ पॉल बर्नेट याने विकसित केलेले खास टार्टर सॉस त्याने वापरले होते. स्वीनीने तो मासा वाफाळलेल्या बनमध्ये घालून त्याबरोबर एक चीजची चकती टाकली. चीज वापरण्याचे कारण त्याने सांगितले, ''मला माशांची शिसारी होती ती वासामुळे व तिथे तर सर्वत्र माशांचे साम्राज्य होते. यावर उपाय म्हणून मी चीज खाऊ लागलो व तेच मग इथेही वापरले.''

मॅकडोनल्ड्सच्या सर्व साखळी स्टोअर्समध्ये तो अधिकृत मेनूमधला पदार्थ म्हणून द्यायचे १९६२मध्ये नक्की झाले. पण तेथूनच स्वीनीची खरी कसोटी सुरू झाली. त्याने बऱ्याच ठिकाणी बर्फात गोठवलेले मासे देणारे पुरवठादार शोधले. त्याला साजेसी फ्रीजरची यंत्रसामग्री निवडली व मॅकडोनल्ड्सच्या यंत्रसामग्री विकसित करणाऱ्या विभागाला मासे तळण्याचे यंत्र विकसित करण्यात मदत केली. मग त्याने देशभरच्या मॅकडोनल्ड्सला भेटी देऊन तिथल्या फ्रँचायझींना आपल्या मेन्यूमध्ये

माशांचे पदार्थ घालायचा आग्रह धरला.

मॅकडोनल्ड्समध्ये त्याने केलेल्या या धडपडीचे बक्षीस त्याला नंतर मिळाले. गॉर्टनला संबंध देशभर त्या माशांचा पदार्थ पुरवण्याची ऑर्डर मॅकडोनल्ड्सकडून मिळाली; पण ती स्वीनीच्या व्यक्तिगत कामागिरीमुळे. चार वर्षांनी स्वीनीने गॉर्टन सोडले व त्याने 'बूथ फिशरीज' या कंपनीत नोकरी धरली. मग बराच धंदा त्या कंपनीलाही मिळाला. पुढे हे प्रमाण ५० टक्के झाले. मग गॉर्टनने स्वीनीला पुन्हा आपल्याकडे स्वतंत्र सल्लागार म्हणून घेतले, ते मॅकडोनल्ड्सच्या खर्चाने. ही १९७०च्या दशकाच्या मध्याची गोष्ट. त्याचा मृत्यू १९८९मध्ये झाला. पण तोपर्यंत त्याने मॅकडोनल्ड्सचा माशांचा ८० टक्के व्यवसाय गॉर्टनकडे खेचून आणला व त्याची किंमत ४.८ कोटी डॉलर्स झाली होती.

अशा या माशाच्या पदार्थाच्या निवडीमुळे एक वर्तुळ पूर्ण झाले. या पदार्थाची कल्पना एका फ्रँचायझीच्या स्थानिक गरजेतून निर्माण झाली. त्यातून एक राष्ट्रीय पातळीवर वापरला व विकला गेलेला पदार्थ विकसित झाला. तो एका स्वतंत्र पुरवठादाराने विकसित केला व त्याचा पुरवठाही केला होता. त्या पुरवठादाराची मॅकडोनल्ड्सशी त्याच्या पगारी अधिकारी व कर्मचारी वा फ्रँचायझीइतकीच बांधिलकी होती. यानिमित्ताने फ्रँचायझींमध्ये असलेल्या शक्तीचा पुरेपूर उपयोग कसा करून घेता येऊ शकतो, याचे एक उदाहरणच दिसून आले.

काही फास्ट फूड साखळी कंपन्यांतून सर्व नियंत्रण व अधिकार हे त्या कंपन्यांत एकवटले होते. तेच सर्व पदार्थ व यंत्रसामग्री पुरवायचे. याउलट, काही कंपन्यांत त्यांचे विकेंद्रीकरण करण्यात आले होते व एखाद्या मोठ्या कार्यक्षेत्रावर नियंत्रण करू शकणारे बडे फ्रँचायझी आपल्या मर्जीप्रमाणे कार्यपद्धती व विपणनातील निर्णय घ्यायचे. मॅकडोनल्ड्सने यांतला समतोल राखला होता. त्यांनी काही जबाबदाऱ्यांवर पूर्ण नियंत्रण ठेवले होते. उदाहरणार्थ – कार्यपद्धतीचे नियम, प्रशिक्षण, यंत्रसामग्री व उपकरणांचे विकसन, निर्मिती आणि अर्थव्यवहार. या क्षेत्रात केंद्रीकरण व प्रमाणीकरणामुळे फायदा होता. याचबरोबर कंपनीने काही कार्यक्षेत्रात फ्रँचायझींना भरपूर स्वातंत्र्य दिले होते. ते म्हणजे – जाहिरात, प्रसार व प्रचार आणि नव्या खाद्यपदार्थांचे विकसन. या क्षेत्रात ग्राहकांशी जवळीक ही जमेची बाजू होती. शिवाय फ्रँचायझींना सर्व वस्तू आपणच पुरवल्याने निर्माण होणाऱ्या स्वारस्यांतर्गत वादविवाद टाळून मॅकडोनल्ड्सने पुरवठादारांना नवे पदार्थ विकसित करण्यास उत्तेजन दिले आणि त्यात कंपनीच्या कार्यपद्धती व फ्रँचायझींच्या विपणनातील गरजा यांत समतोल राखला.

डेस प्लेन्समधील पहिले नमुना रेस्टॉरंट रे क्रॉकने चालू केल्यापासून एका तपात मॅकडोनल्ड्सने आपल्या स्पर्धकांवर वर्चस्व प्रस्थापित केले. पण रे क्रॉकचे

यश आपसूक आलेले नव्हते. त्याने एक कंपनी नव्हे; तर स्वतंत्र कंपन्यांची कार्यपद्धत विकसित केली होती आणि ती सर्वांना एकाच समान ध्येयाने व उद्दिष्टाने पुढे नेत होती. ते करताना त्यांची कामे परस्परांना पूरक होत होती. यांतून निर्माण होणारी ऊर्जा विविध विभागांचा विचार करता इतकी निराळी व अनपेक्षित होती की, त्याचा अंदाज रे क्रॉकला यायला काही काळ जावा लागला. सर्व नियंत्रण आपल्या कंपनीत असावे रे क्रॉकला असे १९५०च्या दशकात वाटत होते. पण जसजसे नवे खाद्यपदार्थ, नवनव्या कार्यपद्धती विकसित होत गेल्या, तसतशी त्याला आपल्या पुरवठादारांतील व फ्रँचायझींमधील सर्जनशीलता किती उत्कृष्ट आहे, याचा प्रत्यय यायला लागला. ते जणू व्यवसायातील पूर्ण वेळचे भागीदारच बनले व त्यांच्यावर अवलंबून राहिल्याशिवाय या उद्योगात वर्चस्व प्रस्थापित करता येणार नाही, हे रे क्रॉकला कळून चुकले. हळूहळू पण निश्चितपणे त्याचे पुरवठादार व फ्रँचायझी हे आपल्या पायावर उभे राहण्याची क्षमता बाळगू लागले होते.

कंपनी 'पब्लिक लिमिटेड' झाली

मॅकडोनल्ड्सची उभारणी करणे हे रे क्रॉकचे अत्यंत आवडीचे काम होते. ते त्याचे 'करिअर' नव्हते; ते त्याचे जीवन होते. त्याचा व्यवसाय व त्याचे खासगी आयुष्य यांत काही फरक नव्हता, अंतर नव्हते. त्याच्या व्यक्तिगत जीवनात व व्यवसायातही १९६७च्या सुरुवातीस काही बदल झाले. मूलभूत विचार केला, तर त्यामुळे दोन्हींत कायमचे बदल झाले. तो आपल्या व्यावसायिक जीवनात अत्युच्च स्थानावर पोहोचण्याच्या दृष्टीने झेप घेत होता आणि त्याच वेळा एक अनपेक्षित आनंददायी गोष्ट त्याच्या आयुष्यात घडली होती. तो चक्क प्रेमात पडला होता!

इथेलशी १९२२मध्ये त्याचे लग्न झाले. पण तो १९५७मध्ये मिनिओपोलिस येथे एका फ्रँचायझीशी वाटाघाटी करण्यासाठी जिम झिएन याच्याकडे गेला आणि तिथे त्याने एक स्त्री बघितली. त्याला वाटू लागले की, एक ना एक दिवस ती आपल्या आयुष्यात येणार, तिच्याशी लग्न होणार. तिचे नाव होते जोन स्मिथ आणि ती झिएनच्या 'क्रायटेरियन' या सेंट पॉलमधील रेस्टॉरंटमध्ये ऑर्गन वाजवायची.

तसा क्रॉकही विशीतच व्यावसायिक पियानोवादक होता व या वाद्यावर हात बसलेल्या कोणाविषयीही त्याला प्रेम वाटायचे. शिकागोतल्या ज्या नाइट क्लबमध्ये पियानोवादन चालायचे, तिथे तो आवडीने भेटी द्यायचा. त्यामुळे एकीकडे झिएनशी व्यवसायाच्या वाटाघाटी करायच्या व त्याच वेळी त्या विशीतल्या सुंदर दिसणाऱ्या ऑर्गनवादक स्त्रीकडेही लक्ष द्यायचे, ही अवघड कसरत तो करत होता. तो जणू तिच्यापायी वेडाच झाला होता.

हे एकतर्फी प्रकरण कदाचित तिथेच थांबले असते. पण झिएनने ती फ्रँचायझी मिळवली व तिथल्या मॅकडोनल्ड्स स्टोअरच्या व्यवस्थापकपदी जोनचा नवरा रॉली स्मिथ याची निवड केली. इतकेच नव्हे, तर त्याला आपल्या नफ्यातला भागीदार

करून घेतले. विक्रीचा आकडा वाढत गेला आणि पहिल्याच वर्षी रॉलीला १२,००० डॉलर्सचा बोनस मिळाला. तो मिलवॉकी रोड येथे रेल्वेमध्ये इंजिनिअर म्हणून काम करत होता, त्याच्या दुप्पट ही कमाई होती. पुढे झिएनने त्याला मॅकडोनल्ड्सच्या रॅपिड सिटी, साउथ डाकोटा येथील स्टोअरमध्ये अर्धी भागीदारी दिली आणि मॅकडोनल्ड्स कुटुंबाचे जोन आणि रॉली सदस्य बनले अन् रे क्रॉकचे चाहतेही.

पुढे जोनला रे क्रॉक अधून-मधून भेटत असे. पण त्याच्या लक्षात येऊ लागले की, आपले ३० वर्षे अस्तित्वात असलेलं लग्न आता लवकरच मोडणार आहे. याआधी त्याने १९७७मध्ये आत्मचरित्र 'ग्राइंडिंग इट आउट' लिहिले. त्यात त्याने जोनबरोबर केलेल्या अनेक दीर्घकालीन टेलिफोन संभाषणांबद्दल लिहिले. प्रथम ते असायचे रॅपिड सिटीमधले स्टोअर कसे चालले आहे, यासंबंधी. पण त्याचे तिच्यातले स्वारस्य वाढत गेले. 'हातात टेलिफोनचा रिसीव्हर घेतला की, माझ्या डोक्यापासून पायापर्यंत शिरशिरी यायची!' तो लिहितो; तर जोन म्हणते, "जेव्हा मी आणि रे पहिल्यांदा भेटलो, तेव्हा मला वाटले की, एक ना एक दिवस आम्ही लग्न करणार. ते नि:शब्द होते, पण तसे काहीतरी होत होते."

पण १९६१च्या शेवटी त्याचा निश्चय पक्का झाला. त्याने इथेलला घटस्फोट दिला व जोनला मागणी घातली. तिनेही ती स्वीकारली. त्या वर्षी त्याला पहिल्यांदाच मॅकडोनल्ड्समधून ७५,००० डॉलर्स पगार मिळाला होता आणि त्याने इथेलला घर आणि वर्षाला ३०,००० डॉलर्स पोटगी देणे मान्य केले होते. मग हे सर्व करण्यासाठी त्याने आपली सर्वांत चांगली जंगम मालमत्ता व प्रिन्स कॅसल सेल्समधील १०० टक्के मालकी विकली. सोन्नेबर्नने अमेरिकन नॅशनल बँकेतून १,५०,००० डॉलर्सचे कर्ज मिळवले व मग मॅकडोनल्ड्सच्या आठ ज्येष्ठ व्यवस्थापकांनी (त्यात सोन्नेबर्न नव्हता) ती कंपनी विकत घेतली. त्या पैशातून त्याचे नवे जीवन चालू झाले. मग त्याने नव्या संसाराची सुरुवात नव्या ठिकाणी करायची, म्हणून कॅलिफोर्नियात स्थलांतर करायचे ठरवले. त्याने व जोनने लॉस एंजलीसच्या वुडलँड हिल्स भागात एक घर पसंत केले व मग लग्नाची तयारी चालू केली.

पण मग जोनच्या कुटुंबात वादळ उठले. तिने रॉलीला सोडून रेबरोबर जाणे तिच्या आईला व मुलीला पटले नाही. "रे चांगला आहे. पण तुझ्याशिवाय बिचारा रॉली कसा जगणार?" असे त्या म्हणायच्या. तिची १४ वर्षे वयाची मुलगी लिंडा म्हणाली, "तू जर रेबरोबर लग्न केलंस, तर तुला एक मुलगी होती, हे तू विसरून जा."

मग जोनने घाईघाईने ते लग्न मोडले. क्रॉक पुरा खचला. पण त्याचे कॅलिफोर्नियाला जायचे नक्की होते. तिथे त्याचे घर झाले होते व घटस्फोटानंतर तो तिथे नवे सामाजिक जीवन विकसित करत होता. त्याला दक्षिण कॅलिफोर्नियातील नवेपणा

भावला होता. तिथल्या लोकांना नवनिर्मितीचा आनंद घ्यायची इच्छा होती. त्याचा पूर्वीचा प्रमुख हिशेबनीस गेरी न्यूमन म्हणतो, ''रेला कॅलिफोर्नियाची मोहिनी पडली होती, शिवाय तिथल्या जीवनात बराच दिखाऊपणाही होता.''

रे क्रॉक १९६२च्या मे महिन्यात तिकडे गेला. एक वर्षानंतर जोनने मत बदलले व त्याच्याबरोबरच जाण्याइतपत धैर्य दाखवले. ती मग सेंट पॉलला आईकडे गेली व तिने तिला सर्व पटवून दिले. 'मी रेशी लग्न केले तरी तू माझ्यावर प्रेम करशील', असे वचन तिने तिच्याकडून मिळवले. पण तिच्या आईने तिला एक भयानक गोष्ट सांगितली. 'रेचा आताच फोन आला होता, तो आता लग्न करतोय.' त्या बाईचे नाव होते जेन डॉबिन्स ग्रीन. ती जॉन वेन याची लेखन-सहायिका होती. तो तिला असाच सहज भेटला होता व दोन आठवड्यांतच त्यांचे लग्नही झाले. त्यावरून एक सिद्ध झाले की, तो एकटा राहण्याच्या कल्पनेने अस्वस्थ होता. 'जेनशी लग्न ही तडजोड होती, कारण मी अजूनही जोनचाच विचार करत होतो', असे त्याने पुढे लिहिले.

तो वैयक्तिक कारणासाठी जरी पश्चिम किनाऱ्यावर स्थिरस्थावर झाला तरी त्याच्या शिकागोच्या कंपनीवर त्याचा चांगलाच परिणाम झाला. वरवर पाहणाऱ्याला असे वाटत होते की, जेव्हा त्याच्या मॅकडोनल्ड्सची झेप एक राष्ट्रीय पातळीवरची फास्ट फूड साखळी होण्याच्या टप्प्यात आली होती; तेव्हा हा साठीतला उद्योजक आता उद्योगातून दूर होऊ पाहतोय. पण त्याच्या मनात तसे काही नव्हते व स्वत: लादून घेतलेल्या अज्ञातवासातही तो गेलेला नव्हता. पश्चिम किनाऱ्यावर मॅकडोनल्ड्सचा विस्तार खरेतर भरपूर होण्याची शक्यता होती, पण तिथला व्यवसाय थोडासा निराशाजनक होता. जेव्हा तो त्या भागात स्थायिक होण्यासाठी गेला, तेव्हा १९५७मध्ये जी बाजारपेठ कंपनीने जवळजवळ दूर लोटली होती, ती परत मिळवण्याचा त्याचा उद्देश होता. पूर्वी ती दूर लोटण्याचे कारण होते, तिथले त्या काळातले विक्षिप्त फ्रँचायझी. ते कंपनीला जुमानत नव्हते व दूर शिकागोमध्ये राहून त्यांच्यावर नियंत्रण ठेवणे कठीण होत होते. जवळजवळ चार वर्षांच्या मुदतीनंतर क्रॉक तिकडे जाण्यापूर्वी एक वर्ष आधी मॅकडोनल्ड्सने त्या भागात पुन्हा लक्ष केंद्रित करायचे ठरवले होते. पण १९६२च्या मध्यापर्यंत त्या भागात फक्त १६ रेस्टॉरंट्स होती. तिथे अनेक स्वतंत्र ऑपरेटर्स होते. त्यांनी मॅकडोनल्ड्सच्या नियंत्रणाला न जुमानता त्याचीच नक्कल करून आपली अन्य रेस्टॉरंट्स चालू केली होती. त्या भागातली उत्पन्नाची सरासरी ही राष्ट्रीय सरासरीच्या २० टक्क्यांनी कमी होती व एकूणच तशा एका सुपीक भागातली ही परिस्थिती निराशाजनकच होती.

ही बाजारपेठ पुन्हा काबीज करायचे क्रॉकचे उद्दिष्ट होते. तसे कंपनीला मध्य पूर्व व पूर्व अमेरिकेत भरपूर यश मिळाले होते; पण जोपर्यंत ही पश्चिम बाजारपेठ

काबीज होत नव्हती, तोपर्यंत राष्ट्रीय साखळी होण्याच्या प्रयत्नांना मर्यादा होत्या व कंपनी एक व्यवहार्य स्पर्धक म्हणून टिकू शकली नसती. म्हणून त्याने आयुष्यात वैयक्तिकरीत्या बसलेल्या पीछेहाटीचा उपयोग पश्चिम किनाऱ्यावर व्यवसायाचा मजबूत पाया उभारण्यासाठी केला. त्यामुळे तिथल्या फ्रँचायझीवर जवळून देखरेख करणे शक्य झाले असते.

त्याने शिकागोच्या अधिकाऱ्यांची संख्या थोडी कमी केली व निक कॅरोसला आपल्याकडे बोलावून घेतले. त्याचबरोबर बांधकाम खात्याचा प्रमुख बॉब पॅप आणि मनुष्यबळ व्यवस्थापक जिम कुन्ह यांनाही त्याने बोलावून घेतले. खरेदी विभागातील तज्ज्ञ स्टीव्ह बार्नेस यालाही त्यांनी १९६४मध्ये तिकडे ओढले व त्याला पहिला क्षेत्रीय व्यवस्थापक केले. जणू लॉस एंजलीसमध्ये मिनी मॅकडोनल्ड्स कॉर्पोरेट कार्यालयच त्याने उघडले. त्या सर्वांवर व्यक्तिगतरीत्या स्वत: देखरेख करण्याची अवघड जबाबदारी त्याने स्वीकारली. हे करणे त्याला शक्य होत होते, कारण त्याचा विश्वासू उजवा हात फ्रेड टर्नर शिकागोमधला कारभार पाहायला समर्थ होता. रेने त्याला सांगितले, ''रॉकी पर्वतरांगेच्या पूर्वेकडची आघाडी तू संभाळ, मी पश्चिमेकडची संभाळतो.''

या अशा विभागणीमुळे टर्नरच्याही कामाची व्याप्ती व त्यातली सफाई त्या दशकात चांगलीच वाढली. हॅरी सोन्नेबर्नने आर्थिक आघाडी उत्तम संभाळली होती व त्यामुळे दर वर्षी सुमारे १०० नव्या रेस्टॉरंटची भर त्यांच्या कंपनीत पडत होती. ही संख्या त्यांच्या सर्वांत मोठ्या स्पर्धकाच्या दुप्पट होती. टर्नरचा कार्यव्यवस्थेतील अधिकारही वाढत होता. खरेदीचे व्यवहार त्याने मध्यवर्ती कार्यालयात केंद्रित केले. त्याने कंपनीच्या अद्वितीय प्रशिक्षण कार्यक्रमात आमूलाग्र बदल केले. त्याने त्यात हॅम्बर्गर युनिव्हर्सिटीच्या बाहेर 'मॅकऑपको' युनिट्समध्ये विस्तार केला. अशी युनिट्स १९६३पर्यंत शिकागो, बोस्टन, लॉस एंजलीस, अ‍ॅटलांटा आणि कोलंबस (ओहिओ) येथे कार्यरत झाली. दोन वर्षांनतर या पाच शहरांत कंपनीने क्षेत्रीय कार्यालये स्थापन केली. त्यांची ४४ राज्यांत ७००च्या वर रेस्टॉरंट्स काम करत होती. कंपनीचे १९६५मध्ये या पुनर्निर्माणाच्या व विकेंद्रीकरणाच्या योजनेमुळे आपल्या फ्रँचायझीवर चांगले नियंत्रण आले व वरिष्ठ अधिकाऱ्यांना बाजारपेठेच्या जवळ जाणे शक्य झाले.

अशा रितीने पायाभूत सुविधा विस्तारत होत्या, तरी व्यवहारात प्रमाणके राबवण्यासाठी लागणारा तज्ज्ञांचा ताफा उभा करण्यात टर्नरला बरीच खटपट करावी लागत होती. प्रवासात तो सतत अशांच्या शोधात असायचा. त्याने एअरलाइन्समधील तिकीटविक्री करणारे कारकून, बरोबर प्रवास करणारे प्रवासी यांनाही हेरले. जो कोणी नवे काही शिकू शकेल व ज्याला सेवाक्षेत्रात काम

करण्याची इच्छा आहे, असे कोणीही त्याला चालणार होते. त्याने समाजसेवक, रेल्वेमधला कारकून, विम्याचा प्रतिनिधी, बँकेतला कारकून अशा कोणत्याही क्षेत्रातली माणसे जमवली; फक्त फास्ट फूडच्या क्षेत्रातली सोडून! ''त्यांना आमच्या कार्यपद्धतीत बसवणे जमत नव्हते, कारण 'पडिले वळण इंद्रिया सकळां' हे त्यांच्याबाबतीत घडत होते.'' हे त्याचे याबाबतचे स्पष्टीकरण होते.

क्रॉक व टर्नरची विचारपद्धती परस्परपूरक होती. त्यांचा परस्परसंवाद व संदेश-संपर्क उत्तम होता. त्यामुळे संस्थापकाने मुख्य कार्यालयापासून दूर जाण्याने कंपनीच्या व्यवहारात कमकुवतपणा आला नव्हता व त्यांची एकवाक्यताही भंगली नव्हती. पण हळूहळू कंपनीच्या कारभाराचे दोन भाग पडत चालले. पूर्व आणि पश्चिम. एकीकडे क्रॉक व दुसरीकडे हॅरी सोन्नेबर्न अशी सत्ताकेंद्रे निर्माण होण्याची चिन्हे दिसू लागली.

तसे होण्याचे अन्यथा कारण नव्हते. पण हळूहळू क्रॉकचे लक्ष कार्यपद्धतीचे व्यवस्थापन करण्याकडे जास्त जाऊ लागले, त्यामुळे व्यवस्थापन व आर्थिक व्यवहार यांकडे दुर्लक्ष होत गेले. पण हे दोन्ही विभाग वाढत्या मध्यम आकाराच्या कॉर्पोरेशनच्या दृष्टीने महत्त्वाचे होते व त्यामुळेच हॅरी सोन्नेबर्नचे त्यातले वर्चस्व प्रस्थापित होऊ लागले. जणू कॉर्पोरेशनचा पूर्ण कारभार हॅरीच्या हातात आला व त्यांतही दोघांच्या दृष्टिकोनात फरक असल्याने त्यांच्यातील संघर्ष वाढत चालला. क्रॉकचा रोख मॅकडोनल्ड्स ही मूलत: फास्ट फूडमधील अग्रेसर कंपनी आहे, असा होता; तर हॅरीचा रोख 'तसे नाही, ती स्थावर मालमत्तेच्या व्यवहारातील अग्रेसर कंपनी आहे', असा होता. मात्र, १९६७च्या मध्यापर्यंत या संघर्षाचे लढाईत रूपांतर झाले नव्हते. पण त्याची मुळे १५ लाख डॉलर्सचे कर्ज बोस्टनच्या गुंतवणूकदारांनी दिले, त्या वेळी केलेल्या कष्टात होती. त्यांना समाधानी करण्यासाठी 'मॅकडोनल्ड्स कॉर्पोरेशन' या नावाखाली कंपनीच्या दोन निरनिराळ्या कार्यांना एकत्र आणले गेले. 'मॅकडोनल्ड्स सिस्टीम्स आयएनसी' – ही क्रॉक संभाळत असलेली आणि 'फ्रँचाइझ रिॲलिटी कॉर्पोरेशन' ही स्थावर मालमत्तेचे व्यवहार संभाळणारी उपकंपनी हॅरी सोन्नेबर्न संभाळत असलेली – अशा दोन भागांची कंपनी झाली. या नव्या कॉर्पोरेशनचा अध्यक्ष व कार्यकारी प्रमुख म्हणून सोन्नेबर्नची निवड झाली होती. त्या पदाची क्रॉकच्या लेखी फारशी किंमत नव्हती, कारण त्याच्याकडे ५२ टक्के मालकी होती आणि कंपनीचा खरा 'बॉस' आपणच आहोत, हे तो जाणत होता. टर्नरच्या मते, हॅरीला सीईओ करण्याने क्रॉकच्यात काही फरक पडला नव्हता; उलट हॅरीने ती जबाबदारी गांभीर्याने घेतली.

क्रॉक पश्चिम किनाऱ्यावर असल्याने हॅरी इकडे कॉर्पोरेशनच्या कारभारावरील आपली पक्कड घट्ट करण्यासाठी पावले उचलू लागला. कार्यपद्धतीवर आधारित

कंपनी हे पूर्वीचे स्वरूप जाऊन आर्थिक निकषांवर चालणारी कंपनी हे नवे स्वरूप कंपनीला देण्याचा प्रयत्न त्याने चालू केला. क्रॉकच्या अनुपस्थितीत हॅरीने १९६२ ते ६६च्या दरम्यान आपल्या पदाचा व्यवस्थित उपयोग करून घेतला. तो केवळ नावापुरताच प्रमुख राहिला नव्हता. याचे दुसरे कारण म्हणजे, जसजशी कंपनी वाढत होती तसतसे आर्थिक नियंत्रण असणे आवश्यक बनत चालले होते. शिवाय क्रॉकला आर्थिक व्यवहारात काहीही स्वारस्य नव्हते. आर्थिक विषयावर चर्चा चालू झाली की, तो जणू 'स्विच ऑफ' व्हायचा.

सोन्नेबर्नने १९६०च्या आसपास कंपनीची आर्थिक घडी व्यवस्थित बसावी यासाठी बरेच कष्ट घेतले होते. त्याचा उपयोग मॅकडोनल्ड्सची सर्वंकष वाढ व विशेषत: वाढीचा दर यांवर झाला होता. त्यामुळे कोणत्याही नव्या योजनांत हॅरीची संमती मिळवणे अवघड होत चालले होते. अंदाज करताना सविस्तर माहिती देणे हे ओघानेच आले; पण हॅरीच्या बाबतीत तसे करणे म्हणजे खडकावर पाणी मारून गवत उगवायचा प्रयत्न करण्यासारखे होते. तो खिसा मोकळा करत नसे.

दर वर्षी किती नवी स्टोअर्स उघडायची, यावर हॅरीचे कडक नियंत्रण असायचे. त्यासाठी स्थावर मिळकतीच्या व्यवहाराच्या कामासाठी लागणारे कर्मचारी तो मर्यादित ठेवायचा. सुरुवातीला यामुळे वाढीवर दृश्य परिणाम दिसत नव्हता. पण पुढे केवळ संख्याच नव्हे तर नवे स्टोअर कुठे असावे, यावरही त्याचे नियंत्रण येऊ लागले. त्यामुळे कित्येक वेळा चांगल्या जागा फार महाग आहेत, या कारणासाठी नाकारणे त्याने चालू केले. त्याने ५०,००० डॉलर्सपेक्षा जास्त किमतीची जागा खरेदी करणे नाकारले. वाटाघाटी करताना तुम्ही कठोर राहा, असा सल्ला त्याने स्थावर मिळकतीचे व्यवहार पाहणाऱ्या अधिकाऱ्यांना दिला. त्याचा सहकारी बायलॅन सांगतो, "एखाद्याने १००० डॉलर्स महिना हप्त्याची जागा निवडली तर तो सांगायचा परत जा आणि ५० डॉलर्स कमी होताहेत का, हे पाहा."

स्पर्धा वाढली तशी त्याच्या या कडक धोरणामुळे कंपनीला मोक्याच्या जागा सोडून दुय्यम महत्त्वाच्या जागा बघणे भाग पडले. त्यामुळे हॅरीचा रोख मॅकडोनल्ड्सची विक्री वाढण्यापेक्षा जागांची भावी किंमतवाढच कशी चांगली होईल, याकडे असावा, असे वाटू लागले.

डिक शूबॉट हा १९६०च्या दशकातच मॅकडोनल्ड्सच्या मिळकतव्यवहारात स्वतंत्रपणे काम करणारा एक यशस्वी ब्रोकर होता. तो थेट क्रॉककडे जाऊन संमती आणायचा व त्यामुळे त्याची कामे पटापट व्हायची. जर हॅरीने त्याच्या व्यवहारात त्याला रोखून ठेवले, तर तो शिकागोला क्रॉक यायची वाट पाहायचा व अशा जागा त्याला थेट दाखवून व्यवहार पूर्ण करून घ्यायचा. तो त्याला विमानात बसवून जागेवर हिंडून आणायचा; प्रत्येक जागेची कागदपत्रे, त्यांचे महत्त्व व अन्य माहिती

हॉटेलमध्ये रात्र-रात्र जागून क्रॉकसाठी तयार करायचा. मग तो भाडेकराराच्या कागदपत्रांवर क्रॉकची सही घेऊन टाकायचा. त्याच्या मते, हॅरी जागेची किंमत फक्त डॉलरच्या भाषेत करायचा; तर क्रॉक त्यातून होणाऱ्या व्यवसायाच्या वाढीत ती करायचा.

पण त्याचे तसे हॅरीबाबतचे वागणे अपवादात्मक म्हटले पाहिजे. जसजसा काळ गेला तसतशी हॅरीने खर्चावर व खजिन्यावरही नियंत्रणे आणली. त्याच्या अधिकारपदाची सर्वोच्च कारकिर्द आली, तेव्हाच त्याच्यात व क्रॉकमध्ये संघर्षाची ठिणगी प्रकर्षाने पडू लागली. ही वेळ होती कंपनीने पब्लिक लिमिटेड करण्याचे ठरवले तेव्हाची.

सोन्नेबर्नच्या नियंत्रित वाढीची योजना पाहता, कंपनीला तशी तातडीने जादा भांडवलाची गरज नव्हती. त्याचा पहिला उद्देश होता कंपनीच्या प्रमुख मालकांना त्याचे भाग विकून पैसे उभे करता येणे. रे क्रॉकचा हिस्सा १९६५मध्ये ५२.७ टक्के, हॅरीचा १५.२ टक्के, ज्यून मार्टिनोचा ७.७ टक्के होता व ते आधीच लक्षाधीश झाले होते. पण त्यांचे भाग अडकून पडले होते, ते त्यांना सोडवता येत नव्हते. शिवाय वार्षिक पगार बऱ्यापैकी होते, तरी ते फार मोठे होते असे म्हणता आले नसते. क्रॉकचा १,१५,००० डॉलर्स, सोन्नेबर्नचा ९०,००० डॉलर्स आणि मार्टिनोचा ६५,००० डॉलर्स. त्यामुळे तिघांनी एकत्रपणे विचार करून कंपनी पब्लिक लिमिटेड करावी, असे ठरवले. कारण त्याच मार्गाने त्यांना आपले भांडवल सोडवून घेता आले असते.

हे १९६४मध्ये तत्त्वतः ठरल्यावर १५ एप्रिल १९६५पर्यंत याबाबतची प्रक्रिया पूर्ण करावी व हे काम हॅरीने करावे, असे ठरले. त्याप्रमाणे त्याने त्याबाबतचे पूर्ण व्यवहार पाहिले. त्या निमित्ताने अनेक वकील, हिशेब तपासनीस व गुंतवणूक करणारे बँकर्स यांच्याशी त्याचा संबंध आला. शिवाय त्याचे क्रॉकशी असलेले संबंध पाहता तो जरा त्यांच्या मोहातच पडला. त्याने आपल्याभोवती अशांचे कोंडाळेच निर्माण केले व आर्थिक व्यवहाराच्या अनेक बाबी समजावून घेतल्या. त्याने कायदेशीर सुसल्ला देणारी कंपनी – म्हणून 'चॅपमन अॅन्ड कटलर' या नव्या कंपनीची नेमणूक केली. कारण त्यांचा आर्थिक क्षेत्रातला अनुभव त्याला चांगला वाटला. त्याने ली स्टॅक या गुंतवणूक सल्लागाराची संचालक म्हणून नेमणूक केली. त्याने सोन्नेबर्नची ओळख पूर्वेकडील धनवान लोकांशी करून दिली आणि शिवाय स्टॅकची ब्रोकरेज फर्म 'पाइने, वेब्बर, जॅक्सन अॅन्ड कार्टिस' यांनाच आपला पब्लिक इश्यूचा व्यवहार संभाळायसाठी नेमले. शिवाय सर्वोत्तम फर्मपैकी एक 'आर्थर यंग अॅन्ड कंपनी' हिला सर्व व्यवहार पाहायला नेमले व 'डोटी अॅन्ड डोटी'ला रामराम ठोकला. ''कंपनीचे लेखापरीक्षक (ऑडिटर्स) म्हणून एकंदरीत

हॅरीला आपल्या मुख्य कार्यकारी अधिकाराचे महत्त्व काय असते, हे यानिमित्ताने लक्षात आले,'' असे फ्रेड टर्नर म्हणतो.

सोन्नेबर्न खरेच स्वत:ला कॉर्पोरेट जगतातील 'पॉवर ब्रोकर' समजू लागला होता. कंपनी पब्लिक लिमिटेड करायचे विचार चालू होते. त्याच्या आधीच दुसऱ्या एका आधीच अस्तित्वात असलेल्या कंपनीत ही कंपनी विलीन करण्याचे त्याचे विचारही चालू होते. तो मार्ग कमी खर्चाचा व मॅकडोनल्ड्सला कमी कर लागू होणारा होता. त्यात मॅकडोनल्ड्समधील या सर्वांचे भांडवल नव्या कंपनीत शेअर्सच्या रूपाने गेले असते व त्यात कर वाचला असता. या उद्देशाने त्याने शिकागोच्या 'कन्सॉलिडेटेड फूड कंपनी' (पुढे तिचे नाव 'सारा ली कॉर्पोरेशन' झाले) व न्यू यॉर्कच्या 'युनायटेड फ्रूट कंपनी'शी संपर्कही साधला होता. त्यांचा आकार मॅकडोनल्ड्सपेक्षा बराच मोठा होता व त्यांना या मार्गे आपला पैसा फास्ट फूड उद्योगात वळवता आला असता. पण सोन्नेबर्नची एक अट होती. विलीन झाल्यावरही मॅकडोनल्ड्स नावाचे व या कंपनीचे अस्तित्व स्वतंत्र जिवंत राहायलाच हवे होते... आणि इथेच घोडे अडले. सोन्नेबर्न म्हणतो, ''त्या लोकांना वाटले, मी विक्षिप्तच आहे.''

त्यामुळे हे विलीनीकरणाचे विचार गुंडाळून ठेवायला लागले. मग सोन्नेबर्नने शेअरसाठी एक विचार मांडला. सगळ्यांचे तेव्हाचे भांडवलही ३,००,००० डॉलर्स होण्यासाठी मोकळे करायचे. हे शेअरहोल्डर्स होते क्रॉक, सोन्नेबर्न, मार्टिनो, पॉल रिव्हेरे आणि स्टेट म्युच्युअल. या शेवटच्या दोघांना बोनस म्हणून काही शेअर्स त्या १५ लाखांच्या कर्जाच्या व्यवहारात मिळाले होते व ते विकून त्यांना रोकड पाहिजे होती. जरी मॅकडोनल्ड्सची वाढ चांगली होती, तरीही पाइने वेब्बरला या नव्या कंपनीचे शेअर्स घेण्यासाठी शेअर्स अंडरराइट करू शकणारे एखादे सिंडिकेट मिळणे अवघड होत होते. मॉर्गन स्टॅन्ले आणि गोल्डमन सॅक्ससारख्या प्रतिष्ठित कंपन्या व बँका असा प्रस्ताव बऱ्याचदा धुडकावून लावतात. त्या कोणालाही या धंद्याविषयी फारशी आशावादी परिस्थिती वाटत नव्हती. याचे एक कारण म्हणजे, अशा गुंतवणूकदार बँका वा अन्य कंपन्या न्यू यॉर्कमध्ये होत्या व तिथे मॅकडोनल्ड्ससारख्या कंपन्यांचे बस्तान तेवढेसे बसले नव्हते. तिचे अस्तित्वही जाणवत नव्हते. मॅकडोनल्ड्सची जरी ७०० स्टोअर्स होती, तरी अनेक गुंतवणूकदार बँकांनी या कंपनीचे नावही ऐकले नव्हते वा ते पहिल्यांदाच ऐकत होते.

शिवाय, अन्य कोणत्याही फास्ट फूड कंपन्यांचे शेअर्स बाजारात नव्हते. त्यामुळे त्यांच्या चढ-उतारावरून मॅकडोनल्ड्सच्या भविष्याचा अंदाज बांधता येत नव्हता. आता मॅकडोनल्ड्स, केंटुकी फ्राइड चिकन, बर्गरकिंग, पिझ्झा हट आणि अनेक अन्य कंपन्या लिमिटेड झाल्या आहेत. त्यांचे शेअर्स बाजारात आहेत व त्यांच्या कामगिरीचा अंदाज शेअर्सच्या चढ-उतारावरून येऊ शकतो. पण

मॅकडोनल्ड्सशिवाय अन्य कोणीही त्या काळात लिमिटेड कंपनी करायचा विचारही केला नव्हता. या सर्व पार्श्वभूमीवर, न्यू यॉर्कमधील गुंतवणूकदार बँकांना मॅकडोनल्ड्सच्या लिमिटेड व्हायच्या योजनेला साह्य करायचा विचारही करता येत नव्हता. ही काही रेल्वे वा स्टील कंपनी नव्हती किंवा मोटारगाड्या तयार करणारीही नव्हती. फास्ट फूडच्या उद्योगात लिमिटेड कंपनी होऊ शकते, असे कोणाच्या डोक्यातच नाही, तर स्वप्नातही कधी आले नव्हते. त्या वेळी गुंतवणूकदार बँकांचा व्यवसाय हा परंपरागत सावधगिरीच्या पद्धतीनेच चालला होता.

पुढे जरी वॉल स्ट्रीटवरच्या काही मोठ्या फर्म्सनी या मॅकडोनल्ड्सच्या नव्या शेअर्समध्ये गुंतवणूक केली, तरी त्याचे प्रमाण फारच कमी होते. पण त्यामागचे कारण म्हणजे, या प्रकारच्या फास्ट फूडच्या उद्योगाविषयी असलेली सर्वसाधारण साशंकता हेच होते. शिवाय या नव्या कंपनीत फारसे कोणाला – विशेषत: मोठ्या संस्थात्मक गुंतवणूकदारांना – स्वारस्य नव्हते. हेही दिसून आले. पण पाइने वेब्बर व अन्य क्षेत्रीय दलालांनी या शेअरखरेदीत उत्साहाने भाग घेतला होता. त्यांना असे दिसू लागले की, अनेक छोट्या-मोठ्या, पण संख्येने मोठ्या असलेल्या गुंतवणूकदारांना १०० किंवा अधिक शेअर्स खरेदी करण्यात स्वारस्य होते. जणू त्यांच्या हॅम्बर्गरला जसे तळागाळातले ग्राहक भरपूर होते, तसे त्या वेळी ८० टक्क्यांहून अधिक शेअर्स हे या छोट्या गुंतवणूकदारांचे राहिले. पुढे मोठ्या गुंतवणुकदारांचे प्रमाण ५५ टक्क्यांवर गेले.

अर्थात दुसरा एक महत्त्वाचा भाग म्हणजे, हे शेअर्स बाजारात आणण्याची वेळ योग्य ठरली, कारण १९६५च्या आसपास शेअर मार्केट थोडे तेजीकडे होते. छोट्या गुंतवणूकदारांना वाटत होते की, आता जर गुंतवणूक केली, तर त्याचा पुढे फायदा होईल; पण त्यात काही तथ्य नव्हते. तरीही अनेकांना वाटले की, आता शेअर्स घेतले तर नंतर ते विकताना चढत्या भावामुळे फायदा होईल, अगदी दुसऱ्या दिवशी विकले तरी.

१५ एप्रिल ही इश्यू बंद होण्याची तारीख जवळ आली तसा मॅकडोनल्ड्सचे शेअर्स घेण्याचा ज्वर वाढत चालला होता. दलालांनी मॅकडोनल्ड्सच्या अनेक ग्राहकांना शेअर्स देणे चालू केले होते. त्यासाठी त्यांच्याकडे जणू शेअर मागणीचा पूर लोटला होता. सोन्नेबर्नला कळले की, शेअरची मागणी तेजीत होती. मग त्याने शेअरची किंमत २२.५ डॉलर्स अशी वरच्या पातळीची ठेवली. मॅकडोनल्ड्सच्या १९६४च्या उत्पन्नाच्या १७ पट अशी ही किंमत होत होती व १९ वर्षांच्या कंपनीच्या दृष्टीने ते चांगले लक्षण होते. पण कंपनी नवी असल्याने अखेरच्या क्षणी काही थोडे धक्के बसायचे होते. बंद व्हायच्या आधी पाइने वेब्बरने सोन्नेबर्नला शेअरची किंमत २० डॉलर ठेवण्यास सांगितले, पण ते त्याने धुडकावून लावले.

सोन्नेबर्नचा अंदाज खरा ठरला. शेअरबाजारात खरेदीसाठी ते शेअर्स सोडल्यावर त्या शेअर्सला प्रचंड मागणी आली व शेअर वधारला. मागणी वाढली व दलालांना त्यांच्या अगदी नेहमीच्या गिऱ्हाइकांनाही ते देणे जमले नाही. पहिल्याच दिवशी शेअरमार्केटमध्ये ३० डॉलर्सवर भाव गेला. एका आठवड्यानंतर तो ३६ डॉलर व काही आठवड्यांतच ४९ डॉलरवर गेला. काही दिवसांतच मॅकडोनल्ड्सचे नाव शेअरबाजारामध्ये गाजू लागले.

यामुळे क्रॉक, सोन्नेबर्न व मार्टिनो थोड्याच दिवसांत नवश्रीमंत झाले. क्रॉकला त्याचे शेअर विकून ३० लाख डॉलर्स मिळाले, तर सोन्नेबर्नला १२ लाख व मार्टिनोला तीन लाख डॉलर्स. शिवाय त्यांनी या नव्या कंपनीत भरपूर शेअर्स शिल्लकही ठेवले होतेच. थोड्याच दिवसांत रे क्रॉकच्या शेअर्सचे मूल्य ३.२ कोटी डॉलर्स झाले, तर सोन्नेबर्नच्या शेअर्सचे ८५ लाख डॉलर्स मूल्य झाले. (त्या वेळी त्याचे आठवड्याचे उत्पन्न १२५ डॉलर्स होते) ज्यून मार्टिनोने कंपनीत कार्यवाह म्हणून सुरुवात केली होती, तिच्या शेअर्सचे मूल्य ५० लाख डॉलर्स झाले. रे क्रॉक हा एक साधा मध्यमवर्गीय माणूस होता. त्याने कंपनी चालू केल्यानंतर दीड ते दोन तपांत त्याची संपत्ती एवढी झाली होती.

तरीही मॅकडोनल्ड्सच्या अधिकाऱ्यांना असे वाटत होते की, दलालांनी बाजारात शक्यता होती त्यापेक्षा कमी किंमत का लावली? कारण गुंतवणूकदारांची अधिक किंमत द्यायची तयारी होती. कदाचित जास्त किंमत लावली, तर शेअर्समध्ये गुंतवणूक होईल की नाही, याची साशंकता दलालांच्या मनात असावी. पण हे मॅकडोनल्ड्सला पटवून देणे त्यांना जड गेले असते. सुरुवातीच्या काळात फिशर म्हणायचा, ''शेअरबाजाराचे काम कसे चालते याबाबत सुरुवातीला मॅकडोनल्ड्समध्ये सगळेच नवशिके होते व हे मला खुपत होते. शेअरविक्री बंद झाल्यावर दलालांनी मॅकडोनल्ड्सला शेअर्सचे पैसे दिले, त्या वेळी सर्वांचे वागणे थंड होते. सर्वसाधारणपणे विक्री मंद झाली की, सर्व जण अंदाजाने मजा करतात. पण या खेपेस मद्यपान, 'टोस्ट करणे' वगैरे काही नव्हते.'' आता, पुरेसा अनुभव आल्यावरही मॅकडोनल्ड्सचे अधिकारी म्हणतात की, त्या वेळी दलालांना दिलेली थंड वागणूक योग्यच होती. पाइने वेब्बरने सुरुवातीला जाणूनबुजून कमी किंमत लावली होती.

पब्लिक लिमिटेड झाल्याबरोबर सोन्नेबर्नची ताकद तर वाढलीच, पण त्यापेक्षाही काही अधिक घडले. देशातील फास्ट फूड उद्योगातील सर्वांत मोठ्या साखळीचा प्रमुख या नात्याने समाजात त्याची निराळी प्रतिमा तयार झाली. क्रॉक पश्चिमेकडे होता. त्यामुळे न्यू यॉर्क व अन्य पूर्वेकडील मोठ्या शहरांतील कॉर्पोरेट जगतात प्रसिद्धीचा झोत त्याच्यावरच पडला आणि विशेष म्हणजे त्यालाही तो आवडू लागला.

आता पब्लिक लिमिटेड कंपनी झाल्यामुळे मॅकडोनल्ड्सकडे पाहण्याचा दृष्टिकोन समाजात बदलत चालला. सोन्नेबर्नला मोठमोठ्या परिषदांतून भाषणाची निमंत्रणे येऊ लागली आणि वर्षाच्या आतच न्यू यॉर्क स्टॉक एक्स्चेंजमध्ये त्याची प्रतिमा आणखी वधारली. त्याच्या व्यावसायिक जीवनातील यशाचा तो परमोच्च काळ होता.

या अभिमानास्पद बाबींना कारणेही तशीच होती. पब्लिक लिमिटेड होणे यात विशेष काही नाही; पण न्यू यॉर्क स्टॉक एक्स्चेंजमधल्या यादीत नाव जाणे, हे मानाचे होते. तिथे जनरल मोटर्स, एटी अॅन्ड टी, यूएस स्टील व अन्य बड्या कंपन्यांच्या शेअर्सची उलाढाल चालत होती. त्यामुळे मॅकडोनल्ड्सची विश्वासार्हता व तिच्याविषयीचा आदर एका रात्रीत चांगलाच वाढला. फास्ट फूडच्या उद्योगातील असे यश थोड्या कालावधीत मिळणारी दुसरी कोणतीही कंपनी नव्हती. त्यांच्या शिरपेचात मानाचा आणखी एक तुरा १९८५मध्ये खोवला गेला. डाऊ जोन्सने पहिल्या ३० प्रतिष्ठेच्या कंपन्यांमध्ये मॅकडोनल्ड्सचा समावेश केला. पण त्याची सुरुवात न्यू यॉर्क स्टॉक एक्स्चेंजमध्ये तिच्या शेअर्सची उलाढाल चालू झाली, तेव्हाच झाली होती.

सोन्नेबर्नने याचा पुरेपूर फायदा उठवला. त्याच्या रूपाने जणू लोकप्रिय व्यक्ती औद्योगिक वर्तुळात आली होती. मग हा डाऊ जोन्सच्या यादीत जाण्याचा प्रसंग साजरा करण्यासाठी स्टॉक एक्स्चेंजमध्ये त्याने शेकडो हॅम्बर्गर्स पाठवले. न्यू यॉर्क स्टॉक एक्स्चेंजच्या संचालक मंडळाच्या भोजनकक्षात तोपर्यंत स्त्रियांना मज्जाव होता. पण मॅकडोनल्ड्सच्या यशाकरता जेव्हा तिथे भोजनाची व्यवस्था करण्यात आली, त्या वेळी सोन्नेबर्नने आग्रह धरला की, त्याची पत्नी अॅलोयिस आणि कंपनीची कार्यवाह व कोशाध्यक्ष ज्यून मार्टिनो यांना तिथे येता आले पाहिजे. त्यावर त्याला असे सांगण्यात आले की, याबाबत आमचे नियम कडक आहेत व ते आजपर्यंत फक्त एकदा इंग्लंडच्या राणी एलिझाबेथपुरतेच शिथिल केले होते. हॅरी सोन्नेबर्न म्हणाला, "जर ते राणीच्या बाबतीत शिथिल होऊ शकतात, तर माझ्या बायकोच्या बाबतीत का नाहीत?" पण त्या अधिकाऱ्यांनी आपले म्हणणे सोडले नाही. त्यावर हॅरी म्हणाला, "अशा परिस्थितीत आम्हाला तुमच्या एक्स्चेंजमध्ये आमच्या कंपनीचे शेअर्स विकायला ठेवायचेच नाहीत."

एवढा दम भरल्यावर मग ते एक्स्चेंजचे अधिकारी नरमले. पण या सर्व प्रकरणातील एक गंभीर चूक कोणाच्याच लक्षात आली नाही. मॅकडोनल्ड्सचा संस्थापक रे क्रॉक तिथे हजर नव्हता. रे क्रॉकने तिथे जाण्याऐवजी आपली दुसरी बायको जेनबरोबर पृथ्वीप्रदक्षिणेच्या समुद्रसफरीवर जाणे पसंत केले. त्याच्या या गैरहजेरीने त्याची उद्योगाबद्दलची – विशेषत: आर्थिक व्यवहारातील समज व उदासीनता दिसून आली. या पब्लिक लिमिटेड होण्याचे महत्त्व काय, हेच जणू

त्याला कळाले नव्हते. पण क्रॉकच्या अनुपस्थितीमुळे त्याच्यातील व सोन्नेबर्नमधील मतभेदाचेही स्वरूप प्रकट झाले. क्रॉकने ते न्यू यॉर्क स्टॉक एक्स्चेंजचे भोजन समारंभाला उपस्थित राहणे, तसेच पश्चिम किनाऱ्यावरून परत कंपनीच्या मुख्यालयात येणेही टाळले, त्यामागे हेच कारण होते. जर परत येऊन आपला १० वर्षांचा सहकारी सोन्नेबर्नच्या शेजारी बसून काम करायचे झाले, तर मतभेद आणि मनभेद याचे रूपांतर प्रचंड स्फोटात होईल, असे त्याला मनोमन वाटत होते.

वरवर पाहता, तो आणि सोन्नेबर्न यांच्यामधील वाढती दरी लक्षात येत नव्हती. तो चेअरमन व सोन्नेबर्न प्रेसिडेंट होता; पण हळूहळू मॅकडोनल्ड्‌सची खरी ताकद व सूत्रे हॅरीच्या हातात आहेत, हे सर्वांनाच कळून येऊ लागले होते. पब्लिक लिमिटेड कंपनीच्या पहिल्या दोन वर्षांच्या कालावधीत हॅरी हाच आघाडीचा म्हणून ओळखला जात होता. एके काळी तो पडद्याआडून काम करायचा; पण त्याला आता रे क्रॉकच्या छायेतून बाहेर यायचे होते. जेव्हा प्रिन्स फिलीप शिकागोला 'व्हरायटी कुक्स इंटरनॅशनल'च्या धर्मादायी कामासाठी निधिसंकलन करण्यासाठी आले, तेव्हा मॅकडोनल्ड्‌सतर्फे त्या कामासाठी दोन बसेस भेट देण्यात आल्या व या निमित्ताने काढलेल्या फोटोत प्रिन्स फिलीपशेजारी सोन्नेबर्न असल्याने त्याचे फोटो सर्व वृत्तपत्रांत झळकले. त्याला व कंपनीला भरपूर प्रसिद्धी मिळाली. तसेच सेंट लुईस येथील अधिकाऱ्यांनी त्या शहरातील प्रचंड सुवर्ण स्वागत कमान लोकार्पण केली, तेव्हा त्या समारंभात मॅकडोनल्ड्‌सच्या अधिकाऱ्यांना बोलावले, त्या वेळी सोन्नेबर्नच आघाडीवर होता. सेंट लुईसमधील त्या कमानीसारख्या कमानी हे अमेरिकेचे वैशिष्ट्य अनेक शहरांत दिसू लागले होते. पण अशा संधी साधण्याचे तंत्र सोन्नेबर्नने अचूक हेरले आणि त्यानिमित्ताने कंपनीची व त्याची प्रसिद्धी होऊ लागली. असे करण्यात पूर्वी रे क्रॉक तरबेज होता. जेव्हा सेंट लुईस येथील ती सुवर्ण कमान लोकार्पण करायची होती, त्या वेळी त्याने तिथल्या मॅकडोनल्ड्‌स रेस्टॉरंटला सांगितले की, त्यांनी एक लाख डॉलर्सची देणगी द्यावी व त्यातून त्या कमानीच्या पायापाशी १९६४च्या न्यू यॉर्क जागतिक प्रदर्शनाप्रसंगी उभारलेल्या स्पॅनिश पॅव्हिलियनची प्रतिकृती प्रस्थापित करावी.

सोन्नेबर्नला माहीत होते की, त्या शहराचा नगराध्यक्ष अल्फान्सो सेरेव्हान्टेस याचा तो आवडता प्रकल्प होता. त्यामुळे त्या समारंभात त्याला नगराध्यक्षाच्या शेजारचे स्थान मिळाले आणि टीव्ही चॅनेल्स व वृत्तपत्रांत छबी तर झळकलीच, पण त्याला व कंपनीलाही भरपूर प्रसिद्धी मिळाली. पुढे शहरातील पुढाऱ्यांनी या कामासाठी बाहेरून मदत घेऊन त्या कमानीचे श्रेय इतरांना न देण्याचे ठरवले. पण तोपर्यंत सोन्नेबर्नला भरपूर प्रसिद्धी मिळून गेली होती. "वरवर तो एक पुराणमतवादी वाटायचा, पण त्याच्यामध्येही दिखाऊ व भपकेपणाची आवड होती, हे या निमित्ताने

दिसले.'' असे माजी विपणन अधिकारी मॅक्स कूपर म्हणाला.

कंपनी पब्लिक लिमिटेड व्हायच्या निमित्ताने व तद्नंतरच्या विविध प्रसंगांतील प्रसिद्धीमुळे सोन्नेबर्न चांगलाच प्रकाशझोतात आला. मग त्याने रे क्रॉकने पूर्वी केली तशी वा त्यापेक्षाही अधिक सफाईने नवी भूमिका बजावायचे ठरवले. ते म्हणजे, मॅकडोनल्ड्सची जाहिरात दृक्-श्राव्यमाध्यमाच्या जाळ्यातून (टीव्ही) करणे. मॅकडोनल्ड्स स्टोअर्स चालवणाऱ्यांची परिषद १९६४मध्ये झाली, त्या वेळी असे काही करावे, असा विषय चर्चेला आला होता. फ्लोरिडातल्या हॉलिवूड बीच येथील अशाच परिषदेत १९६५मध्येही अधिक जोरदारपणे त्याचे समर्थन करण्यात आले होते. तिथे विपणन अधिकारी कूपरने त्यासाठी पूर्वी क्षेत्रीय पातळीवर यशस्वी झाली होती तशी राष्ट्रीय पातळीवर सहकारतत्त्वावर जाहिरातींचे काम करण्याची योजना असावी, असे सुचवले. त्या वेळी देशभराच्या स्टोअर्सची संख्या ८००च्या आसपास होती व टीव्हीवरील जाहिरातींचा खर्च मॅकडोनल्ड्सच्या आवाक्याबाहेरचा होता व त्याचे समर्थन करणेही शक्य नव्हते. तसे केले असते, तर त्याचा अर्थ गरजेपेक्षा अधिक खर्च प्रसिद्धीवर करण्यासारखे होते. पण सोन्नेबॉर्नने त्याकडे दुर्लक्ष केले व १९६५मध्ये कूपरकडे असा प्रस्ताव आला की, मॅसीची थँक्स गिव्हिंग परेड १/४ खर्चाने पुरस्कृत करण्यासाठी नॅशनल ब्रॉडकास्टिंग कंपनीच्या चॅनेल्सवर साडेतीन मिनिटांकरता ७५,००० डॉलर्स द्यावेत. कूपरने तीन आठवड्यांपूर्वीच तो प्रस्ताव नाकारला होता. त्या वेळी जॉन हॉर्न हा जाहिरात व्यवस्थापक तो घेऊन आला होता व त्याच्या मते हा सौदा स्वस्त होता. कूपर हा एरवी प्रसिद्धी करण्याच्या मताचा असायचा, पण त्या वेळी तो जे बोलला त्याने हॉर्न अवाक् झाला. ''तू काय मूर्ख आहेस काय, असला प्रस्ताव आणतोयस तो?'' हे ते कूपरचे उद्‌गार होते. पण नंतर त्याच्या लक्षात आले की, तो प्रस्ताव मॅसन (आंतरराष्ट्रीय सेवाभावी संस्था)चा नसून मॅसी या कंपनीचा होता. मग त्याने तो प्रस्ताव घाईघाईने सोन्नेबर्नकडे दिला. तसा सोन्नेबर्न खर्च कमी करण्यात पटाईत होता. पण त्याला अशा परेड्स आवडायच्या व विशेषत: तो न्यू यॉर्कचा मूळ रहिवासी असल्याने या 'मॅसी थँक्स गिव्हिंग' परेडची मजा त्याला माहीत होती. त्याने तो प्रस्ताव तर मान्य केलाच; पण असेही सुचवले की, या परेडमध्ये 'मॅकडोनल्ड्स'चाही बँड संचलनासाठी असावा. परेड काही आठवडेच दूर होती व त्यात असे काही त्या क्षणी घुसवणे अशक्य होते. पण जेव्हा गोलिनने त्यासाठी मॅसी कंपनीकडे विचारणा केली. त्या वेळी त्याच्या लक्षात आले की, प्रवेश मिळण्याची संधी चालून येत आहे. पेनसिल्व्हानियातील एका शाळेचा बँड तिथे येणार होता, पण तो ऐन वेळी रद्द झाला होता. मग सोन्नेबर्नने परेडमध्ये बँड पुरस्कृत करण्यासही मान्यता दिली. अट एकच की, बँडधारकांनी मॅकडोनल्ड्सच्या प्रसिद्ध कमानीचा लोगो आपल्या गणवेशावर लावायचा. त्याने सर्वांत मोठ्या

आकाराचा ढोल शोधण्यास गॉलिनला सांगितले व त्या ढोलाच्या दोन्ही बाजूंच्या कातड्यांवर त्याने मॅकडोनल्ड्सचे नाव रंगवायला सांगितले. गोलिनचे नशीब जोरदार होते. त्याला तसा ढोल सापडला. जगातला सर्वांत मोठा ढोल डॉजसिटी, कॅन्ससमधल्या एका ढोल बनवणाऱ्याने बनवला होता व त्याची भरपूर प्रसिद्धीही झाली होती. तो टेक्सास युनिव्हर्सिटीत बनवला गेला होता. तो विकत घेऊ शकणाऱ्याच्या शोधातच ती युनिव्हर्सिटी होती, असे गोलिनच्या कानांवर आले. मग त्या ढोल बनवणाऱ्याने त्याच्यावर नवी कातडी लावली. त्यावर मॅकडोनल्ड्सचे नाव लावले व तो परेडमध्ये बँड पथकात सहभागी करण्यासाठी वेळेत रवाना करण्यात आला.

मॅसीच्या अशा परेडचा उपयोग व्यावसायिक फायदा वा जाहिरातीसाठी न करण्याचा दंडक सोन्नेबर्नने धुडकावला, हे स्पष्ट होते. पण हे मॅसीच्या अधिकाऱ्यांच्या लक्षात येईपर्यंत परेड संपून गेली होती व त्यांना काही करता आले नाही. सोन्नेबर्नच्याही ते लक्षात आले होते. पण तो म्हणाला, ''परेड वर्षभर आधी आखली जाते व शेवटच्या क्षणी त्यातून एखाद्याला बाहेर काढणे कठीण असते. पण त्यांनी जेव्हा आम्हाला प्रेक्षकांच्या प्रमुख कक्षात परेड पाहण्यासाठी बसायला बोलावले, तेव्हा मी गेलो नाही. मॅक्स कूपरला पाठवले व मी त्याला त्यांच्या तोंडी दिले. मला नेहमी दुसऱ्याला अल्सर द्यायला आवडते, तो स्वत:ला न होण्याची मी काळजी घेतो''.

सुदैवाने एक वर्षापूर्वी मॅक्सने शिकागोच्या डी आर्ची ॲडव्हर्टायझिंग कंपनीला स्थानिक फ्रँचायझीकरता टीव्हीवर दाखवण्याचे जाहिरातीचे छोटे-छोटे नमुने करायला सांगितले होते, तेच त्याने मग राष्ट्रीय प्रसारणासाठी वापरले.

कूपरच्या आग्रहामुळे आर्चीने वॉशिंग्टनला प्रसिद्ध झालेल्या जाहिरातीतल्या विदूषकाचा उपयोग करून जाहिराती करण्याचे काम हाती घेतले. कूपर आणि आर्चीने 'रोनाल्ड मॅक्डोनल्ड' हा मॅस्काट जाहिरातीत वापरावा, असे ठरवले; पण तो विदूषकाच्या रूपात असावा अथवा नाही, याविषयी त्यांच्यात एकमत नव्हते. त्यावर बरीच चर्चा झाली. विदूषकाची संकल्पना जुनी झाली होती. त्या वेळी 'वेस्टर्न' सिनेमांची चलती होती, म्हणून त्याला 'काऊबॉय'च्या रूपात दाखवावे, असे डी आर्चीचे मत पडले. काहींचे मत पडले – नासाने आता अंतराळमोहीम जोरात चालू केली आहे, तर त्याला अंतराळवीराच्या वेशात दाखवावे. पॉल श्रागे हा नंतरचा मॅकडोनल्ड्सचा प्रमुख विपणन अधिकारी व त्या आधीचा डी आर्चीचा अधिकारी म्हणतो, ''हा सर्व व्यर्थ कालापव्यय होता. तो वॉशिंग्टनवाला (विदूषक) आम्हाला खुणावत होता आणि आम्ही इतर पात्रांवर वेळ घालवत होतो. शेवटी शहाणपणाचा विजय झाला.''

मग रोनाल्डला विदूषकाच्या वेषातच टीव्ही पडद्यावर दाखवायचे ठरले. पण मग पूर्वी ज्याने त्याचे काम केले होते, त्या नटाला ते काम देण्यात आले नाही. वॉशिंग्टनला स्कॉटकडे त्याच्या आवाजाची चाचणी घ्यायला श्रागे गेला. पण ते एक नाटक होते, हे त्याच्या लक्षात आले. ॲड एजन्सीने दुसऱ्या कोणाची आधीच निवड केली होती. त्यांच्या मते, स्कॉट आता त्या भूमिकेसाठी फार जाड वाटत होता.

स्कॉट उद्ध्वस्त झाला. या भूमिकेमुळे त्याला स्थानिक पातळीवरून राष्ट्रीय पातळीवर उडी मारता आली असती आणि आपल्याला ही भूमिका नाकारली, यावर त्याचा विश्वास बसेना. खरेतर त्यानेच 'रोनाल्ड'ला भरपूर प्रसिद्धी मिळवून दिली होती. ''परमेश्वरकृपेने मला अन्य अनेक भूमिका करायला मिळाल्या, पण ही काही वेगळीच होती. आणि ती न मिळणे, म्हणजे संपूर्ण निराशाच निराशा. पहिल्यांदाच मी प्रसारमाध्यमांना शेकडो शिव्या दिल्या!'' तो म्हणाला.

स्कॉटऐवजी कोको या हंगेरियन माणसाला रोनाल्डचे काम देण्याचे ठरले. तो आंतरराष्ट्रीय पातळीवर नावाजलेला विदूषक होता व रिंगलिंग ब्रदर्स, बार्नुम ॲन्ड बेली सर्कसमध्ये तो काम करायचा. त्याची मातृभाषा हंगेरियन होती. डी आर्चीनी त्याला अबोल रोनाल्ड अशा भूमिकेत जाहिरातीत वापरायचे ठरवले व त्यामागचे बोधवाक्य होते – 'मॅकडोनल्ड्स इज युवर काइंड ऑफ प्लेस' (मॅकडोनल्ड्स ही तुम्हालाही हवी तशी जागा आहे.) त्याला पार्श्वसंगीतासाठी 'डाउन बाय दी रिव्हरसाइड'ची निवड केली होती. कंपनीचे स्वत:चे वेगळे संगीत नसलेली ती एकमेव जाहिरात होती. डी आर्चीच्या मॅकडोनल्ड्ससाठीच्या जाहिरातीत सुरुवातीस फक्त रोनाल्ड मॅकडोनल्डच असायचा. त्यातली एक लोकप्रिय जाहिरात अशी होती – तिच्यात रोनाल्ड एका उडत्या तबकडीवर बसून मॅकडोनल्ड्सच्या ड्राइव्ह-इन रेस्टॉरंटमध्ये उतरतो. ती तबकडी हॅम्बर्गरच्या आकाराची होती. सुरुवातीला या जाहिराती स्थानिक बाजारपेठेकरता केल्या होत्या, पुढे त्या राष्ट्रीय चॅनेलवरही दाखवल्या गेल्या. मॅसीच्या थँक्स गिव्हिंग परेडला १९६५मध्ये एनबीसीवरील प्रक्षेपणात त्यांचा उपयोग केला गेला.

हॅम्बर्गरचा व्यवसाय उन्हाळ्यात जोरात चालतो. त्यामुळे त्या दिवशी त्या जाहिरातींचा (थँक्स गिव्हिंग डेला) वापर करणे तसे विचित्रच होते. पण कूपरने सोन्नेबर्नला पटवून दिले की, असे केल्याने कदाचित हिवाळ्यातही धंदा चांगला होईल. क्रॉकने जेव्हा मॅकडोनल्ड्स चालू केले, तेव्हा त्याने ड्राइव्ह-इन रेस्टॉरंटची हिवाळ्यात व्यवसाय बंद ठेवायची प्रथा मोडून काढायचे ठरवले; नव्हे, तसा निश्चयच केला. फ्रँचायझींना हिवाळ्यात धंदा मिळवण्यासाठी झगडावे लागायचे. जरी १९५० ते १९६०च्या दशकात स्टोअर्सची सरासरी विक्री २,००,०००

डॉलर्स होती, तरी त्यातला बहुतांश धंदा उन्हाळ्यात व्हायचा. सॅन बरनान्डोमध्ये धंदा सरासरीपेक्षा अधिक असायचा, पण तिथे तीव्र हिवाळ्याचा त्रास नव्हता. मग क्रॉकने इमारतीची रचना बदलून हिवाळ्यात घालता येतील व उन्हाळ्यात काढून ठेवता येतील, अशी ॲल्युमिनियम व काचेची पार्टिशन्स तयार करून घेतली. तरीही हिवाळ्यात धंदा होत नव्हता व त्यामुळे अनेक फ्रँचायझींनी हिवाळ्यात स्टोअर्स उघडे ठेवण्यामागे काय शहाणपण आहे, असे विचारायला सुरुवात केली.

पण मॅसीच्या परेडमधील ती जाहिरात मॅकडोनल्ड्सच्या दृष्टीने चांगलीच लाभदायक ठरली. त्या निमित्ताने टीव्हीच्या नेटवर्कमध्ये जाणारी फास्ट फूडच्या क्षेत्रातील पहिली कंपनी म्हणून मॅकडोनल्ड्सचे नाव झाले. दुसरे म्हणजे, हिवाळ्यात 'व्यवसाय बंद' या समजुतीला धक्का बसला. कारण परेडनंतर डिसेंबरच्या कडक थंडीतही विक्रीत ६ टक्क्यांनी वाढ झाली. परेडमुळे विपणनामधले काही दीर्घकालीन परिणाम दिसून आले. त्यानंतर कंपनीच्या अधिकाऱ्यांनी मॅसीची चर्चा चालू केली. मॅकडोनल्ड्स या परेडमध्ये कायमची सहभागी कशी होऊ शकेल आणि शिवाय कंपनीचा स्वत:चा बँड त्यात असू शकेल काय? चर्चेत भाग घेणाऱ्यांत मॅकडोनल्ड्सचा जाहिरातप्रमुख गोलिन, मॅसीचा परेड संचालक बर्नी स्क्लार, एनबीसीचा कार्यक्रमप्रमुख आर्च रॉब यांचा समावेश होता. रॉबने सुचवले की, बँडचा संचालक म्हणून रेडिओ सिटी म्युझिक हॉलचा संगीत संचालक पॉल लव्हाले काम पाहू शकेल. शाळकरी मुलांचा एक सर्वंकष अमेरिकन बँड परेडसाठी तयार करायचे पॉलच्या मनात होतेच. गोलिनने मग ही कल्पना प्रत्यक्षात उतरवली. पुढच्याच परेडमध्ये मॅकडोनल्ड्सने अमेरिकेच्या प्रत्येक राज्यातले दोन शाळकरी असे ५० राज्यांतले विद्यार्थी एकत्र केले व त्या परेडमध्ये त्यांचे संचलन झाले. पॉलने त्यांचे संचलन केले.

या प्रयोगामुळे मॅकडोनल्ड्सच्या विक्रीत झपाट्याने वाढ झाली व हा धागा पकडून त्यांनी टीव्ही नेटवर्कचा अधिक उपयोग कसा करता येईल, हे पाहायचे ठरवले. डी आर्चीने मॅक्स कूपरला त्याहून भव्य अशी कल्पना सुचवली. त्यात थोडी जोखीमही होती. सीबीएसने रविवारी दुपारच्या दोन मिनिटांच्या जाहिरातीची योजना सुचवली. तिथे फुटबॉल सामना होणार होता व या दोन मिनिटांच्या प्रक्षेपण जाहिरातीचा दर होता दोन लाख डॉलर्स. हा दर एनबीसीच्या दुप्पट होता व तोही साडेतीन मिनिटांकरता होता. जरी चॅनेलने त्या सामन्याची भरपूर पूर्व जाहिरात केली होती, तरी परेड हा बरेच वर्षे चाललेला व लोकप्रिय कार्यक्रम होता; तर फुटबॉल सामन्याबाबत काहीही अंदाज करणे अवघड होते. शिवाय तो सामना एनबीसी व सीबीसी या दोन्ही कंपन्या आपापल्या चॅनेल्सवर दाखवणार होत्या. त्यामुळे त्याचे प्रेक्षक विभागणार होते. दोन्ही चॅनेल्सनी असे सांगितले की, याचा काहीही परिणाम होणार नाही; पण अनेक पुरस्कर्त्यांना ते पटत नव्हते. डिसेंबरच्या शेवटी सामन्याच्या

आधीही सीबीएसकडे जाहिरातीचे स्पॉट्स उपलब्ध होते. मग मॅकडोनल्ड्सने घासाघीस केल्यावर त्यांनी १,७५,००० डॉलर्सपर्यंत दर खाली आणला व शिवाय सकाळच्या लहान मुलांच्या कार्यक्रमातील काही स्पॉट्स फुकट देण्याचे आश्वासन दिले. मग सोन्नेबर्नने एनबीसीवरचा एक मिनिटाचा स्पॉट ७५००० डॉलर्सला पक्का केला. त्याही चॅनेलने लहान मुलांच्या कार्यक्रमातील काही स्पॉट्स फुकट देऊ केले. बऱ्याच जणांना हा सौदा म्हणजे पांढरा हत्ती वाटला असता, पण मॅकडोनल्ड्सने त्याचा पुरेपूर फायदा उठवला.

त्या सामन्याच्या लोकप्रियतेने टीव्ही चॅनेलही चाट पडले. त्यांना याची अपेक्षाही नव्हती. पण टीव्ही माध्यमांनी केलेल्या भरमसाट प्रसिद्धीने त्या सामन्याला जणू जागतिक सामन्याचे स्वरूप आले. तो 'सुपर बॉल' ठरला. त्या दिवशी अमेरिकेतील ४१ टक्के नागरिकांनी तो सामना पाहिला.

या जाहिरातींच्या प्रतिसादामुळे मॅकडोनल्ड्सला टीव्हीचे महत्त्व पटले. तो कार्यक्रम सर्वोच्च श्रेणीचा ठरला आणि पुरस्कर्त्यांत फक्त मॅकडोनल्ड्स कंपनीच आघाडीवर होती. त्यामुळे तिच्या जाहिरातींचा चांगलाच उपयोग झाला. जानेवारी हा तसा मंदीचा महिना. पण या कार्यक्रमानंतर त्या महिन्यातल्या विक्रीत २२ टक्क्यांनी वाढ झाली. त्यांत हॅम्बर्गरची किंमत १५ वरून १८ सेंटवर गेल्याचा थोडा भाग असला, तरी त्या फुटबॉल सामन्यावेळच्या जाहिरातीची कमाल प्रचंड होती.

मग मात्र मॅकडोनल्ड्सने टीव्ही जाहिरातींकडे गांभीर्याने लक्ष दिले. जवळजवळ कंपनीचे अधिकारी व फ्रँचायझी स्थानिक सहकारतत्त्वावरील जाहिरातीच्या धर्तीवर राष्ट्रीय पातळीवर जाहिरातीसाठी व्यवस्था कशी करता येईल, यावर विचार दोन वर्षे करत होते. वरील सुपर बॉल सामन्याच्या निमित्ताने केलेल्या टीव्ही जाहिरातींपर्यंत ही चर्चा, विचार बराचसा पुस्तकी होता. कंपनीने १९६६मध्ये सर्व फ्रँचायझींना त्यांच्या विक्रीच्या एक टक्का रक्कम राष्ट्रीय पातळीवर सहकारपद्धतीने चालवायच्या जाहिरात योजनेवर खर्च करण्यासाठी द्यावी, असे सांगितले व ९५ टक्के जणांनी त्यास होकार दिला. त्यामुळे १९६५मध्ये अशा जाहिरातीवर कंपनी फक्त ७५००० डॉलर्स दर वर्षी खर्च करत होती, त्यासाठी आता २३ लाख डॉलर्स त्यांच्या १००० स्टोअर्सकडून उपलब्ध झाले.

मात्र, कंपनीने या खर्चाची व जाहिरातीची जबाबदारी फ्रँचायझींच्या सहकारी जाहिरात व्यवस्थेकडे सोपवली. यापूर्वी हे काम स्थानिक पातळीवर व्हायचे, ते आता राष्ट्रीय पातळीवरही होणार होते. यासाठी 'ऑपनॅड – ऑपरेटर्स नॅशनल ॲडव्हर्टायझिंग को-ऑपरेटिव्ह' संस्था स्थापन करण्यात आली.

पुढे मॅकडोनल्ड्सवर आपला प्रभाव सातत्याने ठेवण्यासाठी ऑपरेटर्स वा फ्रँचायझींनी विविध बाबींसाठी अनेक संयुक्त प्रयत्न केले. पण ऑपनॅड इतके महत्त्व

कशालाच मिळाले नाही. अशा संयुक्त निर्णय पद्धतीने त्यांच्या हातात मोठीच ताकद आली. या ऑपनॅडचा कारभार बघणारे ४२ सदस्य हे सर्व फ्रँचायझीनी विविध क्षेत्रांतून निवडून दिलेले होते आणि ते राष्ट्रीय जाहिरातीचे अंदाजपत्रक, माध्यमांवरच्या वेळेची खरेदी व जाहिरातविषयक सर्व कार्यक्रमांचे सिंहावलोकन करायचे. त्यामुळे नेटवर्क टीव्हीमध्येही ती मोठी प्रभावी ताकद झाली. मॅकडोनल्ड्स जवळजवळ टीव्हीच्या व्यसनाधीन झाले. अमेरिकेतील सर्वांत जास्त जाहिरात निधीचे संयोजन मॅकडोनल्ड्सची ऑपनॅड करते. त्यांनी १९९१मध्ये राष्ट्रीय जाहिरातीवर ५७.२ कोटी डॉलर्स खर्च केले. ही रक्कम जागतिक खर्चाच्या ६६ टक्के होते. अशा एखाद्या ब्रँडचा विचार करता, ते सर्वाधिक खर्चाचे अंदाजपत्रक बनले. त्यांतला सर्व खर्च ही सहकारी यंत्रणा करते व तोही लोकशाही पद्धतीने.

पूर्व व पश्चिम मॅकडोनल्ड्स

लाऊ पर्लमन हा मॅकडोनल्ड्सला लागणारी सर्व कागदी उत्पादने विकणारा उद्योजक मॅकडोनल्ड्सच्या उच्चाधिकाऱ्यांसाठी व त्यांच्या पत्नींकरता ६०च्या दशकात एक ख्रिसमस पार्टी आयोजित करत असे. ही पार्टी हा कंपनीच्या सामाजिक वेळापत्रकाचा महत्त्वाचा भाग असे. शिवाय कंपनी वाढत गेली तसे तिचे अधिकारीही वाढत गेले. या पार्टीच्या निमित्ताने त्यांना एकत्र यायची दुर्मीळ संधी मिळायची. या निमित्ताने १९६५मध्ये रे क्रॉकला त्याची दुसरी बायको जेन हिला शिकागोला आणून सर्व अधिकाऱ्यांशी तिची ओळख करून देण्याची संधी मिळाली.

तसे जेनने काही जणांना त्यांच्या पश्चिम किनाऱ्यावरच्या कार्यालयात बघितले होते, पण शिकागोमधले फारच थोडे तिच्या ओळखीचे होते. मात्र, तिला हे माहिती होते की, कोणत्याही गोष्टीची – विशेषत: कार्यालयीन राजकारणाची – काही माहिती हवी असल्यास खात्रीचा स्रोत म्हणजे ज्यून मार्टिनो. त्या १९६५च्या ख्रिसमस पार्टीला सर्व एकत्र आल्यावर त्या अधिकाऱ्यांची ओळख करून घेण्यापूर्वी तिने ज्यूनला हळूच विचारले, "आता मला सांग, यांतली रेची माणसे कोणती आणि हॅरीची कोणती?"

व्यवस्थापनातील माणसांची विभागणी रे आणि हॅरीमध्ये १९६०च्या मध्यापर्यंत पडत गेली. तसे दोन्ही बाजूंचे लोक एकमेकांचे शत्रू वा स्पर्धक नव्हते; पण ते दोन साहेबांकडून स्वतंत्र आदेश घेत होते. ते म्हणजे रे व हॅरी आणि ते दोघे मात्र जणू कडवे शत्रू असल्यासारखे वागत होते. त्यामुळे पूर्वेकडचा हॅरी व पश्चिमेकडचा रे यांत माणसे विभागली जात होती. दोघांच्या प्राधान्यतेप्रमाणे त्यांत रेची माणसे कार्यपद्धतीवर नियंत्रण ठेवून होती व हॅरीची माणसे आर्थिक व्यवहारावर नियंत्रण ठेवून होती – अशी विभागणी झाली होती.

या दोघांमधील स्पर्धा किंवा चढाओढ ही मूलत: दोघांच्या विभिन्न स्वभावधर्मांमुळे होती, तरीही दोघांचे सह-अस्तित्व हे शांततापूर्ण व विधायक होते. पण मॅकडोनल्ड्स पब्लिक लिमिटेड झाली आणि सर्व चित्र बदलले. सोन्नेबर्नच्या कॉर्पोरेट बुद्धिकौशल्यातून स्थावर मालमत्तेच्या क्षेत्रात निधी उभारणीने, न्यू यॉर्क स्टॉक एक्स्चेंजच्या यादीत नाव जाण्याने, टीव्ही नेटवर्कचा समर्पक उपयोग करण्याने व पब्लिक लिमिटेड झाल्यानंतरच्या मॅकडोनल्ड्सच्या विविध यशांमुळे मॅकडोनल्ड्स एक प्रतिष्ठित उद्योग झाला. मूलत: उद्योजक असलेल्या रे क्रॉकशी त्यामुळे त्याचा समोरासमोर लढा सुरू झाला.

सोन्नेबर्न १९६५पर्यंत एक व्यावसायिक कार्यकारी अधिकारी झाला होता व त्यामुळे कंपनी 'फॉर्च्युन ५००'च्या यादीत गेली होती. तो निवडक अशा उच्च दर्जाच्या आर्थिक वर्तुळात वावरत होता. इतर कंपन्यांतील कार्यकारी अधिकाऱ्यांच्या बरोबरीने मिरवत होता आणि स्वत:भोवती मोठमोठे कायदेतज्ज्ञ व आर्थिक बुद्धिकौशल्ये असलेल्या व्यक्तींचे कोंडाळे करून घेत होता. त्याने '२२१ नॉर्थ, ला साले' येथील आपले मध्यवर्ती कार्यालय कॉर्पोरेट जगतात शोभेल अशा पद्धतीने सजवले होते. त्यातील गडद हिरव्या रंगाचे गालिचे, महागड्या महागनी लाकडाची पॅनेल्स वगैरेंमुळे ते एखाद्या उद्योगाचे कार्यालय वाटण्याऐवजी एखाद्या कायदे सल्लागाराच्या कार्यालयासारखे वाटायचे. बोर्ड रूममध्ये कातडी आवरणाच्या गुबगुबीत खुर्च्या होत्या व भिंतीवर दिव्यांसाठी महागड्या शेड्स होत्या. अधिकाऱ्यांच्या केबिनमध्ये १९व्या शतकातील उत्तमोत्तम तैलचित्रे होती. स्वागतिकेच्या टेबलाजवळ कंपनीच्या शेअर्सचे ताजे मूल्यदर काय आहेत, हे दर्शविणारे फलक होते.

मुख्य म्हणजे, मॅकडोनल्ड्स कॉर्पोरेशनला सोन्नेबर्न परंपरागत पद्धतीने चालवत होता. पूर्वी व्यक्तिगत व अकृत्रिम संबंधांची वागणूक सर्वांचीच असल्याने ते सर्व जण जणू एका कुटुंबाचे घटक आहेत, असे वातावरण होते. पण आता नोकरशाही, पदांची पखरण केलेले तक्ते व आकडेवारी यांमुळे पूर्वीचे वातावरण नाहीसे झाले होते आणि तिथे कृत्रिमपणा आला होता. पूर्वी सर्व निर्णय खेळीमेळीने व्हायचे, तिथे आता व्यवस्थापकीय आढावे व आकडेवारीवर भर हा प्रकार सुरू झाला होता. सर्वोच्च स्थानावरचे एक त्रिकूट सोन्नेबर्नला अहवाल सादरीकरण करायचे. आर्थिक व्यवहारासाठी बायलॅन; कार्यपद्धतीसाठी, विपणन व प्रशिक्षणासाठी फ्रेड टर्नर आणि स्थावर मालमत्तेच्या व्यवहारासाठी पेटे क्रो (पेटेला त्याने खास इंडियानातील स्टँडर्ड ऑइल कंपनीतून आणले होते.) या तीन समान दर्जाच्या व अधिकारांच्या विभागात कामाची विभागणी झाल्याने त्यांच्यात स्पर्धा चालू झाली; प्रसंगी नजरेला नजर भिडवणेही ते टाळू लागले. त्यामुळे मग कामे ठप्प होऊ लागली. अधिकारी व कर्मचाऱ्यांतही अनेक जण इतर क्षेत्रांतून आले होते. त्यात लेखापरीक्षक,

कायदेतज्ज्ञ, हिशेबातील व गुंतवणूक क्षेत्रातील बँकांत काम केलेले अनेक लोक महत्त्वाची भूमिका बजावत होते आणि त्यांना हॅम्बर्गरच्या क्षेत्राचा गंधही नव्हता. अर्थात, हे होण्याचे कारण कंपनी पब्लिक लिमिटेड झाली, हे होते. शासकीय यंत्रणा व भागधारकांना विविध माहिती पुरविण्यासाठी डझनभर माणसे लागायची. त्यांची पूर्वी गरज नव्हती. खरेतर ते दैनंदिन काम होते व त्यात उच्चपदस्थ अधिकाऱ्यांनी लक्ष घालायचे कारण नव्हते. पण सोन्नेबर्नच्या कारभारात नेमके तेच घडत होते. ती कंपनी तो धंदेवाईक व्यवस्थापकासारखी चालवत होता; तर ती एका उद्योजकीय कंपनी असावी, असे क्रॉकला वाटत होते. सोन्नेबर्न उपलब्ध व्हायला सुरक्षित राहील अशा सावधगिरीने कंपनी चालवू इच्छित होता; तर क्रॉकला वाढीची जोखीम स्वीकारूनही पाया विस्तृत करायचा होता. सोन्नेबर्न स्वत:वर बँकर्स व वॉल स्ट्रीटवरील शेअरबाजारातील लोक यांची जबाबदारी असल्यासारखा वागत होता; तर क्रॉक फक्त ग्राहकांप्रति आपली बांधिलकी आहे, असे समजत होता. सोन्नेबर्नला हिशेबनीस व वकील हे कंपनीचे अत्यावश्यक घटक वाटायचे; तर क्रॉकच्या मते, त्यांना कामापुरते जवळ करावे. क्रॉक विविध फ्रँचायझी व त्यांच्या स्टोअर्सच्या कारभारांच्या जवळ जाण्याचा, त्यांना मदत करायचा प्रयत्न करायचा; तर सोन्नेबर्न तिकडे फिरकायचाही नाही. दोघांची कपडे वापरायची पद्धतही बदलून गेली. क्रॉक नेहमी महागडे स्पोर्ट्‌समन कपडे वापरायचा, तर सोन्नेबर्न महागड्या सुटाबुटात वावरायचा.

टर्नरचे मत होते – कंपनी पब्लिक लिमिटेड झाली की वकील, हिशेबनीस, लेखापरीक्षक आणि करसल्लागार यांचे वर्चस्व वाढतच जाते. रे त्यांना कामापुरते जवळ करून एरवी कंपनीच्या व्यवहारापासून त्यांना चार हात दूर ठेवण्याबाबत कटाक्षाने वागण्याच्या मनोवृत्तीचा होता; त्यामुळे कंपनी अशा लोकांच्या ताब्यात जाणार नाही, हे तो पाहायचा. हॅरीला त्याच्याच कोंडाळ्यात वावरायला आवडायचे. त्यांचीच भाषा त्यांच्या तोंडात बसली होती. या सर्वांमुळे कंपनीला मोठा तडाखा बसला आणि रे अन् हॅरी यांच्यात वितुष्ट निर्माण झाले.

सोन्नेबर्नच्या सावध व्यवस्थापनपद्धतीबद्दल क्रॉक नाराज होता; तर सोन्नेबर्नला कंपनी पब्लिक लिमिटेड कंपनी झाल्यामुळे येणाऱ्या जबाबदाऱ्यांची जाणीव क्रॉकला नसल्याबद्दल तिटकारा होता. त्याच्या मते, आपली बांधिलकी आता भागधारकांशी आहे; कंपनीच्या स्थापनकर्त्या पूर्वीच्या एका व्यक्तीशी नाही. त्यामुळे या संस्थापकाच्या मर्जीप्रमाणे नाही, तर कॉर्पोरेट साच्याला साजेशा पद्धतीनेच काम व्हायला हवे. शिवाय त्याच्या मते, कंपनी कशी चालली याची अंतिम जबाबदारी कार्यकारी अधिकाऱ्याची असायला हवी. ते त्याचे पद होते व त्यामुळे त्या दृष्टिकोनातूनच तो सर्वकाही पाहत होता.

क्रॉकचा या विचारसरणीला तीव्र विरोध होता. तो कंपनीचा संस्थापक आणि अद्यापही ४३ टक्के भागधारक होता. ती त्याची कंपनी होती. तो प्रत्येक स्टोअरकडे 'त्याच्या मॅकडोनल्ड्स'चे स्टोअर या नजरेने पाहायचा. जेव्हा त्याने 'दर्जा, सेवा, स्वच्छता आणि मूल्ये' या चतु:सूत्रीचा पाठपुरावा केला; तेव्हा त्याने त्यांत व्यक्तिगत अभिमान पाहिला. जर त्यांत अपयश आले, तर तो वैयक्तिक अपमान समजायचा. त्याच्या मते, त्यांची बांधिलकी जनतेशी होती व त्याची जनता म्हणजे हॅम्बर्गर विकत घेणारे ग्राहक होती; भाग विकत घेणारे भागधारक नव्हते. शिवाय त्याला कॉर्पोरेट जगतातील स्थानदर्शक पदावलीमध्ये स्वारस्य नव्हते. त्याच्या मते, हॅरी हा कार्यकारी अधिकारी होता हे आणि क्रॉक हा खरा अधिकारी आहे हे सर्वांना कळत होते. या गोष्टी लोकांना माहिती होत्या, इतकेच त्यांना महत्त्व होते.

यावर मग मॅकडोनल्ड्स पब्लिक लिमिटेड कंपनी झाल्यावर त्यांनी अगदी साधा उपाय योजून परस्परांतील संघर्ष कमी केला. त्यांनी एकमेकांशी बोलणे टाळायला सुरुवात केली. ते एकमेकांशी मध्यस्थांमार्फत बोलायचे. ही अवघड जबाबदारी मग ज्यून मार्टिनोकडे जायची. तिला दोघेही चांगले माहीत होते आणि दोघांविषयी तिला उत्तम समज व आदरही होता.

शेवटची दोन वर्षे ते एकत्र असता ज्यून मार्टिनो हीच दोघांमधली संपर्क साधणारी व्यक्ती होती. ती मग त्यांना एकमेकांविषयी जे सांगायचे असेल, ते जास्तीत जास्त मवाळ भाषेत सांगत असे. जेव्हा दोघांमधल्या गैरसमजाचे पर्यवसान उघड युद्धात होणार होते, तेव्हा तिची चूक नसतानाही तिने परिस्थिती आटोक्यात आणण्यासाठी प्रसंगी स्वत:कडे वाईटपण घेतला.

जेव्हा त्या दोघांपैकी एक जण दुसऱ्याच्या वृत्तीविषयी चिडून बोलायचा, अनुदार उद्‌गार काढायचा; तेव्हा ती त्यांमधली हवा काढून घेऊन तणाव कमी करायची. जेव्हा क्रॉकचा भडकपणा व त्याचा तापट स्वभाव याला वैतागून हॅरी कंपनी सोडायची भाषा करायचा, तेव्हा मार्टिनो त्याचे मनोधैर्य वाढवायची. ती म्हणायची, "तुला रे कसा आहे हे माहीत आहे. तो त्या पद्धतीने वर्षानुवर्षे वागत आला आहे. आणि, त्याला बदलणे आता अशक्य आहे. त्याला त्याचे डोक्याचे केस उपटू देत. तू काय करतोयस व तू करतोयस ते योग्यच आहे, हेही तुला माहिती आहे." याउलट, जेव्हा रे हॅरीला हाकलून द्यायची भाषा करायचा, तेव्हाही हॅरीच्या कामगिरीची आठवण त्याला करून देऊन ती म्हणायची, "हॅरी त्या पदावर आहे, म्हणून मॅकडोनल्ड्स आज यशस्वी कंपनी आहे. मग आता बदल कशाला हवा?"

जर मार्टिनोने मध्यस्थाची भूमिका घेतली नसती, तर या दोघांतले संबंध होते तितके दिवसही राहिले नसते. त्याचा फटका थेट मॅकडोनल्ड्सला बसला असता.

मार्टिनोने इतर कोणत्याही प्रकारे मॅकडोनल्ड्सकरता काहीही योगदान दिले नसले, तरी या दोघांमधली शांततादूत म्हणून तिने बजावलेल्या कामगिरीमुळे तिचे तिथल्या आठ टक्के भागधारणेसंबंधी समर्थन करणे उत्तम झाले असते. तरी नंतरही तिच्याकडे या दोघांमधल्या भांडणाच्या काही अत्यंत कटू आठवणी आहेत. ''मला ते दोघेही जसे होते तसे त्यांना स्वीकारायला आवडायचे. पण माझ्या दृष्टीने ही मोठी डोकेदुखी होती व माझी ही तारेवरची कसरत सतत चालायची.'' असे तिने नंतर याबाबत सांगितले.

पण रे आणि हॅरी यांच्यातील मतभेदांमुळे त्यांची व्यवस्थापनशैलीही किती भिन्न होती, हे कळत होते. कधीकधी मार्टिनोची कौशल्यपूर्ण व्यवहारनीतीही त्यांच्यातले धोरणातले मतभेद दूर करू शकायची नाही. याचे मुख्य कारण या व्यवसायात आपण नेमके कशासाठी आहोत, याविषयी दोघांच्याही कल्पना भिन्न होत्या व त्यामुळे हॅम्बर्गरकरता का स्थावर मालमत्तेकरता, हा प्रश्न अनुत्तरित राहत होता.

क्रॉकचा विश्वास होता की, जर हॅम्बर्गरची विक्री कमी झाली तर मॅकडोनल्ड्सही खाली जाईल. त्याचा बघण्याचा दृष्टिकोन हा किरकोळ विक्री करायचाच होता. जर कंपनीचे उच्च पदावरील व्यवस्थापन उत्तम केले, तर किमान आवश्यक व्यवसाय नक्की होणारच. सोन्नेबर्नचा दृष्टिकोन नेमका विरुद्ध होता. जर हॅम्बर्गरची विक्री कमी झाली, तर उपलब्ध स्थावर मालमत्ता कंपनीला सावरायला समर्थ असेल. त्याच्या मते, नीचतम आवश्यक व्यवसायासाठी खर्चावर कडक नियंत्रण आवश्यक होते. १९६०च्या मध्यातही मॅकडोनल्ड्स चांगला नफा कमावत होती, तेव्हा सोन्नेबर्नची धडपड ती नफ्याची पातळी सुरक्षित राहील ना, हे पाहायची होती. त्याला अनिर्बंध वाढ टाळायची होती आणि कंपनीचा कर्जाचा बोजा न वाढवता नियंत्रित पद्धतीने वाढ होईल व कंपनीचा पैशाचा ओघ विनासायास कसा चालू राहील, हे पाहायचे होते.

पण मॅकडोनल्ड्स 'पब्लिक लिमिटेड' झाल्यावर कंपनीची महत्त्वाची, स्थावर मालमत्तेची नाळही तुटली. ''हॅरी स्थावर मालमत्तेचे व्यवहार स्वत: न पाहता पेटे क्रोकडे सोपवत होता आणि शिवाय कार्यपद्धतीपासूनही तो दूर जात होता. पूर्वी तो बाजारपेठेत हिंडायचा, स्वत: स्थावर मालमत्तेचे व्यवहार पाहायचा आणि फ्रँचायझींशी संपर्क ठेवून असायचा. पण त्याचे हे सर्व काम थांबले व तो व्यावसायिक लोकांबरोबर अधिक वेळ घालवू लागला. त्यात गुंतवणूकदार होते आणि कायदेविषयक सल्लागार होत,'' असे फ्रेड म्हणायचा. हॅरीने स्वत:च कबूल केले की, त्याचे हॅम्बर्गरमधले होते नव्हते ते सर्व स्वारस्य नाहीसे झाले. त्याने रेला सांगितले, ''तू हॅम्बर्गरची काळजी घे. मला त्यातले ढिम्म काही कळत नाही व मी स्वत: ते खातही नाही.''

अशा रीतीने १९६५च्या आसपासच्या त्यांच्या या परस्परविरुद्ध विचारसरणीमुळे त्यांच्यात अनेक विवाद निर्माण झाले. जेव्हा क्रॉकने पत्नी जेनच्या सुमारे ६ नातेवाइकांना फ्रँचायझी दिली, तेव्हा त्यांना १५००० डॉलर्स अनामत रक्कम भरायची अट शिथिल केली व तीही वैयक्तिक जबाबदारीवर. सोन्नेबर्नला कळत होते की, हे चुकीचे होते व त्याने तसा निषेधही नोंदवला. पण हे इथेच थांबले नाही. चॅपमन अ‍ॅन्ड कटलर या कायदेशीर सल्लागाराने याबाबत सोन्नेबर्नची बाजू ग्राह्य धरली. मग क्रॉकने त्या जेनच्या नातेवाइकांना अनामत रक्कम भरण्यासाठी एक लाख डॉलर्स रोख रक्कम दिली. पण या प्रकरणात त्याला स्वत:च्याच कंपनीचा अध्यक्ष (सोन्नेबर्न) आणि कंपनीचे कायदेविषयक सल्लागार यांनी दिलेली वागणूक तो विसरला नाही.

सोन्नेबर्नच्या शिकागो कार्यालयातील वाढत्या गैरहजेरीबद्दल क्रॉक नाराज होता. त्याने बराचसा काळ अलाबामामधील मोबाइल या गावच्या आपल्या घरी घालवला. त्या वेळी त्याला सायटिकाचा त्रास होत होता. तो बिछान्यावर पाठीवर झोपून फोनद्वारा कंपनीचा व्यवहार संभाळत होता. संचालक मंडळाची एक बैठक त्याच्या त्याच्या घरी झाली व त्यासाठी सर्व संचालक विमानाने तिथे गेले. क्रॉकने स्वत:चे संधिवाताचे दुखणे कंपनीच्या कामापुढे दूर सारले होते व त्यामुळे दुसऱ्या कोणाला आजारपणासाठीची रजा देणे त्याला आवडायचे नाही. क्रॉकला आठवायचे, ''हॅरी जेव्हा शिकागोला यायचा; तोही तो कधी आला ते कुणाला कळायचे नाही व कधी गेला तेही. तो यायचा, काम संपवायचा व निघून जायचा. जणू कंपनीमध्ये नेतृत्वच उरले नव्हते.''

त्या दोघांमधील मतभेदांचे व भिन्न मतप्रणालीचे सर्वांत मोठे मनापासूनचे प्रदर्शन हे कंपनीची वाढ कशी व कोणत्या दिशेने व्हावी, यासंबंधीच्या दोघांच्या दोन टोकांच्या भूमिकांवरून झाले. १९६५पर्यंत वाढीला मर्यादा नव्हती, कारण संपूर्ण अमेरिका ही फास्ट फूड उद्योगासाठी अगदी खुली बाजारपेठ होती. बऱ्याच ठिकाणी स्टोअर्स उघडायला भरपूर वाव होता, कारण तिथे काहीच नव्हते. वाढीच्या मर्यादा केवळ संसाधनांमुळेच होत्या व अपयशाची धास्ती कमी होती आणि ते आलेच असते, तर फार मोठे असणार नव्हते.

पण कंपनी पब्लिक लिमिटेड झाली आणि सर्व चित्र बदलले. आता मॅकडोनल्ड्सला आर्थिकदृष्ट्या व कार्यपद्धतीचा विचार करता वेगाने वाढीला भरपूर वाव होता तशा परिस्थितीत ती आली होती. पण आता अपयश आले असते, तर ते धोक्याचे ठरले असते. क्रॉक म्हणे की, 'आता स्काय इज द लिमिट'; तर हॅरीला ही गोष्ट अती वाटत होती. त्यामुळे आता क्रॉक आणि हॅरी यांच्यात या मुद्द्यावरून सरळ-सरळ लढत व्हायचीच शक्यता होती.

सोन्नेबर्नने स्थावर मिळकतीसंबंधीचा त्याचा वाढीचा कार्यक्रम अत्यंत धाडसी, आर्थिक, पण ठोस पावले उचलून घेतला. त्याचबरोबर त्याने कडक आर्थिक निर्बंधही घालायला सुरुवात केली. काहींच्या मते, त्याचे असे नियंत्रण आवश्यक होते, कारण कंपनीचा मार्गदर्शक व संस्थापक रे क्रॉक हा आर्थिक व्यवहारात ढिला होता. पण हीच नियंत्रणे कंपनीच्या वाढीच्या दृष्टीने अस्थानी व अनैसर्गिक वाटू लागली, कारण एकीकडे वाढ झपाट्याने होत होती; तर फक्त एकाच स्टोअरबाबत अपयश आले होते.

आर्थिक पाया व्यापक झाल्यावर नवनवी स्टोअर्स वाढविण्याऐवजी त्याच्या बरोबर विरुद्ध झाले. १९६२मध्ये ११६ नवी स्टोअर्स उघडली गेली. त्या वर्षी मॅकडोनल्ड्सला पहिले १५ लाख डॉलर्सचे मोठे कर्ज मिळाले, तर त्यानंतरच्या तीन वर्षांत क्रमाक्रमाने कमी स्टोअर्स उघडली गेली. सर्वांत कमी स्टोअर्स १९६५मध्ये उघडली गेली. त्या वर्षी कंपनी पब्लिक लिमिटेड झाली. त्याच वेळी इतर स्पर्धक वेगाने वाढत होते, तर हॅरीने कंपनीची वाढ थांबवली होती. तोपर्यंत ७३१ स्टोअर्सची मॅकडोनल्ड्स सर्व स्पर्धकांपेक्षा कितीतरी पुढे होती, तरी त्या आधीच्या १०७ स्टोअर्सच्या तुलनेत त्या वर्षी फक्त ८१ नवीन स्टोअर्स उघडली गेली.

याहूनही मंद गतीने वाढ झाली असती, पण पश्चिम किनाऱ्यावरील रे क्रॉकची तरुण अधिकाऱ्यांची फळी जोरात काम करत होती. संस्थापक रे क्रॉकचा पूर्ण आशीर्वाद असल्याने त्यांनी सोन्नेबर्नच्या नियंत्रणाला जुमानले नाही व अधिक किमतीच्या जमिनी खरेदी करणे चालू केले. सोन्नेबर्नने ५० हजार डॉलर्सची मर्यादा घातली होती, ती सोडून त्याच्या दुप्पट किमतीत काही मोजक्या जमिनी त्यांनी खरेदी केल्या. कारण त्या भागात एकूणच जमिनीचे दर जास्त होते. शिवाय क्रॉकने दुय्यम महत्त्वाच्या जमिनी घेणे साफ नाकारले व केवळ मोक्याच्या धंद्याला योग्य अशाच जमिनी पसंत केल्या. याउलट, इतर क्षेत्रांत हॅरी त्याच्या अधिकाऱ्यांना अशी दुय्यम ठिकाणे घ्यायला भाग पाडायचा.

शिवाय क्रॉक त्याच्या कॅलिफोर्नियातील स्थावर मिळकतीचे व्यवहार पाहणारी माणसे वेगाने वाढवत होता व त्यांचा वेग शिकागोमधील हॅरीच्या याबाबतच्या वेगाच्या कितीतरी पट होता. त्यामुळे मंदीच्या काळात वाढीचा वेग इतर भागांत कमी राहिला, तर कॅलिफोर्नियात त्यावर परिणाम झाला नाही. सोन्नेबर्नने १९६४ ते ६७च्या दरम्यान वाढीवर नियंत्रण आणले, तेव्हा देशातील उघडलेल्या सर्व स्टोअर्समध्ये कॅलिफोर्नियाचा वाटा १/३ होता, यावरून हे लक्षात येईल. म्हणजेच जेव्हा सोन्नेबर्न इतर क्षेत्रांत सबुरीचे धोरण अवलंबीत होता, त्या वेळी कॅलिफोर्नियात जोरदार वाढीची घोडदौड चालू होती.

ही पूर्व-पश्चिम तेढ वाढीपलीकडे अन्य बाबतींतही दिसू लागली. जणू दोन

स्वतंत्र कंपन्यांचे अस्तित्वात येऊ घातले होते. पूर्वेकडची मॅकडोनल्ड्स ही जास्त संघटित होत होती, तर पश्चिमेकडची सुसाट सुटली होती. पश्चिमेकडची जास्त जोखीम स्वीकारत होती, तर पूर्वेकडची सुरक्षित वाढीकडे झुकत होती. सोन्नेबर्नचे नेतृत्व सावधगिरीचे होते. ते नवनवे प्रयोग करायला फारसे उत्सुक नव्हते; तर क्रॉकने उपक्रमशीलतेला प्रोत्साहन दिले. या दोघांतल्या मतभेदांचे प्रतिबिंब त्यांच्या अधिकाऱ्यांच्या परस्परसंबंधांवर पडू लागले होते. कॅलिफोर्नियातले अधिकारी हे अधिक उत्साही व आनंदी होते, त्यांचे परस्परसंबंध उत्तम होते व ते आठवडाअखेरीस एकमेकांच्या स्नेहसंगतीचा लाभ भरपूर उठवत होते. तर, शिकागोतले कंपनीतील लोकांचे सामाजिक जीवन व स्नेहसंगत ज्वळजवळ बंद पडली होती.

पश्चिम किनाऱ्यावरील मॅकडोनल्ड्स ही नवनव्या रचना व बांधकामे याबाबत जणू प्रयोगशाळाच बनली होती. त्याच्या हॅम्बर्गर ड्राइव्ह-इनला अत्यंत आकर्षक व उच्च प्रतीचे बनवण्यासाठी क्रॉकने भरपूर पैसा ओतला. त्याने बाह्य परिसराचे उत्तम लँडस्केपिंग करून घेतले, प्रकाशयोजना उत्तम केली व या सर्वांबाबत कुठेही काटकसर नव्हती. ती इतर क्षेत्रांत मात्र दिसून यायची. त्यांनी भांडार व कचराकुंड्या दिसू नयेत यासाठी सुशोभित भिंती उभ्या केल्या व अगदी इमारत बांधणीतल्या सामानातही नवनवे प्रयोग केले. शिवाय एक महत्त्वाचा बदल केला. तो म्हणजे, तिथेच बसून खाण्यासाठी त्यांनी मोठे फरसबंदी अंगण तयार केले. पूर्वी स्टोअरच्या बाहेर अगदी कमी जागा असे. तिथेच बसून खाण्याच्या या जागेला 'मेट्रो' म्हटले जाई. तोपर्यंत 'ड्राइव्ह-इन' असेच मॅकडोनल्ड्सचे प्रामुख्याने स्वरूप होते. पण या कॅलिफोर्नियातल्या बदलाने सर्व संकल्पनाच बदलू लागल्या. पूर्वी ग्राहक खाद्यपदार्थ खरेदी करायचे व गाडीत बसून खायचे वा घरी घेऊन जायचे. या नव्या योजनेमुळे तिथेच बसून खाणाऱ्यांचे प्रमाण वाढले व स्टोअर्सना नेहमीच्या रेस्टॉरंटचे स्वरूप आले. शिवाय हवामानातील तफावतीमुळे बदल होत होता. कॅलिफोर्नियात बारा महिने हवामान बरेचसे समशीतल असते; तर इतर भागात हिवाळ्यात बर्फवृष्टी व भरपूर थंडी असते. यामुळे कॅलिफोर्नियात बाराही महिने ग्राहकांची वर्दळ मोठी असे.

सोन्नेबर्नच्या विरोधाला डावलून क्रॉकला देशाच्या अन्य भागांतही असे बदल घडवून आणणे तांत्रिकदृष्ट्या अशक्य नव्हते. पण व्यवस्थापनातील असा समोरासमोरचा विरोध व त्यांतून निर्माण होणार संघर्ष क्रॉकला नको होता. तसा विचार करण्याएवढा तो पुरोगामी होता, त्यामुळे हे बदल त्याने वटहुकूम न काढता उदाहरणाने सिद्ध केले. त्याला अभिप्रेत बदल कसे होऊ शकतात, ते दाखवून दिले. क्रॉकच्या मनुष्यबळ विभागाचा संचालक जिम कुन्ह म्हणतो, "आमच्यापैकी अनेकांची व्यक्तिगत बांधिलकी शिकागोमधील इतर लोकांशीही होती, त्यामुळे आमच्यावर मानसिक ताणही वाढायचा. तसा रे हा प्रतिकूल पक्षाचा नव्हता; पण त्याच्या मते, शिकागो

कार्यालयात नोकरशाहीचा कारभार चालू होता. त्याने कंपनीत दुफळी माजू दिली नाही, पण त्याचा विचार होता – काम चालू करू, बाकीचे आपोआप आपल्यामागे येतील.''

असे असले, तरी क्रॉक व सोन्नेबर्न यांच्या हाताखाली काम करणाऱ्यांतही दोन तट पडलेच. विशेषत: एखाद्या धोरणात्मक बदलाविषयी शिकागोच्या कार्यालयाची संमती मिळवताना कॅलिफोर्नियातल्या अधिकाऱ्यांवर प्रचंड मानसिक दडपण यायचे. रॉबर्ट पेपला क्रॉकने शिकागोहून खास बांधकामावरील देखरेख करण्यासाठी बदली करून आणले. तो म्हणायचा की, काम म्हणजे दोरीवरून चालण्यासारखे व्हायचे. कारण दोन विरुद्ध ताकदींना संभाळून काम करायचे होते. रेला 'कृती आणि प्रगती' हवी होती, तर शिकागोत लालफितीचा कारभार होता. एकीकडे रे म्हणायचा, 'चल, हे बांधकामातले बदल करून टाक'; तर शिकागोत सांगितले जायचे, 'बदल करू नका!' मग रे म्हणायचा, 'शिकागोला गोळी मार; मी सांगतो म्हणून बदल कर.'

पेपने मग काही बदल दडपून केले व त्यासाठी सांगितले की, कॅलिफोर्नियातील संकेतांप्रमाणे ते आवश्यक होते. पण हे स्पष्ट होते की, पश्चिम किनाऱ्यावरील अनेक बदलांना सोन्नेबर्नची संमती नव्हती. त्याचे म्हणणे होते, त्यांत काम चालत असेल – तर या बदलाच्या माकडचेष्टा कशाला? त्यामुळे खर्चामध्ये वाढ होते.

परंतु, क्रॉकला त्याच्या पसंतीच्या बदलांसाठीचा शिकागोचा विरोध मोडून काढायचा होता. मग त्याने पेपला कंपनीच्या इमारत बांधणी विभागाचा उपाध्यक्ष या पदासाठीच्या मुलाखतीसाठी शिकागोला पाठवले. त्यासाठी त्याने त्याची शिफारसही केली. पण सौजन्य म्हणून त्याने सोन्नेबर्नने ती नेमणूक करावी, असे सुचवले. तिथे गेल्यावर सोन्नेबर्नने पेपला दिवसभर आपल्या केबिनबाहेर बसवून ठेवले. दुसऱ्या दिवशीही तसेच केले. मग पेप एवढा नाराज झाला की, त्याने चक्क परतीचे विमान गाठले. ब्लॉक म्हणाला, ''तू इथे कसा आलास आणि काय करतोयस?'' मग पेपने सर्व हकिगत सांगितली. मग सोन्नेबर्नला रेने चांगलेच फैलावर घेतले. त्याचा आवाज सर्व ऑफिसभर सर्वांना ऐकू येत होता. मग एका आठवड्याच्या आतच पेप शिकागोला नव्या कामावर रुजू झाला. तशी त्याला कॅलिफोर्नियात जाऊन तीनच वर्षे झाली होती. पण परत आल्यावर त्याने कंपनीत पूर्ण बदल झालेला पाहिला. जर काही नवे करण्यासाठी काही वस्तू वा माणसे पाहिजे असतील, तर ती मिळणे मुश्किल झाले होते. उत्तर एकच असायचे – 'इथं असं चालत नाही!' त्यामुळे नव्या कल्पना प्रत्यक्षात येत नव्हत्या.

बदलांविरुद्धचे तत्त्वज्ञान इतके पक्के स्पष्ट झाले होते, त्यात अहवाल सादरीकरणाच्या इतक्या प्रक्रिया असायच्या की, त्यामुळे उद्योजकता आणि सर्जनशीलता

पार मरून गेली होती. त्याबाबतची निर्णयप्रक्रिया ठप्प झाली होती. गॅरी न्यूमन हा कंपनीचा प्रमुख हिशेबनीस होता. तो या लालफितीचा चांगला साक्षीदार होता. त्याच्या मते, सोन्नेबर्नच्या कारकिर्दीत प्रत्येक गोष्टीवर नियंत्रण होते. आम्ही एक आर्थिक संस्था झालो होतो व प्रत्येक गोष्टीचा विचार 'यातून आपल्याला काय परतावा मिळणार', असाच व्हायचा. प्रत्येक गोष्टीला खरेदीची कागदपत्रे लागायची. त्यावर दोन-तीन लोकांच्या संमतीच्या सह्या लागायच्या. कोशाध्यक्ष बॉन रॅन आणि प्रमुख आर्थिक अधिकारी डिक बायलॅन प्रत्येक स्थावर मिळकतीच्या कंत्राटाची पाहणी करायचे. त्यामुळे कागदपत्रे आठवड्याच्या आठवडे टेबलावर पडून राहायची, कारण तेवढी कागदपत्रे हाताळायला वेळ लागायचा.

पण शिकागोमधील प्रत्येक जणच बदलाला विरोध करणारा नव्हता. क्रॉकचे काही विश्वासू लोक तेथे होते. फ्रेड टर्नर त्यांपैकीच एक. पण सोन्नेबर्नची 'जैसे थे' पद्धतीची व्यवस्थापनाची रीत त्याला जाचत होती व त्यामुळे प्रसंगी फ्रेड औदासीन्याच्या छायेत जायचा. कंपनीने १९६५मध्ये पाच ठिकाणी पाच नवे कार्यकारी विभाग स्थापन केले व त्यामुळे फ्रेडचे अनेक सहकारी पांगले. त्यामुळे फ्रेडचे टेबल रिकामे राहू लागले. कॅलिफोर्नियात वेगाने घडामोडी घडत होत्या आणि फ्रेड त्यांना दुरावत होता व त्यापेक्षाही क्लेशकारक म्हणजे त्याच्या गुरूपासून, रे क्रॉकपासून तो दुरावत होता.

मग त्याने इतर फास्ट फूड (मॅकडोनल्ड्सच्या स्पर्धक) कंपन्यांकडून त्याला कामावर येण्याबाबत येत असलेल्या संदेशांवर शांतपणे विचार सुरू केला. कारण काहींनी चांगले आमिष दाखवले होते. खरेतर आपली उमेदीची वर्षे टर्नरने मॅकडोनल्ड्सला वाहिली होती. शिकागोच्या कार्यालयात त्याला रे क्रॉकचा लाडका म्हणून ओळखले जायचे व तो कधी चुकीचे काही करणार नाही, अशी त्यावरून क्रॉकची खात्री असणार, असे सर्वांना वाटायचे. अशी व्यक्ती जेव्हा कंपनी सोडून जायचा विचार करू लागली, त्या अर्थी कंपनीत अधिकाऱ्यांचे मनोधैर्य किती खच्ची झाले होते याची कल्पनाच केलेली बरी.

एके काळी क्रॉकचीही मनोमन अशी खात्री होती की, टर्नर कधीही सोडून जाणार नाही; कारण तशी त्याची कंपनीशी व रेशी घट्ट जवळीक होती. कित्येक वेळा क्रॉकने त्याला त्याच्या डेझर्टबाबत व अन्य नवनव्या कल्पनांविषयी झाडले होते, कारण त्याच्या मते त्यामुळे व्यवस्थापनप्रक्रियेत व पद्धतीत अडचणी आल्या असत्या. यांपैकी सर्वांत धमकावणारी घटना पीटमनच्या १९६६च्या ख्रिसमस पार्टीत झाली होती. क्रॉकने सुचविलेला स्ट्रॉबेरी शॉर्ट केक खाद्यपदार्थांच्या यादीत घालण्यास टर्नरचा ठाम विरोध होता. मग क्रॉकचाही पारा चढला. टर्नरची बायको पेट्टी आणि अन्य अनेक सहकाऱ्यांसमोर क्रॉकने त्याला फैलावर घेतले. ''तू अत्यंत

नकारार्थी बनत चालला आहेस. मी प्रयोग केलेल्या प्रत्येक डेझर्टबाबत तू विरोधी भूमिका घेतली आहेस आणि आता या शॉर्टकेकविषयीही. पण फ्रेड टर्नर, मी तुला बजावतो, या खेपेला मी यशस्वी होणारच!'' क्रॉक ओरडत होता. जवळजवळ १० मिनिटे त्याचे वाक्‌ताडन चालू होते. बाकीचे अधिकारी विस्मयाने बाहेर निघून गेले. टर्नर अवाक् झाला होता. पार्टी संपल्यावर फ्रेड टर्नर व पेट्टी नॉक्सव्हिलेमधील फ्रँचायझी लिट्टने कोचरान याच्याबरोबर निघून गेले. वेळ झाल्यावर फ्रेडने खुणवायचे, मग सर्वांनी पार्टी सोडायची, असे त्यांचे आधी ठरले होते. पण लिट्टने म्हणाला, ''तू खुणवायला थोडा उशीर केलास व त्यामुळे हे सर्व घडले.''

फ्रेडच्या दृष्टीने त्याच्या आयुष्यातला तो काळाकुट्ट दिवस होता. क्रॉकने त्याच्यावर नव्या खाद्यपदार्थांच्या निर्मिती व वितरणाबद्दल परिवर्तनविरोधी असल्याचा शिक्का मारला होता. पण त्याला व क्रॉकलाही माहीत होते की, मॅकडोनल्ड्‌सची मोठी संधी हुकत होती ती सर्व खाद्यपदार्थ न आणल्यामुळे नव्हे; तर नव्या स्टोअर्सच्या वाढीच्या अभावी. तो म्हणाला, ''मला रेकडून अपमानित झाल्यासारखे वाटले. त्याने मला खाली पाहायला लावले. त्याचा प्रभाव पूर्वीइतका पडत नव्हता. माझा भ्रमनिरास झाला.''

खरोखरच टर्नर व तिथले अनेक क्रॉकचे विश्वासू सहकारी अशा मताला आले होते की, स्टोअर्सच्या वाढीअभावी मॅकडोनल्ड्‌स देशातील प्रमुख फास्ट फूड साखळी होण्याची सुवर्णसंधी दवडत होते. बर्गर शेफ आणि बर्गरकिंग वाढीबाबत आक्रमक झाले होते व ते हॅम्बर्गरच्या या नेत्याशी जोरदार टक्कर देण्याच्या तयारीत होते आणि सोन्नेबर्न जणू 'मला धंद्याची आता गरजच नाही', अशा थाटात वावरत होता. पूर्वी तो १२-१२ तास काम करायचा, ते आता तो ९ ते ५ या चक्रातच अडकला होता.

मॅकडोनल्ड्‌सचा दीर्घकाळचा सहकारी मेल गार्ब म्हणतो, ''मी १९६६मध्ये सोन्नेबर्नच्या केबिनमध्ये तक्रार घेऊन गेलो की, क्रॉकने मला तीन स्टोअर्सची फ्रँचायझी द्यायचे मान्य केले होते व फक्त एकच मिळाली. मला वाटले की, सोन्नेबर्न वाटाघाटींबाबत पक्का आहे. पण एक तर सोन्नेबर्न हा सायटिकाचा रुग्ण असल्यामुळे आरामखुर्चीत पण पाय ताणून बसला होता व जणू आपण त्या गावचेच नाही, असा आव आणून मला म्हणत होता, माझे उत्तर आहे की, हे होणार नाही. तुझे काय म्हणणे आहे? मी म्हणालो, तुम्ही खोटारडे आहात. त्यावर तो थंडपणे म्हणाला, मी तुझ्याशी कधीही खोटेपणा केलेला नाही. तो शांत होता व त्याच्या म्हणण्यात तथ्यही होते. तरीही मी माझे घोडे पुढे दामटायचा प्रयत्न केला. त्या वेळी माझ्याकडे डेट्राइटची सहा स्टोअर्स होती. रेने मला डेट्राइटचे आणखी स्टोअर्स द्यायचे वचन दिले होते. मी म्हणालो, त्यावर तो म्हणाला, हे पाहा, माझ्याकडे तुझ्या एका

स्टोअर्सची शिफारस त्याच्याकडून आली आहे. मी काय करणार? जायचे तर त्याच्याकडे जा.''

पण सोन्नेबर्नने एक केले. त्याने त्या भागात नवे स्टोअर आले तर त्याला नकार देण्याचा अधिकार गार्बला बहाल करण्याची व्यवस्था केली. तसे आतापर्यंत मॅकडोनल्ड्सने कधी केले नव्हते. जणू या रूपाने त्याचे नशीबच सोन्नेबर्नच्या कृपेने फळफळले – जे गार्बच्या स्वप्नातही आले नसेल. त्याच्याकडे डेट्रॉइटमध्ये आधीच चौदा स्टोअर्स होती आणि आता त्याला नवी स्टोअर्स स्वीकारायचा पहिला अधिकार प्राप्त झाला होता.

गार्ब मग टर्नरकडे गेला व जर तो त्याच्याकडे आला तर त्याला आपल्या डेट्रॉइटमधल्या कारभाराची २५ टक्के भागीदारी देण्याचे मान्य करतो, असे सुचवले. त्याचे काम ही सर्व स्टोअर्स चालवायचे होते. ''मी हे मान्य करतो. पण उद्या जर मॅकडोनल्ड्सने मला कंपनी वाचवायसाठी परत बोलावले, तर मला जावे लागेल,'' असे टर्नरने सांगितले. हे ऐकून गार्ब सर्दच झाला. हा माणूस तिथे दुःखी होता, म्हणून त्याला त्यातून बाहेर काढण्यासाठी मी हा प्रस्ताव दिला व त्याने तो ठोकरला. काय माणूस आहे! गार्ब त्याच्या भागीदाराला – हॅरॉल्ड स्टर्नला सांगत होता (पुढे १९६८मध्ये गार्ब आणि स्टर्नने मिशिगन, नेवाडा व डेट्रॉइटमधली त्यांची मॅकडोनल्ड्सची सर्व स्टोअर्सची फ्रँचायझी २५ लाख डॉलर्सला परत विकली.) आता एकट्या डेट्रॉइटमध्येच कंपनीची १३९ स्टोअर्स आहेत.

टर्नरने गार्बची विनंती नाकारली. कारण त्याला माहीत होते की, क्रॉक आणि सोन्नेबर्न यांच्यातले नाते तुटत चालले होते. यांपैकी कोणीतरी गेले असते आणि तसेच घडले. सोन्नेबर्नची समजूत झाली की, मॅकडोनल्ड्सने बाजारपेठेत घुसण्याबाबत शिखर गाठले आहे, आता त्याला वाव नाही. त्यामुळे त्याच्यात आणि क्रॉकमध्ये मतभेद झाले. क्रॉकचे म्हणणे होते, आता कुठे सुरुवात झाली आहे आणि भरपूर मजल गाठायची आहे.

सन १९६५ मधील शांततेनंतर १९६६मध्ये आणखी स्टोअर्स उघडण्याच्या कामाला वेग आला व १२६ नवी स्टोअर्स उघडली गेली. आधीच्या वर्षीपेक्षा ही वाढ ५० टक्क्यांनी जास्त होती. क्रॉकच्या अधिकाऱ्यांची इच्छा होती की, १९६७मध्येही मोठ्या प्रमाणावर स्टोअर्स उघडली जावीत. पण त्यांचे समाधान करायच्या 'मूड'मध्ये सोन्नेबर्न नव्हता. अमेरिकेच्या अर्थव्यवस्थेत येणाऱ्या संभाव्य मंदीमुळे तो सावधगिरी बाळगून होता, म्हणून त्याने वाढीच्या योजनेला 'ब्रेक' लावला. स्थावर मिळकतीच्या व्यवहारात काम करणाऱ्यांची संख्या त्याने १९६६च्या अखेरीस कमी केली. त्यामुळे १९६६च्या तुलनेत १९६७मध्ये स्टोअर्सच्या संख्येत कमी भर पडणार, हे निश्चित झाले. त्यामुळे रे क्रॉकच्या रागात भर पडली. शिवाय, मंदी येणार असे

भाष्य सोन्नेबर्न उघडपणे करत होता व त्याचा परिणाम मॅकडोनल्ड्सवरही होणार, असे सांगत होता. त्यामुळे रेच्या रागाच्या आगीत आणखी तेल ओतले गेले. दोन आठवड्यांत मॅकडोनल्ड्सच्या शेअरचे भाव सात अंकांनी घसरले.

वाढीसाठी सज्ज असलेल्या मॅकडोनल्ड्सच्या सर्व यंत्रणेला हा सोन्नेबर्न शह देतोय असे सरळ-सरळ दिसत होते. स्थावर मिळकतीच्या व्यवहाराचे काम पाहणाऱ्यांनी अनेक मोक्याच्या जागा पाहून ठेवल्या होत्या व तिथे स्टोअर्स उघडली तर मॅकडोनल्ड्सचा धंदा जोरात चालेल, असे त्यांना वाटत होते. शिवाय फ्रँचायझींच्या सहकारतत्त्वावरील जाहिरात योजनेद्वाराही चांगले काम झाल्याने ग्राहकांची मागणी वाढण्याची चिन्हे दिसत होती. १९६०च्या दशकाच्या पूर्वार्धात प्रतिस्टोअर सरासरी विक्री दोन लाख डॉलर्स होती; पण १९६६मध्ये ती २,७५,००० डॉलर्सवर पोचली. हे प्रमाण तीन वर्षांच्या सरासरीपेक्षा ४० टक्के अधिक होते. जाहिरातीमुळे अनेक नवनव्या वसाहतींत व ग्राहकवर्गात मॅकडोनल्ड्स आघाडीवर होती. त्यामुळे स्पर्धकही तसेच प्रयत्न करू लागले होते व या नव्या बाजारपेठेत घुसण्यासाठी अनेक जण सरसावले होते.

अशा वातावरणात सोन्नेबर्नने केलेली कर्मचारी व अधिकारी कपात विस्मयकारक वाटावी अशीच होती. टर्नर म्हणतो, "आम्ही आकसत चाललो होतो व ते अनैसर्गिक वाटत होते. जे बाजारपेठेच्या जवळ होते, तिच्यावर नजर ठेवून होते; त्यांना त्याची पावले चुकीची पडताहेत, हे जाणवत होते. आम्ही त्याची अर्थिक विश्लेषणावरची भाष्ये ऐकत होतो, पण त्याचा आमच्यावर काही परिणाम होत नव्हता. तो जणू मंदी आलीच आहे, असे समजून चालला होता आणि आम्ही असे चित्र बघू लागलो की, तो मॅकडोनल्ड्स बंद करून सफरचंदे विकायला रस्त्यावर आलाय!"

क्रॉकच्या छावणीतील सर्वांना हे पटले होते की, हॅम्बर्गर उद्योगावरची होती-नव्हती ती सर्व श्रद्धा सोन्नेबर्न सोडून देत होता व केवळ आर्थिक निकषांवर वाढीस खो घालायचा प्रयत्न करत होता. त्याच्या मंदीबद्दलच्या भीतीच्या भावना खऱ्या होत्या व इतर कोणापेक्षाही या मंदीच्या तडाख्यात मॅकडोनल्ड्स कशी तगणार, याविषयी त्याची भीती त्याच्या दृष्टीने योग्य होती. पुढे काही वर्षांनी सोन्नेबर्न म्हणाला, "माझी खरी काळजी होती ती मॅकडोनल्ड्स या मंदीच्या तडाख्याला कसे तोंड देणार, ही. आमची सर्व वाढ ही कर्जाऊ पैशावरची होती. थोडी जरी रेस्टॉरंट्स बंद पडली असती व त्यांच्या जागेच्या भाडे कराराचे हप्ते थकले असते, तरी आम्ही अडचणीत सापडलो असतो. जर जोखीम पत्करणे अत्यावश्यक नसेल, तर ती का घ्यायची?"

अर्थात असा विचार करणारा उद्योगातला तो एकटाच नव्हता. आर्थिक व्यवहाराची

चाके मंद गतीने धावताहेत व अशा वेळी वाढीचे प्रयत्न काळजीपूर्वक करायला हवेत, असे अनेकांना वाटत होते. दुसऱ्या महायुद्धानंतरच्या काही वर्षांत देशाने प्रचंड औद्योगिक व व्यावसायिक प्रगती केली होती, त्यामुळे आर्थिक परिस्थिती उत्तम होती. पण आर्थिक परिस्थिती जास्तच तप्त बनत चालली होती, असे वाटू लागले होते. व्याजाचे दर व चलनवाढीचा दर वाढत होता. तो तरीही १९७०च्या तुलनेत कमी होता व अनेकांनी तशी अपेक्षा केली नव्हती.

याबाबतची चिंता लागून राहिलेल्यांपैकी एक होता ॲलन स्टुल्ट्स. तो मॅकडोनल्ड्सचा माजी संचालक व नंतरचा अमेरिकन नॅशनल बँक ऑफ शिकागोचा अध्यक्ष होता. या बँकेनेच मॅकडोनल्ड्सला सर्वप्रथम कर्ज दिले होते. त्याला मॅकडोनल्ड्सचे व्यवसायातील दीर्घकालीन संभाव्य स्थान माहीत होते. तरीही तोही सोन्नेबर्नच्या मताशी सहमत होता की, चलनवाढ व मंदीच्या दिशेने अर्थव्यवस्था वाटचाल करायची शक्यता आहे; मग तिची रेस्टॉरंट्स कितीही चांगली चालोत. त्यांत मॅकडोनल्ड्ससारखी कंपनी अडचणीत येऊ शकते. स्टुल्ट्स हा सोन्नेबर्नचा विश्वासू आर्थिक सल्लागार होता आणि दोघांचेही एका बाबतीत एकमत होते की, १९६६च्या वाढीच्या दराने जर मॅकडोनल्ड्सने १९६७मध्ये वाढ केली, तर त्या वेळच्या चलनवाढीचा फटका तिला बसू शकतो. त्याचे म्हणणे होते – "मॅकडोनल्ड्सची आर्थिक शिल्लक काहीच नाही आणि अशा वेळी वाढीबाबत थोडी सावकाश पावले उचलणे चांगले. माझे आणि हॅरीचे मत होते की, आता वाढ न करता आर्थिक शिल्लक वाढवावी म्हणजे नंतर वाढीला त्रास होणार नाही. वाढ आम्हालाही हवी होती; पण ज्या वेळी आर्थिक धक्के सहन करायची क्षमता असेल, अशाच वेळी ती हवी होती." मात्र तसा आर्थिक धक्का पुढच्या तीन वर्षांत बसला नाही व तोपर्यंत मॅकडोनल्ड्स तो सहन करण्याइतपत आर्थिकदृष्ट्या सक्षम होती, तरीही सोन्नेबर्नची सावध भूमिका योग्यच होती, असे स्टुल्ट्सचे मानणे होते. तो म्हणतो, "जरी तुम्ही आयुर्विमा उतरवलात व त्याच्या मुदतीपूर्वी तुम्ही मेला नाहीत, तरी विमा उतरवलेला असणे कधीही चांगले असते."

त्यांनी कंपनीची आखलेली योजना योग्य होती, असे मॅकडोनल्ड्समधील काही संकेतही सुचवत होते. पहिले म्हणजे, स्टोअर्सची कामगिरी. सरासरी विक्री वाढत होती, पण अविकसित बाजारपेठ व निर्जन ठिकाणी असलेल्या स्टोअर्सची कामगिरी निराशाजनक होती. त्याचे एक कारण असे असावे की, रे क्रॉक कॅलिफोर्नियात गेल्यावर इथली फ्रँचायझींची निवड दर्जेदार नसल्याने त्यांची कामगिरी बिघडत होती. मॅकडोनल्ड्सने १९६१ ते ६३च्या दरम्यान ३६५ नवी स्टोअर्स उघडली होती व ही संख्या त्यापूर्वीच्या आकड्याच्या दुप्पटीहून अधिक होती. पण फ्रँचायझींची निवड योग्य नसल्याने फ्रँचायझी विभागाचे काम योग्य न झाल्याचे स्पष्ट होत होते.

कदाचित सर्वच ठिकाणी तसे सर्वोत्तम उद्योजक मिळाले नसावेत व त्यामुळे त्यांच्या दर्जाबाबत तडजोड करावी लागली – असा दर्जा जो अनेक वर्षांच्या धडपडीनंतर रे क्रॉकने प्रयत्नपूर्वक विकसित केला होता. रोलिंग ग्रीन क्लबमधल्या त्याच्या मित्रांनी समस्या निर्माण केली, तरीही गुंतवणूकदार फ्रँचायझींच्या रूपाने पुढे येत होते. काही नव्या फ्रँचायझींना ते जुन्या फ्रँचायझींचे नातेवाईक आहेत म्हणून नेमले होते. ज्यांची आर्थिक परिस्थिती चांगली नव्हती, अशांना परवाना फीमध्ये सवलत दिली होती आणि ज्यांच्याकडे पैसे होते, त्यांना जुजबी प्रश्न विचारून नेमून टाकले होते. रेच्या मते, ''फ्रँचायझी दर्जेदार हवेत व त्यांच्याशी अर्धा तास बोलले तरी ते कसे आहेत, ते जोखता येते.'' केनेथ प्रॉपचे निरीक्षणही असे होते. ९१ वर्षांचा प्रॉप पूर्वी मॅकडोनल्ड्समध्ये परवाना विभागाचा संचालक होता. इंडियानातील स्टँडर्ड ऑइल कंपनीत विपणन व्यवस्थापन विभागात ३५ वर्षे काम केल्यावर तो १९६२मध्ये मॅकडोनल्ड्समध्ये स्थावर मिळकत विभागात कामाला लागला. त्याच्या मते, रे क्रॉक पश्चिमेकडे निघून गेल्यावर फ्रँचायझीना कोणत्या निकषांवर निवडावे, यासंबंधी परवाना विभागात काम करणाऱ्यांना जाण नव्हती.

ही समस्या १९६४मध्ये अधिकच बिकट बनली व मग सोन्नेबर्नला प्रॉपच्या नेतृत्वाखाली 'साफसफाई' खाते निर्माण करावे लागले. त्यांचे काम होते दरमहा १००० डॉलर्स नुकसान होत असलेली २४ स्टोअर्स बंद करणे. ती सर्व कंपनीतर्फे चालवली जात होती. फ्रँचायझींनी हात वर केल्यावर त्यांतील काही ताब्यात घ्यावी लागली होती व काहींना परवाना विभागाने फ्रँचायझी न शोधल्यामुळे ताब्यात घ्यावी लागली होती. एक वर्षभर प्रयत्न केल्यावर त्यांपैकी फक्त दोन स्टोअर्सना मालक मिळाले. सुदैवाने सोन्नेबर्नने एक 'बिझिनेस फॅसिलिटी लीज ॲग्रीमेंट' सहा वर्षांपूर्वी तयार केले होते व त्याचा उद्देश मिलो क्रॉककडून ताब्यात घेतलेल्या रेस्टॉरंटला अडचणीतून बाहेर काढणे, हा होता. प्रॉपने असा त्याचाच आधार घेत काम चालू केले होते. स्टोअर्स नव्या फ्रँचायझीला विकण्याऐवजी ते चालवू शकणारे ऑपरेटर्स त्याने शोधले व त्यांच्याकडून त्याने फक्त ५००० डॉलर्स अनामत रक्कम घेतली. ती नेहमीच्या अनामतीच्या १/३ होती. तरीही या साफसफाई विभागाचा एकूण अनुभव पाहता, नवीन बांधकामाचा वेग कमी करण्यासाठी त्याच्याकडे पुरेशी कारणे होती. त्याच्या मते, नवी स्टोअर्स उघडण्यात अडचण नव्हती. खरी समस्या होती चांगले फ्रँचायझी मिळविण्याची. पण अगदी मंदी नसती व काही स्टोअर्स (नीट काम न करण्याऱ्या) चा अपवाद सोडला असता, तरीही वाढीबाबत त्याने रे क्रॉकशी लढा दिलाच असता. कोणताही जुगार खेळून वाढ करावी, या मताचा क्रॉक होता. कारण त्याच्या मते, वाढीचा वेग जेवढा चांगला तेवढी कंपनीची परिस्थितीही. त्याच्या बरोबर विरुद्ध सोन्नेबर्नचे मत होते. तो म्हणायचा, ''तुम्ही जेव्हा उसनेवारीने

पैसे घेता, तेव्हा तुमचा मुख्य उद्देश असतो, ते लवकर परत फेडायचा. जेव्हा आमच्याकडे पैसा नव्हता व आम्ही दुसऱ्यांच्या पैशावर उद्योग चालवत होतो; तेव्हा वाढीचा जुगार खेळला, तर आमचे फारसे बिघडणार नव्हते, काही जाणार नव्हते. पण स्वत:चे पैसे लावून जुगार खेळणे धोक्याचे होते. म्हणूनच माझा विरोध होता. अशा वेळी केवळ आकड्यांचा खेळ खेळणे रशियन रॉलेट खेळण्यासारखे होते.''

म्हणून त्याने १९६७मध्ये नव्या स्टोअर्सच्या वाढीचा एक दीर्घकालीन नीटनेटका आराखडा तयार केला व त्यात भाकीत केलेली चलनवाढ झाली नाही तरी धोका राहाणार नाही, हे पाहिले. पुढची १० वर्षे फक्त २०० स्टोअर्स उघडायचे उद्दिष्ट त्यांत होते व या सर्वांना लागणारे आर्थिक पाठबळ बाहेरचे कर्ज न घेता कंपनी स्वत: या शिलकीतून करू शकणार होती. त्या तपानंतर कंपनीच्या खात्यात भरपूर पैसे असतील व ती कर्जमुक्त असेल, त्याचे हे भाकीत होते. फक्त यात एक दोष होता. तो म्हणजे, मॅकडोनल्ड्सच्या सुप्त शक्तीचा त्यात पुरेसा विचार केलेला नव्हता. मॅकडोनल्ड्सची १९७७पर्यंत सुमारे ३००० स्टोअर्स झाली असती व हा आकडा प्रत्यक्ष झालेल्या स्टोअर्सपेक्षा २०००ने कमी होता.

सोन्नेबर्नच्या बांधकामासंबंधीच्या 'धीमे चलो' धोरणाने क्रॉकला असे वाटले की, मॅकडोनल्ड्सच्या भूतकाळातील उत्तम कामगिरीचे त्याला कौतुक नाही आणि त्याच्या उत्तम भविष्याबद्दल त्याच्या मनानध्ये श्रद्धा नाही. त्यामुळे क्रॉकला असे वाटत होते की, उद्योगाकडे पाहायच्या दोघांच्या भिन्न दृष्टिकोनांमुळे त्यांची भागीदारी आज ना उद्या संपणारच होती. ''मला पैशाची फिकीर वाटत नाही आणि नफा होणार हे मी गृहीत धरतो.'' क्रॉक म्हणायचा, ''मला हॅम्बर्गरच्या उद्योगात मॅकडोनल्ड्स विजयी झालेली पाहायची आहे. हॅरी फक्त अर्थव्यवहार पाहणारा माणूस आहे. त्याला हॅम्बर्गरची काही माहिती नाही. मी त्याच्याशी बोललो नाही, कारण त्याला व्यवस्थापन-पद्धतीविषयी काही माहीत नाही. म्हणून आम्ही दोघे परस्परांपासून दूर होत होतो. मला भीती वाटत होती की, हा गृहस्थ मॅकडोनल्ड्सला एक थंड, मोजून-मापून काम करणारी कंपनी बनवणार होता की काय!'' शेवटी जे यश मिळवण्यासाठी दोघांनी एकत्रितपणे भरपूर कष्ट केले होते, ते यशच त्यांना आता एकमेकांपासून दूर नेत होते. ज्या वेळी मॅकडोनल्ड्स प्रस्थापित होण्यासाठी झगडत होती, त्या वेळी दोघांनाही वाढ आवश्यक वाटत होती. पण एकदा आर्थिक यश मिळाल्यावर सोन्नेबर्नची अधिक पैसा मिळवायची इच्छा व क्रॉकची अधिक हॅम्बर्गर खपवायची इच्छा यांचा मेळ बसेना. ''हॅरीचे उद्योगात पैसे मिळवायचे ध्येय होते व ते मिळाल्याबरोबर त्याने कंपनी सोडली,'' असे क्रॉक म्हणायचा. या तुलनेत रे क्रॉक वयाच्या ८१व्या वर्षी त्याचे निधन होईपर्यंत मॅकडोनल्ड्समध्ये कार्यरत होता. पण त्याची प्रेरणा स्वत:ला मिळालेल्या लक्षावधी डॉलर्सपेक्षाही अधिक काहीतरी, पण

निराळी होती. ग्राहकांना काय वाटते, हे पाहण्यासाठी त्याने स्वत:चा अहंकारही गुंडाळून ठेवला. निधनापूर्वी एक वर्ष आधी तो म्हणाला, ''मी जरी १०० वर्षे जगलो, तरी मरेपर्यंत इथेच (कार्यालयात) काम करत राहीन.''

वाढीच्या योजनेखेरीज दोघांच्यात अन्य गोष्टींवरूनही १९६६मध्ये वाद-संघर्ष झाले. एक म्हणजे, २० वर्षे कायम राहिलेली हॅम्बर्गरची १५ सेंट्स ही किंमत. रे क्रॉकच्या मनात चलनवाढीमुळे ती १८ सेंट्स करावी असे होते व त्याला वाटायचे की, आपल्या उद्योगाचा दर्जा पाहता ग्राहक तरीही त्याची निष्ठा मॅकडोनल्ड्सशीच ठेवतील. सोन्नेबर्नचे म्हणणे होते, विक्रीचे मुख्य गमक हॅम्बर्गरची १५ सेंट्स किंमत हेच आहे आणि यशाची ही मेख बदलणे योग्य होणार नाही. हे मतभेद एवढे वाढले की, सोन्नेबर्नने शेवटी याबाबतची डोकेदुखी स्वत:कडे न घेता संचालक मंडळापुढे हा विषय चर्चेला घेऊन टाळली. (बहुतेक कार्यकारी अधिकारी हाच मार्ग निवडतात; नाही का?)

अलीकडे संचालक मंडळ सर्वसाधारणपणे धोरणे आखून द्यायचे काम करतात. पण १९६०मध्ये रबर स्टॅम्पसारखेच काम करायचे आणि व्यवस्थापनातले वाद संचालक मंडळापुढे नेण्याचा विचारही कुणाच्या मनात यायचा नाही. पण या दोघांनी हा विषय संचालक मंडळापुढे आणायचे ठरवले. यावरूनच दोघांमधले मतभेद किती गंभीर होते, ते दिसून येईल. टर्नर म्हणतो, ''समोरासमोर चर्चा करून हे वाद मिटवण्याऐवजी हॅरीने संचालक मंडळाच्या बैठकीला युद्धभूमी बनवून मोठीच चूक केली.''

किमतीचा हा विषय संचालक मंडळापुढे आल्यावर या दोघांमधले साद-प्रतिसाद टोकाला पोहोचले. त्यांनी गॅरी न्यूमनला या किंमतवाढीचे आर्थिक परिणाम काय होतील, हे पाहण्यासाठी एक अहवाल तयार करायला सांगितले; म्हणजे तो मंडळापुढे मांडता येईल व आपापली बाजू नीट समजावून सांगता येईल. मग गॅरी अडचणीत आला. यातून मार्ग कसा काढायचा? मग त्याने दोन अहवाल बनवले. एकात किंमतवाढीचे समर्थन केले होते, तर दुसऱ्यात त्याला विरोध होता. पण वादाचा संघर्ष फारच टोकाला गेला होता. आपली बाजू योग्य आहे, हे ठरवण्यासाठी सोन्नेबर्नने संचालक मंडळाच्या बैठकीचे कामकाज टेपवर ध्वनिमुद्रित करण्याचा हट्ट धरला. हे कळल्यावर मॅकडोनल्ड्समधील सर्वांना कळले की, शेवट जवळ आला आहे. टर्नर म्हणतो, ''आमचे मॅकडोनल्ड्समधले व्यवहार खुल्लमखुल्ला चालायचे. असे ध्वनिमुद्रण करणे, ही कल्पना आम्हाला विदेशी वाटत होती.''

क्रॉकची परिस्थितीही काही फार चांगली नव्हती. तोही संचालक मंडळात आपल्याला पाठिंबा मिळावा म्हणून आपल्या बाजूला सहकाऱ्यांनी यावे, यासाठी धडपड करत होता. त्याच्याकडे कंपनीचे ४३ टक्के भाग होते, तरी त्याला

संचालक मंडळ सोन्नेबर्नच्या बाजूला झुकल्यासारखे वाटत होते. त्याने आतापर्यंत कार्यपद्धती रुजवण्याकडे लक्ष दिले होते व त्याच्या मते, संचालक मंडळाला फारसे महत्त्व नव्हते. सोन्नेबर्न हा कॉर्पोरेट व्यवस्थापनाचे काम पाहायचा, क्रॉक नाही. त्यामुळे मंडळाचे अनेक सदस्य कंपनीचे उच्चपदस्थ होते, ते सोन्नेबर्नकडे झुकले होते.

क्रॉक व सोन्नेबर्नखेरीज जो आर्थिक व्यवहार संभाळणारा सोन्नेबर्नचा उजवा हात समजला जाणारा डिक बायलॅन आणि ज्यून मार्टिनो हे संचालक मंडळाचे सदस्य होते व ती कंपनीतील माणसे होती. बाहेरचे दोन होते. ते म्हणजे, अमेरिकन नॅशनल बँक ऑफ शिकागोचा ॲलन स्टुल्ट्स आणि पाइने वेब्बरचा ली स्टॅक. त्यामुळे ज्याच्यावर विसंबून राहावे, असा कोणीही रेच्या बाजूचा खात्रीचा माणूस त्यांत नव्हता, असे डोनाल्ड ल्युबिनचे मत होते. तो पुढे मॅकडोनल्ड्‌सचा संचालक झाला. ‘सोनेनशाइन, कार्लिन, नाथ ॲन्ड रोझेन्थाल’ या शिकागोमधील कायदेविषयक काम करणाऱ्या कंपनीचा तो भागीदारही होता. या कंपनीलाच पुढे मॅकडोनल्ड्‌सने आपला कायदाविषयक सल्लागार म्हणून नेमले.

ल्युबिनच्या या फर्मकडे मॅकडोनल्ड्‌सचे काम १९६०पर्यंत होते. पण सोन्नेबर्न आल्यावर त्याने ते काम ‘चॅपमन ॲन्ड कटलर’ या शिकागोच्या फर्मकडे दिले होते. पण ते ‘त्याचे’ वकील समजले जायचे आणि १९६६मध्ये मॅकडोनल्ड्‌सचे व्यवस्थापन कोलमडायच्या बेतात होते, त्या वेळी रे क्रॉक या ल्युबिनकडे कायदेशीर सल्ला मागायला गेला. ल्युबिनची संचालक होण्याची शक्यता व मॅकडोनल्ड्‌सचे काम परत मिळण्याचा संभव यापेक्षाही त्याचा व्यावसायिक अनुभव प्रचंड होता. त्या वेळी त्याला तशी मोठी संधी आहे असे वाटले नाही, तरीही ल्युबिनने कंपनी पब्लिक लिमिटेड झाल्यावर कंपनीच्या दारातून आत डोकावणे चालू केले होते. ज्यूनने तिच्या एका परिचिताच्या कामासाठी ल्युबिनशी संपर्क साधला होता. त्या परिचिताला नेवाडामधले लग्नाचे नोंदणीपत्र मिळवण्यासाठी रहिवासासंबंधीच्या कायदेशीर तरतुदीसंबंधीची माहिती पाहिजे होती. ल्युबिनने नेवाडातल्या योग्य त्या कारकुनाशी फोनवरून संपर्क साधला व पाच मिनिटांत ज्यूनला फोन करून आवश्यक ती माहिती दिली. या वेगाने दिलेल्या सेवेमुळे ल्युबिनविषयी तिचे मत फारच चांगले झाले. मग तिने त्याला तिचे इच्छापत्र आणि त्याहून मोठे काम त्याला दिले. ते म्हणजे, तिच्या बड्या साहेबाचे – रे क्रॉकचे इच्छापत्र करायचे.

लवकरच रे क्रॉकची सर्व व्यक्तिगत कायदेविषयक कामे ल्युबिन करू लागला. आणि मग १९६७मध्ये कॉर्पोरेटचे वकील ज्याची आतुरतेने पाहतात, ते काम त्याच्याकडे आले. क्रॉक आणि सोन्नेबर्न यांमध्ये निर्माण होत असलेले प्रश्न ल्युबिनला माहीत होत होते, पण तरीही तो न्यू यॉर्कला कामासाठी गेला असताना

त्याला फोन येईलसे वाटले नव्हते. तो रे क्रॉकचा होता. त्याने शेवटी कृती करायचे ठरवले होते. ल्युबिनला क्रॉक म्हणाला, ''माझी एक समस्या आहे व ती हॅरीबाबत आहे. त्याला मला कंपनीतून बाहेर काढायचे आहे. तू त्याच्याशी वाटाघाटी कराव्यास. तू कंपनीत नवा कायदेशीर सल्लागार आहेस.'' ल्युबिन अवाक् झाला. तो फक्त ३३ वर्षांचा होता व तो त्याच्या फर्ममध्येही पूर्ण वेळ भागीदार होण्यापासून बराच दूर होता. पण क्रॉक त्याच्या कायदेविषयक ज्ञानावर व कामाच्या वेगावर खूश होता आणि मग त्याने ल्युबिनला कंपनीचा पूर्ण वेळ संचालक म्हणून नेमण्यात हयगय केली नाही. त्याद्वारे त्याने कंपनीच्या संचालक मंडळातील आपली बाजू मजबूत करायचा प्रयत्न केला.

तरी सोन्नेबर्न काही मोठी क्रांती करेल अशी भीती नव्हती. क्रॉककडे ४० टक्क्यांहून अधिक समभाग होते. लढायची वेळ आलीच तर क्रॉक आणि त्याचे भागधारक मित्र टक्केवारीच्या लढाईत नक्कीच यशस्वी झाले असते. पण क्रॉकला कंपनीला पुढे नेण्यासाठी सोन्नेबर्नला घालवणे आवश्यक वाटत होते आणि त्यासाठी चारचौघांसमोर लढाई व्हावी, हे त्याला नको होते. फक्त त्याला घालवण्यासाठी संचालक मंडळाच्या सदस्यांना फिरवणे आवश्यक होते.

मात्र, आजपर्यंत त्याने संचालक मंडळाच्या सदस्यांशी संबंध ठेवण्याकडे दुर्लक्ष केले होते व त्यामुळे त्याला विचित्र परिस्थितीशी सामना करावयाचा होता. जर सोन्नेबर्नला हाकलायचे, तर संचालक मंडळात तसा ठराव व्हायला हवा होता व आतातरी ते मंडळ सोन्नेबर्नच्या बाजूला झुकल्यासारखे वाटत होते. त्यामुळे ते सहजासहजी तसा निर्णय घेतील, ही शक्यता जवळजवळ नव्हती. ल्युबिन म्हणतो, ''रेला मंडळात आपल्या बाजूचे कोणी मित्र आहेत, असे वाटत नव्हते. त्याला संचालकांनी सोन्नेबर्नला काढावे, असे वाटत होते; पण मंडळ सदस्यांपैकी कोणीही रेच्या त्या इच्छेविषयी सहानुभूती दाखवणारे नव्हते.''

पण ल्युबिनच्या या विश्लेषणाशी सर्वच संचालक सहमत नव्हते. अमेरिकन नॅशनलच्या स्टुल्ट्सच्या मनात क्रॉकच्या संचालक मंडळाबाबतच्या पाठिंबाविषयी कधीही संशय नव्हता. तो सोन्नेबर्नच्या बाजूचा समजला जायचा.... ''जर मतदान घ्यायची वेळ आली असती तर सर्व मंडळ चेअरमन क्रॉकच्या बाजूलाच राहिले असते. मंडळ तसे सोन्नेबर्नच्या बाजूचे होते, असे म्हणता आले नसते.'' असे स्टुल्ट्सचे म्हणणे होते. ''फक्त ते आर्थिक स्थैर्याच्या मुद्द्यावर सोन्नेबर्नच्या बाजूचे होते. जर क्रॉकचा वाढीचा वेग कायम राहिला असता, तर मॅकडोनल्ड्सला पाया आर्थिकदृष्ट्या मजबूत करणे व नंतर वाढीचा विचार करणे जमले नसते. पण रे क्रॉकने कंपनी स्थापन केली व वाढवली. त्याच्या कल्पना व व्यावसायिक तत्त्वज्ञान पक्के होते आणि त्यासाठी त्याला संचालक मंडळाचा पूर्ण पाठिंबा होता. त्याशिवाय

दुसरे काही होते, असे सुचविणे हास्यास्पद होते.''

तरीही रे क्रॉकला वाटत होते की, त्याला सोन्नेबर्नच्या बाजूला असलेल्या संचालक मंडळाशी सामना करायचा होता आणि मंडळाची पुनर्रचना करून तिथे आपल्याशी संमत होतील अशांची सरळ नेमणूक करण्याचा त्याचा विचार होता. त्याने संभाव्य संचालक कोण असावेत, याविषयी ल्युबिनला विचारले; तेव्हा त्याने सुचविलेल्यांपैकी एक नाव होते – डेव्हिड वॉल्टरशाइन. हा 'बालाबान अॅन्ड कॅट्झ' कंपनीचा माजी अध्यक्ष होता. ही कंपनी सिनेमा थिएटरची साखळी चालवत होती व नंतर तिचेच पुढे 'प्लिट्ट थिएटर्स'मध्ये रूपांतर झाले. तो एक सर्वोत्तम संचालक होऊ शकत होता. तो एक उद्योजक होता, शिवाय तो करमणुकीच्या क्षेत्रातला होता व क्रॉकला पाहिजे होती तशी दिखाऊगिरी त्याच्याकडे होती. त्याला मोठ्या कंपनीच्या संचालक मंडळावर काम करण्याच्या अनुभव होता. तो एबीसीच्या मंडळावर होता. एबीसीनेच नंतर बालाबान अॅन्ड कॅट्झ ताब्यात घेतले होते. त्यामुळे त्याला संचालक मंडळात घेऊन सोन्नेबर्नचा प्रभाव कमी करण्याचा क्रॉकचा विचार होता.

क्रॉकला आपली कंपनी परत पूर्णपणे आपल्या ताब्यात घ्यायची होती. सर्व संचालक मंडळाला याची कल्पना आली होती की, सोन्नेबर्नच्या व त्याच्या मतभेदांमुळे आलेल्या शिथिलतेला क्रॉक वैतागला होता आणि म्हणून त्याला सर्वोच्च व्यवस्थापनात संचालक मंडळात बदल करायचे होते. संचालक अॅलन स्टुल्ट्सने या दोघांच्यात समन्वय घडवून आणण्याचा अखेरचा प्रयत्न केला. त्याने असे म्हटले की, आर्थिक व व्यवस्थापनाची उत्तम माहिती असलेल्या सोन्नेबर्नसारख्याला घालवणे हिताचे नाही. अर्थात हे झाले क्रॉकबरोबरच्या खासगी बैठकीत चर्चा करताना. शिवाय त्याला घालवण्याने त्याच्या क्षमतेचा कंपनीतून दुसरा माणूस मिळणेही अवघड होते. अॅलन म्हणाला, ''रे, शेवटी कंपनीचे दैनंदिन व्यवहार चालवणारा कोणीतरी हवा. तुला दैनंदिन काम बघायला नको, म्हणून तू त्याला (हॅरीला) आणलेस व त्याने त्याची क्षमता उत्तम प्रकारे सिद्ध केली.''

दुपारच्या भोजनाच्या वेळी क्रॉक अन् अॅलनने बराच वेळ खल केला आणि त्यांच्या शेवटी अॅलनच्या लक्षात आले की, क्रॉक कोणत्याही पुनर्विचाराला तयार नव्हता. क्रॉक म्हणाला, ''हे आता फार झालेय. हॅरीने जायलाच हवे.'' अॅलन म्हणाला, ''ते ठीक आहे. पण त्याची जागा कोण घेणार?'' पण काहीही साशंकता न दाखवता क्रॉक म्हणाला, ''फ्रेड टर्नर ती संभाळेल. तो हुशार आहे व त्याला शिकायची आवड आहे. तो सर्व संभाळून घेईल.''

अशा प्रकारे सर्व जुळवाजुळव करून शेवटच्या लढाईला तयार व्हायच्या वेळी क्रॉकला कळले की, त्याच्या भागीदाराची – सोन्नेबर्नची लढायची इच्छाच नव्हती.

त्याऐवजी तो राजीनामा द्यायला तयार होता. तसा त्याने वर्षापूर्वी सायटिकाच्या त्रासामुळे राजीनामा देऊ केला होताच, त्या वेळी क्रॉकने तो नाकारला होता. पण १९६७मध्ये सोन्नेबर्नने राजीनामा दिल्यावर क्रॉकने तो ताबडतोब स्वीकारला. मृत्यूपूर्वी काही काळ आधी सोन्नेबर्नने सांगितले, ''मॅकडोनल्ड्स चालवायची माझी इच्छाच मेली होती. तिथली माझी उपयुक्तता संपली होती. मला तिथे जे काही साध्य करायचे होते, ते मी मिळवले होते. आणि मला उरलेले आयुष्य शांततेत घालवायचे होते.''

आज मॅकडोनल्ड्समध्ये सोन्नेबर्न विस्मृतीत गेला आहे. 'मॅकडोनल्ड्स ही खऱ्या अर्थाने स्थावर मिळकतीच्या व्यवसायातील कंपनी आहे व ती योगायोगाने हॅम्बर्गर विकते' ही त्याची कल्पना व्यवस्थापनव्यवस्थेतील पुढच्या अधिकाऱ्यांना पटणारी नव्हती. शिवाय संचालक मंडळातील अविश्वास ठरावाला सामोरे जायचा निर्णयही त्याने टाळल्याने तो मॅकडोनल्ड्सच्या इतिहासातही स्वत:चे स्थान टिकवू शकला नाही. राजीनामा दिल्यावर त्याने मॅकडोनल्ड्समधले आपले सर्व समभाग विकून टाकले. त्यांची किंमत झाली होती १.२ कोटी डॉलर्स. क्रॉकनंतर सर्वाधिक समभाग असणारा तोच होता. त्याने ते पैसे नंतर दुसरीकडे गुंतवले; पण जर ते तिथेच – मॅकडोनल्ड्समध्ये राहिले असते (१,७०,००० समभाग, ११ टक्के) तर कंपनी पब्लिक लिमिटेड झाली, त्या वेळी ती उत्तम गुंतवणूक ठरली असती. कारण त्याची किंमत ७२ कोटी डॉलर्स झाली असती!

तो ५१व्या वर्षी निवृत्त होऊन मोबाइल या आपल्या गावी परतला, तेव्हा तो राजीनाम्याचा प्रसंग इतका कटू झाला होता की, मॅकडोनल्ड्समधील बहुतेक सर्व उच्चाधिकाऱ्यांशी त्याचे संबंध बिघडून तुटले होते. त्याच्यानंतर फ्रेड टर्नर प्रमुख कार्यकारी अधिकारी झाला, हे ओघानेच आले. त्या वेळी त्याचे वय फक्त ३५ वर्षांचे होते, पण त्याच्याइतका अनुभवी माणूस मॅकडोनल्ड्समध्ये दुसरा कोणीच नव्हता.

राजीनाम्यानंतर हॅरीची मॅकडोनल्ड्समधली कामगिरी वा यश पुसले गेले. मॅकडोनल्ड्सच्या स्थापनेत महत्त्वाचा वाटा उचललेल्या क्रॉकचे तैलचित्र कंपनीच्या कार्यालयात कुठेही नव्हते. अन्य अधिकाऱ्यांची भरपूर होती, पण सोन्नेबर्नचेही नव्हते. पुढे १९८३मध्ये फ्रेड टर्नरने ते करून घेतले व ते व्यवस्थापनाच्या कक्षात लावले. त्या रूपाने त्या कर्तृत्ववान अधिकाऱ्याचे स्थान तिथे निश्चित झाले ते १९८४मध्ये. पण क्रॉकचा स्वभाव माहीत असल्यामुळे त्याच्या मृत्यूनंतरच टर्नर हे धाडस करू शकला. जानेवारी १९८४मध्ये क्रॉकचे निधन झाले व मगच सोन्नेबर्नचे तैलचित्र कंपनीत लागले.

क्रॉक व टर्नर यांचे संबंध १९६७नंतर जणू पिता-पुत्रासमान झाले. त्यामुळे सोन्नेबर्नचा उत्तराधिकारी टर्नरच असणार, ही अटकळ सर्वांनाच होती. तरीही क्रॉकने बराच काळ वाट पाहिली. खरेतर टर्नरही कंपनी सोडायच्याच विचारात होता व

त्याचे कारण जणू त्याचीही तिथली श्रद्धा कमी झाली होती. पण त्याने आपली विफलता दाबून ठेवली होती आणि जेव्हा व्हाइट हॉल हॉटेलमधल्या जेवणाच्या वेळी क्रॉकने त्याच्या नव्या नेमणुकीची घोषणा केली, त्या वेळी त्याला आपल्या भावना लपवता आल्या नाहीत. त्याच्या डोळ्यांतून अश्रू वाहत होते. त्यांतले काही आनंदाचे होते. ज्या दिवशी क्रॉकने त्याची पहिल्यांदा कंपनीत नेमणूक केली होती, त्याच दिवशी या कंपनीचे एक ना एक दिवस अध्यक्ष व्हायचे स्वप्न त्याने पाहिले होते. पण त्याला क्रॉकचाही राग आला होता. ''या निर्णयाला इतके दिवस का लावले? यापूर्वीच काही का केले नाहीत?'' तो म्हणत होता. जणू हा प्रतिसाद क्रॉकला बहुधा अपेक्षित नव्हता. पण त्याला माहीत होते की, टर्नर त्याचे वैफल्य प्रकटपणे बोलत होता व क्रॉकने आपले वैफल्य ओठांच्या आत दाबून ठेवले होते. क्रॉक म्हणाला, ''अशा गोष्टी चुटकीसरशी होत नाहीत; त्यासाठी वेळ यावी लागते.''

उद्योगाची गाडी जोरात

सकाळचे नऊ वाजले होते. रे क्रॉकला आधीच्या रात्री फक्त दोनच तास झोप मिळाली होती. तरीही तो जेव्हा व्यासपीठावरील ध्वनिक्षेपकाजवळ बोलण्यासाठी गेला, तेव्हा त्याचे डोळे जोन स्मिथला शोधत होते. ते होते १९६८च्या पानगळीच्या दिवसांतले मॅकडोनल्ड्सच्या ऑपरेटर्सचे अधिवेशन. ती त्या सभागृहात दिसत नव्हती. त्यांचा वाङ्निश्चय तिने सात वर्षांपूर्वी मोडला होता व त्यानंतर त्यांची कधी भेट झाली नव्हती. ती झाली त्या अधिवेशनाच्या आदल्या दिवशी संध्याकाळी. इतर प्रतिनिधींप्रमाणे जोन व तिचा नवरा रॉली स्मिथ सॅन दिॲगोला आदल्या दिवशी त्या अधिवेशनासाठी आले होते. त्याने त्या वर्षाच्या सुरुवातीला मॅनिटोबामधल्या विनिपेगमधील मॅकडोनल्ड्सची फ्रँचायझी मिळवली होती. पण जोनने त्या रात्री जेवणानंतर त्याच्या हॉटेलमधल्या सूटमध्ये त्याची भेट घेतली होती. तशी ती निरुपद्रवी भेट होती. फरक एवढाच होता की, क्रॉकचा ड्रायव्हर कार्ल एरिक्सनने ती घडवून आणली होती. कित्येक तास त्यांनी पियानोवर बसून अनेक जुन्या आवडत्या रचना वाजवल्या आणि ते पुन्हा एकदा परस्परांच्या प्रेमात पडले. "आणखी एक लाकडाचा तुकडा फायर प्लेसमध्ये टाक," असे क्रॉक दर अर्ध्या तासाने फर्मावत होता. पहाटेचे चार वाजले आणि तिचा नवरा तिला 'घरी चल' असे सांगण्यासाठी आला. जोनची आईही बरोबर होती. तिने हे पाहिल्यावर जोन आणि रॉलीला तिने ताबडतोब घरी परतायला सांगितले. पूर्वीच्या इतिहासाची पुनरावृत्ती व्हावी, असे तिला वाटत नव्हते. "हे म्हणजे आगीत तेल ओतण्यासारखे आहे", तिने जोनला सांगितले.

पण क्रॉकला या खेपेला जोनला सटकू द्यायचे नव्हते. आदल्या रात्री त्याने तिला सांगितले होते की, तो घटस्फोट घ्यायला आणि तिच्याशी लग्न करायला तयार आहे. जोननेही त्याला संमती दर्शविली होती. पण सकाळी ती जेव्हा त्या

सभागृहात दिसली नाही, त्या वेळी तिने चकवा दिला, असे त्याला वाटले. तिला शोधण्याचा एक मार्ग होता. त्याने घोषणा केली, ''मला कॅनडामधल्या सर्व नव्या फ्रँचायझींचे स्वागत करायचे आहे. त्यांनी कृपया उभे राहावे.''

त्याचा संशय खरा ठरला. जोनचा तिथे पत्ता नव्हता. पण क्रॉकला लवकरच पटले की, त्याने काही फरक पडत नव्हता. जेव्हा जोनने सॅन दिअॅगो सोडले, तेव्हा तिने आईच्या इच्छेला शेवटचाच मान दिला. ती पुढे म्हणाली, ''त्यांनी मला त्या दिवशी तिथून दूर नेले. पण घडायचे ते घडून गेले होते. मी रेशी लग्न करायचा निश्चय त्याच वेळी केला होता.''

जितक्या तातडीने सात वर्षांपूर्वी क्रॉकने एथेलला घटस्फोट दिला होता, तितक्याच तातडीने त्याने आता जोनसाठी जेनला घटस्फोट देण्याच्या मनोदयाची घोषणा केली. त्या अधिवेशनानंतर फोर्ट लाउंडरडेलमध्ये महत्त्वाचे अधिकारी, व्यवस्थापक, संचालक, फ्रँचायझी आणि पुरवठादार जमले होते – ते रे आणि जेनला स्कँडिनेव्हियन जहाज कुंग्जहोमवरून जगाच्या समुद्रसफारीसाठी जाणार म्हणून निरोप द्यायला. ही पार्टी कित्येक महिने आधी ठरली होती व तीही एका खास राखीव जहाजावर. क्रॉकला आता त्यांतून माघार घेणे जमणार नव्हते. प्रथम त्याने विचार केला की, त्या सफारीला जावे व जहाज पहिल्या बंदरात गेले की, सफारीला रामराम ठोकून परत यावे. पण तो फोर्ट लाउंडरडेलला आला, त्या वेळी त्याने ठरवले होते की, ही सफर रद्द करायची आणि त्याऐवजी आपल्या घटस्फोटाची घोषणा करायची. मॅकडोनल्ड्समधले बाकीचे सर्व जण त्या जहाजावर ठरलेल्या वेळी आले. पण जसजशी बोट पाण्यात पुढे सरकू लागली तसतसे वातावरण बदलले. लोक गटागटाने त्या घटस्फोटाची चर्चा करत होते. जेन रडत होती व तिच्या मित्रमैत्रिणी तिचे सांत्वन करत होत्या. लाऊ पर्लमन फिरून सर्वांना सांगत होता की, त्याने २०० डॉलरची शँपेन, फळे व फुलांची करंडी समुद्रसफरीवर जाणाऱ्या त्या जहाजाच्या त्यांच्या खोलीत कशी पोहोचवली होती. त्या दिवशीची त्या जहाजावरची पार्टी म्हणजे मॅकडोनल्ड्समधल्या लोकांना 'शिप ऑफ फूल्स'ची आठवण करून देणारी होती.

पुन्हा एकदा रे क्रॉकचे वैयक्तिक जीवन कंपनीची नियती बदलून टाकत होते. सोन्नेबर्नच्या राजीनाम्यानंतर क्रॉकने प्रमुख कार्यकारी अधिकारीपदाचा कारभार हाती घेतला होता. अध्यक्ष म्हणून फ्रेड टर्नरच्या नेमणुकीची घोषणा त्याने वर्षभर लांबणीवर टाकली होती. त्यामागचा उद्देश फ्रेडची नव्या पदाकरता सर्वांगीण तयारी व्हावी, हा होता. तरीही त्याची अशी ठाम समजूत होती की, सोन्नेबर्नची जागा भरून काढण्यासाठी एक ताकदवान अध्यक्ष हवा; मॅकडोनल्ड्सवरच्या त्याच्या श्रद्धेसारखीच त्याची कंपनीवर श्रद्धा असावी आणि दर्जा, सेवा, स्वच्छता व मूल्य यासंबंधीची

त्याची बांधिलकी त्याने पुढे चालू ठेवावी. जरी त्या वेळी तो त्या पदावर राहणार होता, तरी तो तेव्हा संस्थापक नव्हता. त्यामुळे आपली उच्चपदावरची खुर्ची तो सोडणार नाही, असे नव्हते.

सोन्नेबर्न गेल्यानंतर वर्षाने त्याला कंपनीच्या कारभाराची धुरा फ्रेडच्या खांद्यावर टाकण्यास सबळ कारण होते. तो आता जोनबरोबर नवे जीवन सुरू करणार होता. हॅरी फिशरचा मॅकडोनल्ड्सचा इन्व्हेस्टमेंट बँकर म्हणून एक तपाहून अधिक वर्षे काम केलेल्या पाइने वेब्बरच्या पूर्वीच्या भागीदारांच्या मते, "आपल्या पदावर दीर्घकाळ राहण्याची चूक न करणारा रे हा उद्योजक होता. तो शिकागोला योग्य वेळी आला तो सोन्नेबर्नकडून कारभार हाती घेण्यासाठी व त्याला जेव्हा त्याचा कारभार उत्तम संभाळू शकतील अशी माणसे तिथे आहेत याची खात्री पटली, तेव्हा त्याने तिथून प्रस्थानही केले. यात वेळेबाबतचे त्याचे भान अप्रतिम होते."

सोन्नेबर्नबाबतचा त्याचा अनुभव पाहता, इतक्या लवकर तो अन्य कोणाकडे कामाची सूत्रे सोपवेल, असे कुणाला वाटले नव्हते. पण क्रॉकला खात्री होती की, त्याने ज्याला निवडले होते, ती व्यक्ती – म्हणजे फ्रेड टर्नर याने मॅकडोनल्ड्सला निश्चितच योग्य दिशेने नेले असते. कारण त्याला माहीत होते की, त्याने पाहिलेले मॅकडोनल्ड्सचे भव्य रूप प्रत्यक्षात उतरवणारी एकच व्यक्ती होती आणि ती म्हणजे, फ्रेडच. पण त्याने केवळ आपली प्रतिकृती म्हणून त्याला तिथे आणले नव्हते. वरवर पाहता, क्रॉक अन् सोन्नेबर्नएवढेच क्रॉक आणि फ्रेड एकमेकांच्या विरुद्ध स्वभावाचे होते. क्रॉक नेहमी उत्तम पोषाख करायचा. त्याच्या मते, माणसाचे व्यक्तिमत्त्व त्याच्या पेहरावावरून कळते व खुलतेही. पण टर्नर पेहरावाबाबत एवढा आग्रही नव्हता. पाच लाख डॉलर्स खर्च करून बांधलेल्या हॅम्बर्गर युनिव्हर्सिटीचे उद्घाटन करताना १९६८मध्ये ज्यून मार्टिनोने त्याला बाजूला घेऊन सांगितले की, संचालक ॲलम स्टुल्ट्सच्या मते टर्नरच्या पँट्स फारच ढगळ होत्या. पण टर्नरला माहीत होते की, तिच्या तोंडून क्रॉकच हे वदवून घेत होता.

सार्वजनिक क्षेत्रातील व्यक्ती म्हणून वावरताना क्रॉकला संकोच वाटत नसे. तो आरामात वावरायचा आणि शिवाय स्वतःची श्रीमंती लपवायचाही तो प्रयत्न करायचा नाही. याउलट, टर्नरने सोन्नेबर्नप्रमाणेच प्रसिद्धीच्या झोतात न फिरता अप्रसिद्ध राहण्याच्या धोरणाचीच री ओढली. तो आणि त्याची बायको पेट्टी यांनी त्यांच्या मध्यमवर्गीय वस्तीतील परिसरात व घरात राहणे पसंत केले. तसे त्यांना श्रीमंत वस्तीत जाता आले असते. क्रॉकच्या आग्रहाप्रीत्यर्थ त्याने ड्रायव्हर ठेवला होता, पण त्याने प्रशस्त व खर्चिक कॅडिलॅक लिमोझिन गाडी सोडून दिली. त्यामागची कल्पना होती, की मॅकडोनल्ड्स साखळी ही सर्वसामान्य जनतेकरता होती. त्यामुळे त्याला साजेसेच राहणे योग्य होते.

याउलट, क्रॉक हा हॅम्बर्गर साखळी चालवण्यास अधिक योग्य होता. त्याच्या मते, मॅकडोनल्ड्सच्या उद्योगात दिखाऊपणाला भरपूर वाव होता. टर्नरची अशी कोणतीही धारणा नव्हती. त्याच्याकडे प्रबळ इच्छाशक्ती व निर्णयक्षमता होती, तरीही त्याला पडद्यामागे राहून काम करायला आवडायचे. त्याने प्रसारमाध्यमांना फारसे कधी जवळ केले नाही; उलट तो त्यांना टाळायचा आणि जेव्हा कधी तो मुलाखती द्यायचा, तेव्हा क्रॉककडे असलेली समारोपाची आतषबाजी त्याच्या बोलण्यात नसायची. त्याचा चेहरा गंभीर भासायचा आणि तो आपले भाषण वा निवेदन वाचून दाखवणे पसंत करायचा. मग त्याच्या या प्रामाणिकपणाचा गैरफायदा घ्यायचा प्रयत्न वार्ताहर करायचे.

डॅन डॉर्फमन या सिंडिकेट बिझनेस रायटरने १९७९मध्ये असे भाष्य केले की, फास्ट फूड उद्योग आता पूर्ण विस्तारला आहे; त्यांत वाढीला वाव नाही व अगदी मॅकडोनल्ड्सची वाढही मर्यादित राहील. बऱ्याच वेळा अशी भाष्ये ही बिनबुडाची असतात आणि डॉर्फमनचे विश्लेषण तर एवढे वरवरचे होते की, इतर कोणाही अधिकाऱ्याने ते टोलवलेच असते व त्या लेखकाला अधिक उत्पादक दिशेने जाण्याबद्दल आग्रह धरला असता. उलट, टर्नरने त्याचे कृत्रिम भाष्य गांभीर्याने घेतले आणि तो डॉर्फमनच्या सापळ्यात अडकला. डॉर्फमन म्हणतो, "मी त्याला बचावात्मक पवित्रा घेताना पाहिले. तो बऱ्याच वेळा तणावाखाली आणि कधी रागावलेला होता. कधी एखादा अवघड प्रश्न विचारला तर तो थबकायचा, कधीकधी बैचेन होऊन उभा राहायचा आणि मग उत्तर देताना मागे-पुढे हालचाल करायचा. त्या तीन तासांच्या मुलाखतीत उत्तरे देताना तो डोळे बंद करून घेत होता, आपला चेहरा फिरवत होता, आपला उजवा हात चेहऱ्यावर ठेवत होता आणि तोंडाला मालिश केल्यासारखे करत होता. माझ्या मते, त्याच्यावर बरेच दडपण होते. बोलायचे भरपूर होते, पण ते कसे, हे त्याला बहुधा कळत नव्हते." पुढे दोन वर्षे टर्नरने वृत्तपत्रांना मुलाखती देणेच बंद केले.

जरी फ्रेड टर्नरने रे क्रॉकपेक्षा अधिक काळ कंपनीचे नेतृत्व केले, तरी त्याने त्याची बरोबरी किंवा त्याच्यावर कुरघोडी करण्याचा कधीही प्रयत्न केला नाही. उलट, रे क्रॉकवरच प्रकाशझोत कसा राहील, हे तो पाहायचा. "फ्रेड विनयशील होता. ज्यांत क्रॉकच्या ऐवजी आपणच प्रकाशात राहू असे सोन्नेबोर्नने पाहिले होते, त्या प्रकरणांवरून बहुधा टर्नरने धडा घेतला होता. पण मुख्य म्हणजे, फ्रेडच्या मनात रेबद्दल प्रेम होते, आदर होता. त्याच्या मते, मॅकडोनल्ड्सची प्रतिनिधी व्यक्ती म्हणून रेनेच राहावे, असेही त्याला वाटायचे. हे महत्त्वाचे होते; अन्यथा अन्य अनेक मोठ्या कंपन्यांना स्वत:चा असा चेहरा व व्यक्तिमत्त्व नसते." असे मॅकडोनल्ड्सचा संचालक डेव्हिड वालरस्टेन म्हणतो.

मॅकडोनल्ड्सचा संस्थापक रे क्रॉक हाच १९७०च्या दशकात कंपनीचा प्रवक्ता होता आणि मॅकडोनल्ड्सचा पसारा हजाराच्यावर स्टोअर्समध्ये पसरला होता, तरी कंपनीची प्रतिमा एक रंगीबेरंगी; पण मानवी स्पर्श असलेली संस्था अशी असावी, असा त्याचा प्रयत्न होता. नव्या रेस्टॉरंटच्या उद्‌घाटन समारंभात क्रॉकच पुढे असायचा. तोच सार्वजनिक समारंभांतून भाषणे द्यायचा आणि टीव्ही कॅमेऱ्यासमोरही जायचा. बहुतेक वर्तमानपत्रे, नियतकालिकांतून क्रॉकचेच वक्तव्य यायचे; टर्नरचे कधीच नाही. क्रॉक हाच त्याची दुसरी प्रमुख जनता म्हणजे फ्रँचायझींच्या संपर्कात असायचा. तो लॉस एंजलीसहून सॅन दिॲगोला १९७४मध्ये राहायला गेला. त्याचे तिथले कार्यालय अनेक फ्रँचायझींनी भरलेले असायचे. ते त्याचा सल्ला घ्यायला आलेले असायचे.

टर्नर तसा पूर्णपणे क्रॉकच्या आहारी गेलेला नव्हता. पण त्याने मॅकडोनल्ड्सचा संस्थापक हाच साखळी उद्योगाचा प्रमुख साहेब आहे, ही कल्पना बदलायचाही कधी प्रयत्न केला नाही. तो त्याचा उल्लेखही तसाच करायचा आणि जेव्हा क्रॉकला पाहिजे तेव्हा त्याच्या मर्जीप्रमाणेच घडेल, हे पाहण्याची तो काळजी घ्यायचा. टर्नर कित्येक कोट्यवधी डॉलर्सची कंत्राटे आपल्या जबाबदारीवर द्यायचा, पण पगारवाढ व बोनस याबाबतचा अंतिम निर्णय रेनेच घ्यावा यासाठी आग्रह धरायचा. त्याला माहीत होते की, एखाद्या अधिकाऱ्याचा १००० डॉलर्सचा बोनस कमी करून दुसऱ्या कोणालातरी द्यायचा, याचे हक्क आपल्याकडे असावेत, असे क्रॉकला वाटायचे. कित्येक वेळा क्रॉकच्या छोट्या-छोट्या इच्छा पूर्ण करण्यासाठी सर्जनशीलता हवी, हे त्याला माहीत होते.

केंट स्ट्रीट युनिव्हर्सिटीत १९७०मध्ये शांतता निदर्शने करणारे चार निदर्शक नॅशनल गार्ड ट्रूप्सच्या गोळीबाराचे बळी झाले, तेव्हा क्रॉकने आदेश दिला की, मॅकडोनल्ड्समधील सर्व स्टोअर्समध्ये मॅकडोनल्ड्सचे ध्वज पूर्ण उंचीवरच लावावेत. पण युनिव्हर्सिटीच्या शहरातील एका ऑपरेटरने घाबऱ्याघुबऱ्या टर्नरला फोन केला की, तिथले विद्यार्थी जे मॅकडोनल्ड्स स्टोअर्सचे प्रमुख ग्राहक होते, त्यांनी आग्रह धरला होता की, मॅकडोनल्ड्सचा तिथला ध्वज अर्ध्यावर उतरवावा; कारण तिथल्या इतर व्यापाऱ्यांनी तसे केले होते. पण टर्नरने रे क्रॉकचा आदेश धुडकावण्यास साफ नकार दिला. त्याने मार्ग सुचवला तो असा की, एका ट्रकला त्या ध्वजस्तंभाला धडक द्यायला लावा. (म्हणजे ध्वजही पूर्ण उंचीवर राहील, पण तो खांब धक्क्याने पडेल व दोन्ही प्रश्न मिटतील.)

तरीही टर्नरचा क्रॉकविषयीचा आदराचा दृष्टिकोन हा वरवरचा नव्हता. तो क्रॉकला त्याचा गुरू (मेंटॉर) मानायचा. तो जवळजवळ रोज त्याच्याशी फोनवर बोलायचा. त्याचा मुख्य उद्देश क्रॉकसारख्या कार्यपद्धती व किरकोळ विक्रीमधल्या

तज्ज्ञ व्यक्तींकडून त्याची मते जाणून घ्यायची असायची – ज्याच्याविषयी त्याला नितांत आदर होता. त्यामुळे क्रॉक जरी पश्चिम किनाऱ्यावर अगदी टोकाच्या गावाला राहत होता, तरी त्याने कंपनीमध्ये सक्रिय भूमिका बजावली. तो नवे खाद्यपदार्थ विकसित केले जावेत व त्याद्वारे या साखळी उद्योगाचे जनतेतील स्वारस्य कायम राहावे, या मताचा पुरस्कर्ता होता. तो उद्योगाला उपयुक्त अशी मोक्याची अनेक ठिकाणे सुचवायचा. इतर कुणापेक्षाही तो नव्या स्टोअर्सच्या विक्रीच्या आकड्यांवर लक्ष ठेवून असायचा, त्यांचे विश्लेषण करायचा आणि ज्यांची रेस्टॉरंट्स 'दर्जा, सेवा, स्वच्छता आणि मूल्ये' या चतु:सूत्रीच्या निकषाला उतरायची नाहीत, त्यांना व्यक्तिगतरीत्या तो समज द्यायचा.

जिथे नवे धोरण योग्य आहे असे त्याला पटायचे, तिथे ते अमलात आणण्यासाठी तो रेटून पुढे न्यायचा. उदा. १९६९मध्ये त्याने असा आदेश काढला की, प्रत्येक स्टोअरचे कार्यक्षेत्र तीन मैलांच्या त्रिज्येच्या परिसरातले ठेवण्याऐवजी एखाद्या रस्त्याएवढ्या कार्यक्षेत्राचे करावे. जुनी कार्यक्षेत्रे ही फ्रँचायझींच्या कंत्राटाचा भाग म्हणून ठरवण्यात आली होती. पण क्रॉकला असे वाटू लागले की, भावी काळात अशी स्टोअर्स अधिक जवळ अंतरावरही निघू शकतील. मग त्याने त्याची ही कल्पना भरपूर रेटली व कोणाला पटो अथवा न पटो, अमलात आणायची ठरवली. शेवटी टर्नरने सांगितले की, क्रॉक म्हणतोय तर आपण त्याप्रमाणे करायचेच.

थोडक्यात, टर्नरच्या या कार्यपद्धतीने या दोघांतील समतोल उत्तम राहिला; अन्यथा सोन्नेबर्नच्या काळात तो पार बिघडला होता व कंपनीत दोन तट पडले होते. या समतोलाचे एक कारण म्हणजे या दोघांचे वैयक्तिक स्नेहसंबंध उत्तम होते. संचालक डेव्हिड वालरस्टेन म्हणतो, ''फ्रेड जणू क्रॉकचा मुलगाच होता. कारण एरवी क्रॉकला मूलबाळ नव्हतेच व त्यांच्या वयातले अंतरही तितकेच होते. मूलत: त्याने क्रॉकला मानले व त्याला कसे हाताळायचे याचे कसब आत्मसात केले. फ्रेडची युक्ती म्हणजे एखादे काम करून घ्यायचे असेल, तर क्रॉकला असे वाटावे की ही त्याचीच कल्पना आहे, अशा पद्धतीने तो ते घडवून आणायचा. जणू एखाद्या मुलाने आपल्या वडलांना संभाळावे, हाताळावे तसा तो क्रॉकशी वागत होता.'' संचालक ॲलन स्टुल्ट्स म्हणतो, ''क्रॉकला उत्तम वागणूक देण्यात फ्रेड तरबेज होता. तो क्रॉकला फोन करून त्याचे काय विचार आहेत याचा अंदाज घ्यायचा आणि असे असूनही कंपनीचा दैनंदिन कारभार चालवताना तो हॅरीइतकाच किंवा कांकणभरच अधिकच दक्ष राहून काम करायचा.''

तरीही जनतेतील प्रकट वावरण्याच्या क्रॉकच्या पद्धतीमुळे फ्रेड त्याच्या छायेत असल्यासारखाच वावरायचा आणि त्यामुळे मॅकडोनल्ड्सच्या बाहेरच्या वर्तुळात तो फारसा कोणाला माहीत नव्हता. विशेषत: ११०० कोटी डॉलर्सची उलाढाल

करणाऱ्या एका कंपनीचा प्रमुख कार्यकारी अधिकारी व्यावसायिक क्षेत्रात जेवढा ज्ञात व्हायला पाहिजे, तेवढाही तो ज्ञात नव्हता. जो काळजीवाहू अधिकारी म्हणून कोणाच्यातरी नावाने कारभार चालवतो, अशी प्रतिमा त्याच्या नशिबी होती. फ्रेडची प्रतिमा जरी तशी होती तरी वस्तुस्थिती मात्र तशी नव्हती; ती अगदी निराळी होती.

मॅकडोनल्ड्सच्या प्रचंड यशाचा प्रमुख शिल्पकार म्हणून रे क्रॉकला भरपूर प्रसिद्धी मिळत होती व प्रकाशझोत त्याच्यावर होता, तरी तो शांतपणे फ्रेड टर्नरला सर्व महत्त्वाचे निर्णय घेऊन कार्यवाहीत आणण्यासाठी उत्तेजन देत होता. या मिळालेल्या ताकदीचा उपयोग करण्यात टर्नर अजिबात वेळ वाया घालवत नव्हता आणि त्याचे निर्णय हे एखाद्या काळजीवाहू व्यवस्थापकासारखे नसायचे. आपल्या अध्यक्षपदाच्या कारकिर्दीच्या पहिल्या पाच वर्षांत टर्नरने अनेक महत्त्वाचे बदल करणारे निर्णय घेतले. त्याच्या आधीच्या पंधरा वर्षांत ते घेतले गेले नव्हते. रे क्रॉकने मॅकडोनल्ड्सची मुळे जमिनीत घट्ट व खोलवर जातील, झाडाला धरून ठेवतील, हे पाहिले; पण टर्नरने मॅकडोनल्ड्सचा चेहरामोहरा असा बदलला की, पूर्वीची मॅकडोनल्ड्स ती हीच का, अशी शंका तिऱ्हाइताला यावी. डेव्हिड वालरस्टेन या संचालकाच्या मते, आधुनिक मॅकडोनल्ड्स ही फ्रेड टर्नरची निर्मिती आहे. टर्नरने जेव्हा अध्यक्षपद स्वीकारले, तेव्हा मॅकडोनल्ड्स ही पर्जन्यछायेच्या परिसरात गेल्यासारखी पहिल्या टप्प्यात वाढलेली कंपनी होती. एक आधुनिक कॉर्पोरेशन म्हणून ओळखली जाण्यासाठी तिची धडपड सुरू होती. टर्नरने कारभार हाती घेतला तेव्हा तसे काही करावे, अशा मन:स्थितीत तिथली यंत्रणा नव्हती. फास्ट फूड उद्योगाच्या वाढीमुळे स्फोट व्हायची वेळ आली होती, पण मॅकडोनल्ड्सच्या एके काळच्या प्रचंड प्रभावाला प्रचंड आव्हान मिळाल्यासारखी परिस्थिती आली होती. इतर स्पर्धक जणू या उद्योगाचे नेतृत्व हिसकावण्यासाठी सरसावले होते. किंबहुना, मॅकडोनल्ड्स आपले नेतृत्व टिकवायचा प्रयत्न करत होती, त्याहून कितीतरी पटीनं अधिक प्रमाणात इतर स्पर्धक ते नेतृत्व हिसकावून घेण्याच्या प्रयत्नात होते. बर्गरकिंगच्या वाढीच्या कार्यक्रमाने १९६७मध्ये १०० स्टोअर प्रतिवर्षी ही पातळी ओलांडली व ती कंपनी मॅकडोनल्ड्सच्या वेगाच्या बरोबरीला आली. मॅकडोनल्ड्सच्या १/३ ठिकाणी जाण्याइतकाच तिचा तो प्रवास होता. पण त्या वर्षी बर्गरकिंग ही उत्तम आर्थिक आधार असलेली कंपनी बनली, कारण ती पिल्सबरी कॉर्पोरेशनने ताब्यात घेतली. त्या वेळी ती कंपनी पॅकेज्ड फूडच्या उद्योगातील तिसरी मोठी कंपनी होती. बाह्यत: 'बर्गरकिंग' प्रचंड आव्हान द्यायला सज्ज आहे, असे वाटत होते. त्याच वर्षी 'बर्गर शेफ' या दुसऱ्या स्पर्धकाला 'जनरल फूड्स' या दुसऱ्या क्रमांकाच्या खाद्यपदार्थावर प्रक्रिया करणाऱ्या कंपनीने दोन कोटी डॉलर्सला खरेदी करून पिल्सबरीच्या पावलावर पाऊल टाकले होते.

आता उंच उड्डाणे घेत चाललेल्या फास्ट फूड उद्योगाची परस्परांतील स्पर्धा वाढत चालली होती. आणखी काही वर्षांत खाद्यपदार्थांच्या क्षेत्रातील बड्या मंडळींचा हिस्सा या फास्ट फूड उद्योगात वाढत जाणार होता. राल्सन पुरिनाने 'जॅक इन द बॉक्स' या पश्चिम किनाऱ्यावरील ड्राइव्ह-इन रेस्टॉरंटच्या साखळी स्टोअर्सवर कब्जा केला होता. 'बर्गर बॉय' ही नवी साखळी स्टोअर्स प्रस्थापित करण्याच्या प्रयत्नात बॉर्डन होते. कन्सॉलिडेटेड फूड्सने 'चिकन डिलाइट' कंपनीही खरेदी केली होती. ग्रेट वेस्टर्नने 'शकिंज पिझ्झा' या कंपनीवर ताबा मिळवला होता. ओहिओतल्या प्रभावशाली 'रेड बार्न' या कंपनीला सर्वोमेशन या कंपनीने ताब्यात घेतले होते. मॅरिएट कॉर्पोरेशनने रॉय रॉजर्स ही नवी कंपनी या क्षेत्रात चालू केली होती. त्यापूर्वी मॅरिएटला हॉट शॉपी या वॉशिंग्टन डीसीमधील फास्ट फूड कंपनीला 'हॉट शॉपी ज्युनिअर' या नव्या नावाखाली नवजीवन देण्यात अपयश आले होते.

शिवाय अन्य अनेक छोट्यामोठ्या कंपन्या या फास्ट फूड उद्योगाच्या वेडात सहभागी झाल्या होत्या. लोकप्रिय आणि प्रसिद्ध व्यक्तींची नावे अशा उद्योगांना द्यायची फॅशनच झाली होती. 'मिनी पर्ल'ची लोकप्रियता ग्रँड ओल ओप्रीमुळे दक्षिणेत बरीच वाढली होती. त्याचे नाव वापरून 'मिनी पर्ल चिकन'ची साखळी चालू झाली होती. चरित्र अभिनेता आर्थर ट्रेचरचे नाव एका 'फिश ॲन्ड चिप्स' साखळी स्टोअर्सना देण्यात आले होते. 'टॉक शो'चा सूत्रसंचालक जॉनी कार्सनच्या लोकप्रियतेचा वापर करून घेण्यासाठी त्याच्या नावाने 'कार्सन्स' हा साखळी उद्योग चालू झाला होता. एकंदरीत जे घडले ते पाहता, सोन्नेबर्नने ज्या मंदीची भीती घेऊन मॅकडोनल्ड्सची वाढ थांबवण्याचा प्रयत्न केला, ती मंदी आलीच नाही आणि त्यामुळे त्याने कंपनीला एका विचित्र परिस्थितीत आणून ठेवले. जणू अशा स्पर्धेची स्फोटक परिस्थिती निर्माण होत असताना त्याने हॅरीसारख्या नेत्याला डुलक्या घेताना पाहिले. टर्नरच्या मते, मॅकडोनल्ड्सला स्पर्धकांचा गराडा पडला होता व प्रत्येक आठवड्यालाच साखळी स्टोअर्सची एखादी नवी कंपनी बाजारात उतरत होती.

अशा स्पर्धेच्या दडपणाखाली मॅकडोनल्ड्ससाठी त्या स्पर्धेतील आपले नेतृत्व टिकविणे व त्याच वेळी कंपनीचे कॉर्पोरेट स्वातंत्र्य अबाधित ठेवणे, ही तारेवरची कसरत होती. रे क्रॉकच्या जागी दुसरा एखादा असता, तर आपले भांडवल रोखीत बदलून कंपनीला एखाद्या मोठ्या कॉर्पोरेट कंपनीच्या छत्राखाली त्याने नेऊन ठेवले असते. खरेतर फ्रेड टर्नरला अध्यक्ष म्हणून घोषित केल्यावर रे क्रॉकला तशी संधी चालून आली होती. तशी चर्चा करण्यासाठी तो, टर्नर आणि डिक बायलॅनला एका जेवणाचे निमंत्रण दिले गेले होते. नेट क्युमिंग्जने त्याच्या घरी येण्यासंबंधी त्यांना ते निमंत्रण दिले होते. तो कन्सॉलिडेटेड फूड्स या मोठ्या कंपनीचा मुख्य कार्यकारी अधिकारी होता व ही कंपनी लहान-मोठ्या कंपन्यांना विकत घेऊन गिळंकृत

करण्यासाठी प्रसिद्ध होती. त्यामागचा खरा सूत्रधार हा क्युमिंग्ज असायचा. त्याच्या अपार्टमेंटच्या भिंतीवर प्रसिद्ध चित्रकारांची भली मोठी तैलचित्रे लावलेली होती. त्याच्याकडे येणाऱ्या मंडळींना ती पाहूनच दबकायला व्हायचे. टर्नर म्हणतो, ''ते पाहून आम्हाला वाटले की, आम्ही आता कोळ्याच्या जाळ्यात अडकलो.'' मग मोठ्या कौशल्याने क्युमिंग्जने मॅकडोनल्ड्स खरेदी करण्याचा विषय काढला. ''आपल्या दोन्ही कंपन्या एकत्र आणण्याचा काही मार्ग आपण शोधू शकतो का?'' त्याने नम्रपणे क्रॉकला विचारले. त्याने 'ताब्यात घेणे' हे शब्द न वापरता 'लग्न' असा सूचक शब्द नंतर वापरला व असे काही नाते असावे, असे सुचवले. पण क्रॉक म्हणाला, ''तुझ्याकडे एक सर्वोत्तम कंपनी आहे व त्याचा रास्त अभिमान तुला असलाच पाहिजे. पण आमची समस्या आहे की, तुमच्यासारखी मोठी कंपनी चालवावी, एवढी आमची आत्ता परिस्थिती नाही. त्यामुळे हे जमणे अवघड आहे.'' त्याचे हे उद्‌गार ऐकून टर्नर म्हणतो, ''क्युमिंग्जचा चेहरा चांगलाच पडला होता. त्याच्या अशा योजना अनेकांनी नाकारल्या असतील; पण क्रॉकने त्याची ज्या प्रकारे संभावना केली, तशी कोणी केली नसेल.''

क्रॉकच्या त्या अर्थपूर्ण संदेशाने कंपनीचा नवा तरुण अध्यक्ष फ्रेडने योग्य तो धडा घेतला होता. संस्थापकाला कंपनी विकण्यात काहीही रस नव्हता व त्याने जणू टर्नरला जोरात कामाला लागण्यासाठी हिरवा कंदील दाखवला होता. टर्नरची व्यूहरचना होती की, मॅकडोनल्ड्सला इतक्या वेगाने वाढवायचे की, ज्याची कोणी कल्पनाच केली नसेल – अगदी रे क्रॉकनेही!

अनेक अर्थविषयक सुरक्षिततेचे तज्ज्ञ असे भाकीत करीत होते की, फास्ट फूड उद्योगात आता वाढीला वाव नाही; पण टर्नरचा त्यावर विश्वास नव्हता. टर्नरच्या मते, ग्राहकांची मागणी वाढत होती आणि त्यांना आणखी स्टोअर्स हवी होती. स्पर्धेत टिकून राहण्यासाठी आम्हाला जाहिरात करण्यासाठी आणखी डॉलर्स हवे होते व ते नव्या स्टोअर्सच्या उभारणीतून उपलब्ध झाले असते. कंपनीतील कार्यपद्धती संभाळणाऱ्यांचेही हेच मत होते. स्टोअर्स चालवणाऱ्यांनाही तसेच वाटत होते आणि टर्नरलाही. प्रत्येक स्टोअर्सच्या उत्पन्नातील सरासरी झालेली वाढ हेच दर्शवीत होती. पण स्पर्धेवर मात करण्यासाठी वाढ करणे हा उत्तम उपाय असला, तरी टर्नरच्या याबाबतच्या योजनेमुळे स्पर्धकही बावचळले. आपल्या अध्यक्षपदाच्या पहिल्या दोन वर्षांतच टर्नरने स्थावर मिळकतीचे व्यवहार करणाऱ्या अधिकाऱ्यांची संख्या दुप्पट केली. त्याच्या मनात पुढच्या पाच वर्षांत १०० स्टोअर्स प्रतिवर्ष ऐवजी ५०० स्टोअर्स प्रतिवर्ष हे उद्दिष्ट गाठायचे होते. 'बर्गरकिंग' व 'बर्गर शेफ' यांनी मॅकडोनल्ड्सचा जुना वाढीचा दर (१०० स्टोअर्स प्रतिवर्ष) गाठायचा प्रयत्न केला, पण नवा वेग गाठणे त्यांनाही आवाक्याबाहेरचे वाटू लागले. मॅकडोनल्ड्सने

१९६९मध्ये २११ नवी रेस्टॉरंट्स उघडली; तर १९७०मध्ये २९४, १९७१मध्ये ३१२, १९७२मध्ये ३६८, १९७३मध्ये ४४५ आणि १९७४मध्ये ५१५ यावरून त्यांच्या वाढीची कल्पना येईल.

मॅकडोनल्ड्सच्या देशभरातील स्टोअर्सची संख्या १९७४मध्ये तीन हजारांवर गेली होती. पाच वर्षांपूर्वी टर्नरने सूत्रे हातात घेतली, त्या वेळेपेक्षा ही संख्या तिप्पट होती. विशेष म्हणजे, मॅकडोनल्ड्सने या क्षेत्रातले आपले हे वर्चस्व अशा वेळी सिद्ध केले होते की, ज्या वेळी दूरवरचा विचार करता या उद्योगाचे अगदी नकारार्थी चित्र रेखाटले गेले होते. मॅकडोनल्ड्सचा हा धडाका कार्यक्रम एकीकडे चालू होता; तर दुसरीकडे अनेक स्पर्धक या क्षेत्रातून जीव वाचवून बाहेर कसे पडायचे, या चिंतेत होते. अर्थात ते तसा विचार करत होते, ती त्या स्पर्धकांची चूकच होती.

फास्ट फूडमध्ये बसत चाललेल्या धक्क्यामुळे पिल्सबरीने बर्गरकिंगची आक्रमक वाट १९७४मध्ये मंद गतीवर आणली. त्या वेळी त्यांच्या एकूण स्टोअर्सची संख्या मॅकडोनल्ड्सपेक्षा २०००नी कमी होती. त्या साखळी स्टोअर्सचा सहसंस्थापक व ज्याने वाढीसाठी निधी मिळेल या आशेने पिल्सबरीचा आश्रय घेतला होता, त्याने अध्यक्षपद सोडून दिले; कारण त्याच्या मनातले, मॅकडोनल्ड्सला शह द्यायचे स्वप्न विरून गेले होते. त्याचे नाव होते जिम मॅकलामोर. त्याच्या मते, फास्ट फूडच्या क्षेत्रातील १९६९ ते ७२ या तीन वर्षांतील घडामोडी हे स्पष्ट करत होत्या की, बर्गरकिंग या स्पर्धेत मागे का पडला होता. १९९१मध्ये मॅकडोनल्ड्स व बर्गरकिंग यांच्या देशभरच्या स्टोअर्सच्या संख्येचे प्रमाण २.२ : १ असे होते, तर जागतिक पातळीवर हेच प्रमाण २.५ : १ असे होते आणि बर्गरकिंगचा दुसरा क्रमांक होता म्हणजे इतरांची परिस्थिती काय असेल, याची कल्पनाच केलेली बरी. मॅकलामोर म्हणतो, "१९६०च्या दशकाच्या अखेरीस आम्ही मॅकडोनल्ड्सच्या वाढीवर नजर ठेवून होतो. सुमारे ४० महिने आमच्या वाढीचा दर त्यांच्यापेक्षा जास्त होता. पण पिल्सबरीने एक घोडचूक केली. ती म्हणजे, त्यांनी १९६३ ते १९७२च्या दरम्यान बर्गरकिंगच्या वाढीला एकाएकी चाप लावले आणि तिथे मॅकडोनल्ड्सने परिस्थितीचा फायदा उठवला. रे क्रॉकने ते ओळखले व त्याच्या या दूरदृष्टीचे श्रेय त्याला द्यायलाच हवे. मॅकडोनल्ड्सची वाढीची गती वाढविण्याची हीच वेळ आहे, हे त्याने अचूक ओळखले होते."

पण जनरल फूड्सच्या बर्गर शेफमध्ये जो अनर्थ घडत होता, तो पाहता पिल्सबरीला प्रश्न पडला की, परंपरागत खाद्यपदार्थांबरोबर या फास्ट फूडच्या उद्योगात धावणे व या दोघांचे मिश्रण करणे, हे शहाणपणाचे ठरेल का? त्यांच्यासारखे बरेच जण या तिथल्या चांगल्या परिस्थितीचे वर्णन ऐकून उद्योगात आले होते. पण त्यात पडल्यावर त्यांतील गुंतागुंतीची, उद्योगाच्या व्यवस्थापनप्रक्रियेची आणि निराशाजनक

परिणामांची त्यांना जवळून कल्पना आली व ते निराश झाले. सर्वोमेशनने एके काळी सुस्थितीत असलेल्या रेड बार्न साखळीची वाट लावली, कारण त्यांना आवश्यक तेवढे भांडवल ते त्यात ओतू शकले नाहीत. त्या वेळी नफ्याचे प्रमाण अत्यल्प वा नगण्य झाले होते. त्याचप्रमाणे 'जॅक इन द बॉक्स' या साखळीच्या बाबतीत राल्सन पुरिनाने केले व त्यामुळे नैर्ऋत्य अमेरिकेतील बाजारपेठेतून त्यांना माघार घ्यावी लागली.

पण जनरल फूड्सइतकी निराशा या क्षेत्रात आलेल्या अन्य कोणाची झाली नसेल. जेव्हा बर्गर शेफ १९६८मध्ये जनरल फूड्सला विकण्यात आले, तेव्हा त्यांची ८५० स्टोअर्स होती, तर मॅकडोनल्ड्सची ९७० होती. पण ही दरी बर्गर शेफ वेगाने कमी करत होता ती त्यांच्या ३०० स्टोअर्स प्रतिवर्ष या गतीने. त्या वेळी सोन्नेबर्नने मॅकडोनल्ड्सच्या वाढीला चाप लावला होता. बर्गर शेफचा पूर्वीचा कार्यकारी उपाध्यक्ष रॉबर्ट वाइल्डमन म्हणतो, "आम्ही अधिक वेगवान वाढीसाठी आमची क्षमता पणाला लावली होती. त्यासाठी नवी भरती केली होती, नवनव्या क्षेत्रांत स्टोअर्स उघडली होती; पण आमच्या या वाढीच्या क्षमतेला साजेसे भांडवल आम्हाला पुढे मिळाले नाही. आम्हाला वाटले, जनरल फूड्स तसे भांडवल पुरवेल; पण तसे झाले नाही व मग या शर्यतीत आम्ही मागे पडलो."

सुरुवातीला जनरल फूड्सने बर्गर शेफमध्ये भांडवल व मनुष्यबळ ओतले, पण पुढे त्यांनी मोठी चूक केली ती ५४ जणांना कमी करण्याची. हे सर्व जण नवनव्या मिळकती शोधणे, ताब्यात घेणे व नव्या स्टोअर्सच्या स्थापनेवर देखरेख करणे या कामातील होते. या प्रत्यक्ष कार्यक्षेत्रात काम करणारे अधिकारी जनरल फूड्सच्या अधिकाऱ्यांपेक्षा अधिक पगार कमवत होते. त्यामुळे त्या अधिकाऱ्यांना वाटले की, या कार्यक्षेत्रात काम करणाऱ्यांना काढल्याने त्यांच्या पगारावर होणारा खर्च वाचेल; त्याऐवजी त्यांनी स्थावर मिळकतीच्या क्षेत्रातील दलालांकडे हे काम सोपवले. ते कळल्यावर बर्गर शेफकडे अशा दलालांचा लोंढाच आला. पण यांपैकी अनेक जागा या फास्ट फूडच्या उद्योगासाठी योग्य नव्हत्या आणि स्वत:चे अधिकारी त्या कामात नसल्याने जनरल फूड्सची या कामावरची पकड ढिली पडली. ही परिस्थिती १९७१मध्ये हाताबाहेर गेल्याचे जनरल फूड्सच्या लक्षात आले व त्यांनी वाढीला एकदम ब्रेकच लावला आणि बर्गर शेफमध्ये ओतलेले ७.५ कोटी डॉलर्स पाण्यात गेले, असे ठरवून त्यातून अंग काढून घेतले.

गेल्या एका तपात मॅकडोनल्ड्सने जेवढे पैसे कमावले होते, तेवढे बर्गर शेफने एका वर्षात गमावले होते. त्यामुळे बर्गर शेफच्या स्पर्धेची भीती मॅकडोनल्ड्सला कधीच वाटली नाही. बर्गर शेफच्या स्टोअर्सची संख्या १९७०ला १२०० होती व त्यापुढे त्यांची मजल गेली नाही. त्यांनी 'हार्डीज'ला बर्गर शेफ विकून टाकले व

त्यानंतर बर्गर शेफच्या स्टोअर्सची संख्या शंभरावर आली.

बर्गर शेफला लाल दिवा दिसल्याने या क्षेत्रात गुंतवणूक म्हणून येणाऱ्या बड्या कॉर्पोरेशनला धोक्याचा इशारा मिळाला व ह्या उद्योग वाटतो तेवढा सोपा नाही, तसेच यात पैसे सहजासहजी मिळत नाहीत, हे त्यांच्या लक्षात आले. आपल्या मुख्यालयातून कारभार चालवणाऱ्या उत्पादनक्षेत्रातील मोठमोठ्या कंपन्यांना त्यांचे तिथलेच उद्योगाचे निकष या फास्ट फूडच्या उद्योगाला लावता येतील, असे वाटत होते. पण त्यांचा भ्रमनिरास झाला. हवाबंद वा डबेबंद पदार्थ तयार करून विकणाऱ्यांना याची जाणीव झाली की, तसे पदार्थ तयार करून किराणाभुसार व्यापाऱ्यांच्या द्वारा विकणे व पदार्थ तयार करून ते थेट ग्राहकांना ताबडतोब देणे, या दोन्ही उद्योगांत प्रचंड फरक होता. पहिल्या प्रकारात केंद्रीभूत उत्पादन असते आणि त्यावर नियंत्रण ठेवणे सोपे होते, त्याची विक्री थेट होत नाही तर त्रयस्थामार्फत विपणन होते आणि त्यात त्या ब्रँडच्या जाहिरातींचा प्रभाव मोठा असतो. याउलट, दुसऱ्या प्रकारात खाद्यपदार्थांचे उत्पादन विकेंद्रित असते व त्यावर एका ठिकाणाहून नियंत्रण ठेवणे अवघड जाते, कारण तिथे प्रत्येक स्टोअर हेच उत्पादन केंद्र असते. शिवाय विक्री थेट ग्राहकांना होत असते. त्यांत सेवेचा दर्जा व वेळ महत्त्वाची असते. त्यामुळेच बर्गर शेफचे व्यवहार जनरल फूड्सच्या व्यवहारात बसू शकले नाहीत. त्याचा मुख्य उद्योग होता जेल ओ फॅक्टरीचा. तिथे खोकी भरली जायची आणि उत्पादनाला जाहिरातीच्या माऱ्यामुळे मागणी असायची. बर्गर शेफचा उद्योग त्या लोकांना परदेशी वाटायचा, कारण त्यांना थेट ग्राहकांना माल पुरवणे माहीत नव्हते आणि सेवा कशी द्यावी, हेही समजत नव्हते. त्यामुळे जेव्हा जनरल फूड्सच्या व्यवस्थापकांना बर्गर शेफच्या स्टोअर्समध्ये पाठवले, तेव्हा त्यांना वाटले की, जणू आपली रवानगी सैबेरियात झाली आहे! (जणू काळ्या पाण्याची शिक्षाच!)

क्रॉकने यासाठी मॅकडोनल्ड्सचे स्वातंत्र्य व स्वतंत्र अस्तित्व यांचा प्रथमपासूनच पाठपुरावा केला होता. पण कोणीतरी कंपनी ताब्यात घेण्याचे टाळून टर्नर आपल्या मोठ्या वाढीच्या कार्यक्रमातील जोखीम टाळू शकत नव्हता. जरी कंपनी स्वतंत्र राहिली असती तरी मॅकडोनल्ड्सच्या वाढीबरोबर नियंत्रणावरील आपली पकड कायम ठेवण्याचे कौशल्य हे प्रत्यक्षात कसे उतरवणार, हे माहीत नव्हते व त्याची खात्रीही देता येत नव्हती. जसे जनरल फूड्सचे बर्गर शेफवरचे नियंत्रण ढिले पडले, तसेच येथेही होऊ शकले असते.

पण टर्नरला हे माहीत होते की, मॅकडोनल्ड्सकडे या उद्योगातील सर्वोत्कृष्ट क्षेत्रातील सेवा पुरवणारी उत्तम यंत्रणा व अधिकारी उपलब्ध होते. याउलट, बर्गर शेफकडे याबाबत आनंदच होता. मॅकडोनल्ड्सने विभागीय रचना करून नियंत्रणाची यंत्रणा निर्माण केली ती १९६५मध्ये आणि टर्नरने जेव्हा मोठ्या वाढीचा कार्यक्रम

राबवायचे ठरवले, तेव्हा सर्वप्रथम त्याने ही विभागीय रचना व्यापक केली. त्यांचे १९६७मध्ये पाच विभाग होते, ते १९७३मध्ये आठ केले. शिवाय त्याने विभागीय अधिकाऱ्यांचे अधिकार वाढवले. पूर्वी नव्या रेस्टॉरंटची ठिकाणे आणि नवीन फ्रँचायझींची अंतिम निवड केंद्रीय कार्यालयातून व्हायची; ते अधिकार टर्नरने या विभागीय अधिकाऱ्यांना दिले.

थोडक्यात, थोड्याच वर्षांत टर्नरने सोन्नेबर्नची केंद्रीय नियंत्रणाची व्यवस्थापकीय पद्धत निकालात काढली आणि त्या जागी अमेरिकेतील पहिलीच विकेंद्रित व्यवस्थापकीय पद्धत अस्तित्वात आणली. यामुळे वाढीबाबत कंपनीची ताकद वाढली. कारण जिथे प्रत्यक्ष कृती घडत होती, त्यांच्या जवळ अधिकारी होते आणि परिस्थितीनुरूप घ्यायचे निर्णय ते कमीत कमी वेळात घेऊ शकत होते. स्थानिक बाजारपेठेतील समस्या व संभाव्य वाढीची शक्यता यांबाबत त्यांचे निर्णय अधिक व्यवहार्य व जलद व्हायचे. थोडक्यात, इतर कंपन्या वापरत होत्या त्यापेक्षा अधिक विरोधी पद्धत मॅकडोनल्ड्सने अस्तित्वात आणली.

या विकेंद्रीकरणाच्या योजनेमुळे कंपनीचा सेवेचा दर्जा व जागेची निवड या विषयातील नियंत्रण व देखरेख वाढली आणि त्याचे दृश्य फायदे लवकरच समोर येऊ लागले, ते वाढत्या विक्रीच्या रूपाने! १९६०च्या दशकाच्या अखेरीस बर्गर शेफ व अन्य अनेक कंपन्यांच्या स्टोअर्समधील सरासरी विक्रीचे आकडे घसरले, तिथे मॅकडोनल्ड्समध्ये ते ३,३३,००० डॉलर्सवरून ६,१२,००० डॉलर्सपर्यंत वर गेले. हे सर्व पाच वर्षांत घडले व या काळात स्टोअर्सची संख्या तिपटीने वाढली.

नियंत्रणावर नजर ठेवणे, सातत्य राखणे हे या भरभक्कम वाढीतले एकमेव आव्हान नव्हते; त्याबरोबर आर्थिक बोजाही वाढला. सोन्नेबर्नचा दावा होता की, त्याने कंपनीचा भांडवलाचा प्रश्न सोडवला होता, पण त्या वेळी दर वर्षी फक्त १०० नवी स्टोअर उघडली जात होती. त्याउलट, टर्नर दर वर्षी आदल्या वर्षाच्या आकड्यात १०० मिळवून तेवढ्या संख्येने अधिक स्टोअर उघडत होता. पण यामुळेच केवळ भांडवलावर ताण पडला, असे नाही. सोन्नेबर्नने जागा भाडेकरारावर घेण्याची पद्धत अवलंबिली होती; तर मिळतील तिथे योग्य जागा विकत घेऊन कंपनीच्या मालकीची करण्याकडे टर्नरचा रोख होता. नव्या स्टोअर्सपैकी २/३ अशा रीतीने कंपनीने स्वत:च्या जागेत उभी केली.

अशा रीतीने जागा विकत घेणे हे खर्चिक वाटले तरी शेवटी त्याचे हप्ते भरणे चालू राहते व मग जागा मालकीची होते. याउलट भाडेकरार चालू राहतात व जसजसा वेळ जातो तशा जागेच्या किमती वाढल्याने द्यायच्या भाड्याच्या रकमाही वाढत जातात. कधीकधी तिप्पट वा चौपटही वाढतात. पहिला भाडेकरार संपून नवा

करावा लागतो. टर्नरच्या मते, पहिल्या पाच वर्षांत भाड्याच्या जागेत जास्त कमाई होते व स्वत: खरेदी केलेल्या जागेत कमी. पण पाच वर्षांनंतर चित्र उलट होते. भाडेकरारात अधिक पैसे जातात.

जागा खरेदी करण्याची ही योजना राबवल्यामुळे दीर्घकालीन नफ्याचे चित्र पालटले. अन्य कॉर्पोरेशनमध्ये ते दिसत नव्हते. १९६० ते १९७०च्या दशकांत नफ्याचे प्रमाण वाढत गेले. त्यांत जोखीमही वाढत होती व प्रत्येक नव्या स्टोअरच्या उभारणीत लागणारे भांडवल वाढत होते. त्यामुळे कर्जाचे प्रमाण वाढत होते. खरे तर टर्नरचा हा स्थावर मिळकतीतील व्यवहाराचा जुगार पाहिला की, सोन्नेबर्नची कामगिरी त्यापुढे फारच फिकी वाटत होती. कर्जफेडीचा आकडाही वाढत होता. आज मॅकडोनल्ड्स ६९ टक्के स्टोअर्स स्वत:च्या जागेत उभे करते. याउलट, इतर कंपन्या भाडेकरारावरच जोर देतात. जसजशी फास्ट फूड उद्योगाची वाढ होत जाते, काळ वाढत जातो तसतसा २० वर्षांचा भाडेकराराचा काळ संपत येतो व त्याचा परिणाम खर्चाच्या वाढीत होतो. येथे मॅकडोनल्ड्सचा स्वत:च्या जागेत स्टोअर उघडायचा निर्णय किफायतशीर ठरतो.

याखेरीज मॅकडोनल्ड्सच्या आर्थिक बोजा वाढला तो त्यांच्या एका निर्णयामुळे. डिक आणि मॅक मॅकडोनल्ड्स यांनी सुरुवातीला केलेल्या स्टोअरच्या आराखड्यात पुढे कित्येक वर्षांत काही बदल केला नव्हता. ते १९५०च्या आसपासचे जुने डिझाइन अजूनही वापरले जात होते. त्यामुळे ग्राहकांना सर्व ऑर्डर्स खिडकीतून द्यायला लागायच्या व ते थोडे त्रासदायक होऊ लागले होते. पण रे क्रॉकने पुढे कॅलिफोर्नियात स्टोअरमध्येच बसायची व्यवस्था केली होती आणि ते लोकप्रिय झाले होते. टर्नरने मग इमारतीची आराखड्याची संपूर्ण पुनर्रचनाच करायचे ठरवले व त्यात आत बसून खाता यावे, अशी व्यवस्था मोठ्या प्रमाणावर राबवायचे ठरवले. त्याच्या मते, ग्राहकांच्या गरजा व अपेक्षा वाढत चालल्या होत्या आणि त्यांकडे दुर्लक्ष करणे परवडणारे नव्हते. शिवाय १९६०च्या दशकाच्या शेवटी पर्यावरण संरक्षणाच्या धोरणामुळेही त्यांना आराखड्याचा पुनर्विचार करणे भाग पडत होते. त्या उंच कमानी लोकांना आवडत नव्हत्या. त्यामुळे त्या विभागातील सौंदर्याला बाधा येते, असे काहींचे म्हणणे होते.

हा नवा आराखडा १९६८मध्ये प्रचारात आला. त्यात व मूळ आराखड्यात आमूलाग्र बदल होता. त्या सोनेरी उंच कमानी इमारतीवरून काढून टाकण्यात आल्या, पण त्या मॅकडोनल्ड्सच्या फलकावर मात्र राहिल्या. पांढऱ्या व तांबड्या टाइल्सची जागा विटांनी घेतली, तिरपे छप्पर काढून त्याऐवजी दोन्ही बाजूंनी उतरते छप्पर आले, पण अत्यंत महत्त्वाचा बदल इमारतीच्या आत झाला. किमान ५० ग्राहक बसू शकतील, अशी व्यवस्था आत करण्यात आली. थोडक्यात, केवळ

पदार्थ खरेदी करून गाडीत खाणे वा घरी घेऊन जाणे, ही संकल्पना जाऊन खरेदी करून तिथेच खाणे, ही रेस्टॉरंटची कल्पना अस्तित्वात आली.

मात्र, हे बदल मॅकडोनल्ड्स व त्यांचे फ्रँचायझी यांच्या दृष्टीने अति खर्चिक ठरले. होत्या त्या स्टोअर्समध्ये बदल करायचा खर्च ५०००० डॉलर्स होता आणि तो फ्रँचायझींना करायला लावून मॅकडोनल्ड्सने त्यांना सुचवले की, त्यांनाही उद्योगात भांडवल गुंतवणूक करायला हवी. असे अन्य कोणत्याही साखळी उद्योगाने आजवर केले नव्हते, ते पाऊल यानिमित्ताने कंपनीने फ्रँचायझींच्या बाबतीत उचलले. कंपनीने फ्रँचायझींना पटवले की, बसण्याच्या व्यवस्थेमुळे विक्रीत २० टक्के वाढ होईल व त्यातून होणाऱ्या नफ्यातून तीन वर्षांत ही गुंतवणूक भरून निघेल.

ही आकडेवारी सावधगिरीची होती, तरी फ्रँचायझी त्यावर विश्वास ठेवतील, अशी शाश्वती नव्हती. पण १९६०च्या दशकाच्या शेवटी कंपनीने मालक व ऑपरेटर्स वा फ्रँचायझी यांच्यात आपली विश्वासार्हता उत्तम प्रकारे प्रस्थापित केली होती – विशेषत: या पुनर्गुंतवणुकीबाबत ती अधिक स्पष्ट झाली होती. शिवाय काही यंत्रे, उपकरणांतही बदल करायचे होते. उदा.– फिश फ्राइंग इक्विपमेंट आणि हिवाळ्यातील थंडीपासून सुटकेची यंत्रणा. पण हा खर्च तसा कमी होता. हा संपूर्ण पुनर्रचनेचा व त्यांतून होणाऱ्या जादा उत्पन्नाचा अंदाज कंपनीने सविस्तर व खोलात जाऊन केला होता. त्यामुळे तो फ्रँचायझींच्या गळी उतरवणे फारसे अवघड गेले नाही. मॅकडोनल्ड्सने फ्रँचायझींचा विश्वास वर्षानुवर्षांच्या व्यवहारातून संपादन केला होता व त्याचेच हे फळ होते. तो विश्वास कंपनीने आता कामी आणला. अन्य कोणाला हे करणे जमले नाही.

१९६८नंतरची सर्व स्टोअर्स नवी वा नव्या आराखड्याप्रमाणे बनवली गेली. पण त्याचा प्रति स्टोअर खर्चही वाढला व तो एक लाख डॉलर्सच्या घरात गेला. म्हणजेच, तो पूर्वीच्या खर्चाच्या दुप्पट होता. त्यांत जमिनी खरेदीचा वाढता खर्च मिळवला, तर हे सर्व काम प्रचंड होते व त्याची प्रचिती हळूहळू येऊ लागली.

मात्र, टर्नरने या आर्थिक आव्हानाकडे स्वत: फारसे लक्ष दिले नाही. त्याने ती जबाबदारी डिक बायलॅन याच्या गळ्यात मारली. कारण हा कंपनीचा अर्थव्यवहारविषयक प्रमुख अधिकारी होता. सर्वसाधारणपणे असे अधिकारी कंपनीप्रमुखाला किती भांडवल उपलब्ध आहे, हे सांगतात. पण टर्नर असे काही ऐकायच्या 'मूड'मध्ये नव्हता. त्याने त्याला फक्त 'काय वाटेल ते करून पैसे उभे कर', असे सांगितले.

त्या वेळेपासून फ्रेड टर्नर आणि डिक बायलॅन यांच्यातले नातेच बदलून गेले. डिक हा पूर्वीचा सोन्नेबर्नचा उजवा हात होता व माझ्यानंतर डिकच अशी हवाही त्याने पसरवली होती. त्याने त्याला १९६१मध्ये संचालक मंडळातही घेतले होते. हे पाहता टर्नरने त्याच्या जागी दुसऱ्या कोणाला नेमले असते, तर नैसर्गिकच वाटले

असते. पण उलटेच झाले. टर्नरही बायलॅनवर अधिकाधिक अवलंबून राहू लागला. त्याने त्याला मॅकडोनल्ड्सच्या आर्थिक व्यवहारात बरेच स्वातंत्र्य दिले. त्याने बायलॅनच्या अर्थविषयक सूचनांचा कधीही अव्हेर केला नाही वा त्यांत आपल्याला पाहिजे तसे बदल केले नाहीत. बायलॅन थेट संचालक मंडळाला आर्थिक व्यवहाराचा अहवाल टर्नरला डावलून द्यायचा; पण टर्नरने ते सहन केले. बायलॅन त्याला फक्त माहिती द्यायचा.

अर्थविषयकबाबतीत बायलॅनचा एवढा प्रभाव होता की, बायलॅनची ओळख करून देताना – विशेषत: भागधारकांच्या बैठकीत तो म्हणायचा, डिक बायलॅन हा आमचा ज्येष्ठ कार्यकारी उपाध्यक्ष व आर्थिक व्यवहाराचा प्रमुख आहे. तो फक्त आपली बायको 'रोज' हिलाच सर्व बाबींचा अहवाल देतो.

आर्थिक बाबतीत बायलॅनला असा मुक्त अधिकार देण्याच्या निर्णयात टर्नरच्या म्हणून काही मर्यादा होत्या. एक तर त्याला अर्थशास्त्रात गती नव्हती, त्यामुळे बायलॅनकडे ती जबाबदारी सोपवल्याने तो त्या महत्त्वाकांक्षी वाढीच्या योजनेच्या व्यवस्थापनपद्धती बसवण्यासाठी अधिक वेळ देऊ शकत होता. शिवाय असा मुक्त अधिकार देण्याने बायलॅनची अध्यक्ष न झाल्याची नाराजी टाळणे व त्यामुळे कदाचित बायलॅन कंपनीचा राजीनामा द्यायची शक्यता होती ती टाळणे, हाही उद्देश होता. शिवाय, ते अध्यक्षपद टर्नरकडे आले होते. असे काही केले नसते, तर दोघांत संघर्ष व्हायची शक्यताही नाकारता येत नव्हती. बायलॅन टिकून राहिला त्यामागे हीच कारणे होती. टर्नर म्हणतो, ''मी त्याला त्याच्या पद्धतीने काम करू दिले व त्यानेही माझ्या कामात ढवळाढवळ केली नाही. अध्यक्षपद हुकल्यामुळे तो नाराज होता. मलाही वाटते की, तो माझ्यापेक्षा अधिक सुयोग्य होता. पण आम्ही वैयक्तिकदृष्ट्या एकमेकांविषयी आदराची भावना जोपासली. अशा वेळी व्यावसायिक संबंध दोन हात दूर ठेवले. थोडक्यात, आम्ही तह केला.''

हे दोघांमधले अनपेक्षित सहकार्य होते. एक आर्थिक व्यवहार संभाळत होता व दुसरा बाकी सर्व. हे मॅकडोनल्ड्सच्या इतिहासातील, सोन्नेबर्नच्या जाण्याने निर्माण झालेली पोकळी भरणारे महत्त्वाचे सहकार्य ठरले. मैलाचा दगड ठरला. जर टर्नरने आर्थिक व्यवहार संभाळले असते, तर कदाचित त्याने स्वस्त समभाग विकून जादा भांडवल उभे केले असते, कारण भांडवल उभारणीचा तो सर्वांत सोपा व स्वस्त उपाय होता. टर्नर म्हणतो, ''समभाग विक्री म्हणजे मुक्त उपयोगाचा निधी.'' पण बायलॅनचे मत त्याच्याबरोबर उलट होते. त्याच्या मते, समभाग विक्री ही वाढीच्या योजना असलेल्या कंपनीच्या दृष्टीने सर्वांत खर्चिक पद्धत ठरते. कर्ज वाढल्याने ते फेडण्याची जबाबदारी येते व ते फेडले जाते. पण समभाग विक्री केल्याने तुम्ही त्यावर डिव्हिडंड देण्याची कायमची जबाबदारीही स्वीकारता.

बायलॅनच्या १०० टक्के कर्ज काढून वाढ करण्याच्या धोरणाचा मेळ मग टर्नरच्या 'वाढ करायचीच' या धोरणाशी बसला. त्यामुळे उत्तम दीर्घकालीन निर्णय घेता आले. सोप्या तत्कालीक निर्णयांपेक्षा ते महत्त्वाचे ठरले. तरीही मॅकडोनल्ड्समधल्या अनेकांच्या पचनी ही कल्पना पडत नव्हती. कंपनीचे समभाग तेजीत होते व त्यामुळे समभागावर आधारित आर्थिक व्यवहार फायद्याचे दिसत होते. त्यांत व्याज देण्याचा प्रश्न नव्हता. बायलॅनवर समभाग विक्रीसंबंधीचे दडपण त्यांच्याकडून सातत्याने येत होते.

मृदूभाषी आणि सौम्य मनोवृत्तीचा बायलॅन हा प्रबळ इच्छाशक्ती असलेल्या फ्रेड टर्नरच्या मानाने थोडा मागचे पाऊल घेणारा वाटायचा. पण आर्थिक बाबीत मात्र तो कच खाणारा वा माघार घेणारा नव्हता. टर्नर व इतरांकडून आलेल्या प्रचंड दडपणाला न जुमानता त्याने बाजारातून कर्जउभारणीच्या योजनेचाच पाठपुरावा केला. १९६८मध्ये दीर्घ मुदतीची कंपनीची कर्जे ४.३५ कोटी डॉलर्सची होती, ती १९७४मध्ये ३५.३ कोटी डॉलर्सपर्यंत वाढली. त्या काळात समभाग विक्रीतून केवळ ६५ कोटी डॉलर्स उभे केले गेले, तेसुद्धा टर्नरच्या दडपणाला तडजोड म्हणून आणि त्यानंतर परत कधी समभाग विकले गेले नाहीत. त्याव्यतिरिक्त समभागाची विक्री फक्त सुरुवातीला रे क्रॉक आणि इतरांनी केली तेवढीच!

या वाढीच्या जुगारात बायलॅनची कर्जाची योजना हीच सर्वांत जोखमीची बाब होती. जर वाढ यशस्वी झाली, तर बायलॅनच्या कर्जाची योजना कंपनी समभागधारकांच्या दृष्टीने फायद्याची ठरत होती. पण त्यासाठी मॅकडोनल्ड्स कंपनी कर्जफेडीची मोठी जोखीम घेत होती व जर फास्ट फूड उद्योगात विपरीत काही घडले असते, तर रोख रकमेच्या तुटवड्याचा मोठा धोका निर्माण झाला असता.

शिवाय सोन्नेबर्नची योजना कंपनीला हळूहळू पूर्णपणे कर्जमुक्त करायची होती, तर बायलॅनची ही कर्ज काढायची योजना त्याच्या बरोबर विरुद्ध होती. मॅकडोनल्ड्सने या उद्योगाला एका नव्या गुणोत्तरात नेले. ते म्हणजे, दीर्घ मुदतीची कर्जे व मागील भागधारकांची एकूण गुंतवणूक याचे गुणोत्तर १ : १ होते. सावधपणे उद्योग करणाऱ्यांच्या दृष्टीने फास्ट फूडसारख्या अति जोखमीच्या उद्योगात हे गुणोत्तर अत्यंत जोखमीचे होते. पण १९७३पर्यंत बायलॅनने या गुणोत्तराच्या वर कर्जाचा आकडा नेला तो १.४ : १ असा.

पण यासाठी त्याने पुढच्या पाच वर्षांतील कंपनीच्या उत्पन्नाची आकडेवारी अभ्यासली व कंपनी दिवाळखोरीकडे जाणार नाही ना, याची काळजी घेतली. जेव्हा विश्लेषण करणाऱ्यांनी व संचालकांनी असे सांगितले की, ही कर्जफेड करण्यासाठी कंपनीला प्रसंगी १० कोटी डॉलर्सचे समभाग विकावे लागतील, त्या वेळी बॉयलॅनने आकडेवारी व तक्त्यांच्या आधारे असे दाखवून दिले की, असे काही तर

करावे लागणारच नाही, उलट काही महिन्यांतच होणाऱ्या उत्पन्नातून समभागांत तेवढ्याच रकमेची भर पडेल. थोडक्यात, त्याची आर्थिक आखणी भविष्याचा वेध घेऊन केलेली होती. त्याने १९७०च्या मध्यापर्यंत कंपनीसाठी सर्वाधिक कर्जे काढली – ज्या वेळी सर्वांत मोठ्या वाढीच्या योजनेला पैशाची गरज होती. नंतर त्याचे म्हणणे होते की, वाढीचा वेग मंदावेल व मग कर्जाची रक्कम कमी होऊन उत्पन्नाची रक्कम वाढत जाईल. थोडक्यात, जेव्हा व्याजाचे दर कमी होते, तेव्हा त्याने मोठ्या रकमेची कर्जे काढली व पुढची बहुतेक सर्व आर्थिक गरज होणाऱ्या नफ्यातून भागवता आली. त्या वेळी व्याजाचा दर २० टक्क्यांपर्यंत चढला होता आणि समभागांत वाढ न केल्याची काळजी घेतल्याने मिळालेल्या उत्पन्नाचा जास्तीत जास्त फायदा त्या वेळी असलेल्या समभागधारकांना झाला. ज्यांनी १९६५मध्ये समभाग खरेदी केले होते, त्यांच्या समभागाची किंमत त्या वेळपर्यंत ३७२ पटींनी वाढली होती, यावरून याची कल्पना यावी. त्या वेळच्या २२५ डॉलर्सच्या समभागाचे मूल्य त्या वेळी १००० डॉलर्स झाले होते. अशा रितीने समभाग विकून पैसा उभा करण्याऐवजी तो कर्जाच्या रूपाने उभा करण्याच्या धोरणाचा फायदा त्यांतील जोखीम पत्करूनही मॅकडोनल्ड्सच्या समभागधारकांना झाला होता, यांतच बायलॅनच्या योजनेचे यश दिसून येते.

एकीकडे बायलॅनला ही आर्थिक धोरणे ठरविण्याचे स्वातंत्र्य देऊन दुसरीकडे टर्नरने गुंतवणूकदार व अन्य आर्थिक व्यवहाराकडे पाठ फिरवली. मात्र त्याने कार्यपद्धती बसवण्यात जेवढे लक्ष घातले, तेवढीच उत्सुकता त्याने या व्यवहारातही दाखवली. त्याने वॉल स्ट्रीटचे ते आर्थिक विश्व अभ्यासले व त्याआधारे तोही आर्थिक व्यवहारासंबंधीची व्याख्याने वा सादरीकरण करू लागला. वॉल स्ट्रीटमध्ये आपल्या अटींवर त्याने बोलणी केली व ती अपरंपरागत पद्धतीची होती.

हॅरी फिशर हा पूर्वीचा मॅकडोनल्ड्सचा इन्व्हेस्टमेंट बँकर. मॅकडोनल्ड्सचा अध्यक्ष फ्रेड टर्नर हा बँकर्सच्या कर्जाच्या व्याजदराबद्दल किती घासाघीस करायचा, ते त्याला आठवते. इतर कंपन्या काय व्याजदर देतात, त्याच्याशी मॅकडोनल्ड्सची तुलना करण्याचे त्याने साफ नाकारले. ते दर हे इतर त्याच दर्जाच्या; पण कमी श्रेणींच्या ग्राहकांचे होते. एका प्रसंगी एका बँकरने अशी तुलना करणारे तक्ते व कागदपत्रे त्याच्यासमोर माहितीसाठी ठेवली, ती त्याने त्यांच्यासमोरच फाडून टाकली. "मला इतर कंपन्यांशी कर्तव्य नाही; आम्ही 'मॅकडोनल्ड्स' आहोत!" तो जवळजवळ ओरडलाच. टर्नरच्या दृष्टीने मांस व बटाट्याचे दर ठरवणे आणि व्याजाचे दर ठरवणे यांत काही फरक नव्हता, पण त्याच्या अशा वागण्याने ते बँकर्स मात्र सर्द झाले.

बँका एखाद्या प्रस्थापित तंत्रज्ञानाधिष्ठित उद्योगाला जसा आदर दाखवतात

तसाच आदर फास्ट फूड उद्योगाला त्यांनी द्यावा, असे टर्नरला वाटत असे. ती त्याची मागणी असे. अर्थात ही जरा जास्तीचीच अपेक्षा होती. १९६०च्या दशकाच्या शेवटी मॅकडोनल्ड्ससारख्या अनेक कंपन्यांनी चांगली कामगिरी केली होती, तरी अनेक फास्ट फूड उद्योग दिवाळखोरीकडेही झुकले होते. त्यामुळे बँकांचा या उद्योगांकडे पाहायचा रोख नवलाईचा होता. पण टर्नरचा आग्रह होता की, हा एक गांभीर्याने बघायचा उद्योग आहे. त्यामुळे वॉल स्ट्रीटची मॅकडोनल्ड्सविषयी गैरसमजूत असल्याचे त्याला कळले – तेव्हा तो त्यांच्यावर नाराज झाला होता – विशेषत: त्यांची निर्देशित दलालाची फर्म पाइने वेब्बर यांच्यावरही तो नाराज होता. हॅरी फिशरने टर्नरकडे न्यू यॉर्कला खास जाऊन वेब्बरचा प्रमुख टॉम वेन्झेल याची भेट घ्यावी, असा आग्रह धरला व त्यासाठी त्याचे मन वळवायला हॅरीला फार कष्ट पडले.

हॅरी फिशर वर्णन करतो तसे टर्नरचे बोलणे ऐकून पाइनेच्या धमनीतून वाहणारे रक्त डॅन्यूबच्या पाण्याहूनही निळे होते. वेब्बर हा हॉर्वर्ड युनिव्हर्सिटीचा द्विपदवीधर होता, तोही कायदेविषयक. तो औदुबात सोसायटीचा अध्यक्ष होता. कनेक्टिकटचा रहिवासी होता आणि तो पूर्वेकडील थाटाचे इंग्रजी बोलायचा. तो इन्व्हेस्टमेंट बँकिंग क्षेत्रात काम करत होता. सँडी ऑइल, एटी अँन्ड टी आणि यू.एस. स्टीलसारख्या कंपन्यांतील कामाचा त्याला अनुभव होता. पण फास्ट फूडचा विषय आला की, मात्र तो शिष्टासारखा वागायचा. एका अर्थी तो टर्नरचीच प्रतिकृती होता.

त्याचा मान राखण्यासाठी वेन्झेलने टर्नरला २१ क्लबच्या खासगी खोलीत नेले. जोपर्यंत त्यांच्या गप्पा वॉल स्ट्रीटवरील घडामोडींसंबंधी चालू होत्या तोपर्यंत सर्व ठाकठीक होते. पण जेव्हा वेन्झेलने नम्रपणे टर्नरच्या उद्योगाविषयीच्या माहितीची विचारपूस चालू केली, तेव्हा मध्य-पश्चिमेकडील (शिकागोच्या) रांगडा व पूर्वेकडील (न्यू यॉर्कच्या) सद्गृहस्थ यांच्यात टक्कर होण्याची लक्षणे दिसू लागली. वेन्झेल म्हणाला, "मला कळले की, नुसत्या स्टोअरमधून तुम्ही भरपूर कोका-कोला विकता; हे खरे आहे ना?" टर्नरने होकार दिल्यावर वेन्झेलने विचारले, "मग त्या रिकाम्या बाटल्यांची विल्हेवाट तुम्ही कशी लावता?" टर्नरला त्याचा हा प्रश्न अपमानास्पद वाटला. त्याला वाटले, हा वॉल स्ट्रीटचा माणूस त्यांच्या ग्राहकांकडून वाटेल तसे कमिशन उकळतो आणि त्याला मॅकडोनल्ड्समध्ये कोका-कोला बाटलीतून नाही तर कागदी कपातून दिला जातो हे माहीत नसावे, की तो मुद्दाम अपमान करायचा म्हणून विचारतोय? त्याने त्याला विचारले, "तू आमचा इन्व्हेस्टमेंट बँकर कसा होऊ शकतोस? तू कधीही एकाही मॅकडोनल्ड्सला भेट दिलेली दिसत नाहीस." ते जेवण तिथेच तडकाफडकी संपले. पुढे जरी पाइने वेब्बरने मॅकडोनल्ड्सचे खाते चालू ठेवले तरी टर्नरने त्याला कधीही माफ केले नाही.

१९५४ मध्ये रे क्रॉकने मॅकडोनल्ड्समध्ये आणलेला पाच स्पिंडल्स असलेला मल्टिमिक्सर. 'नॅशनल रेस्टॉरंट शो'मध्ये क्रॉक त्या मिक्सरचे प्रात्यक्षिक करून दाखवत असे. ▲

डिक आणि मॅक मॅकडोनल्ड यांना त्यांच्या ड्राइव्ह-इन फास्ट फूड रेस्टॉरंटसाठी क्रॉकने दहा मल्टिमिक्सर विकले होते. सॅन बरनान्डो येथील मॅकडोनल्ड बंधूंच्या रेस्टॉरंटमधील एक मिक्सर. ▶

९

पहिले मॅकडोनल्ड्स अष्टकोनी रचना असलेले होते. ते १९४० मध्ये मॅकडोनल्ड बंधूंनी बांधले होते. ▶

१९४९ मध्ये मॅकडोनल्ड बंधूंनी कारहॉप ड्राइव्ह-इन रेस्टॉरंटचे सेल्फ-सर्व्हिस (स्वयंसेवा) फास्ट फूड रेस्टॉरंटमध्ये रूपांतर केले. ते जगातले पहिले सेल्फ-सर्व्हिस फास्ट फूड रेस्टॉरंट होते. या संकल्पनेमागच्या बंधुद्वयातील एक मॅक मॅकडोनल्ड. ▲

मॅकडोनल्ड बंधूंमधील लहान भाऊ, मार्केटिंगमधला तज्ज्ञ डिक (उजवीकडे) आणि मॅक (मध्यभागी). त्यांच्या ड्राइव्ह-इनसाठी नव्या निऑन साइनबद्दल 'साउदर्न कॅलिफोर्निया एडिसन'च्या प्रतिनिधीशी चर्चा करताना. ▲

◀ सुरुवातीच्या काळातील मॅकडोनल्ड्सची गुरुकिल्ली - सगळे पुरुष कर्मचारी. प्रत्येकाकडे त्याचे-त्याचे काम असायचे आणि तो त्यासाठी प्रशिक्षित केलेला असायचा. कर्मचारी चमू (मध्यभागी बसलेले). पहिली फ्रँचायझी घेणारा रे क्रॉक, त्याच्या डेस प्लेन्स रेस्टॉरंटसमोर.

◀ १९५५ मध्ये क्रॉकने डेस प्लेन्स येथे पहिले रेस्टॉरंट उघडल्यानंतर मॅकडोनल्ड्सच्या इमारतीमध्ये अनेक नाट्यपूर्ण बदल झाले. आता ती इमारत म्युझियम म्हणून जतन केली आहे.

१९६० मध्ये गोल्डन आर्क असलेल्या एक हजारापेक्षा जास्त इमारती बांधण्यात आल्या. ▶

◀ १९६८ च्या सुरुवातीस मॅकडोनल्ड्सने आपल्या आउटलेट्सचे नूतनीकरण केले आणि गोल्ड आर्कऐवजी नव्या इमारतींची रचना साकारली. त्यात प्रथमच आतमध्ये बसून खाण्याची व्यवस्था करण्यात आली.

मॅकडोनल्ड्सच्या इमारतींची रचना आधुनिक काळाशी अधिक सुसंगत अशी करण्यात आली आहे. १९८३ मधले न्यू ऑर्लिन्समधील हे रेस्टॉरंट. ▶

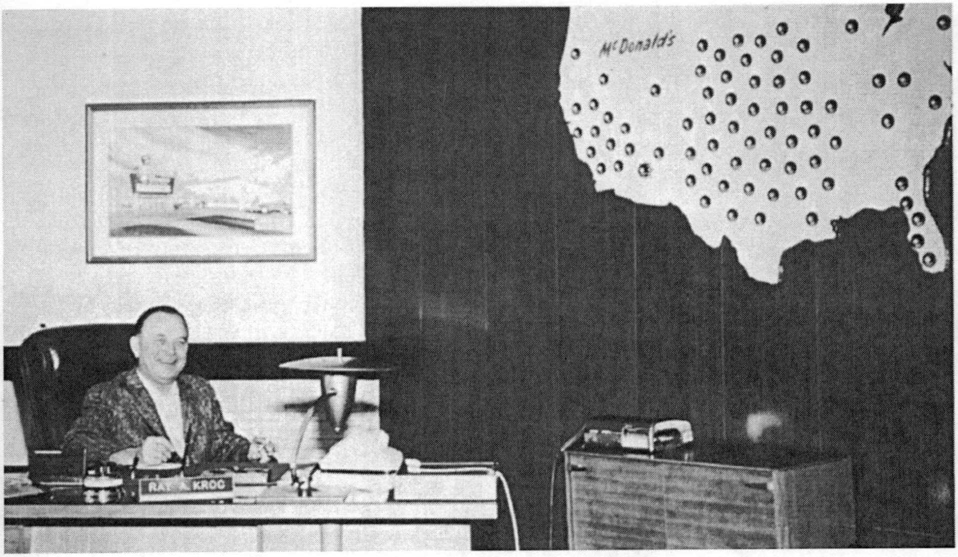

▲ रे क्रॉक त्याच्या शिकागोच्या लूपमधील ऑफिसात. (१९५०).

▲ रे क्रॉकने फास्ट फूड उद्योगामधली पहिली व्यवस्थापन समिती तयार केली. त्यातील सदस्य एका अनौपचारिक बैठकीत. (डावीकडून उजवीकडे) कंपनी अटर्नी टॉम कॅसी, अकाउंटंट डिक बायलॅन, कॉर्पोरेट सहायक ज्यून मार्टिनो, रे क्रॉक, स्थावर मालमत्ता आणि अर्थविषयक तज्ज्ञ हॅरी सोन्नेबर्न, लायसन्सिंग डायरेक्टर आणि पायलट डॉन कॉनली, बांधकाम आणि तंत्रसामग्री तज्ज्ञ जिम शिंडलर आणि कार्यपद्धती प्रमुख फ्रेड टर्नर.

◀ मॅकडोनल्ड्स उभारताना क्रॉकने घेतलेले पहिले तीन महत्त्वाचे भागीदार. त्यांपैकी सहायक ज्यून मार्टिनो शिकागोच्या एका रेस्टॉरंटमध्ये.

कार्यपद्धती प्रमुख फ्रेड टर्नर. डेस प्लेन्स येथील क्रॉकच्या पहिल्या रेस्टॉरंटमध्ये पहिल्या ग्रिल मॅनपैकी तो एक होता. ▼

▲ अर्थविषयक कार्यक्रम व योजना आखणारा हॅरी सोन्नेबर्न (डावीकडे). त्याच्या महत्त्वपूर्ण कामगिरीमुळे त्याला मॅकडोनल्ड्सचे अध्यक्षपद मिळाले. त्याने १९६६ मध्ये कंपनीला पहिल्यांदा न्यू यॉर्क स्टॉक एक्स्चेंजमध्ये नेले. तेव्हा पहिल्याच दिवशी मॅकडोनल्ड्सने बाजी मारली. त्या वेळी एनवायएसईचे अध्यक्ष जी. केथ फ्युन्स्टन (उजवीकडे) यांना सोन्नेबर्न याने चव घेण्यासाठी मॅकडोनल्ड्सचा बर्गर दिला होता.

१९७० मध्ये मॅकडोनल्ड्सचा ▶ १५वा वर्धापनदिन साजरा करताना प्रेसिडेंट फ्रेड टर्नर, अध्यक्ष रे क्रॉक आणि अल् गोलिन (डावीकडे) व मॅक्स कूपर (उजवीकडे). मॅकडोनल्ड्सच्या प्रचार-प्रसाराची धुरा अल् आणि मॅक्स यांनी समर्थपणे वाहिली.

◀ इतर कोणत्याही फास्ट फूड साखळी उद्योगांपेक्षा मार्केटिंगमध्ये कल्पकता आणण्यासाठी मॅकडोनल्ड्सची त्यांच्या फ्रँचायझींवर जास्त भिस्त होती. सांता बार्बरा येथील फ्रँचायझी हर्ब पीटरसन याने 'एग मॅकमफिन'ची कल्पना विकसित केली.

विक्री वाढवण्यासाठी सिनसिनाटी येथील फ्रँचायझी लाऊ ग्रोएन याने 'फिलेट-ओ-फिश' सँडविचचा शोध लावला. ▶

◀ पिट्सबर्ग येथील फ्रँचायझी जिम डेलिगट्टी याने मॅकडोनल्डचे महत्त्वाचे उत्पादन 'बिग मॅक'चा शोध लावला.

▲ मॅकडोनल्ड्सच्या महत्त्वाच्या फ्रँचायझीपैकी एक - जॉन गिब्सन (डावीकडे) आणि ऑस्कर गोल्डस्टाइन (उजवीकडून दुसरे), वॉशिंग्टन डीसीमधील एका स्टोअरच्या उद्‌घाटन प्रसंगी मॅकडोनल्ड्सच्या प्रतिनिधींसमवेत. लहान मुलांची बाजारपेठ तयार करण्यासाठी गिब्सन आणि गोल्डस्टाइन यांनी 'रोनाल्ड मॅकडोनल्ड' या पात्राचा वापर केला. त्यांच्या कार्यपद्धतीमधल्या कर्तबगारीमुळे त्यांना फ्रँचायझी म्हणून ४३ रेस्टॉरंट्स बांधता आली.

▲ सुरुवातीपासूनच मॅकडोनल्ड्सचा विस्तार करण्यासाठी कंपनीच्या प्रतिनिधींनी हवाई मार्गाचा पुरेपूर वापर केला. त्यासाठी पहिले विमान - चेसना १९५ घेण्यात आले. लायसन्सिंग डायरेक्टर डॉन कॉनली त्याचा पायलट होता. डिक (डावीकडे) आणि मॅक (उजवीकडे) मॅकडोनल्ड यांच्या समवेत डॉनची पत्नी डॉलोरीस कॉनली.

▲ १९७० च्या सुरुवातीला मॅकडोनल्ड्सने गल्फस्ट्रीम जेट घेतले. १९७३ मध्ये हर्ब लॉटमन (डावीकडे) आणि लायनल रूट (उजवीकडे) या बीफ पुरवठादारांनी त्याचा कल्पकतेने वापर केला; त्यामुळे मॅकडोनल्ड्सला हॅम्बर्गरसाठी लागणाऱ्या बीफची पुरवठापद्धती कंपनीला हवी तशी, सुरळीत व कार्यक्षम झाली.

◀ साधारण दशकभरानंतर, १९५० च्या अखेरीस वर्तमानपत्रातल्या 'ऑल-अमेरिकन मील' या जाहिरातीने मॅकडोनल्ड्सचे मार्केटिंग विकसित होऊ लागले.

एनबीसीच्या स्थानिक टेलिव्हिजनवरील जाहिरातीमध्ये रोनाल्ड मॅकडोनल्ड झालेला विलार्ड स्कॉट. ▶

◀ १९६९ मधली 'यू डिझर्व्ह अ ब्रेक टूडे' या थीममधली ही बहुचर्चित 'क्लीन' जाहिरात.
या जाहिरातीमुळे खाद्यपदार्थ उद्योगाच्या मार्केटिंगमध्ये क्रांती झाली.

◀ मॅकडोनल्ड्सने त्यांना हवा तेवढा पुरवठा आणि दर्जा मिळावा यासाठी पूर्णतः नवे उत्पादन तंत्रज्ञान विकसित केले. खाद्यपदार्थ निर्मिती क्षेत्रात हे क्रांतिकारक होते. बटाटा पुरवठादार जॅक सिम्प्लॉटसोबत क्रॉक, मॅकडोनल्ड्सच्या फ्रेंच फ्राय तयार करण्याच्या पद्धतीची पाहणी करताना.

जॅकच्या कंपनीने मॅकडोनल्ड्सच्या फ्रेंच फ्राइज तयार करण्यासाठी लागणारा इडाहो रसेट बनवला. जॅकनेच मग गोठवलेले फ्रेंच फ्राइज तयार करण्यासाठी नवी पद्धत विकसित केली. ▶

बटाटे स्वच्छ करण्यासाठी व साठवून ठेवण्यासाठी आधुनिक साठवणूक केंद्रे उभारली.

▼

त्यानंतर मॅकडोनल्ड्सने क्रायोजेनिक पद्धतीने हॅम्बर्गर पॅटीज तयार करण्याचे नवे तंत्र विकसित केले. असे तंत्र वापरणारी खाद्यपदार्थ उत्पादन क्षेत्रातली ती जगातली पहिली कंपनी ठरली. ▶

▲ या हॅम्बर्गरसाठी लागणारे बन जगातल्या अत्यंत कार्यक्षम व मोठ्या बेकऱ्यांमधून पुरवले जातात.

◀ १९६८ मध्ये रे क्रॉकचे जोन स्मिथशी लग्न झाले. यानंतर त्याने रोजच्या व्यवस्थापनाच्या कामातले लक्ष कमी केले.

लग्नानंतर क्रॉकने मॅकडोनल्ड्सला नवी दिशा देण्याचे काम विश्वासाने फ्रेड टर्नरकडे सोपवले. ▼

▲ उत्तम कार्यपद्धती असलेल्या व्यवस्थापनावर टर्नरचा भर होता. त्याच्या टीममधला नवनवी कार्यक्षम यंत्रसामग्री विकसित करणारा एड श्मिट, मॅकडोनल्ड्स ऑपरेटर्सच्या एका सभेमध्ये फ्रँचायझी व व्यवस्थापकांना किचनमधील नव्या यंत्रसामग्रीची माहिती समजावून सांगताना.

मॅकडोनल्ड्स यूएसएचा अध्यक्ष एड रेन्सी याने १९८४ मध्ये ५० अब्जावा हॅम्बर्गर डिक मॅकडोनल्डला दिला. ▶

▼ ४१ वर्षांचा प्रेसिडेंट मायकल क्विनलॅन आणि ८० वर्षांचे रे क्रॉक.

▲ वरिष्ठ उपाध्यक्ष गॅरी न्यूमन.

▲ १९७२ मध्ये रे क्रॉकच्या ७०व्या वाढदिवसाला वरिष्ठ उपाध्यक्ष पॉल शार्जच्या हस्ते क्रॉकला 'रोनाल्ड मॅकडोनल्ड ॲवॉर्ड' देण्यात आले. खरेतर हा पुरस्कार मार्केटिंगमधल्या कामासाठी लायसन्सीजना दिला जायचा; पण क्रॉकला देताना असे नोंदवले गेले – 'कायमच, प्रत्येक वेळी मि. मॅकडोनल्ड असणाऱ्या क्रॉकसाठी.'

अमेरिकेप्रमाणेच परदेशी बाजारपेठेतही मॅकडोनल्ड्सला प्रचंड यश प्राप्त झाले. याचे कारण 'सेवा, दर्जा, स्वच्छता व मूल्य' ही चतूःसूत्री होती. १९७० मध्ये युरोपात हॉलंड येथे पहिले मॅकडोनल्ड्स उघडले गेले. त्याही वेळी क्रॉकने स्वच्छतेचा आग्रह धरला आणि जेव्हा कृतीतून तो दाखवून दिला तेव्हा पाहणारे चकित झाले. मॅकडोनल्ड्स इंटरनॅशनलचा अध्यक्ष स्टीव्हन बार्न्स (उजवीकडे) याच्या चेहऱ्यावर मात्र ओळखीचे हसू उमटले!

मॅकडोनल्ड्स कॅनडाचा अध्यक्ष जॉर्ज कोहोन याने 'आम्ही कॅनेडियनच आहोत' असा प्रचार-प्रसार करून कॅनडामध्ये मॅकडोनल्ड्सला प्रचंड यश मिळवून दिले. त्याने कटाक्षाने सर्व पुरवठादार, कामगार कॅनेडियनच नेमले. इतकेच नाही, तर स्वतःदेखील कॅनडाचे नागरिकत्व घेतले. त्यापूर्वी तो अमेरिकन होता.

जपानमधला मॅकडोनल्ड्सचा अर्धा भागीदार डेन फुजिता पहिल्या स्टोअरचे लाल फीत कापून उद्घाटन करताना. त्याच्यासोबत क्रॉक. फुजिताने मॅकडोनल्ड्सचा उपनगरामध्ये स्टोअर सुरू करण्याचा सल्ला न मानता टोकियो शहरातल्या गजबजलेल्या गिंझा येथे स्टोअर उघडले.

गिंझामधले स्टोअर मॅकडोनल्ड्समधले 'टॉप टेन स्टोअर' पैकी एक ठरले. त्यानंतर मॅकडोनल्ड्सची जपानमधली घोडदौड लक्षणीय ठरली.

१९७४ मध्ये युकेमध्ये मॅकडोनल्ड्सची पहिली २०० स्टोअर्स उघडण्यात आली. त्या प्रसंगी मॅकडोनल्ड्स युकेचा अध्यक्ष बॉब न्हिआ (उजवीकडे) आणि त्याचा भागीदार जेफ्री वेड, रे क्रॉक आणि फ्रेड टर्नर.

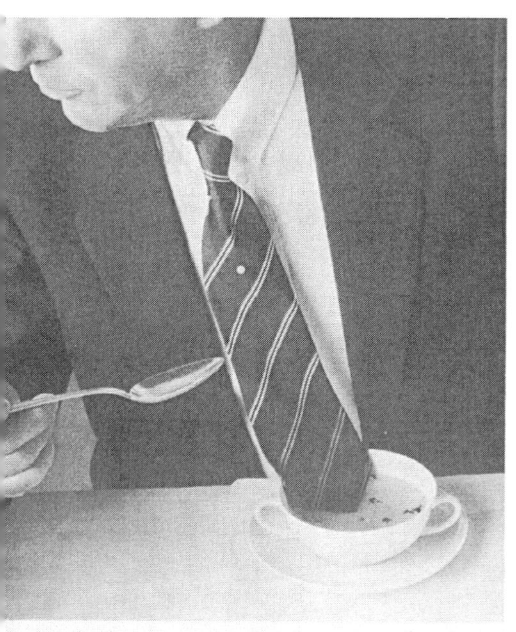

◄
परदेशामध्ये व्यवसायवृद्धी करताना मॅकडोनल्ड्सने अमेरिकन खाद्यपदार्थ नेले, तरी मार्केटिंग मात्र स्थानिक पद्धतीनेच केले. युरोपियन विनोदी शैलीची ही जर्मन वर्तमानपत्रातली जाहिरात. त्यात मॅकडोनल्ड्स पारंपरिक जर्मन खाद्यसंस्कृतीचा नाश करते आहे, यावर टीका करण्यात आली होती. जाहिरातीमध्ये प्रत्येक खाद्यसंस्कृतीची काही वैशिष्ट्ये असतात आणि पारंपरिक रेस्टॉरंट पद्धतीला मर्यादा आहेत, असा संदेश देण्यात आला होता.

साउथ कॅरोलिना, चार्ल्सस्टन येथील रोनाल्ड मॅकडोनल्ड हाउस. सामाजिक कार्यामध्ये मॅकडोनल्ड्सचा मोलाचा वाटा आहे. जगभरात १२ देशांमध्ये अशी सुमारे १६० हाउसेस आहेत.
▼

▲ स्वतःची प्रशिक्षण संस्था उभारणारी मॅकडोनल्ड्स ही फास्ट फूड उद्योगातली पहिली कंपनी आहे. शिकागो मॅकडोनल्ड्सच्या रेस्टॉरंटमधल्या तळमजल्यावरील पहिल्या प्रशिक्षण वर्गाने हॅम्बर्गर युनिव्हर्सिटीची मुहूर्तमेढ रोवली गेली.

आता या विद्यापीठात ▶ कितीतरी फ्रँचायझी आणि व्यवस्थापक प्रशिक्षण घेतात. या क्षेत्रात अजूनतरी कोणाचेच असे विद्यापीठ नाही.

१९८४ मध्ये रे क्रॉकचा मृत्यू झाला; पण ज्या मूलभूत तत्त्वांवर त्याने जगातला सगळ्यात मोठा फास्ट फूड उद्योग ▼ उभारला, ती तत्त्वे मॅकडोनल्ड्समध्ये अजूनही अबाधित आहेत; त्यामुळेच तिची उत्तरोत्तर वाढ होते आहे.

जशी वॉल स्ट्रीटची फास्ट फूड व मॅकडोनल्ड्ससंबंधीची कल्पना बदलायचा प्रयत्न टर्नर करत होता, तसाच त्याच्यातही बदल होत चालला होता. त्याने कंपनीत अगदी तळागाळातून सुरुवात केली – फ्रेंच फ्राइज तळायला योग्य तापमान कोणते इथपासून ते मिल्कशेकमध्ये बर्फाचे किती कण असावेत इथपर्यंत. पण आता तो आर्थिक बाबतीतही झपाट्याने शिकून तयार होत होता आणि कॉर्पोरेटच्या आर्थिक खेळातही. किंबहुना, सोन्नेबर्नपेक्षाही अधिक खोलवर त्याचा अभ्यास होत चालला होता. आता मॅकडोनल्ड्ससाठी तो स्थावर मिळकतीचे व्यवहार प्रचंड वेगाने करत होता व हा वेग सोन्नेबर्नपेक्षाही मोठा होता; नव्हे, सोन्नेबर्नने अशी स्वप्नेही पाहिली नव्हती. सोन्नेबर्नने मॅकडोनल्ड्समध्ये फ्रँचायझी देण्यावर भर दिला होता, तर टर्नरने अध्यक्षपद स्वीकारल्यावर असे पाहिले की, मॅकडोनल्ड्स नफा कमवायची मोठी संधी स्वत: काही स्टोअर्स न चालवून वाया घालवत आहे, कारण हा नफा त्या वेळपर्यंत फ्रँचायझींना जात होता.

टर्नर अशा निष्कर्षापर्यंत आला होता की, कंपनीला एखाद्या बाजारपेठेतील रेस्टॉरंट्स यशस्वीरीत्या चालवायची असली, तर तिथल्या व्यवस्थापनातील अर्थशास्त्राचा गंभीरपणे विचार करायला हवा. बऱ्याचशा ठिकाणी फ्रँचायझींच्या ताब्यात रेस्टॉरंट्स होती. त्यामुळे कंपनीचा नफा वाढवायचा असेल, तर त्यांपैकी काही परत कंपनीकडे आपल्या व्यवस्थापनाखाली आणायला हवी होती; त्यासाठी ती विकत घ्यायला हवी होती, असे त्याचे मत होते. त्यामुळे १९६७च्या सुरुवातीला एकीकडे त्याचे नवी रेस्टॉरंट बांधायचे प्रयत्न चालू होते, तर दुसरीकडे त्याने कॉर्पोरेट जगतातील रेस्टॉरंट खरेदीचा मोठा कार्यक्रम हाती घेतला होता. त्यासाठी वेळही योग्य होती. बरेचसे रेस्टॉरंट ऑपरेटर्स लक्षाधीश झाले होते. निदान कागदावर तरी तसे दिसत होते. आता त्यांना मॅकडोनल्ड्सच्या फ्रँचायझीमध्ये गुंतलेली त्यांची संपत्ती मोकळी करायची संधी मॅकडोनल्ड्सच्या खरेदीच्या योजनेतून चालून आली होती.

टर्नरने आखलेल्या योजनेतून ती फ्रँचायझींना व मॅकडोनल्ड्सला रेस्टॉरंट ताब्यात घेण्यासाठी चांगली संधी मिळत होती. टर्नर सांगतो, "आमच्या अनेक फ्रँचायझींकडे भरपूर संपत्ती होती, पण रोख पैसा नव्हता आणि आमच्याकडे मॅकडोनल्ड्सचे समभाग होते – जे २५ पट किमतीला विकले जात होते. त्यांचा उपयोग रेस्टॉरंटच्या उत्पन्नाच्या सात पट रक्कम देऊन रेस्टॉरंट विकत घ्यायला करता येत होता. यात पैसा कमवायची व त्यांत वाढ करायची भरपूर संधी होती." मॅकडोनल्ड्स आता बाजारपेठेतील उत्तम ठिकाणे टिपण्याच्या परिस्थितीत होते. फ्रेड टर्नरला मॅकडोनल्ड्सची चांगली बाजू उत्तम प्रकारे माहिती होती.

असे असले, तरी या जागांची महत्त्वाची खरेदी रे क्रॉकने केली; टर्नरने नाही. 'मॅकऑपको' या कंपनीच्या स्वत:च्या मालकीची रेस्टॉरंट्स चालविणाऱ्या उपकंपनीकरता

ती केली. त्याची सुरुवात जॉन गिब्सन आणि ऑस्कर गोल्डस्टाइन यांच्या मालकीच्या 'जी जी' कॉर्पोरेशनने चालविलेली वॉशिंग्टन डीसीमधील ३३ रेस्टॉरंट्स विकत घेऊन झाली. या खरेदीच्या बातमीने अशा प्रकारे विक्रीस तयार असणाऱ्या फ्रँचायझींना उत्तम उदाहरण मिळाले. ही खरेदी १.६८ कोटी डॉलर्सना झाली. या रेस्टॉरंटचे कार्यक्षेत्र फक्त बृहन्वॉशिंग्टन होते, तरीही ही किंमत प्रचंड होती. रेने पाच वर्षांपूर्वी मॅकडोनल्ड्स बंधूंकडून नॅशनल फ्रँचायझी विकत घेतली होती, त्यापेक्षा ही किंमत सहापट अधिक होती, यावरून मॅकडोनल्ड्सच्या उद्योगाचा भाव कसा वाढत चालला होता, हे लक्षात येईल. शिवाय या किमतीची तुलना पिल्सबरी आणि जनरल फूड्स यांनी विकत घेतलेल्या अनुक्रमे बर्गरकिंग व बर्गर शेफ यांच्या खरेदीशी होऊ शकली असती.

ही खरेदी पूर्ण करताना गिब्सन आणि गोल्डस्टाइनननी त्यांचे मॅकडोनल्ड्सचे समभागही घ्यावेत व हा व्यवहार करावा, असे क्रॉकला वाटत होते. पण ते या दोघांना रोख पैसे घेऊनच करायचे होते. क्रॉक म्हणाला, "तुम्हाला रोख पैसे देणे म्हणजे माझे मांस कापून देण्यासारखे आहे." पण 'जी जी' कॉर्पोरेशनकडे काम करणारी कर्मचारी मंडळी चांगली होती व रेस्टॉरंट्स ज्या जागेवर होती, ती जागा या दोघांच्या मालकीची होती. त्यामुळे क्रॉकने पाच वर्षांपूर्वी मॅकडोनल्ड्स बंधूंबाबत केले, तसेच इथेही केले व रोखीची व्यवस्था केली. मात्र, या दोघांचा अडेलतट्टूपणा क्रॉकने लक्षात ठेवला. जेव्हा हा व्यवहार पूर्ण झाला, तेव्हा गोल्डस्टाइनने त्याच्या फ्लोरिडामधील मिशिगनच्या घरातून क्रॉकला फोन करून सांगितले, "नुसते बसण्याचा कंटाळा येतोय. परत फ्रँचायझी घ्यावी, असे वाटतेय. तयारी आहे का?" त्यावर क्रॉकने ते साफ नाकारले. तो म्हणाला, "तू जेव्हा रोख पैसे मागून व्यवहार केलास, त्याच वेळी सर्व संबंध संपले. आता दरवाजे बंद. तू आता खड्ड्यात जा."

या व्यवहारानंतर असे व्यवहार करून फ्रँचायझींकडून रेस्टॉरंट्स आपल्या मालकीची करण्याच्या मॅकडोनल्ड्सच्या योजनेची लाटच आली व या व्यवहारातून अनेक फ्रँचायझी लक्षाधीश झाले. मात्र, या व्यवहारातून कंपनीच्या 'मॅकऑपको'साठी अनेक अनुभवी व्यवस्थापक ही रेस्टॉरंट्स चालविण्यासाठी आयतेच मिळाले. मिनिओपोलिसमधील सर्वांत कार्यक्षम अशी सात रेस्टॉरंट्स त्यांनी जिम झिएनकडून विकत घेतली. तसाच व्यवहार मेल गार्ब आणि हॅरॉल्ड स्टर्न यांच्याशी करून ४२ रेस्टॉरंट्स मॅकडोनल्ड्सने खरेदी केली होती. ती मिशिगन, नेवाडा, कॅलिफोर्निया, आणि ओक्लाहामा अशा दूरवर पसरलेल्या राज्यांत होती. दक्षिण फ्लोरिडामधील जॅक पेनरॉडकडून कंपनीने १६ रेस्टॉरंट्स खरेदी केली; तर फिल अँन्ड व्हर्न व्हिनेयार्डच्या मालकीची टँपा सेट पीटर्सबर्गमधील २१ रेस्टॉरंट्सही त्यांनी अशीच आपल्या मालकीची करून घेतली.

या खरेदीचा सपाटा लावलेल्या १९६७ ते १९७६च्या कालखंडात क्रॉक आणि टर्नर यांनी १८.९ कोटी डॉलर्सला फ्रँचायझींकडून ५३६ रेस्टॉरंट्स खरेदी केली. त्यांपैकी काही रोख पैसे देऊन व काही तेवढ्या किमतीचे समभाग देऊन ही खरेदी करण्यात आली. त्यानंतर मॅकऑपको या उपकंपनीच्या ताब्यात मॅकडोनल्ड्सच्या फ्रँचायझींकडे असलेल्या रेस्टॉरंट्च्या तुलनेत ५० टक्के रेस्टॉरंट्स होती. यावरून याचा आवाका लक्षात येईल; म्हणजेच प्रमाण २.१ असे होते. पण यामुळे कंपनीच्या उत्पन्नाचा व त्याद्वारे नफ्याचा आणखी एक मार्ग निर्माण झाला तो या रेस्टॉरंटमधून मिळणाऱ्या उत्पन्नाचा. (यापूर्वी स्थावर मिळकत व फ्रँचायझींकडून मिळणारी रॉयल्टी हे दोन मार्ग होते.) १९९३मध्ये कंपनी व तिच्या उपकंपनीने चालवलेली ४१६२ रेस्टॉरंट्स होती व त्यांतून कंपनीच्या एकूण उत्पन्नाच्या ७० टक्के उत्पन्न मिळत होते. यावरून हा निर्णय किती योग्य होता, ते कळेल. पण मॅकडोनल्ड्सची मूलभूत रचना बदलण्याचीही वेळ त्यामुळे आली. टर्नरच्या काळातील पहिल्या पाच वर्षांत नऊ स्टोअर्सपासून खरेदी चालू करून एकूण रेस्टॉरंटच्या ३३ टक्के आपल्या मालकीची करण्याने ही परिस्थिती उद्‌भवली. पण त्याचबरोबर अनेक नवे व्यवस्थापकही तयार झाले व ते आणखी रेस्टॉरंट्स चालवण्यासाठी सज्ज झाले. पण मॅकऑपकोच्या वाढीमुळे आणखीही बरेचकाही घडले. या व्यवहारामुळे मॅकडोनल्ड्सची बाजारपेठेतील विश्वासार्हता व विक्रीची टक्केवारी वाढली आणि ते स्पर्धकांच्या बरेच पुढे जाऊ शकले.

मॅकऑपको स्टोअर्स हे नफ्याचे मोठे साधन बनले आणि टर्नरला वाटले की, कंपनीच्या मूलभूत नफ्याची पातळी वाढवण्यासाठी त्याचा उत्तम उपयोग होईल. शिवाय त्याच्या या वाढीच्या योजनेमुळे कंपनीची स्वत:ची स्टोअर्स ही केवळ व्यवस्थापक व कर्मचारी यांना प्रशिक्षण देण्याची केंद्रेच आहेत, या पूर्वीच्या कल्पनेला धक्का बसला. त्यांचा उपयोग कंपनीला अधिक उत्पन्न मिळण्यासाठी होतोय, हे पाहून व्यवहाराचे गणितच बदलून गेले. इतकेच नव्हे, तर ते तत्त्वज्ञान बनले. तो एक नवा वळणाचा रस्ता बनला. पण हे वळण तसे थोडे धोकादायक होते. टर्नरला अशा प्रकारे स्टोअर्स घेणे आणि त्याचा विस्तार करणे यांत बरेच यश आले. त्यामुळे त्याचे 'व्यसनही' लागू शकले असते; मग अशा स्वत:च्या स्टोअर्सची संख्या फ्रँचायझीपेक्षा अधिक वाढून मॅकडोनल्ड्सची रचना स्टोअर चालवणारी कंपनी व फ्रँचायझी न देणारी कंपनी अशी होऊ शकली असती.

टर्नरने हा धोका वेळीच ओळखला. त्याने १९७०च्या आसपास हा स्वत: स्टोअर्स चालवण्याचा उपक्रम हाताबाहेर जात चालला आहे हे ओळखले व त्यामुळे कंपनीच्या संपूर्ण रचनेच्या दृष्टीने ते कंपनीच्या हिताचे नाही, हेही त्याने हेरले. त्याचे व्यवस्थापन नियंत्रणाबाहेर जाऊ लागले व त्याचा बाजारपेठेवर परिणाम दिसू

लागला. ही स्टोअर्स उद्योजकांनी चालवलेली नसून पगारदार नोकरांनी चालवली होती व त्यामुळे त्यांचा चालवण्याचा दृष्टिकोन उद्योजकीय नव्हता. त्याचा परिणाम नफ्याची टक्केवारी कमी होण्याकडे होऊ लागला. जेथे विक्रीचा आकडा बाजारपेठेच्या आकारामुळे मोठा होता तिथे नफ्याचे प्रमाण सरासरीहून अधिक होते, पण जिथे बाजारपेठेत स्पर्धा होती वा विक्रीचे प्रमाण अन्य कारणांमुळे कमी होते तिथे नफ्याचे प्रमाण सरासरीपेक्षा कमी होते. अशा ठिकाणी फ्रँचायझींची उद्योजकता व व्यवसायासाठीची समर्पित वृत्ती आवश्यक होती, ती पगारदारी नोकरांत नव्हती. टर्नरच्या लक्षात आले की, जेव्हा २५ टक्के स्टोअर्स आमच्या मालकीची झाली, तेव्हा आम्हाला वाटले की ती आणखी होऊ शकतात. मग आम्ही ३३ टक्क्यांपर्यंत पोहोचलो, पण ते प्रमाण फारच मोठे झाले. ते वाढविण्यासाठी त्याला क्षेत्रीय कार्यालये व कर्मचारी वाढवता आले असते; पण त्याने तो मार्ग चोखाळला नाही. त्याच्या मते, त्यामुळे कंपनीचा मुख्य कणा असलेल्या फ्रँचायझींकडे पूर्ण दुर्लक्ष झाले असते व त्यांना देण्यात येणाऱ्या सेवेचा दर्जा खालावला असता. वॉशिंग्टन डीसी विभागात हेच झाले. तिथे त्यांच्याकडे चांगलेच दुर्लक्ष झाले.

हा कल टर्नरला आवडला नाही. दीर्घकालीन विचार करता, हे धोरण त्याला चुकीचे वाटले. त्याने ठरवले की, आपला मुख्य व्यवसाय हा फ्रँचायझींद्वारेच चालला पाहिजे. त्याने ताबडतोब स्वत:च्या स्टोअर्सची संख्या एकूण स्टोअर्सच्या ३३ टक्क्यांहून अधिक नसावी, असा धोरणात्मक निर्णय घेतला व पुढे ती संख्या २५ टक्क्यांपर्यंत खाली आणायचे उद्दिष्ट ठेवले. ते १९७५च्या आसपास साध्य झाले.

"मॅकडोनल्ड्स स्टोअर्स ही फक्त थँक्स-गिव्हिंग डे व ख्रिसमसला बंद असायची. त्यामुळे ती ३६३ दिवस चालवण्यात फ्रँचायझींचा उद्योगवाढीचा व नफा कमवायचा उद्योजकीय दृष्टिकोन असायचा. त्यामुळे ते त्यात उत्तम प्रकारे स्वारस्य घ्यायचे. पगारी व्यवस्थापकांकडे ती दृष्टी नसायची," असे टर्नरने पुढे म्हटले होते.

त्यामुळे जरी स्वत:ची स्टोअर्स चालवायचे ठरले तरी टर्नरने फ्रँचायझींकडे दुर्लक्ष न करण्याचे ठरवले. त्याने त्यांच्याविषयीची कंपनीची बांधिलकी अधिक मजबूत केली. त्यासाठी त्याने एक धोरण ठरवले. पूर्वी अनेक गुंतवणूकदार फ्रँचायझी घेऊन कोणालातरी स्टोअर चालवायला द्यायचे. ते बदलून टर्नरने ठरवले की, अशा स्टोअर्सचा मालक व चालवणारा ही एकच व्यक्ती असावी. शिवाय अशा ठिकाणी त्या मालकाचा प्रभाव चांगला राहील, हेही त्याने पाहिले. त्यामुळे भावी काळात मॅकडोनल्ड्सला कित्येक धोरणात्मक निर्णय नंतर बदलावे लागले. पण त्यामुळे कार्यपद्धतीत लक्षणीय सुधारणा झाली. उदा. टॉम ख्रिश्चन या इंडियानातील एल्कहार्ट येथील फ्रँचायझीने कंपनीचा नियम झुगारून प्रथमच एका

महिलेला कामावर नेमले. त्या वेळी तिथे बेरोजगारी नव्हती. त्यामुळे 'सर्व पुरुष कर्मचारीच हवेत' हा कंपनीचा नियम पाळणे त्याला अवघड जाऊ लागले. त्याने विचार केला की, सुमार पण कमी पगारावर काम करणारे पुरुष कर्मचारी घेण्यापेक्षा उत्तम काम करू शकेल अशी महिला कर्मचारी जादा पगार घेऊन नेमणे परवडेल. त्यांची समस्या निर्माण होऊ नये म्हणून त्याने पहिली महिला कर्मचारी ही विवाहित, मध्यमवयीन व एका धर्मप्रसारकाची पत्नी नेमली. नंतरही मूलबाळ असलेल्या कुटुंबवत्सल महिलाच घेतल्या. स्त्री-पुरुष एकत्र आल्यावर निर्माण होणाऱ्या अनेक समस्या टाळण्यासाठी त्याने काही नियम तयार केले. त्याच्या लक्षात आले की, या महिला कर्मचारी अधिक तडफेने काम करताहेत. पण मॅकडोनल्ड्सवर त्याचा प्रभाव पडला नाही व ते त्यांना आवडलेही नाही. ज्या वेळी कंपनी निरीक्षकांनी महिला कर्मचाऱ्याला काम करताना पाहिले, तेव्हा त्यांनी टॉमला तिला काढून टाकायला सांगितले. टॉमने ते नाकारले. सहा महिन्यांनंतर पुन्हा तसाच आदेश देण्यात आला. त्या वेळी टॉमने थोडा लढाऊ पवित्रा घेतला. "तू तसं मला लेखी दे. जर दिलं नाहीस, तर मला परत अशा प्रकारचा आदेश देऊ नकोस," असे त्याने सुनावले.

पण तसा लेखी आदेश कधी आला नाही. मग १९६०च्या दशकाच्या शेवटी अनेक फ्रँचायझींनी महिला कर्मचारी ठेवणे चालू केले. मग कंपनीने १९६८मध्ये महिला कर्मचारी घेण्यास हरकत नाही, हे धोरण अधिकृतच केले. पण त्याचबरोबर 'सर्व पुरुष' ही प्रथा पूर्णपणे जाऊ शकली नाही. त्याचबरोबर काही संकेत आले. केस लांबलचक नकोत. नट्टापट्टाही मर्यादितच असावा. कृत्रिम नखे, पापण्यांना रंगरंगोटी, नखे रंगवलेली, लिपस्टिक, भडक अत्तरे वा सुवासिक द्रव व तोकडे कपडे यांना बंदी होती. मार्गदर्शक पुस्तकात असेही म्हटले होते की, ज्या महिलांच्या चेहरेपट्टीची वा दिसण्याची समस्या असेल, अशांना खिडकीतून थेट ग्राहकांच्या समोर कामासाठी ठेवू नये. सर्व प्रकारचे दागदागिने (लग्नाची अंगठी व घड्याळ सोडून) घालायला परवानगी नव्हती. तसेच महिला कर्मचाऱ्यांची कामाची वेळ संध्याकाळी पाचला संपायला हवी, हेही सांगण्यात यायचे. त्यांना कमी कष्टाचे काम द्यावे. ग्रिलवरील काम कष्टाचे असते; अशा ठिकाणी महिला नसाव्यात, असेही सांगण्यात आले. पहिल्या मार्गदर्शक पुस्तकातील काही सूचना तर फारच कडक व छापण्याच्या योग्यतेच्या नव्हत्या. त्या फार आकर्षक दिसू नयेत यासाठी महिलांची छाती सपाट असावी, त्यांचे स्तन फार पुढे आलेले नसावेत, त्यांचे बूट उंच टाचेचे नकोत... या सर्वांचा उद्देश विशेषत: पुरुष कर्मचारी व ग्राहक यांचे त्यांच्याकडे फार लक्ष जाऊ नये व इतर काही भानगड निर्माण होऊ नये, हा होता. पण महिला कर्मचारी घेतल्याने फार समस्या निर्माण होतील, ही भीती पुढे निराधार ठरली. आज सरासरी सर्व स्टोअर्समध्ये ५६ टक्के कर्मचारी महिला आहेत, तर

कित्येक स्टोअर्स पूर्णपणे महिलांनी चालवलेली आहेत.

जशी पद्धत बदलत गेली तशी फ्रँचायझींची त्यांतली गुंतवणूकही वाढत गेली. पूर्वी फारसे लक्ष न दिलेल्या विपणनाच्या क्षेत्रात (मार्केटिंग) त्यांचा प्रभाव वाढत गेला. बऱ्याच कंपन्यांतून विपणनाचे कार्यक्रम केंद्रीय कार्यालयातून निर्मित व नियंत्रित केले जातात. त्यांत ज्यांचा बाजारपेठेशी सर्वाधिक संबंध असतो व आपापल्या बाजारपेठेची नस ज्यांना चांगली माहीत असते, त्या फ्रँचायझींना फारसे कोणी याबाबत विचारत नाही. टर्नरने या कल्पनेला फाटा दिला. विशेषत: नव्या खाद्यपदार्थांच्या निर्मितीबाबत हे घडले. अशा पदार्थांवरील आपली पकड ढिली करण्याऐवजी त्यांनी नवे खाद्यपदार्थ विकसित करण्यात अधिक स्वारस्य दाखवले व आपला प्रभाव पाडला. त्यामुळे पूर्वी अगदी मर्यादित खाद्यपदार्थ यादीत असायचे, त्यांत चांगली भर पडली. टर्नरने कारकिर्दीच्या पहिल्या पाच वर्षांतच हे घडवून आणले. मॅकडोनल्ड्स बंधूंनी सुरुवातीला घालून दिलेल्या पदार्थांच्या यादीत १९६०च्या सुरुवातीला एक फिश सँडविच सोडले, तर दुसरा कोणताही नवा पदार्थ नव्हता. पण १९७०च्या सुरवातीला हॅम्बर्गरचे दोन नवे नमुने विकसित झाले व डेझर्टचेही नमुने यादीत आले. सकाळचा नाश्ता वा ब्रेकफास्ट या वेळच्या खाद्यपदार्थांकडे पूर्वी कोणी लक्ष दिले नव्हते. त्याचा विचार केला नव्हता. त्याबाबत प्रयोग चालू झाले व लवकरच त्याची पद्धत बसून गेली. एक 'क्वार्टर पाउंडर' सोडला, तर बाकी सर्व खाद्यपदार्थ फ्रँचायझींच्या प्रयत्नांतूनच विकसित झाले, असे चित्र दिसले. 'डबल डेकर हॅम्बर्गर' नेहमीच्या १५ सेंटच्या दुप्पट किमतीला विकला जात होता. तो १९६८मध्ये बाजारात आणला गेला आणि तो विकसित करणारा होता जिम डेलिगेट्टी. तो रे क्रॉकने शोधलेला सुरुवातीच्या फ्रँचायझींपैकी एक होता. तो पेरिसबर्ग क्षेत्रात १२ स्टोअर्स चालवत होता. तरीही विक्रीच्या दृष्टीने त्याची कामगिरी फारशी चांगली नव्हती. तेव्हा त्याने विचार केला की, मॅकडोनल्ड्सच्या पदार्थांच्या यादीत भर टाकली, तरच परिस्थिती सुधारेल. त्याने मग इतर फ्रँचायझी व मॅकडोनल्ड्स कंपनी यांच्याशी वारंवार बोलणी करून असे सुचविले की, पदार्थांच्या यादीत भर टाकायला हवी व विशेष करून प्रौढ नागरिकांसाठी काही नवे पदार्थ शोधायला हवेत. डेलिगेट्टीच्या मोहिमेला १९६७मध्ये यश आले व मॅकडोनल्ड्सने त्याने विकसित केलेल्या नव्या मोठ्या सँचविचला मान्यता दिली. त्यामध्ये दोन हॅम्बर्गर पॅटिस होते व त्यांची किंमत ४५ सेंट्स होती. त्याचे नाव त्याने 'बिग मॅके' असे सुचवले.

तसे हे सँडविच डेलिगेट्टीने शोधून काढले, असे म्हणता येणार नाही. बिग बॉय ड्राइव्ह-इन साखळी स्टोअर्सचा संस्थापक बॉब विआनने असे सँडविच तयार केले होते व त्याची सर्व स्टोअर्स या सँडविचच्या भोवती जणू फिरत होती. त्यांत

किसलेल्या मांसाचे दोन पॅटिस, त्यांच्यामध्ये एक बनचा तुकडा व लेट्यूस, लोणचे, कांद्याच्या चकत्या, चीज व मेयॉनिजचे सॉस यांचे थर होते. डेलिगेट्टीने १९५०च्या आसपास दक्षिण कॅलिफोर्नियात एक ड्राइव्ह-इन चालवले होते व त्या भागात त्या वेळी 'बिग बॉय'चे नाव प्रसिद्ध होते. त्या सँडविचची नक्कल डेलिगेट्टी व इतर काही रेस्टॉरंट्सनी केली होती. त्यामुळे मॅकडोनल्ड्स जेव्हा नव्या खाद्यपदार्थांच्या शोधात होते, तेव्हा हे सँडविच डेलिगेट्टीच्या स्मरणात ताबडतोब आले. तो म्हणतो, ''हे म्हणजे मी विजेचा शोध लावला असे नाही; वीज होतीच, मी फक्त विजेचा दिवा योग्य जागी बसवला.''

मात्र, ही कल्पना मॅकडोनल्ड्सच्या गळी उतरवणे तेवढे सोपे काम नव्हते. स्टोअर्सची संख्या वाढवण्याबाबत फ्रेड टर्नर जेवढा आग्रही होता तेवढा पदार्थांच्या यादीत भर टाकण्याबाबत नव्हता. त्याच्या मते, पदार्थांच्या यादीत भर टाकायचे ठरवले तर रोज नवनव्या कल्पना, सूचना येतील व त्या अमलात आणणे म्हणजे डोकेदुखी होऊन बसेल आणि स्टोअर्सच्या कार्यपद्धतीची घडी आता बसली आहे, ती पार विसकटून जाईल. डेलिगेट्टीचा हा 'बिग मॅक' निदान त्याची चव तरी घेण्यासाठी खाल्ला गेला. त्याला कारण राल्फ राफनर. तो कंपनीचा कोलंबस विभागीय अधिकारी होता. त्याचे उच्चपदस्थांशी चांगले संबंध होते. म्हणून त्याला तो बिग मॅक कसा लागतो, हे पाहण्यासाठी खायची परवानगी मिळाली आणि नंतर डेलिगेट्टीला परवानगी मिळाली ती तो पदार्थ युनियन टाउन इथल्या फक्त एकाच रेस्टॉरंटमध्ये ठेवावा. त्याने मॅकडोनल्ड्सचा नेहमीचा प्रमाणभूत बन वापरला, तरच ही परवानगी मिळणार. पण तीन दिवसांतच लक्षात आले की, तो बन त्या बिग मॅकला फार लहान पडत होता. त्यामुळे त्यातले पॅटिस व अन्य पदार्थ सर्व बाजूंनी बाहेर येत होते. मग डेलिगेट्टीने त्यांचा आदेश झुगारून मोठ्या आकाराचा बन घेतला आणि त्याचे तीन भाग केले. पुढच्या तीन महिन्यांतच बिग मॅकमुळे तिथल्या रेस्टॉरंटच्या विक्रीत १२ टक्क्यांनी वाढ झाली. लवकरच डेलिगेट्टीच्या सर्व रेस्टॉरंटमध्ये बिग मॅक विक्रीसाठी ठेवण्यात आला व तेथेही एकूण विक्रीत चांगलीच वाढ झाली. मग मॅकडोनल्ड्सचे व्यवस्थापक आणि इतर फ्रँचायझी डेलिगेट्टीकडे या नव्या पदार्थाची माहिती घेण्यासाठी धावत आले. मॅकडोनल्ड्सने इतर विभागांतही बिग मॅक आणला आणि तिथेही विक्रीत १० टक्क्यांनी वाढ झालेली दिसली. शेवटी १९६८मध्ये तो देशभर अधिकृतरीत्या सर्व रेस्टॉरंट्समध्ये नियमितपणे मिळू लागला. पुढच्या वर्षी एकट्या बिग मॅकमुळे विक्रीत १९ टक्के वाढ झाल्याचे दिसून आले. शिवाय या नव्या पदार्थामुळे ज्यांच्याकडे पूर्वी दुर्लक्ष झाले होते, ते प्रौढ स्त्री-पुरुष रेस्टॉरंट्समध्ये येऊ लागले. लवकरच तो मॅकडोनल्ड्सच्या पदार्थांच्या यादीत सर्वांत लोकप्रिय पदार्थ ठरला व विपणनाचे एक चांगले साधन

कंपनीला जाहिरातीसाठी मिळाले. मग टीव्हीवरील जाहिरातीतही तो आघाडीवर आला. त्याला बिग मॅकचे आक्रमण म्हटले जाऊ लागले. शाळकरी मुले त्याचे वर्णन करणाऱ्या जाहिरातीतील ओळी गुणगुणु लागली, ती त्या ओळींच्या लयीमुळे व संगीतामुळे.

या यशामुळे मग इतर फ्रँचायझीही नवनवे पदार्थ आणण्याच्या प्रयत्नाला लागले. जणू त्याची लाटच आली. त्यांना आशा होती की, डेलिगेट्टीच्या बिग मॅकप्रमाणे आपलेही भाग्य एक ना एक दिवस फळफळेल. नॉक्सव्हिलेमध्ये अनेक रेस्टॉरंट चालवणारा लिट्टन कोचरानचा आग्रह होता की, पदार्थांच्या यादीत शेवटी घ्यायचे डेझर्ट असणे, हे विपणनाच्या यशाच्या दृष्टीने आवश्यक होते. मग त्याने फ्रेड टर्नरचे मन वळवले व डेझर्टची चाचणी घेण्यासाठीची परवानगी त्याने मिळवली. त्यानिमित्ताने पूर्वीच्या अपयशामुळे रे क्रॉकने डेझर्टबाबत घातलेली अलिखित बंदी दूर होण्याची चिन्हे दिसू लागली.

कोचरान अशा निष्कर्षाप्रत आला होता की, क्रॉकने डेझर्टकडे फारच दुर्लक्ष केले. त्याच्या मते, हॅम्बर्गर आणि फ्रेंच फ्राइज जर 'ऑल अमेरिकन मील' होऊ शकतात, तर 'ॲपल पाय'इतके दुसरे कोणतेही डेझर्ट 'ऑल अमेरिकन डेझर्ट' होऊच शकत नाही. कोचरानला आठवायचे ते त्याची आई तो शाळेतून परत आल्यावर जेवणाच्या वेळेपर्यंत तोंडात टाकायला म्हणून त्याला भरपूर तळलेले ॲपल पाय द्यायची. अर्धचंद्राच्या आकाराचे ते पाय म्हणजे कणकेचे दोन तुकडे टोकाला जुळवून मध्ये सफरचंदाचे तुकडे घालून केलेला व तळलेला पदार्थ होता. असे तळलेले पाय दक्षिण अमेरिकेत लोकप्रिय होते. शिवाय ते तयार करणे सोपे, सुटसुटीत होते. त्यामुळे फास्ट फूडच्या चौकटीत त्याला बसवणे फारसे अवघड नव्हते, असे कोचरानला वाटले. सुरुवातीला त्याच्या नॉक्सव्हिलेमधील रेस्टॉरंट्समध्ये विकण्यासाठी त्याच्या आईने व बहिणीने ॲपल पाय तयार करणे चालू केले. पण लवकरच त्याने एका व्यावसायिक पुरवठादाराला हे काम दिले, कारण दक्षिणेकडील अनेक स्टोअर्समध्ये ही कल्पना पसरली. दक्षिणेकडच्या लोकांना जेवणानंतर डेझर्ट व स्वीट डिश हवीच असते आणि तीही रोज लागत असे. १९७०पर्यंत मग ॲपल पाय हा पदार्थ मॅकडोनल्ड्सच्या पदार्थांच्या यादीत अधिकृतरीत्या आला व आख्यायिका बनलेल्या फ्रँचायझींच्या रांगेत कोचरान जाऊन बसला.

अर्थात, फ्रँचायझींनी प्रयोग केलेले सर्वच नवे पदार्थ तितके यशस्वी झाले नाहीत. निक कॅरोसने १९६७मध्ये एक नवा पदार्थ सुचवला. निक हा कार्यपद्धती बसवण्यातला अग्रेसर होता व तो पुढे क्लीव्हलँडमध्ये फ्रँचायझी झाला होता. त्याने सुचवलेला पदार्थ 'आर्बीज' या साखळी स्टोअर्सनी पूर्वी बाजारात आणला होता. तो होता रोस्ट बीफ सँडविच. पण टर्नरने त्याच्या सूचनेला वाटाण्याच्या अक्षता

लावल्या. मग त्याला टाळून क्रॉककडे निक गेला. त्याला आशा होती की, अध्यक्ष फ्रेडने जरी तो नाकारला असता तरी क्रॉक त्याला डावलून या नव्या पदार्थाला मान्यता देईल. निकचा अंदाज खरा ठरला. जेव्हा नॉर्थफिल्ड उपनगरात निकने तो पदार्थ यादीत आणला, तेव्हा जणू त्याला लॉटरीच लागली. एका वर्षातच विक्रीत ३३ टक्क्यांनी वाढ झाली व त्यांतला या नव्या सँडविचचा वाटा १५ टक्क्यांचा होता.

त्यामुळे मग टर्नरचे लक्ष त्याच्याकडे गेले व १९६८पासून ते 'रोस्ट बीफ सँडविच' मॅकडोनल्ड्सच्या यादीत अधिकृतरीत्या आले. पण ते बीफ रोस्ट करण्यासाठीच्या ओव्हनमध्ये सुधारणा करण्याऐवजी त्यांनी तो पदार्थ मॅकडोनल्ड्स पद्धतीने तळायला सुरुवात केली. त्याकरता मग जिम शिंडलरने 'रोस्ट बीफ फ्रायर' विकसित केला. त्याचे नाव त्याने ठेवले 'टेपिडारियम' आणि मग टर्नरच्या आशीर्वादाने त्या डीप फ्राइड रोस्ट बीफ सँडविचमुळे लाखो लोकांची पोटे भरली.

दुर्दैवाने, मॅकडोनल्ड्सने जे सँडविच देशभर बाजारात आणले, ते कोरडे पडायचे आणि त्याला चवही थोडी फिकीच असायची. क्लीव्हलँडमध्ये कॅरोस ते बीफ भाजत होता व या प्रमाणभूत पद्धतीत ते बरेच तळले जायचे म्हणून तसे होत असेल. तरीही काही आठवड्यांतच विक्रीत सहा ते आठ टक्के वाढ झाली. पण ते देशभर बाजारात आणल्यावर आर्थिक व्यवहार पाहण्याऱ्या गॅरी न्यूमनने एक मोठी चूक लक्षात आणून दिली. रोस्ट बीफ तळल्यावर ते किती प्रमाणात आक्रसतं, याचा कोणी अभ्यास केला नव्हता व त्यामुळे जरी त्याची किंमत ५९ सेंट्स होती; तरीही कितीही खप वाढला तरी फायदा उरत नव्हता. पण यापेक्षा किंमत वाढवण्यास टर्नरने साफ नकार दिला व त्याबदली त्या पदार्थाचा बळी गेला तरी चालेल, अशी भूमिका घेतली. दुर्दैवाने, त्याने रोस्ट बीफचे स्लाइस करण्याकरता आधीच १००० नग स्लाइसची मागणी नोंदवली होती. (प्रत्येक स्टोअरकरता एक) आणि मग त्यांचे गोदाम त्या स्लाइसनी भरून गेले आणि त्यांना ते परत विकणे अवघडच होते. कंपनीला तीन लाख डॉलर्सवर पाणी सोडावे लागले. टर्नरकरता तो फार खर्चिक धडा होता. त्यातून एकच शिकायला मिळाले की, सर्व बाजूंनी पुरेसा अभ्यास केल्याशिवाय नवा पदार्थ बाजारात आणणे शहाणपणाचे नाही.

अर्थात असे असले, तरी नव्या पदार्थांचा शोध घेणे चालूच होते. मॅकडोनल्ड्स मिळेल त्या मार्गाने व देईल त्या व्यक्तीकडून सूचना मागवत होती – अगदी संचालक मंडळालाही त्याबाबत आवाहन करण्यात आले. जेव्हा संचालक डेव्हिड वालरस्टेनने सुचवले की, मोठ्या आकाराचे व वजनाचे फ्रेंच फ्राइज बाजारात आणावेत; तेव्हा सर्वांनी त्याकडे संशयानेच पाहिले. ''जर लोकांना जादा फ्राइज पाहिजे असतील, तर ते एकाच्या ऐवजी दोन बॅगा घेतील.'' क्रॉक त्याला म्हणाला.

पण डेव्हिडने ग्राहकांची मनोवृत्ती आग्रहाने सांगितली. एकाऐवजी दोन बॅगा घेण्यापेक्षा एक मोठ्या आकाराची बॅग / पिशवी घेतल्याने जास्त घेतल्यासारखे वाटते. त्यासाठी ७५ टक्के जास्त किंमत देऊन ६० टक्के जादा फ्राइज घेता येतील. हेसुद्धा त्याला जरा अवघड वाटले. पण त्याचा रोख होता की, जास्त खपणारा हा पदार्थ अधिक खपेल व त्यात नफ्याचे प्रमाणही बऱ्यापैकी असेल.

सर्वांचा नकार स्वीकारण्याचे नाकारून डेव्हिडने स्वत: शिकागोतल्या एका स्टोअरमध्ये दोन दिवस पाहणी केली आणि त्याने क्रॉकला त्याचे निष्कर्ष सांगितले. ते आश्चर्यजनक होते. सर्व ग्राहकांनी त्यांचे सर्व फ्राइज फस्त केले होते. इतर कोणाकडूनही अशी सहज केलेली पाहणी व याचे निष्कर्ष आले असते, तर ते कोणी फारसे मनावर घेतले नसते; पण डेव्हिडचा मोठ्या आकाराच्या खाद्यपदार्थांबाबतचा अभ्यास व अनुभव दांडगा होता. बालाबान ॲन्ड कॅट्झ थिएटर साखळीचा अध्यक्ष असताना त्याने लाह्यांच्या (पॉपकॉर्न) लहान बॅगांऐवजी मोठ्या आकाराच्या बॅगांतून ते विकणे चालू केले व ते ग्राहकांच्या अंगवळणी पडले. छोट्या बॅगा बाजूला पडल्या. त्याने लोणी लावलेल्या लाह्या विकण्याचेही प्रथमच चालू केले व तोही प्रयोग यशस्वी झाला. त्यामुळे फ्रेंच फ्राइजबाबत त्याच्या त्या अभ्यासातून आलेले निष्कर्ष ऐकून क्रॉकने त्याला मान्यता दिली व १९७२ पासून ते नियमितपणे दिले जाऊ लागले. आज मॅकडोनल्ड्स स्टोअर्समध्ये विकल्या जाणाऱ्या फ्रेंच फ्राइजपैकी ५० टक्क्यांहून अधिक फ्राइज मोठ्या आकाराच्या बॅगांतून दिले जातात.

खाद्यपदार्थांच्या विक्रीत अशाच प्रकारे क्रांती करणारा शोध एखाददुसऱ्या पदार्थाचा नव्हता, तर पूर्ण जेवणाचा होता आणि याबाबतचा पुढाकार फ्रँचायझींनी घेतला. बिग मॅकच्या यशानंतर डेलिगेट्टीने १९७०मध्ये मॅकडोनल्ड्सकडे परवानगी मागितली, ती त्याच्या स्टोअरमध्ये साधेसाधे नाश्त्याचे पदार्थ देण्याची. त्याने स्टोअर सात वाजता उघडून कॉफी, डोनट्स आणि स्वीट रोल्स देणे चालू केले. एका वर्षानंतर त्याने त्यांत पॅनकेक्स आणि सॉसेजची भर टाकली. त्याचा विचार होता, 'आपण जागेचे भाडे २४ तासांचे देतो, पण त्यांतला निम्माच वेळ व्यवसाय करतो; मग ७ ते ११ या वेळात ब्रेकफास्टसाठी स्टोअर उघडे ठेवले, तर चार पैसे जास्त मिळणार नाहीत का?'

जरी त्यात मर्यादित पदार्थ होते, तरी त्याच्या या ब्रेकफास्टच्या उपक्रमामुळे त्याच्या उत्पन्नात पाच टक्क्यांनी वाढ झाली. या नव्या उपक्रमामुळे आहेत त्या नेहमीच्या पदार्थांतले काहीही न वापरता वा करता या नव्या प्रकारच्या पदार्थांमुळे व्यवसाय वाढला. तरीही आधीच सकाळी ११ ते मध्यरात्रीपर्यंत स्टोअर चालवून कंबर मोडायची वेळ येत असल्याने अनेक स्टोअर्सनी या ब्रेकफास्टच्या उपक्रमाकडे तितक्याशा उत्साहाने पाहिले नाही. ज्यांनी पाहिले, त्यांनी बघितले की, नव्या

विक्रीत किमान दोन आकडी वाढ झाली, तरच असा उपक्रम चालू ठेवणे श्रेयस्कर होईल.

ती वेळ आली १९७१च्या शेवटी-शेवटी आणि तो शोध लावला सान्ता बार्बरामधला ऑपरेटर हर्ब पीटरसनने. त्याने पूर्वी डी आर्चीमध्ये असताना मॅकडोनल्ड्सचे जाहिरातीचे काम संभाळले होते. पुढे तो फ्रँचायझी झाला. त्यानेही डेलिगेट्टीसारखी ब्रेकफास्टमध्ये नवी संधी शोधली. डेलिगेट्टीत आणि त्याच्यात फरक असा होता की, डेलिगेट्टीने ब्रेकफास्टच्या पदार्थांच्या यादीत (इतरत्र) नेहमी वापरले जाणारे पदार्थ वापरले होते. पण पीटरसनने त्यासाठी नवे खाद्यपदार्थ विकसित करायचे ठरवले. मॅकडोनल्ड्सला काहीतरी आगळेवेगळे हवे होते व शिवाय ते मॅकडोनल्ड्सच्या इतर प्रमाणभूत पदार्थांप्रमाणेच हाताचा वापर करून खाता येण्यासारखे पाहिजे होते. मग त्याने पश्चिम किनाऱ्यावरील साखळी स्टोअर्स 'जॅक इन द बॉक्स'मध्ये विकल्या जाणाऱ्या एग सँडविचमध्ये थोडा बदल करून ते वापरायचे ठरवले.

पीटरसन १९७१मध्ये याबाबत भरपूर प्रयोग करण्यात गुंतला होता. त्याने प्रथम 'हॉलंडायस'चा प्रयोग केला, पण ते पातळ होते व पसरायचे. मग त्यात चीजचा प्रयोग केला, पण ते गरम अंड्यावर पाघळायचे; शिवाय त्यांत सातत्य नव्हते. ग्रिलवर ते अंडे शिजवल्यावर त्याला ते पोच्ड्एगसारखे दिसायला हवे होते. पण पोचिंग एग मॅकडोनल्ड्सच्या त्या असेंब्ली लाइनवर वापरायला योग्य नव्हते. मग त्यासाठी त्याने नवे भांडे शोधून काढले. टॅफलॉन कोटेडच्या त्या सहा कड्यांमध्ये अंडे ठेवून ग्रिलमध्ये ठेवले की, ते इंग्लिश मफीनसारखे गोल आकार घेऊन बाहेर यायचे. मग त्याने ग्रिल्ड कॅनेडियन बेकन द्यायला सुरुवात केली व एक पूर्ण ब्रेकफास्ट तयार झाला आणि सँडविचवर भर देणाऱ्यांपेक्षा तो एकदम निराळा होता.

सॅन्ता बार्बाराच्या उत्तरेकडील आपल्या नव्या रँचवर क्रॉक त्या वर्षीचा ख्रिसमस साजरा करत होता आणि त्याला जाताना पीटरसनने स्टोअरला भेट द्यायला बोलावले. जेव्हा क्रॉक तिथे आला, त्या वेळी पीटरसन आपल्या या नव्या उपक्रमाची संपूर्ण माहिती व आर्थिक बाजू मांडण्यासाठी सज्ज होता. त्यांतली आर्थिक बाजू क्रॉकला एवढी जवळची वाटली नाही. तो तसे जेवण करून आला होता, पण त्याने दोन एग बेकन मफीन सँडविचेस आपल्या बरोबर घरी नेले आणि काय आश्चर्य! दोन आठवड्यांतच पीटरसनला शिकागोहून निरोप आला – तुमचा या नव्या पदार्थाचा नमुना घेऊन शिकागोला या. सर्व व्यवस्थापकांना तो चाखून पाहायचा आहे आणि क्रॉकप्रमाणेच सर्वांचा अभिप्राय अनुकूल होता.

मग एकदा त्याचे नाव ठरले की, हा पदार्थ देशभर चाचणीदाखल स्टोअरमध्ये ठेवायला मॅकडोनल्ड्स तयार होती. पीटरसनने नाव सुचवले. 'मॅकडोनल्ड्स फास्ट

ब्रेक ब्रेकफास्ट'. पण ते कधी वापरले नसले तरी त्या नावाचा कॉपीराइट नाविस्कोकडे होता. सर्वांनी डोके खाजवणे चालू केले. तशी मॅकडोनल्ड्सकडे नव्या नावांची तयार यादी नव्हती. मग एकदा संध्याकाळी टर्नर व क्रॉक दोघेही सपत्निक जेवण घेत होते व पेट्टी टर्नरने सहज नाव सुचवले – 'एग मॅक मफिन' आणि ते योग्य बसले. पण तो पदार्थ देशभर नियमितपणे देण्यास चार वर्षे जावी लागली. एक कारण म्हणजे, त्या एकाच पदार्थाने पोट भरत नव्हते. मग डेलिगेट्टीने हॉटकेक्स व सॉसेजचा वापर चालू केला. तेव्हा हे सर्व मिळून ब्रेकफास्टचा पूर्ण साचा जमला. १९७६पासून इतर साखळी स्टोअर्सपेक्षा वेगळा असा आपला खास ब्रेकफास्टचा साचा मॅकडोनल्ड्सने पक्का केला व इतरांपेक्षा तो वेगळा ठरला. इतर स्पर्धकांनी ब्रेकफास्टसाठी काही द्यायचे १९८०पर्यंत ठरवले नव्हते. पण तोपर्यंत फ्रँचायझींनी घेतलेल्या पुढाकारामुळे मॅकडोनल्ड्सने बरीच बाजी मारली होती व स्वत:चे स्थान निर्माण केले होते. या ब्रेकफास्टच्या उत्पन्नाचे प्रमाण एकंदर विक्रीच्या १५ टक्के होते व तिथे मॅकडोनल्ड्स आपल्या स्पर्धकांवर मात करत होती. मॅकडोनल्ड्सच्या सर्वसाधारण स्टोअरमधून १९९१मध्ये वर्षाकाठी सरासरी १६.६ लाख डॉलर्सची आणि बर्गरकिंगची १० लाख डॉलर्सची विक्री होत होती, तर वेंडीची ८,५२,००० डॉलर्सची. यावरून मॅकडोनल्ड्सची झेप दिसून येते.

पण या ब्रेकफास्टच्या उपक्रमाच्या आधीच मॅकडोनल्ड्सने फास्ट फूड उद्योगात आपले वर्चस्व प्रस्थापित केले होते व ते आजही कायम आहे. अध्यक्षपदाच्या कारकिर्दीच्या पहिल्या पाच वर्षांत टर्नरने कंपनीला नव्या तऱ्हेच्या साखळी उद्योगाचे स्वरूप दिले. मर्यादित खाद्यपदार्थ, काउंटरवरील सेवा व ड्राइव्ह-इन पद्धत जाऊन पदार्थांची विस्तारित यादी आणि बसण्याची सोय असलेले रेस्टॉरंट असे स्वरूप आले. क्षेत्रीय कंपनी हा शिक्का जाऊन देशभर विस्तारलेली कंपनी असे तिचे स्वरूप झाले व तिचा प्रभाव देशभर पडला. तिने आपल्या स्पर्धकांना बरेच मागे टाकले. ते १९७४मध्ये जेव्हा ३०००वे स्टोअर चालू करत होते, तेव्हा बर्गरकिंगने फक्त १०००चा टप्पा गाठला होता, तर बर्गर शेफ १०००च्या खाली-खालीच जात होते व तेही कायमचेच. डेव्ह थॉमसची वेंडीज स्टोअर्स साखळी केवळ पाच वर्षांची होती. तिने श्रीमंत गुंतवणूकदारांना मोठमोठ्या क्षेत्राची फ्रँचायझी दिली, त्यामुळे त्यांची उद्योजकता फारशी कधी दिसलीच नाही.

केवळ पाच वर्षांपूर्वी मॅकडोनल्ड्सच्या गतीला खीळ बसल्यासारखे वाटत होते; अधिक आक्रमक स्पर्धक तिच्यावर मात करणार, अशी चिन्हे दिसत होती. कारण ते स्पर्धक कॉर्पोरेट बलदंडांच्या वर्चस्वाखाली होते. पण नंतरच्या पाच वर्षांत फास्ट फूड उद्योग हा एक महत्त्वाचा व उगवता उद्योग झाला होता. या कालखंडात मॅकडोनल्ड्सने निर्विवाद विजयी नेतृत्व मिळवले व ती आघाडीवर गेली; तर तिच्या

स्पर्धकांच्या पायाखालची वाळू सरकू लागली होती. कोणीही बलदंड व्यक्ती वा कॉर्पोरेट मागे नसताना मॅकडोनल्ड्स हे साध्य करत होती.

शिवाय हे सर्व साध्य करताना तिने आपले मूलभूत सिद्धान्त बाजूला ठेवले नव्हते. ते म्हणजे, मॅकडोनल्ड्सची खरी ताकद फ्रँचायझींमध्ये होती, हे रे क्रॉकचे ठामपणे सांगणे होते. तिने आपल्या धडपड्या फ्रँचायझींना डावलले नाही. उलट, तळातील त्यांच्या उपस्थितीमुळे तिथे आवश्यक अशा विपणनामधल्या कसबांत दैनंदिन अनुभवातून नवी भर पडत होती. मोठमोठ्या, एकत्र आलेल्या कॉर्पोरेटचा त्यांनी आधार घेतला नाही; अन्यथा त्यांना काही परदेशी मूल्यांच्या प्रभावाखाली जावे लागले असते. थोडक्यात, मोठा जुगार खेळून कंपनीने फास्ट फूडच्या बाजारपेठेत आपला प्रभाव निर्माण केला होता व तोही आपल्या नियतीवरचे नियंत्रण न सोडता... अन् तिचा विजय झाला होता.

जेव्हा फ्रेड टर्नरने अध्यक्षपद स्वीकारले, तेव्हा अनेक उद्योगपंडितांनी कंपनीच्या या निर्णयाच्या शहाणपणाबद्दल प्रश्नचिन्ह उभे केले होते. कारण त्याचे वय आणि दुसरे म्हणजे त्याचा अनुभव – जो केवळ हॅम्बर्गर, मिल्कशेक आणि फ्रेंच फ्राइज यांची प्रमाणके बनवणे या क्षेत्रातील होता. अशा व्यक्तीच्या हाती कंपनीचे भवितव्य देऊन जोखीम पत्करायची का? पण १९७०च्या सुरुवातीलाच फ्रेड टर्नरच्या क्षमतेबाबतच्या या शंकाकुशंका पार नाहीशा झाल्या. हॅरी फिशर हा इन्व्हेस्टमेंट बँकर म्हणतो, "जसजशी कंपनी वाढत होती तसतशी फ्रेडची व्यवस्थापकीय क्षमताही वाढत चालली होती. तो कुठल्याही बिझनेस स्कूलच्या चौकटीत बसत नव्हता आणि त्याला इतर कॉर्पोरेट बिल्डर्सना मिळते तशी मान्यताही मिळालेली नव्हती. पण कामकाजाविषयक कामगिरीबाबतचे त्याचे कार्य इतरांपेक्षा निश्चितच अधिक होते. तो खरे तर आधुनिक मॅकडोनल्ड्सचा शिल्पकारच होता."

टर्नर हा क्रॉक व सोन्नेबर्नने निर्माण केलेल्या पायावर काम करत होता. एखाद्या वरवर विचार करणाऱ्याचे मत असे पडेल की, फास्ट फूडची बाजारपेठ वाढतच होती व त्याचा फायदा नेमका फ्रेडला मिळाला. "होय, तो त्या उसळणाऱ्या लाटेवर स्वार झाला. पण त्यावर स्वार कसे व्हायचे, हे त्याला माहीत होते. ही गोष्ट सगळ्यांनाच जमत नाही आणि व्यवस्थापन तिथेच दिसून येते," असे संचालक डेव्हिड वालरस्टेन या फ्रेडविषयी म्हणतो.

प्रचार-प्रसारमाध्यमांची जादू

फ्रेड टर्नरचा महत्त्वाकांक्षी विस्ताराचा कार्यक्रम १९६०च्या दशकाच्या अखेरीस राबवायला मॅकडोनल्ड्स सज्ज झाली होती. फास्ट फूड उद्योगातील स्थावर मिळकती विकत घेणारी ती महत्त्वाची कंपनी होती आणि या कामासाठी लागणारी सर्व आर्थिक शक्ती तिने आत्मसात केली होती. शिवाय राष्ट्रीय साखळी म्हणून आपल्या स्टोअर्सच्या व्यवहारावर योग्य ते नियंत्रण ठेवण्यासाठी लागणारी विकेंद्रित व्यवस्थापन-व्यवस्थाही तिच्याकडे होती. खाद्यपदार्थांची सेवा पुरवण्यासाठी आवश्यक ते प्रशिक्षण आपल्या व फ्रँचायझींच्या कर्मचाऱ्यांना देणारी हॅम्बर्गर युनिव्हर्सिटी पण तिच्याकडे होती.

फक्त एकच बाजू थोडी लंगडी होती – ती विपणनाची. आज जरी मॅकडोनल्ड्स ही जगातील सर्वांत मोठी व बलदंड अशी ग्राहकसेवा पुरवणारी यंत्रणा असली तरी त्या वेळी विपणनासाठी ती पूर्णपणे आपल्या फ्रँचायझीवर अवलंबून राहत होती. एवढेच नव्हे, तर तिच्याकडे विपणनाचा विभागही नव्हता.

फ्रँचायझींकडे विपणनाच्या काही आगळ्यावेगळ्या कल्पना होत्या व त्या ते राबवायचे. पण त्यांनी या मोठ्या बाजारपेठेच्या थोड्याच भागाचा विचार केला होता आणि तो होता फक्त अंदाजपत्रकावर आधारित खर्च करणाऱ्या मध्यमवर्गीय व उत्पन्नाच्या मर्यादा असलेल्या कुटुंबवत्सल ग्राहकांना आकर्षित करण्याचा. तसा तो मार्ग हाताळायला सर्वांत सोपा होता. पण आता टर्नरच्या भरभक्कम विस्तार योजनेमुळे त्यांना इतरही प्रकारचे संभाव्य ग्राहक आकर्षित करायचे होते. मॅकडोनल्ड्सपुढे एक मोठे आव्हान एकाएकी उभे ठाकले व ते होते एका राष्ट्रीय पातळीवरील कंपनीची जोपासना करायचे. त्यासाठी अत्याधुनिक व केंद्रीभूत असे जाहिरातींचे प्रयत्न केल्याशिवाय मॅकडोनल्ड्सचे आवाहन सर्वदूर पसरले नसते व टर्नरच्या विस्तार योजनेची वाट लागली असती.

मॅकडोनल्ड्स स्टोअर्सचा १९६७च्या शेवटी सरासरी वार्षिक विक्रीचा आकडा २,९१,००० डॉलर्सचा होता आणि आधीच्या दशकाच्या २,००,००० डॉलर्सच्या आकड्याच्या मानाने ही वाढ तशी मंदच होती. टर्नरला पाच वर्षांत स्टोअर्सची संख्या तिप्पट करायची होती. नव्या ग्राहकांना आकर्षित करण्याची एखादी प्रभावी योजना आखली नाही, तर ही सरासरी बरीच खाली घसरणार होती.

खाद्यपदार्थांची यादी वाढवल्यामुळे नवनवे ग्राहक आकर्षित होत होते व रेस्टॉरंटमध्ये बसण्याची व्यवस्था केल्याने पूर्वी केवळ खिडकीतून पदार्थ घेऊन गाडीत वा घरी खाणाऱ्यांपेक्षा निराळ्या व व्यापक स्तरांतील विविध प्रकारचे ग्राहक येऊ लागले होते. पण त्यासाठी मॅकडोनल्ड्स हे केवळ व्यापक पाया असलेले, जलद सेवा पुरवणारे रेस्टॉरंट आहे – अशी जनमानसात केवळ प्रतिमाच निर्माण करून चालणार नव्हते; तर तसे ते प्रत्यक्षात आहे, हे जनतेला खरेच अनुभवातून कळेल अशी व्यवहार्य परिस्थिती असणेही आवश्यक होते.

टर्नरच्या लक्षात आले की, यासाठी एकच उत्तम उपाय होता – टीव्ही या प्रसारमाध्यमाचा मोठ्या प्रमाणावर उपयोग करून घेणे. पण या क्षेत्रातला या कंपनीला वा या क्षेत्रातील अन्य स्पर्धकांनाही मर्यादित अनुभव होता. टर्नर आपल्या व्यवस्थापकांना व फ्रँचायझींना असे पटवून देत होता की, उत्तम यश मिळवायचे असेल व यशस्वी फास्ट फूड साखळी म्हणून नाव कमवायचे असेल; तर आपला जाहिरातीचा सर्व पैसा तीन टीव्ही चॅनेल्सवर खर्च करायला हवा. ते म्हणजे एबीसी, सीबीएस आणि एनबीसी. अर्थात सुरुवातीला तसे करण्यात मॅकडोनल्ड्स थोडी कमी पडली. पण लवकरच १९६८मध्ये नेटवर्क टीव्हीच्या या माध्यमाचा तिने समर्पक उपयोग करून घेतला.

त्यापूर्वी ऑपनॅड (Opnad) ही राष्ट्रीय सहकारी जाहिरात वितरणाची योजना निर्माण करून व त्यासाठी उत्पन्नाच्या एक टक्का रक्कम बाजूला ठेवून फ्रँचायझींनी सुरुवात केली होती. शिवाय स्थानिक पातळीवरील जाहिरातीसाठी ते आणखी दोन-तीन टक्के उत्पन्न खर्च करत होते. ऑपनॅडच्या निर्मितीमुळे हे टीव्हीचे माध्यम जाहिरातीसाठी एकाएकी खुले होऊ शकले. त्या मार्गाने ३० लाख डॉलर्स अशा राष्ट्रीय पातळीवरील जाहिरातींसाठी १९६८मध्ये एकदम उपलब्ध होऊ शकले आणि ज्या वेगाने त्यांचा विस्ताराचा आलेख उंचावत होता ते पाहता, हा आकडासुद्धा फारच साधा वाटत होता. पण ही एक सावध सुरुवात होती. १९७४पर्यंत हा आकडा २ कोटी डॉलर्सपर्यंत पोहोचला, तर १९८५मध्ये भरभक्कम १८ कोटी डॉलर्सपर्यंत तो गेला. त्यांत जर स्थानिक जाहिरातींचा खर्चाचा आकडा मिळवला, तर हा आलेख त्या वर्षी ३०२ कोटी डॉलर्सपर्यंत पोहोचत होता आणि एवढा खर्च करणारी ती तिसरी मोठी कंपनी ठरत होती. (प्रॉक्टर ॲन्ड गॅम्बलचा आकडा ७७.७

कोटी डॉलर्सचा; तर फिलीप मोटर्सचा ४८.५ कोटी डॉलर्सचा होता.) एखादा एकुलता एक ब्रँड वाढवण्यासाठी केलेला तो सर्वांत मोठा खर्च होता. हे स्पष्ट होत चालले होते की, दुसऱ्या कोणत्याही फास्ट फूड साखळीने केला नसेल किंवा तसा विचारही केला नसेल एवढा खर्च या माध्यमावर करणारी मॅकडोनल्ड्स ही या उद्योगातील एकुलती एक कंपनी होती.

पण पैसा खर्च करणे हे एकमेव उत्तर नव्हते, त्यासाठी केंद्रित पद्धतीत समन्वय साधून काम करणारी राष्ट्रीय पातळीवर अशी यंत्रणा उभी करणे, हे फ्रँचायझींच्या आवाक्याबाहेरचे काम होते. शिकागोच्या या कंपनीने १९६८पर्यंत एक समान कार्यकारी व प्रमाणभूत कार्यव्यवस्था बसवण्यात आणि आपल्या विस्तारासाठी आर्थिक शक्ती उभी करण्यात आपला वेळ खर्च केला होता. पण आता टर्नरला आपली कंपनी विपणनातही राष्ट्रीय पातळीवरची कसबी कंपनी बनवायची होती व त्यासाठी मग त्याने कंपनीबाहेरच्या मार्गांचा उपयोग करून घ्यायचे ठरवले.

पहिली पायरी म्हणजे कंपनीची त्या वेळची अधिकृत जाहिरात एजन्सी शिकागोतील डी आर्ची ॲडव्हर्टायिझिंग हिच्यावर अवलंबून राहायचे. मॅकडोनल्ड्सचे खाते संभाळण्यासाठी डी आर्चीने पॉल श्रागे या व्यवस्थापकाची नेमणूक केली व त्याने कंपनीचे विपणनाचे खाते विकसित करावे, असे सांगितले. मग सर्जनशील अशी माणसे एकत्र करण्यास सुरुवात केली. त्यांत बॅरी क्लाइन हा राष्ट्रीय जाहिरात व्यवस्थापक होता. तो १९६०च्या आसपास वॉशिंग्टन डीसीमधील 'काल, एरिच ॲन्ड मेरिल' या एजन्सीत काम करत होता. त्यानेच रोनाल्ड मॅकडोनल्ड हा 'मॅस्कॉट' मॅकडोनल्ड्ससाठी 'जॉन ऑस्कर गोलस्टाइन'साठी विकसित केला होता. वॉशिंग्टनच्या दोन फ्रँचायझींसाठी रोनाल्ड मॅकडोनल्डचे सर्व 'स्पॉट्स' त्यानेच तयार केले होते.

या नव्या कॉर्पोरेट मार्केटिंग संघाने खाद्यपदार्थ सेवेच्या विपणनासाठी निराळाच मार्ग निवडला. त्यांनी मॅकडोनल्ड्सचे फ्रँचायझी स्थानिक टीव्हीवर वापरत असलेल्या जाहिराती राष्ट्रीय प्रसारणासाठी बाजूला ठेवल्या. त्यांत पदार्थ व विक्री यावरच जास्त भर असायचा. पण श्रागे आणि त्यांच्या चमूने यापेक्षा निराळ्या बाबींवर भर द्यायचे ठरवले. ते म्हणजे, कंपनीची प्रतिमा. मिलर जशी बिअर विकतात तसे मॅकडोनल्ड्सने हॅम्बर्गर विकावेत, असे त्यांना वाटत होते. असे करताना रे क्रॉकचे ते प्रसिद्ध व आवडते वाक्य जणू ते प्रत्यक्षात उतरवत होते. ते होते, ''आम्ही हॅम्बर्गर विकण्याच्या उद्योगात नाही; आम्ही डामडौल वा प्रदर्शनाच्या उद्योगात आहोत.''

त्याची क्रॉकशी भेट झाली, त्या वेळपासून श्रागेच्या मनोभूमिकेत हा फरक पडला होता. तो म्हणाला, ''रेचे म्हणणे होते, हॅम्बर्गर कोणीही बनवू शकतो. आम्हाला त्यांतून त्याहून निराळे काही करायला पाहिजे. त्यामुळे राष्ट्रीय पातळीवर

जाहिरात करताना आम्हाला आहे त्यापेक्षा काहीतरी निराळा संदेश जनतेपर्यंत पोहोचवायचा होता. आम्हाला आमच्या धडपडीत निराळी मोहिनी आणि उत्साह आणायला हवा होता.'' हा श्रागे पुढे मॅकडोनल्ड्सचा ज्येष्ठ कार्यकारी उपाध्यक्ष बनला.

डी आर्चीमध्ये तयार झालेल्या सुरुवातीच्या जाहिराती या करमणूकप्रधान होत्याच, पण त्या माहितीपरही असायच्या. 'बिग मॅक'ची जाहिरात करताना त्यांनी त्याचे सविस्तर वर्णन करणे टाळले. त्यांना वाटले, त्यामुळे लोक कंटाळतील. त्यांना तो पदार्थ खातानाही आनंद व समाधान मिळाले पाहिजे, त्यासाठी जाहिरातही तशीच हवी. त्यांनी डबलडेकर हॅम्बर्गरची जाहिरात करताना त्याचा आकार एखाद्या तीनमजली इमारतीएवढा आहे असे दाखवले व हौशी प्रवाशांना तो दाखवताना त्याच्या गाइडची उंच हॅटही वर पाहताना सावरावी लागते, असे दाखवून त्या उंचीचा अंदाज लोकांना येईल असे पाहिले. मॅकडोनल्ड्सचा स्वच्छतेसंबंधीचा नावलौकिक त्यांनी एक आर्मी कर्नल पांढरे हातमोजे घालून कंपनीची पाहणी करताना दाखवून दिला. फ्रेंच फ्राइज या लोकप्रिय पदार्थाची जाहिरात करताना त्याला त्यांनी मानवी स्वरूप दिले. त्यांत एक मुलगा फ्रेंच फ्राइजचे मोठे पॅक घेऊन बागेत फिरायला जातो, तिथे ते तो स्वत: खाताना मधून-मधून खारीला भरवतो व खाणे झाल्यावर ती कागदी बॅग इकडेतिकडे न टाकता स्वत:च्या खिशात घालून घरी जातो, असे दाखवले. यांत पदार्थाविषयी संदेश न देता तो खाताना मिळणाऱ्या आनंदाविषयी होता.

मात्र श्रागेच्या एक लक्षात आले की, डी आर्चीचा सर्वांत मोठा ग्राहक होता स्टँडर्ड ऑइल कंपनी आणि साहजिकच कंपनीचे जास्त लक्ष व पैसा त्या ग्राहकाला खूश करण्यासाठी खर्च होत होता. त्या मानाने मॅकडोनल्ड्सचे बजेट कमी असल्याने त्यांच्या खात्याकडे दुर्लक्ष होत होते. त्यांना वाटायचे, या खाद्यपदार्थ उद्योगात आपले भवितव्य चांगले नाही.

मग मॅकडोनल्ड्सने १९६९मध्ये नव्या जाहिरात एजन्सीचा शोध चालू केला. आलेल्या अर्जदारांना नमुन्याची जाहिरात तयार करण्यास न सांगता साध्या दहा प्रश्नांची उत्तरे द्यायला त्यांनी सांगितले. त्यांत एक होता – मॅकडोनल्ड्समध्ये खरोखरच एकमेव अशी विक्री होण्याची विशेषता काय आहे की, ज्यामुळे ती इतरांपेक्षा आपल्याकडे अधिक लक्ष वेधून घेऊ शकेल? त्यांपैकी एक एजन्सी होती 'टेड बेट्स एजन्सी' व त्यांचा अधिकारी होता रोझियर रीव्ह्ज. त्याने असे सांगितले की, जलद गतीने धावणाऱ्या व गर्दीच्या टीव्हीसारख्या माध्यमात जाहिरातदाराने त्यांच्या उत्पादनाची सबळ वैशिष्ट्येच पुन:पुन्हा सांगितली पाहिजेत. त्यांनी ॲनासिनची जाहिरात करताना ती डोकेदुखी कशी घालवते याचे महत्त्व जाहिरातींद्वारे लोकांच्या मनावर पुन:पुन्हा ठसवले होते.

पण कीथ ऱ्हाइनहार्डला असे वाटले की, मॅकडोनल्ड्सच्या तीन प्रमुख ग्राहकांना – मुले, त्यांचे पालक व तरुण नागरिक यांना – एकाच वेळी भुरळ घालेल असे काही वैशिष्ट्य आढळत नाही. त्याने 'नीडहॅम, हार्पर अ‍ॅन्ड स्टीअर्स' कंपनीतर्फे मॅकडोनल्ड्सकडे अर्ज केला होता. त्याने आपल्या प्रस्तावात असे सुचवले की, आम्ही जाहिरात करताना ती या तिन्ही घटकांना एकाच वेळी आवाहन करेल, अशीच ती करू. आपला प्रस्ताव सादर करण्यापूर्वी त्यांनी मॅकडोनल्ड्सच्या ग्राहकांचा सखोल अभ्यास केला होता. त्यांनी अनेक स्टोअर्सना भेटी दिल्या. त्यांच्या पाहणीतून असे दिसून आले की, मॅकडोनल्ड्स ही केवळ खाण्यासाठी जाण्याची साधारण जागा नसून तिथे सहकुटुंब जाण्यातून मजा व आनंद लुटणे आहे, असे ग्राहकांना वाटते. तिथे एकाच वेळी मुलांना आवडणारे पदार्थ असतात, पालकांसाठी उत्तम दर्जाचे व कमी किमतीचे पदार्थ असतात; शिवाय स्वच्छता व सोय ही ग्राहकांची मूलभूत गरज तिथे पूर्ण होते. त्यामुळे ऱ्हाइनहार्डच्या मते, मॅकडोनल्ड्सचे जे व्यक्तिमत्त्व तिच्या संवेदनशीलता, उत्साह व मौजमजा यांतून प्रतीत होते; ते मॅकडोनल्ड्सच्या जाहिरातीतून ग्राहकांसमोर जनतेसमोर आणले पाहिजे.

या संकल्पना अन्य प्रकारच्या किरकोळ विक्रीच्या क्षेत्रात योग्य होत्या. पण फास्ट फूडच्या उद्योगात त्या विदेशी वाटायच्या. कारण आजपर्यंत त्यांच्या विक्रीचा मुख्य रोख उत्तम पदार्थ व किफायशीर किंमत हाच होता. जाहिरात धोरणाचा थोडा विचार करून १९७०मध्ये टीव्हीवरील जाहिरातीत मॅकडोनल्ड्सची कमी किंमत व गरमागरम हॅम्बर्गरचा उपयोग करून जाहिरात करता आली असती. ऱ्हाइनहार्डच्या मते, मॅकडोनल्ड्स ही परोपकारी संस्था होती. तिला ग्राहकांच्या गरजांची जाणीव आहे व त्यांना आनंदाचे काही क्षण द्यायची तिची इच्छा आहे, असे दाखवता आले असते.

अशा एखाद्या आगळ्यावेगळ्या पद्धतीची श्रागे वाटच पाहत होता व त्यामुळे ते काम 'नीडहॅम, हार्पर अ‍ॅन्ड स्टीअर्स' कंपनीला मिळाले. तीन महिन्यांच्या घालून दिलेल्या मुदतीच्या आतच त्यांनी मग चांगला जाहिरात कार्यक्रम विकसित केला व तो मॅकडोनल्ड्समधील लोकांनाही आवडला. ऱ्हाइनहार्ड म्हणतो, ''ग्राहक संशोधनातून आम्हाला असे जाणवले की, मॅकडोनल्ड्सच्या रेस्टॉरंटला सर्व कुटुंबीयांनी भेट देणे, हा एक आनंददायी प्रसंग असतो. जणू सर्व जण मौजमजेच्या बेटावरच गेलेत, असं वाटतं. मुलींना ते फ्रेंच फ्राइजचे डोंगर दिसतात, आई काय-काय मागवायचे हे पाहत असते; तर बाबा व्यवसायातील कटकटी काही क्षण बाजूला ठेवतात.''

मग हे उद्दिष्ट डोळ्यांसमोर ठेवून जाहिरात एजन्सीने टीव्हीसाठी सुमारे १२

नव्या जाहिराती तयार केल्या व त्यांत 'संसाराच्या कटकटीतून पळत जायचे बेट' हा मध्यवर्ती धागा पकडला. त्यातल्या संगीतमय गाण्याने 'तुम्ही मॅकडोनल्ड्स बेटावर या' असेच निमंत्रण मिळत होते. रस्त्यावरच्या वाहतुकीच्या समुद्रात हवाई छायाचित्रणाद्वारे घेतलेले मॅकडोनल्ड्स रेस्टॉरंट खरोखरच एखाद्या बेटासारखे दिसत होते. फ्रेड टर्नरला तर त्या जाहिराती पाहून इतका आनंद झाला की, आदल्या दिवशी वॉल स्ट्रीट जर्नलसाठी त्याची ज्या वार्ताहराने खास मुलाखत घेतली होती, त्याला त्याने परत बोलावून घेतले. त्याला त्या वार्ताहराला सांगायचे होते की, आदल्या दिवशी मुलाखतीच्या वेळी व्यक्त केलेला विक्रीचा अंदाज त्याला सुधारायचा होता.

ठरवलेल्या वेळेच्या १५ दिवस आधीच सर्व जाहिराती प्रदर्शनासाठी सज्ज झाल्या. पण तेवढ्यात आभाळ कोसळल्यासारखेच झाले. मॅकडोनल्ड्सच्या क्षेत्रीय सल्लागाराने ओक्लाहामामधील रेस्टॉरंट्सची तपासणी करताना एक जाहिरात फलक पाहिला व तो हबकलाच. त्यावर मजकूर होता, 'ए ॲन्ड डब्ल्यू रूट बिअर युवर आयलंड ऑफ प्लेजर!' (या कंपनीची बिअर म्हणजे तुमचे आनंदाचे बेटच.) तसे त्या कंपनीने ते घोषवाक्य क्षेत्रीय जाहिरातींसाठी वापरले होते. पण मॅकडोनल्ड्सच्या वकिलांचे म्हणणे पडले की, यात कायद्याची गुंतागुंत होईल व ती जोखीम पत्करणे योग्य नाही. मग जाहिरात एजन्सीला नवी कल्पना लढवायला फक्त दोन आठवडे होते. ऱ्हाइनहार्ड सांगतो, "आम्ही घाबरूनच गेलो. आमच्याकडे ताबडतोब बदलण्यासारखे काही नव्हते आणि डोके सुन्न झाल्याने नवा विचार करण्यास मार्गच नव्हता."

मग तो कसाबसा कामाला लागला. त्या वेळी तो लॉस एंजलीसला होता. तिथे मॅकडोनल्ड्सच्या आणखी काही जाहिराती तयार करत असताना त्याला ही वाईट बातमी कळली होती. मग नीडहॅममधला एक ज्येष्ठ कॉपीराइटर गॉर्डन फेंटॉनला त्याने दुसऱ्या दिवशी न्यू यॉर्कला भेटायला बोलावले व त्याला देशातील एक उत्तम संगीत-दिग्दर्शक सिड वोलोशिन याच्याशी बैठक ठरवायला सांगितले. अशा स्थानी जाहिरातींसाठी संगीत रचण्यात सिड पटाईत होता. वोलोशिनने मग ते काम करायचे मान्य केले व मॅकडोनल्ड्ससाठी नवी धून बसवायचे काम त्याने चालू केले. ऱ्हाइनहार्ड आणि फेंटॉन हॉटेलवर जाऊन नव्या कविता रचायच्या मागे लागले. पूर्वीच्या कवितेतील एक ओळ चपखल बसत होती. ती होती – 'वुई आर सो निअर यट फार अवे, सो गेटअप ॲन्ड गेट अवे टू मॅकडोनल्ड्स' (आम्ही इतक्या जवळ आहोत तरीही दूर आहोत, तेव्हा उठा आणि चालू लागा – मॅकडोनल्ड्सकडे या.) त्यांनी मग त्याला साजेशा छोट्या-छोट्या ओळी रचल्या व ते वोलोशिनकडे आले. मधल्या काळात त्यानेही काही संगीतरचना केल्या होत्या. त्या त्याने पियानोवर त्यांना वाजवून दाखवल्या.

त्यांपैकी एक सर्वांना आवडली. ती त्या कवितांना चपखल बसत होती. त्यांनी मग नवे गाणे न्यू यॉर्कच्या एका स्टुडिओत ध्वनिमुद्रित केले व ते मॅकडोनल्ड्समध्ये विपणन व्यवस्थापक बॅरी क्लाइन आणि मॅट लॅम्बर्ट यांना ऐकवण्यासाठी गेले. त्यापैकी लॅम्बर्टची प्रतिक्रिया ऐकून ते सर्दच झाले. तो म्हणाला, ''मला हे संगीत आवडले; पण शब्द काय होते, ते कळले नाहीत.''

आता हा नवाच प्रश्न निर्माण झाला. 'वुई आर सो निअर यट फार अवे' ही ओळ तर मध्यवर्ती होती, पण तीच ओळ नीट समजत नव्हती. मग ऱ्हाइनहार्डने दुसरी एखादी ओळ बसते का, ते बघायचा प्रयत्न केला; पण त्याचे डोकेच चालेना. काहीच मनासारखे होत नव्हते. मग तो मॅकडोनल्ड्सच्या ग्राहक संशोधनासाठी नीडहॅमतर्फे संशोधन करणाऱ्या सल्लागाराकडे गेला. त्यांत 'ब्रेक' (सुट्टी) हा शब्द पुन:पुन्हा येत होता. काही ग्राहक 'ब्रेक फ्रॉम रूटीन' (नेहमीच्या चौकटीतून सुटका), तर कोणी 'ब्रेक फ्रॉम प्रिपेरिंग मील्स' (जेवण बनवण्यातून सुटका), कोणी 'ब्रेक ऑन प्राइसेस' (किमतीवर नियंत्रण) असे सांगायचे. प्रत्येक वेळा ब्रेक येत होते. याचा अर्थ ब्रेक शब्द नव्या गाण्यात यायला हवा होता. त्या वेळपर्यंत कंपनीतला प्रत्येक जणच डोके खाजवत काय नवीन टाकता येतेय का, पाहत होता. अशा वेळी नीडहॅमच्या ॲडव्हर्टायझिंग रिव्ह्यू बोर्डचा प्रमुख अल् क्लाटची ओळ सर्वांना भावली. ती होती, 'यू डिझर्व्ह ए ब्रेक टुडे' (तुम्ही आज एक सुट्टी घेण्यास पात्र आहात.) आणि ती बरोबर बसली. 'यू डिझर्व्ह ए ब्रेक टुडे, सो गेट अप ॲन्ड गेट अवे टू मॅकडोनल्ड्स' (तुम्हाला आज सुट्टी हवी आहे, मग उठा आणि मॅकडोनल्ड्समध्ये जा.) ही नवी ओळ त्या गाण्यात व संगीतात चपखल बसली. त्यांतून एक सर्वसामान्य संगीतमय सूत्र तयार झाले व ते डझनभर जाहिरातींत, निरनिराळ्या प्रकारे संदेशांत उत्तम बसले. वर्षाच्या आतच हे नवे थीमसाँग टीव्हीवरचे सर्वांत लोकप्रिय ठरले. इतकेच नव्हे, तर अनेक वर्षे ते त्याच स्थानी राहिले. ते इतके लोकप्रिय झाले की, पॉप सिंगर बॅरी मॅनिलोने ते त्याच्या संगीत कार्यक्रमात वापरले आणि मग लोक त्यालाच 'ब्रेक' म्हणू लागले.

या 'ब्रेक' जाहिरातीमुळे मॅकडोनल्ड्स इतर स्पर्धकांच्या भरपूर पुढे गेला. त्यांच्याइतके लोकप्रिय, लक्षात राहील असे संगीतबद्ध गाणे कोणालाच आपल्या जाहिरातीसाठी करता आले नाही. पण मॅकडोनल्ड्सच्या जाहिरातीसंबंधीची नीडहॅमची सर्जनशीलता तिथेच थांबली नाही. त्याच्या जाहिरातीचे सूत्र 'फूड, फोक्स ॲन्ड फन' (खाद्यपदार्थ, व्यक्ती आणि मौजमजा) या त्रिसूत्रीवर आधारित राहिले आणि पुढची अनेक वर्षे तेच सूत्र कायम होते.

पण या त्रिसूत्रीत केवळ मॅकडोनल्ड्समध्ये वेळ चांगला जातो, एवढेच सांगितले नव्हते; बहुतेक सर्व जाहिरातींतील एखाद्या छोट्या गोष्टीतून कंपनीचे व्यक्तिमत्त्व उभे

राहत होते. या गोष्टीची मालिका पुढे एवढी प्रबळ झाली आणि त्यांतले पदार्थांविषयीचे संदर्भ एवढे मार्मिक असायचे की, श्रागेने आग्रह धरला की, प्रत्येक जाहिरातीला एक शीर्षक द्यावे व तिथे मॅकडोनल्ड्सचे बोधचिन्ह (लोगो) असावे. त्यामुळे ही जाहिरात कोणत्या कंपनीच्या पदार्थाची आहे, हे ग्राहकांना कळले असते. श्रागे म्हणतो, ''आम्ही मॅकडोनल्ड्सचे व्यक्तिमत्त्व प्रसिद्ध करण्यात इतके गुंतून गेलो होतो की, तिची आणखी काही ओळख आहे, हेच आम्हाला लक्षात येत नव्हते. हा 'ब्रेक' ही तिची निराळीच ओळख झाली.''

या प्रत्येक ब्रेक जाहिरातीत नीडहॅमने हलकेफुलके, विनोदगर्भ संदेश देऊन फास्ट फूड उद्योगाचे नकारात्मक चित्र निर्माण होणार नाही, याकडे लक्ष पुरवले. ते इतके परिणामकारक झाले की, फास्ट फूड उद्योगाकडून असे काही होऊ शकते ह्यावर लोकांचा विश्वासच बसेना आणि मॅकडोनल्ड्सचे स्पर्धक असे काही जाहिरातीद्वारे करायच्या जवळपासही नव्हते.

'बटलर' या जाहिरातीत एक बटलर रोल्स रॉइस गाडीतून मॅकडोनल्ड्सचे हॅम्बर्गर, फ्रेंच फ्राइज व मिल्कशेक 'साहेबांच्या' दुपारच्या जेवणाकरता घेऊन येतो व 'साहेब' खूश होतात; कारण त्यांच्या डॉलरमध्ये उरलेले पैसे तो परत आणतो, तेही चांदीच्या थाळीत! साहेब असतो 'लक्षाधीश'. 'ट्रेन' या जाहिरातीत एक कुटुंब सहलीला जात असते. वाटेत रेल्वे क्रॉसिंग येते व फाटक बराच वेळ बंद राहते. सगळे वैतागतात. पण तेवढ्यात त्यांना मॅकडोनल्ड्सचे चित्र दिसते. मग ते गाडी बंद करून तिथे जातात, मस्तपैकी दुपारचे जेवण घेतात व परत येतात, तेव्हा फाटक उघडलेले असते. ते खूश होतात.

जेव्हा मॅकडोनल्ड्सची स्वच्छता ही खासियत जाहिरातीत दाखवायची होती, तेव्हा 'ब्रेक'मध्ये नीडहॅमने एक मनोरंजक व सर्वोत्तम जाहिरात केली. ती जाहिरात फास्ट फूड उद्योगाला नवी दिशा देणारी ठरली. १,३०,००० डॉलर्सच्या त्या जाहिरातींवरील खर्चाने तोपर्यंतचे खर्चाचे उच्चांक मोडले. पण मॅकडोनल्ड्सने तो खर्च स्वीकारला; कारण नीडहॅमचे मत होते, जर दर्जेदार उत्पादनाची व त्यांच्या 'दर्जाची' जाहिरात करायची तर तीही दर्जेदारच हवी.

'क्लीन' या जाहिरातीत खाद्यपदार्थांच्या उद्योगातील स्वच्छतेवर भर होता. पण त्यांत मॅकडोनल्ड्सचा कोणताही खाद्यपदार्थ दाखवला नव्हता. त्याऐवजी त्यांत सात खलाशी एका मॅकडोनल्ड्सच्या स्टोअरपुढे पांढऱ्याशुभ्र गणवेशात 'ब्रेक'चे नवे गाणे गाताना दाखवले होते. ते गाणे होते – ''ग्रॅब ए बकंट अॅन्ड मॉप, स्क्रब फ्रॉम बॉटम टू द टॉप, बिफोर वुई ओपन द डोअर, पुट अ शाइन ऑन द फ्लोअर!''

या जाहिरातीत काम करणाऱ्या काही व्यक्ती पुढे टीव्ही वा सिनेमातील प्रसिद्ध नट-नट्या झाले. हा पायंडा 'क्लीन' या जाहिरातीपासून पडला. त्यांपैकी एक होता

जॉन अॅडम्स. तो पुढे एबीसीच्या 'रूट्स'मध्ये चमकला. तसेच सीबीएसच्या 'गुड टाइम्स'मध्ये टेरी गार या नटीला 'टूटसी'मधील कामाबद्दल पुढे ऑस्कर मिळाले. पण त्यापूर्वी बऱ्याच आधी तिने मॅकडोनल्ड्सच्या एका जाहिरातीत काम केले होते. त्यांत ती मुलीला घेऊन सकाळी पार्टी ड्रेस खरेदीसाठी जाते, असे दाखवले होते. मुलीने काहीही त्रास न देता तिला शांतपणे खरेदी करून दिली, त्याचे बक्षीस म्हणून तिला मॅकडोनल्ड्समध्ये घेऊन जाताना दाखवले होते. पुढे तरुणाईचा लाडका नट होण्यापूर्वी मायकेल जे फॉक्सनेही अशा जाहिरातींतून काम केले होते.

नीडहॅमने 'रोनाल्ड मॅकडोनल्ड' या कंपनीच्या मॅस्कॉटभोवती गुंफलेल्या जाहिरातीसाठी कल्पनारम्य सेट तयार केला होता व त्यांत गोष्टीच्या पुस्तकातील काही व्यक्तिचित्रे गुंफली होती. जसे हॅम्बर्गर्स (एव्हरी हीरो नीड्स ए व्हिलन), मेयर मॅकचीज (चीजबर्गर व्यक्तिमत्त्व), ऑफिसर बिग मॅक आणि ग्रिमासे. या पात्रांना रोनाल्डइतकी प्रसिद्धी मिळाली नाही, पण ती लोकप्रिय झाली व मग हीच कल्पना विस्तारित करून श्रागेने मॅकडोनल्ड्स स्टोअर्समध्ये लहान मुलांसाठी खेळायची साधने ठेवायची कल्पना लढवली व अमलात आणली. तशी ही कल्पना नवी नव्हती. पेनसिल्व्हानियामधील बेनसालेम इथल्या जॉर्ज गॅब्रिएल या फ्रँचायझीने १९६०च्या आसपास अशा खेळण्यांसाठी आपल्या स्टोअरमध्ये स्वतंत्र कक्ष काढला होता; पण त्यांत जाहिरातीतील पात्रांची कल्पना घालण्यात आली, त्या वेळी त्याची लोकप्रियता वाढली व त्यामुळे लहान मुलांच्यात मॅकडोनल्ड्समध्ये खेळासाठीही जायचेय, ही आवड वाढू लागली. आज ४० टक्के स्टोअर्समध्ये असे कक्ष आहेत, ते जगभर पसरलेत. डॉन ऑमेटने ही खेळण्याची साधने मॅकडोनल्ड्सकरता खास विकसित केली. पुढे-पुढे तो वॉल्ट डिस्नेकरता डिझायनर म्हणून गेला व या दोन्हींमुळे त्याने भरपूर कमाई केली. सन १९६०च्या दशकाच्या तुलनेत १९७०च्या दशकाच्या मध्याला बराच फरक पडला. पूर्वी स्थानिक स्टोअर फ्रँचायझी जाहिरात करायचे. पुढे त्यात सर्जनशीलता आली. 'ब्रेक'च्या जाहिरातसत्रामुळे मॅकडोनल्ड्स जागतिक दर्जाची विपणन कंपनी झाली. विक्रीत दुप्पट वाढ होऊन १९७३मध्ये ती प्रतिस्टोअर सरासरी ६,२१,००० डॉलर्स झाली. शिवाय या सत्रामुळे मॅकडोनल्ड्स कंपनी टीव्हीवरील जाहिरातदारांत सर्वांत प्रभावशाली ठरली. आजकाल दर वर्षी ३.५ कोटी डॉलर्स खर्च करून १६० नव्या जाहिराती तयार करण्याचे काम मॅकडोनल्ड्सचा विपणन विभाग करतो.

विपणनाची ताकद फ्रँचायझींकडून मॅकडोनल्ड्स कॉर्पोरेशनकडे जाते आहे, हे यानिमित्ताने दिसून आले. त्याद्वारा कंपनीची प्रतिमा तयार होत होती. टीव्हीवरील जाहिरातींचे प्रकार तयार होत होते व त्यांतून मॅकडोनल्ड्सच्या विपणनाच्या नवनव्या पद्धती आकार घेत होत्या. विपणनासाठी खास केंद्रीभूत प्रयत्न व्हावेत, असे

कंपनीला १९६०मध्ये वाटत होतेच; पण पुढच्या दशकात त्याची सर्व शक्ती कंपनीच्या मध्यवर्ती कार्यालयातील व्यवस्थापकांमध्येच केंद्रित झाली. अर्थात, हे जरा धोक्याचे होते. कारण ग्राहकांच्या जवळ तळागाळात काम करणारे फ्रँचायझी हेच ग्राहकांची खरी नस जाणणारे होते व त्यामुळे पूर्वी जाहिरातीचे प्रयत्न सुसंगत असायचे. पण या टीव्हीवरील जाहिरातींच्या अपूर्व यशामुळे आपली खरी ताकद ही फ्रँचायझींना सबल करण्यात, त्यांचे ग्राहकसेवेतील प्रयत्न यशस्वी करण्यात आहे, याचा विसर पडायची शक्यता नाकारता येत नव्हती.

सुदैवाने तसे काही घडले नाही. जाहिरातींसाठी खास तयार केलेल्या सहकारी यंत्रणेने फ्रँचायझीचे हित अबाधित राहील, हे आवर्जून पाहिले. अपेक्षेनुसार, सर्जनशील विपणनासाठी आवश्यक असे राष्ट्रीय पातळीवरचे जाहिरातीचे प्रयत्न मध्यवर्ती कार्यालयातून झाले. पण स्थानिक जाहिराती आणि प्रसिद्धीच्या योजना या सहकारतत्त्वावरील यंत्रणेतून हाताळल्या गेल्या. एकूण जाहिरात खर्चापैकी ५७ टक्के खर्च त्यांच्यामार्फत व्हायचा व त्यासाठी १६५ स्थानिक सहकारी मंडळे काम करायची. ऑपनॅडमुळे फ्रँचायझीची टीव्हीवरील जाहिरातींवरची पकड चांगली राहिली व त्याचबरोबर तिने राष्ट्रीय पातळीवरील जाहिरातीसाठी मॅकडोनल्ड्सला सहकार्यही केले.

सर्जनशील जाहिरात करण्याच्या प्रयत्नासाठीच्या धडपडीत फ्रँचायझीही मागे नव्हते. नीडहॅमवर १९७५च्या आसपास मॅकडोनल्ड्सचा दबाव वाढत होता की, त्यांनी खाद्यपदार्थांचा समावेश असलेल्या जाहिरातींवर जास्त भर द्यावा. तोपर्यंत 'फोक्स आणि फन'वर भर दिला जात होता. मग फ्रँचायझींनी तिन्ही बाबींवर समतोल भर असावा, याबाबत आग्रह धरला. विशेष करून 'बिग मॅक'बाबत. पण ऱ्हाइनहार्ड म्हणतो, "मॅकडोनल्ड्सचा आग्रह होता की, जाहिरातीतील बिग मॅकमध्ये कोणकोणते पदार्थ वापरले जातात व दिले जातात, हे दाखविण्यावर भर असावा. पण असेकाही दाखवत बसलो असतो, तर प्रेक्षक कंटाळले असते." मग वैफल्यग्रस्त ऱ्हाइनहार्ड आणि डॅन निकोल्सनी बिग मॅकमधल्या सात पदार्थांची यादी केली व त्याचा खेळ कसा करता येईल, याकरता डोके खाजवले. मग एका जाहिरातीत एक निराळा माणूस कुठेही न थांबता, न अडखळता ते सातही पदार्थ एका दमात उच्चारताना दाखवले. झाले ते असे – "टू ऑल बीफ पॅटिस स्पेशल सॉस लॅट्यूस चीज पिकल ओनियन्स ऑन ए सीसेम सीड बन!" पण ही जाहिरात फारशी यशस्वी झाली नाही व ती थोड्याच दिवसांत बंद करावी लागली. पण मॅकडोनल्ड्सचा पूर्वीचा प्रसिद्धिप्रमुख व नंतरचा अलाबामामधील बर्मिंगहॅमचा फ्रँचायझी मॅक्स कूपरच्या डोक्यात एक भन्नाट कल्पना आली. त्याच्या मते, या जाहिरातीत एक गोष्ट कमी होती. हे वाक्य ग्राहकांनी म्हणायला हवे होते. त्याने मग आपल्या

जाहिरातदारापर्यंत स्थानिक रेडिओ स्टेशनच्या मदतीने एक स्पर्धा भरवली. स्टोअरमधील ग्राहकांपैकी जे एका दमात न चुकता हे वाक्य म्हणतील आणि तेही चार सेकंदांत, त्यांना एक 'बिग मॅक' बक्षीस दिले जाणार होते व त्यांचे रेकॉर्डिंग त्या रेडिओ स्टेशनवरून प्रसारित केले जाणार होते. ही जाहिरात बर्मिंगहॅममध्ये ताबडतोब लोकप्रिय झाली. काही आठवड्यांतच अनेक रेडिओ केंद्रांनी या टंग ट्विस्टरच्या स्पर्धा भरवल्या. नंतर कूपरने 'मॅन ऑन द स्ट्रीट' ही टीव्ही जाहिरात बनवली. त्यांत असेच रस्त्यावरचे नागरिक हे वाक्य म्हणण्याचा प्रयत्न करताना दाखवले होते. गावातल्या बहुतेक मुलांनी ते वाक्य तोंडपाठ केले व पटापटा म्हटले आणि सर्वांत कळस म्हणजे विक्रीत एकदम २५ टक्क्यांनी वाढ झाली. पुढे दक्षिणेतील अनेक फ्रँचायझींनी ही कल्पना आपापल्या गावी राबवली. मग केंद्रीय कार्यालयाने त्याची दखल घेतली व नीडहॅमने राष्ट्रीय पातळीवर, ग्राहक ही ओळ म्हणताना दाखवलेली अफलातून जाहिरात बनवली व ती एवढी प्रसिद्ध झाली की, आजही ती अधून-मधून सर्वत्र वापरली जाते.

पण राष्ट्रीय विपणनाचा विचार करता, स्थानिक फ्रँचायझींनी त्यांची सर्जनशीलता पदार्थांच्या जाहिरातीपेक्षा संवर्धनाच्या कामासाठी वापरली. मॅकडोनल्ड्सच्या संवर्धनाच्या बऱ्याचशा योजना १९६० व १९७०च्या दशकांत स्थानिक सहकारीपद्धतीवर फ्रँचायझींनी चालवलेल्या व त्यांच्या नियंत्रणाखाली असलेल्या प्रयत्नांतून होत होत्या. पुढे त्या राष्ट्रीय पातळीवर गेल्या. मात्र १९९१मध्ये स्थानिक पातळीवरील खर्चाचा आकडा ३२.४ कोटी डॉलर्सचा होता, तर राष्ट्रीय पातळीवरील या खर्चाचा आकडा २४.८ कोटी डॉलर्स होता. यावरून स्थानिक पातळीवरून संवर्धनाचे प्रमाण मोठ्या प्रमाणावर होत होते, हे दिसून येईल.

त्यामुळे मॅकडोनल्ड्सची स्थानिक सहकारी यंत्रणा ही सर्वांत मोठी व अत्याधुनिक पद्धतीने जाहिरात करणारी ठरली. त्या स्वत:ची जाहिरात एजन्सी नेमतात व त्या या फ्रँचायझींनी नियंत्रित केलेल्या सहकारी यंत्रणेकरता काम करतात; मॅकडोनल्ड्ससाठी नाही. याउलट, राष्ट्रीय पातळीवरील जाहिरातीसाठी कंपनी एकच जाहिरात एजन्सी वापरते. पण कृष्णवर्णीय ग्राहक तसेच हिस्पॅनियन (मेक्सिकन) ग्राहकांसाठी अन्य दोन जाहिरात एजन्सींद्वारा काम केले जाते, तर स्थानिक जाहिरातींसाठी ६५ निरनिराळ्या स्थानिक एजन्सी काम करत असतात. पण इतर क्षेत्रातील यशस्वी जाहिरात व संवर्धन कल्पनांचा फायदा आपल्या क्षेत्रातही कसा करून घेता येईल, हे स्थानिक सहकारी यंत्रणा पाहतात, त्या वेळी त्यांची खरी ताकद दिसते. त्यामुळे या स्थानिक सहकारी यंत्रणेचा परस्परसमन्वय अत्यंत परिणामकारक होतो. मग त्यातल्या यशस्वी कल्पना राष्ट्रीय पातळीवर मॅकडोनल्ड्स राबवते. त्यामुळे राष्ट्रीय पातळीवरही जाहिरात व संवर्धनाच्या

योजना राबवताना तळागाळातील ग्राहकांच्या आवडी-निवडी, वैशिष्ट्ये वगैरेंचे भान ठेवता येते आणि योजना व्यवहार्य बनते. अशा रितीने स्थानिक पातळीवरची एखादी कल्पना जेव्हा राष्ट्रीय पातळीवर राबवली जाते, तेव्हा ती राबवणाऱ्या एजन्सीचे भाग्यही कित्येक वेळा उजळते; मग त्याचा परिणाम स्थानिक पातळीवर त्यांचे वजन वाढण्यात व बस्तान बसण्यात होतो.

उदा. – बोस्टनमधील सहकारी यंत्रणेला जेव्हा मॅकडोनल्ड्सच्या ब्रेकफास्टचे संवर्धन करायचे होते, तेव्हा त्यांनी बोस्टनमधील 'जिलेट' या दाढीचे रेझर ब्लेड बनवणाऱ्या कंपनीशी संधान बांधले. त्यांनाही त्यांच्या नव्या 'गुड न्यूज रेझर'ची विक्री वाढवायची होती. पण स्थानिक पातळीवर चालू केलेली ही योजना एवढी यशस्वी झाली की, ती मग राष्ट्रीय पातळीवर राबवली गेली. या योजनेत त्यांनी दोन कोटी नमुन्याची ब्लेड्स मॅकडोनल्ड्सच्या ग्राहकांत फुकट वाटली. त्याला एवढा प्रतिसाद मिळाला की, ती हातोहात संपून गेली व कंपनीचा साठा संपला.

असाच परिणाम लॉस एंजलीसमधील जाहिरातीच्या सहकारी यंत्रणेद्वारा राबवण्यात आला. त्यांनी खेळांच्या काही प्रकारांचा उपयोग करून घेतला. एका प्रकारात ग्राहकांना कार्ड्स दिली जायची. त्याच्यावर एका चौकोनात असलेले कार्बनचे आवरण खरवडले की, आत काय बक्षीस लागलेय ते लगेच कळायचे व ते दिलेही जायचे. हे फारच लोकप्रिय झाले व विक्रीही वाढली.

पण खरा विजेता होता सायमन मार्केटिंग. जेव्हा लॉस एंजलीसमधल्या या यशस्वी प्रयोगाची माहिती इतर ठिकाणच्या सहकारी यंत्रणांना कळली, तेव्हा त्यांनीही स्वत:चे असेच प्रयोग चालू केले. मग १९८१मध्ये मॅकडोनल्ड्सने राष्ट्रीय पातळीवर असेच काही उपक्रम सुचवायला सायमन मार्केटिंगला सांगितले. त्याचे नाव ठेवले, बिल्ड व बिग मॅक. मग एअरलाइन्स, सुपरमार्केट्स व इतर साखळी पद्धतीच्या कंपन्यांनी सायमनकडून असेच खेळ तयार करून घेतले. अशा क्षेत्रीय जाहिरात कंपन्यांची कल्पना जेव्हा राष्ट्रीय पातळीवर राबवण्यासाठी उचलली जाते, तेव्हा त्या कंपन्यांचे भाग्य फळफळते. त्यांची प्रतिष्ठा वाढते व मॅकडोनल्ड्ससारख्या प्रसिद्ध कंपनीचे काम करताहेत म्हटल्यावर तर, इतरही लोक त्यांच्याकडे येऊ लागतात. या सहकारी यंत्रणेत ६५ जाहिरात कंपन्या असल्याने त्यांची मग आपापसात स्पर्धा चालू होते, एकमेकांवर कुरघोडी करण्यासाठी जाहिरातीच्या नवनव्या कल्पना राबवल्या जातात व त्यांतून शेवटी सर्वांनाच वाढत्या विक्रीचा फायदा होतो. असे हे मजेशीर पण फायदेशीर चक्र आहे व ते तळागाळातून चालू होते, हे विशेष! अन्यथा, इतरत्र निर्णय वरून खाली लादले जातात.

अर्थात याची दुसरीही बाजू आहे. या विकेंद्रित पद्धतीने कित्येक विनाआखणी

कामे होताना संसाधनांची नासाडी होते व बाजारपेठेत चुकीचे संदेश जातात. यासाठी मॅकडोनल्ड्समध्ये या स्थानिक जाहिरातदारांना कंपनीच्या कॉर्पोरेट प्लॅनिंगच्या व्यवस्थेत सामावून घेतले जाते. वर्षातून दोन वेळा मॅकडोनल्ड्स या सर्व स्थानिक जाहिरातदारांच्या व ऑपनॅडच्या प्रतिनिधींची बैठक घेते. झालेल्या कामाचा आढावा, भावी योजनांची माहिती, उल्लेखनीय उपक्रम वगैरेंचा त्यात ऊहापोह होतो. त्याचबरोबर हाच गट दर वर्षी सर्व १६५ स्थानिक सहकरी यंत्रणांच्या अध्यक्षांबरोबर बसून वार्षिक विपणन कार्यक्रम, खर्चाचे अंदाजपत्रक वगैरेंवर चर्चा करतो. वर्षाचे ८-१० भाग करून कोणत्या भागात कोणत्या पदार्थांच्या संवर्धनावर भर द्यायचा, ते ठरवले जाते. मग या योजनेचे 'ब्ल्यू बुक' सर्व स्थानिक सहकारी मंडळांना पाठवले जाते. त्यांची त्यात भाग घेण्याची तयारी आहे ना, हे विचारले जाते. ते त्यांना ठरावीक तारखेपर्यंत कळवावे लागते. चालना द्यायच्या काही कल्पना स्थानिक पातळीवर प्रथम सुचवल्या गेल्या असल्या, तरी त्यांचे एकत्रीकरण करून मध्यवर्ती कार्यालयातून त्या सर्व फ्रँचायझीच्या स्टोअर्सना पाठवल्या जाणे आवश्यक असते. कारण एकूण व्याप पाहता, त्याची बरीच आधी पूर्वतयारी करणे जरुरीचे असते. स्थानिक सहभाग हा वैकल्पिक असल्याने जर अधिकाधिक ठिकाणांहून नकार आला, तर सर्वच योजना बारगळण्याची शक्यता असते. पण प्रत्येक संवर्धनाच्या कल्पनेतून व्यवसायवाढीची शक्यता भरपूर असल्याने स्टोअर्सही अशा योजनांसाठी बऱ्याच आधीपासून तयार असतात. म्हणूनच काळजीपूर्वक केलेली पूर्वतयारी व आखणी हे कळीचे शब्द बनतात. १९८३मध्ये 'हॅपी मील' या योजनेचे संवर्धन करण्याचे ठरले. त्यांत मॅटेलच्या 'हॉट व्हील्स टॉय कार्स' या लोकप्रिय खेळण्यांचा उपयोग केला गेला. त्याला स्थानिक स्टोअर्सनी प्रचंड पाठिंबा दिला. त्यामुळे मॅकडोनल्ड्सनी त्या छोट्या प्लॅस्टिक मोल्डेड गाड्यांचे मॅटेलचे जगभरचे उत्पादन एकहाती खरेदी केले. संख्या होती ४.४ कोटी गाड्या! योजना प्रचंड यशस्वी झाली.

मध्यवर्ती आखणी आणि समन्वय याचा अर्थ पूर्णतः मध्यवर्ती नियंत्रण असे नाही. मॅकडोनल्ड्स हे विपणनाचे यंत्र झाले असले, तरी ते चालवणारे बरेच जण आहेत. खरे पाहता, या क्षेत्रात फ्रँचायझी अत्यंत प्रभावीपणे कॉर्पोरेशनवर आपले नियंत्रण ठेवतात. जाहिरातींचा पूर्ण खर्च ते करत असल्याने त्यांची तशी अपेक्षा असणे स्वाभाविक आहे. इतर स्पर्धकांबाबतही कामाची पद्धत अशीच असली, तरी बव्हंशी नियंत्रण मध्यवर्ती यंत्रणेचे असते.

मॅकडोनल्ड्सवर नियंत्रण राखण्यासाठी ऑपनॅड ही यंत्रणा महत्त्वाचे काम करते. यात ८२ सदस्य असतात. त्यांपैकी ४२ फ्रँचायझींनी निवडलेले असतात व ४० मॅकडोनल्ड्सचे क्षेत्रीय अधिकारी असतात. प्रत्येक फ्रँचायझी प्रतिनिधीला एक जाहिरात मत असते; तर क्षेत्रीय अधिकाऱ्याला अर्धे. त्यामुळे नियंत्रण कुणाकडे

आहे, ते स्पष्ट होते.

मॅकडोनल्ड्सच्या बाहेर ऑपनॅड यंत्रण फारशी कुणाला माहीत नाही. पण ती आज अमेरिकेतील जाहिरातीच्या क्षेत्रातील सर्वांत प्रभावी यंत्रणा आहे. तिचे खर्चाचे अंदाजपत्रक ५७.२ कोटी डॉलर्सचे आहे, यावरून कल्पना येईल. पण असे असूनही इतर मोठ्या कॉर्पोरेशनसारखे ऑपन्ॅड काम करत नाही. तिची निर्णयप्रक्रिया खुली असते. त्यात लोकशाही असते व कामाचे काही खास नियम घालून दिलेले असतात. कधीकधी वादावादीने वातावरण गरम होते. पण शेवटी मतदानाने निर्णय घेतला जातो.

ऑपनॅड समितीची बैठक दर तीन महिन्यांनी होते व यांत झालेल्या खर्चाला मंजुरी दिली जाते, तो मॅकडोनल्ड्सने राष्ट्रीय जाहिरातीसाठी केलेला असतो. साधारणपणे बैठक तीन दिवस चालते व त्यांत प्रत्येक नेटवर्क, विकत घेतलेली वेळ व तिचा उपयोग, तसेच होणारा खर्च याचा आढावा घेतला जातो. मग चर्चा चालू होते. काही खास प्रकरणांत काही सदस्य कार्यक्रमाच्या दर्जाविषयी शंका व्यक्त करतात; तर एखादा कार्यक्रम मॅकडोनल्ड्सच्या पद्धतीत बसतो की नाही याविषयी कोणी प्रश्न उपस्थित करतो. काही जण होणारे कार्यक्रम ज्या ग्राहक समूहासाठी आहेत त्यांच्याशी सुसंगत नाहीत, असे आपले अनुभवसिद्ध मत मांडतात आणि मग ते जाहिरात एजन्सींना त्यावरच्या खर्चाचे स्पष्टीकरण व यथार्थता याबद्दल बोलायला लावतात. त्यांचा भर असतो तो ज्या टीव्ही चॅनेलवर कार्यक्रम आहे, त्याचा जाहिरातींचा दर व त्या प्रमाणात होणारा खर्च याचे गणित काय आहे, यावर. जरी कार्यक्रम ठरवण्यापूर्वीच्या निर्णयप्रक्रियेत ही समिती फार काम करत नसली तरी नंतरचे त्यांचे विश्लेषण हे इतके गंभीर असते की, मग जाहिरात एजन्सी आधीच भरपूर काळजी घेतात. विशेषत: जिथे जाहिरातीचा खर्च व त्या प्रमाणात विक्रीत होणारी वाढ यात अंदाजापेक्षा फारच तफावत असते, तिथे तर एजन्सीला फैलावर घेतलेच जाते. काहींना माध्यमांच्या निवडीचे मिश्रण चुकीचे आहे, काहींवर अधिक खर्च झालाय व काहींवर फार कमी असे वाटते आणि ते तसे स्पष्ट बोलून दाखवतात.

काही वर्षांचा आढावा घेतला, तर मॅकडोनल्ड्सच्या जाहिरातींच्या अनुत्पादक बाबींबाबत ऑपनॅडचा प्रभाव हा कळकळीतून आलेला असतो. त्यांनी ३० सेकंदांच्या जाहिरातींवर अधिक भर द्यावा, असे मत आग्रहाने मांडले. कंपनी व जाहिरात एजन्सीला तेव्हा ६० सेकंदच हवे होते. त्यांनी राष्ट्रीय पातळीवरील रेडिओवरही जाहिरात करण्याचा निर्णय घेतला, तेव्हा कंपनी व जाहिरात एजन्सी केवळ टीव्हीवरील जाहिरातीबाबत आग्रही होत्या. त्याचबरोबर ऑपनॅडने छापील जाहिरातीवरचा खर्च वाढवण्यास मान्यता दिली नाही. तिने जाहिरातीसाठी क्रीडाक्षेत्रातले कार्यक्रम

जास्त असावेत, असा आग्रह धरला व काही कार्यक्रमांच्या वेळी जाहिराती देण्यास स्पष्ट नकार दिला. जाहिरातीच्या निर्मितीत ऑपनॅड ढवळाढवळ करत नाही, तरीही तिच्या सदस्यांना अधिकृत वितरणापूर्वी जाहिराती दाखवल्या जातात आणि त्याला मिळणाऱ्या प्रतिसादावर पुढच्या जाहिरातीची निर्मिती आखली जाते व त्यांत बदल केले जातात.

थोडक्यात, ऑपनॅड हा रबरी शिक्का नाही. त्यातले अनेक सदस्य एकाहून अधिक स्टोअर्स चालवणारे असतात व आपापल्या कार्यक्षेत्रात ते जाहिरातमाध्यमांचा उपयोग करून घेणारे असतात. ते निवडणुकीला उभे राहून त्यांत जिंकून समितीत येतात व मग इथल्या अनुभवाचा फायदा त्यांना त्यांच्या क्षेत्रीय कामगिरीत होत राहतो. जणू ते त्यांतले तज्ज्ञच होतात, प्रसंगी कंपनी व जाहिरात एजन्सीला आव्हानेही देतात.

या सर्वांमुळे ऑपनॅडच्या बैठकी गांभीर्याने घेतल्या जातात. ९० टक्के बाबतींत आलेल्या प्रस्तावांना बहुधा संमती मिळते, पण १० टक्के बाबतींत प्रस्तावांमध्ये सुधारणा सुचविल्या जातात. गरमागरम चर्चा होते. ऑपनॅडचा अध्यक्ष म्हणून दोन वेळा काम केलेला न्यू यॉर्कचा फ्रँचायझी इव्ह क्लाइन म्हणतो, ''मॅकडोनल्ड्‌सचे अनेक स्टोअर चालवणाऱ्यांना ऑपनॅडच्या रूपाने त्यांच्या हातात किती ताकद आहे, हे पटकन समजत नाही. जाहिरात निर्मितीच्या बाबतीत आमचे काही नियंत्रण नसते. पण टीव्हीवर शेवटी काय दाखवले जाते, ते योग्य आहे ना, यावर आमचे चांगलेच नियंत्रण असते.''

ऑपनॅडचा प्रभाव केवळ टीव्हीचा किती वेळ जाहिरातीसाठी खरेदी केला, हे पाहण्याच्या पलीकडेही जातो. ती कंपनीच्या जाहिरातविषयक सर्वंकष धोरणांवर प्रभाव पाडते. काही वेळा मॅकडोनल्ड्‌सकडून त्यांच्या जाहिरात एजन्सींना चुकीचा सल्ला दिला जातो की, तुम्ही ऑपनॅडच्या बोलण्याकडे लक्ष देऊ नका – विशेषतः कंपनीच्या दीर्घकालीन जाहिरात योजनांमार्फत. उदा. – १९७०मध्ये 'नीडहॅम, हार्पर ॲन्ड स्टीअर्स' या जाहिरात एजन्सीतर्फे तयार करून टीव्हीवर दाखवण्यात आलेल्या जाहिरातीबाबत ऑपनॅडमध्ये नाराजी व टीकेचा सूर होता. फ्रँचायझीसुद्धा नाराज होते. त्यांच्या मते, यात मॅकडोनल्ड्‌सच्या खाद्यपदार्थांपेक्षा मॅकडोनल्ड्‌स कंपनीचीच जाहिरात अधिक होत होती. नीडहॅमचा भर त्याच्या 'फूड, फोक्स, फन' या त्रिसूत्रीवर अधिक होता. याउलट, बर्गरकिंग आणि वेंडीज हे त्यांच्या खाद्यपदार्थांची जाहिरात आक्रमक पद्धतीने करत होते. मात्र, नाराजी व टीकेला नीडहॅमचा प्रतिसाद फारच अल्प होता. त्यांनी काही गाण्यांचा सूर बदलला, पण रोख तोच 'आनंदी अनुभवाचा' होता. न्यू यॉर्क सिटी क्षेत्रातल्या स्टोअर ऑयझेट अर्निट्रेट्झच्या मते, आमच्याकडे उत्तम खाद्यपदार्थ

होते, पण ही गोष्ट ग्राहकांपर्यंत पोहोचवणे या जाहिरात योजनेतून सफल होत नव्हते. त्याऐवजी इतर गोष्टींची जाहिरातच जोरात चालली होती. आम्ही जणू भरपूर आनंदी, उड्या मारणारे ग्राहकच विकत होतो!

सुरुवातीच्या काळात ज्याने मॅकडोनल्ड्सच्या जाहिरातींवर अधिक लक्ष केंद्रित केले होते, त्या कीथ ऱ्हाइनहार्डला त्या जाहिरात कंपनीने आपला अध्यक्ष केले होते; ही यातली एक समस्या होती. त्यामुळे त्याचे मॅकडोनल्ड्सच्या कामातले लक्ष उडाले व नंतर त्या एजन्सीला पूर्वीची उंची गाठता आली नाही. ही बाब श्रागे, टर्नर आणि इतरांच्या लक्षात येऊ लागली. मग श्रागेने तक्रार करून मॅकडोनल्ड्सच्या कामावर असलेल्या व्यवस्थापकांना बदलण्याची मागणी केली. पण नीडहॅमने वर्षात दोनच व्यवस्थापक देऊ केले. त्यांतल्या एकाने ते काम करणे नाकारले; तर दुसरा होता पूर्वीचा बर्गरकिंगचा विपणन अधिकारी. मात्र त्याच्याकडे काम सोपवायला श्रागेने साफ नकार दिला.

मधल्या काळात ऑपनॅडकडून खाद्यपदार्थांवर केंद्रित होणाऱ्या, थेट भिडणाऱ्या जाहिरातींची मागणी वाढत होती. मग १९८१च्या शेवटी मॅकडोनल्ड्सने नीडहॅमला रामराम ठोकला आणि लिओ बर्नेट याच्याकडे ते काम सोपवले. नीडहॅमकडे पण १९९०नंतर थोडे काम देण्यात आले व बाकीचे बर्नेट बघत होते; आजतागायत ते सुरू आहे.

अर्थात नीडहॅमला बाहेर काढण्यात ऑपनॅडची भूमिका किती महत्त्वाची होती, हे सांगणे अवघड आहे. कारण मॅकडोनल्ड्स व तिचे फ्रँचायझी या दोघांनाही हेच घडायला हवे होते. स्पष्टपणे पाहिले, तर मॅकडोनल्ड्सच्या अत्युच्च व्यवस्थापनाला तसे व्हायला हवे होते, त्यामुळे ऑपनॅडकडे ते आपला निर्णय घेऊन गेले; तेव्हा काम सोपे झाले होते. त्यांना फार समजवायला लागले नाही. फ्रँचायझीची नाराजी अशी होती की, नीडहॅमने मॅकडोनल्ड्सचेच व्यक्तिमत्त्व केवळ खुलवून दाखवले होते. ही गोष्टही नीडहॅमला भोवली. क्लाइनच्या मते, मॅकडोनल्ड्स कॉर्पोरेशन फ्रँचायझीच्या इच्छेबाबत संवेदनशील होते. पण त्यामागे त्यांना कोणतीही भीती वाटत नव्हती की, हे स्टोअर चालवणारे काही करतील का? अनेक वर्षांच्या अनुभवानंतर असे लक्षात आले की, मॅकडोनल्ड्स व फ्रँचायझी ते जर एखाद्या विषयावर एकत्र आले, तर बहुधा तो विषय योग्यच असतो.

पण स्थानिक पातळीवर फ्रँचायझीना ऑपनॅडमार्फत काम करायची वा मॅकडोनल्ड्सची जाहिरातीबाबतची राष्ट्रीय धोरणे बदलायची काही गरज नव्हती. आपापल्या बाजारपेठेत थेट प्रभाव पाडण्यासाठी त्यांच्याकडे अनेक पर्याय उपलब्ध होते. शिवाय वरवर पाहता, ते कॉर्पोरेशनचे राष्ट्रीय पातळीवरचे प्रयत्न वाटले, तरी जाहिराती व संवर्धनाचे मॅकडोनल्ड्सचे अनेक कार्यक्रम स्थानिक

माध्यमांद्वारा राबवले जायचे. शिवाय त्यांच्या १६५ सहकारी यंत्रणांद्वारा स्थानिक पातळीवर हे दोन्ही कसे राबवायचे, यांवर त्यांचा उत्तम प्रभाव असायचा; ऑपनॅडचा नाही. स्थानिक पातळीवर हे करताना मॅकडोनल्ड्स त्यांच्या आड येत नसे. अशा रितीने स्थानिक पातळीवर स्टोअरचालकांचे थेट नियंत्रण असायचे ते केवळ किती पैसे खर्च करायचे यावरच नव्हे; तर जाहिराती कुठल्या व कुठे द्यायच्या, यावरही ते असे. जर कॉर्पोरेशनने दिलेल्या जाहिराती व संवर्धनाचे नमुने वा योजना यांबाबत ते समाधानी नसतील, तर त्यांना त्यासंदर्भात स्थानिक पातळीवर बरेचकाही करता यायचे.

छोट्या प्रमाणावरील सहकारी यंत्रणांकडे संसाधने कमी असायची आणि ज्यांना स्वत:च्या जाहिराती तयार करून घेणे परवडायचे नाही व त्यांना मदतीसाठी मॅकडोनल्ड्सचा आसरा घ्यायला लागायचा, त्यांच्याबाबतही हे लागू होते. दर वर्षी तयार करण्यात येणाऱ्या सुमारे १६० पैकी अर्ध्या जाहिराती म्हणजे ८० जाहिराती राष्ट्रीय चॅनेल्सवर दाखवल्या जायच्या, तर बाकीच्या सर्व क्षेत्रांत सारख्याच प्रमाणात दाखवल्या जायच्या, असे नव्हते. त्या यादीतल्या ज्या आपल्या क्षेत्राला उपयुक्त ठरतील, तेवढ्याच घेण्याबाबत ते कटाक्षाने आग्रही असायचे. त्यामुळे कंपनीचे टीव्हीवरील जाहिरातींचे काम क्षेत्रानुसार बदलत राहायचे व असे बदल घडवायची क्षमता स्थानिक स्टोअरचालकांत असल्यामुळेच कॉर्पोरेशनच्या धोरणांवर त्यांचे नियंत्रण असल्यासारखे दिसून यायचेच. टर्नर म्हणतो, ''जेव्हा आमची एखादी जाहिरातमालिका बरेचसे स्थानिक चालक नाकारायचे, तेव्हा आम्हाला व जाहिरात बनवणाऱ्यांना तो एक धोक्याचा कंदीलच दाखवल्यासारखे होई. त्यातून आम्हाला बरेचकाही शिकता यायचे.''

राष्ट्रीय पातळीवर तयार करण्यात येणाऱ्या जाहिरातींच्या लोकप्रियतेच्या पाहणीतून असेच संदेश मिळू शकायचे. जेव्हा कॅलिफोर्नियामधील चालकांनी खेळांचा उपयोग विक्रीवाढीसाठी करण्यात भरघोस यश मिळवले, तेव्हा मॅकडोनल्ड्स आणि सायमन मार्केटिंग या जाहिरात एजन्सीला त्याची दखल घेऊन ती योजना राष्ट्रीय पातळीवर राबवण्याबाबत गंभीरपणे विचार करावा लागला. पण काही जणांनी हा मार्ग म्हणजे मॅकडोनल्ड्सची जाहिरात व संवर्धन करण्याची अगदी सुमार व स्वस्त पद्धत आहे, असे मत मांडून आपली नाराजी दाखवली आणि आपल्या कार्यक्षेत्रात ती योजना राबवण्यास नकार देऊन त्यांनी आपला विरोध प्रकट केला. जेव्हा मॅकडोनल्ड्सने १९८३मध्ये अशा विरोधाला न जुमानता आपली 'मिलियन डॉलर टेस्ट गेम' जाहिरात रेटली, तेव्हा देशभरच्या स्टोअरचालकांनी ती साफ धुडकावून लावली. जेमतेम अर्ध्या भागातच ती राबवली गेली व त्यानंतर मॅकडोनल्ड्सने खेळांचे असे उपयोग करून घेणेच बंद केले.

मॅकडोनल्ड्सने कोणत्या जाहिराती बनवाव्यात यावर जरी अशा स्टोअरचालकांचा काहीही प्रभाव नव्हता, तरीही त्या वापरायच्या अथवा नाही, हे ठरवण्यावर त्यांच्या हातात असलेला नकाराधिकार बरेच काम करून जायचा.

न्यू यॉर्क, शिकागो वा लॉस एंजलीससारख्या मोठ्या बाजारपेठेत – जिथे सबळ स्थानिक सहकारी यंत्रणा होत्या, तिथे – स्टोअरचालक नकाराधिकाराच्याही पुढचे आणखी एक पाऊल जायचे. अशा ठिकाणी ते स्वत: तयार केलेले आपल्या क्षेत्राला उपयुक्त असे जाहिरातीचे नमुने वापरायचे.

उदा. – १९८०मध्ये मॅकडोनल्ड्सने राष्ट्रीय पातळीवर 'चिकन मॅकनगेट्स' हा पदार्थ बाजारात आणला, तेव्हा न्यू यॉर्कमध्ये स्टोअरचालकाला मॅकडोनल्ड्सने तयार केलेल्या जाहिरातींपेक्षा अधिक प्रभावी जाहिराती हव्या होत्या. त्याच्याकडे १.६ कोटी डॉलर्सचे जाहिरातीचे अंदाजपत्रक होते. एखाद्या मध्यम आकाराच्या कंपनीच्याच खर्चाचे तेवढे असू शकते. मग त्यांनी आपली स्थानिक जाहिरात एजन्सी 'रोझेनफिल्ड, सिरोबिट्झ व लॉसन'ला सांगून आपल्याला हव्या तशा जाहिराती करून घेतल्या.

एका जाहिरातीत मॅकडोनल्ड्स स्टोअर्समध्ये 'मॅकनगेट'चे नमुने घेऊन ग्राहकांत एक महिला हिंडत होती व ते नमुने फुकट वाटत होती, असे दाखवले होते. शिवाय त्यांनी संध्याकाळच्या जेवणाच्या वेळी ३० दिवस फुकट मॅकनगेट्स वाटायचा कार्यक्रम मोठ्या प्रमाणांवर राबवला. त्यांतील प्रचंड यशामुळे या जाहिरात एजन्सीला कंपनीचा सर्वोत्कृष्ट कामगिरीचा पुरस्कार मिळाला आणि मग ती जाहिरात व योजना देशभरच्या अन्य अनेक सहकारी यंत्रणांनी आपापल्या क्षेत्रात राबवली. त्यासाठी त्यांनी न्यू यॉर्कच्या सहकारी यंत्रणेला पैसे दिले व त्यांतून त्या संपूर्ण योजनेचा खर्च बाहेर पडला. एका वर्षानंतर, याच सहकारी यंत्रणेने न्यू यॉर्कमध्ये त्यापेक्षाही लोकप्रिय असा 'बिग मॅक' आणि 'मॅकनगेट्स' या दोन पदार्थांच्या लोकप्रियतेची पाहणी करणाऱ्या जाहिराती मोठ्या प्रमाणावर राबवल्या व त्यांतील विजयी ग्राहकांना त्यांनी खास बक्षिसे दिली. अर्थात, अशा प्रकारचे विपणनाचे प्रयोग करणे स्वस्तातले नव्हते. त्यासाठी त्यांना पाच लाख डॉलर्स खर्च आला. त्यांनी जर मध्यवर्ती यंत्रणेने तयार केलेल्या योजना राबवल्या असत्या, तर सर्व फुकटात झाले असते; पण मग त्यामुळे हवा तसा प्रभाव पडला नसता. मॅकडोनल्ड्सच्या अनेक क्षेत्रांतील मोठ्या सहकारी यंत्रणांना तरीही आपापल्या आवडीच्या व उपयोगाच्या जाहिराती आपल्या आपण करून घेणे योग्य वाटायचे आणि त्यांनी तसे करावे यासाठी त्यांना त्यांच्या स्थानिक जाहिरात एजन्सीज उत्तेजन द्यायच्या. विशेषत: जिथे स्थानिक यंत्रणा अधिक प्रभावीपणे हे काम पाहायची तिथे हे दिसायचे. अशा स्थानिक एजन्सींची स्पर्धा

राष्ट्रीय पातळीवरच्या जाहिरात एजन्सींना जाणवायची.

मॅकडोनल्ड्सच्या सर्वच सहकारी यंत्रणा स्वतंत्र्यरीत्या आपल्या जाहिरात योजना राबवण्याइतक्या सक्षम नसतात; पण जसजसा मॅकडोनल्ड्सचा विस्तार वाढेल तसतशा त्या सबळ होत जातील, असे वाटते. मॅकडोनल्ड्सच्या विकेंद्रीकरणाच्या धोरणामुळे जेव्हा जाहिरातींना अधिक निधी उपलब्ध करून द्यायचा प्रश्न उभा राहतो, तेव्हा-तेव्हा फ्रँचायझीच्या संख्येत वाढ झाली की त्यांची ताकद वाढताना दिसते. त्यामुळे मोठा निधी उपलब्ध होऊ शकतो. काही वेळा त्याविरुद्धही होते. मॅकडोनल्ड्सचा विस्तार झाला की, केंद्रित पद्धतीत खरेदी वितरणाचा आवाकाही वाढतो आणि कॉर्पोरेशनची स्थावर मालमत्ता, बांधकाम, आराखडे निर्मिती व रेस्टॉरंटची कार्यपद्धती यांतली ताकद वाढत जाते. मग पाहिजे त्या पद्धतीची प्रमाणके सर्वत्र राबवणे तिला सोईचे व सोपे होते.

पण ग्राहकांना आकर्षित कसे करावे याची पद्धत ठरवताना स्थानिक स्टोअरचालकांचा प्रत्यक्ष कार्यक्षेत्रातील अनुभव कॉर्पोरेटवर कायम दबाव राखण्यास उपयुक्त ठरतो. कॉर्पोरेशनलाही त्यांच्याकडून याबाबत व्यवहार्य कल्पना हव्याच असतात. जेव्हा कॉर्पोरेशनने राष्ट्रीय पातळीवर टीव्ही जाहिरातीची योजना राबवण्याचे निश्चित केले, तेव्हा १९६०च्या दशकाच्या शेवटी त्यांच्या मध्यवर्ती अधिकाऱ्यांनी या भव्य व खर्चिक योजनेची सूत्रे हातात घेतली. पण त्यांनी स्थानिक स्टोअरचालकांच्या अनुभवाचा, त्यावर आधारित मतांचा मागोवा घेतला आणि आपल्या योजनेत प्रसंगानुरूप बदल केले. श्रागे म्हणतो, ''आमचे स्टोअरचालक हे उद्योजक आहेत. पण त्यांचा स्टोअर कोणत्या दिशेने वाटचाल करतोय, कुठल्या प्रकारची सेवा वा खाद्यपदार्थ त्यांना ग्राहकांना द्यायचे आहेत वगैरेंसाठी त्यांना आम्ही मार्गदर्शक पुस्तके देतो आणि हे सर्व त्यांना पटेतोपर्यंत करावे लागते. फक्त त्यांचे स्वातंत्र्य प्रत्यक्ष परिणामकारक विपणनाचे असते. तिथे ते आपल्या क्षेत्राला, ग्राहकांच्या समूहाला साजेशी पद्धत राबवू शकतात; त्याबाबतचे आपले विचार ते मनमोकळेपणाने मांडू शकतात, चर्चा करतात. असे काही केले नाही, तर मॅकडोनल्ड्सचे अस्तित्वच धोक्यात येईल.''

अलीकडच्या काही वर्षांत मॅकडोनल्ड्सच्या जाहिराती आणि संवर्धनाच्या योजनांवरील स्थानिक स्टोअरचालकांचा प्रभाव बराच कमी झालेला आढळतो. संवर्धनाच्या बऱ्याचशा योजना कॉर्पोरेट विपणन यंत्रणेद्वारा तयार केल्या जातात; स्थानिक फ्रँचायझीकडून नव्हे. जसजसा बर्गरकिंग व वेंडीजसारख्यांचा आक्रमक जाहिरातींचा मारा वाढत चालला आहे, तसतसे कॉर्पोरेशनच्या केंद्रीय पद्धतीतील टीव्हीवरील जाहिराती व संवर्धनाच्या योजनांचा फ्रँचायझी अधिकाधिक उपयोग करून घेताना दिसतात. त्यांत सर्व देशभर एकाच आवाजात, एकाच पद्धतीने

सर्वांचे काम चालण्याने निर्माण होणाऱ्या प्रभावावर स्थानिक पातळीवर प्रभावी फायदा करून घेण्याचा त्यांचा कल दिसून येतो. पण असे करण्यातील धोका म्हणजे, गेली ४० वर्षे मॅकडोनल्ड्सने तळागाळातल्या अनुभवांवर आधारित आपली जाहिरात व विपणनाची धोरणे आखली होती, त्यांना तडा जाण्याची शक्यता वाढते. ज्याची अधिक व महत्त्वाची गरज असते, अशी स्थानिक पातळीवरची सर्जनशीलता व धडपड त्यामुळे मारली जाण्याची शक्यता वाढते आणि फ्रँचायझी अधिकाधिक परावलंबी व सुस्त बनू शकतात. विपणनाचा प्रमुख श्रागे याला हा धोका दिसतो, जाणवतो. पण त्याच्या मते, ''आमची ताकद तळागाळापर्यंत पोहोचून तिथल्या ग्राहकांना काय हवे हे जाणून घेण्यातच आहे, हे आम्ही कधीही विसरता कामा नये.''

पुरवठादारांचे 'मॅकडोनल्डिंग'

फ्रेड टर्नरची विस्तार योजना १९७५च्या आसपास शिगेला पोहोचली होती, तेव्हा मॅकडोनल्ड्सने अमेरिकेतील खाद्यपदार्थ पुरवण्याच्या उद्योगात आमूलाग्र बदल घडवून आणले होते. त्यांनी घडवून आणलेल्या क्रांतीमुळे घरी बसून खाण्याइतकेच बाहेर जाऊन खाणे, ही सर्वमान्य पद्धत होऊन गेली होती आणि टीव्हीवरील राष्ट्रीय जाहिरातीमुळे आपल्या कंपनीच्या नावाचा ब्रँड लोकप्रिय करण्यात असलेले सामर्थ्य व त्यांच्या जाहिरातीबाबतच्या संकल्पना याबाबत कंपनीने क्रांती घडवून आणली होती. त्यापूर्वी असे काही होत नव्हते; पण तरीही कंपनीची एक उल्लेखनीय कामगिरी अद्यापही अज्ञातच आहे. तिने केवळ खाद्यसेवा देण्याच्या उद्योगात बदल घडवून आणला नाही; तर खाद्यपदार्थ तयार करण्याच्या उद्योगातही आमूलाग्र बदल घडवून आणला.

किंबहुना, तिने एकाकी पद्धतीने काम करून खाद्यपदार्थांवर प्रक्रिया करण्याचा नवा उद्योग निर्माण केला. परंपरागत पद्धतीने खाद्यपदार्थ करणाऱ्यांनी मॅकडोनल्ड्सला पाहिजे त्या प्रकारचे व त्या पद्धतीने पदार्थ तयार करण्यात असमर्थता दर्शवली, तेव्हा क्रॉकने त्याला हव्या त्या पद्धतीने ते तयार करून देणारी नवी यंत्रणाच निर्माण करून घेतली. नवे स्रोत विकसित केले, प्रक्रिया करण्याच्या नव्या पद्धती विकसित केल्या. त्यांनी अत्याधुनिक पद्धतीने पदार्थांचे पॅकिग व वितरण करण्याची पद्धत निर्माण केली आणि त्यासाठी छोटे-छोटे पुरवठादार विकसित केले. हे पुरवठादार उद्योजक होते. परंपरागत पद्धतीने खाद्यपदार्थनिर्मिती करणाऱ्या मोठ्या पुरवठादारांच्या नादी न लागता अगदी वेगळ्या मार्गाने जाऊन हे विकसित केले, कारण या छोट्या उद्योजकांनी मॅकडोनल्ड्सला पाहिजे त्या पद्धतीने काम करायची तयारी दाखवली व त्यांतून पुढे दीर्घकाळ उपयोगी पडेल अशी कार्यपद्धती विकसित झाली.

मॅकडोनल्ड्सकडून मिळणाऱ्या व्यवसायामुळे पुरवठादारांपैकी काही जण अन्नप्रक्रिया वा त्यांचे वितरण करणारे जगातले बरेच मोठे उद्योग झाले आहेत. परंतु प्रत्यक्ष खाद्यपदार्थांचा आस्वाद घेणाऱ्या ग्राहकांच्या दृष्टीने ते अज्ञात असतात. मॅकडोनल्ड्सबाहेरच्या बहुतेक कोणाला हे माहीत नसते की, १०० कोटी डॉलर्सचा केवळ हॅम्बर्गर निर्मितीचा व्यवसाय करणारी वा ६५ कोटी डॉलर्सचे बटाट्याचे काप तयार करणारी कंपनी हे मॅकडोनल्ड्सचे पुरवठादार आहेत आणि ते जगात या क्षेत्रातले मोठे आहेत. चीजबर्गरकरता लागणारे चीज किंवा फ्राइड फ्रूट पाइज तयार करणारे मोठे उद्योग असेच आहेत. पण ते अज्ञातवासात राहून काम करत असतात. कीस्टोन फूड्स (हॅम्बर्गर तयार करण्यात आघाडीवर असलेले), मार्टिन ब्रोअर (फास्ट फूडचे सर्वांत मोठे वितरक), श्रायबर चीज (मॅकडोनल्ड्सला दर वर्षी लागणाऱ्या १३ कोटी पौंड चीजपैकी ६५ टक्के चीज पुरवणारे), जॅक सिम्प्लॉट (फ्रेंच फ्राइजचे राजा) आणि बामा पाय (फ्राइड फ्रूट पाय तयार करण्यात आघाडीवर) या कंपन्यांना त्यांच्या नावाबद्दल फारशी प्रसिद्धी मिळत नाही; पण ते मॅकडोनल्ड्सचे पुरवठादार आहेत. तसेच ते जनरल फूड्स, बिॲट्रिस आणि जनरल मिल्ससारख्या खाद्यपदार्थ प्रक्रिया करणाऱ्या मोठ्या उद्योगांच्या सावलीतही नसतात. अशा फारशा माहीत नसलेल्या वा अज्ञातवासात राहून काम करणाऱ्या खाद्यपदार्थांच्या प्रक्रिया करणाऱ्या उद्योगांच्या पायावर मॅकडोनल्ड्सची इमारत उभी असते आणि मॅकडोनल्ड्सला फ्रँचायझीबद्दल जेवढी आत्मीयता, जवळीक असते; तेवढीच या पुरवठादारांबद्दल असते.

अशा या अपरिचित अज्ञातांवर अवलंबून राहणे, ही कृती ठरवून झालेली नव्हती. परंपरागत पद्धतीने अन्नावर प्रक्रिया करणाऱ्या मोठ्या उद्योगांनी सुरुवातीला मॅकडोनल्ड्सचा धंदा मिळवला व त्यांत हात धुऊन घेतले. 'स्विफ्ट अॅन्ड आर्मर' हे मॅकडोनल्ड्सच्या सर्व स्टोअर्सना हॅम्बर्गर पुरवणारे झाले असते. पण त्यांनी रे क्रॉकच्या पहिल्याच स्टोअरला उधारी देण्याचे नाकारले व सर्व चित्र पालटले. 'हायरेस' कंपनीने पूर्वीच्या त्यांच्या विक्रेत्यांना मान्य केलेली किंमत चालू ठेवण्याचे नाकारले. मग मॅकडोनल्ड्सने आर. डब्ल्यू. स्नायडर या फारशा माहीत नसलेल्या व्यक्तीकडून सूपसाठी लागणारे सामान खरेदी करण्याचे नक्की केले. पूर्वी क्राफ्टकडे मॅकडोनल्ड्सला सर्व चीज पुरवण्याचे कंत्राट होते. पण त्यांनी ७५ टक्के व्यवसाय घालवला, कारण मॅकडोनल्ड्सला पाहिजे होता तसा गंध व चव चीजला देण्याचे त्यांनी नाकारले. ते काम त्यांनी विस्कॉन्सिनमधील ग्रीन बेचा एल. डी. श्रायबर या फारशा माहीत नसलेल्या चीज उत्पादकाला दिले. मग मॅकडोनल्ड्सच्या धंद्यातून तो मोठा उद्योजक झाला. तसेच १९७३पर्यंत मॅकडोनल्ड्सचा टोमॅटो केचप व लोणच्याचा ९० टक्के व्यवसाय हाइन्झ कंपनी संभाळत होती. पण टोमॅटोची टंचाई

असताना त्यांनी केचप देण्याचे नाकारले व तो व्यवसाय घालवला. आज त्या कंपनीकडे केवळ ६ टक्के व्यवसाय आहे व तोही एकूण या दोन पदार्थांच्या ६५ लाख डॉलर्सच्या उलाढालीपैकी ६ टक्के व्यवसाय आहे. 'बेज' या इंग्लिश मफिन बनवण्यात आघाडीवर असलेल्या कंपनीला एग मफिनचे पहिले नमुने बनवण्याचेही काम दिले होते. पण मॅकडोनल्ड्सने जेव्हा सारखे कापलेले आणि एकाच आकाराचे मफिन हवेत असा आग्रह धरला, तेव्हा बेजच्या अधिकाऱ्यांनी सांगितले की, त्यांचे वैशिष्ट्य अनियमित आकारांचे व कसेही कापलेले मफिन बनवण्यात आहे; त्यामुळे मॅकडोनल्ड्सच्या मागणीनुसार ते करून देणे कंपनीच्या परंपरेला साजेसे नाही, म्हणून ते जमणार नाही. तेव्हा मॅकडोनल्ड्सने ईस्ट बाल्ट आणि वेस्ट बेकिंग यांच्यासारख्या काही अपरिचित लघुउद्योजकांना हाताशी धरले. ते बन बनवण्यात वाकबगार होते. आता याच कंपन्या मॅकडोनल्ड्ससाठी दर वर्षी तीन कोटी डझन मफिन बनवतात.

मॅकडोनल्ड्सने जाणून-बुजून किंवा पूर्वग्रहदूषित भावनेतून प्रस्थापित मोठ्या उद्योगांना बाजूला सारले नव्हते; पण मॅकडोनल्ड्सच्या मागण्या या इतर साखळी रेस्टॉरंटपेक्षा वेगळ्या होत्या व मोठ्या कंपन्यांना त्या पुरवणे जड गेले, कारण त्यांची यंत्रणा त्याकरता विकसित होऊ शकली नाही. मॅकडोनल्ड्सला त्यांच्याकरता खास स्वतंत्रपणे बनवलेले उत्पादन पाहिजे होते. पण या मोठ्या कंपन्या त्यासाठी तयार नव्हत्या. जे ते इतरांना देत होते, तेच त्यांचे नेहमीचे उत्पादन मॅकडोनल्ड्सनेही घ्यावे, असे त्यांना वाटत होते. कारण त्यांना आहे त्या यंत्रणेतून चाकोरीतला व्यवसाय करणे सोईचे होते. मॅकडोनल्ड्सच्या मागणीप्रमाणे माल तयार करून देण्यासाठी यंत्रणा बदलायची व धंद्याची अनिश्चितता या त्यांच्या दृष्टीने नकारार्थी बाजू होत्या, म्हणूनच त्यांनी नकार दिला.

पण ही समस्या अर्थकारणाच्याही पलीकडचीही होती. त्यांच्याकडून मॅकडोनल्ड्सला उत्तम सेवेची अपेक्षा होती. मॅकडोनल्ड्सला त्यांच्या मागणीकडे कंपन्यांनी खास लक्ष द्यावे, असे वाटत होते व त्याला हे मोठे उत्पादक तयार नव्हते. पण लघुउद्योजकांनी ते मान्य केले. कंपनीला पाहिजे त्या प्रकारची सेवा देऊ केली. "मोठ्या कंपन्या अल्पसंतुष्ट होत्या. त्यांच्याकडे कंपनी सोडून जाणाऱ्यांचे प्रमाण अधिक होते व पुरवठ्यासाठी फार पाठपुरावा करावा लागायचा. पण लघुउद्योजकांना व्यवसाय हवा होता व त्यासाठी वाटेल ते करायची त्यांची तयारी होती. त्यांचा धंदा गेला, तर बरेच नुकसान होणार होते व चांगला चालला तर भरपूर उत्पन्न मिळणार होते. त्यामुळे त्यांचा प्रतिसाद जलद असायचा. त्यांना मॅकडोनल्ड्सच्या खास मागण्यांचे कौतुकही वाटायचे."

"आमच्या चीजचा ५० टक्के धंदा क्राफ्टकडून काढून घेतला, तरी त्या

कंपनीचा कोणीही अधिकारी मला भेटायला यायची फिकीर करत नव्हता," असे लायनल रूट म्हणतो. तो कंपनीचा ज्येष्ठ उपाध्यक्ष होता व वार्षिक ८०० कोटी डॉलर्सचे खाद्यपदार्थ व कागदाच्या वस्तू खरेदी करण्याचे व्यवहार संभाळत होता.

तरीही, मॅकडोनल्ड्सची लघुउद्योजकांना मिळणारी पसंती गरजेची असली तरी त्यात जोखीमही होती. जेव्हा टर्नरने आपला विस्ताराचा कार्यक्रम धडाक्याने रेटण्याचे ठरवले, त्या वेळी त्याला चिंता होती – हे लघुउद्योजक त्यांच्या गरजेप्रमाणे मालाचा पुरवठा करण्याइतपत सक्षम होते का? मॅकडोनल्ड्स आता आरामात धंदा करणारी क्षेत्रीय कंपनी नव्हती, तर देशभर १०००च्यावर रेस्टॉरंटचा कारभार संभाळणारी, गुंतागुंत असलेली मोठी कंपनी होती. ज्यांच्याकडे देशभर मालपुरवठा करण्याची क्षमता आहे, असे पुरवठादार तिला पाहिजे होते. त्यांच्याकडे मोठ्या आकाराच्या ऑर्डर्स पूर्ण करण्याची यंत्रणा असणे आवश्यक होते. त्यांत तांत्रिक अद्ययावतता येणे गरजेचे होते व मॅकडोनल्ड्स ज्या वेगाने विस्तार करत होती, त्याच वेगाने विस्तार करू शकेल असे आर्थिक पाठबळ त्यांच्याही मागे असण्याची आवश्यकता होती. खरेतर अशा अपेक्षा पूर्ण करणे हे मोठ्या उद्योगांनाच शक्य होते; लघुउद्योजकांना नव्हे. मॅकडोनल्ड्स तर लघुउद्योजकांवर भिस्त ठेवणार होती.

याशिवाय लघुउद्योजकांवर विसंबून राहणारा जुगार मॅकडोनल्ड्स खेळत होती. कारण हे स्पष्ट होत होते की, स्पर्धेत टिकायचे तर मालाचा पुरवठा करणारी यंत्रणा खात्रीची व किफायतशीर हवी. १९६०च्या दशकाच्या शेवटी चित्र असे होते की, केवळ मोठ्या कंपन्याच हॅम्बर्गरचे उत्पादन वेळेवर व हवे तसे करून देशभर, हवे तिथे व पाहिजे तितके हॅम्बर्गर तत्परतेने पुरवू शकणार होत्या. त्यामुळे ते काम पुढच्या दशकात अशा मोजक्या सक्षम, बलवान कंपन्याच करू शकल्या असत्या.

मधल्या काळात मात्र फास्ट फूड उद्योगातील ताकदवान कंपन्यांमधील लढा नवे रूप धारण करत होता. कार्यक्षमतेने पुरवठा करू शकणाऱ्या, किमान किमती आकारणाऱ्या, सफाईदार तांत्रिक बाजू असलेल्या आणि नवनिर्मितीचा ध्यास घेतलेल्या कंपन्याच या लढ्यात टिकून राहिल्या असत्या. या छोट्या कंपन्यांना मॅकडोनल्ड्स किती मोठ्या बनवते, यावर मॅकडोनल्ड्सचा प्रभाव टिकणे अवलंबून होते. त्या वेळी तरी इतर फास्ट फूड उद्योग हे मोठमोठ्या प्रस्थापित कंपन्यांकडून माल घेत होते, त्यामुळे मॅकडोनल्ड्सचे छोट्या उद्योजकांवर अवलंबून राहणे कंपनीला त्या उद्योगाच्या ताकदीचे प्रतीक होण्याइतकी बळकट बनवेल का, याविषयी शंकेचे वातावरण होते.

प्रत्यक्षात मॅकडोनल्ड्स हे प्रमुख ऊर्जाकेंद्र खरोखरच बनले. स्वतंत्र छोट्या-छोट्या व विस्कळीत वाटणाऱ्या पुरवठादारांकडूनच कंपनीने एक संघटित, कार्यक्षम व नवनिर्मितीच्या ध्यास घेतलेली पुरवठा यंत्रणा विकसित केली आणि हे तिच्या

स्पर्धकांनीही मान्य केले. आज या पद्धतीमुळे मॅकडोनल्ड्सला या उद्योगातील प्रमाणके मोठ्या प्रमाणावर आखून देणारी यंत्रणा म्हणून ओळखली जाते व ती पद्धत राबवली जाते. मॅकडोनल्ड्सने १९५०मध्ये या यंत्रणेकडे भरपूर लक्ष दिले (जितके अन्य कोणत्याही फास्ट फूड उद्योगाने दिले नाही), प्रत्यक्ष कार्यक्षेत्रातील स्टोअर पातळीवरील सेवा व प्रशिक्षण यांबाबत अद्वितीय सातत्य राखण्यात यश मिळवले. खाद्यपदार्थ पुरविणाऱ्या या उत्पादकांकडे १९६०च्या सुरुवातीला कंपनीने प्रत्यक्ष स्टोअरमध्ये काम करणारे काही कर्मचारी कामासाठी पाठवले. हे पदार्थ अत्यंत प्रमाणबद्ध पद्धतीने तयार होतील असे पाहिले गेले व त्यामुळे तिथले काम बिनचूक होईल याची दक्षता घेतली गेली. केवळ मॅकडोनल्ड्सला लागणारा मालच तिथे तयार होत असे. या पद्धतीने १९८०पर्यंत काम करून मॅकडोनल्ड्सने या उद्योगातील प्रमुख आकर्षण व आश्चर्य वाटावे अशी वितरणव्यवस्था विकसित केली.

बीफचा पुरवठा करणाऱ्यांची संख्या त्यांनी १७५ वरून ५ वर आणली. त्या सर्वांमध्ये हॅम्बर्गर तयार करण्याची यंत्रणा बसवली गेली, जी आज जगातील सर्वांत मोठी व कार्यक्षम समजली जाते. बटाट्याचा पुरवठा करणारे १७५ लहान पुरवठादार होते. ते त्यांना पाहिजे तेवढ्या मोठ्या प्रमाणात मालपुरवठा करू शकत नव्हते. त्यांच्या जागी त्यांनी मग 'सिंप्लॉट' कंपनीची निवड केली. तिच्यात चार प्रचंड यंत्रांमधून गोठवलेल्या बटाट्यांचे काप (फ्रेंच फ्राइज तयार करण्यासाठी) तयार व्हायचे व ते या उद्योगातील अतिभव्य प्रमाण होते. आज स्टोअरमध्ये लागणारे सर्व खाद्यपदार्थ, कागदाची विविध उत्पादने व वस्तू या आठवड्यातून दोनदा मोठमोठ्या गोदामांतून ट्रकद्वारा सर्वत्र पोहचवण्याची व्यवस्था केली जाते. हे काम अखंड सुरू असते.

पण केवळ कार्यक्षम पद्धतीने पुरवठा करण्यापलीकडेही मॅकडोनल्ड्सने आणखी भरपूर काही केले. त्यांनी आपल्या पुरवठादारांमध्ये वेळेवर व दर्जेदार मालाचा पुरवठा करण्याची बांधिलकी विकसित केली. ती इतर ठिकाणी पाहायला मिळत नाही. फ्रेड टर्नरच्या मते, कंपनीने पुरवठादारांचे 'मॅकडोनल्ड्सीकरण' करून टाकले. कारण मॅकडोनल्ड्सने छोट्या-छोट्या पुरवठादारांपासून सुरुवात करून त्यांनाही आपल्याबरोबर मोठे केले. त्यांच्या उद्योगाचा मोठा वाटा हा मॅकडोनल्ड्सला मालपुरवठा करण्याचा असतो, तर कित्येक बाबतींत तर ते फक्त मॅकडोनल्ड्सलाच मालपुरवठा करतात. तेसुद्धा कार्यपद्धती कार्यक्षम करण्यात व ती दर्जेदार पद्धतीने टिकविण्यात समर्पित वृत्ती जोपासतात; जणू आपण मॅकडोनल्ड्सचेच घटक आहोत, अशा पद्धतीने त्यांचे हे वागणे असते. ते कंपनीची कार्यपद्धती व तत्त्वज्ञान यांच्याशी एकरूप झालेले असतात. दर्जाची खात्री करून घेणारा त्यांचा स्वत:चा

कर्मचारीवर्ग असतो. एवढेच नव्हे, तर त्यांना लागणाऱ्या इतर पदार्थांचा दर्जा पटवून घेण्याचे कामही ते करतात. शिवाय आपण पुरवलेला माल व्यवस्थित साठवून ठेवला आहे ना, वापरला जातो आहे ना, हे पाहण्यासाठी स्टोअर्सना वरचेवर भेटी देतात. जर कोणाच्या हलगर्जीपणामुळे याबाबतच्या दर्जा-प्रमाणकांना धोका होणार असेल, तर ही बाब मॅकडोनल्ड्सच्या संबंधित अधिकाऱ्यांच्या नजरेस ताबडतोब आणून दिली जाते.

एरवी सहसा फक्त आपल्या कर्मचाऱ्यांबाबतच पाळली जाते अशी जबाबदारी व चोख हिशेबाबाबतची प्रमाणके पुरवठादारही पाळतील, अशी अपेक्षा कंपनी बाळगते. 'पर्लमन-रीड' कंपनीच्या रेड पर्लमन या अध्यक्षाला एक प्रसंग आठवतो. त्याची कंपनी त्यांच्या चार प्रचंड कारखान्यांतून माल तयार करणे, त्याची साठवण करणे, हजारांहून अधिक स्टोअर्सना तो नियमित व वरचेवर पोहोचवणे ही कामे करते. ग्राहकांना ज्या कागदाच्या पिशवीत घालून फ्रेंच फ्राइज देतात, त्या कागदाचा खर्च कमी व्हावा म्हणून जाडी व दर्जा कमी करायचा ठरवले. तिने पर्लमनच्या कंपनीला तसे कळवले व त्याप्रमाणे पुरवठा करण्याची सूचना केली. पण त्या पिशव्या योग्य वाटत नव्हत्या, कारण त्या लवकर फाटायच्या. तसे होऊ नये म्हणून मग स्टोअर्समधील कर्मचारी त्यांत फ्रेंच फ्राइज कमी घालायचे. फ्रेड टर्नरने हे पाहिल्यावर त्याने आपल्या संबंधित अधिकाऱ्यांची तर तासम्पट्टी केलीच; पण पर्लमनलाही फैलावर घेतले. त्याच्या मते, हे घडत असताना पर्लमनच्या अधिकाऱ्यांनी हे खपवून घ्यायला नको होते. त्याचे लोक कार्यक्षेत्रात होते आणि ग्राहकांची होणारी फसवणूक व गैरसोय त्यांनी पाहायला पाहिजे होती; कंपनीच्या नजरेला आणून द्यायला हवी होती. पर्लमनची कंपनी मॅकडोनल्ड्सला लागणाऱ्या सर्व कागदी वस्तू पुरवायचे काम करायची व या निमित्ताने तिला एक महत्त्वाचा धडा मिळाला, जो ती कधीही विसरणार नाही की – मॅकडोनल्ड्स जेवढी स्वत:च्या कर्मचारी व अधिकाऱ्यांकडून करते तेवढ्याच समर्पित वृत्तीची अपेक्षा आपल्या पुरवठादारांकडूनही ठेवते. पर्लमनच्या मते, माझ्या कामाचा एक भाग मॅकडोनल्ड्सची माणसे काही चुका करत नाहीत ना, हे पाहण्याचाही आहे, हे मला कळले.

अशा प्रसंगांमुळे केवळ दर्जा राखणेच नाही तर त्यात सातत्याने वाढ करण्याची बांधिलकी पाळायची व ती कंपनीच्या नजरेला आणून द्यायची, हेही मॅकडोनल्ड्सचे पुरवठादार शिकले. ते कंपनीचे खाद्यपदार्थ विकसित करून ते ग्राहकांपर्यंत पोहोचवण्याच्या विशाल कार्यक्रमाचे एक घटक १९६०पासून बनले. नवी उत्पादने, खाद्यपदार्थ बाजारात आणण्याचा मॅकडोनल्ड्सचा उपक्रम यशस्वी झाला याचे मुख्य कारण म्हणजे, या पुरवठादारांनी ते विकसित करण्यात उत्तम सहकार्य दिले. प्रसंगी त्यासाठी आपले तंत्रज्ञान बदलले. नवी यंत्रसामग्री घेण्यात गुंतवणूक केली. त्यातली

जोखीम पत्करली. जर ते प्रयोग अयशस्वी झाले असते, तर त्यांची गुंतवणूक फुकट गेली असती. शिवाय उत्पादन अंतिम चाचणीत यशस्वी होईपर्यंत त्यावर प्रयोग करण्यात वेळ व पैसा भरपूर जाणार होता. 'गोल्डन स्टेट फूड्सचा' अध्यक्ष जिम विल्यम्स हा मॅकडोनल्ड्सचा सर्वांत मोठा पुरवठादार. त्याच्या निरीक्षणावरून त्याचे कर्मचारी, 'आपण जणू मॅकडोनल्ड्सचेच कर्मचारी आहोत' या भावनेनेच उत्पादनांचा दर्जा सुधारणे, नवे पदार्थ व प्रक्रिया विकसित करणे यांत काम करत असत. जेव्हा एखादा नवा कर्मचारी कंपनीत येई, त्या वेळी तो सर्वत्र मॅकडोनल्ड्सची बोधचिन्हे (लोगो), उत्पादन व तदनुषंगिक बाबींकडे बघत असे. मॅकडोनल्ड्सच्या ग्राहकांना सेवा देण्याशिवाय दुसरे काही त्याच्या कानांवर पडत नसे. त्यामुळे त्यांना जाणीव करून द्यावी लागायची की, ते मॅकडोनल्ड्सचे कर्मचारी नसून गोल्डन स्टेट कंपनीचे आहेत. हे मॅकडोनल्ड्स, गोल्डन स्टेट व ते कर्मचारी या तिघांना खास प्रशस्तिपत्रक द्यावे, अशी मनोभूमिका तयार करण्याचे काम ते सर्व जण एक प्रकारे करत होते.

पण हे सर्व मॅकडोनल्ड्स कसे घडवून आणते? त्याचे उत्तर एका शब्दात द्यायचे तर – ते म्हणजे 'निष्ठा'. छोट्या-छोट्या उद्योजकांमधून आपले पुरवठादार विकसित करण्यास कंपनीने सुरुवात केली; त्यांना मोठे होण्यास व करण्यास मदत केली. त्यांपैकी ज्यांनी गरजेनुसार गुंतवणूक करण्याची जोखीम पत्करली, त्यांच्याशी कंपनी निष्ठेने वागली. ही गुंतवणूक नव्या पदार्थांचे उत्पादन, उत्पादनप्रक्रियेतील सुधारणा, कार्यक्षमता वाढवण्यासाठीचे प्रयत्न व नवनवीन तंत्रज्ञान आत्मसात करून ते व्यवहारात उतरवण्याची तयारी या सर्वांत होती. कंपनीने केवळ कमीत कमी किंमत आकारणारे पुरवठादार गाठून, त्यासाठी आहेत त्यांना दूर सारण्याचा निर्णय घेतला नाही. कंपनीने पुरवठादारांकडून दर्जा व वेळेवर माल पुरवण्याबाबत भरपूर अपेक्षा ठेवल्या आणि त्या पूर्ण करण्याचा आग्रह धरला; पण जे तसे करू शकले, त्यांना चार पैसे जास्त देऊन त्यांचा नफा कसा वाढेल, हे बघण्याचे औदार्यही कंपनीने दाखवले. त्यामुळे त्या पुरवठादारांची निष्ठाही कंपनीशी राहिली.

थोडक्यात, कंपनीने पुरवठादारांविषयी निष्ठा प्रथम दाखवली व मग ती आपल्याला त्यांच्याकडून मिळेल असे पाहिले; तशी अपेक्षा ठेवली. केवळ नवा कोणी पुरवठादार कमी किमतीत माल देतोय म्हणून जुन्याला दूर सारण्याची कृती कंपनीने केली नाही. शिवाय कोणत्याही पुरवठादारावर कंपनीचे काम त्याने स्वीकारायलाच हवे, असे बंधन नव्हते. त्यासाठी बहुतेक वेळा कायदेशीर कंत्राटे वा बंधने नव्हती. त्यांची कंत्राटे लेखी वा कायदेशीर कागदावर नसायची. बहुतेक वेळा केवळ हस्तांदोलनानेच ती निश्चित व्हायची. ज्यांचा पूर्ण व्यवहार केवळ मॅकडोनल्ड्सवर अवलंबून होता, त्यांच्या बाबतीतही ते लागू होते. कित्येक वेळा पुरवठादारांच्या

बँकर्सना यामुळे काळजी वाटायची, पण स्वत: पुरवठादार मात्र निश्चिंत असायचे. "जर मॅकडोनल्ड्सचा व्यवसाय घालवायचा असेल; तर तुम्ही आंधळे, बहिरे व मुकेच असला पाहिजेत. जर तसा व्यवसाय घालवलात, तर तुम्ही स्वत:च स्वत:च्या पायावर धोंडा पाडून घेतल्यासारखे आहे," असे पर्लमन म्हणायचा.

जर लेखी कंत्राटे नसतील, तर त्याचा तोटा बहुतेक वेळा मॅकडोनल्ड्सलाच झालेला असायचा. सेंट्रल आइस्क्रीम कंपनीबरोबर १९८४मध्ये झालेल्या वादात मॅकडोनल्ड्स एक कायदेशीर लढाई हरली. ही कंपनी 'ट्रिपलडेकर' नावाचे आइस्क्रीम कंपनीला पुरवत होती. तिने १९७०नंतर हे आइस्क्रीम मॅकडोनल्ड्सला पुरवणे चालू केले ते रे क्रॉकने कंपनीच्या थॉमस क्युमिंग्ज या मालकाबरोबर केलेल्या हस्तांदोलनाद्वारे व तोंडी शब्दावरून. लेखी काही नव्हतेच. मॅकडोनल्ड्समध्ये त्या वेळी डेझर्ट (स्वीट डिश) काही नव्हते व ते या निमित्ताने मिळाले, असे सर्वांना वाटले अन् आनंदाचे वातावरण पसरले. यामध्ये व्हॅनिला, स्ट्रॉबेरी व चॉकलेट आइस्क्रीम साखरमिश्रित कोनमधून दिले जायचे आणि त्यावर एक प्लॅस्टिकचे झाकण असायचे. कोन आइस्क्रीमबरोबर खायचा. किंमत होती फक्त २५ सेंट्स. "हा एक उत्तम पदार्थ होता व तो आम्ही लाखाच्या आकड्यात विकू, असे आम्हाला वाटत होते," असे टर्नर म्हणतो.

ग्राहकांनी सुरुवातीला त्याचे स्वागत केले, पण हळूहळू त्याची विक्री मंदावली. बहुतेकांना ती शोभेची वस्तू वाटली व क्रॉकच्या दृष्टीने तो अपयशी 'डेझर्ट बॉम्ब' ठरला. पण त्याचा धमाका फारच मोठा झाला. तीन वर्षांत विक्री फारच कमी-कमी होत गेली, त्यामुळे कंपनीने तो पदार्थ आपल्या यादीतून कमी करण्याचे ठरवले. सेंट्रल कंपनीने असा आरोप केला की, कंपनीप्रमुख क्रॉकने तोंडी दिलेला आपला शब्द फिरवला आहे. कंपनीने आपल्या सर्व स्टोअर्समध्ये तो विकायचे वचन दिले होते. त्यांनी मग प्रख्यात वकील जेरी स्पेन्सला मग मॅकडोनल्ड्सविरुद्ध खटला चालवण्यासाठी आपला वकील म्हणून नेमले. त्याने असे अनेक खटले जिंकले होते. त्यामुळे सेंट्रलने हा दावा जिंकला व मॅकडोनल्ड्सने त्यांना ५.२ कोटी डॉलर्सची नुकसानभरपाई द्यावी, असा निर्णय झाला. शेवटी १.५५ कोटी डॉलर्सवर ही तडजोड झाली व मॅकडोनल्ड्सला फटका बसलाच.

जर मॅकडोनल्ड्सने लेखी करार केला असता, तर कंपनीच्या वकिलांनी कायदेशीर पळवाट काढून हे सर्व टाळले असते. पण क्रॉक अशा पद्धतीने काम करणारा नव्हता. त्याच्या मते, लेखी करारापेक्षा परस्परांवरील विश्वास हा जास्त महत्त्वाचा होता आणि आजही मॅकडोनल्ड्सचे तत्त्वज्ञान तसेच आहे. जरी त्या सेंट्रल आइस्क्रीम कंपनीच्या दाव्यात त्यांच्या विरुद्ध निकाल गेला, तरी कंपनी ती एक अपवादात्मक घटना मानते आणि पुरवठादारांवरील विश्वास व परस्परांवर असलेली

निष्ठा याला ती लेखी करारापेक्षा अधिक महत्त्व देते.

नवे पदार्थ शोधून काढण्यात वा त्यांचे विकसन करण्यात पुरवठादार जे मदत करतात, त्यांना खरोखर तोड नाही. हे पुरवठादार गेल्या काही वर्षांत जणू मॅकडोनल्ड्सचे पदार्थ विकसन विभागाचे घटक असल्यासारखेच काम करत असतात. त्यासाठी ते स्वेच्छेने नवे खाद्यपदार्थ व खाद्यपदार्थ प्रक्रिया विकसित करण्यासाठी लाखो डॉलर्स गुंतवत असतात. त्यांच्या दृष्टीने आशेचे एकच गाजर त्यांच्या तोंडापुढे असते. ते म्हणजे, जर त्यांचे प्रयोग यशस्वी झाले, तर मॅकडोनल्ड्स त्याबाबतचे काम निश्चितच त्यांच्याकडे देईल.

अशा प्रकारे पुरवठादारांना नवा पदार्थ वा प्रक्रिया विकसित करण्याची परंपरा मॅकडोनल्ड्सने १९६०च्या दशकाच्या सुरुवातीला चालू केली. त्या वेळी गॉर्टन कॉर्पोरेशनचा हिशेब विभागाच्या अधिकारी बड स्वीनी याच्यापासून ती सुरू झाली. त्याने मॅकडोनल्ड्सकांना 'फिलेट-ओ-फिश' सँडविच विकसित करण्यात मदत केली व त्यात यश मिळाल्यावर कंपनीचा त्या पदार्थाचा ८० टक्के व्यवसाय त्याच्याकडे आला. अनेक पुरवठादारांनी इतर नव्या पदार्थांबाबतीतही अशीच वैयक्तिक बांधिलकी दाखवली आणि मग मॅकडोनल्ड्सनेही त्याचे पुढचे काम त्यांना देऊन आपलीही बांधिलकी सिद्ध केली. कंपनीने जॅक सिम्प्लॉटच्या कंपनीला आपला १८० कोटी पाउंडांच्या बटाट्याच्या व्यवसायापैकी निम्मा व्यवसाय दिला व तो मॅकडोनल्ड्सचा बटाट्याच्या पदार्थांचा (फ्रेंच फ्राइज) सर्वांत मोठा पुरवठादार झाला. (दर वर्षी त्याचा उद्योग मॅकडोनल्ड्सला वर्षाला १०० कोटी पाउंड गोठवलेले फ्रेंच फ्राइज व हाश ब्राउन्स पुरवायचा.) मॅकडोनल्ड्सच्या गरजांना सकारात्मक प्रतिसाद दिल्यामुळे हा व्यवसाय त्याला मिळाला होता.

सिम्प्लॉट जेव्हा १९६०च्या सुरुवातीला मॅकडोनल्ड्सकडे फ्रेंच फ्राइजच्या उत्पादनातले सातत्य कायम कसे राखता येईल याची प्रक्रिया विकसित करण्याचा प्रस्ताव घेऊन गेला, तेव्हा तो बटाटा उत्पादन मोठ्या प्रमाणावर करणारा शेतकरी होता. पण त्याची सिम्प्लॉट कंपनी तो पहिले १० लाख डॉलर्स मिळेपर्यंत एखाद्या उद्योजकाप्रमाणे चालवत होता. त्या वेळी इडाहो रसेट जातीचे बटाटे – जे फ्रेंच फ्राइज बनवण्यासाठी उत्तम मानले जायचे ते – वर्षातले ९ महिनेच उपलब्ध असायचे. तरीही सिम्प्लॉटने स्वत:चे चार लाख डॉलर्स गुंतवून मॅकडोनल्ड्ससाठी हे प्रक्रियेतले प्रयोग करायचे काम हाती घेतले. एक प्रकारे तो जुगारच होता. हे बटाटे भाजण्यासाठी उत्तम समजले जायचे. ते पानगळतीच्या हंगामात तयार केले जायचे व मग हिवाळ्यात शीतगृहात साठवले जायचे. पण उन्हाळ्यातील उष्णतेमध्ये ते टिकायचे नाहीत. त्या वेळी मग मॅकडोनल्ड्स व इतर कंपन्या त्या तीन महिन्यांत वापरण्यासाठी कॅलिफोर्नियातील पांढरे बटाटे वापरायच्या.

पण या पांढऱ्या बटाट्यांचे फ्रेंच फ्राइज केल्यावर इडाहो रसेटइतका कुरकुरीतपणा त्यांच्यात यायचा नाही. मग सिम्प्लॉटने बाराही महिने इडाहो रसेट बटाटे साठवून ठेवण्यासाठी शीतगृहांची मालिका तयार करण्याचा प्रस्ताव मॅकडोनल्ड्सला दिला. त्याच्या दृष्टीने अधिक व्यवसाय मिळवायची ती संधी होती. तोपर्यंत तो मॅकडोनल्ड्सच्या एकूणच बटाट्याच्या गरजेपैकी २० टक्के गरज भागवत होता. जर ही त्याची शीतगृहाची कल्पना कंपनीला पटली असती, तर त्यांत आणखी वाढ झाली असती. मग त्याने ४ लाख डॉलर्स गुंतवून या प्रकारचे ३०० ट्रक बटाटे देशभरातील शीतगृहांत ठेवण्याची कल्पना प्रत्यक्षात उतरवली. त्यापूर्वी असे कोणी केले नव्हते. ते बटाटे शीतगृहात ठेवूनही फ्रेंच फ्राइज्साठी चालले नसते, तर त्याची ही गुंतवणूक पाण्यात जाणार होती.

पण अशी जोखीम पत्करणे, हा सिम्प्लॉटचा स्वभावधर्मच होता. त्याने १४व्या वर्षी लोखंडाचा व्यापार चालू केला. त्यानंतर त्याने अपरंपरागत पद्धतीने अनेक जोखीम पत्करून धाडसाने अनेक उद्योग केले. त्याने लोखंडाचा व्यापार विकून टाकला व डुकरांची पैदास करण्याचा उद्योग चालू केला. त्यांत चांगला फायदा झाल्यावर तो विकून बटाट्याची शेती करू लागला. त्या वेळी बटाट्याचे वर्गीकरण हाताने केले जायचे. पुढे ते वर्गीकरण करण्यासाठी यांत्रिक पद्धत विकसित झाल्याचे कळल्यावर त्याने ती खर्चिक पद्धत आपल्याकडे बसवली व तशा प्रकारचे काम करणारा तो पहिला उद्योजक ठरला.

त्यांतून त्याने बटाट्याचा व्यापार चालू केला. मग कांद्याचा केला. त्यानंतर भाजी वाटण्याचे मशिन विकत घेऊन कांदे जलविरहित, कोरडे करण्याचे काम त्याने हाती घेतले. तोपर्यंत बटाटे सुकवण्याचे काम अशा पद्धतीने कोणी केले नव्हते. पण दुसऱ्या महायुद्धात त्याला सैनिकांना बटाट्याचे कोरडे काप पुरवण्याचे मोठे काम मिळाले. युद्ध संपेपर्यंत त्याच्याकडे या कामासाठी १४ कारखाने होते. ते चालू ठेवण्यासाठी त्याला बटाट्यांची जास्त गरज भासू लागली. म्हणून त्याने स्वत:च बटाट्याची शेती मोठ्या प्रमाणावर चालू केली व बटाटे उत्पादन वाढवण्यासाठी खतांचा वापर प्रथम केला. पण युद्ध संपत आले तोपर्यंत खतांची मोठी टंचाई झाली. मग त्याने त्यासाठी फॉस्फेटची खाणच विकत घेतली. युद्धानंतर लष्कराने सुकवलेले बटाटे घेणे थांबवले. मग आपला व्यवसाय चालू ठेवण्यासाठी त्याने नवीनच कल्पना लढवली. ती होती गोठवलेल्या बटाट्यांची.

तोपर्यंतच्या या सर्व खटपटीत तो विविध उद्योगांत जोखीम पत्करायचा, जुगार खेळायचा व त्यांत तो यशस्वी व्हायचा. पण मॅकडोनल्ड्सला उन्हाळ्यात ताजे व रसेट प्रकारचे बटाटे पुरवण्याच्या उद्योगात तो सपशेल अयशस्वी ठरला. ते बटाटे उकाड्याने नासले व त्याला ४ लाख डॉलर्सचा फटका बसला. हा त्याचा पहिलाच

तोटा होता. पण त्याने मॅकडोनल्ड्सला आपण अद्यापही चांगले बटाटे पुरवण्याबाबत किती गंभीर आहोत, हे पटवून दिले व त्यातून त्याने ताज्यांऐवजी गोठवलेल्या फ्रेंच फ्राइजची कल्पना सुचवली. तो १९६५च्या आसपास गोठवलेले फ्रेंच फ्राइज तयार करणारा देशातला मोठा उद्योजक झाला, पण तरीही ताज्या बटाट्यांच्या फ्रेंच फ्राइजची बाजारपेठ ९५ टक्के होती. मॅकडोनल्ड्ससारख्या मोठ्या गिऱ्हाइकामुळे त्याला या ताज्या बटाट्यांच्या जागी आपले गोठवलेले फ्रेंच फ्राइज द्यायची योजना सुचवता आली असती, तर मोठेच काम झाले असते आणि त्यातून मग त्याला या प्रकारच्या गोठवलेल्या बटाट्यांसाठी बाजारपेठेतून असलेला विरोध मोडून काढता आला असता. पूर्वी ताजे बटाटे पुरवण्याच्या निमित्ताने त्याची मॅकडोनल्ड्सच्या खरेदी विभागाचा संचालक स्टीव्ह बार्नेस याच्याशी ओळख झाली होतीच. सिम्प्लॉटने त्याला किमान उन्हाळ्यात तरी ताज्या बटाट्यांऐवजी ते गोठवलेले बटाटे वापरून पाहायची कल्पना पटवून दिली. बार्नेसने त्याला हा प्रस्ताव थेट हॅरी सोन्नेबर्नपुढे मांडण्याची सूचना केली. तो त्या वेळी कंपनीचा अध्यक्ष होता. पण हॅरीने ती हसून उडवून लावली. त्याच्या मते, ताजे बटाटेच या कामासाठी योग्य होते.

कंपनीचा या प्रस्तावाला असणारा विरोध समजण्यासारखा होता, कारण कंपनी 'आम्ही फ्रेंच फ्राइजसाठी ताजे बटाटेच वापरतो' या घोषणेसाठी प्रसिद्ध होती आणि गोठवलेले बटाटे रंग, कुरकुरीतपणा व चव याबाबतीत ताज्या बटाट्यांच्या जवळपासही जात नव्हते. हॅरीचा हा थंडपणा पाहून बार्नेसने त्याला त्याचा प्रस्ताव त्याहून वरच्या पातळीवर – म्हणजे रे क्रॉककडे नेण्यास सांगितले. क्रॉक हा कंपनीची पुरवठा साखळी अखंड राहावी यासाठी नेहमीच जागरूक असायचा व त्याला उन्हाळ्यात येणाऱ्या ताज्या बटाट्यांच्या टंचाईची माहिती होती. ताजे बटाटे नसले, तर होणारी पंचाईत त्याला माहिती होती; तसेच त्या बटाट्यांमुळे फ्रेंच फ्राइजला येणारी चवही. पण उन्हाळ्यात ताज्या बटाट्यांचा दर्जा राखणेही अवघड असायचे. कंपनी १९६५च्या आसपास १७५ निरनिराळ्या उत्पादकांकडून ताजे बटाटे घेत होती. मग ते कंपनीला स्वस्त व कमी श्रेणीचे बटाटे पुरवण्यात हयगय करायचे नाहीत. सिम्प्लॉटने गोठवलेल्या बटाट्यांची शिफारस किमतीच्या नव्हे, तर दर्जाच्या तसेच अखंड पुरवठा ठेवण्याच्या निकषावर केली. तो म्हणतो, "मॅकडोनल्ड्ससाठी बटाट्यांचा दर्जा संभाळणे, ही मोठीच डोकेदुखी व खर्चाची बाब होती. त्यातले साखरेचे प्रमाण कमी-जास्त व्हायचे व त्या प्रमाणात तळलेल्या बटाट्यांचा रंग इंद्रधनुष्यातील कोणत्याही रंगाप्रमाणे यायचा."

सिम्प्लॉट खरेतर क्रॉकला भेटायला गेला, त्याच्या काही दिवस आधीच क्रॉकने कंपनीच्या इलिनॉइस राज्यातील ॲडिसन येथील 'यंत्रसामग्री प्रयोगशाळे'तील केन स्ट्राँग या शास्त्रज्ञाला सॉन्ता बार्बारा येथल्या आपल्या रँचवर नवी प्रयोगशाळा

उघडण्यासाठी बोलावून घेतले होते. मग त्याची पहिली जबाबदारी बनली ती सिम्प्लॉटच्या गोठवलेल्या बटाट्यांच्या फ्रेंच फ्राइजवर प्रयोग करायची. कारण क्रॉकला गोठवलेले फ्रेंच फ्राइजचे बटाटे व ताजे बटाटे यांत चव, रंग वा कुरकुरीतपणा यांत कोणताही फरक नको होता. कोणालाही ते ओळखताही यायला नको होते. स्ट्रॉंगचा खाद्यपदार्थ तंत्रज्ञानातील १२ वर्षांचा अनुभव हा लॅम्ब वेस्टन या मोठ्या बटाटा पुरवठादाराच्या प्रयोगशाळेतील होता, त्यामुळे या नव्या जबाबदारीत काम करण्यास तो अत्यंत लायक व्यक्ती होता. क्रॉकने केलेल्या विनंतीनुसार विस्कॉन्सिन राज्यातील मॅडिसन येथील फ्रँचायझी एड ट्रेसमन हाही या फ्रेंच फ्राइजबद्दल प्रयोग करत होता. बाऊकेगॅनमधील सॅंडी आगेटचे फ्रँचायझीमधले यश पाहून त्याच्या अनेक नातेवाईक व मित्रांनी मॅकडोनल्ड्सची फ्रँचायझी मिळवली, त्यांपैकी तो एक होता व तो सॅंडीची बायको बेट्टीचा भाऊही होता. पूर्वी तो क्राफ्ट या कंपनीत दूधशाळा व चीजनिर्मिती यांतल्या संशोधनाचा प्रमुख होता आणि बटाट्यांचा हा प्रश्न सोडवण्यासाठी त्याच्या त्या अनुभवाचा फायदा क्रॉकला करून घ्यायचा होता, म्हणून त्याने त्याला ती जबाबदारी दिली होती.

स्ट्रॉंग आणि ट्रेसमन या दोघांना हे माहीत होते की, बटाटे गोठवले की त्याच्यातील कणरचना बदलते व चवीतही फरक पडतो. त्यामुळे ते गोठवलेल्या बटाट्यांच्या विरोधात होते. दुसरे म्हणजे, बटाट्यांच्या टंचाईमुळे निर्माण होणाऱ्या फ्रेंच फ्राइज तयार करण्याच्या अडचणीबाबतीत या उद्योगाने फारसे लक्ष देऊन आपली पकड बसवली नव्हती. वापरात असलेल्या पद्धतीमध्ये काढलेले पांढरे व कापलेले बटाटे गरम पाण्यात टाकले जायचे आणि त्यांना गोठवण्यापूर्वी सौम्य पद्धतीने तळले जायचे. मग असे फ्राइज रेस्टॉरंटमध्ये पुन्हा तळले जाऊन ग्राहकांपर्यंत पोहोचवले जायचे. पण ही प्रक्रिया करणाऱ्यांनाही हे माहीत होते की, हे गोठवलेल्या बटाट्यांपासून केलेले फ्राइज हे ताज्या बटाट्यांच्या फ्राइजइतके चवीला व वासाला चांगले नसायचे.

बऱ्याच महिन्यांच्या संशोधनानंतर स्ट्रॉंग आणि ट्रेसमन या दोघांना असे दिसून आले की, फ्राइज करण्याच्या प्रक्रियेमुळे निर्माण होणारी ही बटाट्यांची समस्या आहे. ट्रेसमनने असे ठरवले की, गोठवलेल्या बटाट्यातील पाण्याचे बर्फाचे लहान-लहान कण बनतात व मग ते कण तळलेल्या बटाट्यातील स्टार्चच्या दाण्यांचे विघटन करतात. त्यामुळे ते जेव्हा भरपूर तळले जातात, तेव्हा त्यांची कणरचना व चव यांत फरक पडतो. जर बटाट्यातील तो पाण्याचा अंश बटाटे गोठवण्यापूर्वी काढून टाकता आला, तर समस्या सुटण्याची शक्यता होती. त्याला या संशोधनाबद्दल पेटंटही मिळाले. पण तरीही त्याने आपल्या संशोधनाची माहिती स्ट्रॉंग आणि मॅकडोनल्ड्सच्या इतरांना मनमोकळेपणे दिली नाही. मधल्या काळात स्ट्रॉंग अशा

निष्कर्षाप्रत आला होता की, बटाटे पांढरे करण्याच्या दीर्घ प्रक्रियेमुळे परंपरागत पद्धतीत बटाटे फार काळ शिजवले जायचे. त्यातली बरीचशी चव व वास त्या पाण्यातच निघून जायचा. याउलट, ताज्या बटाट्यात नैसर्गिक साखर कायम राहायची व त्यामुळे बटाट्यांना सोनेरी करडा रंग व कुरकुरीतपणाही यायचा. तसे गोठवलेल्या बटाट्यांत होत नव्हते.

स्ट्राँगने मग हे दोन्ही प्रश्न सोडवण्यासाठी गोठवलेल्या बटाट्यांपासून फ्राइज बनवायची नवी प्रक्रिया व त्याला लागणारी यंत्रसामग्री विकसित केली. गरम पाण्यात बटाटे दीर्घ काळ ठेवणे व नंतर वाफवणे या प्रचलित जागी ती वापरण्याचे प्रयोग केले. जुनी यंत्रसामग्रीही त्यांनी बदलली. असे बटाटे तळण्यापूर्वी लगेच गरम हवेच्या वाफाऱ्याने कोरडे करायची पद्धत त्याने अवलंबिली. त्यामुळे त्यातले द्रवकण बाहेर पडायचे व त्यामुळे नंतर ते गोठवण्यामुळे येणारा स्टार्चच्या कणांचा विघटनाचा प्रश्न मिटायचा. त्या आधीच्या पद्धतीत एक तळण काढून द्रवकण दूर केले जायचे. पण स्ट्राँगच्या मते, स्टोअरपेक्षा कारखान्यातच ते अधिक तळले जात. त्याचा परिणाम कुरकुरीतपणावर व्हायचा. स्ट्राँगच्या या पद्धतीने द्रवकणांचे प्रमाण कमी झाले व कुरकुरीतपणाही कायम राहिला.

स्ट्राँगच्या या प्रक्रियेमुळे तयार झालेले फ्रेंच फ्राइज हे ताज्या रसेट बटाट्यांपासून पूर्वीपासून करत आलेल्या फ्रेंच फ्राइजइतकेच कुरकुरीत व चविष्ट आहेत, असा अभिप्राय टीकाकारांनीही दिला. ही प्रक्रियाही निराळी होती व मग मॅकडोनल्ड्सने त्याचे पेटंटही घेतले. त्याच वेळी सिम्प्लॉटचा गोठवलेल्या बटाट्यांचा प्रस्तावही क्रॉकपुढे आला. दोन्ही वेळा उत्तम जमून आल्या. मग सिम्प्लॉटने स्ट्राँगच्या पद्धतीचा प्रक्रिया करणारा कारखाना उभारायची योजना मांडली. त्याने त्याच्या कारखान्यात बटाट्यांवर प्रक्रिया करण्याची यंत्रणा उभारली होतीच; त्यांत स्ट्राँगच्या पद्धतीप्रमाणे काम करण्यासाठी थोडे फेरफार करावे लागले असते. मग त्याने पूर्वी शीतगृहात झालेल्या ४ लाख डॉलर्सच्या दसपट रक्कम या नव्या कारखान्यात गुंतवण्याची तयारी दाखवून नवा जुगार खेळण्यासाठी पाऊल टाकले.

या करारासाठी त्याने क्रॉकशी हस्तांदोलन पुरेसे आहे, असे सांगून नव्या यंत्रसामग्रीत ३५ लाख डॉलर्स गुंतवले व ताशी २५००० पौंड गोठवलेल्या बटाट्यांचे फ्राइज करायची क्षमता निर्माण केली. मॅकडोनल्ड्सकडून आश्वासन असे मिळाले नव्हते. जर प्रयोग अयशस्वी झाला असता, तर त्याला प्रचंड फटका बसला असता. सिम्प्लॉटच्या या तयारीपूर्वी क्रॉकने इडाहोमधील लॅम्ब वेस्टन या उद्योजकाशी संपर्क साधून अशी प्रक्रिया करणारा एखादा कारखाना काढावा, असा प्रस्ताव मांडला होता; पण त्याला लॅम्बने त्यातली भलीमोठी जोखीम पाहून नकार दिला होता. पण सिम्प्लॉट ठाम होता. तो म्हणाला, ''मी असा विचार केला की, समजा

या म्हाताऱ्याने (क्रॉकने) आपला प्रस्ताव धुडकावला, तर आपण स्वतःच आपल्या पद्धतीने फ्रेंच फ्राइज करण्याचा कारखाना काढू व स्वतंत्र व्यवसाय उभारू.'' पण त्याचा जुगार यशस्वी झाला. फक्त त्याची नवी डोकेदुखी चालू झाली की, मॅकडोनल्ड्सच्या वाढत्या मागणीचा पुरवठा कसा करायचा, याची. मॅकडोनल्ड्सची पहिली योजना हे सिम्प्लॉटचे फ्राइज उन्हाळ्यातच वापरायचे, अशी होती; पण थोड्याच दिवसांत त्यांनी तेच फ्राइज वर्षभर वापरायचे ठरवले. त्याचे नामकरणही 'मॅक फ्राइज' असे केले. आता फक्त किती जलद गतीने सिम्प्लॉट नवी यंत्रसामग्री उभारतो, एवढाच प्रश्न उरला.

सिम्प्लॉटने गोठवलेल्या फ्राइजनंतर वर्षभरातच त्यांत गरम वाफेचे वाफारे देणारी सामग्रीही बसवली व १९७२मध्ये मॅकडोनल्ड्समध्ये वर्षभर सतत त्याच प्रक्रियेने झालेले फ्राइज द्यायला सुरुवात झाली. पण सिम्प्लॉटच्या दृष्टीने ही बटाटे लॉटरीची सुरुवात होती. मॅकडोनल्ड्सची ही यशस्वी फ्रेंच फ्राइज प्रक्रिया स्पर्धकांच्या नजरेत भरली. मग असेच काही आपणही करायची चढाओढ त्यांच्यातही सुरू झाली. सिम्प्लॉटने मग मॅकडोनल्ड्सची प्रक्रिया थोडी बदलली व वेंडीज या साखळी उद्योगात तसेच इतरांना फ्राइज पुरवणे चालू केले. थोड्याच काळात या फ्राइजच्या उद्योगातला तो देशातील सर्वांत मोठा कारखानदार झाला.

त्याच्या कंपनीच्या चार कारखान्यांतून तो मॅकडोनल्ड्सच्या गरजेपैकी ५० टक्के गरज भागवतो व तो आकडा आहे ४५ कोटी पाउंड एवढ्या वजनाच्या फ्राइजचा. अन्य दोन पुरवठादार लॅम्ब वेस्टन आणि कार्नेशन हे उरलेले ५० टक्के फ्राइज पुरवतात. इतरांना पुरवठा करण्यात येणाऱ्या फ्राइजचा समावेश केला, तर देशातील एकूण गरजेच्या ३० टक्के गरज सिम्प्लॉटची कंपनी पूर्ण करते. सिम्प्लॉट आणि क्रॉकच्या सहज बोलण्यातून सुरुवात होऊन १९६५मध्ये चालू झालेल्या या उद्योगाने भावी काळात २० पट वाढ केली व प्रतिवर्ष ६५ कोटी डॉलर एवढी उलाढाल निर्माण झाली.

या फ्रेंच फ्राइजवरील मॅकडोनल्ड्सच्या प्रयोगातून कंपनीची आपले पुरवठादार व कंपनीतले अधिकारी, कर्मचारी, फ्रँचायझी या सर्वांना एकत्र घेऊन समस्येवर तोडगा काढण्याची पद्धत आणि उदाहरण पाहायला मिळाले. शिवाय या सहकारी सर्जनशीलतेचा फायदा व परिणाम कंपनीपुरताच मर्यादित न राहता तो इतरांपर्यंतही पोहोचत होता. या फ्राइजमधल्या घडामोडीचा परिणाम देशातील बटाटा उत्पादन उद्योगावर झाला. आज त्या देशातील २५ टक्के बटाटा उत्पादन हे फ्रेंच फ्राइज करण्याकरता वापरले जाते. ते १९५० पूर्वी दोन टक्के एवढेच होते आणि मॅकडोनल्ड्सचा त्यांतला वाटा २५ टक्के आहे.

बटाट्यांतील या सिम्प्लॉटच्या नव्या शोधानंतर काही वर्षांतच मॅकडोनल्ड्सच्या

बीफच्या गरजेनुसार काही उद्योजकांनी यापेक्षाही मोठा प्रभाव पाडणारा जुगार खेळून मोठा इतिहास निर्माण केला. त्यांची नावे होती अल् जस्टिन, जॅक कॅट आणि हर्ब लॉटमन. तसे ते बीफवर प्रक्रिया करणाऱ्या उद्योगात कमी उलाढाल असलेला व्यवसाय करत होते. पण त्यांनी ताज्या मांसाऐवजी गोठवलेले मांस पुरवण्याबाबत डोके चालवले व जे घडले, त्यामुळे त्यांचे भाग्य उजळले. कॅट हा छोट्या प्रमाणावर मांसपुरवठा करणारा एजंट होता. त्याच्या ग्राहकांमध्ये पेनसिल्व्हानियामधल्या स्क्रॅन्टन येथे मांसावर प्रक्रिया करणारी पोलराइज्ड मीट कंपनी होती व तिचा मालक होता जस्टिन. ही कंपनी रेस्टॉरंट्स, हॉस्पिटल्स व इतर तत्सम ग्राहकांना गोठवलेले मांस पुरवत होती. लॉटमन आणि त्याचे वडील एक छोटी कंपनी चालवत होते व ती हाडे काढून टाकलेले बीफ (बोनलेस) पोलराइज्ड कंपनीला पुरवत होती.

तिघेही नव्या ग्राहकांच्या वा नव्या प्रकारच्या व्यवसायाच्या शोधात १९६०च्या अखेरीस होते. जस्टिनने नुकतीच पोलराइज्ड कंपनी विकली होती व तो व्यवसायातले एखादे नवे आव्हान स्वीकारायच्या तयारीत होता, तर कॅट पोलराइज्डऐवजी नव्या ग्राहकाच्या शोधात होता. लॉटमन मात्र त्याचा कौटुंबिक उद्योग कसा वाढेल, या विवंचनेत होता. जेव्हा 'आयोवा बीफ' या कंपनीने हाडेविरहित मांस करून तिथेच खोक्यात घालून सुपरमार्केटना विकायची प्रक्रिया चालू केली; तेव्हा लॉटमन जे काम करत होता, त्याचे प्रयोजन उरले नाही. तो व त्याच्यासारखे हे काम करणारे अनेक मध्यस्थ बेकार झाले.

पण कॅटला असे कळले की, मॅकडोनल्ड्सला ताजे बीफ मिळण्याच्या कामात गंभीर समस्या निर्माण झाली होती. मॅकडोनल्ड्सचा विस्तार विस्तीर्ण क्षेत्रात देशभर झाला होता व त्यामुळे त्यांनी १७५ स्थानिक बीफ पुरवठादारांना आठवड्यातून तीनदा ते बीफ असलेले हॅम्बर्गर आपल्या स्टोअर्सना पुरवण्याचे काम दिले होते. त्याचा पाठपुरावा चांगला होता व कंपनीचे अधिकारी दर्जाची खात्री करून घेण्यासाठी या पुरवठादारांच्या कारखान्यांना भेटी देत होते. तरीही दर्जा राखण्यात मॅकडोनल्ड्सला बरीच अडचण येत होती. एक मोठी काळजी होती ती शुक्रवारी पुरवलेले हॅम्बर्गर सोमवारपर्यंत वापरले गेले नाहीत, तर खराब व्हायची शक्यता होती. विशेषत: जर आठवडाअखेरीस हिमवादळ, पाऊस वा थंडीने ग्राहक बाहेर पडू शकले नाहीत; तर विक्री न व्हायची शक्यता असायची. अशा वेळी फ्रँचायझींना उरलेले अन्न फेकून देण्याची सूचना केलेली असायची. तरीही पैसा वाचवण्यासाठी काही फ्रँचायझी ग्राहकांना द्यायच्या खाद्यपदार्थांत खराब मांसही वापरण्याची शक्यता होती. या चिंतेने क्रॉकची तर झोप उडाली होती. तो म्हणायचा, "काही काही वेळा मला रात्री भयानक स्वप्न पडायचे. त्यांत खराब मांसामुळे पोट बिघडलेले हजारो ग्राहक मला दिसायचे. मग यातून बाहेर पडण्यासाठी काय करावे, या चिंतेने झोप उडायची."

पण ताज्या बीफऐवजी गोठवलेले बीफ वापरण्याच्या कल्पनेला कित्येकांचा तीव्र विरोध होता. असा विरोध पूर्वी गोठवलेले बटाटे वापरण्यास सुरुवात केली, त्या वेळीही झाला होता. गोठवलेले मांस हे ताज्या मांसाइतकेच चांगले असते, हे कोणाला पटायचे नाही. गोठवल्यामुळे मांसाची नैसर्गिक चव नाहीशी व्हायची व त्यांतले विविध रस वाफेद्वारे निघून जायचे. शिवाय त्यांतील तंतू घट्ट व्हायचे. या सर्वांमुळे जरी त्रास होत होता तरी मॅकडोनल्ड्सला ताजे मांस वापरण्याशिवाय गत्यंतर नव्हते. त्यांचा होणारा मांसपुरवठाही व्यवस्थापनाच्या हाताबाहेर चालला होता. गोठवलेले मांस विकण्याच्या खटपटीत १९६५पासून मॅकडोनल्ड्समध्ये कॅट वरचेवर चकरा मारत होता आणि तितक्याच वेळेला त्याला कंपनी नकारघंटा वाजवून परतही पाठवत होती.

पण १९६७मध्ये त्याला एकाएकी आशेचा किरण दिसू लागला. त्याने कंपनीचा खरेदी संचालक डॉम डेव्हिट याला छोट्या प्रमाणावर गोठवलेले मांस प्रयोगाकरिता का होईना, पण वापरायचा आग्रह धरला. त्यासाठी त्याने क्रायोजनिक पद्धत वापरून उणे २०० डिग्रीच्या खाली ते मांस गोठवले होते. त्याच्या मते, तशा पद्धतीने वेगाने मांस गोठवले, तर त्यांतले रस नेहमी फ्रीझरप्रमाणे बाष्पीभवन होऊन बाहेर पडले नसते.

मग कॅट आणि जस्टिन यांनी भागीदारीत उद्योग करून प्रयोगादाखल तसे गोठवलेले मांस मॅकडोनल्ड्सला पुरवण्याचे काम चालू केले. त्यांनी त्यांत लॉटमनलाही ओढले, कारण त्याच्याकडे मांसावर प्रक्रिया करणारी यंत्रसामग्री होती. या कंपनीत तिघांनी प्रत्येकी अडीच लाख डॉलर्स गुंतवले. कंपनीचे नाव ठेवले 'इक्विटी मीट कंपनी'. या बीजभांडवलाचा उपयोग त्यांनी खरेदी व मांस गोठवणे, ते किसणे व त्याचे हॅम्बर्गर करणे या कामासाठी लागणारी यंत्रसामग्री खरेदी करण्यासाठी केला. जर प्रयोग फसला असता, तर कंपनी दिवाळखोरीत गेली असती व तिघांचे बीजभांडवल पाण्यात गेले असते. जस्टिनने ८० लाख डॉलर्सला आपली कंपनी (पोलराइज्ड) विकली होती, त्यामुळे त्याचे नुकसान झाले नसते. पण बाकी दोघांनी मात्र त्यांची होती नव्हती ती शिल्लक त्यांत घातली होती. त्यामुळे त्यांचे हाल झाले असते. लॉटमनकडे तर तेवढेही पैसे नव्हते. मग त्याने आपली बोट विकली व पैसे उभे केले होते.

मात्र, प्रत्यक्ष काम सुरू केल्यावरच ते किती जोखमीचे आहे, ते या त्रिकुटाच्या लक्षात आले. मॅकडोनल्ड्समध्ये पूर्वीच्या खरेदी विभागाचा प्रमुख डेव्हिड जाऊन त्याच्या जागी लायनल रूट हा नवा अधिकारी आला होता. त्याला भेटायला हे तिघे विमानाने शिकागोला गेले. तोपर्यंत फ्रेड टर्नर याने अध्यक्षपदाची सूत्रे नुकतीच हाती घेतली होती व रूटने त्यांची फ्रेडशी गठ घालून दिली. त्याचे शब्द लॉटमनला

आजही आठवतात. फ्रेड म्हणाला, ''मला गोठवलेल्या हॅम्बर्गरचा फार तिरस्कार वाटतो.'' क्रॉकच्या डेस प्लेन्समधील रेस्टॉरंटमध्ये ग्रिल मॅन (ग्रिलवर वस्तू भाजून तयार करणारा) म्हणून काम करताना गोठवलेल्या हॅम्बर्गरची खोकी फ्रीजमध्ये ठेवली जायची, ती राखीव म्हणून. तिथे त्यांच्यातले द्रव बाष्पीभवन होऊन पडायचे. ते कोरडे हॅम्बर्गर मग एकमेकांना घट्ट चिकटून बसायचे. त्यांना वेगळे करायला मग सुरी वापरावी लागायची आणि हे करताना कित्येक वेळा हात कापायचे. ''मॅकडोनल्ड्स गोठवलेले हॅम्बर्गर कधीही वापरणार नाही.'' टर्नर टेबलावर जोरजोरात मूठ आपटून आपले म्हणणे पटवून देत होता. मग त्याने त्या तिघांना त्याची गरज काय आहे, ते सांगितले. ''मी गोठवलेल्या हॅम्बर्गरचा एक वेळ विचार करेनही; पण त्यासाठी ते सोप्या पद्धतीने लवकर शिजतील असे पाहिजेत. त्यांच्यातील मांसात सर्व रस कायम असतील, ते चविष्ट राहतील व तळताना आक्रसणार नाहीत, असे हवेत.'' लॉटमन म्हणतो, ''आता मला हृदयविकाराचा झटकाच आलाय, असे वाटू लागले. मी माझे सर्वस्व या उद्योगासाठी पणाला लावले होते आणि हे मॅकडोनल्ड्सचे अध्यक्ष सांगत होते की, जन्माला येण्यापूर्वीच या उद्योगाचा मृत्यू झाला होता!'' फिलाडेल्फियाला परतताना तिघेही नि:शब्द बसून होते.

अशी जोखीम कोणतीही मांसविक्री करणारी कंपनी पत्करणे अवघड होते. त्यांनी हॅम्बर्गर गोठवण्याच्या पद्धतीत सुधारणा केली, तरी फ्रेडने वर्णन केलेल्या इतर निकषांवर तसे हॅम्बर्गर कसे तयार करता येणार, हा मोठाच प्रश्न होता. टर्नर जणूकाही आश्चर्य घडवून मागत होता आणि या तिघांना 'आम्ही हे करू शकणार नाही' असे म्हणणे अवघड वाटत होते. दुसरा मार्ग होता, तो म्हणजे सर्व गुंतवणुकीवर पाणी सोडणे व या खटपटीला रामराम ठोकणे. मात्र लॉटमन म्हणतो, ''फ्रेड टर्नरच्या त्या शब्दांनी जणू आम्ही असाच निश्चय केला की, हे आम्ही करून दाखवणारच.''

पुढचे ९ महिने हे या त्रिकुटाने मग लॉटमनच्या कारखान्यात दिवसाचे १२-१२ तास व आठवड्याचे सातही दिवस अथक अनेक प्रयोग केले. क्रायोजिनिक पद्धतीने गोठवण्याच्या प्रक्रियेत त्यांनी बरेच बदल केले व शेवटी द्रवीभूत नत्रवायू (लिक्विड नायट्रोजन) वापरायचे नक्की केले. गोठवण्याच्या निरनिराळ्या वेगांचा मांसावर काय परिणाम होतो, ते त्यांनी पाहिले. मांस दळायच्या विविध तंत्रांचा त्यांनी अभ्यास केला आणि हे करताना त्यांनी या उद्योगातले मांसावर प्रक्रिया करणारे तंत्र व त्यासाठी संगणकाच्या मदतीने चालणारे पहिले यंत्र विकसित केले. त्यांतून सातत्याने गोल आकाराच्या, चरबीचा अंश आत असलेल्या मांसाच्या चकत्या बाहेर येत. मग हॅम्बर्गर कोणत्या तापमानाला तळले असता त्यांना योग्य आकार व चव येईल ते पाहिले.

या अथक प्रयत्नांनंतर त्यांनी ज्या दर्जाचे हॅम्बर्गर तयार केले, ते पाहून त्यांनाही आश्चर्य वाटले. त्यांनी असा शोध लावला की, क्रायोजिनिक पद्धतीने गोठवताना मांसातले रस उत्तम टिकून राहतात आणि शिजवण्याच्या विशिष्ट पद्धतीने ते तयार केले, तर ते अधिक मोठे व रसदार होतात. इतके की – न गोठवता, नेहमीच्या पद्धतीपेक्षा ते अधिक रुचकर लागतात. त्यांना असेही कळले की, द्रवीभूत नायट्रोजन पद्धतीने गोठवले जाणारे अति थंड बर्फाचे कण मांसातले काही तंतू तोडतात, त्यामुळे अधिक मऊ हॅम्बर्गर बनतात आणि या पद्धतीने गोठवलेले हॅम्बर्गरचे पॅटिस इतके घट्ट होते की, ते पत्त्याच्या खेळातील पत्त्यांप्रमाणे एकमेकांवर सहज ठेवता येतील वा वेगळे करता येतील. त्यामध्ये मेणाचा कागद ठेवायची काहीही गरजही पडणार नव्हती. टर्नरनेही नंतर कबूल केले की, या त्रिकुटाने तयार केलेले हॅम्बर्गर पूर्वीपेक्षा अधिक चांगले वाटतात.

तरीही त्यांची चाचणी घेण्यासाठी कंपनीने तीन रेस्टॉरंटची निवड केली व तिथे ती चाचणी घेताना पुन्हा एकदा हा प्रयोग मृतावस्थेत जाणार काय, असे या त्रिकुटाला वाटू लागले. पहिली चाचणी मिनिओपोलिस इथल्या रेस्टॉरंटमध्ये होणार होती. कॅट आणि लॉटमन तिथे पुढे जाऊन हॅम्बर्गर घेऊन येणाऱ्या ट्रकची वाट पाहत होते. लॉटमनने हॅम्बर्गरचे खोके उघडले व तो सर्दच झाला – जणू त्याला हृदयविकाराचा झटकाच आला! ते हॅम्बर्गर एकमेकांना घट्ट चिकटून बसले होते. ते गोठवण्याच्या वेळी ट्रकमधील गोठवण्याची यंत्रणा बंद पडली होती व त्यामुळे हॅम्बर्गरमधील द्रवकण परत द्रवरूप होऊन त्यांचे बर्फ तयार झाले होते व ते बर्फामुळे घट्ट चिकटले होते. त्यांना स्वतंत्र ठेवण्यासाठी मधे मेणाचा कागद ठेवला नव्हता व त्यामुळे त्या निरनिराळ्या हॅम्बर्गर पॅटिसची जणू एकसंध मोठी वीट तयार झाली होती! हे जर मॅकडोनल्ड्सच्या लक्षात आले असते, तर ही योजना गर्भातच मृतावस्थेत गेली असती.

म्हणून झालेली गोष्ट त्या रेस्टॉरंटच्या भांडार व्यवस्थापकांच्या नजरेला पडू नये, असे लॉटमनला वाटले. त्याने व लॉटमनने भांडाराच्या शीतगृहात घामाने डबडबलेल्या अवस्थेत स्क्रू ड्रायव्हरने ते पॅटिस वेगळे करण्याचा प्रयत्न केला. त्यांना वाटले, टर्नरचे गोठवलेल्या पॅटिससंबंधीचे भाकीत खरे होणार. जेवणाची वेळ जवळजवळ येऊ लागली तसे कॅटने ते पॅटिसचे नग मग ग्रिलमध्ये शिजवण्यासाठी आणले व ते करताना झालेल्या समस्येचा कुणालाही सुगावा लागणार नाही, हेही पाहिले. लॉटमन स्क्रू ड्रायव्हरने ते वेगळे करण्याचे काम शीतगृहात करत राहिला. जेवणाची वेळ संपेतोपर्यंत त्या भांडार व्यवस्थापकाला काहीही कळणार नाही याची त्यांनी काळजी घेतली. "जर आम्ही जेवणाच्या वेळेला जणूकाही झालेच नाही अशा पद्धतीने वागलो नसतो, तर आमचा हा नवा प्रयोग तिथेच मृतवत् झाला असता!"

लॉटमनला आठवते.

मात्र, त्यांच्या त्या नव्या प्रयोगातील हॅम्बर्गरची परीक्षा खऱ्या न्यायाधीशांनी केली. ते म्हणजे ग्राहक. त्यांची पाहणी केली असता, कोणालाही त्या हॅम्बर्गरमध्ये पहिल्यापेक्षा निराळे काही वाटले नाही. उलट, काही लोकांना ते पहिल्यापेक्षा चांगलेही वाटले. तो सुरुवातीच्या वाहतुकीदरम्यानचा प्रश्न सोडला, तर त्रिकुटाने ही सोपी केलेली निर्मिती, वाहतूक आणि रेस्टॉरंटमध्ये हॅम्बर्गर ग्राहकांना देईपर्यंतची प्रक्रिया यांतली नवी पद्धत पहिल्यापेक्षा सोपी वाटली. शिवाय त्यांना शिजवण्याचा वेळ चार मिनिटांवरून साडेतीन मिनिटांवर आला होता व ते हॅम्बर्गर फारसे आक्रसलेही नव्हते.

अर्थात, रेस्टॉरंट चालविणाऱ्यांना ते खरेदी करायचे की नाही, याबाबत अखेरचे मत द्यायचे होते. त्या सर्वांनी या नव्या पद्धतीचे हॅम्बर्गर पॅटिस स्वीकारले. मॅकडोनल्ड्सच्या सर्व रेस्टॉरंटमध्ये १९७३पर्यंत पूर्वीच्या ताज्या मांसाच्या हॅम्बर्गरऐवजी या गोठवलेल्या नव्या पद्धतीचे हॅम्बर्गर पॅटिस वापरणे सुरू झाले. त्यासाठी मग त्रिकुटाला आणखी यंत्रे बनवावी लागली व मागणीप्रमाणे पुरवठा करताना घाम फुटायची वेळ आली. मात्र, या त्रिकुटाने एक अट मान्य केली की, जर एखाद्या पुरवठादाराने एखादी नवी प्रक्रिया विकसित केली तर मॅकडोनल्ड्स ठरवून देईल त्या इतर पुरवठादारांना ती फुकट वापरायला द्यायला हवी. रे क्रॉकचे नेहमी असे सांगणे असे की, पुरवठादार हे मॅकडोनल्ड्स कुटुंबाचे घटक आहेत व इतरांप्रमाणेच त्यांच्यामुळे मॅकडोनल्ड्सचे भले होते, हे नेहमी आपल्या लक्षात ठेवले पाहिजे.

पण आपली उद्योगाची गुपिते अशा प्रकारे इतरांना सांगण्याचे हे तत्त्व पाळण्यात पुरवठादारांची कंपनीविषयी निष्ठा किती आहे याचीही परीक्षा व्हायची. ज्यांनी ही नवी प्रक्रिया शोधून काढली, त्यांच्यापेक्षा इतरांकडून त्याच प्रक्रियेने माल खरेदी करण्याचे स्वातंत्र्य मॅकडोनल्ड्सला होते व त्रिकुटाच्या दृष्टीने ही मोठीच जोखीम होती. त्यांना जरी सोन्याची नवी खाण सापडली होती, तरीही त्याचा लाभ उठवण्यासाठी मॅकडोनल्ड्सने त्यांना हॅम्बर्गर पॅटिस पुरवण्याचा मोठा मागणीचा वाटा देणे आवश्यक होते.

त्या तिघांनी ती जोखीम आनंदाने पत्करली. त्यांचा करार १९७०मध्ये होण्यापूर्वीच मॅकडोनल्ड्सची पुरवठादारांचे हित उत्तम जपण्याची संकल्पना सर्वश्रुत झाली होती. पूर्वीचे छोटे-छोटे उद्योजक मॅकडोनल्ड्सने टाकलेल्या विश्वासास पात्र ठरले, त्यांना वाढता व्यवसाय मिळाला व मग त्यांतून अनेक जण कोट्यधीश झाले. लाऊ पर्लमनच्या 'मार्टिन ब्रोबर' कंपनीला मॅकडोनल्ड्सला लागणाऱ्या कागदाच्या सर्व वस्तू पुरवण्याचे कंत्राट मिळाले. हॅरी स्मॉटगॉनच्या कंपनीलाही केककरता लागणारे लोणी पुरवण्याचे मोठे कंत्राट मिळाले व तो श्रीमंत झाला. टेलर फ्रिजरने जलद

पद्धतीने मिल्कशेक तयार करण्याचे यंत्र विकसित करून दिले, ते खास मॅकडोनल्ड्सकरता. बिअर जितक्या जलद द्रवाद्वारे ग्लासात जाते तशाच वेगाने या मशिनमधून मिल्कशेक जायचे. ती यंत्रे सर्व रेस्टॉरंटना पुरवण्याच्या कंत्राटामुळे त्याचे भाग्य उजळले. मग त्याने इतर फास्ट फूड साखळी स्टोअर्सना तशीच यंत्रे थोडाफार फरक करून पुरवली. मॅकडोनल्ड्सच्या पाठिंब्यामुळे डिक वेस्ट आणि हॅरॉल्ड फ्राउडसारख्या छोट्या बेकऱ्या मग मोठ्या उद्योगाच्या रूपात पुढे आल्या. सिम्प्लॉटचे बटाट्याचे साम्राज्य म्हणजे तर आख्यायिकाच होऊन बसले होते.

या त्रिकुटाच्या इक्विटी कंपनीने मग ते हॅम्बर्गरचे गुपित मॅकडोनल्ड्सला ताजे मांस पुरवणाऱ्या चार प्रमुख कंपन्यांना देण्याचे मान्य केले. त्यांत लॉस एंजलीसमधले 'गोल्ड स्टेट', शिकागोमधील 'ओट्टो ॲन्ड सन्स', ओक्लाहामा शहरातील 'अँडरसन मीट' आणि मिनिओपोलिसमधील 'पाबस्ट मीट' कंपनी या होत्या. मॅकडोनल्ड्सची सर्व मागणी पूर्ण करणे इक्विटीच्या एकटीच्या बळावर अवघड होते. पण या पाच जणांनी ती पद्धत स्वीकारल्याने मॅकडोनल्ड्सच्या सर्व रेस्टॉरंटमध्ये या नव्या पद्धतीचे हॅम्बर्गर पुरवणे सहज शक्य झाले. पण इक्विटीचे फारसे नुकसान झाले नाही. दोन वर्षांतच कंपनीने या पाच कंपन्यांनाच गोठवलेले मांस पुरवण्याचे कंत्राट दिले व त्यांतला सिंहाचा वाटा इक्विटीला मिळाला. आता त्यांच्या दोन कारखान्यांतून दर वर्षी मॅकडोनल्ड्सच्या गरजेच्या ४० टक्के मालाचा पुरवठा केला जातो व त्याद्वारे ४९ कोटी पाउंड वजनाचे उत्पादन रेस्टॉरंटद्वारा ग्राहकांच्या पोटात जाते. त्या १९७०च्या लहान लघुउद्योगाचे रूपांतर आता जगातल्या या क्षेत्रातल्या सर्वांत मोठ्या उद्योगात झाले आहे. कंपनीचे नाव 'कीस्टोन फूड्स' झाले आहे व त्याचे बहुतेक समभाग लंडनच्या नॉर्दर्न फूड्स या विविध प्रकारच्या अन्नपदार्थांवर प्रक्रिया करणाऱ्या उद्योगाकडे आहेत. लॉटमन हा मॅकडोनल्ड्सचे कंत्राट मिळायच्या आधी दर वर्षी जेमतेम ४० लाख डॉलर्सची उलाढाल असलेल्या व रडत-खडत चाललेल्या उद्योगाचा मालक होता. तोच नॉर्दर्न फूड्सचा अध्यक्ष व १०० टक्के समभागधारक आहे. त्यांची उलाढाल १९९०मध्ये ७५ कोटी डॉलर्सची होती व तीही सर्व मॅकडोनल्ड्स कंपनीच्या मागणीतून!

कीस्टोनने यापेक्षाही जास्त उलाढाल पाहिली असती. पण त्यासाठी त्यांना मॅकडोनल्ड्स सोडून इतर फास्ट फूड साखळी उद्योगांच्या मागण्यांप्रमाणे पुरवठा करण्याची तयारी ठेवणे आवश्यक होते. मात्र त्यांनी केवळ मॅकडोनल्ड्सलाच पुरवठा करण्याचे धोरण ठेवले. त्यांच्या मते, जणू ते केवळ मॅकडोनल्ड्सचाच हात धरून राहिले, तर पुढे-मागे मॅकडोनल्ड्सने नवा एखादा पदार्थ विकसित करायचे ठरवले तर त्यांना त्याचा मोठा वाटा मिळाला असता. तशी संधी १९८०मध्ये चालून आली. मॅकडोनल्ड्सच्या लायनल रूटचा टेलिफोन लॉटमनला आला.

मॅकडोनल्ड्स विकसित करत असलेल्या 'फ्राइड चिकन' या नव्या खाद्यपदार्थाचा पुरवठा करण्याचे काम लॉटमनच्या कंपनीला देण्याचे मॅकडोनल्ड्सने ठरवले होते. तसे चिकनवर बरीच वर्षे प्रयोग सुरू होते, पण त्यात यश आले नव्हते. त्यांना चिकनचे अनियमित आकाराचे तुकडे करून ते दीर्घकाळ तळून ग्राहकांपर्यंत पोहोचवायचे होते व त्याचे मोठ्या प्रमाणावरील उत्पादन लॉटमनच्या कंपनीने करावे, असे सुचवण्यात आले होते.

त्यापूर्वीचे मॅकडोनल्ड्सचे चिकनबाबतचे प्रयोग फसत होते व ही एक समस्याच निर्माण झाली होती. अमेरिकेमध्ये बीफ खाणे कमी होत चालले होते व त्यांची जागा चिकनचे पदार्थ घेत होती. त्यामुळे संभाव्य लाभ लक्षात घेऊन चिकनचा एखादा चांगला पदार्थ विकसित करण्याची जबाबदारी कंपनीने एकाला दिली. ती व्यक्ती म्हणजे लक्झेंबर्गमधील युरोपियन शेफ रेने आरेंड. शिकागोमधल्या व्हाइट हॉल हॉटेलमधील खास क्लबमध्ये तो आचारी होता. शिकागोच्या वास्तव्यात क्रॉक या हॉटेलमध्ये राहत असे व तिथे त्याची या आरेंडशी दोस्ती झाली. ते तासन्‌तास खाद्यपदार्थांविषयी गप्पा मारायचे. आरेंडच्या पाककौशल्याने क्रॉक प्रभावित झाला होता, तर क्रॉकची खाद्यपदार्थांच्या या फास्ट फूड क्षेत्रातील साम्राज्य उभारणीची स्वप्ने पाहून आरेंड चाट पडला होता. आरेंडला बरीच वर्षे आपल्या कंपनीत आणण्याची खटपट क्रॉक करत होता. पण आरेंडचे म्हणणे असायचे, "मी तुमच्याकडे येऊन काय करणार? मी शेफ आहे, हॅम्बर्गर मॅन नाही."

आरेंडला आपल्याकडे खेचायचे क्रॉकचे प्रयत्न पाहून केवळ आरेंडच कोड्यात पडला असे नाही; तर टर्नरचाही या कल्पनेला पूर्ण विरोध होता. पण क्रॉकचे ठाम मत होते की, हॅम्बर्गरवरची कंपनीची भिस्त कमी झाली पाहिजे, नवनवे खाद्यपदार्थ विकसित केले पाहिजेत, त्यांच्या यादीत भर पडली पाहिजे; तरच रेस्टॉरंटकडे ग्राहकांचा ओढा कायम राहील. कंपनीतले व्यवस्थापक वा स्टोअर ऑपरेटर्स हे चाकोरीबाहेर जाऊन याबाबत फारसा विचार करण्यासाठी वेळ देऊ शकत नव्हते. पण आरेंडसारखी तज्ज्ञ व्यक्ती निराळ्याच दृष्टिकोनातून अशा गरजांची पूर्तता कशी होईल, हे पाहू शकेल. तो कदाचित नवे सॉसेस वा वेगळ्या पद्धतीने चिकनचे पदार्थ वा एखादे डेझर्ट विकसित करू शकेल. पण टर्नरही कित्येक वेळा त्याच्या या विचारांची खिल्ली उडवायचा.

शेवटी १९७६मध्ये आरेंडने मॅकडोनल्ड्सचा शेफ व्हायचे क्रॉकचे निमंत्रण स्वीकारले. त्याने मग लगेच चिकनचा नवा खाद्यपदार्थ विकसित करण्याचे काम सुरू केले. कॉकच्या सूचनेप्रमाणे मग मॅकडोनल्ड्सच्या प्रसिद्ध 'फ्रूट पाय'च्या सारखेच 'चिकन पॉट पाय' त्याने बनवले. पण त्याने चवीत मार खाल्ला. त्याने स्टिक सॉस तयार केले. ते स्टिक सँडविचबरोबर देऊन त्याची चव चाखली गेली

व तेही बाजूला टाकले गेले. त्याने भाजलेल्या चिकनवर प्रयोग केले, पण त्याचा आकार फारच मोठा होता. चाचणीदाखल त्याने हे फ्राइड चिकन बाजारपेठेत उतरवले, पण त्यांना अल्प प्रतिसाद मिळाला.

ही अपयशाची मालिका चालू असतानाच आरेंडच्या कामाकडे त्याच्याविषयी पूर्वी सांशकतेची दृष्टी असलेल्या फ्रेड टर्नरचे लक्ष गेले. तो त्या वेळी कंपनीचा अध्यक्ष होता. क्रॉकने त्याला कांद्यापासून नवा पदार्थ 'ओनियन नगेट्स' करायला सांगितले होते. कुटलेल्या व भरपूर तळलेल्या कांद्याच्या पातीपासून ते तयार केले होते. पण कांद्याच्या विविध प्रकारच्या जातीमुळे समान दर्जाचा पदार्थ होणे अवघड बनले होते. मग एक दिवस टर्नरने आरेंडला हे कांद्यावरचे प्रयोग थांबवायला सांगितले, ''पण आरेंड, याऐवजी चिकन नगेट्स का तयार करू नयेत?'' त्याने विचारले.

त्या सकाळी आरेंडने चिकनचे छोटे-छोटे तुकडे तयार केले व मग ते कुटून त्याने बराच वेळ तळले. दुपारपर्यंत टर्नरला चाचणी देण्यासाठी त्याने काही तुकडे तयार केले. टर्नरला त्याची चव आवडली, पण याचे मोठ्या प्रमाणावर उत्पादन करण्यातील तांत्रिक अडचणी त्याच्या ध्यानात आल्या. मुख्य अडचण होती चिकनची हाडे बाजूला करून त्याचे बारीक तुकडे करण्याची यांत्रिक पद्धत. ती उपलब्ध नव्हती. ही समस्या सोडवण्यासाठी मग मॅकडोनल्ड्सने 'बँक्वेट फूड्स' या गोठवलेल्या चिकनचा मोठ्या प्रमाणावर पुरवठा करणाऱ्या कंपनीकडे धाव घेतली. पण बँक्वेट कंपनी मांस जसे कुटतात तशाच यंत्रावर काम करत होती व त्यांचे चिकनचे तुकडे हे सॉसेजसारखे दिसत होते. त्यांचा तो हिऱ्यासारखा आकारही कृत्रिम वाटत होता.

या नगेटच्या आकाराचा प्रश्न सोडवण्यासाठी मॅकडोनल्ड्सला नवे तंत्रज्ञान व चिकनच्या या एकूणच व्यवसायाकडे नव्या दृष्टिकोनातून बघावे लागणार होते. 'चिकन मॅकनगेट'ची कल्पना कंपनीच्या अंतर्गत यंत्रणेतून आली होती व तिच्या पूर्ततेसाठी कंपनीच्या पदार्थ-विकसन विभागाकडे जबाबदारी दिली होती. मात्र, इथे फारच थोडा कर्मचारीवर्ग होता. कारण यापूर्वी गोठवलेले मासे, गोठवलेले फ्रेंच फ्राइज व गोठवलेले मांस यासाठी पुरवठादारांच्या प्रयत्नांचा आधार घेतला होता आणि त्यांनी हे काम त्यांच्या कारखान्यात केले होते. पुढे १९८०मध्ये मॅकडोनल्ड्सच्या या विकसन विभागाची कर्मचारीसंख्या १४ पर्यंत गेली व तिथे पदार्थ-नियंत्रणाच्या कामाचा बराच अनुभव उपलब्ध झाला होता. तरीही या मॅकडोनल्ड्सच्या पदार्थ-विकसनासाठी फ्रेड टर्नरने बाहेर उपलब्ध असलेल्या संपर्क यंत्रणेच्या जाळ्याचा समर्पक उपयोग करून घेण्याचे ठरवले.

त्याने गॉर्टनच्या बड स्वीनीला बोलावून घेतले. त्यानेच मॅकडोनल्ड्सचे 'फिश-ओ-फिलेट' सँडविच विकसित केले होते. टर्नरच्या मनात गॉर्टनकडून स्वीनीला

सहा महिने आपल्याकडे उसने म्हणून घ्यावे व त्याच्याकडून मॅकडोनल्ड्सची 'चिकन नगेट'ची विकसनाची प्रक्रिया करून घ्यावी, असे होते. पण स्वीनी म्हणाला, "हे शक्य नाही, कारण यात हजारो डॉलर्स खर्च होणार आहेत आणि मला लाल फितीच्या कारभारात काम करणे जमणार नाही." दोन दशकांपूर्वी त्याने जेव्हा 'फिश-ओ-फिलेट' हा पदार्थ तयार केला, त्या वेळी मॅकडोनल्ड्स लहान कंपनी होती. निर्णय पटापट व्हायचे. आता तिचा पसारा वाढला होता. अधिकाऱ्यांच्या अनेक श्रेणी तयार झाल्या, नवनवी खाती निर्माण झाली, निर्णयप्रक्रिया लांबली व लाल फितीचा कारभार आला. पण आता 'चिकन नगेट्स' हे जणू टर्नरचे अपत्य होते व स्वीनीचा नकार त्याला मान्य नव्हता. स्वीनी तसा मॅकडोनल्ड्सचा मोठा मासे पुरवठादार होता. त्याला टर्नरने सांगितले, "हे पाहा, तुला जरा कमी ऐकू यायला लागले आहे." स्वीनीला योग्य तो संदेश मिळाला. त्याने ते काम स्वीकारले, पण त्याच्या अटी होत्या – "मी मॅकडोनल्ड्समधली मला पाहिजे ती माणसे मदतीसाठी निवडेन व या मॅकनगेट प्रकल्पाचा प्रमुख म्हणून थेट टर्नरला जबाबदार राहीन व केवळ त्याच्याशी संपर्क ठेवेन." टर्नरने ही आगळीवेगळी अट मान्य केली व त्यामुळे त्याची लाल फितीतून सुटका झाली. मग त्याची 'मॅकनगेट स्वॅट टीम' कामाला लागली. काही बैठकांना काही वरिष्ठ अधिकारी अनाहूतपणे उपस्थित राहिले, त्यांना टर्नरने जायला सांगितले. जणू त्याने स्वीनीला कोरा चेकच लिहून दिला!

मात्र, या निमित्ताने आपल्या पुरवठादारांच्या कसबांचा नवे खाद्यपदार्थ विकसित करायला मॅकडोनल्ड्स कसा उपयोग करायची, याचे उत्तम उदाहरण दिसून आले. स्वीनीने गॉर्टनमधल्या आपल्या अनुभवातून 'फिश-ओ-फिलेट'च्या विकसनामधल्या समस्येवर मात केली होती. इथे आता त्याने मॅकडोनल्ड्सच्या पदार्थ-विकसन व दर्जा नियंत्रण विभागाचा आपल्या या प्रकल्पात समर्पक उपयोग करून घेतला. त्यातून त्याला कंपनीला कोणत्या प्रकारचा पदार्थ पाहिजे, ते कळले व बाजारपेठेत ग्राहकांचा प्रतिसाद कसा मोजायचा, त्यावरून निष्कर्ष कसे काढायचे याचेही ज्ञान मिळाले. त्याने शेफ आरेंडला नगेटबरोबर द्यायचे चार प्रकारचे सॉसेस विकसित करण्याचे काम दिले. त्याने कीस्टोनला चिकनचे छोटे, हाडविरहित तुकडे कसे करायचे याचा कार्यक्षम व रास्त मार्ग शोधण्यास सांगितले.

अशा प्रकारे एवढ्या मोठ्या प्रमाणावर अशा पद्धतीच्या चिकनच्या तुकड्यांची निर्मिती पूर्वी कोणी केली नव्हती. बव्हंशी चिकन असेल त्या मोठ्या आकारात विकले जायचे व नगेटसाठीचे बारीक तुकडे करायची यंत्रसामग्रीही उपलब्ध नव्हती. बऱ्याच शोधानंतर स्वीनीने हे लहान तुकडे कसे करायचे, यासंबंधीची यंत्रसामग्री शोधायचे काम जवळजवळ सोडून दिले. पण मॅकडोनल्ड्सच्या दर्जाची ग्वाही

देणाऱ्या विभागाचा व्यवस्थापक व्हिक्टर वॉर्टमनने असा आग्रह धरला की, चिकनचे बारीक तुकडे करायचे काम यंत्राद्वारेच व्हायला हवे. कारण ते आर्थिकदृष्ट्या फायद्याचे होते. मग त्याने कीस्टोनच्या बड किव्हर्टबरोबर या यांत्रिकीकरणाबाबत खटपट चालू केली आणि विशेष म्हणजे, त्यात त्याला आशेचा किरण दिसू लागला. या दोघांनी हॅम्बर्गरच्या पॅटिसच्या यंत्रात थोडा बदल केला व त्यांतून त्यांना नगेट्सला उपयुक्त असे हाडविरहित चिकनचे तुकडे करायचे काम होऊ लागलेले दिसले. विशेष म्हणजे, त्याचे बाह्यरूप हाताने कापलेल्या चिकनच्या तुकड्यांसारखेच होते. तरीही कीस्टोनमध्ये चिकनची हाडे काढायचे काम हातानेच करावे लागे व त्यासाठी चिकन कापण्याची हत्यारे वापरली लागत. मात्र त्यांनी तेही काम यंत्राद्वारे करायची पद्धत हळूहळू विकसित केली, त्यामुळे त्याची क्षमता तिप्पट वाढली. स्वीनीच्या त्या चमूतील इतर मंडळींनी मग चिकनच्या मांसाच्या समस्या सोडवण्याकडे लक्ष दिले. मॅकडोनल्ड्समधील पदार्थ-विकसन विभागाचा व्यवस्थापक व स्वीनीच्या स्वॅट टीमचा सदस्य डॅरिल ओहोन याने गॉर्टनच्या मदतीने चिकनच्या तुकड्यांवर लेप लावण्यासाठी एक रसायन शोधून काढले. त्यामुळे ते स्टोअरमध्ये ताजे-ताजे तयार केल्यासारखा आकार व आभास निर्माण झाला.

या संघबांधणीमुळे व परस्परांच्या सहकार्याने मॅकडोनल्ड्सचे 'चिकन मॅकनगेट्स' विक्रमी वेळात बाजारात आणता आले. हा पदार्थ इतरांना सहजासहजी करता येण्यासारखा नव्हता. त्यामुळे स्पर्धकांच्या तुलनेत मॅकडोनल्ड्सला भरपूर फायदा झाला. मार्च १९८०मध्ये नॉक्सव्हिलेमधल्या लिट्टन कोचरानच्या स्टोअर्समध्ये या मॅकनगेटची पहिली चाचणी व चाचपणी झाली आणि स्वीनीने ती जबाबदारी स्वीकारल्यापासून केवळ पाच महिन्यांत हे घडून आले. लवकरच कंपनीला असा अंदाज आला की, हर्ब पीटरसनच्या 'एग मॅकमफिन'नंतर बाजारात तडाखेबाज खपू शकण्याची शक्यता असलेला आणखी एक खाद्यपदार्थ त्यांच्या हाती आला होता. या नव्या खाद्यपदार्थाची चाचणी १५ स्टोअर्समध्ये घेतली गेली व त्यांच्या लक्षात आले की, एकूण विक्रीच्या २० टक्के विक्री मॅकनगेट्सची होत आहे. ते पाहिल्यावर मॅकडोनल्ड्सने ते पूर्ण देशभराच्या बाजारपेठेत उतरवायची तयारी चालू करायच्या आधीच कीस्टोनने त्याच्या उत्पादनासाठी लागणारी यंत्रसामग्री असलेले नवे कारखाने उभारण्याचे कामही चालू केले.

असा पहिला कारखाना १०० दिवसांत १.३ कोटी डॉलर्स खर्च करून उभारण्यात आला आणि हे करताना त्यांना मॅकडोनल्ड्सकडून व्यवसायाचे खास आश्वासन मिळाले नव्हते. लॉटमनने जेव्हा आपली सर्व पुंजी ओतून हॅम्बर्गरसाठी १५ वर्षांपूर्वी कारखाना उभारला होता, तेव्हाही असेच झाले होते. त्याचा एकच आश्वासक विश्वास होता – तो म्हणजे मॅकडोनल्ड्सच्या समर्पित पुरवठादारांसंबधी

असलेल्या बांधिलकीबद्दल. तो म्हणतो, ''मॅकडोनल्ड्स पुरवठादारांना कधीही दगा देत नाहीत. जर त्यांनी तुम्हाला काही करण्यासाठी सांगितले व त्याप्रमाणे गोष्टी घडल्या नाहीत, तर तुमच्या कारखान्याला अन्य काय कामं देता येतील ते, ते पाहतात.''

कारखाना तयार झाला तरी त्यात काय करायचे, ते त्याला व मॅकडोनल्ड्सलाही माहीत नव्हते. तोपर्यंत फ्रँचायझींकडून मॅकनगेटसाठी जोरदार मागणी येऊ लागली होती, त्यामुळे लवकरच कारखाना आठवड्याचे सातही दिवस चालू ठेवावा लागला. या सुरुवातीच्या चाचणीनंतर दीड वर्षातच मॅकडोनल्ड्सने देशभर 'चिकन मॅकनगेट' हा पदार्थ स्टोअर्समध्ये विकायला सुरुवात केली. मग त्याचा पुरवठा करण्यासाठी त्यांना आणखी एक पुरवठादार गाठावा लागला. त्याचे नाव 'टायसन फूड्स'. कीस्टोनने कंपनीच्या रिवाजाप्रमाणे टायसन फूड्सलाही मॅकनगेट करण्याची सर्व प्रक्रिया समजावून दिली. मग टायसनने पुढाकार घेऊन त्यांत आणखी सुधारणा केल्या. मग त्यांनी नगेट तयार करण्याची प्रक्रिया सोपी करण्यासाठी चिकनची एक नवी जातच विकसित केली व त्या चिकनचे नामकरण 'मिस्टर मॅकडोनल्ड्स' असे ठेवले. हे चिकन नेहमीपेक्षा जवळजवळ दुप्पट आकाराचे होते. त्यांत मांसाचे प्रमाण जास्त असल्याने हाडे निराळी करण्याचे कामही सोपे झाले होते. कीस्टोनने मग आपल्या चिकनच्या पुरवठादारांना टायसनच्या त्या नव्या जातीच्या चिकनची पैदास वाढवायला सांगितली. जसजशी ही नगेट्स बनवायची पद्धत इतर स्पर्धकांना माहीत होत गेली तसतशी त्याची मागणीही वाढली आणि नगेट्स करण्याच्या धंद्याचे स्वरूप व आवाकाही बदलला. स्वीनीच्या मते, चिकनच्या पूर्ण उद्योगातच क्रांती घडून आली.

लॉटमनच्या कंपनीने मॅकडोनल्ड्सचा ६५ टक्के व्यवसाय काबीज केला व तो या क्षेत्रातला सर्वांत मोठा पुरवठादार ठरला. बाजारात उतरवल्यापासून तीन वर्षांतच एकूण उलाढालीत नगेटच्या विक्रीचा वाटा ७.५ टक्के होता व मॅकडोनल्ड्सच्या यादीत तो एक अत्यंत यशस्वी खाद्यपदार्थ गणला गेला. मॅकनगेटची विक्री १९८५मध्ये ७० कोटी डॉलर्स झाली व मॅकडोनल्ड्स हा चिकनच्या व्यवसायातील क्रमांक दोनचा उद्योग बनला. केंटुकी फ्राइड चिकन – केएफसी आघाडीवर होता. त्याला चिकनच्या धंद्याचा राजा समजले जायचे. चिकन मॅकनगेट आणि चिकन सँडविचकरता लागणाऱ्या चिकनचा व्यवसाय १९९०मध्ये ६८.५ कोटी डॉलर्सचा होता.

गमतीची बाब म्हणजे, केएफसी आघाडीवर असूनही त्यांना स्वत:चे चिकन नगेट्स बाजारात आणण्यास आणखी तीन वर्षे लागली आणि हा मॅकनगेटच्या कहाणीतील महत्त्वाचा धडा होता. तिच्या पुरवठादारांच्या तांत्रिक ज्ञानामुळे मॅकडोनल्ड्सला

स्पर्धेत पुढे जाण्याची संधी मिळाली. त्यांच्या मालकीच्या त्या खाद्यपदार्थाची इतरांना जशीच्या तशी नक्कल करता आली नाही – अगदी केएफसीसारख्या चिकनच्या क्षेत्रातील आघाडीच्या कंपनीलाही. मॅकनगेटच्या रूपाने मॅकडोनल्ड्सला विजय मिळवून देणारा खाद्यपदार्थ गवसला व इतरांना तसे सहजासहजी करता आले नाही. कारण तो पदार्थ म्हणजे विपणनामधला शोध नव्हता; तर तांत्रिक ज्ञानाच्या जोरावर विकसित केलेला शोध होता. फास्ट फूड उद्योगातील स्पर्धेचे स्वरूप १९८०मध्ये कसे होते, ते ह्यावरून लक्षात येईल. पुरवठादारांकडून जास्तीत जास्त उत्पादन करून घेऊन मॅकडोनल्ड्स स्वत:च्या कंपनीतील कर्मचारी कमीत कमी ठेवत होती व पुरवठादारांच्या प्रक्रिया करण्याच्या कसबांचा जास्तीत जास्त उपयोगही करून घेत होती. त्यामुळे पुरवठादार हे या उद्योगातले महत्त्वाचे घटक बनत चालले होते व त्यांची स्पर्धात्मक स्थिती सुधारण्याची चावी त्यामुळे नव्याने गवसत होती आणि या मॅकनगेटच्या विकसनप्रक्रियेत पुरवठादार हे महत्त्वाचा दुवा बनले होते.

पुरवठादारांवर जास्तीत जास्त अवलंबून राहायचा मॅकडोनल्ड्सचा पायंडा केवळ नव्या खाद्यपदार्थांच्या विकसनापुरताच मर्यादित नाही; तो त्याही पलीकडे जातो. मॅकडोनल्ड्सचा अधिकाधिक व्यवसाय मिळेल, या आशेने पुरवठादार मॅकडोनल्ड्सची पुरवठ्याची साखळी अबाधित राहण्यासाठी सतत झटतात व त्यात महत्त्वाची भूमिका बजावतात. त्याद्वारे मॅकडोनल्ड्सची वितरणाची व्यवस्था या उद्योगातील अत्यंत प्रगत होण्यासाठीही ते हातभार लावतात.

मॅकडोनल्ड्सचे स्टोअर १९६०मध्ये निरनिराळ्या ट्रक्समधून आलेला माल उतरवून घेणे व लावून ठेवणे याचे केंद्रच बनलेले असायचे. बेकरीतून आठवड्यातून तीनदा बन यायचे. डेअरीचा ट्रक एक दिवसाआड यायचा. मांसपुरवठा करणारे आठवड्यातून पाचदा मांस घेऊन यायचे. शिवाय केचप, बिग मॅक सॉस, मासे, बटाटे, गोठवलेले पाइज आणि इतर सिरप घेऊन येणारी स्वतंत्र वाहने असायची. एकूण २५ प्रकारच्या मालाची वाहतूक ट्रकद्वारे स्टोअर्सपर्यंत व्हायची व प्रत्येक पदार्थाचे स्थानिक पुरवठादार वेगवेगळे असायचे. स्टोअर्सधारकांना या सर्वांचे ओझे वाटायचे व त्याच्या भाराखाली सर्व यंत्रणाच कोलमडून पडते की काय, नियंत्रणाबाहेर जाते की काय, असे वाटायचे.

कागदाच्या वस्तूंच्या पुरवठ्यात लाऊ पर्लमनला ही समस्या सर्वांपेक्षा आधी आढळून आली. पण ती सोडवली, तर व्यवसायाची मोठी संधी त्याला त्यांत दिसू लागली. स्थानिक कॅफेटेरिया वा संस्थांना कागदाच्या विविध वस्तूंचा पुरवठा करणारी मार्टिन ब्रोवर ही पर्लमनची कंपनी होती. तिला रे क्रॉकच्या डेस प्लेन्समधल्या पहिल्या रेस्टॉरंटला डिक्सी पेपर कप्स पुरवण्याचे कंत्राट मिळाले, तोपर्यंत पर्लमन व रे क्रॉकची ओळख लिली-ट्युलिपमधल्या त्यांच्या जुन्या कालखंडापासून होती.

मॅकडोनल्ड्सच्या उद्योगात पुरवठादार होण्यात मोठी भूमिका बजावायची संधी पर्लमनला दिसू लागली. त्यासाठी त्याने खाद्यपदार्थांची सेवा पुरवण्यासाठी लागणाऱ्या मालाच्या वितरणाची प्रचलित पद्धत पार बदलून टाकली. सर्वसाधारणपणे राष्ट्रीय पातळीवर पुरवठा करणारे डिक्सीसारखे उत्पादक स्थानिक वितरकांचा उपयोग केवळ मागणी नोंदवण्यासाठी व नवनवे ग्राहक शोधण्यासाठी करायचे. मालाचा पुरवठा मात्र डिक्सी स्वत: करायची. अनेक रेस्टॉरंट्स पैसे देण्यात चालढकल करायचे आणि मग पैसेवसुलीची जोखीम स्थानिक वितरकांकडे यायची. ट्रकमधून माल आणून स्टोअरमध्ये खाली करण्याचे काम डिक्सी करायची. वितरकांच्या गोदामात ठेवून तिथून स्टोअर्सला मालाचा पुरवठा करण्याची पद्धत नव्हती. बरेचसे वितरक काही ठरावीक क्षेत्रातले व्यवहार पाहायचे. त्यामुळे राष्ट्रीय पातळीवर अशा अनेक वितरकांची व्यवस्था करावी लागायची. वितरकांच्या मर्यादित जबाबदारीमुळे सर्व सूत्रे उत्पादकांच्या हातात असायची, त्यामुळे त्यांचे नफ्याचे प्रमाण ते सुरक्षित राखू शकायचे. वितरकाला रेस्टॉरंटकडून काही मिळायचे नाही, त्यामुळे त्यांच्यावर त्यांची फार हुकमत चालायची नाही.

पर्लमनने मग ही पद्धत बदलायचे ठरवले. त्याने त्याचा नवा ग्राहक मॅकडोनल्ड्स यांच्यामार्फत ही कागदी उत्पादने स्टोअर्सना वितरीत करायचे काम चालू केले. टेड पर्लमन हा १८ वर्षांचा असताना त्याच्या वडलांनी त्याला प्रथम रे क्रॉकचे डेस प्लेन्समधले रेस्टॉरंट दाखवले. तो म्हणतो, "रेच्या राष्ट्रीय साखळी निर्माण करायच्या कल्पनेमुळे माझे वडील उल्हसित झाले. त्यांनी अंदाज केला की, रेला आता कागदी वस्तू लागणार. जेव्हा-जेव्हा तो नवे रेस्टॉरंट उघडेल, तेव्हा तरी निश्चितच! त्यामुळे एकाच फेरीत जेवढे जास्तीत जास्त पदार्थ पोहोचवता येतील तेवढे रे आणि स्टोअर्स दोघांना सोईचे होईल व तेवढा व्यवसायही होईल."

लाऊ पर्लमनची नवी कल्पना दुहेरी होती. पहिली म्हणजे, त्यांनी सुचवले की – तो मॅकडोनल्ड्सचा वितरक होणार होता आणि तोसुद्धा फक्त शिकागोपुरताच नव्हे, तर देशभराचा. त्यामुळे तो स्वत: मोठ्या प्रमाणावर या वस्तू विकत घेणार होता, त्या आपल्या गोदामात साठवणार होता व त्या मॅकडोनल्ड्स सांगेल त्या स्टोअर्सना एका सामायिक ट्रकवाहतूक यंत्रणेद्वारा माल पोहोचवणार होता. घाऊक प्रमाणात माल खरेदी केल्याने तो पैशाची घासाघीस करून कमी किमतीला माल घेणार होता. शिवाय हे देशभर करायचे असल्याने तर त्याला आणखीन कमी किमतीसाठी दबाव आणता येणार होता. एखाद्या क्षेत्रीय बाजाराकरता तीन टक्के सूट मागण्याऐवजी सर्व देशभर पुरवठ्याचा मोठ्या प्रमाणावरील माल खरेदीने तो ५ ते ७ टक्के सूट मिळवू शकला असता. यातून वाचलेल्या पैशापेक्षा कमी पैशात मग त्या मालाचे वितरण देशभर करता आले असते. शिवाय देशभर एकाच किमतीमध्ये

सर्व स्टोअर्सना माल पुरवणे त्यामुळे शक्य होणार होते, कारण माल पोहोचवण्याचा एकूण खर्च सर्व भागाला सम प्रमाणात वाटून देता आला असता. स्टोअर्सवाले त्यामुळे खूश झाले असते. टेडच्या मते, वडलांच्या मनात या उद्योगाचे स्वरूपच बदलून टाकायचे होते. त्यांच्या मते, फॅक्टरीतून थेट स्टोअर्सना मालपुरवठ्याची पद्धत व्यवहार्य नव्हती.

पण या कागदी वस्तूंच्या गोदामात साठवणूक व मग वितरण या नव्या उद्योगाचे काम चालू करताना लाऊला आणखी एक नवी कल्पना सुचली. कागदी वस्तूंबरोबरच मॅकडोनल्ड्स स्टोअर्सला लागणाऱ्या अन्य कोरड्या वस्तूंबाबतही असेच का करू नये? त्यामुळे एकाच ट्रकमधून विविध उत्पादकांचा एकाच स्टोअरला लागणारा माल पुरवणे सोपे झाले असते, वाहतुकीचा खर्च कमी आला असता व प्रत्येकाचे होणारे स्वतंत्र हेलपाटे वाचले असते. त्यापूर्वी एखाद्या उत्पादकाने पाण्याचा अंश काढून टाकून कोरड्या केलेल्या कांद्याचे ७५ पौंडाचे ५ ड्रम्स पोहोचवले असते, दुसऱ्या एखाद्याने ४८ खोकी पोहोचवली असती. या पद्धतीत स्टोअर्स म्हणजे मालाचे गोदामच बनत असे. उत्पादकांनाही त्यापेक्षा लहान आकाराच्या खोक्यांतून वा ड्रममधून दर ८ वा १५ दिवसांनी माल पोहोचवणे परवडायचे नाही. पण जर या सर्व कोरड्या वस्तू डिक्सी कपासारख्या कागदी वस्तूंबरोबर एकाच ट्रकमधून पाठवल्या तर? स्टोअर्सची साठवण करण्याची डोकेदुखी वाचली असती, छोट्या आकाराची खोकी वापरता आली असती. हे मॅकडोनल्ड्सलाही पटले व मग अशा कोणकोणत्या वस्तू साठवून स्टोअर्सला लागतील तशा देता येतील याची पाहणी करण्यात आली व पर्लमनने ते कंत्राट घेतले.

रे क्रॉकने पाहिले की, यांत दोन्ही कंपन्यांचा फायदा होत होता. मॅकडोनल्ड्सबरोबर मार्टिन ब्रोवरही वाढली व देशातील एक मोठी वितरण कंपनी बनली. आज मॅकडोनल्ड्सच्या उद्योगातून मार्टिन ब्रोवरचा जवळजवळ ६० टक्के व्यवसाय होतो. या कंपनीचे एकूण व्यवहार २०० कोटी डॉलर्सचे आहेत हे पाहिले, तर केवढे प्रचंड काम यात आहे, हे कळून येते. मॅकडोनल्ड्सचे वितरणाचे ५० टक्के काम ही कंपनी आज करते व ती मॅकडोनल्ड्सची सर्वांत मोठी पुरवठादार कंपनी आहे.

पर्लमनने मग ही यादी कशी लांबवता येईल ते पाहत अनेक वस्तूंचे वितरण आपल्याकडे घेतले. त्यांत बाथरूम साफ करायच्या पावडरपासून कोका-कोलाच्या बाटल्यांपर्यंत अनेक वस्तू होत्या. कंपनी मॅकडोनल्ड्सची अत्यंत महत्त्वाची पुरवठादार बनली आणि जणू पर्लमन हा क्रॉकसारखाच मॅकडोनल्ड्सचा अविभाज्य घटक बनला. तो इतका जवळ आला की, रे क्रॉकने त्याचे हिशेब पाहण्याची परवानगी मागितली व ती पर्लमनने दिली. मग क्रॉक स्टोअरधारकांना हमी देऊ शकला की, ते अगदी कमी व रास्त किमतीला वस्तू मिळवताहेत.

हिशेब उघडपणे दाखवण्याचा हा पायंडा १९६८मध्ये फ्रेड टर्नरच्या कार्यालयातील एका प्रसंगातून पडला. टेड पर्लमन व त्याचे वडील लाऊ हे फ्रेड टर्नरला भेटायला आले होते आणि त्याच वेळी डिक मॅकडोनल्ड्सकडून आलेले एक पत्र फ्रेड वाचत होता. त्यात असे म्हटले होते की, कॅलिफोर्नियातल्या काही शाळा डिक्सीकडून जादा सवलत घेऊन मॅकडोनल्ड्सपेक्षा कमी किमतीला तेच कप डिक्सीकडून मिळवत होत्या. मग त्याने लाऊला आपल्याला या डिक्सी कपात काही सवलत मिळते का, हे विचारले. लाऊचा चेहरा पडला. तो म्हणाला, "मॅकडोनल्ड्सला नेहमीची ५ टक्के सूट मिळते." यामुळे नाराज झालेल्या टर्नरने थेट डिक्सीचा शिकागोमधील व्यवस्थापक जेरी बेट्टी याला फोन केला, तो दुसऱ्या बाजूचे बोलणे सगळ्यांना ऐकू जाते त्या स्पीकर फोनवरून. त्याने विचारले की, कॅलिफोर्नियातील शाळेला मिळते तेवढी सूट मॅकडोनल्ड्सला का मिळू नये? लाऊला तुम्ही किती सूट देता? तो म्हणाला, "आमची ठरलेली सूट ५ टक्के आहे. शिवाय पर्लमनला जास्त ७ टक्के सूट आम्ही देतो." तिथून बाहेर पडताना आमचे जणू हृदय बंद पडण्याची वेळ आली, असे टेड पर्लमन नंतर म्हणाला. टर्नरने लाऊला शांतपणे विचारले, "बघ, तुला पकडले की नाही?" त्यानंतर मॅकडोनल्ड्सने सर्व पुरवठादारांना खरेदीच्या किमतीवर काही जादा पैसे देण्याचे व त्यांची हिशेबपत्रे पाहण्याचे हक्क स्वत:कडे राखून ठेवण्याचे धोरण अमलात आणले.

पण पर्लमन हा मालपुरवठा करताना त्यातून पैसे कसे वाचतील, हे पाहणारा एकटाच पुरवठादार नव्हता. पर्लमन कोरड्या वस्तूंचा साठा ठेवून तो गरजेप्रमाणे मॅकडोनल्ड्सच्या स्टोअरला द्यायचा. असेच काम खाद्यपदार्थांच्या बाबतीत गोल्डन स्टेट कंपनी करायची. गोल्डन स्टेट ही एक छोटी कंपनी होती व ती पश्चिम किनाऱ्यावरील दक्षिण कॅलिफोर्नियातील हॉटेल वा रेस्टॉरंट्सना मांसाचा पुरवठा करायची. त्यातूनच त्याने १९५०च्या आसपास मॅकडोनल्ड्सच्या त्या भागातील काही स्टोअर्सना मांस पुरवण्याचे काम चालू केले. त्याची स्थापना बिलमूरने केली होती, जो एक धडपड्या व उद्योगवाढीची स्वप्ने पाहणारा उद्योजक होता. रे क्रॉक १९६२मध्ये कॅलिफोर्नियात राहायला आल्यावर त्याची रेशी ओळख झाली व लवकरच दोघे जानी दोस्त बनले.

पण त्याची जलद वाढीची स्वप्ने धोक्यात आली, कारण त्याने आपला मांस कारखाना, गोदाम यांची वाढ तिप्पट केली; पण मॅकडोनल्ड्सखेरीज त्याला इतर मोठ्या प्रमाणावर मांसखरेदी करणारी गिऱ्हाइके मिळाली नाहीत. त्या वेळी क्रॉकच्या देखरेखीखाली कॅलिफोर्नियात मॅकडोनल्ड्सची वाढ जोरात चालू होती व त्यामुळे त्याच व्यवसायावर लक्ष केंद्रित करण्याचे त्याने पुरते ठरवले. मॅकडोनल्ड्सच्या वाढीमुळे आपल्या उद्योगाचीही वाढ तशीच होईल व मॅकडोनल्ड्स आपले चांगले

गिऱ्हाईक बनेल, या अंदाजाने जणू त्याने आपले सर्व भवितव्य पणाला लावले.

पण त्या वाढीमुळेही त्याच्याकडे असलेल्या मोठ्या गोदामात जास्त माल भरला जाण्याची शक्यता दिसेना व गोदामे बरीचशी रिकामी राहू लागली. मग त्याने मांसाच्या जोडीला आणखी खाद्यपदार्थ तिथे साठवून मॅकडोनल्ड्सला पुरवता येतात का, हे पाहण्याची चाचपणी केली – जशी पर्लमनने कागदी वस्तू व इतर सुक्या पदार्थांबाबतीत केली होती, तशीच ही चाचपणी होती. म्हणून त्याने मांसाच्या जोडीला गोठवलेले मांस-चीज, लोणची, केचप, शीत पेयांची सिरप्स, सॉसेस आणि बटाटे हे पदार्थ विकत घेऊन गोदामात साठवून व गरजेप्रमाणे ते मॅकडोनल्ड्सच्या स्टोअरना पुरवायला सुरुवात केली. जणू त्याने मॅकडोनल्ड्सच्या पदार्थांच्या यादीतील सर्वच पदार्थ या प्रकारे पुरवण्याचे काम चालू केले. जेव्हा गोठवलेल्या मांसाचा प्रयोग यशस्वी झाले, तेव्हा ते साठवण्यासाठी गोल्डन स्टेटने आपले कार्यक्षेत्र वाढवले व केवळ मांसाच्या पुरवठा करण्याऐवजी हे सर्व पदार्थ दूरवर पसरलेल्या स्टोअर्समध्ये पुरवायला सुरुवात केली.

थोड्याच काळात मूरने मॅकडोनल्ड्सला मालपुरवठा करण्याच्या कामात कमालीची कार्यक्षमता सिद्ध केली आणि जणू त्या निमित्ताने सर्वच खाद्यपदार्थ पुरवण्याच्या उद्योगात, हे सर्व खाद्यपदार्थ स्वतःच्या ट्रकमधून पुरवताना त्याने १९७३मध्ये पर्लमनच्या मार्टिन ब्रोवर कंपनीलाही मागे टाकले आणि त्याने त्या भागातला कागदी वस्तू साठवून पुरवण्याचा उद्योगही काबीज केला. मग मार्टिन ब्रोवरने त्यावर मात करण्यासाठी कागदी वस्तूंच्या जोडीला खाद्यपदार्थ साठवून ठेवून पुरवण्याच्या गोल्डन स्टेटच्या उद्योगासारखा आपलाही उद्योग वाढवला.

मॅकडोनल्ड्सच्या इतर वितरकांनीही त्याचप्रमाणे मॅकडोनल्ड्सला लागणारे सर्व पदार्थ साठवून पुरवण्याचे काम चालू केले. उदा. – हर्श लॉटमनच्या कंपनीने हॅम्बर्गर उत्पादनाबरोबरच इतर खाद्यपदार्थ व कागदी वस्तू पुरवण्याचे काम चालू केले. मॅकडोनल्ड्स व तिच्या पुरवठादारांनी १९८५च्या आसपास फास्ट फूड उद्योगातील विस्कळीत असलेली साठवण व वितरणाची प्रक्रिया पार बदलून अधिक केंद्रित व सुरक्षित केली. आपल्या २०० वितरकांकडून देशभरातील १५०० मॅकडोनल्ड्स स्टोअर्सना होणारा मालाचा पुरवठा त्यांनी १० वितरकांपर्यंत खाली आणला. त्यातल्या मार्टिन ब्रोवर, गोल्डन स्टेट, कीस्टोन आणि पर्लमन रॉक्यू या चार कंपन्या अमेरिकेतील ९००० स्टोअर्सपैकी ८५ टक्के स्टोअर्सना असा केंद्रित मालपुरवठा करत होत्या. एकत्रितपणे हे सर्व जण ३७ प्रचंड मोठ्या क्षेत्रीय वितरण केंद्रांतून २७५ उत्पादकांकडून आलेल्या मालाची साठवण व वितरण करतात. यात ४००हून अधिक वस्तूंचा पुरवठा ते करत. पूर्वी आठवड्याला मालाचा पुरवठा २५ वाहने करायची, ती नंतर महिन्यातून आठवर आली. त्यांतून वितरणाचा खर्च ५

टक्के कमी झाला आणि स्टोअरचालकांचा माल घेणे, त्याची साठवण करणे व पदार्थांचा साठा विनाकारण करून ठेवणे हा सर्व व्याप भरपूर कमी झाला.

या कार्यक्षमतेबरोबरच पुरवठा करण्याच्या यंत्रणेत सुसूत्रता व एकत्रीकरण आल्याने खरेदीच्या व्यवहारावरही अधिक कडक नियंत्रणे ठेवता आली. स्टोअरचालकांना फक्त एकाच वितरकाकडे आवश्यक मालाची नोंदणी करता येते, तीही आठवड्यातून एकदा. ते करताना त्याला मालाच्या विक्रीचा अंदाज व त्या प्रमाणात लागणारी गरजही नोंदवता येते. मग वितरकांकडील पूर्वनियोजित संगणक नोंदणीतून त्याची संभाव्य गरज किती आहे, ते पडताळून पाहता येते. त्यात लोणच्यापासून केचपपर्यंत अनेक पदार्थ असतात. त्यांना स्टोअरमध्ये आता त्या-त्या वस्तूंचा किती साठा आहे, हेही पडताळून पाहता येते. दर महिन्याला स्टोअरचालकांना एक अहवाल पाठवला जातो. त्याला महिन्यात एकूण खरेदी केलेल्या वस्तू व त्यांची संख्या आणि त्यांच्याकडे स्टोअरमध्ये अपेक्षित साठा, त्याची किंमत व विक्रीचा आकडा हे सर्व दिलेले असते. त्यावरून स्टोअरचालकांना आपले कर्मचारी सर्व वस्तू व्यवस्थित व हव्या तेवढ्याच वापरताहेत, हे पाहता येते. जर त्यांचा अनावश्यक जादा वापर वा नासाडी होत असेल, तर मग त्यावर नियंत्रण ठेवता येते. मालाची बिलेही केंद्रीय पद्धतीने केली जातात व त्याचे पैसे स्टोअरच्या बँकेतील खात्यातून वितरकाच्या बँकेच्या खात्यात आपोआपच जमा केले जातात.

असे असूनही, जेव्हा मॅकडोनल्ड्सची ही पुरवठा यंत्रणा अधिक सबल वितरकांच्या हातात केंद्रित होत होती, त्या वेळी त्यांचे स्टोअर्सही आपली खरेदीची ताकद वाढवून त्यांचा प्रभाव वितरकांवर कसा पडेल, हे पाहत होते. क्लीव्हलँड येथील फ्रँचायझींच्या सहकारी यंत्रणेने जाहिरातीबाबत एकत्र येऊन जाहिरात करण्याची पद्धत राबवली; तसेच मग फ्रँचायझी माल खरेदी करताना एकत्र येऊन पुरवठादारांवर प्रभाव पाडू लागले व १९६०नंतरच त्यांनी त्याबाबतची सहकारी यंत्रणा राबवायला सुरुवात केली. पूर्वी स्टोअरचालक व पुरवठादार थेट एकमेकांशी संपर्क साधून खरेदी-विक्रीचे व्यवहार करायचे. त्यात घासाघिशीला फारसा वाव नव्हता. पण सहकारी यंत्रणा विकसित झाल्यावर त्यांनी पुरवठादाराची निवड करण्याचे स्वातंत्र्य घेतले व मग त्यांच्याशी किमतीबाबत वाटाघाटी करून माल खरेदी करण्याचे धोरण अवलंबिले.

खरेतर या सहकारी यंत्रणांचा विकास, विस्तार व पुरवठा केंद्रीकरण या परस्परांत गुंतलेल्या बाबी आहेत. एका बाजूने सहकारी यंत्रणेमुळे फ्रँचायझींना मोठ्या व अधिक सबळ पुरवठादारांशी वाटाघाटी करून समान पातळीवरून व्यवहार करण्याची ताकद मिळाली, तर केंद्रित पुरवठादारांनाही खरेदीचे निर्णय घेणे, राबवणे, सुरळीत करणे सोपे झाले व पर्यायाने मॅकडोनल्ड्सची डोकेदुखी कमी

झाली. त्यामुळे प्रत्येक फ्रँचायझीकडे जाऊन लॉटमनचे गोठवलेले मांस व सिम्प्लॉटचे गोठवलेले फ्राइज का चांगले आहेत वा गोल्डन स्टेटची कार्यक्षमता कशी उत्तम आहे, हे त्यांना पटवून देण्याचे हे काम कमी झाले. क्षेत्रीय सहकारी यंत्रणेतील खरेदीच्या समितीत निवडक स्टोअरचालकांना स्थान मिळाले व त्यामुळे मॅकडोनल्ड्सला सर्वच प्रक्रियेवर उत्तम नियंत्रण ठेवता आले.

ही सहकारी यंत्रणा इतकी सबल होत चालली होती की, मॅकडोनल्ड्सचे खरेदी विभाग फ्रँचायझींनी कुणाकडून माल घ्यावा याबाबत फार दबाव टाकू शकायचे नाहीत. पूर्वी विपणन विभागाबाबतही असेच झाले होते. तेव्हा तो विभाग जाहिराती कोठे द्याव्यात, याबद्दल काहीही दबाव टाकू शकला नव्हता; सहकारी यंत्रणाच ते ठरवायची. मॅकडोनल्ड्सला पुरवठ्याची संपूर्ण व्यवस्था वितरकांद्वारा करण्याबाबत निर्णय घ्यायला बारा वर्षे खटपट करावी लागली, कारण वितरक कसे असावेत याचा निर्णय या सहकारी यंत्रणा झटपट घेऊ शकत नसत. काही वेळा त्यांनी एखाद्या वितरकाच्या मॅकडोनल्ड्सच्या पसंतीला साफ नाकारले. काही वेळा प्रचलित वितरकांचे काम जर समाधानकारक नसेल, तर या सहकारी यंत्रणांनी त्यात मॅकडोनल्ड्सच्या मनाविरुद्ध परस्पर बदलही केले.

काही वेळा इतर वितरकांना जर अशी कुणकुण लागली की, मॅकडोनल्ड्स वा या सहकारी यंत्रणा एखाद्या वितरक वा पुरवठादाराच्या कामगिरीबद्दल नाखूश आहेत; तर मग ते आपले घोडे पुढे दामटायचा प्रयत्न करत. त्यामुळे जसे कॉर्पोरेटचे व्यवस्थापक व फ्रँचायझी परस्परांत नीट संबंध ठेवून कामाचा समतोल राखतात, त्याप्रमाणे बहुतेक वितरक वा पुरवठादार हेही समतोल राखण्याचा प्रयत्न करायचे. थोडक्यात, त्यांच्या कामगिरीवर केवळ कंपनी वा सहकारी यंत्रणेचेच लक्ष असायचे, असे नव्हते; तर इतर पुरवठादारही डोळ्यांत तेल घालून नजर ठेवून असायचे.

खरेच, मॅकडोनल्ड्सच्या पुरवठादारांना काम चांगले करण्याबाबत मिळालेले उत्तेजन हे आपल्या उत्पादनात व कामगिरीत सातत्याने सुधारणा करत राहण्यास भाग पाडत असे; अन्यथा त्यांना महत्त्वाची भीती असायची की, एखादा जरी कच्चा धागा वा दुवा दिसला तर तिथे घाव घालून आपला शिरकाव करायला इतर पुरवठादार स्पर्धक सतत तयारच असायचे. थोडक्यात, या पुरवठादारांची आपापसांत अदृश्य स्पर्धा चालायची ती केवळ किंमत कमी करण्याच्या निकषावर नाही, तर उत्पादनाचा दर्जा सतत कसा उंचावत राहील, हे पाहण्यासाठी असायची.

जेव्हा बिल मूरच्या गोल्डन स्टेट कंपनीने केवळ मॅकडोनल्ड्सलाच समान पुरवठा करायचे ठरवले, त्या वेळी त्यांनी गोठवलेल्या हॅम्बर्गरखेरीज आपण इतर काय देऊ शकतो याची चाचपणी करायला सुरुवात केली. त्याला असे वाटले की,

पश्चिम किनाऱ्यावरील स्टोअर्सना मिल्कशेक व शीत पेयांची सिरप देणे जमू शकेल. त्या वेळी पूर्व अमेरिकेतून सिरप यायची व मूरची अशी खात्री झाली की, तो त्याचा दर्जा निश्चित सुधारू शकेल. कारण दर्जा हाच एक विषय असा होता की, त्यावरच मॅकडोनल्ड्सला जिंकणे जमणार होते. मग त्यासाठी त्याने लॉस एंजलीसमध्ये सिरपवर संशोधन करण्यासाठी एक प्रयोगशाळा सुरू केली व सिरपना सुगंध देण्याच्या उद्योगातील आघाडीच्या नेसबिटमधून त्यांनी एक उच्चपदस्थ रसायनतज्ज्ञ आपल्याकडे घेतला. त्याच्याकडे प्रयोगशाळेचे काम सोपवले. मग नवनवे सुगंध व प्रकार विकसित करून त्यांनी सिरपचे उत्पादन करणारा अत्याधुनिक कारखाना सुरू केला. तोपर्यंत त्याला मॅकडोनल्ड्सकडून माल खरेदीचे कोणतेही आश्वासन मिळाले नव्हते. पण जेव्हा त्याने मॅकडोनल्ड्सच्या व्यवस्थापकांना आपले सिरप कसे सर्वोत्कृष्ट आहेत, हे दाखवले; तेव्हा त्याला मॅकडोनल्ड्सचा पश्चिम किनाऱ्यावरचा ते पुरवण्याचा पूर्ण व्यवसाय सहज मिळून गेला.

न्यू यॉर्कची कॉनवे कंपनी मॅकडोनल्ड्सला टार्टार व बिग मॅककरता लागणारे सॉसेस पुरवायची. पण त्याच्या मालाच्या दर्जाबद्दल फ्रँचायझी व मॅकडोनल्ड्स समाधानी नाही, अशी कुणकुण गोल्डन स्टेट कंपनीच्या कानावर आली. त्या वेळी पश्चिमेकडच्या स्टोअर्सना त्यांच्या गोदामातून सर्व माल वितरीत केला जायचा, त्यामुळे कॉनवेविषयीच्या वाढत्या तक्रारी त्यांच्यामार्फत पोहोचायच्या. बऱ्याच वेळा त्या कंपनीने दिलेला माल नाकारला जायचा व उत्पादनात सुधारणा व्हावी, यादृष्टीने मॅकडोनल्ड्स कॉनवेचा सतत पाठपुरावा करत होती आणि कॉनवेला वाटले की, यांचे आपल्यावाचून अडणार. त्यामुळे ते थोडे बेफिकीर होते.

गोल्डन स्टेटला यात नवी संधी दिसू लागली. मग तिने मॅकडोनल्ड्सचा कॉनवेचा धंदा कसा काबीज करता येईल, याकडे लक्ष केंद्रित केले. अॅटलांटामध्ये त्यासाठी गोल्डन स्टेटने एक सॉस उत्पादनाचा कारखाना काढला व त्याद्वारा आग्नेय अमेरिकेतील कॉनवेचा व्यवसाय काबीज केला. मग थोड्याच कालावधीत इतर ठिकाणच्या सहकारी यंत्रणांनीही त्याचे सॉसेस पसंत केले व तो पूर्ण व्यवसाय गोल्डन स्टेटला मिळाला. आज मॅकडोनल्ड्सच्या व्यवसायातून कॉनवे पूर्णपणे दूर गेली असून, गोल्डन स्टेट आणि क्राफ्ट या दोन कंपन्या सॉस पुरवण्याचा व्यवसाय करतात. प्रथम वितरणात व नंतर काही पदार्थांच्या उत्पादनात विस्तार करून गोल्डन स्टेट हा कीस्टोननंतरचा क्रमांक दोनचा मोठा पुरवठादार बनला. मूरने मॅकडोनल्ड्सचा व्यवसाय कसा मिळेल याचा आक्रमक पद्धतीने पाठपुरावा केला व तो मॅकडोनल्ड्सचा महत्त्वाचा पुरवठादार बनला. १९९३मध्ये त्याचा मॅकडोनल्ड्सशी व्यवसाय १०० कोटी डॉलर्सचा होता, यावरून याची कल्पना येईल.

विल्यम्सच्या या कंपनीचा १९७६मध्ये उत्तर कॅलिफोर्नियातला बराचसा व्यवसाय

मार्टिन ब्रोवर कंपनीकडे गेला, कारण त्या वेळी त्या भागात गोल्डन स्टेटचा कारभार तितकासा नीट चालू नव्हता व ती आकारानेही लहान होती. त्यामुळे त्या भागातील त्यांच्या सेवेवरही परिणाम झाला होता. विल्यम्स म्हणतो, ''आम्हाला मिळालेला हा सर्वोत्तम धडा होता आणि आमच्या यंत्रणेतील कर्मचाऱ्यांची कमतरता हे त्याचे कारण होते. ते आम्ही सुधारले व मग पुन्हा आम्हाला व्यवसाय गमवावा लागला नाही.''

त्याआधी मार्टिन ब्रोवरलाही असाच धडा मिळाला होता. ही कंपनी क्लोरोक्सने १९७२मध्ये ताब्यात घेतली व या नव्या कंपनीच्या व्यवस्थापकीय चमूने असा निष्कर्ष काढला की, मॅकडोनल्ड्‌समध्ये किमतीवरून थोडी शिस्त यायला हवी. कारण मार्टिन ब्रोवर कंपनीचे मॅकडोनल्ड्‌सच्या व्यवसायातून मिळणाऱ्या नफ्याचे प्रमाण वाढायला हवे व ते कंपनी विकत असलेल्या इतर ग्राहकोपयोगी वस्तूंवरील नफ्याएवढे हवे. पण या निष्कर्षाचा मॅकडोनल्ड्‌सला मिळालेला संदेश त्या कंपनीने एवढा सरळपणे घेतला नाही. त्याचे एक कारण म्हणजे मार्टिन ब्रोवरमधील या नव्या व्यवस्थापकांचा व मॅकडोनल्ड्‌समधील लोकांचा तितकासा परिचय नव्हता. मार्टिन ब्रोवरचा अध्यक्ष मेल स्नायडर याने लाऊ पर्लमनच्या मदतीने मार्टिन ब्रोवर कंपनी शून्यातून उभी केली होती, त्याच्या डोक्यावर एक व्यवस्थापक आपला माणूस म्हणून क्लोरोक्सने बसवला. ते पसंत न पडल्याने नाराज होऊन स्नायडरने कंपनी सोडली. मग क्लोरोक्सने त्याच्या जागी पर्लमनच्या मुलाला म्हणजे टेडला उपाध्यक्ष म्हणून नेमले. त्याच्याकडे मॅकडोनल्ड्‌सचा व्यवसाय बघण्याचे काम दिले. पण रोख होता मॅकडोनल्ड्‌सवर आणि तोही उच्च व्यवस्थापनावर शरसंधान करण्याचा. हे लक्षात आल्यावर जेव्हा व्यवस्थापकाचा नवा संघ फ्रेड टर्नरला भेटायला गेला; तेव्हा त्याने त्यांना स्वच्छ शब्दांत सांगितले, ''मी तुम्हाला एक गोष्ट स्पष्टपणे सांगतो. मॅकडोनल्ड्‌स फक्त टेड पर्लमनला ओळखते व त्याच्याबरोबरच व्यवहार करेल. (तुमच्याबरोबर नाही.)''

मात्र, हा संदेश बहुधा त्या व्यवस्थापकांच्या डोक्यात शिरला नाही वा त्यांनी कळून न कळल्यासारखे केले आणि मॅकडोनल्ड्‌सच्या व्यवहारात लुडबूड करणे चालूच ठेवले. त्याला कंटाळून मग टेड पर्लमननेही वर्षानंतर राजीनामा दिला व बॉब रॉक्यू याच्या भागीदारीत स्वत:ची वितरणविषयक कंपनी काढली. या त्यांच्या कंपनीने एकाच मुद्द्यावर भर देत मॅकडोनल्ड्‌सच्या सहकारी यंत्रणांच्या मदतीने मध्य-पश्चिमेचा व्यवसाय काबीज केला. तो मुद्दा होता – ''आम्ही फक्त मॅकडोनल्ड्‌सचेच काम करू; इतर कोणाचे नाही व आमची या विचारांशीच बांधिलकी असेल.'' मग क्लोरोक्सचे डोळे उघडले व त्यांनीही तोच मंत्र उगाळून मॅकडोनल्ड्‌सला लोणी लावायला सुरुवात केली. त्यासाठी मार्टिन ब्रोवरमधले 'ते' व्यवस्थापक बदलले.

पण तोपर्यंत वेळ निघून गेली होती व पर्लमन-रॉक्यूचे बस्तान बसलेही होते. तिने मॅकडोनल्ड्सचा २५ टक्के वितरणव्यवसाय काबीज केला व मॅकडोनल्ड्सच्या कागदी वस्तूंच्या पूर्ण गरजा भागवायचे काम हाती घेतले. योगायोग म्हणजे, याच कामापासून सुरुवात करून त्याच्या वडलांनी मार्टिन ब्रोवर कंपनी चालू करून मोठ्या आकारापर्यंत नेली होती. क्लोरोक्सने १९८०मध्ये मार्टिन ब्रोवर कंपनी डालगेटीला विकली. मग या नव्या व्यवस्थापनाने मार्टिन ब्रोवरची आणखी घसरगुंडी होऊ दिली नाही.

मॅकडोनल्ड्सने आपल्या पुरवठादारांतर्फे पुरवठायंत्रणा उभी करताना त्यांना जणू आपले कान व डोळे असावेत अशा प्रकारचे प्रशिक्षण देऊन स्वतःच्या यंत्रणेवर नजर ठेवण्यास तयार केले; पण त्याचबरोबर ते अतिउत्साहाच्या भरात मॅकडोनल्ड्सच्या यंत्रणेला बाधा पोहोचेल असे काही करणार नाहीत, हे पाहायची काळजीही त्यांनी घेतली. हे पुरवठादार मॅकडोनल्ड्सच्या व्यवसायावर पूर्णपणे अवलंबून असतात. तरीही ते स्वतंत्रपणे आपल्याला हवा तसा कारभार करतात, कारण मॅकडोनल्ड्सने त्यांची निवड उद्योजक म्हणून केली होती व मोठ्या प्रस्थापित कंपन्यांना दूर सारले होते. त्यामुळे मॅकडोनल्ड्सच्या व्यवस्थापकांचा एखादा निर्णय कंपनी व हे उद्योजक यांच्या हिताच्या विरोधात जातोय असे वाटले, तर त्याला आव्हान देण्यास ते मागे-पुढे पाहत नसत. त्यामुळे फ्रँचायझींचा समूह व त्याच्या जोडीला हा पुरवठा करणाऱ्या उद्योगांचा संच यामुळे मॅकडोनल्ड्सची मध्यवर्ती यंत्रणा बलवान बनली होती.

हे पुरवठादार कधीकधी कंपनीच्या संस्थापकालाही आव्हान देण्यास कचरत नसत. रे क्रॉकने जॅक सिम्प्लॉटला मॅकडोनल्ड्सच्या संचालक मंडळावर घेतले. तो आपल्या बटाट्याच्या उद्योगासाठी मॅकडोनल्ड्सवर पूर्णतः अवलंबून होता, तरी त्याचे पडसाद त्याच्या संचालकपदाच्या जबाबदारीमध्ये उमटले नाहीत. संचालक म्हणून उपस्थित राहिलेल्या संचालक मंडळाच्या पहिल्याच बैठकीत त्याने रे क्रॉकच्या कंपनीकरता थेट विमान घ्यावे, या प्रस्तावाला कडाडून विरोध केला. "ज्या कंपनीचा मी भागधारक आहे, त्या कंपनीने जर जेट विमानावर पैसे उधळले; तर मी त्या कंपनीचे माझे समभाग फुंकून टाकेन," असे सडेतोड विचार त्याने मांडले. शेवटी रे क्रॉकने आपल्या वैयक्तिक निधीतून जेट विमान घेतले व ते कंपनीला एक डॉलर एवढ्या नाममात्र रकमेच्या भाडेकराराने दिले.

पण त्याच्यापेक्षाही कित्येक वेळा मॅकडोनल्ड्सचे व्यवस्थापक वा फ्रँचायझी चुका करत असतील, तर त्यासाठी कंपनीला फैलावर घ्यायला छोटे पुरवठादार मागे-पुढे पाहत नसत. 'बामा पाय' ही सिम्प्लॉटच्या तुलनेत अगदीच किरकोळ कंपनी होती, पण तिचा मालक पॉल मार्शल हा जॅक सिम्प्लॉटइतकाच स्वतंत्र

वृत्तीचा होता. त्याची कंपनी मॅकडोनल्ड्सच्या उत्तर अमेरिकेतील गरजेच्या ५० टक्के ॲपल आणि चेरी पाय पुरवण्याचे काम करत असली, तरी त्याने आपले उद्योजकीय स्वातंत्र्य अबाधित ठेवले होते.

मार्शल हा मॅकडोनल्ड्सचा एक नमुनेदार पुरवठादार होता, असे म्हणता येईल. मॅकडोनल्ड्सचा व्यवसाय १९६०मध्ये मिळायच्या आधी तो ओक्लाहामामध्ये छोट्या प्रमाणावर विविध प्रकारचे 'पाइज' विकायचा. एकदा त्याने पूर्वसूचना न देताच मॅकडोनल्ड्सच्या कार्यालयात व्यवसायाच्या चाचपणीसाठी भेट दिली. पण त्याला तिथल्या व्यवसायाची शक्यता पाहून आश्चर्य वाटले व तेवढ्या मागणीइतका पुरवठा करण्याइतपत आपली आर्थिक ताकद नाही, हेही त्याच्या लक्षात आले. पण तो व्यवसाय नाकारणेही त्याला नामंजूर होते. त्यासाठी लागणारे अडीच लाख डॉलर्सचे भांडवल कुठून आणायचे, हाही प्रश्न होता. मग मॅकडोनल्ड्सने त्याच्या स्थानिक बँकेकडे बामा कंपनीसाठी शब्द टाकला. मग त्याला ते कर्ज मिळू शकले व व्यवसायही.

असे असले, तरी मॅकडोनल्ड्सच्या ताटाखालचे मांजर होणे त्याने कधीच मान्य केले नाही. फ्लोरिडामधल्या मॅकडोनल्ड्सचे काही फ्रँचायझी त्याची टुलसा फॅक्टरी पाहण्यासाठी आले होते. या फॅक्टरीत दर तासाला दीड लाख गोठवलेले पाइज तयार होत असत. पण मार्शलने कंपनीत त्यांचे स्वागत करायला साफ नकार दिला, कारण आदल्या दिवशी रात्रीच्या मेजवानीच्या वेळी त्यांपैकी काहींनी त्यांच्या गावाबद्दल व त्याच्या पाइजबद्दल अनुदार उद्गार काढले होते. दुसऱ्या दिवशी सकाळी मॅकडोनल्ड्सचा ज्येष्ठ उपाध्यक्ष लायनल रूटने त्याचे मन वळवण्यासाठी तातडीने फोन केला. पण त्याने ठाम नकार दिला. तो म्हणाला, "तुमच्या या लोकांना भेटायच्या आधी मला रोजच्या जेवणाची भ्रांत नव्हती आणि तुम्ही काम काढून घेतलेत, तरी ती असणार नाही." आणि त्याने फोन आपटला.

पुढे तो प्रसंग हळुवार पद्धतीने सोडवला गेला, पण या निमित्ताने उद्योजकांच्या मनोबलाचे दर्शन घडले. पुढे असाच एक प्रसंग काही वर्षांनी घडला. त्या वेळी मॅकडोनल्ड्सचा पदार्थ विकसित करणारी एक तज्ज्ञ मार्शलच्या मदतीने एक वर्षभर मार्शलची सर्व यंत्रणा पाहिजे तशी वापरून कंपनीसाठी एका विशिष्ट प्रकारची बिस्किटे विकसित करत होती. मार्शलला माहीत होते की, जी पद्धत ती वापरू पाहत होती, त्या पद्धतीने हे काम होणे अवघड होते. पण तिने हट्ट सोडला नाही. मग बामामधला उद्योजक जागृत झाला. तो म्हणाला – झाले एवढे पुरे. त्याने तिला परत पाठवून दिले. मार्शल म्हणतो, "त्या वेळी क्षणभर असे वाटले की, मॅकडोनल्ड्स आपल्या विरुद्ध तिच्याकरता आपले सर्व वजन खर्ची घालते आहे."

काही मोठे व्यापारी ग्राहक पुरवठादाराचे असे वागणे सहन करतील, पण अशा

उद्योजक पुरवठादारांच्या बाबतीत त्यांचा अशा ताबेदारीकडे काणाडोळा करण्याबाबत मॅकडोनल्ड्सचा दृष्टिकोन त्यांच्या सतर्कतेमुळे आपली यंत्रणा सुधारणे, हा होता. रूट म्हणायचा, ''बरेचसे पुरवठादार होयबा असतात. ते तुम्ही म्हणाल त्याला मान डोलवतात. फक्त तुमचे खरे मित्रच तुम्ही कुठे चुकताहात, हे दाखवून देतात. आम्हाला आमचे पुरवठादार केवळ 'मम' म्हणणारे नकोत. त्यांनी आमच्या चुकाही न घाबरता दाखवून द्यायला हव्यात.''

पुरवठादारांच्या अशा वागण्याने कंपनी कित्येक वेळा मोठ्या संकटातून बचावली होती. याचे उत्तम उदाहरण लॉटमनचे म्हणता येईल. त्याने १९७३च्या उन्हाळ्यात केलेल्या जलद कृतीमुळे संकट टळले. त्याचे असे झाले – त्या वर्षी पगार आणि किमतीवरील सरकारच्या नियंत्रणामुळे कंपनीच्या हॅम्बर्गर पुरवठ्याच्या यंत्रणेवर परिणाम होणार होता. या नियंत्रणाद्वारे बीफची पॅकिंगच्या वेळेची किंमत व खाद्यपदार्थांच्या दुकानातील विक्रीची किंमत गोठवण्यात आली. पण जिवंत जनावरांच्या किमतीबाबत असे न केल्याने त्यांच्या किमती वाढल्या व पुरवठादारांचे नफ्याचे प्रमाण घसरले.

लॉटमनला यातला धोका ताबडतोब लक्षात आला. त्याने रूटच्या नजरेला आणून दिले की, बीफची खोकी भरणारे अडचणीत आहेत व या धोरणामुळे अनेक जण आपला उद्योग बंद करण्याच्या मार्गावर आहेत, कारण त्यांचा नफा कमी-कमी होत चाललाय. त्याच्याकडे यावर काही उपायही होते. जर मॅकडोनल्ड्सने जनावरे कमी किमतीला स्वत:च विकत घेतली व त्यांची कत्तल करून ती मांस विक्री करणाऱ्या पुरवठादारांना विकली असती, तर त्यांना (पुरवठादारांना) या कामातून नफा मिळून पुरवठा कायम राहिला असता. या मार्गाने कंपनीला बीफ आयात करण्याची वा काळ्या बाजारात खरेदी करण्याची गरज भासली नसती. (त्या वेळी तिथे काळा बाजारही वाढला होता.) यामुळे मॅकडोनल्ड्सला थोडा तोटा सहन करावा लागला असता, पण पुरवठादारांचा तोटा झाला नसता. यासाठी पैसे उभे करण्यासाठी सर्व फ्रँचायझीना मॅकडोनल्ड्सने त्यांच्या ऑगस्टच्या विक्रीचे पाच टक्के पैसे द्यायला सांगितले. ही पाच लाख डॉलर्सची रक्कम बीजभांडवल म्हणून 'लायनल रूट एजन्सी'ला देण्यात आली. हे नाव या तातडीच्या बीफ खरेदी प्रकल्पाला देण्यात आले होते. लॉटमन आणि रूट यांनी मग मॅकडोनल्ड्सच्या जेट विमानातच आपले घर थाटले व दर आठवड्याला ८.५ हजार मैल प्रवास करून बीफ पॅकबंद करायच्या २० ठिकाणच्या कारखान्यांना भेटी देऊन कामाचे सूत्रसंचालन केले. सुमारे दोन महिन्यांनी शासकीय नियंत्रणे हटवण्यात आली. पण या कालावधीत दोघांनी विमानातून तब्बल ६६,००० मैल प्रवास केला, ७६,००० जनावरे विकत घेतली व त्यांतून ३८ लाख डॉलर्सचे अर्थसाह्य पुरवठादारांना दिले.

त्यापेक्षा महत्त्वाचे म्हणजे, ज्या काळात दुकानातून बीफ मिळणे अवघड बनले

होते, त्या काळात हॅम्बर्गरचा पुरवठा अखंड चालू राहिला. मॅकडोनल्ड्सच्या साखळी दुकानांत हॅम्बर्गर मिळत होते. त्यामुळे त्यांची विक्री १५ टक्क्यांनी वाढली व त्यामुळे दिलेले अर्थसाह्य स्टोअरचालकांना भरून काढता आले.

लॉटमनच्या या उदाहरणावरून मॅकडोनल्ड्सच्या व्यवहारात त्यांचे पुरवठादार किती गुंतून गेलेले असतात, हे दिसून येईल. कारण त्यांचे स्वारस्य, त्यांचे हित तेच आपले हित – हे मॅकडोनल्ड्सचे धोरण होते. त्यामुळे त्या दोघांचे हित आपोआप संभाळले जात होते. जेव्हा बीफची ही आणीबाणी संपली, तेव्हा रे क्रॉकने लॉटमनला त्याने दोन महिने पूर्णपणे या प्रकल्पाला वाहून घेतले व स्वतःच्या इतर कामाकडे दुर्लक्ष केले, त्याची भरपाई म्हणून १,५०,००० डॉलर्स देऊ केले. पण लॉटमनने ते नाकारले. तो म्हणाला की, मॅकडोनल्ड्सचे काम व हित पाहण्यात त्याचाही फायदा झाला. त्याचे सर्व बीफवर प्रक्रिया करणारे कारखाने चालू राहिले, कारण ते सर्व मॅकडोनल्ड्सवर अवलंबून होते. सल्लागार म्हणून रे क्रॉककडून त्याने फारच कमी फी घेतली – आणि ती होती केवळ १ डॉलर!

लॉटमन म्हणतो, "लोक मला विचारायचे की, तुमचा एकच ग्राहक आहे मॅकडोनल्ड्स आणि त्याच्याबरोबर तुमचे लेखी कंत्राटही नाही. त्याला माझे उत्तर असे आहे की, असे कंत्राट हे त्यावर सही करणाऱ्या लोकांइतकेच चांगले असते. जर त्या व्यक्तीकडे सन्माननीय हेतू असतील, तर मग लिखित कंत्राटाची गरजच नाही. मॅकडोनल्ड्सबाबत मला कंत्राटाची कधी आवश्यकताच भासली नाही."

जनतेचे आव्हान!

कंपनीच्या ॲटलांटा येथील स्टोअर्समधील विक्री १९७६मध्ये खालावली होती आणि ती का, ते चांगले माहीत होते. ती तोपर्यंत प्रचार-प्रसारमाध्यमांपर्यंत पोहोचली नव्हती, तरी अशी अफवा पसरली होती की, मॅकडोनल्ड्स हॅम्बर्गरमधल्या बीफमध्ये काही कृमी वा किडे मिसळत होती.

ही अफवा मात्र विचित्रपणे दहशत पसरवू लागली होती. या अत्यंत चुकीच्या गोष्टीला स्वत:चे म्हणून अस्तित्व होते. कोणाच्यातरी सुपीक डोक्यातून आलेली ती भन्नाट कल्पना होती. पण तिला तोंड देण्यासाठी मॅकडोनल्ड्सने त्या प्रकरणात प्रथम गांभीर्याने पाहिले नसावे. मॅकडोनल्ड्सला पुरवण्यात येणारे मांस देशातील सर्वांत स्वच्छ अशा प्रक्रिया केंद्रातून यायचे. त्यांत हॅम्बर्गर उद्योगातील शुद्धता, दर्जा अत्युच्च पातळीवरील असायचा. शिवाय त्यांत कोणतेही अनावश्यक पदार्थ घातले जायचे नाहीत. अमेरिकन सरकारने घालून दिलेल्या मोजमापांपेक्षा अधिक कठोरपणाने त्यांतील बॅक्टेरियाचे प्रमाण नियंत्रित करण्यात यायचे. असे असूनही त्या अफवेमुळे एकच फायदा झाला की, मॅकडोनल्ड्सच्या विश्वासार्हतेची ग्वाही ग्राहकांना मिळाली.

मिसुरीमध्ये शिकारीच्या सहलीसाठी जायच्या तयारीत फ्रेड टर्नर होता. त्याने आपल्या जनसंपर्क अधिकाऱ्यांना सांगितले की, वृत्तपत्रांत या अफवेविषयी काही छापून येणार नाही, एवढे पाहा. पण या अफवेबाबत काहीतरी करण्याविषयी – विशेषत: ॲटलांटाच्या फ्रँचायझीकडून – प्रचंड दबाव येत होता आणि जनसंपर्क अधिकारी अशा निर्णयाप्रत आले होते की, आपण स्वस्थ बसता कामा नये, काही तरी केलेच पाहिजे. टर्नरच्या सूचनेविरुद्ध जाऊन व मॅकडोनल्ड्सचा जनतासंपर्क तज्ज्ञ अल् गोलिन याच्याशी सल्ला-मसलत न करता त्यांनी ॲटलांटामध्ये वार्ताहर परिषद घेऊन या अफवेचे खंडन करायचे ठरवले. वृत्तपत्रांतून त्या अफवेबद्दल

अद्याप तशी काहीही बातमी आली नव्हती. त्यामुळे ती वार्ताहर परिषद मॅकडोनल्ड्सच्या दृष्टीने नुकसानकारक ठरत होती. शिवाय, वार्ताहर परिषदेत एका वार्ताहराने विचारलेल्या प्रश्नाला उत्तर देताना तिथल्या फ्रँचायझीने असे कबूल केले की, या अफवेमुळे विक्रीवर परिणाम झाला आहे.

पण या वार्ताहर परिषदेमुळे जी स्थानिक समस्या होती, ती एकदम जागतिक पातळीवर जाऊन पोहोचली. वृत्तपत्रे आणि टीव्ही चॅनेल्सनी या अफवेमुळे फास्ट फूडमधील सर्वांत मोठा उद्योग असलेल्या नॅकडोनल्ड्सच्या विक्रीवर किती मोठा परिणाम झाला आहे, याची रसभरीत वर्णने प्रसारित केली. फ्रेड टर्नरने ही बातमी टीव्हीवर पाहिली व यामुळे मॅकडोनल्ड्सचे किती प्रचंड नुकसान होणार आहे, याचा त्याला अंदाज आला. त्याला आठवते तसे याविषयी तो सांगतो, "जणू माझे हृदयच बंद पडले!" या परिषदेमुळे त्या अफवेवर लोकांचा विश्वास बसला व ती पसरायला मदत झाली. या घटनेमुळे संपूर्ण आग्नेय भागात विक्रीवर परिणाम होऊ लागला होता व मॅकडोनल्ड्सने कितीही नाकारले तरी परिणाम होत राहिलाच. रे क्रॉकची प्रतिक्रिया ही खरेतर या अफवेला निरुपयोगी करणारी मोठी बाब होती, पण तिला म्हणावी तशी प्रसिद्धी मिळाली नाही. तो म्हणाला, "आमच्याकडे वापरल्या जाणाऱ्या मांसाला कुटण्याच्या प्रक्रियेत असे काही मिसळणे आम्हाला परवडण्यासारखे नाही. हॅम्बर्गरची किंमत पौंडाला दीड डॉलर आहे आणि या कृमी व किड्यांची किंमत आहे पौंडाला सहा डॉलर!" या अफवेतला विनोद हा केवळ क्रॉकनेच ओळखला असे नव्हते; त्या आठवड्याच्या प्रसारणात 'एबीसी'च्या 'सॅटर्डे नाइट लाइव्ह' या कार्यक्रमात जेन कर्टिसने या अफवेबाबत विनोदी भाष्य केले. त्या कार्यक्रमात या उच्चाधिकाऱ्याने स्पष्टपणे सांगितले की, असे काही घडलेले नाही. त्यावर तिने प्रश्न केला, तो विचित्र होता. ती म्हणाली, "असे जर नसेल तर मग बीफचे दोन तुकडे केल्यावर ते दोन निरनिराळ्या दिशेला आपोआप कसे जातात?" ते कंपनीला सांगता आले नाही. अर्थात, हा विनोदाचा भाग होता. पण त्यामुळे अफवेमुळे झालेल्या नुकसानीवर काही उपाय सुचत नव्हता. मग ज्या अधिकाऱ्याने त्याच्या सूचना न जुमानता ती वार्ताहर परिषद घेतली, त्याची टर्नरने हकालपट्टी केली. त्याचबरोबर ही अफवा कशी पसरली असावी, याचा मागोवा घेण्याचा आदेश दिला. बऱ्याच संशोधनानंतर असे लक्षात आले की, कोणा उत्साही फ्रँचायझीने या कृमी-किटकांचे उत्पादन करणाऱ्या कारखान्यांच्या क्षेत्रात खप वाढावा म्हणून 'मॅकडोनल्ड्स ऑफ वर्म फार्मिंग' अशी जाहिरात केली होती. पण या माहितीमुळे टर्नरचे समाधान कधीच झाले नाही. पुढे जेव्हा-जेव्हा या अफवेचा विषय निघायचा, तेव्हा त्या अफवेला तो भरपेट शिव्या द्यायचा.

मात्र, या अफवेच्या निमित्ताने एक गोष्ट स्पष्ट झाली की, १९७५च्या

आसपास मॅकडोनल्ड्सला जे भरपूर औद्योगिक यश मिळू लागले होते, त्याची किंमत ती आता मोजत होती. जेव्हा ती या फास्ट फूडच्या उद्योगाला देशात आपल्या पायावर उभे रहायला मदत करत होती, तेव्हा जनतेच्या नजरेसमोर काही चुकीचे येणार नाही याची ती काळजी घेत होती. ग्राहक व स्पर्धक दोघेही मॅकडोनल्ड्सचा दर्जा व सातत्य आ वासून पाहत होते. रे क्रॉकचे व्यवस्थापक आणि फ्रँचायझी या फास्ट फूडच्या उद्योगात राष्ट्रीय पातळीवर याबाबत समानता व प्रमाणबद्धता आणण्याची जी धडपड करत होते, ती आजपर्यंत कुणीही पाहिली नव्हती; अनुभवली नव्हती. देशातल्या प्रत्येक शहराला आपल्या इथे मॅकडोनल्ड्स असावे, असे वाटत होते आणि जेव्हा तशी ती यायला लागली, तेव्हा मॅकडोनल्ड्सचे फ्रँचायझी नागरिकांचे हित संभाळण्यात किती दक्ष आहेत, हे पाहून तिथली ज्येष्ठ मंडळी प्रभावित झाली. दर तिमाहीची विक्री व नफा साधारण २० टक्क्यांहून वा त्याहून अधिक प्रमाणात वाढत चालला होता आणि कंपनीच्या समभागाच्या खरेदी-विक्रीत कित्येकांनी भरपूर पैसा मिळवला होता; त्याचबरोबर ही कंपनी आपल्या साखळीतील उद्योजकांना दशलक्षाधीश होण्यास कशी मदत करत होती, यासाठी रे क्रॉकची देशभर स्तुती होत होती.

पण टर्नरच्या विस्ताराच्या योजनेने ठरलेल्या सर्व गोष्टी पूर्ण केल्यावर जनतेचा मॅकडोनल्ड्सकडे पाहायचा दृष्टिकोन बदलत चालला. तिची देशभर हजारो साखळी दुकाने झाली. तिचे मालक व समभागधारक श्रीमंत झाले आणि या उद्योगातील कंपनीची पकड घट्ट झाली तशी मॅकडोनल्ड्स हा उद्योग नसून एक संस्था आहे, असे लोकांना वाटायला लागले. तिच्या टीव्हीवरील जाहिराती एवढ्या व्यापक व सरळमार्गी असायच्या की, मॅकडोनल्ड्स ही हजारो उद्योजकांना एकत्र आणणारी यंत्रणा आहे, हे सहज विसरले जायचे. मॅकडोनल्ड्सच्या रेस्टॉरंटमध्ये जाण्यात नवे काही अनुभवायचे राहिले नव्हते. ती सहज एकत्र यायची एक जागा झाली होती आणि तिथे काही गोष्टी असणारच, हे गृहीत धरले जात होते. जाहिराततज्ञ अल् गोलिन म्हणायचा, ''मॅकडोनल्ड्स ही आता एक छोटीशी चुणचुणीत कंपनी राहिली नव्हती.''

अमेरिकेतील एक आवडता नाद म्हणजे, जुन्या पद्धतीने काम करणाऱ्या एखाद्या गोष्टीला नव्या पद्धतीने आव्हान देणाऱ्यास चढवायचे. पण यानेही मॅकडोनल्ड्सचा काही फायदा होत नव्हता, कारण आता तीही जुनी झाली होती. उलट, तिच्या अपूर्व यशामुळे मॅकडोनल्ड्स ही एक ताकद बनू पाहत आहे, या विचाराचा ती बळी होत होती. ''पूर्वी आम्हाला एकदाच त्या कृमी-किड्यांच्या अफवेमुळे भरपूर प्रसिद्धी मिळाली होती, पण आता आमची प्रत्येक कृती एका स्थिरस्थावर झालेल्या संस्थेची कृती म्हणून पाहिली जात होती. जनता डोळ्यांत तेल घालून आमचे काम जणू

पाहत होती. जणू आम्ही मोठे झालो, ही गोष्ट आता वाईट ठरत होती. ज्या गोष्टीमुळे कंपनीला प्रचंड यश मिळाले; तिचे अंदाज, सातत्य व नियंत्रण या बाबींना आता लोक व्यक्तिगत संपर्काचा अभाव हे मोठ्या प्रमाणावरील उत्पादन व तेही ठरावीक साच्यातले – अशा नजरेने पाहत होते. आमच्याकडे जणू सर्व जण 'एक प्लॅस्टिक सोसायटी' म्हणून पाहत होते व सामाजिक निरीक्षक त्यांत आघाडीवर होते. मग आमच्यावर बचावात्मक पवित्रा घ्यायची वेळ आली होती.'' असे अल् गोलिन म्हणाला. तो पुढे म्हणतो –

''अशी टीका होणार, हे अपेक्षितच होते. कंपनीचा ग्राहकांवरचा प्रभाव वाढला होता. जगातील सर्वांत मोठी व सर्वांत ठळकपणे दिसणारी दृश्य कंपनी म्हणून तिच्याकडे पाहिले जात होते. कंपनीने जराशी इकडेतिकडे काही केले, तरी तिला प्रसिद्धी मिळायची; मग त्याला महत्त्व असो अथवा नसो अन् इतरांकडून तशा हजारो गोष्टी होत असल्या तरी. कंपनी म्हणजे एक सोपे लक्ष्य बनली होती. कंपनी जगभर एवढी प्रसिद्ध झाली होती की, कुठल्याही कोपऱ्यात तिच्याविषयी काहीही छापून आले की, त्याला लगेच जगभर प्रसिद्धी मिळायची व त्याचे कधीकधी जगभर परिणाम व्हायचे.''

अशी मोठी घटना १९७२मध्ये झाली. त्यामुळे कंपनीच्या राष्ट्रीय विश्वासार्हतेवर जोरदार आघात झाले. त्या वर्षी रे क्रॉकने रिचर्ड निक्सनच्या अध्यक्षपदाच्या निवडणूक निधीसाठी स्वत:चे वैयक्तिक २,५०,००० डॉलर्स दिले. त्याला यामुळे फार प्रचंड खळबळ माजणार याची थोडीशी जरी कल्पना आली असती, तरी त्याने कंपनीची विश्वाससार्हता व आपली व्यक्तिगत प्रतिष्ठा एवढी पणाला लावली नसती अन् तेवढी जोखीमही पत्करली नसती. 'सामाजिक हिताचे राष्ट्र' या संकल्पनेच्या दिशेने देश वाटचाल करत आहे, याविषयी तो विचार करत होता; पण तो देशाच्या राजकारणात अजिबात नव्हता. त्याने त्या क्षेत्रात काहीही काम केले नव्हते वा राजकारण्यांविषयी कधीही टीकाटिप्पणी केली नव्हती, अगदी खासगीतही. टर्नरच्या मते, रेचे राजकारणातील स्वारस्य निम्नतर पातळीवर होते.

असे असूनही, १९७२मधील कॉन्झर्व्हेटिव्ह व लिबरल यांच्यातील फाटाफुटीमुळे रे क्रॉकला असे वाटले की, मुक्त व्यापाराच्या धोरणाचा पाठपुरावा व्हायला हवा व त्यासाठी निक्सन-मॅकगव्हर्न यांच्या मोहिमेला मदत करायला हवी. मुक्त व्यापारामुळेच मॅकडोनल्ड्सचा विकास व विस्तार झाला, त्यामुळेच आपल्यालाही व्यक्तिगत फायदा झाला आणि त्याचे ऋण आपण या ना त्या प्रकारे फेडायला हवे, ही त्याची भावना होती. शिवाय आता क्रॉक अतिश्रीमंतांच्या यादीत मोडत होता, त्यामुळे त्याच्याकडे निवडणूक निधीसाठी पैसे उभे करणाऱ्यांचा डोळा होताच. म्हणून जेव्हा त्याला रिपब्लिकन पक्षाच्या निधी उभारणीच्या जेवणासाठी उपस्थित राहण्याचे

निमंत्रण मिळाले, तेव्हा त्याने २५,००० डॉलर्स देणगी देण्याचे मनोमन ठरवलेही होते. हे निमंत्रण बॉब स्टुअर्टने दिले होते. तो क्वेकर ओट्सचा अध्यक्ष होता आणि या जेवणाला वाणिज्य सचिव मॉरिस स्टन्स उपस्थित राहणार होते. क्रॉक स्वत: उत्तम विक्रेता होता, पण तोही एका राजकीय विक्रेत्याच्या उत्तम विक्रीकौशल्याला भुलला. मॉरिसच्या उत्तम भाषणाने त्याला भुलवले व त्याने २५,०००च्या पुढे आणखी एक शून्य टाकून २,५०,००० डॉलर्स देण्याचे घोषित केले.

तो क्षणिक भावनिक निर्णय नव्हता; त्यामागे क्रॉकचीही काही गणिते होती. मॅकडोनल्ड्सच्या हिताच्या दृष्टीने आवश्यक अशी काही धोरणे निक्सन प्रशासनाने बदलावीत, असा त्याचा आग्रह होता व त्यासाठी प्रभाव पाडण्याचा एक मार्ग म्हणजे ही मोठी देणगी होती. त्याच्यावर असे आरोप करण्यात आले की, शासनाच्या किमान वेतन योजनेला क्रॉकचा विरोध होता, कारण त्याच्या रेस्टॉरंटमध्ये अनेक कर्मचारी फारच कमी पगारावर कामाला घेतले जातात. त्याचे अनेक फ्रँचायझीसुद्धा या किमान वेतन योजनेच्या विरोधात होतेच. शिवाय त्यांचे म्हणणे होते की, जे विद्यार्थी फावल्या वेळात रेस्टॉरंटमध्ये अर्ध वेळ काम करतात, त्यांना या नियमातून वगळावे. या विद्यार्थ्यांसंबंधीच्या ठरावावर 'हा मॅकडोनल्ड्सचा ठराव आहे', असा शिक्का त्यांच्या विरोधकांकडून बसला. डॉलर्सच्या देणगीचेही कारण होते. पुढे या ठरावाला काही मर्यादित बाबतीतच थोडी सवलत देण्यात आली.

पण या देणगी प्रकरणातील विवाद जास्त भडकला तो 'वेतन व भाव-नियंत्रण मंडळा'च्या एका निर्णयामुळे. तो एरवी कुणाच्या लक्षातही आला नसता. त्या मंडळाने मॅकडोनल्ड्सच्या नव्या क्वार्टर पाउंडर हॅम्बर्गरला किंमतवाढीची परवानगी दिली. निक्सन प्रशासनाच्या या किमतीबाबतच्या नियंत्रणामुळे मॅकडोनल्ड्सची पंचाईत होत होती व तीही धडाक्याने विक्री होत असलेल्या क्वार्टर पाउंडरबाबत. क्रॉकने हा पदार्थ तयार होत असताना असे सांगितले की, त्यांत चीजच्या एकाऐवजी दोन चकत्या असाव्यात. जर त्या पदार्थाची किंमत चार सेंट्सनी वाढवली असती, तरच हा निर्णय परवडणारा होता. टर्नरचेही म्हणणे होते की, या पदार्थाचा दर्जा सुधारला आहे, त्यात आणखी संख्या व पदार्थाची भर पडली आहे, तर किंमतवाढ समर्थनीयच होती आणि ती किमती नियंत्रण करणाऱ्या शासनाच्या धोरणाच्या चौकटीत बसणारी होती. पण कंपनीच्या कायदेविषयक सल्लागारांनी याबाबतच्या कागदपत्रांवर सही करण्यास नकार दिला व 'प्रथम शासकीय परवानगी आणा', असा आग्रह धरला. मग क्रॉकने मोठ्या नाइलाजाने वेतन आणि भाव-नियंत्रण मंडळाकडे आपली बाजू मांडण्याचे ठरवले.

त्यामुळे तो विषय सार्वजनिक मंचावर गेला. किमती नियंत्रित करणाऱ्या मंडळाने मॅकडोनल्ड्सची विनंती मान्य केली. पण जॅक अॅन्डरसनच्या काकदृष्टीतून

ते सुटले नाही. अँडरसनच्या एका चर्चासत्राच्या कार्यक्रमात एका चॅनेलवरून रे क्रॉकने निवडणूक फंडाला दिलेले पैसे या मंडळाच्या निर्णयावर प्रभाव पाडण्यासाठी होते, असा आरोप झाला. तसाच किमान वेतन कायद्याबाबतही मॅकडोनल्ड्सने प्रभाव पाडल्याचे बोलले जाऊ लागले. या सर्व बाबी मॅकडोनल्ड्सच्या लक्षात यायच्या आतच मग रे क्रॉकची ती देणगी निवडणूक प्रचारातील अनेक बाबींत – अगदी वॉटरगेट प्रकरणापर्यंत जोडली गेली. क्रॉकने देणगी देताना त्याचे एवढे गंभीर अर्थ निघू शकतील, विपरीत प्रचार होईल वगैरेचा विचारही केला नव्हता आणि किंमत वा वेतन कायद्याबाबत तरी अजिबातच नाही. त्यामुळे या सर्व प्रकाराने तो स्तंभितच झाला. निक्सनच्या निवडणूक निधीकरता दिलेल्या व्यक्तिगत देणगीचा एवढा नकारात्मक प्रभाव पडेल, असे त्याला स्वप्नातही वाटले नव्हते.

टर्नरला माहीत होते की, रे क्रॉकची देणगी ही निर्व्याज मनाने दिलेली होती व त्याच वेळेला क्वार्टर पाउंडरची किंमत वाढवण्याच्या त्याच्या विचारांशी तर त्या देणगीचे काही देणे-घेणे नव्हते. पण या सर्व प्रकारामुळे नकारात्मक प्रसिद्धी मात्र भरपूर झाली. कंपनीची प्रतिमा आजपर्यंत स्वच्छ होती, पण आता एकाएकी या प्रकारामुळे कंपनीला गलिच्छ भाषांतले फोन येऊ लागले; नकारात्मक व प्रसंगी धमकीची पत्रे येऊ लागली.

टर्नरला एक लेटरबॉम्बही आला. त्याच्या स्वीय सहायकाला त्या पाकिटातून एक वायर बाहेर आलेली दिसल्याने तिने सुरक्षा कर्मचाऱ्यांना बोलावले व मग पुढचा अनर्थ टळला.

जनतेच्या या अशा नकारात्मक मताला वा वृत्तीला तोंड देण्याची मॅकडोनल्ड्सची अजिबात तयारी नव्हती. टर्नर म्हणतो, "त्यामुळे मनोधैर्य खचले व कुचंबणा झाली. आमची प्रतिमा मलिन होतेय का, असे वाटू लागले. या प्रकारामुळे आमच्या फ्रँचायझींचे आणि आमचे अधिकारी, कर्मचारी व त्यांच्या कुटुंबीयांचे मत आमच्याविषयी काय झाले असेल, या विचाराने आमची झोपच उडाली."

या निक्सन प्रकरणामुळे कंपनीविषयी एक राष्ट्रीय विवाद चालू झाला; पण त्यापेक्षाही आधी स्थानिक पातळीवरील अंतर्गत वादविवादामुळे अशीच नकारात्मक प्रसिद्धी मिळत होती. पहिली व जास्त धक्कादायक प्रसिद्धी क्लीव्हलँडमध्ये १९६८मध्ये झाली. तिथे एक कृष्णवर्णीय पुढारी डेव्हिड हिलच्या चळवळीतील दोन गटांनी मॅकडोनल्ड्सविरुद्ध जोरदार शाब्दिक हल्ले व प्रचार चालू केला. मॅकडोनल्ड्सने त्यापूर्वीच देशभर कृष्णवर्णीय फ्रँचायझी नेमण्यासंबंधी शोध चालू केला होता, पण त्याला अद्याप यश आले नव्हते. पुढे त्यांना तसे चार फ्रँचायझी मिळाले. तरीही क्लीव्हलँडमध्ये हिलने मॅकडोनल्ड्सवर पूर्ण बहिष्कार टाकण्याचा आदेश आपल्या पाठीराख्यांना दिला. त्याबाबत प्रतिक्रिया देण्यापूर्वीच कृष्णवर्णीय

निदर्शकांनी मॅकडोनल्ड्स स्टोअरपुढे जोरदार आंदोलन केले व ग्राहकांना आत जाण्यास मनाई केली. त्यांत – विशेषत: कृष्णवर्णीयांची जास्त लोकसंख्या असलेल्या भागातील गोऱ्या अमेरिकनांची सहा मॅकडोनल्ड्स रेस्टॉरंट्स होती. त्यांच्यावर त्यांचा जास्त रोख होता.

अशा प्रकारच्या वर्णभेदाच्या वादात पडण्यासाठी मॅकडोनल्ड्सच्या दृष्टीने ती जागा व ती वेळ अत्यंत चुकीची होती. नुकताच मार्टिन ल्यूथर किंग ज्युनिअरचा खून झाला होता व क्लीव्हलँड हे वर्णभेदामुळे विभाजित झालेले देशातील मोठे शहर होते. तिथे पहिल्यांदाच कृष्णवर्णीय महापौर निवडून आला होता. त्याचे नाव होते कार्ल स्टोक्स. पण त्याने हा तणाव कमी करण्याऐवजी आपल्या वक्तव्यांनी त्यांत जणू तेलच ओतले. त्याने ब्लॅक पँथर्स व इतर लढाऊ गटांचा पाठिंबा मिळवला होता. तो मिळवण्यासाठी त्याने त्यांच्यात वर्णद्वेषाचे व पूर्वग्रहदूषित विचाराचे विष पेरले होते. त्याचा फटका शहराच्या गोऱ्या वस्तीच्या भागाला जास्त बसला होता.

सबंध शहर पूर्व आणि पश्चिम असे वर्णभेदावर आधारित विभाजित झाले होते व या विभाजनाचा पहिला बळी मॅकडोनल्ड्स ठरले. हिल व त्याच्या पाठीराख्यांनी जोपर्यंत कृष्णवर्णीयांच्या क्षेत्रातील सहा रेस्टॉरंट्समधून गोरे कर्मचारी हटवले जात नाहीत तोपर्यंत आंदोलन चालू ठेवण्याचा इशारा दिला. आंदोलनकर्त्यांनी ग्राहकांना दरडावणे, धमकावणे, रेस्टॉरंटच्या खिडक्या व दरवाज्यांतून दगडफेक करणे चालू केले. त्यांच्याकडे लाठ्या-काठ्या, कातडी पट्टे वगैरे होते. हे प्रकार वाढत गेल्याने मॅकडोनल्ड्सने ती रेस्टॉरंट तात्पुरती बंद ठेवण्याचा निर्णय घेतला. त्यांनी जी जी कॉर्पोरेशनच्या अलीकडेच ताब्यात घेतलेल्या वॉशिंग्टनच्या ४३ रेस्टॉरंट्समधून काही व्यवस्थापक व कर्मचारी तातडीने आणले आणि त्या सहा रेस्टॉरंटच्या फ्रँचायझींचा भार हलका केला. त्यासाठी त्यांचा कारभार पूर्णपणे आपल्या हाती घेतला.

बॉब वीव्हर्स हा वॉशिंग्टनमध्ये काम करणारा अनुभवी कृष्णवर्णीय व्यवस्थापक होता. त्याला इकडे आणून घडी बसवायचे काम दिले. दंगा होऊ नये, म्हणून त्या भागातून पोलीस फौज काढून घेण्यात आली. आपले काम सुरू करण्यापूर्वी बॉबला तिथल्या गोऱ्या पोलीस अधिकाऱ्याने सांगितले, ''माझा सल्ला आहे – तू तुझे हॉटेल व नावही बदल. शिवाय तुझ्याकडे पिस्तूल राहू दे. वेळ आली, तर दिसेल त्याला गोळी घाल.''

मग मॅकडोनल्ड्सने त्या कृष्णवर्णीय पुढाऱ्यांशी बोलणी चालू केली. पण त्या वेळचे वातावरण पोषक नव्हतेच; स्फोटकच होते. महापौर कार्ल स्टोक्सने सिटी हॉलमधली एक जागा त्यांना बोलणी करण्यासाठी दिली. त्यात मॅकडोनल्ड्सचे

केंद्रीय व्यवस्थापक व कृष्णवर्णीय गटांचे प्रतिनिधी होते. पण बोलणी तटस्थ वातावरणात होत नव्हती. मॅकडोनल्ड्सचा फ्रँचायझी विभागाचा उपाध्यक्ष एड बूड महापौरांच्या कार्यालयातून दोन मजले उतरून जेव्हा बैठकीच्या जागी येत होता, तेव्हा त्याचे स्वागत बंदुकीच्या गोळ्यांचे कातडी पट्टे अंगावर बाळगलेल्या तथाकथित 'रक्षकांनी' केले. ते चळवळ करणाऱ्या संयुक्त गटांचे कार्यकर्ते होते. हिल व अन्य कृष्णवर्णीय लढवय्यांनी अशी मागणी केली की, कृष्णवर्णीय फ्रँचायझींची निवड करण्याच्या प्रक्रियेवर देखरेख करण्यासाठी कंपनीने त्यांची निवड करावी व त्याबदली त्यांना 'कमिशन' दिले जावे. बूड व अन्य गोऱ्या फ्रँचायझींनी कृष्णवर्णीय व्यक्तींकडे फ्रँचायझी हस्तांतरित करण्यास संमती दिली, पण त्याच्या बाकी सर्व अटी फेटाळून लावल्या. नंतर कोणीतरी बूडच्या लक्षात आणून दिले की, तो बसला होता त्याच्या जवळच वाटाघाटी करण्यासाठी बसलेल्या एका कृष्णवर्णीयाने टेबलाखाली बंदूक धरलेली होती. एका कठीण प्रसंगातून सुटल्याबद्दल बूड व इतरांनी परमेश्वराचे आभार मानले. विशेष म्हणजे, महापौर कार्ल स्टोक्सने परिस्थिती हाताळण्यात काहीही मदत केली नाही.

जेव्हा डॉ. केनेथ क्लेमंट या कृष्णवर्णीय डॉक्टरने असे जाहीररीत्या सांगितले की, हा बहिष्कार म्हणजे तडजोड आहे; तेव्हा मॅकडोनल्ड्सच्या बाजूने मत वळले. खरेतर कार्ल स्टोक्सला महापौरपदी विजयी करण्यात क्लेमंटचा मोठा वाटा होता, पण नंतर दोघांचे बिनसले. क्लेमंटच्या या बोलण्यानंतर वातावरण हळूहळू निवळले व पुढे ६ कृष्णवर्णीय फ्रँचायझीकडे त्या रेस्टॉरंटचा कारभार सोपवण्यात आला. पुढे मॅकडोनल्ड्सच्या त्या सहा रेस्टॉरंटना बळजबरीने व कृष्णवर्णीय व्यक्तीकडे सोपवण्यासाठी दबाव आणल्याप्रकरणी हिलवर खटला भरण्यात आला. त्याला शिक्षा झाली व पुढे तो गियाना देशात परागंदा झाला.

अशीच आणीबाणीची परिस्थिती न्यू यॉर्कच्या उच्चभ्रू वस्तीतील एका रेस्टॉरंटच्या बाबतीत १९७४मध्ये उद्भवली होती. पण तिचे स्वरूप क्लीव्हलँडच्या या घटनेइतके गंभीर नव्हते, इतकेच. क्लीव्हलँडमध्ये मॅकडोनल्ड्सला परिस्थितीचा अंदाज आला नाही व त्यामुळे त्यांनी कृष्णवर्णीय फ्रँचायझी निवडण्याचे काम आधीच हाती घेतले नाही. न्यू यॉर्कच्या त्या वस्तीतील नागरिकांनी ६६वा रस्ता व लेक्झिंग्टन अॅव्हेन्यू यांच्या कोपऱ्यावर असलेल्या मॅकडोनल्ड्सच्या नव्या रेस्टॉरंटच्या जागेपुढे निदर्शने करण्यास सुरुवात केली. मॅकडोनल्ड्सने मॅनहटनच्या त्या भागात आधीच दहा रेस्टॉरंट्स उघडली होती व ती उत्तम चालली होती. त्यामुळे या जागीही तसेच होईल, असे कंपनीला वाटले; एवढेच नव्हे, तर ती 'सोन्याची खाण' ठरेल, असाही त्यांचा होरा होता. पण झाले भलतेच. सोन्याची खाण होण्याऐवजी तिथे भूसुरूंग असावेत, असे वाटू लागले. रेस्टॉरंटऐवजी तिथे जर एखादी बाग केली असती, तर

मॅकडोनल्ड्सला एवढा त्रास झाला नसता. या चौकात एका कोपऱ्यात एक ऐतिहासिक जुनी इमारत होती, तर पुढच्या कोपऱ्यावर महागडी गगनचुंबी अपार्टमेंटची एक इमारत होती. तिसऱ्या कोपऱ्यावर 'कॉस्मोपॉलिटन क्लब' होता. तो महिलांच्या समाजकार्यासाठी चालवलेला होता व त्याच्या सदस्यांत अनेक प्रतिष्ठित महिलांचा समावेश होता. शिवाय चेस मॅनहटन बँकेचा अध्यक्ष डेव्हिड रॉक फेलर याचे घरही जवळच होते. थोडक्यात, न्यू यॉर्कची ही वस्ती म्हणजे शहरातील अनेक मान्यवरांचे निवासस्थान होते. त्यांत लेखक, वकील, शेअरचा व्यवहार करणारे व अनेक मोठ्या कंपन्यांतील उच्चपदस्थ अधिकारी राहत होते.

डेव्हिड बिअर या आर्किटेक्टला जेव्हा कळले की, त्या चौथ्या कोपऱ्यावर असलेल्या अंत्यविधी व्यवस्था कंपनीची कार्यालयाची जागा मॅकडोनल्ड्सने विकत घेतली आहे व तिथे एक छोटी कार्यालयीन इमारत बांधून त्याच्या तळमजल्यावर रेस्टॉरंट काढायची योजना आहे; तेव्हा बिअरने ६६व्या रस्त्यावरील मित्रमंडळ नावाने एक गट संघटित केला व नागरिकांतर्फे निदर्शन करण्यास सुरुवात करून जनमत संघटित करण्याचा प्रयत्न केला. त्यांचे म्हणणे होते की, मध्य-पश्चिम अमेरिकेतील (शिकागोची) अशा फास्ट फूड रेस्टॉरंटची संस्कृती न्यू यॉर्कच्या त्या उच्चभ्रू वस्तीवर लादली जात होती व हे थांबवायला हवे होते. मॅकडोनल्ड्सने काही घडतेय असे न दर्शवता बांधकाम चालूच ठेवले. मॅकडोनल्ड्सने न्यू यॉर्कमधील जनसंपर्क कामासाठी सल्लागार म्हणून ज्याला नेमले होते, त्याच्या लक्षात आले की, मॅकडोनल्ड्सची अशी समजूत आहे (व त्यात थोडा उद्धटपणाही होता) की, ही जागा कायदेशीरपणे त्यांच्या मालकीची आहे; तिच्या बांधकामाचे व तिथे रेस्टॉरंट काढण्याची परवानगी असलेले सर्व दस्तऐवज त्यांच्याकडे आहेत व त्यामुळे त्यांना कोणीही अडवू शकत नाही.

पण बिअरने संघटित केलेल्या गटाची ताकद अजमावण्यात मॅकडोनल्ड्सचा अंदाज फारच चुकीचा ठरला. थोड्याच कालावधीत त्याने तिथल्या १५००० नागरिकांचे या मॅकडोनल्ड्सच्या रेस्टॉरंटला व प्रकल्पाला विरोध असल्याचे निवेदन तयार केले. त्यांत अनेक प्रतिष्ठित व प्रसिद्ध नागरिक होते. जसे डेव्हिड रॉकफेलर, आर्थर श्लेसिंगर ज्युनिअर आणि 'मेकिंग द प्रेसिडेंट्स' पुस्तकाचा लेखक थिओर व्हाइट हे होते.

मॅकडोनल्ड्सने या गटाला भेट देण्याचेही नाकारले. मग मात्र त्या बिअर गटाने शक्तिप्रदर्शनाला सुरुवात केली. त्यांनी आपली ठिकठिकाणची ओळख, नाती व हितसंबंध यांचा उपयोग करून घ्यायला सुरुवात केली. स्थानिक टीव्ही चॅनेलवर ही निदर्शने व अन्य चळवळीच्या बातम्या नियमितपणे येऊ लागल्या. न्यू यॉर्क टाइम्स व अन्य नियतकालिकांत मॅकडोनल्ड्सचा निषेध करणारी संपादकीये येऊ लागली.

त्यांचा रोख होता – या रेस्टॉरंटमुळे त्या भागाचे सौंदर्य बिघडून जाईल व ती जागा डोळ्यांत खुपेल. इतकेच नव्हे, तर न्यू यॉर्कच्या ब्रोकरेज बेकर हाउसने मॅकडोनल्ड्सच्या शेअर्सची खरेदी-विक्रीही थांबवली. त्यांनी असा प्रचार चालू केला की, मॅकडोनल्ड्सने उपनगरातील जागा बळकावल्या आहेत. तिथे आता वाढीला वाव नाही, म्हणून कंपनीने आता शहरातील अशा मोक्याच्या जागांकडे मोर्चा वळवला आहे.

तरीही मॅकडोनल्ड्सने – विशेषकरून टर्नरने – माघार घेणे नाकारले. हे प्रकरण एवढे तापले की, मॅकडोनल्ड्सविरोधी गटाने विरोधाची परिसीमा गाठली. न्यू यॉर्क टाइम्समध्ये खाद्यपदार्थांविषयी लिहिण्याऱ्या मिमी शेरेटन या संपादिकेने तर न्यू यॉर्क टाइम्स मॅगेझिनमध्ये मॅकडोनल्ड्सविरोधात एक खळबळजनक लेखच लिहिला. त्याचे शीर्षक होते – 'न्यू यॉर्क खाऊन टाकणारा बर्गर.' त्यांत या गटाच्या सर्व आक्षेपांचा उल्लेख होता. त्यातले प्रमुख होते – मॅकडोनल्ड्सचे हे रेस्टॉरंट म्हणजे समाजघातक घटकांचा अड्डा बनेल व कचरा गोळा करणाऱ्यांचे केंद्र. ती तेवढ्यावरच थांबली नाही, तर तिने याची जोड रे क्रॉकने निक्सनच्या निवडणूक निधीला दिलेल्या देणगीशीही जोडली. त्यात आर्थिक अनियमितता, महत्त्वाच्या इमारतीची मोडतोड व कंपनीतील तरुण कर्मचारी यांविषयी भरपूर टीका करण्यात आली होती.

पण तिचा सर्वांत जहाल प्रचार मॅकडोनल्ड्सच्या खाद्यपदार्थांविरोधात होता. त्यांत खाद्यपदार्थांविषयी खास वाङ्मयीन शैलीत अनेक कुचकट शेरे होते. मॅकडोनल्ड्सला हे सर्व बदनामीकारक वाटले, पण तिने त्या विरोधात कायदेशीर कृती करण्याचे ठरवले नाही. तिच्या म्हणण्याप्रमाणे असे केल्याने त्या लेखाला अवास्तव महत्त्व दिल्यासारखे झाले असते आणि त्यामुळे आणखीच चुकीची प्रसिद्धी मिळाली असती. तरीही शेरेटनने लिहिलेल्या त्या लेखातील खाद्यपदार्थांविषयीच्या मजकुरामुळे या रेस्टॉरंटविरोधी गटाला बळ मिळेल, असे टर्नरला वाटले. त्याच्या मते, न्यू यॉर्क टाइम्सच्या खाद्यपदार्थविषयक संपादकाला अन्न म्हणजे काय, हे माहीत हवे. आपण लिहितोय ही कपोलकल्पित कथा-कादंबरी आहे, हे तिने जाणून घेतले पाहिजे.

शेरेटनने आपल्या लेखात दुसऱ्या एका लेखकाच्या बॅरन्समध्ये आलेल्या लेखाचा उल्लेख केला होता; ज्यात कंपनीच्या हिशेबपद्धतीविषयी बरेचकाही लिहिले होते. तो लिहिला होता न्यू यॉर्कच्या सिटी युनिव्हर्सिटीच्या हिशेब विभागाच्या प्राध्यापकांनी. त्यांचे नाव होते अब्राहम ब्रिलॉफ. हा लेख म्हणजे, त्या मॅकडोनल्ड्सविरोधी गटाने चालवलेल्या प्रचाराच्या दारूगोळ्याचा भाग होता. त्यात या गटाच्या त्या रेस्टॉरंटविरोधी मोहिमेचाही उल्लेख होता. त्याने असा मुद्दा मांडला की, कंपनी आपले निव्वळ उत्पन्न फुगवून सांगते आहे. त्यासाठी प्रश्नचिन्ह उभे व्हावे, अशी हिशेबाची पद्धत वापरली जाते. कंपनीने ज्यांच्याकडून जमीनजुमला खरेदी केला,

त्यांचे उत्पन्न व कंपनीचे उत्पन्न, तसेच उत्पन्न एकत्रीकरणाची पद्धत चुकीची आहे. अशा एकत्रीकरणाच्या हिशेबपद्धतीला विरोध करणाऱ्यांपैकी तो एक महत्त्वाचा टीकाकार होता आणि ही पद्धत वापरणाऱ्या शेकडो कंपन्यांपैकी मॅकडोनल्ड्स ही एक कंपनी होती. ती या पद्धतीने रेस्टॉरंटच्या जागेसंदर्भात व्यवहार करत होती, इतकेच. ब्रिलॉफच्या मते, या पद्धतीत जागेची किंमत कमी दाखवली जाते व त्यामुळे उत्पन्न वाढलेले दिसते. मोठ्या कंपन्या जेव्हा लहान कंपन्यांना विकत घेतात, तेव्हा ही पद्धत सर्रास वापरली जाते. ब्रिलॉफने या मॅकडोनल्ड्सच्या घटनेचा उपयोग आपले विचार वापरण्यासाठी मंच म्हणून व कंपनीवर हल्ला चढवण्यासाठी केला होता.

त्याच लेखात ब्रिलॉफने आग्रहाने असे मांडले की, मॅकडोनल्ड्स कंपनीने आपले उत्पन्न जास्त दाखवले आहे आणि रे क्रॉकने आपल्या ७२व्या वाढदिवसाच्या निमित्ताने कंपनीचे कर्मचारी व त्यांच्या कुटुंबीयांना दिलेल्या ८० लाख समभागांचा त्यांत उल्लेख नाही. मॅकडोनल्ड्सच्या संस्थापकाने दाखवलेले खरेतर हे एक मोठे औदार्य होते आणि त्याचा फायदा कंपनीशी संबंधित कर्मचारी व विशेषत: उच्चपदस्थ यांना झाला होता. त्यांच्याविषयी दाखवलेल्या कृतज्ञतेचा तो भाग होता. उच्चपदस्थांना त्याने भरपूर समभाग दिले. टर्नरला १० लाख डॉलर किमतीचे समभाग मिळाले, तर टर्नरच्या पेट्टी या बायकोलाही त्याने तेवढेच समभाग दिले. ज्येष्ठ अधिकारी व त्यांच्या पत्नींना प्रत्येकी सव्वालाख डॉलर्सचे समभाग मिळाले. ब्रिलॉफच्या मते, अशी देणगी ही कंपनीच्या खर्चात दाखवायला हवी होती; कारण तो कंपनीचा पैसा देत होता व पर्यायाने कंपनी तो कर्मचाऱ्यांना समभाग रूपाने देत होती; तेही ते करत असलेल्या कामाची परतफेड म्हणून.

अर्थात मॅकडोनल्ड्सच्या बचाव करणाऱ्यांनी आपली बाजू व्यवस्थित मांडली व त्यामुळे त्यांच्या हिशेबपद्धतीवर पुढचे हल्ले होण्याचे वाचले – विशेषत: सिक्युरिटीज अॅन्ड एक्स्चेंज कमिशनचे. ते या व्यवहारावर नियंत्रण ठेवते. पण याचा विपरीत परिणाम झाला तो समभागाच्या किमती घसरण्यावर. त्याची कोणत्याही कंपनीच्या उच्चपदस्थांना नेहमीच भीती वाटत असते. ज्या दिवशी हा लेख प्रसिद्ध झाला, त्या दिवशी समभाग १९ टक्क्यांनी घसरले. त्यामुळे कंपनीचे बाजारमूल्य ३५.७ कोटी डॉलर्सनी कमी झाले. टर्नर म्हणतो, ''माझ्या लक्षात आले की, त्या ६६व्या रस्त्यावरील जागेचे प्रकरण यामागे आहे व त्याची लढण्याची पद्धत आमच्यापेक्षा चांगली आहे. मग मी शरणागती पत्करली. पण अशी शपथ घेतली की, एक ना एक दिवस मी याचे उट्टे काढेन.''

मग रुबेनस्टाइन या कंपनीच्या जनसंपर्क अधिकाऱ्याने टर्नरच्या तडजोडीच्या अटी त्या जागेला विरोध करणाऱ्या गटाला सांगितल्या. गटाने निदर्शने व वृत्तपत्रांतील

प्रचार थांबवावा व कंपनी गाजावाजा न करता तिथे रेस्टॉरंट उघडण्याची आपली योजना गुंडाळून ठेवेल. मग तो वाद संपला. आज ती इमारत तिथे शेजाऱ्यांची ताकद काय असू शकते, याची ग्वाही देत उभी आहे. तिथे आता एक महिलांचे सौंदर्यवृद्धीचे दुकान आहे. एखाद्या समाजाने एखाद्या कंपनीविरोधात केलेले हे एक सुंदर आंदोलन म्हटले पाहिजे.

टर्नरच्या लक्षात आले की, ही एवढी मोठी चळवळ उभी करणाऱ्या डेव्हिड बिअरच्या पाठीमागे तशीच ताकदवान शक्ती उभी असली पाहिजे. तिचे हात न्यू यॉर्कच्या बलदंड व्यक्ती व संघटनांपर्यंत पोहोचलेले असले पाहिजेत. त्याला कळले की, ती व्यक्ती होती मार्गारिट रॉकफेलर – चेस मॅनहटन बँकेच्या अध्यक्षाची ती बायको होती.

त्या बँकेच्या अधिकाऱ्यांनी टर्नरला पटवण्याचा प्रयत्न केला की, बँकेचा या प्रकरणाशी काही संबंध नाही. टर्नरने आपल्याकडचे प्रबळ शस्त्र वापरलेच. ते म्हणजे, त्या बँकेबरोबरचे कंपनीचे बँकिंगचे व्यवहार त्याने थांबवले. ती लढाई संपेपर्यंत चेस मॅनहटन ही मॅकडोनल्ड्सशी व्यवहार करणारी बँक उरली नव्हती. कंपनीने तिथले आपले व्यवहार अगदी निम्नस्तरावर आणून ठेवले. पुढे आंतरराष्ट्रीय पातळीवर कंपनीचे काम चालू झाल्यावर आणि अमेरिकन नॅशनल बँक व फर्स्ट नॅशनल बँक ऑफ बोस्टन यांच्याशी व्यवहार करण्याबाबत मर्यादा आल्यावर कंपनीच्या काही अधिकाऱ्यांनी पुन्हा चेस मॅन्हटन बँकेमध्ये व्यवहार सुरू केले. पण १९८२मध्ये टर्नरने त्यांत हस्तक्षेप केला. मग कंपनीने फर्स्ट शिकागो, फर्स्ट ऑफ बोस्टन आणि सिटीकॉप या इतर मोठ्या बँकांकडे अधिक व्यवहार चालू केले.

पण बदला घेणे वा सूडाची भावना ठेवणे, हे काही सर्व काळ वापरायचे शस्त्र होऊ शकत नाही. कंपनीच्या प्रतिमेला पोचत असलेल्या हानीच्या धोक्याबद्दल काही दूरगामी उपाययोजना करणेच आवश्यक होते. कंपनीच्या कारभाराच्या विशाल आकारामुळे ती लोकांच्या आकर्षणाचे; तसेच प्रसंगी रागाचेही लक्ष्य बनत होती व या बाह्य आव्हानाला समर्थपणे कसे तोंड द्यायचे, हे शिकणेच आवश्यक ठरत होते.

त्या दशकाच्या पहिल्या पाच वर्षांत कंपनीने अधिकाऱ्यांमधील तारुण्याचा जोश दाखवला होता, आक्रमक वाढ झाली होती; पण त्याचबरोबर वाढली जनतेची थेट उपस्थिती, अमर्याद व हाताबाहेर जात असलेली ऊर्जा आणि ताठरपणाही – ज्यात अनुभवाचे शहाणपण कमी होते. पण आता या तरुणाईच्या चुका करणे मॅकडोनल्ड्सला परवडण्यासारखे नव्हते. तिची ताकद वाढली असल्याने बेशिस्त परवडण्यासारखी नव्हती. इतर कंपन्यांपेक्षा ती फारच जलद वाढली असली, तरी त्याबरोबर आवश्यक असे प्रौढत्व व प्रगल्भताही तिच्यात लवकर यायला हवी होती.

ती प्रगल्भता येण्यास सुमारे एक दशक जावे लागले. अनेक प्रकारे विचार केला, तर ती एक किचकट व फारशी गाजावाजा झालेली प्रक्रिया होती आणि तीही रे क्रॉकच्या या उद्योगाच्या स्थापनेपेक्षा व टर्नरच्या प्रचंड विस्ताराच्या योजनेपेक्षाही किचकट होती. त्या तुलनेत छोट्या कालावधीत मॅकडोनल्ड्सचे परिवर्तन घडवून आणायचे होते. प्रचार-प्रसारमाध्यमांच्या छाननीच्या नवनव्या तंत्रानंतरही आरामात कसे राहावे, हेही तिला शिकून घ्यायचे होते. तिला हेही पटवून घ्यायचे होते की, प्रचार-प्रसारमाध्यमांकडून होणारे हल्ले परतवण्यासाठी तिला सामाजिक गरजा, राजकीय जोखमी आणि सामाजिक समस्या याबाबत निर्णय घेण्याची कंपनीअंतर्गत यंत्रणा असायला हवी. आजपर्यंत जमेल तेवढी रेस्टॉरंट्स जास्तीत जास्त संख्येने उभारण्याला तिचे प्राधान्य होते. त्यामुळे खाद्यपदार्थांविषयी पसरलेल्या धोकादायक अफवेला तोंड देणे वा वर्णभेदावर आधारित असंतोषाचा मुकाबला करणे, उच्चभ्रूंच्या वस्तीतील आंदोलने वा शासकीय यंत्रणेवर प्रभाव पाडण्याविषयीचे आरोप – अशांचा मुकाबला करण्याची प्रक्रिया वा पद्धत कंपनीत सज्ज असावी, असा विचारही कुणी केला नव्हता.

विशेष म्हणजे, या नकारात्मक बाबी सकारात्मक करण्यात मॅकडोनल्ड्स यशस्वी झाली. अशा आव्हानांना तोंड देण्यास ती १९७०च्या दशकाच्या शेवटी सज्ज झाली होती व बाह्य जगाला अधिक सुसंस्कृत पद्धतीने सामोरे गेल्याचे अनुकूल परिणाम दिसू लागले होते.

निक्सनच्या निवडणूक मोहिमेसाठी अडीच लाख डॉलर्स निधी दिल्याने झालेल्या प्रतिकूल प्रसिद्धीमुळे, त्यांतून निर्माण झालेल्या विविध वाद व आरोपांमुळे रे क्रॉक सावध झाला. नंतर त्याने अशा प्रकारच्या कोणत्याही निधीला एवढ्या प्रमाणात साह्य केले नाही. याला एकच अपवाद होता – तो म्हणजे जेम्स थॉम्पसन. हा रिपब्लिकन पक्षातर्फे इलिनॉइस राज्याच्या गव्हर्नरपदासाठी निवडणूक लढवत होता. त्या वेळी त्याच्या निधीला त्याने १९७६मध्ये ४५,००० डॉलर्स दिले होते. पण दोन वर्षांनंतर थॉम्पसन पुन्हा निवडणुकीला उभा राहिला व अशाच मदतीसाठी रे क्रॉककडे गेला. त्या वेळी त्याला हात हालवत परत यावे लागले. निक्सन प्रकरणापासून घेतलेल्या धड्यामुळे त्याने थॉम्पसनला सांगितले, "राजकीय पक्षांना अशी आर्थिक मदत करणे म्हणजे पालकांनी मुलांना आधार देण्यासारखे आहे. माझे काम त्यांना कॉलेजमध्ये प्रवेश मिळवून देणे, इतकेच आहे; पुढचे त्यांचे त्यांनी पाहायला हवे. मी तुला एकदा निवडून येण्यास मदत केली आहे; पुढचे तुझे तू पाहा."

क्रॉकने राजकीय पक्षांच्या निधीबाबत सावधगिरीचे धोरण ठेवले; पण मॅकडोनल्ड्स कंपनीने कौशल्याने व प्रसंगानुरूप आपला निरोप शासकीय अधिकारी व राजकीय

पुढारी यांच्यापर्यंत पोहोचवण्यासाठी विविध मार्गांचा अवलंब केला. त्याचा समन्वय त्यांनी चांगला साधला व या यंत्रणेशी संपर्क ठेवण्यासाठी व्यावसायिक कौशल्याने कामे केली. त्यासाठी कंपनीने १९७५मध्ये खास सरकारी खात्यांशी संबंध ठेवणारा विभाग स्थापन केला.

ज्या प्रश्नांमुळे राजकीय जोखमी वाढतील व त्या प्रमाणात आपली कामे अडतील, अशा प्रश्नांबाबत या नव्या विभागाने सावधगिरीचे धोरण अवलंबिले. किमान वेतन हा तसा एक विषय होता. पूर्वी त्यांनी या कायद्याविरुद्ध आवाज उठवण्यासाठी आपल्या स्थानिक फ्रँचायझींना हाताशी धरले होते. पण १९७७मध्ये या फ्रँचायझींनी स्थानिक पातळीवर तळागाळात जाऊन, स्थानिक राजकारण्यांना हाताशी धरून किमान वेतन योजनेविरुद्ध मोहीम अधिक सक्रिय केली. त्या वेळी मॅकडोनल्ड्सने त्यापासून दूर राहणे पसंत केले. त्याऐवजी शासकीय संबंधांबाबतच्या विभागाने अधिक सकारात्मक विचाराने वागण्यावर लक्ष केंद्रित केले. उदा. – मॅकडोनल्ड्सवर 'जंक फूड' म्हणून काही टीकाकारांनी शिक्का मारला होता, तो त्यांना पुसायचा होता. मग त्यासाठी त्यांनी एका बाहेरच्या सल्लागार फर्मची मदत घेतली व त्यांच्याकडून मॅकडोनल्ड्स विकत असलेल्या खाद्यपदार्थांच्या पोषणमूल्यांचे मापन करून घेतले. त्यांनी असे सिद्ध केले की, मॅकडोनल्ड्सच्या हॅम्बर्गर, फ्रेंच फ्राइज आणि मिल्कशेक या पूर्ण जेवणातून समतोल आहाराएवढीच पोषक तत्त्वे मिळत होती.

दुर्दैवाने, ही माहिती मॅकडोनल्ड्सच्या ग्राहकांना देणे अवघड होत होते; कारण फेडरल फूड आणि ड्रग ॲडमिनिस्ट्रेशनने खाद्यपदार्थाच्या वेष्टनावर बरीच सखोल माहिती छापायचे बंधन घातले होते व ते पाळणे या फास्ट फूड उद्योगात शक्य होत नव्हते. या पोषक अन्नातील घटकांची माहिती मॅकडोनल्ड्सने प्रत्येक रेस्टॉरंटमध्ये सर्वांना दिसेल अशा फलकावर लावावी वा प्रत्येक पदार्थाच्या वेष्टनावर लावावी, अशी सूट त्यांना देण्यात आली. मात्र, अशी माहिती ग्राहकांना छापील पत्रकाद्वारे देण्यास त्यांनी मनाई केली. "आम्हाला पौष्टिक अन्नातील घटकांसंबंधी सर्व बाजूने टीका सहन करावी लागत होती (जंक फूड म्हणून); पण आम्हाला सकारात्मक पद्धतीने आपल्या खाद्यपदार्थांविषयीची माहिती आमच्या ग्राहकांपर्यंत पोहोचवता येत नव्हती," असे मॅकडोनल्ड्सच्या शासकीय संबंध विभागाचे उपाध्यक्ष क्लिफोर्ड राबेर यांचे म्हणणे होते.

मात्र, १९७८मध्ये याविषयीच्या सिनेटच्या उपसमितीच्या अधिकाऱ्यांच्या कानांवर हा मुद्दा त्याला घालता आला. त्या समितीचा अध्यक्ष होता जॉर्ज मॅकगव्हर्न. त्याचा निक्सनने १९७२च्या निवडणुकीत पराभव केला होता आणि त्या वेळी निक्सनच्या निवडणूक निधीला रे क्रॉक व अन्य श्रीमंत उद्योगपतींनी खास मदत केली होती. पण

१९७८मध्ये परिस्थिती निराळी होती. मॅकडोनल्ड्स ही या प्रश्नात केंद्रस्थानी होती. साउथ डाकोटा इथे शेती व पशुपालन हा महत्त्वाचा उद्योग आहे, असे मॅकगव्हर्नला सांगता आले असते. अमेरिकन बीफ, बटाटे व दुग्धपदार्थांत भरपूर पौष्टिक द्रव्ये असतात. शिवाय तो त्याचा स्वत:चा मतदारसंघ होता व यानिमित्ताने त्याला आपल्याविषयी चांगले मत तयार करता आले असते.

राबेरने या उपसमितीबरोबर जवळून काम करण्याचे ठरवले. त्यांचा अभ्यासाचा विषय होता, 'शासकीय यंत्रणा पौष्टिक अन्नासंबंधीची माहिती ग्राहकांपर्यंत पोहोचवण्यात अडथळा निर्माण करत आहे काय?' त्या वेळी त्याची बाजू निदान समजून घेणारा तिथे एक जण तरी होता. तो म्हणजे मॅकगव्हर्न. मॅकडोनल्ड्सने या बाबतीत पूर्ण सहकार्य देण्याचे मान्य केले व समितीने फेब्रुवारी १९७९मध्ये याबाबत त्याचे म्हणणे ऐकायचे मान्य केले आणि राबेरच्या प्रयत्नांना यश आले व शासकीय अधिकाऱ्यांकडून ज्या प्रकारचे बंड व्हायची अपेक्षा होती, तसेच झाले. सिनेटर मॅकगव्हर्नने स्पष्ट सांगितले की, फास्ट फूड हे एक चांगले अन्न आहे. मॅकगव्हर्न पहिल्यापासून पौष्टिक खाद्यान्नाचा पुरस्कर्ता होता आणि तो मोठ्या उद्योगधंद्यांच्या विरोधातही होता. त्यामुळे त्याच्याकडून असे काही ऐकायला मिळणे, ही सनसनाटी बातमी होती. त्या दिवशी तिन्ही राष्ट्रीय टीव्ही चॅनेल्सवर हीच एक महत्त्वाची ब्रेकिंग न्यूज होती. त्यांनी याची पूर्ण माहिती चॅनेलवर सांगितली. हे तिथेच थांबले नाही. फूड अॅन्ड ड्रग अॅडमिनिस्ट्रेशन विभागाने सर्व फास्ट फूड उद्योगांना छापील पत्रकांद्वारे पौष्टिक मूल्यासंबंधीची त्यांच्या पदार्थांची माहिती ग्राहकांपर्यंत पोहोचवण्याची परवानगी दिली व एका अव्यवहार्य कायद्यावर पडदा पडला.

अशा प्रकारे राजकारणात मॅकडोनल्ड्सचा वाढता प्रभाव होता व त्यात सफाईही येत होती. पण त्या बरोबर स्थानिक राजकारणात त्यांना निराळ्या प्रभावाला व तेही अगदी खराब पद्धतीने तोंड द्यायला लागले होते. सन १९७४मध्ये मॅनहटनमध्ये ती घटना घडली. त्या अनुभवानंतर मॅकडोनल्ड्सचे आपले नवे रेस्टॉरंट उघडण्यापूर्वी त्या भागातील राजकीय वातावरण कसे आहे याचा अभ्यास करण्याचे धोरण ठरवले. जर काही विरोध होत असेल, तर त्याकडे वेळीच लक्ष द्यायला सुरुवात केली. त्यामुळे दोन्ही बाजूंचे वातावरण हाताबाहेर जाणार नाही व जनतेत त्याचे पडसाद उमटणार नाहीत, याची काळजी घेण्यात आली.

मॅकडोनल्ड्सच्या उच्च व्यवस्थापनाच्या दृष्टीने हा महत्त्वाचा निर्णय होता. रुबेनस्टाइन म्हणतो - ६६व्या रस्ता आणि लेक्झिंग्टनच्या चौकातील प्रकरणात (ज्याचा उल्लेख वर आला आहे) कंपनीचे धोरण लढायचे व हल्ला परतवून लावायचा – हे होते. रे क्रॉक आणि फ्रेड टर्नर माघार घेण्याच्या ठाम विरोधी होते. त्यांच्या मते, मॅकडोनल्ड्सचे नाव व व्यवसायही चांगला होता. कंपनी ही एक उत्तम

शेजार झाली असती आणि त्या प्रकरणात स्थानिक नागरिकांचा दृष्टिकोन चुकीचा होता. पण या प्रकरणामुळे त्यांना कळले की, नवे चांगले ठिकाण रेस्टॉरंटसाठी निवडताना केवळ व्यवसाय हाच दृष्टिकोन चालत नाही; इतरही बऱ्याच बाबी बघाव्या लागतात. त्यांत तेथील नागरिकांचा राजकीय दृष्टिकोन महत्त्वाचा असतो.

न्यू यॉर्कचा महापौर ॲबे बीमचा पूर्वीचा सहायक असलेला रुनेबस्टाइन हा जनतासंपर्काच्या दृष्टीने न्यू यॉर्कमध्ये चांगले स्थान असलेला तज्ज्ञ होता आणि या ६६वा रस्ता – लेग्झिंग्टन प्रकरणानंतर त्याने न्यू यॉर्कमध्ये असे प्रकरण पुन्हा उद्‌भवणार नाही याची काळजी घेतली. कंपनीने इतर मोठ्या शहरांतही असेच जनसंपर्कतज्ज्ञ नेमले. त्यानंतरही काही बाबतींत स्थानिक स्वराज्य संस्थांशी कंपनीचे विवाद होत राहिले, तरी परिस्थिती हाताबाहेर जाणार नाही याची काळजी घेण्यात आली.

न्यू यॉर्कमध्ये रुबेनस्टाइनने त्याच्या राजकीय संबंधांचा उपयोग करून जर नागरिकांचा विरोध व्हायची शक्यता असेल तर धोक्याची पूर्वसूचना देण्याची पद्धत अवलंबिली. विरोध झालाच, तर तो शमविण्याबाबतीतही तो तितकाच तत्पर होता. ब्रुकलिनमध्ये नवे स्टोअर उघडताना तिथे स्थानिकांचा विरोध असल्याचे त्याच्या लक्षात आले. त्याने मग त्या इमारतीचा फोटो काढून घेतला. ती एक मोडकळीला आलेली इमारत होती व तिथे अश्लील सिनेमांचे थिएटर चालवले जात होते. ते फोटो त्याने स्थानिक अधिकाऱ्यांना दाखवल्यावर त्यांनीच त्याला मदत करण्याचे काम केले. "तुम्ही खुशाल पुढे जा आणि स्टोअर उघडा. तुम्हाला काय वाटले, मी मॅकडोनल्ड्स स्टोअरऐवजी असे अश्लील सिनेमांचे थिएटर इथे चालवून देईन?" तो अधिकारी म्हणाला.

क्लीव्हलँडमधील काही आक्रमक अल्पसंख्य संघटनांनी जेव्हा मॅकडोनल्ड्सला विरोध करण्याचे काम चालू केले (त्याचे सविस्तर वर्णन पूर्वी आले आहे), तेव्हा मॅकडोनल्ड्सने आक्रमक; पण कल्पक धोरण स्वीकारून ते प्रकरण हाताळले. तितका आक्रमकपणा पूर्वी वा नंतर कंपनीने कधी दाखवला नसावा. शहराच्या पूर्व भागातील एका गोऱ्या व्यक्तीच्या मालकीच्या स्टोअरच्या प्रकरणात १९६८मध्ये कृष्णवर्णीय निदर्शकांनी आक्रमक धोरण स्वीकारले. त्याच्या सहा महिने आधीपासूनच बॉब बीव्हर्स या कंपनीच्या समाजकार्य आणि विकास संचालकाने कृष्णवर्णीय वा अन्य अल्पसंख्याक फ्रँचायझी शोधून त्यांना नेमण्याचे काम चालू केले होते. पण फ्रेड टर्नरचे फ्रँचायझी नेमण्याबाबतचे नवे धोरण याच्या आड येऊ लागले होते. त्या धोरणानुसार, नव्या फ्रँचायझींनी बाहेरचे गुंतवणूकदार न घेता पूर्णतः स्वतःची मालकी असलेले स्टोअरच उघडावे, असे होते.

या धोरणामुळे कार्यव्यवस्थेत सुकरता आली, पण अल्पसंख्याकांना स्टोअर

उघडण्यास मिळणाऱ्या प्रोत्साहनावर मर्यादा आल्या. मॅकडोनल्ड्सच्या परवाना देणाऱ्या नियमानुसार, फ्रँचायझीने एकूण गुंतवणुकीच्या केवळ ५० टक्के रक्कम कर्जाऊ घ्यावी. (त्या वेळी १,५०,००० डॉलर्सच्या ५० टक्के व आता ५ लाख डॉलर्सच्या ५० टक्के). त्यांत परवाना फी, किचन इक्विपमेंट, फर्निचर आणि मॅकडोनल्ड्सचे बोधचिन्ह एवढे घेता यायचे. हे पैसे रोख मोजावे लागत. पण बऱ्याचशा कृष्णवर्णीय संभाव्य फ्रँचायझीना त्यांचे बोलणे, वागणे, पोषाख किंवा अपुरे शिक्षण या निकषांवर त्या भागातले मॅकडोनल्ड्सचे गोरे अधिकारी नाकारत असत. ज्या पार्श्वभूमीतून ते वर आलेले असत, ते पाहता, त्यांच्या वागण्यात गोऱ्या उद्योजकांएवढा सफाईदारपणा नसायचाच व त्यामुळे अनेकांना फ्रँचायझी मिळण्यापासून वंचित राहावे लागायचे.

पण क्लीव्हलँड प्रकरणामुळे सर्व बदलले. उलट, त्यामुळे कृष्णवर्णीय नवनवे उद्योजक निर्माण होण्यास गती मिळाली व त्यांत या प्रकरणाने बदलाची प्रक्रिया गतिमान झाली. सन १९६९मध्ये फक्त चार कृष्णवर्णीय फ्रँचायझी होते. त्यांची मॅकडोनल्ड्समधली फ्रँचायझीची संख्या ५० झाली व ती एकूण स्टोअर्सच्या १० टक्क्यांच्या आसपास होती. क्लीव्हलँडमुळे अधिकाऱ्यांनी धडा घेतला व अल्पसंख्याकांना फ्रँचायझी करण्याच्या कामाला गती मिळाली.

वृत्तीतला हा बदल तर महत्त्वाचा होताच, पण मॅकडोनल्ड्सने परवाना देण्याच्या धोरणातही भरपूर बदल केले. त्यांत कृष्णवर्णीयांसाठी अधिकाधिक संधी निर्माण करणे आणि ज्यांच्याकडे पुरेसे भांडवल नाही त्यांच्याबाबतीत, त्या अभावी त्यांचे काम अडणार नाही याबाबत विचाराला सुरुवात झाली. लघुउद्योगांचे व्यवस्थापन व अल्पसंख्याकांचे व्यावसायिक व औद्योगिक हित पाहणाऱ्या कार्यालयांच्या मदतीने त्यांना बँकांकडून कर्ज मिळवताना हमीदार मिळण्याबाबतच्या अडचणी सोडवण्यात मदत करण्यात आली. स्वतःचे ५० टक्के भांडवल असायला हवे, ही पूर्वीची अट बदलून ते २० टक्के असावे इथपर्यंत खाली आणण्यात आली. (म्हणजे सुमारे ३०००० डॉलर्स)

पण यापेक्षा क्रांतिकारक बदल करून कृष्णवर्णीय फ्रँचायझी निवडण्याबाबतचे धोरण मॅकडोनल्ड्सने राबवले, त्याला 'झेब्रा पॅकेज' असे नाव देण्यात आले. कंपनीने १९६०च्या शेवटी आठ कृष्णवर्णीय फ्रँचायझींना भांडवल पुरवण्यासाठी दोन गोऱ्या गुंतवणूकदारांना प्रोत्साहन दिले व भांडवल उभारणीचा मार्ग खुला झाला. त्यामुळे मॅकडोनल्ड्सच्या स्टोअर्सची १०० टक्के मालकी फ्रँचायझींची असावी, हा अटीचा भाग झाला. दुसरी अट होती की, ज्या भागात रेस्टॉरंट आहे तिथलाच रहिवासी फ्रँचायझी असावा. हीही अट भंगली. हे दोन गोरे गुंतवणूकदार शिकागोचे होते, पण त्यांची स्टोअर्स या योजनेमुळे सर्वत्र पसरली.

त्या गुंतवणूकदारांनी मॅकडोनल्ड्सला आश्वासन दिले होते की, काही काळानंतर त्यांच्या मालकीचे त्या फ्रँचायझीमधले समभाग त्या कृष्णवर्णीय स्टोअरचालकांकडे हस्तांतरित केले जातील. मात्र, त्याला या गुंतवणूकदारांनी टांग मारली व झेब्रा पॅकेज हे कृष्णवर्णीयांसाठी परवाना मिळण्याचा खुला मार्ग होण्याऐवजी ती आपत्ती ठरली. त्या गुंतवणूकदारांनी या कृष्णवर्णीय स्टोअरचालकांबरोबर तर दुटप्पी धोरण अवलंबलेच, पण परस्परांना फसवणेही चालू केले. पुरवठादारांची बिले थकली. त्यांनी द्यायची लायसेन्स फी आणि मॅकडोनल्ड्सला देणे होते ते भाडे थकत चालले. शेवटी या दोन्ही गुंतवणूकदारांनी आपापली बलदंड माणसे नेमली. या आठही स्टोअरमध्ये आधी कोण जातो व रोजची रोकड ताब्यात घेतो, याविषयी मग त्यांच्यात चढाओढ लागली. मॅकडोनल्ड्सचा फ्रँचायझीचे काम पाहणारा ज्येष्ठ उपाध्यक्ष बर्ट कोहोन म्हणतो, ''आम्ही प्रत्येक परवाना देण्याचा नियम फार ताणला वा तोडला तोपर्यंत तो यशस्वी ठरला होता जोपर्यंत कृष्णवर्णीयांना फ्रँचायझीची संधी देणे, हा त्याचा उद्देश होता. पण या अपयशाचे भूत आमच्या मानगुटीवर बसले.''

गोष्ट एवढी हाताबाहेर गेली की, या झेब्रा पॅकेज योजनेचा गुंता सोडवण्यात कोहोनचे एक वर्ष गेले. बँका, कर्जपुरवठादार व ज्यांची देणी द्यायची राहिली होती त्या पुरवठादारांना दादापुता करून समजावताना नाकीनऊ आले आणि या कृष्णवर्णीयांना नवा भांडवल पुरवठा कसा मिळेल याची चिंता लागून राहिली. या प्रकरणात मॅकडोनल्ड्सचे ५ लाख डॉलर्स बुडाले व हात चांगलेच पोळले. पण एक झाले की, हे आठही कृष्णवर्णीय हळूहळू स्वत:च्या पायावर उभे राहिले व त्या दोन गोऱ्या गुंतवणूकदारांना पिटाळण्यात त्यांना यश आले.

यापूर्वी कृष्णवर्णीयांना करमणूक व क्रीडाक्षेत्रात अमेरिकेत चांगल्या संधी मिळत होत्या; पण मॅकडोनल्ड्सने या परंपरागत क्षेत्रापेक्षा फास्ट फूडच्या क्षेत्रात त्यांना संधी देऊन त्यांच्यातले उद्योजक निर्माण केले. त्या लोकांना मिळालेली ही उत्तम आर्थिक संधी होती. सुरुवातीच्या तीन वर्षांत ५० असलेली अल्पसंख्याक फ्रँचायझींची संख्या १९९०च्या दशकात ७६२ पर्यंत गेली; शिवाय प्रतीक्षायादीतही भरपूर होती. या फ्रँचायझींची कामगिरीही उत्तम होत चालली. झेब्रा पॅकेजच्या योजनेलाही एक चंदेरी किनार होती. या ८ पैकी ६ जण आपले स्टोअर्स नीट चालवू शकले नाहीत, त्यामुळे ती दुसऱ्या कृष्णवर्णीय उद्योजकांना देण्यात आली. त्यांपैकी दोन जण पुढे दशलक्षाधीश झाले. त्यांपैकी हर्मन पेट्टीकडे ५ स्टोअर्स शिकागोत होती; तर लिनिआ हर्डकडे लॉस एंजलीसमधील ६ स्टोअर्स होती.

पण कृष्णवर्णीयांबाबतचे हे धोरण म्हणजे त्यांच्या कामगिरीकडे काणाडोळा करायचे, असे नव्हते. त्यांनाही 'दर्जा, सेवा, स्वच्छता व पैशाचे महत्त्व' या

मॅकडोनल्ड्सच्या चतु:सूत्रीतच राहूनच काम करावे लागायचे. पहिल्या ५० पैकी १/३ जणांना त्यांनी अटीपालनात कामचुकारपणा केल्याबद्दल बदलले गेले. काही वेळा यामुळे अल्पसंख्याक समाजात मॅकडोनल्ड्सविषयी विरोधी मत तयार होऊ लागले होते. पण मॅकडोनल्ड्स आपल्या अटींबाबत खंबीर राहिली. तशी ती राहिली नसती, तर 'धरले तर चावते, सोडले तर पळते', अशी अवघड परिस्थिती निर्माण झाली असती.

सुदैवाने, मॅकडोनल्ड्सच्या या कृष्णवर्णीय फ्रँचायझीना यशस्वी होण्याची संधी मिळणे महत्त्वाचे होते व त्यांना तशी संधी हवी होती. सुरुवातीच्या ५० पैकी अनेक जण आजही टिकून आहेत व त्यांनी गोऱ्यांप्रमाणेच उत्तम संपत्ती मिळवली आहे. नेली रॉबर्ट्स हा बांधकामक्षेत्रातील अल्पशिक्षित कंत्राटदार. त्याने १९६९मध्ये क्लीव्हलँडमधील त्या सहा स्टोअर्सपैकी एकाची मालकी गोऱ्या मालकाकडून मिळवली. त्याने त्याची पुढे आठ स्टोअर्स केली व सरासरीपेक्षा त्यांत ४० टक्के अधिक विक्री होत होती. तो एक अत्यंत यशस्वी उद्योजक म्हणून गणला जात होता. त्याच्या निधनानंतर त्याच्या पत्नीने त्यांपैकी ५ स्टोअर्स विकली. ली डनहेम हा न्यू यॉर्कच्या पोलीस खात्यात गस्तीचे काम करायचा. त्याने तिथेच हार्लेममध्ये एका स्टोअरपासून सुरुवात करून आठ स्टोअर्सपर्यंत मजल मारली. पुढे त्याने हार्लेमचे स्टोअर विकले. आता तो न्यू जर्सीत दोन रेस्टॉरंट्स, तर न्यू यॉर्कच्या ब्रॉडवेमध्ये एक स्टोअर चालवतो. त्याचीही विक्री सरासरीपेक्षा अधिक आहे. अशी सरासरीपेक्षा जास्त विक्रीची उदाहरणे या कृष्णवर्णीय उद्योजकांत भरपूर आहेत. मात्र, हे अल्पसंख्याक स्टोअरचालक हेच केवळ मॅकडोनल्ड्सच्या अल्पसंख्याकांबाबतच्या धोरणाचे लाभार्थी नव्हते. त्यांनी हिस्पॅनिक (मेक्सिकन वंशाच्या) उद्योजकांनाही तयार करण्याचे काम केले. विशेषत: शहरी भागात त्यांची कामगिरी लक्षणीय होती. याचे एक कारण म्हणजे आपली लोकसंख्या अधिक असलेल्या भागात शिरकाव करावा व कशा प्रकारे विक्री वाढवावी, याची जाण बाहेरच्या गोऱ्या उद्योजकांपेक्षा त्यांच्याकडे अधिक होती.

हर्मन पेट्टी या कृष्णवर्णीय उद्योजकाने शिकागोच्या दक्षिण भागातील कृष्णवर्णीयबहुल वस्तीच्या भागातील स्टोअर चालवायला घेतले. त्याआधी त्याने सहा वर्षे दोनदा पूर्ण वेळ नोकरी केली होती. तो तिथल्या म्युनिसिपल कॉर्पोरेशनच्या बसचा ड्रायव्हर होता. त्यात तो दफनभूमीत मृतदेह नेण्याची बस चालवायचा व नोकरीव्यतिरिक्तच्या वेळात एका केशकर्तनालयात काम करायचा. त्याने आपल्या तिथल्या ग्राहकांमार्फत आपल्या स्टोअर्सची माहिती त्या क्षेत्रातील जनतेपर्यंत तोंडी पोहोचेल, असे पाहिले. त्याने बसड्रायव्हरच्या कामाच्या निमित्ताने विविध चर्चमध्ये जाणाऱ्या नागरिकांमार्फतही हेच काम करून घेतले. तो चर्चमधील विशेष कार्यक्रमात मोफत हॅम्बर्गर वाटायचा.

कारण चर्च हे सामाजिक कार्यक्रमांचे केंद्रस्थान असते, हे त्याला माहीत होते. त्याने आपले स्टोअरही उत्तम ठेवले, सजवले होते व तो स्थानिक नागरिकांतही मिसळत असे. अशा त्याच्या धडपडीचे उत्तम परिणाम दिसून आले. त्याने एका वर्षातच दुप्पट विक्री करून ती वर्षाला ५ लाख डॉलर्सपर्यंत नेली. मग त्याने बस स्टँडजवळ दुसरे स्टोअर गोऱ्या मालकाकडून विकत घेतले. पूर्वीच्या नोकरीतले त्याच्या बरोबरचे अनेक जण तिथे ओळखीतले होते, त्यांचा त्याने उपयोग करून घेतला. तिथेही त्याने याच पद्धतीने काम करून विक्रीत भरपूर वाढ घडवून आणली.

पेट्टीचा हा स्टोअर्सचा व्यवसाय जसजसा वाढला तसतसा त्या-त्या भागातील कृष्णवर्णीय नागरिकांच्या मनोवृत्तीतही फरक दिसून येऊ लागला. त्याचा त्यांच्यावर उत्तम प्रभाव पडला होता. ज्या वस्त्या आबाळ झाल्यामुळे वाईट अवस्थेत होत्या, त्यांना नवी झळाळी मिळाली. काही खास दुर्लक्षित भागात मग त्याने मुद्दामच स्टोअर्स उघडली. अशाच एका वस्तीत तर त्याने मग फूटपाथ नवे करून दिले, रस्त्यावरचे दिवे सुरू राहतील हे पाहिले व एका मोडकळीस आलेल्या इमारतीचे नूतनीकरण करून आपले स्टोअर तिथे उघडले. त्या भागातील कचरासफाईची व्यवस्था सुरळीत करून दिली. ते पाहून तिथल्या दुसऱ्या पेट्रोल पंपचालकांनीही मग आपला पंप बंद करण्याऐवजी त्याला नवे रूप दिले.

मग 'पोपीज फ्राइड चिकन' आणि 'चर्च्स फ्राइड चिकन' या साखळी दुकानांचे चालकही त्याचे स्टोअर बघायला आले. त्यांना तिथल्या कर्मचाऱ्यांची मित्रत्वाची व तत्पर सेवा पाहून सुखद आश्चर्याचा धक्का बसला. त्या भागात गुन्हेगारांचे प्रमाण प्रचंड होते, पण पोलिसांना बोलवायची वेळ पेट्टीवर कधीही आली नाही. तिथल्या खुर्च्या कोणी फाडल्या नव्हत्या व स्टोअर्सच्या भिंतींवरही ग्राफिटी पण कोणी चितारल्या नव्हत्या. त्याने असे पाहिले की, सौजन्यपूर्ण सेवा दिली तर ग्राहकही तशीच वागणूक आचरतात. त्याचे ४० टक्के ग्राहक गोरे लोक होते. त्यांत विक्रेते, बांधकाम मजूर होते. त्यांना त्या भागात बसण्यासाठी सुखकारक वाटेल अशी जागा हवी असायची व ती त्यांना या मॅकडोनल्ड्सच्या पेट्टीच्या स्टोअरमध्ये मिळायची. लवकरच त्याला स्पर्धकही झाले. पॉपीज आणि चर्च्स या दोन साखळी स्टोअर्सनी आपली स्टोअर्स तिथे जवळच उघडली. नग इतर दुकानदारही पुढे आले व एके काळच्या त्या दुर्लक्षित भागाचा कायापालट झाला. पेट्टी म्हणतो, "खराब समाज नावाची चीज नसते; फक्त तुम्ही त्यांच्यातले चांगले शोधून काढायला हवे."

शिकागोच्या दक्षिणेकडील पेट्टीच्या मॅकडोनल्ड्सच्या रेस्टॉरंट्समुळे त्या भागातील युवाशक्तीला स्थिर करण्यात यश आले. त्यांत १९८०पर्यंत ५००च्या वर युवकांना काम मिळाले आणि त्यांपैकी बहुतेक सर्व कृष्णवर्णीय होते. त्यापैकी कित्येकांचा तर पहिलाच कार्यानुभव होता. तो अनुभव सकारात्मक ठरेल याची काळजी पेट्टीने

घेतली आणि त्याकरता त्यांच्या प्रशिक्षणावर त्याने बरीच मेहनत घेतली, खर्चही केला. त्यांना प्रशिक्षण म्हणून पेट्टीने एक पूर्ण वेळ महिला नेमली. तिने शैक्षणिक क्षेत्रातील मास्टर्सची पदवी घेतली होती. चक्क तळघरात एका स्टोअरमध्ये त्याने त्यांचे वर्ग सुरू केले.

त्यांपैकी बहुतेक युवक-युवती या मागासलेल्या वर्गातील असल्याने त्यांना केवळ हॅम्बर्गर वा अन्य पदार्थ करणे, ते पुरवणे वगैरेंबरोबरच अन्यही प्रशिक्षण द्यावे लागले. पेट्टी म्हणतो, ''त्यांच्या डोक्यातील वर्णभेदाची सल मला काढून टाकायची होती. आम्ही त्यांना शिकवले की, प्रत्येक जण हा एक मानवप्राणी आहे, असे समजून त्याच्याशी वागा. त्यांना काम म्हणजे काय व पैसा कोठून येतो, हे शिकवावे लागले. त्यांच्याकडून आमच्या भरपूर अपेक्षा होत्या आणि सुरुवातीला त्यांना आम्ही किमान वेतनच द्यायचो. पण आम्ही मदतीसाठी कधीही जाहिरात केली नाही. इथे कामाला येणाऱ्यांनी मग आपली बहीण वा भावालाही चिकटवून घेण्याबद्दल विनंती केली. कारण त्यांना खात्री होती की, इथे चांगले प्रशिक्षण मिळते, मग समाजात प्रतिष्ठाही मिळेल. त्यांपैकी अनेकांनी नंतर सांगितले की, जगाला तोंड कसे द्यायचे, ते आम्ही इथे शिकलो.''

क्लीव्हलँडमध्ये एकदा झाला तसा वर्णभेदावर आधारित हल्ला मॅकडोनल्ड्सवर पुन्हा कधीही झाला नाही. याचे श्रेय पेट्टीसारख्या कृष्णवर्णीय, पण तळमळीने काम करणाऱ्या स्टोअर ऑपरेटरना द्यावे लागेल. अल्पसंख्याकांना परवाने देण्याबद्दलच्या कंपनीच्या कृतीमुळे त्यांना न्यायालयीन वादातही कधी जावे लागले नाही. चार्ल्स ग्रिफिथनंतरच्या ४ स्टोअर्स चालवणाऱ्या कृष्णवर्णीय चालकाने आपण कृष्णवर्णीय असल्यामुळे मॅकडोनल्ड्स आपल्याला आणखी स्टोअर्स देत नाही असा आरोप १९८२मध्ये केला. त्याला देशभर भरपूर प्रसिद्धी मिळाली. 'नॅशनल असोसिएशन फॉर ॲडव्हान्समेंट ऑफ कलर्ड पीपल' (एनएएसीपी)च्या एक-दोन शाखांनी त्यांच्या व्यक्तिगत स्वार्थासाठी त्याला पाठिंबा दिला व मॅकडोनल्ड्सवर कृष्णवर्णीयांनी बहिष्कार टाकावा, असे आवाहन केले. पण एनएएसीपीने त्यांच्या या धोरणाला संघटना म्हणून पाठिंबा देण्यास साफ नकार दिला. कारण या ग्रिफिथ प्रकरणात मॅकडोनल्ड्सने न्यायालयासमोर आपल्या याबाबतच्या धोरणाला पुरावा म्हणून भरपूर कागदपत्रे व आकडेवारीच सादर केली. त्यामुळे ती संघटना प्रभावित झाली. कंपनीने असे दाखवून दिले की, लॉस एंजलीस क्षेत्रातील नव्या स्टोअर्सपैकी ६० टक्के स्टोअर्स कृष्णवर्णीयांना व हिस्पॅनिक वंशीयांना चालवण्यास दिली आहेत व गोऱ्यांच्या २/३ जास्त प्रमाणात. जास्त कार्यक्षमतेतून हे निर्णय घेण्यात आले. मग न्यायालयाने कंपनीचे म्हणजे ग्राह्य धरले व तिच्या बाजूने निकाल दिला. ते स्टोअर्स ग्रिफिथकडून कंपनीने विकत घेतले व अन्य अल्पसंख्याक गटातील लोकांना चालविण्यासाठी दिले.

मॅकडोनल्ड्सने १९७०च्या दशकात अनेक आव्हानांना यशस्वीपणे तोंड दिले; पण त्यांपैकी सर्वांत कठीण होते ते वृत्तपत्रांना तोंड देण्याबाबत. याचे एक कारण म्हणजे, मॅकडोनल्ड्सचा व्यवसाय दिवसेंदिवस अधिक प्रकाशात येत चालला होता.

ॲटलांटामधील अफवा, न्यू यॉर्कच्या लेक्झिंग्टन ॲव्हेन्यूमधील लढा, रे क्रॉकने दिलेल्या राजकीय देणग्यांबाबतचा विवाद आणि त्यासंबंधी बॅरोन्स व न्यू यॉर्क टाइम्समध्ये आलेला नकारात्मक लेख वगैरेंमुळे एखादी पब्लिक लिमिटेड कंपनी करते तसेच मॅकडोनल्ड्सने केले. तिने कॉर्पोरेशनच्या तळघरातील आश्रयस्थानात (बंकर) आश्रय घेतला. तिचे ज्येष्ठ अधिकारीही मुलाखती द्यायला उपलब्ध नसायचे आणि वृत्तपत्रांकडून होणाऱ्या चौकशीला कोणतीही उत्तरे दिली जायची नाहीत. वृत्तपत्रांतून त्यांची बाजू मांडणारी वृत्ते वा लेख येतील, हेही पाहण्याचे तिने टाळले. ''वृत्तपत्रे जणू आपल्यामागे हात धुऊन लागली आहेत, अशी ठाम समजूत आम्ही करून घेतली होती. तसा लिखित नियम नसला तरी वृत्तपत्रात आपले नाव येणार नाही याची काळजी घेतली पाहिजे, असे जणू सर्व जण समजून चालले होते.'' असे प्रसारमाध्यमांविषयी मॅकडोनल्ड्समध्ये काय मनोभूमिका होती, हे सांगताना कंपनीचा जनसंपर्क विभागाचा ज्येष्ठ उपाध्यक्ष डिक स्टारमन म्हणाला.

पण त्यामुळे जणू कंपनीने वृत्तपत्रांसाठी आपले दरवाजे बंदच करून घेतले होते, असे झाले. पूर्वी रे क्रॉक आपल्या प्रभावशाली व तितक्याच हलक्याफुलक्या मुलाखतींमुळे मुलाखत घेणाऱ्याला व पाहणाऱ्यालाही खूश करायचा; त्याचा उपयोग कंपनीविषयी चांगले जनमत तयार होण्यासाठी व्हायचा. पण या नव्या धोरणामुळे जनतेत कंपनीविषयी सकारात्मक प्रतिमा निर्माण होण्यास अडथळा होऊ लागला. त्यांची वृत्तपत्रमाध्यमातील विश्वासार्हताही असे 'चार हात दूर राहण्यामुळे' कमी होत चालली. त्यामुळे १९७८मध्ये जेव्हा फ्रेड टर्नरने 'एस्क्वायर' नियतकालिकाकरता व्यावसायिक लेखक डॉर्फमनला मुलाखत दिली, त्या वेळी त्याचे वृत्तपत्रातून आलेले वृत्त हे बव्हंशी मॅकडोनल्ड्सच्या विरोधात जनमत व्हावे, या पद्धतीने दिले होते. नंतर मात्र कंपनीने या प्रसिद्धीच्या प्रश्नाला थेट हात घालण्याचे ठरवले. स्टारमन म्हणतो, ''आम्ही असे ठरवले की, ज्यामुळे आमची मान शरमेने खाली जावी, असे आम्ही काहीही केलेले नाही. परमेश्वरकृपेने आमच्याकडे चांगले सांगण्यासारखे भरपूर होते.''

याबाबत पहिले पाऊल उचलले गेले ते कंपनीचे जनसंपर्काबाबतचे कार्य सक्षम करण्याचे. कंपनीत १९७४मध्ये पहिल्यांदा जनसंपर्क खाते तयार करण्यात आले होते. पण त्याचा प्रमुख हा पूर्वीचा कंपनीचा कायदेतज्ज्ञ होता व त्याला वृत्तपत्रांशी कसे व्यवहार करावेत, यासंबंधी काहीच माहीत नव्हते; अनुभवही नव्हता. ॲटलांटामधील

घटनेच्या अनुभवातून शहाणे होऊन कंपनीने मग त्याला दूर सारले व त्याच्या जागी विपणन क्षेत्रातील अधिकाऱ्याच्या नेतृत्वाखाली पूर्ण वेळ काम करणारा, प्रसार-प्रचारमाध्यमांना नीट हाताळू शकेल असा स्वतंत्र विभाग उघडण्यात आला. त्याद्वारे जनता, वृत्तपत्रसृष्टी व सामाजिक संबंध यासंबंधीची सर्व कामे एका छताखाली करण्यात आली.

पण १९८१मध्ये स्टारमन हा जनसंपर्काचा प्रमुख झाला, तोपर्यंत मॅकडोनल्ड्सच्या जनसंपर्कविषयक संबंधांत फारसा फरक पडला नव्हता. मॅकडोनल्ड्समध्ये विपणनाच्या कामातून स्टारमन वर चढत गेला होता व त्याला वृत्तपत्रांना हाताळण्याचा अनुभवही नव्हता. पण त्याच्यावर उच्च व्यवस्थापनाचा पूर्ण विश्वास होता. याउलट, ॲटलांटामध्ये जी फजिती झाली, त्या वेळी जनसंपर्काचे काम करणारा त्या क्षेत्रातील तज्ज्ञ होता; पण उच्चपदस्थ व्यवस्थापनाचा त्याच्यावर विश्वासच नव्हता. तो जणू अंधारात काम करत होता. कोणीतरी आधीच निर्णय घेऊन यायचा व त्याला मग त्याची प्रसिद्धी करायला सांगितले जायचे. तो तरी काय करणार?

पण १९८१मध्ये हे सर्व बदलले. स्टारमनला उच्चाधिकाऱ्यांच्या प्रत्येक बैठकीला बोलावले जाऊ लागले; जिथे ज्या घटनांमुळे कंपनीच्या प्रतिमेला बाधा पोहोचायची, अशा घटनांबद्दल चर्चा व निर्णय व्हायचे. शिवाय घेतलेल्या निर्णयामुळे व कृतीमुळे वृत्तपत्रमाध्यमांची प्रतिक्रिया काय असू शकेल, यासंबंधी त्याचे मत विचारात घेतले जायचे. या खात्याचा विस्तार करून त्यात ३५ कर्मचारी नेमण्यात आले. ही संख्या पूर्वीच्या संख्येच्या तिप्पट होती आणि सकारात्मक व विश्वासार्ह प्रतिमा-प्रसिद्धी कंपनीला कशी मिळेल, हे पाहण्यासंबंधी कृती करायला या खात्याला स्वातंत्र्य देण्यात आले. स्टारमन पुढे मॅकडोनल्ड्सचा उपाध्यक्ष व आर्थिक व्यवहाराचा प्रमुख जॅक ग्रीनबर्ग याच्याशी थेट संपर्क साधू लागला. त्यामुळे पूर्वी कंपनीला वृत्तपत्रे कोंडीत पकडायची, तिथे आता ती कंपनी त्यांच्या आव्हानांना समर्थपणे तोंड देऊ लागली.

वृत्तपत्रांशी असलेल्या कंपनीच्या संबंधांत संपूर्ण सुधारणा करणे हे फक्त आणीबाणीच्या वेळी करावयाच्या उपचारांपलीकडे सकारात्मक झाले. कंपनीने १९८०मध्ये आपली कहाणी जनतेला पुन्हा एकदा सांगण्याचे ठरवले व पहिल्यांदाच त्यांचे सर्वोच्च अधिकारी वृत्तपत्रांना सामोरे जाऊ लागले. कंपनीने आपली जाहिरात प्रतिनिधींबाबतची धोरणे बदलली, जी अल् गोलिनने काही वर्षांपूर्वी यशस्वीरीत्या हाताळली होती. रे क्रॉकच्या मुलाखतीच्या जादूमुळे जे वातावरण तयार झाले होते तसे पुन्हा करण्याचे मनावर घेतले. पुन्हा एकदा वृत्तपत्रांत बातम्या व फोटो येतील अशा प्रकारचे कार्यक्रम व समारंभ घडून येतील, हे पाहिले गेले. कंपनीने जगभर पसरलेल्या अमेरिकेच्या ३०० नाविक तळांवर ३०० स्टोअर्स उघडायचे कंत्राट

मिळवले, तेव्हा ‘रोनाल्ड मॅकडोनल्ड’ या कंपनीच्या मॅस्कॉटचे फोटो विमानासमोर काढून प्रसिद्ध केले गेले आणि ‘रोनाल्ड मॅकडोनल्ड हाउस’ कल्पनेच्या दशकपूर्ती समारंभात फिलाडेल्फियातील अशा घरात राहणाऱ्या मुलांनी व त्यांच्या पालकांनी एबीसी टीव्हीच्या कॅमेऱ्यासमोर येऊन इशारा मिळताच सकाळच्या कार्यक्रमांची सुरुवात ‘गुड मॉर्निंग अमेरिका’ असे एकसुरात म्हणून केली.

पण २१ नोव्हेंबर १९८४ रोजी न्यू यॉर्कच्या ‘ग्रँड हयात’ हॉटेलात झालेल्या कार्यक्रमाला वृत्तपत्रांतून सर्वाधिक प्रसिद्धी मिळाली. त्या वेळी मॅकडोनल्ड्सने आपला ५००० कोटीवा हॅम्बर्गर देण्याचा कार्यक्रम केला. ज्याने ३६ वर्षांपूर्वी पहिला हॅम्बर्गर तयार केला होता, त्या डिक मॅकडोनल्ड्सला त्यांनी या समारंभाला बोलावले होते व अमेरिकेतील कंपनीच्या व्यवहाराचा अध्यक्ष एड रेन्सी याने स्वत: तो हॅम्बर्गर डिकला तयार करून दिला. या कार्यक्रमाला वार्ताहरांनी गर्दी केली होती. फोटो आणि बातमीसाठी याहून अधिक चांगला प्रसंग कोणता असणार? फोटो, मुलाखती व बातम्या यांचा खच पडला. जगभरातील २००हून अधिक पत्रकार तिथे उपस्थित होते आणि टीव्ही कॅमेरामननी मंचावर मोठ्या प्रमाणात गर्दी केली होती. त्या दिवशीची ती बातमी सर्व वृत्तपत्रे व टीव्ही चॅनेल्सवर आली आणि पूर्वी ज्या प्रकारची जादू रे क्रॉक करायचा तशी जादू या घटनेचे चीज करून स्टारमनने करून दाखवली.

त्यापेक्षाही या नव्या खात्याचे मोठे महत्त्वाचे काम म्हणजे जिथे कंपनीच्या जनसंपर्काच्या दृष्टीने हानिकारक परिस्थिती निर्माण व्हायची शक्यता होती तिथे कमीत कमी वेळात योग्य ते प्रतिबंधात्मक उपाय योजण्याची तत्परता दाखवली गेली. त्याबाबतीत त्यांनी जुन्या पद्धतीवर उत्तम मात केली. फेडरल सेंटर फॉर रिलिज कंट्रोल (सीडीसी)मधील जैवशास्त्रज्ञांनी आपल्या प्रबंधाद्वारे १९८२मध्ये असे जाहीर केले की, त्या काळी अचानक उद्‌भवलेल्या आतड्याच्या रोगांची लागण व एका मोठ्या फास्ट फूड साखळीच्या दुकानातील मांसात सापडलेले बॅक्टेरिया यांचा परस्परांशी काही संबंध असावा. मायामीमधल्या एका वार्ताहराने मग खोलात जाऊन चौकशी केली व माहिती काढली की, ह्याचा संदर्भ मॅकडोनल्ड्सशी होता व त्याने तसे ‘मायामी हेराल्ड’मध्ये जाहीर केले. मॅकडोनल्ड्सच्या दृष्टीने हा विषय म्हणजे मागे एके ठिकाणी उल्लेख केलेल्या मांसातील जीवजंतूंपेक्षा भयानक होता. त्यामुळे कंपनीच्या विश्वासार्हतेला मोठाच तडा गेला असता.

पण परिणाम तसा झाला नाही, कारण मॅकडोनल्ड्सची प्रतिक्रिया निराळी होती. सीडीसीला मिशिगनमधील ट्रॅव्हर्स सिटी व ओरिगामीमधील मेडफोर्ड येथून या पोटाच्या तक्रारी आल्यावर त्यांनी शांतपणे आपले संशोधन चालू केले होते. या दोन वसाहतींतील ज्या दोन डझन नागरिकांनी ही तक्रार केली, त्यांपैकी काहींनी मॅकडोनल्ड्सच्या

स्थानिक स्टोअर्समधून मांसापासून बनवलेले खाद्यपदार्थ खाल्ले होते. पण सीडीसीने हे जाहीर करण्यापूर्वीच मॅकडोनल्ड्सने स्वत:च मोठ्या प्रमाणावर चौकशी चालू केली होती व त्यांतल्या प्रत्येक टप्प्यात त्यांनी सीडीसीचे सहकार्य घेतले होते. मॅकडोनल्ड्समधील २५ व्यवस्थापकांचा एक संघ या कामासाठी तिने तयार केला होता. त्यांत प्रक्रिया-क्षेत्रातील तज्ज्ञ, सूक्ष्मजीवशास्त्रज्ञ, अन्नतंत्रज्ञ, दर्जाची हमी देणारे निरीक्षक यांचा समावेश होता. त्यांनी त्या दोन स्टोअर्समधील प्रत्येक गोष्ट सूक्ष्मपणे तपासली. त्यांत ग्रिल्स, व्हेन्ट्स, फिल्टर्स, फ्रीझर्स व इतर सामग्री तसेच विविध पदार्थ; तसेच ते तयार करण्याची प्रक्रिया हे काटेकोरपणे तपासले. त्यांपैकी कशातही त्या सूक्ष्मजंतूंचा आढळ दिसला नाही. मग त्यांनी मांसप्रक्रियेचे कारखाने तपासले. तिथेही काही आढळले नाही. उलट, सीडीसीच्या शास्त्रज्ञांनी हे मान्य केले की, मॅकडोनल्ड्समध्ये दर्जावरील नियंत्रणाची योजना ही त्यांनी कधीही, कुठेही पाहिलेल्या योजनेपेक्षा अधिक काटेकोर होती.

त्यामुळे ही सर्व घटना जगजाहीर व्हायच्या आधीच मॅकडोनल्ड्स आपले संशोधनाचे निष्कर्ष घेऊन तयार होते. त्यांनी असे सिद्ध केले की, आकडेशास्त्रज्ञांच्या दृष्टीने पाहिले तर यांत चूक काही नाही. त्या वेळी कोणत्याही दिवशी १.६ कोटी अमेरिकन्स रोज मॅकडोनल्ड्सला भेट देत होते, म्हणजे लोकसंख्येच्या ६ टक्के. त्यामुळे त्या रोगाच्या उद्‌भवाच्या वेळी त्या भागातील अनेक नागरिकांनी त्या ४ दिवसांत त्याच स्टोअर्समधून खाद्यपदार्थ घेतले नसतील, हे संभवत नाही. जर मॅकडोनल्ड्सच या रोगाच्या उद्‌भवाला जबाबदार असेल, तर तो उद्‌भव मोठ्या संख्येने अन्य ग्राहकांना झाला असता. त्यामुळे मॅकडोनल्ड्स वा सीडीसी या दोघांनाही या उद्‌भवाचा व त्या स्टोअर्सचा परस्परांशी दूरान्वयानेही संबंध असावा असे वाटले नाही. तसे त्यांनी जाहीरही केले. ॲटलांटाच्या धड्यावरून त्यांनी साफ नाकारले की, मॅकडोनल्ड्सचा काही संबंध आहे. मग मॅकडोनल्ड्सचा उपाध्यक्ष एडवर्ड श्मिट याची टीव्हीवर मुलाखत झाली. त्यांत त्याला एका मॅकडोनल्ड्स स्टोअरमध्ये हॅम्बर्गर खाताना दाखवले होते व तो जणू सांगत होता – "आपण पैज लावू या. मॅकडोनल्ड्समध्ये खाणे सुरक्षित आहे."

मात्र, सीडीसीने तरीही असा अहवाल तयार केला की, एका स्टोअरमध्ये ठरवून दिलेल्या तापमानापेक्षा कमी तापमानाला हॅम्बर्गर तयार केले गेले व त्यांपैकी काहींमध्ये जंतूंचा आढळ होता. ते 'कदाचित' कारण असू शकेल. पण त्यांनी ठामपणे तसे सांगितले नाही व त्यांनी जे सांगितले, त्याचा मॅकडोनल्ड्सने लगेच इन्कारही केला. पण या निमित्ताने सीडीसीला एका नव्या रोगजंतूचा शोध लागला. आजही अधून-मधून तो सापडतो; पण त्याचा मॅकडोनल्ड्सशी कोणी संबंध लावत नाही.

या प्रसंगाने मॅकडोनल्ड्सच्या त्या दोन स्टोअर्समधील विक्रीवर काही काळ अंशत: परिणाम झाला, पण तो अल्पकाळच होता. मात्र या वेळी जनसंपर्कातील सावधगिरीमुळे अॅटलांटासारखी परिस्थिती उद्भवली नाही आणि ही सर्वच घटना अत्यंत संयमाने व चतुराईने मॅकडोनल्ड्सने हाताळली. त्यांनी संशोधनाअंती सर्व माहिती संकलित केली व ती आकडेवारी प्रत्यक्ष परिस्थितीशी निगडित करून जनतेपर्यंत पोहोचवली. शिवाय वृत्तपत्रमाध्यमांना द्यायच्या बातम्या काळजीपूर्वक तयार केल्या गेल्या व फक्त ज्येष्ठ अधिकारीच त्याबाबत प्रसारमाध्यमांशी बोलले. शिवाय कंपनीचा जनसंपर्क अधिकारी या चौकशीच्या प्रक्रियेत प्रथमपासून सहभागी असल्याने त्याला पूर्ण परिस्थितीची जाणीव होती. कंपनीने आधीच सर्वांना सांगितले की, तिला या प्रकरणात कोणतीही लपवाछपवी करायची नाही, सत्य शोधायचे आहे ते जनहितासाठी; त्यासाठी सीडीसीइतकीच तीही या घटनेकडे गांभीर्याने बघते. शिकागोचे संसर्गजन्य रोगांचे तज्ज्ञ डॉ. अॅलन हॅरिस यांना कंपनीने या कामात सल्लागार म्हणून नेमले होते. त्यांच्या मते, मॅकडोनल्ड्सने जे संशोधन केले, त्याची माहिती सीडीसीला पुरवली. तसे जर केले नसते तर सीडीसीचे कामही कठीण झाले असते व त्यांना निष्कर्ष काढणेही जमले नसते. मात्र, हे निष्कर्ष कंपनीच्या निष्कर्षांपेक्षा वेगळे होते व ते मॅकडोनल्ड्सने कधीच स्वीकारले नाहीत. तरीही मॅकडोनल्ड्सचा या निष्कर्षांमुळे फायदाच झाला. डॉ. हॅरिस म्हणाले, कंपनीच्या सहकार्यामुळे आरोग्याधिकाऱ्यांचे काम सुकर झाले. त्यामुळे त्यांनी ज्या पद्धतीने ते जनतेला सांगितले, त्या पद्धतीवरही त्याचा प्रभाव पडला.

पण हा सीडीसीचा प्रसंग म्हणजे जणू १८ जुलै १९८४ रोजी घडलेल्या एका आणखी मोठ्या आणीबाणीच्या प्रसंगाची नांदी होती. त्या दिवशी संध्याकाळी ७.३० वाजता शिकागोच्या ड्रेक हॉटेलच्या इंटरनॅशनल क्लब या खास रेस्टॉरंटमध्ये स्टारमन व त्याची बायको कॅथी हे कॅथीचा वाढदिवस साजरा करण्यासाठी जेवणासाठी बसले होते. स्टारमनने जेवणाची ऑर्डर दिली नाही तोवर तिथला माणूस त्यांच्याकडे टेलिफोन घेऊन आला. तो त्यांचा १३ वर्षांच्या मुलगा 'आर. जी.'ने केलेला फोन होता. त्याने टीव्हीवर कॅलिफोर्नियातील मॅकडोनल्ड्समध्ये कोणीतरी गोळीबार केल्याची बातमी पाहिली होती व ती त्याने लगेच वडलांना कळवली होती.

अशा प्रकारचा गोळीबार ही तशी उच्चपदस्थांनी खास गांभीर्याने घ्यावी अशी गंभीर घटना म्हणता येणार नाही. स्थानिक अधिकारी, स्टोअरचालक, पोलीस त्यात लक्ष घालू शकले असते. पण काही मिनिटांतच पुन्हा फोन वाजला. मुलाने सांगितले की, चार जण गोळीबारात मृत्युमुखी पडले आहेत. मग पुन्हा फोन आला की, सहा जण मृत्युमुखी पडले; नंतर त्याने मृतांचा आकडा आठ असल्याचे सांगितले.

आता ती स्थानिक बाब राहिली नव्हती. जेवण येण्यापूर्वीच स्टारमन व त्याची

बायको गाडीतून त्यांच्या ३० मिनिटे दूर असलेल्या ओक ब्रूक येथील मुख्य कार्यालयाकडे तातडीने गेले. प्रवास करताना गाडीत रेडिओच्या बातम्या येत होत्या व मृतांचा आकडा वाढत चालला होता. तो कार्यालयात पोहोचत होता तोपर्यंत अमेरिकेच्या कॉर्पोरेट इतिहासातील या पहिल्याच व इतक्या मोठ्या हत्याकांडाने त्याचे डोके सुन्न झाले होते. सॅन सिड्रोमधील त्या मॅकडोनल्ड्सच्या रेस्टॉरंटमध्ये जॉन ह्युबर्टी चालत आला व त्याने बेछूट गोळीबार चालू केला होता. त्याच्यावर झाडलेल्या पोलिसांच्या गोळीला बळी पडण्यापूर्वी त्याने २१ निष्पाप नागरिकांचा बळी घेतला होता. त्यांत ग्राहक, कर्मचारी व आसपासचे रेंगाळणारे लोक होते. त्या मेक्सिकन-अमेरिकन सरहद्दीवरच्या तशा गरीब लोकवस्तीत झालेल्या या हत्याकांडासारखी गंभीर घटना मॅकडोनल्ड्सच्या इतिहासात कधी घडली नव्हती, तरीही कंपनीने लगेच कृती चालू केली. कारण अशा घटना घडल्या तर काय करायचे, याची रंगीत तालीम तिने सावधगिरी म्हणून केली होती. स्टारमनने कार्यालयात पोहोचल्यावर तत्कालीन अध्यक्ष मायकेल क्विनलॅन व विपणन विभागाचा प्रमुख पॉल श्रागे यांना ताबडतोब फोन केले. श्रागेने टीव्हीवरील कंपनीच्या सर्व जाहिराती चार दिवस प्रलंबित करण्याचे ठरविले व माहिती घेण्यासाठी आलेल्या वार्ताहरांना स्टारमनने ती बातमी दिली. पुढच्या १५ तासांत स्टारमनने वार्ताहरांना एकूण ७१ मुलाखती दिल्या व त्या सर्व चॅनेलवर प्रसारित होत राहिल्या. मग सर्व उच्चधिकारी बैठकीसाठी एकत्र आले व पुढच्या कृतीची त्यांनी चर्चा केली. फ्रेड टर्नर देशाबाहेर होता. त्यामुळे क्विनलॉनने भराभरा काही निर्णय घेतले. बळी पडलेल्यांच्या नातेवाइकांच्या मदतीसाठी १ कोटी डॉलर्सचा निधी देण्याचे ठरवण्यात आले. त्यासाठी निधी संकलन करण्यासाठी जॉन क्रॉकने एक दिवस आधीच स्वत:चे १ लाख डॉलर्स देऊन मोहीम चालू केली होती. दुसऱ्या दिवशी बळी पडलेल्यांपैकी ८ जणांचे अंत्यविधी सॅन सिड्रो येथे होणार होते, त्यासाठी ज्येष्ठ अधिकाऱ्यांची एक तुकडी विमानाने रवाना झाली. जाताना स्टारमनने असा विचार मांडला की, ते स्टोअर आता बंद करावे; पण इतरांचे म्हणणे पडले की, असे केले म्हणजे आपण पराभव स्वीकारल्यासारखे होईल. शिवाय, तो एक प्रसिद्धीचा कनिष्ठ अन् सोपा मार्ग होऊ शकेल. ते त्यांना टाळायचे होते.

तिथे गेल्यानंतर त्यांचा स्टोअर बंद करण्याचा विचार पार विरून गेला होता. ते अंत्यविधीला हजर राहिले, त्यांनी त्या भागाचा दौरा केला व तेथील चर्चचे प्रमुख मॉनसिनॉर फ्रान्सिस्को आल्डेसाटो यांच्याबरोबर त्यांनी चर्चा केली. स्टारमन म्हणाला, ''आता लोक त्या स्टोअरकडे एक पवित्र स्थान म्हणून पाहत होते. ते फुले घेऊन तिथे येत होते, स्तब्ध उभे राहत होते, मेणबत्त्या लावत होते आणि प्रार्थना करत होते. त्यामुळे ते स्टोअर परत उघडणे म्हणजे नागरिकांच्या

भावनांना तडा गेल्यासारखे होणार होते.''

एड रेन्सीने ते स्टोअर पूर्णपणे बंद करण्याचा निर्णय घेतला; पण कंपनीला या घटनेचा उपयोग केवळ वृत्तपत्रीय-टीव्ही प्रसिद्धीसाठी करायचा नव्हता, म्हणून त्यांनी तेथील मॅकडोनल्ड्‌सचे बोधचिन्ह इमारतीवरून उतरवले. कारण टीव्हीचे कॅमेरामन तिथे चित्रीकरणासाठी येणार होते. तिथला क्षेत्रीय व्यवस्थापक स्टीव्ह झडुनेक या कामावर लक्ष ठेवून होता. त्याने स्टारमनला विचारले, ''ही मॅकडोनल्ड्‌सची कमान काढण्याचे पोलिसांना सांगावे का?'' त्यावर तो म्हणाला, ''अजिबात नको. कारण तेच मग वार्ताहरांना ती बातमी प्रथम सांगतील.''

मॅकडोनल्ड्‌सने ५ आठवड्यांनंतर ती स्टोअरची जागा त्या गावातील ज्येष्ठांकडे सुपूर्द करून त्यांनी तिथे काय करायचे ते ठरवावे, असे सांगितले. या सर्व कठीण प्रसंगात मॅकडोनल्ड्‌सचा व्यवहार कसा होता, हे सांगताना तत्कालीन कार्यकारी उपाध्यक्ष डोनाल्ड हॉरबिट्झ म्हणतो, ''आम्ही कायदेशीररीत्या काय बरोबर आहे, हे पाहण्यापेक्षा नैतिकदृष्ट्या काय उचित आहे याचा या घटनेत विचार केला. आर्थिक व्यवहाराच्या निकषांवरही हा निर्णय घेतला नाही वा प्रसिद्धीसाठीही नाही. योग्य तीच कृती करणे, ही आमची नैतिक जबाबदारी होती व ती काय होती, हे महत्त्वाचे नव्हते.''

एके काळी प्रसार-प्रचारमाध्यमांतील प्रसिद्धीसंबंधी मॅकडोनल्ड्‌स गोंधळलेल्या अवस्थेत होते. त्यांना अशा प्रसिद्धीमध्ये असलेल्या जोखमी लक्षात येत होत्या व जागतिक पातळीवर काम करताना पावले किती जपून टाकावी लागतात, हे माहीत होते. या गोळीबार प्रकरणाचा उपयोग कंपनीने प्रसिद्धीसाठी करून घेतला नाही; पण कंपनीला अनेक जणांची सहानुभूती मिळालो. तशी पत्रे, तारा, फोन आले. अनेक वृत्तपत्रांनी संपादकीय अग्रलेख लिहिले.

त्या गावातल्या रहिवाशांच्या दृष्टीनेही आपल्या कंपनीचे नाव त्या स्थानाशी निगडित राहील, अशी काळजी कंपनीने घेतली. त्यामुळे पूर्वीपेक्षाही त्या गावात मॅकडोनल्ड्‌सला अधिक पाठिंबा मिळाला. आज तिथून हाकेच्या अंतरावर त्यांचे नवे स्टोअर चालू आहे व तिथली विक्रीही जोरात होत आहे.

नियंत्रणे आणि शिल्लक

पूर्वीच्या प्रकरणात आलेल्या सार्वजनिक वादविवादांतून बऱ्याच; किंबहुना, त्यापेक्षा अधिक आव्हानात्मक घटना १९७५च्या आसपास मॅकडोनल्ड्सला आपल्या घरातच घडल्याचे पाहावे लागले. त्यांच्याच एका महत्त्वाच्या घटकाबाबतच्या या घटनांना त्यांना सामोरे जावे लागले. त्या होत्या कंपनीच्या फ्रँचायझींबाबतच्या. यांच्या मदतीनेच कंपनीला फास्ट फूड उद्योगाची खाण गवसली होती.

ही एका अनिष्ट व हानिकारक धोक्याची सूचना तर होतीच; पण ज्यांच्याकडून ती आली, त्यांनी तसे करावे हे अकल्पित व आश्चर्याचे होते. जेव्हा कंपनीला कॉर्पोरेटचे भव्य स्वरूप प्राप्त झाले, त्या वेळी तिने जनतेकडून जास्त हल्ले होतील, असे गृहीत धरले होते; पण फ्रँचायझींकडून काही त्रास होऊ शकेल, ही शक्यताही त्यांच्या मनाला कधी शिवली नव्हती. उलट, रे क्रॉकने फ्रँचायझी हे मॅकडोनल्ड्स कुटुंबाचे घटकच असतील, असे धोरण पहिल्यापासून राबवले होते. ते उद्योगातले अधिकृत भागीदार तर होतेच; पण शिवाय त्यांनी उद्योगाच्या विकासासाठी त्यांच्या उत्पादक ऊर्जा वापराव्यात, यासाठी त्यांना रेने व नंतर अनेकांनी पुरेसे उत्तेजन दिले होते.

ते भागीदार आहेत, असेच मानले जायचे. त्यांना अधिकाधिक फायदा व्हावा व पर्यायाने त्यांचे उत्पन्न वाढावे यासाठी कंपनी नेहमीच प्रयत्नशील होती. बहुतेक फ्रँचायझींना १९७०पर्यंत प्रतिस्टोअर वार्षिक १ लाख डॉलर्सपेक्षा अधिक निव्वळ नफा मिळत होता. ज्यांच्याकडे अधिक स्टोअर्स होती, ते तर केव्हाच दशलक्षाधीश झाले होते. सुरुवातीपासून विचार करता, कंपनीचे एक हजाराहून अधिक फ्रँचायझी, पुरवठादार आणि कंपनीतले अनेक अधिकारी दशलक्षाधीश झाले होते. त्यामुळे वरवर पाहता, कंपनीवर एखाद्या फ्रँचायझीने हल्ला करणे म्हणजे त्याने आत्महत्या

केल्यासारखेच होते, हे निश्चित होते.

पण १९७५च्या आसपास फ्रँचायझी आणि कंपनीत निर्माण झालेला वाद यापेक्षा अधिक गंभीर होता. सुमारे ५० फ्रँचायझींनी एकत्र येऊन कंपनीवर जणू आक्रमण केले. पण त्यांतील प्रत्येकाचे उद्दिष्ट एकच नव्हते. मात्र, या सर्वांचा एकत्रित परिणाम फ्रेड टर्नरच्या जंगी विस्तार योजनेवर झाला. त्या विस्तार योजनेच्या यशामुळे अनेक फ्रँचायझींकडे स्वप्नातही कल्पना केली नसेल एवढी संपत्ती जमा झाली. पण ती सर्व संपत्ती मॅकडोनल्ड्स स्टोअर्समध्ये गुंतून पडली होती व अनेकांचे २० वर्षांचे भाडेकरार संपुष्टात येत होते. त्यांपैकी ज्यांचा कारभार सुमार श्रेणीतला होता; त्यांना भीती होती की, भाडेकरार चालू राहणार की संपुष्टात येणार? त्यामुळे त्यांचा संयुक्त हल्ल्याचा विचार अशा उद्देशाने होता की, त्यामुळे घाबरून जाऊन कंपनी एक तर स्टोअर विकत घेईल वा भाडेकरार पुढे वाढवून देईल; त्यांना एकदम हाकलून देणार नाही.

अशा या छोट्या गटाचा हा उद्देश जरी हल्ल्याची एक बाब होती, तरी अन्य अनेकांचा उद्देश निराळाच होता. त्यांची प्रमुख तक्रार होती की, त्यांचा कंपनीबरोबरचा संपर्क कमी-कमी होत चालला होता. त्यांच्यात व कंपनीत जणू एक दरीच निर्माण झाली होती. फ्रेड टर्नरच्या या मोठ्या विस्तार योजनेमुळे आपण कंपनीच्या अंतर्गटातले आहोत, हा एक अभिमान त्यांपैकी अनेकांना होता; त्यालाच तडा जाईल, असे त्यांना वाटू लागले होते. कारण त्यांपैकी अनेकांनी सुरुवातीपासून कंपनीबरोबर राहून पायाभूत काम केले होते.

कंपनीने १९७१मध्ये आपले मध्यवर्ती कार्यालय '२२१ नॉर्थ, ला साले स्ट्रीट, शिकागो'हून ओक ब्रूक या उपनगरातील नव्या आठ मजली इमारतीत हलवले. या विस्तारामुळे फ्रँचायझी व उच्च व्यवस्थापन यांमध्ये व्यवस्थापनाच्या दृष्टीने सोईचे असे अधिकाऱ्यांचे अनेक स्तर आले. पूर्वी त्यांचा उच्चपदस्थांशी – अगदी रे, फ्रेड वगैरेंशी – थेट संबंध असायचा. पण स्टोअर्सची संख्या ११००च्या पुढे गेल्यावर रे वा फ्रेडला व्यक्तिगत संबंध ठेवणे जड जाऊ लागले. शिवाय त्यांत दर वर्षी १००हून अधिक नव्या फ्रँचायझींची भर पडत होती, त्यामुळे तर परिस्थिती अधिकच गुंतागुंतीची होत होती. व्यक्तिगत संपर्क जवळजवळ संपलाच होता. कंपनीच्या दृष्टीने असे नवनवे फ्रँचायझी येण्याने नवा उत्साह, नव्या कल्पना येणे ही जमेची बाजू होती; पण त्यामुळे जुन्या फ्रँचायझींना असुरक्षितता वाटू लागली.

शिवाय १९६५नंतर कंपनीने शिकागोखेरीज ५ नवी क्षेत्रीय कार्यालये निर्माण केली व त्या-त्या भागातील फ्रँचायझींना त्यांच्या अंतर्गत आणले. त्यामुळे फ्रँचायझींबरोबरच्या संबंधांत आणखी बदल होतील, अशी जणू पेरणी झाली. कारण आता फ्रँचायझींचे महत्त्व मूठभर तरुण क्षेत्रीय व्यवस्थापकांच्या हातात आले. जुन्या

फ्रँचायझींच्या दृष्टीने रे, फ्रेड व अन्य ज्येष्ठांबरोबरचा संबंध व संपर्क तुटला – असाच त्याचा अर्थ झाला. नवी स्टोअर्स उघडताना ती कुठे असावीत, ती जुन्या फ्रँचायझींनी चालवावीत वा नव्या, का कंपनीच्या मॅकऑपको यंत्रणेने, हे आता नवे क्षेत्रीय व्यवस्थापकच ठरवू लागले. मॅकऑपकोची वाढ १९६८मध्ये एकूण स्टोअर्सच्या ९ टक्के होती, ती १९७५मध्ये ३१ टक्क्यांपर्यंत गेली व इथेच अनेक जुन्य, जाणत्या फ्रँचायझींना धोक्याचा इशारा वाटू लागला. खरेतर मॅकऑपकोची वाढ ही अनेक फ्रँचायझींकडून तिने विकत घेतलेल्या स्टोअर्समुळे झाली होती. पण बऱ्याच जणांमध्ये त्यामुळे असुरक्षिततेची भावना निर्माण झाली.

या सर्वांपेक्षा मोठा प्रभाव व परिणाम झाला तो नव्याने काढलेल्या काही स्टोअर्समुळे, जुन्या स्टोअर्सच्या विक्रीत झालेल्या घटीमुळे. याला कंपनीच्या क्षेत्रीय अधिकाऱ्यांनी नव्या स्टोअर्सचा प्रभाव असे गोंडस नाव दिले. ज्या भागात कंपनीचे अस्तित्वच नव्हते, अशा नवनव्या गावी वा जागी १९६०मधला विस्तार झाल्याने हा 'प्रभाव' जाणवला नव्हता. त्या वेळी एखाद्या क्षेत्रात ५०००० पेक्षा जास्त वस्ती नसेल, तर एकापेक्षा अधिक स्टोअर्सना परवानगी दिली जायची नाही. यामुळे त्या वेळी जर विक्री चांगली झाली नाही, तर स्टोअरचालकाला इतरांना दोषी धरता येत नव्हते; त्यांना स्वत:वरच त्याचा ठपका घेणे क्रमप्राप्त होते.

पण १९७५मध्ये प्रभाव ही खरी कायदेशीर बाब झाली होती. ज्येष्ठ कार्यकारी उपाध्यक्ष गॅरी न्यूमन हा कंपनीचा मुख्य हिशेब अधिकारीही होता. त्यामुळे त्याला प्रत्येक स्टोअर्सची आर्थिक विवरणपत्रे पूर्ण माहीत असायची. ते इतरांनाही शक्य नव्हते. त्याच्या मते, या नव्याने उघडलेल्या स्टोअरमुळे जुन्या किमान ३० टक्के स्टोअरच्या विक्रीवर परिणाम झाला होता. अर्थात, बऱ्याच जणांचा त्यावर विश्वास नव्हता. त्यांच्या मते, ही नवी स्टोअर्स उघडण्यापूर्वी कंपनीने नवनवे खाद्यपदार्थ यादीत आणले असल्याने विक्री वाढली होती व ती वाढ निरोगी होती. पण न्यूमनच्या मते, किमान ५० टक्के फ्रँचायझींबाबत खरोखरच चिंतेची परिस्थिती निर्माण झाली होती, कारण त्यांची विक्री व त्यामुळे नफ्याचे प्रमाण चांगलेच घसरले होते.

हे विस्ताराचे सर्व आराखडे व प्रभाव एकत्र केले, तर त्याचा एकच परिणाम होताना दिसत होता – तो म्हणजे, रे क्रॉकने उभारलेल्या कंपनीपासून फ्रँचायझी दूर चालले होते, असे न्यूमनचे निरीक्षण होते. खरेतर हे त्याच्या मनातले विचार होते व त्याचा वास्तवाशी संबंध नव्हता. पण त्यामुळे कंपनी व्यवस्थापनाशी काही चर्चा करण्याच्या मन:स्थितीत फ्रँचायझी नव्हते. त्यांनी असा विचार केला की, फ्रेड टर्नर आणि रे क्रॉक हे संपर्क साधण्याच्या पलीकडे गेले आहेत आणि जर त्यांनी क्षेत्रीय व्यवस्थापकांना टाळून त्यांच्याशी संपर्क साधण्याचा प्रयत्न केला, तर उरलीसुरली

नवी स्टोअर मिळण्याची शक्यताही नाहीशी होणार. काही जणांनी मॅकऑपकोची वाढ पाहता कंपनीकडे पाहून असे म्हटले, 'तुम्ही आता आमचे स्पर्धकही झाला आहात, केवळ मालक व परवाना देणारे नाही.' थोडक्यात, क्षेत्रीयीकरणामुळे दोन्ही बाजूंमधील दरी वाढत चालली व विस्तारीकरणाने त्यातले अंतर वाढत गेले.

नागरिकांच्या टीकेप्रमाणेच ही अंतर्गत नाराजी अनपेक्षितपणे पाहून उच्चपदस्थही आश्चर्यचकित झाले. त्याची सुरुवात १९७५मध्ये झाली. अनेक स्टोअर्स चालवणाऱ्या २५ जणांनी रे, फ्रेड आणि अन्य उच्च पदाधिकाऱ्यांना एका बैठकीसाठी अॅटलांटाला बोलावले. वरवर पाहता, त्यात चिंताजनक काही वाटत नव्हते. रे आणि फ्रेड अशा अनौपचारिक बैठकांना बऱ्याच वेळा उपस्थित राहिले होते. त्यांनी तक्रारी ऐकून घेतल्या होत्या व दोन्ही बाजूंतील दरी कमी करण्याचा प्रयत्न केला होता. मात्र, या बैठकीत काही गंभीर चर्चा करायची आहे याची पूर्वसूचना त्या फ्रँचायझींनी या निमंत्रितांना दिली नव्हती. यामुळे त्याच्या गांभीर्याची कोणाला कल्पना आली नाही आणि इथेच कदाचित त्यांचे चुकले असावे.

तशी पूर्वसूचना नसल्याने क्रॉक, टर्नर, न्यूमन, उपाध्यक्ष एड श्मिट आणि विपणनप्रमुख पॉल श्रागे या सर्वांनीच ते निमंत्रण नाकारले. टर्नर म्हणाला, "आम्ही पूर्वी अशा बैठकांना उपस्थित राहायचो, पण त्यांतून काही निष्पन्न व्हायचे नाही. आम्हाला वाटले की, आजपर्यंत भरपूर ऐकलंय." मॅकडोनल्ड्सने ज्येष्ठ उपाध्यक्ष जॉन कून्सला या बैठकीकरता पाठवले व प्रतिनिधित्व करायला सांगितले. त्यामुळे फ्रँचायझींना असे वाटले की, असे करून उच्च पदाधिकाऱ्यांनी आपल्या विनंतीला वाटाण्याच्या अक्षता लावल्या, उदासीनता प्रकट केली व आमच्या खऱ्याखुऱ्या प्रश्नांची विचारपूसही न करता आम्हाला दुर्लक्षित केले.

पण फ्रँचायझींची बंडांची चिन्हे सहज मिटवता आली असती, ती संधी या कृतीने मॅकडोनल्ड्सने घालवली. जेव्हा उपस्थित ऑपरेटर्सनी अॅटलांटात परस्परविचारविनिमय केला, तेव्हा त्यांनी फ्लोरिडामध्ये पुन्हा बैठक करण्याचे ठरवले. तिथे या गटांपैकी ७ जणांची निवड करून व त्यांनी रे क्रॉकशी खासगीत बैठक करावी, असे ठरले. क्रॉकने सुरुवातीला अशा बैठकीचे स्वागत केले; पण नंतर त्याने एक अट घातली की, बॉब किन्सले या कोलोराडोच्या ऑपरेटरला या गटामध्ये घेऊ नये. कारण त्याच्याविषयी काही पूर्वग्रह होते. पण तसे करण्याचे या गटाने नाकारले. त्यामुळे ती क्रॉकबरोबरची बैठकच होऊ शकली नाही. जर ती बैठक झाली असती, तर पुढे झालेल्या 'मॅकडोनल्ड्स ऑपरेटर्स असोसिएशन'चा जन्म झाला नसता, असे पुढे डॉन कॉनली म्हणाला. तो पूर्वी या मॅकडोनल्ड्सचा परवाना व्यवस्थापक होता व आता २५ फ्रँचायझींच्या गटामधील एक होता.

त्या गटाने १९७५मध्ये झालेल्या कोलोराडोमधल्या बैठकीत या गटाचे नाव

वर उल्लेख केला तसे ठरवले व त्यांनी स्वत:ला या स्वतंत्र ऑपरेटर्स असोसिएशनचे वाटाघाटी प्रतिनिधी म्हणून निवडले. या प्रतिनिधींनी कायमचे सल्लागार म्हणून मॅकडोनल्ड्सशी असोसिएशनच्या वतीने काम करावे, असे ठरले. त्यामुळे बाकीचे ऑपरेटर्स बुचकळ्यात पडले आणि मॅकडोनल्ड्सला ज्या लढ्याची नेहमी भीती वाटायची, तो आपल्या फ्रँचायझींबरोबरचा लढा चालू होणार, अशी चिन्हे दिसू लागली. तसे ते त्यांना परवडणारे नव्हते.

ही मॅकडोनल्ड्स् ऑपरेटर्स असोसिएशन (तिचे टोपणनाव – 'एमओए') म्हणजे काही अननुभवी ऑपरेटर्सची संघटना नव्हती. त्यांमध्ये मॅकडोनल्ड्सचे काही सर्वांत जुने व मोठे फ्रँचायझी होते. डॉन कॉनलीने मॅकडोनल्ड्स सोडून शिकागोच्या उपनगरात चार स्टोअर्स काढली होती. या असोसिएशनचा अध्यक्ष म्हणून त्याची निवड झाली; पण सर्व बाजूंनी विचार केला, तर तो केवळ नावापुरता अध्यक्ष होता. त्यामागची खरी शक्ती होती ती नॉर्थ कॅरोलिनामधील २३ स्टोअर्स असलेला फ्रँचायझी रिचर्ड फ्रँकेल व बर्मिंगहॅममध्ये २२ स्टोअर्स असलेला अल् गोलिन या जाहिरात कंपनीचा पूर्वीचा भागीदार मॅक्स कूपर यांची. मग त्यांनी देशातील इतर अनेकांना या असोसिएशनमध्ये सदस्य होण्याचा आग्रह धरला व तसे काही जण झालेही. त्यांपैकी एक होता पहिला उपाध्यक्ष झालेला रॉन लोपाटी. कॅलिफोर्नियात १२ स्टोअर्स व टेनेसीमधली ३२ स्टोअर्स त्याच्या कुटुंबीयांकडे होती. शिवाय, या असोसिएशनकडे एक पूर्ण वेळ काम करणारा कार्यकारी संचालक व मासिक वार्तापत्रही होते.

या वार्तापत्राच्या पहिल्याच अंकात 'एमओए'ने असे सूचित केले की, त्याला केवळ शत्रूपक्ष म्हणून समजले जाऊ नये व तसे ते वागणार नाहीत. ज्या उद्देशाने रे क्रॉकने फ्रँचायझींची पद्धत विकसित केली होती, त्याच्या विरुद्ध त्यांचे मूलभूत तत्त्व होते. फ्रँचायझींनी एकमेकांशी स्पर्धा करण्याऐवजी या 'एमओए'च्या सदस्यांनी अशी मागणी केली की, त्यांना विस्ताराची हमी मिळावी. त्यांना आजन्म फ्रँचायझी मिळावी व परस्परांतील स्पर्धेपासून सुटका व्हावी. थोडक्यात, त्यांना मॅकडोनल्ड्सचा पायाच उद्ध्वस्त करायचा होता. तो म्हणजे, मॅकडोनल्ड्सचे कॉर्पोरेट व्यवस्थापक, फ्रँचायझी आणि पुरवठादार यांचे त्यांच्यावरील नियंत्रण व समतोल त्यांना नको होता. टर्नरच्या विस्तार योजनेत हा शक्तीचा समतोल कंपनीकडे झुकत होता, तर आता या एमओएला तो फ्रँचायझींकडे झुकावा असे वाटत होते.

या एमओएच्या मागण्या मॅकडोनल्ड्सच्या तत्त्वाच्या अगदी विरुद्ध होत्या व त्यामुळे निर्माण झालेले आव्हान किती गंभीर होते, याविषयी आजही कंपनीत वादविवाद चालतात. या वादविवादाला नगण्य स्वरूप देण्याबाबत टर्नर हा अल्पमतात होता. त्याच्या मते, 'एमओए' ही काही अल्पमतातील श्रीमंत व स्वयंकेंद्रित

ऑपरेटर्सची संघटना आहे. त्यांपैकी बहुतेकांना आपली स्टोअर्स कंपनीला विकायची आहेत व अशा प्रकारे असोसिएशन करून ते वाढीव किंमत उकळायच्या मागे आहेत. ऑपरेटर्सच्या १९७६च्या अधिवेशनात तो थोडासा रागातच; पण तिरकस भाषेत बोलला व त्याने या असोसिएशनचे नाव 'मिलियॉनर ऑपरेटर्स असोसिएशन' असे ठेवले.

पण मॅकडोनल्ड्सच्या उच्च अधिकाऱ्यांचे मत एड श्मिटच्या विश्लेषणाच्या बाजूचे होते. अगदी भरात असताना 'एमओए'चे ५० अधिकृत सदस्य होते. पण श्मिटच्या अंदाजाने एकूण ऑपरेटर्सच्या १/३ जण गुप्तपणे तिला पाठिंबा देत होते. दुसरे म्हणजे, त्या असोसिएशनच्या सदस्यांना केवळ विरोधी पक्ष म्हणून काम करायचे नव्हते; तर त्यांना कंपनीच्या व्यवस्थापनात मनापासून सक्रिय भूमिका बजावायची होती व त्याद्वारे त्यांना कंपनीचे फ्रँचायझींवरचे नियंत्रण कायमचे ढिले करायचे होते. जर 'एमओए' यशस्वी झाली असती, तर मॅकडोनल्ड्सचे मूलभूत कार्यसूत्रच नाहीसे झाले असते व त्याचा प्रभाव ही कंपनीच्या दृष्टीने मोठी आपत्तीच ठरली असती, याबाबत संशय असायचे कारण नाही. मॅकडोनल्ड्सची १९६८ ते ७५च्या दशकात चौफेर प्रगती झाली, पण त्यातच ही दुफळीची बीजे पेरली गेली.

पण जर 'एमओए'ची उद्दिष्टे एवढी भयानक होती, तर श्मिट व इतर अधिकाऱ्यांनी हे आव्हान एवढ्या गांभीर्याने का घेतले? त्याचे कारण 'एमओए'ने केलेल्या आरोपांपैकी फारच थोड्यांमध्ये काही तथ्य होते. अनेक ऑपरेटर्स 'एमओए'चा उपयोग स्वार्थासाठी करत होते. बऱ्याच जणांना माहीत होते की, त्यांच्या स्टोअर्सचा कारभार इतका वाईट होता की, त्यांच्या फ्रँचायझी परवान्याची मुदत पुन्हा वीस वर्षांकरता वाढवली जाण्याची शक्यता नव्हती. त्यांच्या दृष्टीने 'एमओए'च्या माध्यमातून किंमत वाढवून घेणे, हाच एकमेव उद्देश होता आणि व्यवहारात मॅकडोनल्ड्सने त्यांची स्टोअर विकत घेऊन त्यांना थंड केले.

पण त्यामुळे त्यांनी आव्हान नष्ट केले, असे झाले नाही. जरी अनेक ऑपरेटर्सचा 'एमओए'चा सदस्य होण्याचा हेतू स्वार्थी होता तरी अन्य अनेक जण मॅकडोनल्ड्सशी एकनिष्ठही होते व त्याला मुख्य कारण होते क्षेत्रीयीकरण. मॅकडोनल्ड्सने जेव्हा पाच विभागीय क्षेत्रे तयार केली, त्या वेळी त्यांचा उद्देश निर्णयप्रक्रिया क्षेत्राच्या जवळ ठेवण्याचा होता. पण १९७५पर्यंत ५ चे १२ विभाग झाले व क्षेत्रीय व्यवस्थापकांचे अधिकार विस्तारण्यात आले; पण त्या प्रमाणात मध्यवर्ती कार्यालयातले अधिकारी वाढले नाहीत. त्यामुळे विभागीय अधिकाऱ्यांचे निर्णय नि:पक्षपाती व मनमानीपणाने घेतलेले नाहीत, हे तपासून पाहण्याची यंत्रणाच तिथे उपलब्ध नव्हती.

काही विभागीय अधिकाऱ्यांना नवी स्टोअर्स उघडून आपले कर्तृत्व दाखवण्यात स्वारस्य होते. ते करण्याच्या उत्साहात त्या भागात अगोदर असलेल्या स्टोअर्सवर

त्यांच्या या कृतीचा काय परिणाम होईल याचा त्यांनी विचारच केला नाही. नवी स्टोअर्स फ्रँचायझीऐवजी 'मॅकऑपको'ला देण्याकडे इतर काही जणांचा कल होता, ते जणू अशा सिद्धान्ताने काम करत होते की, नवे स्टोअर उघडले तर ते प्रथम कंपनीच्या मालकांचे म्हणून उघडा व जर चालले नाही तर फ्रँचायझीला चालवायला द्यायचे बघा. त्यांनी जणू चुकीच्या पद्धतीने संदेश ग्रहण केला.

शिवाय, त्यांच्या कार्यपद्धतीवरून रे व फ्रेडने ज्या प्रामाणिकपणे व्यवहार करण्याची बांधिलकी पाळली होती, ती या क्षेत्रीय वा विभागीय फ्रँचायझी व स्थावर मालमत्तेचे व्यवहार पाहण्याऱ्या अधिकाऱ्यांपर्यंत झिरपली नव्हती. काही अधिकारी फ्रँचायझींच्या प्रामाणिक व न्याय्य गरजांबाबत बेफिकीर होते व फ्रँचायझींना हात चोळत बसण्याव्यतिरिक्त काही करणे शक्य नव्हते. मॅकडोनल्ड्सकडे उच्च स्तरावर त्यांनी दाद मागावी, अशी यंत्रणा नव्हती. जे फ्रँचायझी अनेक स्टोअर्स चालवत होते त्यांना आपला व्यवस्थापकीय अनुभवाचा उपयोग करून नफ्याचे प्रमाण वाढवणे शक्य होत असे. मॅकडोनल्ड्सने सुरुवातीला दिलेल्या फ्रँचायझींचे हित जपण्याच्या व त्यांचे उत्पन्न वाढेल हे बघत राहण्याच्या आश्वासनाला या विभागीय अधिकाऱ्यांनी हरताळ फासला, असा आरोप करायला त्यांनी सुरुवात केली. त्यासाठी त्यांनी या अधिकाऱ्यांना दोषी धरले.

ही नवी स्टोअर्स उघडताना जुन्या स्टोअर्सच्या विक्रीवर त्याचा काही परिणाम होणार आहे अथवा नाही, हे जपण्याचाही मॅकडोनल्ड्सने प्रयत्न केला नाही; त्यांचा रोख फक्त विस्तार करण्यावर होता, विद्यमान फ्रँचायझींचे हित जपण्याचा नव्हता. शिमट म्हणतो, "या विस्तार योजनेत कंपनीने केवळ आत्मकेंद्रित विचार केला. त्यात आपला मूलभूत ढाचा कसा बदलायचा, आपल्या कर्मचाऱ्यांचे हित कसे संभाळायचे व व्यवस्थापकांना प्रशिक्षित कसे करायचे, हे पाहिले. पण या प्रक्रियेत आमचा म्हणजे आमच्या यंत्रणेचे एक प्रमुख घटक असलेल्या फ्रँचायझींचा – विचार करायला ते विसरले."

बहुतेक बाबतींत प्रत्यक्ष बदल हा विस्तार योजनेचा नैसर्गिक आविष्कार होता व तो फ्रँचायझीचे अहित मुद्दामहून करण्याच्या उद्देशाने केलेला नव्हता. दुर्दैवाने त्या विभागीय अधिकाऱ्यांचे सर्वच व्यवहार सरळ नव्हते. या अधिकाऱ्यांनी केलेल्या भ्रष्टाचाराबद्दल 'एमओए'च्या काही सदस्यांनी तक्रार केली, तेव्हा मॅकडोनल्ड्सने त्याची खोलात जाऊन चौकशी केली व दोषी अधिकाऱ्यांना हाकलले. त्यामुळे त्या आरोपांची विश्वासार्हता सिद्ध झाली. हा भ्रष्टाचार दक्षिण पूर्वेकडील एका स्थावर मालमत्तेच्या व्यवहाराची बाब पाहणाऱ्या विभागीय व्यवस्थापकाने केलेला होता. त्याने एक बोगस कंपनी निर्माण केली, ती मालमत्ता त्या कंपनीच्या नावावर करून घेतली व मग मॅकडोनल्ड्सला भरमसाट भावाने विकल्याचे दाखवून बरेच पैसे हडप

केले. जरी मॅकडोनल्ड्सने ती जमीन चढ्या भावात घेतली असली, तरी त्याचा बोजा शेवटी फ्रँचायझींवर पडणार होता. कारण त्याचे किमान भाडे या किमतीवर ठरणार होते. त्या व्यवस्थापकाने १५-२० टक्क्यांनी किंमत वाढवली असती, तर ते कोणाच्या लक्षातही आले नसते. पण त्याच्या तोंडाला पाणी सुटले व त्याने ती किंमत १०० टक्के वाढवून दाखवली. त्यामुळे त्या भागातल्या फ्रँचायझींनी तक्रार करणे चालू केले. कित्येक महिने मॅकडोनल्ड्स भरमसाट भावाने स्थावर मालमत्ता खरेदी करत आहे, हे त्यांनी तक्रारीद्वारा वरिष्ठांच्या कानांवर घातले. त्यांच्या तक्रारीनंतर चौकशी करता, कंपनीला अयोग्य काही आढळून आले नाही.

पण जेव्हा हा भ्रष्टाचार शेवटी उघडकीला आला, त्या वेळी कंपनीच्या आग्नेयेकडील फ्रँचायझीबरोबरच्या संबंधांना नोठा तडा गेला होता. तो व्यवस्थापक किमान एक दशकभर अशा प्रकारचे व्यवहार करत होता, असे आढळून आले व त्यांतून त्याने सुमारे १० लाख डॉलर्स कमावले होते.

पण हे प्रकरण उद्‌भवले ते मुळात आग्नेयेकडील फ्रँचायझींबरोबरचे व्यवस्थापकीय प्रश्न ओळीने दीर्घकाळ दुर्लक्षित ठेवले होते, त्यामुळे. इतर विभागांतले क्षेत्रीय व्यवस्थापक अधून-मधून त्यांना नव्याने मिळालेल्या अधिकारांचा दुरुपयोग वा अतिवापर करायचे. आग्नेयेकडील व्यवस्थापक १९७०मध्ये अधिक स्टोअर्स उघडण्याच्या दबावाला, तसेच सुमार काम करणाऱ्या काही फ्रँचायझींनी दिलेल्या आमिषांना बळी पडला होता. पण तो बदलून नवा व्यवस्थापक आला व त्याने तसे करण्यास साफ नकार दिला. मग फ्रँचायझीचा राग व ते भ्रष्टाचाराचे प्रकरण यामुळे 'एमओए'ची आग्नेयेकडील मुळे खोलवर गेली आणि सुरुवातीचे तिचे बहुतेक सदस्य त्याच भागातले होते.

इतर विभागांत इतकी गंभीर प्रकरणे झाली नसली, तरी त्यांची म्हणून काही दुखणी होती. या विस्तारामुळे अनेक विभागोय व्यवस्थापकांनी फ्रँचायझींना स्वतंत्र उद्योजक समजण्याऐवजी कंपनीचे कर्मचारी असल्यासारखी वागणूक द्यायला सुरुवात केली व काही बाबतींत तर अगदी आपल्या हाताखालचे नोकर असल्यासारखी अपमानास्पद वागणूक त्यांना मिळू लागली. मॅकडोनल्ड्सच्या फिल्ड सर्व्हिस कन्सल्टंटबाबत ते अधिकच जाणवत होते. त्यांचे काम असायचे कंपनीच्या कार्यपद्धतीच्या प्रमाणकांप्रमाणे स्टोअर्सचे कामकाज चालू आहे याची खात्री करून घेणे. त्यांचे स्थान व कामाची पद्धत ही फ्रेड टर्नरची निर्मिती होती आणि तिचे काम उत्तम चालले होते, त्याचा आनंद रेला मनापासून वाटत होता. कारण या पद्धतीमुळे मॅकडोनल्ड्सची ओळख एक सर्वश्रेष्ठ फास्ट फूड सर्व्हिस ऑपरेटर म्हणून होत होती.

फ्रेड टर्नरने या सल्लागाराचे काम हे नियमितपणे स्टोअर्सची पाहणी करून अहवाल देणाऱ्या निरीक्षकांपेक्षा थोडे निराळ्या पद्धतीचे असावे, असे ठरवले होते.

त्यांतून स्टोअरची श्रेणी 'अ'पासून 'फ'पर्यंत द्यायला सुरुवात झाली. शिवाय, हे सल्लागार फ्रँचायझींबरोबर नियमितपणे सल्लामसलत करायचे व मॅकडोनल्ड्सच्या कार्यपद्धतीच्या यशाचे ते मुख्य रहस्य होते. या सल्लामसलती व चर्चांतून त्यांना फ्रँचायझींकडून महत्त्वाच्या सूचना वा नवनव्या कल्पना मिळायच्या; मग त्या नव्या अननुभवी स्टोअरचालकांना दिल्या जायच्या. या प्रचंड विस्तारित यंत्रणेतून कंपनीचा कारभार सुधारण्यास मदत होत होती.

पण विस्ताराच्या प्रचंड योजनेमुळे या सेवेवर बराच परिणाम झाला, कामात दिरंगाई आली व तो काही वेळा एक उपचार म्हणून केला जाऊ लागला. काही क्षेत्रीय सल्लागार इतरांना आपल्यापेक्षा कनिष्ठ समजून व आपण कोणीतरी श्रेष्ठ आहोत अशी वागणूक देऊ लागले. याचे कारण अनेक नवे स्टोअरचालक अननुभवी होते, त्यामुळे ते थोडे बिचकून असायचे. याउलट, काही सल्लागार अननुभवी होते व त्यांचे काम बऱ्याच वेळा निरीक्षकासारखे असायचे. कारण त्यांना सल्लामसलतीचा अनुभव नव्हता. मग ते ग्रिलचे तापमान पाहा, खाद्यपदार्थ तयार करण्यास लागणारा वेळ तपासा वा खिडक्यांच्या काचा स्वच्छ आहेत वा नाहीत हे पाहा – अशी किरकोळ कामे करायचे.

एड रेन्सी हा मॅकडोनल्ड्सचा नवा अध्यक्ष व मुख्य कार्यकारी अधिकारी झाला, त्याआधी २२ वर्षे ओहिओ विभागात सल्लागार म्हणून तो काम करत होता. त्याने आपल्याच कामाची स्वयंपरीक्षा केली व मग त्यांतल्या त्रुटी त्याने समजून घेतल्या. त्याला आठवते तसे ज्या 'फिश-ओ-फिलेट सँडविच' या नव्या खाद्यपदार्थाचा शोध मॅकडोनल्ड्स करता लावला, तो सिनसिनाटीचा फ्रँचायझी लाऊ ग्रोएनच्या एका स्टोअरला एडने 'डी' श्रेणी दिली होती. त्याचे कारण होते ग्रोएनने नवी कॅश रजिस्टरची पद्धत वापरली होती, ती कंपनीने मान्य केली नव्हती. शिवाय त्याने स्टोअरच्या दर्शनी काउंटरच्या रचनेत अनधिकृत बदल केले होते. ग्रोएनने मग त्या वेळी त्याची जवळजवळ चंपीच केली होती. "तुमच्या त्या लालफितीला जरा आवरा. तुमच्या त्या श्रेणी देण्याच्या पद्धतीमुळे माझी कल्पकबुद्धी मरणार नाही, हे पाहा." एडला त्याची चूक लक्षात आली. ग्रोएनला अधिक चांगली वागणूक मिळणे आवश्यक होते, ते त्याला पटले. तेव्हापासून त्याने ग्रोएनला कधीही वाईट वागवले नाही.

पण एड हे कबूल करतो की, त्याचे हे वागणे हा नव्याने घेतलेल्या तरुण सल्लागारांच्या अननुभवाचा परिपाक होता. त्यांचे वागणे थोडे अरेरावीचे होऊ लागले होते. ते फ्रँचायझींना फक्त काय चुकीचे आहे, एवढेच दाखवत होते. त्यांनी म्हणायला पाहिजे होते, "हे पाहा, इथे थोडी समस्या आहे. त्याची ही उकल असू शकते. आपण तसे करून पाहू या का?"

पण हे सर्व मॅकडोनल्ड्सच्या लक्षात येण्यापूर्वीच फ्रँचायझींमधली नाराजी वाढून पसरत चालली होती. 'एमओए'चे सदस्य राष्ट्रीय काँग्रेसच्या सदस्यांबरोबर चर्चा करून फ्रँचायझींविषयीचे कंपनीचे हक्क नियंत्रित करण्याबाबत दबाव आणत होते. या हक्कांत फ्रँचायझी रद्द करणे वा त्याचे नूतनीकरण न करणे याविषयीच्या तरतुदीबद्दल नियंत्रणे असावीत, असे त्यांचे म्हणणे होते. तसा हा गंभीर मामला होता. पण या बाबतीतल्या कायदेशीर लढाईची ती नुसती सुरुवात होती. प्रत्यक्षात 'एमओए' सदस्य व अन्य फ्रँचायझी आजपर्यंत मॅकडोनल्ड्सबाबत अंतिम उपाय म्हणजे न्यायालयाची पायरी चढणे – तिथपर्यंत गेले नव्हते. पण आता त्यांनी तेही पाऊल उचलले. याबाबतीत १९७५च्या आसपास सुमारे ६ खटले न्यायालयात गेले होते. त्यांत फ्रँचायझी कराराबाबतचे मूलभूत नियम ठरवून देण्याचे काम न्यायालयाने करावे, अशी विनंती फ्रँचायझींनी केली होती. काहींनी कंपनीच्या स्टोअर्सची जागा कंपनीकडूनच घ्यायच्या आग्रहाला आव्हान दिले होते. काहींनी दर्जा, सेवा, स्वच्छतेबाबत कंपनीच्या निकषांचे उल्लंघन झाले; तर फ्रँचायझी रद्द करण्याच्या वा २० वर्षांनंतर परवान्यांचे नूतनीकरण न करण्याच्या तरतुदीला आव्हान दिले होते. मॅकडोनल्ड्सच्या दृष्टीने त्यांच्या व्यवसायाचा मुख्य गाभा या तरतुदी होत्या व त्यांत ते हरले असते, तर त्यांना गाशाच गुंडाळावा लागला असता वा ती 'मॅकडोनल्ड्स' राहिली नसती.

त्यामुळे १९७५मध्ये कंपनी पुन्हा एकदा पर्जन्यछायेत जाण्याच्या बेतात होती. आपल्या यशाला धरून कसे राहावे, हे तिला शिकायचे होते. त्यांत असल्या फ्रँचायझींना बरोबर घेऊन वाटचाल करणे आवश्यक होते व ज्यांच्यावर हा फास्ट फूड उद्योग उभा होता, अशा काही मूलभूत तत्त्वांना बाधा पोचणार नाही, हेही पाहायला पाहिजे होते. कारण त्यांच्यामुळेच आजपर्यंतचे अद्‌भुत यश मिळाले होते. १९७५मध्ये विक्रीत २८ टक्के वाढ होऊन तिने २५० कोटी डॉलर्सची पातळी गाठली होती आणि इतरांना मंदीचा काळा असतानाही या कंपनीच्या नफ्यात ३२ टक्के वाढ झाली होती; पण समस्यांमुळे कंपनीतील अस्वस्थता वाढत चालली होती.

रेन्सी म्हणतो, ''मी मूळचा ओहिओचा एक गरीब तरुण. मी मॅकडोनल्ड्समुळे सुस्थिती पाहिली. हेच माझे कुटुंब होते व तेच आता उद्‌ध्वस्त होत होते. हे सर्व माझ्या डोळ्यांसमोर घडत होते व मी हताशपणे सर्व पाहत होतो. हे थांबवण्यासाठी मी काही करू शकत नव्हतो.''

फ्रँचायझीबरोबर उचित व्यवहार करण्याच्या क्रॉकच्या तत्त्वाशी जर मॅकडोनल्ड्सची बांधिलकी असती, तर त्यांचे व्यवस्थापक एमओएने केलेल्या आरोपांबाबत संवेदनशील राहिले असते आणि प्रकरण हाताबाहेर जाईपर्यंत मॅकडोनल्ड्सने फ्रँचायझींच्या

अडचणींकडे लक्ष देण्यास उशीर केला नसता. पण १९५०च्या दशकाच्या शेवटी क्रॉकने त्याच्या व्यवस्थापकांत जे तत्त्वज्ञान भरले, त्यामुळे फास्ट फूड उद्योगातील इतर स्पर्धकांपेक्षा मॅकडोनल्ड्स निराळी झाली. त्यामुळे जेव्हा 'एमओए'च्या कृतीने या व्यवस्थापकांना चकित केले, तेव्हा त्यांचा प्रतिसाद फारच आक्रमक होता व तो त्यांना बाहेरच्या आव्हानांना तोंड देण्यापेक्षा अधिक कडकही होता.

त्यांनी 'एमओए'ला जवळजवळ थेट धडक दिली. 'एमओए'ची स्थापना १९७५मध्ये झाली, त्या वेळी श्मिट आणि टर्नरने 'एमओए'चे २० अधिकारी व संचालकांशी थेट चर्चा केली. त्या सर्वांच्या तक्रारी एकाच तऱ्हेच्या होत्या की, ते व कंपनीचे उच्चाधिकारी यांतला उच्चस्तरीय सुसंवाद जवळजवळ ठप्प आहे. सुरुवातीची काही वर्षे कंपनी माहितीची देवाण-घेवाण करण्याचे उत्तम ठिकाण होती. कंपनीचे व्यवस्थापक व फ्रँचायझी यांमधला संपर्क अनौपचारिक असायचा. पण जसजशी वाढ होत गेली तसतसा सर्वांवरचाच कामाचा दबाव वाढत गेला. 'एमओए'च्या तक्रारीचे सूत्र एकच होते, 'ऑपरेटर्सना पूर्णपणे असुरक्षितता वाटत होती व कंपनीच्या भावी विकासपद्धतीत आपला काय प्रभाव असणार, याविषयी त्यांना विश्वास वाटत नव्हता.'

श्मिट आणि रे क्रॉकने यावर उपाय म्हणून कार्यपद्धतीत काही क्रांतिकारी बदल करण्याचे सूतोवाच केले. त्यामुळे कंपनी व फ्रँचायझी यांत समतोल राहिला असता. याअंतर्गत फ्रँचायझी व कंपनीची उच्च व्यवस्थापन यंत्रणा यांत विनासायास सुसंवाद साधण्यासाठी काही उपाय सुचवले होते. शिवाय कॉर्पोरेशनच्या वाढत्या ताकदीला (फ्रँचायझीबद्दलच्या) आवर घालण्यासाठी काही योजनाही होती. ही एक डोके लढवून खेळलेली चाल होती. श्मिटचा प्रयत्न 'एमओए'च्या हल्ल्याचे रूपांतर विधायक उकल शोधण्यात करण्याचा होता. एक परिणामकारक शक्ती बनावी, म्हणून नवे अधिकार हवे होते व तसे ते देणे मॅकडोनल्ड्सच्याही दूरवरच्या हिताचे दृष्टीने योग्य होते. यामागची संकल्पना रे क्रॉकच्या फ्रँचायझी सिद्धान्ताशी सुसंगत होती, कारण तो सिद्धान्त हे या उद्योगाचे मूलतत्त्व होते – 'सबळ फ्रँचायझी सबळ फ्रँचायझिंग कंपनी निर्माण करतील.' क्रॉकची मूळ संकल्पना आता या विस्तारित उद्योगाला समर्पकरीत्या लागू करायची होती.

पण श्मिटला पूर्वीचा समतोल राखण्यात मुख्य अडचण येत होती ती मॅकडोनल्ड्सच्या क्षेत्रीय व्यवस्थापकांच्या वाढत्या प्रभावाची. त्यांना काबूत ठेवणे, हे एक जोखमीचे काम होते. फ्रेड टर्नरने जेव्हा या क्षेत्रीय व्यवस्थापकांना अनेक अधिकार दिले, तेव्हा त्यामागे कल्पना होती की, ते प्रत्यक्ष कार्यक्षेत्राच्या जवळ असल्याने त्यांचे निर्णय सुसंगत राहतील व तसे स्पर्धकांकडून होत नसल्याने त्यांच्यावर आघाडी मिळवता येईल. त्यामुळे कंपनीचे जे नियम आपल्या कार्यक्षेत्राशी

सुसंगत नसतील, ते तिथे पाळायचे बंधन त्यांच्यावर नव्हते.

याचा परिणाम म्हणजे, कंपनीचे क्षेत्रीय व्यवस्थापक हे फ्रँचायझींइतकेच हिकमती व उद्योजक बनले. त्यांनी मग त्यांच्या बाजारपेठेत उपयुक्त अशा विपणनाच्या नवनव्या युक्त्या शोधून काढल्या. त्या इतर विभागांतही वापरता येऊ लागल्या. पॉल श्रागेच्या सहकार्याने काम करून जिम झिएन हा एके काळचा फ्रँचायझी, पण नंतर सॅन दिॲगोमध्ये क्षेत्रीय व्यवस्थापक झालेला. त्याने तिथल्या रेस्टॉरंटमध्ये लहान मुलांसाठी खेळण्याची जागा विकसित केली व नंतर ती यशस्वीही केली. जिम क्लाइनफेल्टर या व्यवस्थापकाने मिनिओपोलिसमध्ये एक छोट्या आकाराचे मॅकडोनल्ड्स – त्याचे नाव त्याने 'मॅकस्टॉक' ठेवले – १९८२मध्ये विकसित केले. त्याच्या लक्षात आले की, तिथल्या बऱ्याच शॉपिंग मॉलमध्ये पूर्ण आकाराचे मॅकडोनल्ड्स रेस्टॉरंट उभे करणे कठीण व खर्चाचे आहे, तेव्हा त्याने ही कल्पना लढवली. कारण तिथे पूर्ण आकाराच्या १/१० जागेत फास्ट फूडचे छोटे केंद्र चालवणे शक्य होते. त्याचप्रमाणे डल्लसमधला क्षेत्रीय व्यवस्थापक लॅरी इनग्राम याने १९७५मध्ये टिकर विमानतळ, ओक्लाहोमा सिटी येथे ड्राइव्ह थ्रू रेस्टॉरंट चालू केले. तिथे वायुदलाचा नियम होता की, गणवेश घातलेला नसेल तर कर्मचाऱ्यांना गाडीबाहेर पडता येणार नाही. पण पहिल्याच वर्षात तिथली विक्री २८ टक्क्यांनी वाढली व वायुदलाव्यतिरिक्त इतरही बरेच जण तिथे येऊ लागले. आज अमेरिकेतील ९० टक्के मॅकडोनल्ड्स रेस्टॉरंट्समध्ये अशा ड्राइव्ह थ्रू खिडक्या आहेत व त्यांद्वारे ५० टक्के विक्री होत असते.

त्यामुळेच मॅकडोनल्ड्सला क्षेत्रीय व्यवस्थापकाचे कार्यस्वातंत्र्य हिरावून त्यांच्या स्थानिक सर्जनशीलतेवर बंधने आणायची नव्हती. पण त्यांपैकी काहींनी केलेल्या १९७०मधल्या जाचक व्यवहारांवरही नियंत्रणे आणणे आवश्यक होते. प्रत्येक जण फ्रँचायझींच्या कामगिरीवर खूश होता, पण क्षेत्रीय व्यवस्थापकांच्या जाचक वागणुकीवर नियंत्रणे आणण्याबाबतही आग्रह धरला जात होता. पण नियंत्रणे पुरेशी नव्हती. क्षेत्रीय कार्यालये वेगाने वाढत होती व तरुण अननुभवी व्यवस्थापक तिथे भरती केले जात होते. त्यामुळे जुने-जाणते फ्रँचायझी व हे नवे व्यवस्थापक यांतील विवादाला जणू उत्तम युद्धक्षेत्र तयार होत होते. मायकेल क्विनलॅन हा मॅकडोनल्ड्सचा ५० वर्षे वयाचा अध्यक्ष म्हणतो, "आमच्या क्षेत्रीय अधिकाऱ्यांवर पुरेसे नियंत्रण नव्हते आणि आमच्या उच्च व्यवस्थापनाला प्रत्यक्ष कार्यक्षेत्रात काय चालले आहे, याचा पत्ताही नव्हता. याचे कारण उच्चपदस्थ अधिकाऱ्यांची संख्या कमी होती व क्षेत्रीय व्यवस्थापक त्यांच्या प्रत्यक्ष कार्यक्षेत्री काय चाललेय याची पुरेशी कल्पना देत नव्हते. ते स्वत: काय करताहेत, हे सांगण्याची त्यांना गरज वाटत नव्हती. फ्रँचायझींशी संपर्क साधून सर्व ठीक चाललेय ना, त्यांचे निर्णय योग्य आहेत ना, हे जाणून घ्यायचे कष्ट

उच्चपदस्थ घेत नव्हते. हे सर्व वातावरण अनियंत्रित होते.''

क्विनलॅनला या वातावरणाची पूर्ण कल्पना होती, कारण तो जणू मॅकडोनल्ड्सच्या फास्ट ट्रॅक्टरची प्रतिकृती होता. त्याला ज्यून मार्टिनोने १९६३मध्ये कामावर घेतले. ज्यूनचा मुलगा जॉन आणि क्विनलॅन हे लोयोलामध्ये एकत्र होते. त्यामध्ये त्याला मॅकडोनल्ड्समध्ये अर्धवेळ टपाल भांडार संभाळणारा म्हणून काम मिळाले व त्यातून त्याचा कॉलेजचा खर्च भागू लागला. तो २३व्या वर्षी मॅकडोनल्ड्सचा सर्वांत मोठा विभाग शिकागोमध्ये पूर्ण वेळ काम करू लागला. त्या वेळी तिथे एड श्मिट मुख्य होता. त्याच्या कामावर खूश होऊन श्मिटने त्याला बऱ्याच संधी व बढती दिल्या. तो ५ वर्षांतच व्यवस्थापकीय सहायकपदावरून सहायक भांडार व्यवस्थापक, मग भांडार व्यवस्थापक, मग क्षेत्रीय सल्लागार, मग ५ मॅकऑपको स्टोअर्सचा क्षेत्रीय व्यवस्थापक, त्यानंतर सेंट लुइसमध्ये जिल्हा व्यवस्थापक झाला. त्याने १९७३मध्ये वॉशिंग्टन डीसीमधील क्षेत्राचे प्रमुखपद घेतले, त्यामध्ये ३६० स्टोअर्स होती व त्याचे वय त्या वेळी फक्त २८ वर्षांचे होते. या सर्व बढत्या एका दशकाच्या आत झाल्या. या लहान वयात तो एकूण पैकी १/८ स्टोअर्सचे सर्व व्यवहार पाहत होता.

तरुण असूनही त्याला ज्येष्ठ व्यवस्थापक मानले जायचे. वॉशिंग्टन डीसीमधल्या तीन वर्षांच्या कारकिर्दीत त्याने कोणतेही मार्गदर्शन न घेता स्वबळावर २१० नवी स्टोअर्स उघडली. पहिल्या १५ महिन्यांत त्याच्या ज्येष्ठ अधिकाऱ्यांपैकी कोणीही त्याच्या विभागात फिरकलेही नव्हते. जणू त्याच्याकडे त्या विभागाचे पूर्ण अधिकार दिले होते. तो म्हणतो, ''कंपनीत क्षेत्रीय व्यवस्थापकांच्या निर्णयक्षमतेचा अंदाज घेण्याची कोणतीही यंत्रणा नव्हती. क्षेत्रीय व्यवस्थापकाने आपल्या क्षेत्रातील परवान्यांसंबंधी घेतलेल्या निर्णयाचे परीक्षण कित्येक वेळा मुख्य कार्यालयातून दीड-दीड वर्षांनंतर केले जायचे. सर्व ढिला कारभार होता.''

त्यामुळे 'एमओए'ने दिलेल्या आव्हानाला कंपनीचा प्रतिसाद अंशतः होता, तो क्षेत्रीय व्यवस्थापकावरील देखरेख वाढवण्याच्या बाबतीत. त्यांच्या सर्जनशीलतेला बाधा न आणता ते अरेरावीने वागणार नाहीत हे पाहणे, ते अतिरेकी पद्धतीने वागणार नाहीत याची काळजी घेणे, यांसारख्या कृती कराव्या लागणार होत्या. त्यासाठी मग विभागीय व्यवस्थापक ही नवी जागा निर्माण करण्यात आली व त्याच्याकडे ५ विभागांवर लक्ष व नियंत्रण ठेवण्याचे काम देण्यात आले. क्षेत्रीय सल्लागाराचे प्रशिक्षण अधिक विस्तृत करण्यात आले. त्याचे काम परीक्षकाचे नसून सल्लागाराचे आहे, असे सांगण्यात आले आणि त्यांचे काम सर्व क्षेत्राची वार्षिक पाहणी करणे व स्टोअर्सना श्रेणी देण्याचे होते, तरी श्रेणींचे निकष अधिक सकारात्मक करण्यात आले.

परंतु श्मिटच्या असे लक्षात आले की, मॅकडोनल्ड्समधील अधिकार व नोकरीचा समतोल राखायचा असेल तर क्षेत्रीय व्यवस्थापकांना कमकुवत करण्यापेक्षा फ्रँचायझी सबळ करणे अधिक फायद्याचे होईल. त्यांच्याकडे 'एमओए'च्या कृतींना प्रतिसाद द्यायची जबाबदारी होती. त्यातून कंपनी व फ्रँचायझी यांचे संबंध सुधारतील, असे त्याला वाटत होते. श्मिटने असे पाहिले की, मॅकडोनल्ड्सची ताकद काबूत ठेवण्यासाठी स्टोअर्सचालकाकडे सामूहिक आणि व्यक्तिगत यंत्रणा असायला हवी. सामूहिक यंत्रणेसाठी त्याने, ऑपरेटर्सची धोरणात्मक निर्णयात काय भूमिका असावी, यासाठी टर्नरने स्थापन केलेल्या 'ऑपरेटर ॲडव्हायजरी बोर्ड'मध्ये काही बदल सुचवले. त्याने सुचवलेल्या बदलांमध्ये 'नॅशनल ऑपरेटर्स ॲडव्हायजरी बोर्ड' (एनओएबी)मध्ये प्रत्येक विभागातले दोन फ्रँचायझी असावेत, त्यांची निवड त्या भागातील फ्रँचायझींनी करावी व कंपनीने त्यांना नेमू नये, यांचा समावेश होता. त्याच्या कार्यक्षेत्रात ज्या धोरणामुळे फ्रँचायझी व कंपनीमध्ये वाद निर्माण होतील, त्या धोरणांवर विचार करून सल्ला देणे अपेक्षित होते व त्यांची भूमिका तेवढ्यापुरतीच मर्यादित होती. पण धोरणात्मक बाबींबद्दल ते फ्रँचायझींचे अधिकृत प्रतिनिधी राहणार असल्याने त्यांचे मत डावलणे योग्य होणार नव्हते व त्याकडे सहजासहजी दुर्लक्ष करणे परवडणार नव्हते. फ्रेड टर्नरने या योजनेस मान्यता दिली व कंपनीने अनेक अधिकार त्याद्वारे आपल्या फ्रँचायझींना दिले. मॅकडोनल्ड्स ही फ्रँचायझींच्या तत्त्वाच्या विरुद्ध असे अधिकार स्वेच्छेने देणारी पहिलीच कंपनी ठरली.

मॅकडोनल्ड्सची ही फ्रँचायझींशी व्यवहार करतानाची नवी कार्यपद्धती रे क्रॉकने दिलेल्या सूचनेवरून सुरू झाली व ती तिसऱ्या शतकात स्कँडिनेव्हियन राजेशाहीने राबवलेल्या पद्धतीवर आधारित होती. स्वीडन, नॉर्वे व डेन्मार्क या देशांतील राजांनी त्यांच्या मंत्र्यांकडून लोकांवर होणाऱ्या अन्यायाची व त्रासाची दाद मागण्यासाठी लोकांचे सल्लागार त्यांनीच निवडून दिलेले असावेत, ही पद्धत त्या वेळी चालू केली होती. त्यांना 'ओम्बुडस्मन' किंवा 'स्र्व लोकांची माणसे' असे म्हटले जाई. क्रॉकला असे वाटले की, अशी पद्धत मॅकडोनल्ड्समध्ये आणली तर फ्रँचायझींच्या क्षेत्रीय व्यवस्थापकाबद्दलच्या तक्रारी आणि विशेषत: नवी स्टोअर्स उघडण्यासंबंधीच्या तक्रारी सोडवण्यासाठी ती उपयुक्त ठरेल.

शिवाय असे प्रतिनिधी नेमण्याने 'एनओएबी' आणि 'एमओए'च्या शिडातील हवाच काढून घेतल्यासारखे होणार होते. पुढे या दोन्ही संघटना मॅकडोनल्ड्सच्या फ्रँचायझींच्या यंत्रणेचा भाग बनल्या. प्रथमपासून एक गोष्ट स्पष्ट केली गेली की, 'एनओएबी'चे संचालक हे फ्रँचायझींना बांधील असतील व ते मॅकडोनल्ड्सच्या आधिपत्याखाली जाणार नाहीत. प्रत्यक्षात 'एनओएबी'चा पहिला अध्यक्ष एक फ्रँचायझी आर्ट कोर्फ हा होता आणि तो स्वत:च 'एमओए'ची स्थापना करण्यात

आघाडीवर होता.

या नवीन सल्लागार गटाने लगेच सूत्रे हाती घेतली व अनेक महत्त्वाच्या प्रश्नांबाबत मॅकडोनल्ड्सला कामाला लावले. 'एमओए'च्या तक्रारीला उत्तर म्हणून कंपनीने अनेक धोरणांमधील बदल करायला आधीच सुरुवात केली होती; तर आता 'एनओएबी'च्या सूचनेनुसार कंपनीने काही सुधारित कृती धाडसाने हाती घ्याव्यात, असा दबाव आणला गेला. 'एनओएबी'ने क्षेत्रीय सेवापद्धतीत आमूलाग्र बदल सुचवले व विस्ताराबाबत कंपनीने स्पष्ट धोरणे आखावीत, ती सर्वांना स्पष्ट करावीत, असेही सांगितले. विस्ताराची धोरणे स्टोअरचालकांना आगाऊ कळवली, तर त्यांनाही त्यांचाही विस्तार कसा होईल याचे मूल्यमापन करणे व कंपनीच्या विस्तारयोजनेत आपण कुठे बसू शकतो, हे पाहणे जमेल; तसेच त्यांना अधिक समानतेची वागणूक मिळेल, असे वाटू लागले. ''यामुळे त्यांनी आम्हाला एक चांगली कंपनी बनवले'', असे क्विनलॅन म्हणाला.

त्यापेक्षाही महत्त्वाचे म्हणजे, जेव्हा कंपनीकडून फ्रँचायझींना एखादी धमकीवजा सूचना यायची, तेव्हा त्यावर नियंत्रण करण्याचे काम 'एनओएबी'ने केले. उदा. – १९७९मध्ये कंपनीने 'कॉम्पॅक्ट' नावाने फ्रँचायझी कराराचा एक अगदी नवा प्रस्ताव मांडला. त्यांत परवाना कराराचे आत्मनिष्ठ अर्थ लावणे अशक्य होत होते. एक वर्षाच्या तयारीनंतर त्यांतील प्रत्येक कलमाचा जेव्हा खोलात जाऊन अभ्यास झाला, तेव्हा ते किती घाईघाईत एकतर्फी व चुकीच्या पद्धतीने केले आहे, ते उच्चपदस्थांच्या लक्षात आले.

पण 'एनओएबी'च्या हातात त्याची प्रत पडली व ठिणग्या पडायला सुरुवात झाली. या गटाला ते इतके आक्षेपार्ह वाटले की, त्याने त्याच्यासाठी न्यायालयीन दरवाजे ठोठावायचे ठरवले. त्यांनी त्यासाठी एक प्रख्यात वकील नेमला व या न्यायालयीन प्रक्रियेसाठी प्रत्येक स्टोअरमागे ५० डॉलर्स द्यावेत, असे विनंतीवजा निवेदनही काढले. काही दिवसांतच या निधीत १ लाख डॉलर्स जमा झाले. त्यातून मग मॅकडोनल्ड्सने धडा घेतला व 'कॉम्पॅक्ट'ला मूठमाती दिली.

फ्रँचायझीचे सामूहिक अधिकार संरक्षित ठेवण्याचा प्रयत्न 'एनओएबी' करत होते, तर फ्रँचायझींच्या व्यक्तिगत तक्रारींचे निराकरण करण्याचे काम ओम्बुडस्मन करत होते. न्यायालयीन निर्णयासारखे त्यांनी दिलेले सल्ले फ्रँचायझी वा कंपनी विनातक्रार स्वीकारायची. खरेतर तसे करणे कंपनीवर बंधनकारक नव्हते. पण ते स्वीकारून त्यांनी त्या स्थानाला प्रतिष्ठा प्राप्त करून दिली. एक प्रकारे ज्या जॉन कूकने स्थापनेपासून १९९१ त्या स्थानावर नि:पक्षपातीपणे काम केले, त्यालाही या निमित्ताने कंपनीने कामाची पोचपावतीच दिली.

त्यापूर्वीही कूकने कंपनीला अवघड परिस्थितीत मदत केली होती. कंपनीचा

कामगार सल्लागार म्हणून त्याने कंपनीला १९६० व १९७०च्या दशकात चांगलाच आधार दिला होता. त्या वेळी काही कामगार कंपनीच्या स्टोअरमध्ये ४००हून अधिक वेळा कामगार संघटना बांधण्याच्या प्रयत्नात होते व त्याला तोंड देणे आवश्यक होते. तांत्रिकदृष्ट्या स्टोअर्सच्या कामगारांना सतर्क करणे, त्यांना संघटनेच्या कामांची नीट माहिती देणे व त्यांच्या तक्रारींची दखल घेणे, हे कूकचे काम होते. पण व्यवहारात त्याचे मुख्य काम ठरले ते कामगार संघटनांना स्टोअर्समध्ये थारा न देणे. अशा संघटनांमुळे मॅकडोनल्ड्सच्या सर्जनशीलतेला धोका आहे, असे त्याचे मत होते. ज्या पद्धतीने त्याने हे सर्व प्रकरण हाताळले, त्यावरून त्याच्यातील उद्योजकताही कंपनीला दिसून आली. "आम्ही ज्या भूमिकेने उभे आहोत व ज्या प्रकारे काम करतो, त्यासाठी संघटना अपायकारक आहेत; त्यांना कर्मचाऱ्यांनी कधीही प्रेरक पद्धतीने काम करावे असे वाटत नाही व ते फक्त एकच गोष्ट त्यांच्या कानात भरवतात – ती म्हणजे, तुमचा साहेब नेहमी तुमच्या विरोधातच काम करतो," असे कूक म्हणायचा.

कूकने ती ताकद मग कामगार संघटना चळवळीच्या विरुद्ध एकत्र केली. ज्या दिवशी त्याला कुणकुण लागली की, या संघटना स्टोअर्समध्ये संघटना बांधणीची जुळवाजुळव करताहेत, त्याच दिवशी त्याने मॅकडोनल्ड्सचे अनुभवी स्टोअर व्यवस्थापक रेस्टॉरंट्समध्ये पाठवले व त्यांनी स्टोअरचालकांना सावध करण्यास सुरुवात केली. त्याने या व्यवस्थापकांना संघटनेचे प्रतिनिधी व कर्मचाऱ्यांना कसे हाताळावे ते शिकवले. कर्मचाऱ्यांच्या तक्रारी तातडीने कशा हाताळल्या जाव्यात याचे प्रशिक्षण त्याने स्टोअरचालक व विभागीय व्यवस्थापकांना दिले. जेव्हा संघटनांच्या प्रतिनिधींनी स्टोअर्समध्ये खाद्यपदार्थ आणणाऱ्या ट्रकला अडवणे चालू केले, त्या वेळी कूकच्या या गटाने पर्यायी वाहतुकीची व्यवस्था केली व त्यांचा डाव हाणून पाडला.

थोडक्यात, कूकने कामगार संघटनांना आपले पाय रोवून दिले नाहीत. त्यांनी असा निष्कर्ष काढला की, मॅकडोनल्ड्सच्या स्टोअर्समध्ये कामगार संघटना यशस्वीरीत्या उभारायला योग्य असे वातावरण नाही. त्याबाबत त्यांनी ४०० ठिकाणी प्रयत्न केले, पण कुठेही त्यांना यश आले नाही. त्यामुळे आजही मॅकडोनल्ड्स स्टोअर्समध्ये कुठेही कामगार संघटना नाही.

तशाच प्रकारची ताठर भूमिका कूकने ओम्बुडस्मेन या बाबतीत घेतली. दर वर्षी त्यांच्याकडून सुमारे ५० तक्रारी यायच्या. त्यांपैकी नव्या स्टोअर्सचा जुन्या स्टोअर्सवर होणारा परिणाम किंवा नवा स्टोअर नव्या व्यक्तीला देण्याबाबतचा मामला अशासारख्या तक्रारी कूक हाताळायचा. अशा प्रकारात विद्यमान स्टोअर्सची जोखीम मोठी असायची. कित्येक वेळा दोन फ्रँचायझी त्यांत गुंतलेले असायचे.

एखाद्या स्टोअरचालकाच्या बाजूने निर्णय देणे आणि एखाद्याला नवे स्टोअर चालवायला देणे नाकारणे याचा अर्थ एका नव्या स्टोअरचालकाची संधी घालवणे, असा व्हायचा. हे कूकच्या दृष्टीने कठीण काम होते. पण बहुतेक वेळा त्याच्या निर्णयाला कोणी आव्हान दिले नाही आणि जरी ते सल्ल्याच्या रूपात होते, तरी अगदी शेवटचा न्यायनिवाडा करणारी व्यक्ती म्हणजे मॅकडोनल्ड्सचे अध्यक्ष असत, त्यांनीही ते उचलून धरले.

याचे एक कारण म्हणजे, जरी तो मॅकडोनल्ड्सचा पगारदार अधिकारी होता तरी त्याचे निर्णय नि:पक्षपाती असायचे. निर्णय घेण्यापूर्वी किमान दोन आठवडे तो त्या प्रकरणाचा पूर्ण अभ्यास करायचा व ज्या जागेसंबंधी विवाद असायचा, तिला प्रत्यक्ष भेट द्यायचा. अशा वेळी तो त्या क्षेत्राबाहेरच्या दुसऱ्या एखाद्या फ्रँचायझीला आपल्याबरोबर तपासासाठी घ्यायचा. त्याचे अभ्यासपूर्ण दिलेले मत हे कधीकधी ४०- ४० पानी असायचे व जणू तो एखाद्या न्यायाधीशाने दिलेला निकालच असे.

अशा वेळी तो मॅकडोनल्ड्सचे व्यवस्थापन व प्रकरणात गुंतलेले फ्रँचायझी यांपासून पूर्णपणे अलिप्त असायचा. आपल्या तपासातून उघड झालेल्या माहितीसंबंधी कंपनीच्या क्षेत्रीय व्यवस्थापकांबरोबर तो कधीही चर्चा करायचा नाही. क्षेत्रीय व्यवस्थापकाच्या एखाद्या कृतीमुळेच फ्रँचायझींबरोबरचा कंपनीचा विवाद चालू व्हायचा. त्यामुळे किती प्रकरणात फ्रँचायझींच्या बाजूने निर्णय केला व किती प्रकरणांत विरुद्ध, याच्या टक्केवारीसंबंधी तो कोणाशीही चर्चा करायचा नाही. तो म्हणायचा, "फ्रेड टर्नर वा एड श्मिट या दोघांनी मला कोणत्याही प्रकरणाबद्दल मध्येच कधी विचारले नाही, याबाबत त्यांचे मी आभार मानतो. कारण तसे त्यांनी विचारले असते, तर मीच त्यांना म्हटले असते – याच्याशी तुमचा काही संबंध नाही; तुम्ही नाक खुपसू नका."

'एमओए'च्या नेतृत्वाबरोबर टर्नर आणि श्मिट यांनी केलेल्या चर्चेतून फारशा काही प्रतिक्रिया आल्या नाहीत. फ्रँचायझींना अधिक अधिकार देण्यासाठी कंपनीच्या व्यवस्थापनात काही बदल करावेत, या मताचा श्मिट होता; तर ज्या आर्थिक व्यवहारामुळे फ्रँचायझी नाराज होते व त्या नाराजीचा फायदा एमओए उपटत होती त्याबद्दल अन्य काही अधिकारी बोलायचे. यासंबंधी गॅरी न्यूमनने बरेच परिणामकारक काम केले. त्याने १९७५मध्ये प्रवास चालू केला व मॅकडोनल्ड्सच्या प्रत्येक क्षेत्रातील स्टोअरचालकांना भेटायला सुरुवात केली. सकाळी ७ला भेटी चालू व्हायच्या, जेवण्याच्या वेळीही त्या चालूच राहायच्या व रात्री ११च्या आत त्या क्वचितच संपायच्या. ज्यांच्या फ्रँचायझींची काही तक्रार होती, त्यांना त्याने व्यक्तिगतरीत्या खासगीत भेटीची वेळ दिली व त्यांचे म्हणणे मनमोकळेपणाने ऐकून घेतले.

बहुतेकांची समान तक्रार असायची; ती त्याच्या स्टोअरच्या आसपास आलेल्या

नव्या स्टोअरमुळे त्यांच्या व्यवसायावर होत असलेल्या प्रतिकूल परिणामाबाबत. यांपैकी सरासरी २/३ प्रकरणांत न्यूमनने काहीतरी तोडगा काढला. ज्यांचा धंदा कमी होत होता, त्यांना त्याने भाड्यात सवलत दिली. कंपनीने १९६०च्या आसपासच अडचणीत आलेल्या स्टोअरचालकांना भाड्यात सवलत द्यायची पद्धत चालू केली होती; पण १९७५नंतर व्यवसायावर परिणाम झाल्याची प्रकरणे वाढत चालली व ती होती नव्या स्टोअर्सची – ज्यांचा जम अद्याप बसला नव्हता व त्यांची विक्री सरासरीच्या पातळीला आली नव्हती. कंपनीने १९७५मध्ये अशा भाड्याच्या कपातीद्वारे ५० लाख डॉलर्सची सवलत दिली. त्याच वर्षी 'एमओए'ची स्थापना झाली होती.

पण भाड्याच्या सवलतीचा विक्रीच्या वाढीत फार परिणाम झाला नाही. मग न्यूमनने त्यांची विक्री वाढण्यासाठी त्यांच्या स्टोअरमध्ये काही नव्या कल्पना लढवल्या. जसे ड्राइव्ह थ्रू विंडोमध्ये वाढ वा मुलांसाठी 'रोनाल्ड मॅकडोनल्ड' हा खेळाचा कोपरा. न्यूमनची आर्थिक सहकार्याची योजना फ्रँचायझींच्या दृष्टीने आतबट्ट्याची नव्हती. सहसा अशा सुधारणा स्टोअरचालकांनी करायच्या असतात. न्यूमनने त्यांना त्यासाठी ५०००० डॉलर्स कर्जाऊ देण्याचे ठरवले व अशा सुधारणांवर जर दोन वर्षांत त्या स्टोअरने दीड लाख डॉलर्स विक्रीची सरासरी किमान पातळी गाठली नाही, तर त्यांना ते कर्जही माफ केले जायचे.

पहिल्या वर्षी सुमारे २२५ स्टोअरचालकांनी न्यूमनची 'न्यूमन टेक्सास १५०' ही योजना स्वीकारली. याचे कारण यांपैकी बरीचशी कर्जे टेक्सासमध्ये दिली होती, कारण या बाजारपेठेत कंपनीचा प्रवेश संथ गतीने झाला होता. १९५०च्या दशकाच्या अखेरीस डल्लसमधील स्टोअर बंद पडायला आले, त्या वेळी अध्यक्ष सोन्नेबर्नने असा निष्कर्ष काढला की, या बाजारपेठेत मॅकडोनल्ड्ससारख्या फास्ट फूडच्या उद्योगाला वाव नाही; त्यामुळे त्यांनी तिथून बराच काळ दूर राहणेच पसंत केले. त्यांनी १९६०च्या दशकाच्या शेवटी पुन्हा प्रवेश केला, त्या वेळी तिथे कायदेशीर अडचणी आल्या व त्यांना मॅकडोनल्ड्स नाव वापरण्यावर बंदी आली. त्याचे कारण तिथल्या एका खासगी व्यक्तिगत स्टोअरमालकाचे नाव 'जॉर्ज मॅकडोनल्ड्स' होते, ते त्याने आपल्या स्टोअरला दिले होते. त्याने तेच नाव कंपनीने वापरण्यास आडकाठी निर्माण केली. मग त्यांनी नावे वापरण्याचे हक्क त्यांच्याकडून विकत घेतले. टेक्सासमध्ये पुनर्प्रवेशाच्या वेळी तिथे बर्गरकिंग फास्ट फूड साखळी स्टोअर्सचे वर्चस्व होते. जर 'न्यूमन टेक्सास १५०' योजना कार्यवाहीत आली नसती, तर कंपनीच्या फ्रँचायझींचे अस्तित्वच धोक्यात आले असते.

न्यूमनचा हा कार्यक्रम सर्वांसाठी होता, केवळ 'एमओए'च्या सदस्यांसाठी नव्हता. तो त्याने स्वतः पुढाकार घेऊन कार्यवाहीत आणला होता. तसे काही करावे, असे कंपनीचे धोरण वा योजना नव्हती. क्रॉक-टर्नर व्यवस्थापनपद्धतीची ही

एक उत्तम परंपरा होती. त्यांनी संघटनात्मक आकडेवारी, तक्ते वगैरेला चाट दिली आणि ज्या अधिकाऱ्यांना एखादी जबाबदारी दिली असेल, ती यशस्वीरीत्या पूर्ण करण्यासाठी निर्णय घ्यायचे पूर्ण स्वातंत्र्य दिले – भले मग ते काम दुसऱ्या कोणाच्या क्षेत्राशी संबंधित का असेना; जिथे ते आहे, तेथील अधिकाऱ्याला ते पसंत का नसेना. आश्चर्य म्हणजे, असे एकमेकांच्या कार्यक्षेत्रात येऊन काम करण्याच्या पद्धतीत व्यवस्थापकीय विवाद फारसे यायचे नाहीत; कारण सगळ्यांना एक माहीत होते की, कंपनीत अधिकाराचा ताकदीचा नियम होता. मॅकडोनल्ड्समध्ये अधिकार त्याच्याकडे जातात, जो ते मिळवतो. त्यामुळे कंपनीचा प्रमुख हिशेबनीस न्यूमनला पोकळी दिसली; तेव्हा तो पुढे आला आणि त्याने फ्रँचायझींबरोबरचे संबंध सुधारणे, स्टोअर्सच्या जागी खेळांची साधने ठेवणे व तोट्यात चाललेल्या स्टोअर्सना अर्थसाह्य करणे अशा योजनांत पुढे होऊन कामे केली, निर्णय घेतले व उद्दिष्ट साध्य केले.

'एमओए'चा प्रभाव कमी होत गेला, तरीही 'न्यूमन टेक्सास १५०' कार्यक्रम थांबवला गेला नाही; उलट तो इतका यशस्वी झाला की, तो पुढे मॅकडोनल्ड्सच्या फ्रँचायझिंग कार्यक्रमाचा कायमचा भागच बनला. न्यूमन १९८०मध्ये सुमारे २००० फ्रँचायझींना भेटला, जे स्टोअरच्या पुनरुभारणीसाठी अर्थसाह्य मिळवायच्या खटपटीत होते; त्यांपैकी सुमारे ५० जणांना त्याने या योजनेंतर्गत कर्जे दिली. त्यांपैकी बहुतेक 'रोनाल्ड मॅकडोनल्ड'ची खेळाची जागा विकसित करण्यासाठी होती. काही अपवाद सोडले, तर दोन वर्षांच्या आतच बहुतेक कर्जधारकांनी किमान दीड लाख डॉलर्स वार्षिक विक्रीची पातळी गाठली व ही कर्जे फेडून टाकली.

त्यामुळे न्यूमनने गुंतवलेल्या पैशाची परतफेड चांगली झाली व ही गुंतवणूक फायदेशीर ठरली. सुमारे ४०० स्टोअर्स तोट्यातून नफ्यात आली व त्यामुळे भाड्यात सवलत देण्याची गरज असलेल्या स्टोअर्सची संख्याही कमी झाली. क्रॉकचा परस्परावलंबनाचा सिद्धान्त इथे कामाला आला. या दुबळ्या स्टोअर्सची विक्री वाढल्याने मॅकडोनल्ड्स फ्रँचायझींकडून भाडे व परवाने फी म्हणून विक्रीच्या ११.५ टक्के घ्यायचे, त्यांत वाढ झाली. या खेळाच्या साधनांच्या कल्पनेमुळे स्टोअर्सची विक्री काही महिन्यांतच टक्के १५ ते ३५ टक्के वाढली व मग कंपनीने सुस्थितीत चाललेल्या स्टोअर्समध्येही खेळाच्या वस्तूंच्या जागेची योजना राबवली. न्यूमनने कंपनीच्या १४००० पैकी ४९०० स्टोअर्समध्ये ही योजना राबवून इतिहास रचला व त्यामुळे या योजनेच्या यशाचे श्रेय त्यालाच जाते.

अडचणीत सापडलेल्या स्टोअरचालकांना मदत करण्याव्यतिरिक्त कंपनीने आर्थिक तक्रारी असलेल्या फ्रँचायझींबाबत काही बदलही घडवून आणले. न्यूमनच्या अर्थसाह्य योजनेशिवायच्या या बदलामुळे फ्रँचायझींबरोबरचा समतोल राखणेही कंपनीला शक्य झाले. उदा. – 'इम्पॅक्ट' कार्यक्रमादरम्यान ज्यांच्याविषयी फ्रँचायझी

काळजीत होते, त्यांनी विस्तारयोजनेत बदल केले. त्यामुळे नव्या स्टोअर्सना अधिक चांगल्या जागा मिळाल्या व स्टोअरचालकांना चांगली वागणूकही मिळाली. यासाठी त्यांनी नव्या जागा निवडण्यात वा फ्रँचायझी देण्यात कोणावरतरी विशेष कृपादृष्टी ठेवण्याची पद्धत गाळून टाकली.

कंपनीने फ्रँचायझींना पाळायच्या किमान प्रमाणकांची (स्टँडर्स) व्याख्या पहिल्यांदाच केली व ती सर्वांपर्यंत पोहोचवली. ती पाळणाऱ्यांनाच नव्या स्टोअर्सच्या वेळी प्राधान्य दिले जाईल, असा दंडक घालून दिला. ज्या स्टोअर्सना 'दर्जा, सेवा, स्वच्छता' या त्रिसूत्रीत किमान 'बी' श्रेणी मिळाली असेल; त्यांचाच विचार नवे स्टोअर्स त्यांना देताना केला जाईल, हे स्पष्ट केले. वाढीसाठी आवश्यक अशी आर्थिक व व्यवस्थापकीय संसाधने स्टोअरचालकांकडे असायला हवीत, ही अट घालण्यात आली. शिवाय स्थानिक समाजाच्या कार्यक्रमांत पुरेसा सहभाग व कंपनीबरोबर सहकार्याने काम करण्याची मनोभावना असणेही आवश्यक करण्यात आले. अधिक सुस्पष्ट अशा या धोरणात फ्रँचायझींनी वर्षातून एकदा क्षेत्रीय व्यवस्थापकांबरोबर बैठक घेऊन आपल्या सध्याच्या स्टोअर्सच्या कार्याचे मूल्यमापन करावे व त्यांतून नवे स्टोअर मिळायची शक्यता किती आहे याचा अंदाज घ्यावा, असे ठरले. जिथे काही उणिवा आढळल्या, तिथे त्या कशा दूर कराव्यात व त्यांतून नव्या स्टोअर्सद्वारा आपलाही विकास व विस्तार कसा करावा याचे मार्गदर्शन त्यांना केले जाऊ लागले.

क्षेत्रीय व्यवस्थापक नव्या स्टोअर्सबाबत भलभलती आश्वासने देताहेत, असे आरोप होऊ लागल्याने श्मिटने अशी आश्वासने लेखी स्वरूपात असावीत किंवा अजिबात देऊ नयेत, असे आदेश काढले. शिवाय, नवी स्टोअर्स काढण्यासंबंधी प्रत्येक विभागातील भावी तीन वर्षांच्या योजनांची माहिती फ्रँचायझींना देण्याची पद्धत त्याने पाळली. त्यावर त्यांच्याकडून अशा संभाव्य जागांसाठी त्यांची मते मागवण्यात येऊ लागली. त्यांना असेही आश्वासन देण्यात आले की, त्यांच्यापैकी ज्यांच्या श्रेणी चांगल्या आहेत व जे विस्तारक्षम आहेत, त्यांना नव्या जागेसंबंधी प्राधान्य देण्यात येईल. त्याचबरोबर ज्याची विद्यमान स्टोअर्स विस्तारयोजना 'इम्पॅक्ट'मुळे अडचणीत येतील, त्यांनाही प्राधान्य दिले जाईल.

यामुळे हे ध्यानात आले की, अशा स्टोअर्सविस्तारयोजना अमलात आणताना त्यांच्या विक्रीक्षमतेचे विश्लेषण चांगले होणे आवश्यक होते व ही नवी स्टोअर्स जुन्या स्टोअर्सचा किती व्यवसाय खेचू शकतील याचा अंदाज घेणे आवश्यक होते. नव्या जागा निवडताना जनगणनेच्या आकडेवारीच्या माहितीआधारे कोणत्या भागात वस्ती वाढते आहे, हे १९७५पर्यंत पाहिले जायचे वा वाहतूक विभागातर्फे मोठ्या रस्त्यावर वाहनांची वाहतूक किती प्रमाणात आहे यावरून संभाव्य व्यवसायाचे

आडाखे मांडले जायचे. पण बऱ्याच वेळा असे अंदाज चुकीचे ठरत. उदा. – विमानतळाकडे जाणाऱ्या रस्त्यावर वाहनांची वर्दळ चांगली असल्याने अशा जागा चांगल्या ठरतील, असे वाटायचे. पण तिथे व्यवसाय व्हायचा नाही, कारण विमान पकडायला जायच्या गडबडीत नागरिक असायचे. त्यांना हॅम्बर्गर खाण्यात स्वारस्य नसायचे. शिवाय विरळ मिळकतीच्या विभागात कामासाठी येणारा नोकरवर्ग, दुकानदार यांची वर्दळ एरवी भरपूर असायची व ते संभाव्य ग्राहक असायचे.

त्यापेक्षाही वाईट म्हणजे, परंपरागत पद्धतीने केलेल्या बाजारपेठेच्या विश्लेषणातून कंपनीच्या सध्याच्या स्टोअर्सच्या क्षेत्रात संभाव्य वाढ किती होणार याचा अचूक अंदाज मिळायचा नाही. १९७०च्या आसपास असे गणित होते की, ५०००० लोकवस्ती असलेल्या जागी एक स्टोअर उत्तम चालेल. त्यामुळे तिथली लोकसंख्या वाढली की आणखी एक स्टोअर चालेल, असे ढोबळमानाने समजले जायचे; कारण ५०००० ही कमाल मर्यादा समजली गेली होती. पण समजा, त्यापेक्षा कमी लोकसंख्येतही जर स्टोअर उत्तम चालत असेल तर काय, यावर उत्तर नव्हते.

'एमओए'ने 'इम्पॅक्ट'चा विषय उचलून धरला, तत्पूर्वी नवीन जागा हेरण्याचे काम बराच काळ शांतपणे चालू होते. विशेष म्हणजे, याची सुरुवात स्थावर मालमत्ता विभागाकडून न होता विपणन विभागाचा प्रमुख पॉल श्रागे याने घेतलेल्या पुढाकाराने झाली. न्यूमनने ज्याप्रमाणे स्वत: हिशेब खात्यात असतानाही, खेळांची साधने पुरवून विक्री वाढवण्यास मदत केली तशी पॉलने स्थावर मालमत्ता शोधमोहिमेतील पोकळी एकच प्रश्न उभा करून भरून काढली. ''बाजारपेठ पूर्ण भरली आहे, असे मॅकडोनल्ड्स समजून चालली आहे काय?''

वॉल स्ट्रीटवरील कित्येक विश्लेषकांचे उत्तर 'होय' असेच होते. पण यामागे बाजारपेठेचा अभ्यास वा त्यांतील दूरदृष्टी नव्हती. म्हणून श्रागेने शास्त्रशुद्ध पद्धतीने अशी माहिती गोळा करून त्यावरून संभाव्य वाढीचे अनुमान काढण्यासाठी एक स्वतंत्र उपविभाग विपणन खात्यात सुरू केला व त्यांतून नव्या संभाव्य जागा कोणत्या याचे अंदाज घ्यायला सुरुवात केली. यापूर्वी फास्ट फूड उद्योगात संख्यात्मक विश्लेषक जवळजवळ अज्ञातच होते. पण या नव्या विभागाने सुपरमार्केटच्या साखळ्या ज्या पद्धतीने अशी आकडेवारी गोळा करतात तसे करणे सुरू केले. त्यांनी विद्यमान स्टोअर्समध्ये येणाऱ्या शेकडो ग्राहकांच्या मुलाखती घेऊन ते कोणत्या भागात राहतात, किती दुरून येतात – ते पाहिले. जनगणनेच्या आकडेवारीचा आधार त्यांनी घेतला व मग नव्या जागा असू होऊ शकतात – ते पाहिले. पण क्षेत्रीय व्यवस्थापकांचे असे आडाखे मांडायचे तंत्र निराळे होते व त्यांचा अशा आकडेवारीवरील अनुमानाला विरोध होता. पण 'एमओए'ने 'इम्पॅक्ट'ची समस्या उघड केली, तेव्हा तो विरोध मावळला व अशी शास्त्रोक्त पद्धतीने केलेली अनुमाने

ग्राह्य धरली जाऊ लागली. आश्चर्य म्हणजे, या अभ्यासातून असे दिसून आले की, ज्या क्षेत्रात मॅकडोनल्ड्सचे आधीच भरपूर स्टोअर्स आहेत तिथे नवी स्टोअर चालणार नाहीत, कारण तशी क्षमता नाही, हा पूर्वीचा ढोबळ अंदाज – या शास्त्रशुद्ध अभ्यासाने चुकीचा ठरवला. असे लक्षात आले की, तिथेही नवी स्टोअर्स उत्तम टिकाव धरतील. तरीही स्थावर मालमत्ता विभागातील क्षेत्रीय अधिकारी अनेक अनुत्तरित प्रश्न विचारू लागले. मग विपणन विभागाचा संचालक व कंपनी उपाध्यक्ष जिम रँड याच्या लक्षात आले की, प्रत्येक नव्या स्टोअरमधील विक्रीचा अंदाज काढण्यासाठी अधिक खात्रीचा मार्ग शोधायला हवा. प्रश्न एकच होता की, तोपर्यंत व्यापाराच्या क्षेत्रातील सर्वेक्षण हे एक उत्तम बस्तान बसलेले हत्यार विकसित झाले होते.

जर आहे त्याच क्षेत्रांत नवनवी स्टोअर्स काढायची असतील, तर मग योग्य जागा शोधण्यासाठी यापेक्षाही सुधारित पद्धत शोधणे आवश्यक ठरणार होते. मग त्यांनी नव्या सर्वेक्षणात स्टोअर्सच्या विद्यमान ग्राहकांना अधिक सविस्तर प्रश्न विचारायला सुरुवात केली. मॅकडोनल्ड्समध्ये येण्यापूर्वी ते कोठे होते व इथून बाहेर पडल्यावर कोठे जाणार, हे जाणून घेतले. त्यांनी ही आकडेवारी अधिक छोट्या गटात विभागली, तेवढी विभागणी जनगणनेतही होत नव्हती. शिवाय शाळा, कार्यालये, इस्पितळे वा शॉपिंग मॉल्समध्ये येणाऱ्या नागरिकांपैकी जे ग्राहक म्हणून स्टोअरमध्ये येतात, त्यांचीही आकडेवारी त्यांत मिसळली.

रँडने आपल्या या नव्याने शोधलेल्या पद्धतीचे नाव ठेवले 'ट्रीप पॅटर्न सर्व्हे.' इतर कोणीही यापूर्वी वापरलेल्या साधनांपेक्षा किरकोळ विक्रीच्या क्षेत्रातील विक्रीचा अंदाज बांधणारे हे अत्याधुनिक साधन ठरले. ही नव्या पद्धतीतील माहिती व आकडेवारी त्या क्षेत्राच्या नकाशावर विविध रंगांत जेव्हा दाखवली गेली, तेव्हा त्यावरून पटकन नजरेत भरणारे अंदाज विक्रीची अधिक उत्तम माहिती देऊ शकायचे. जागेच्या ठिकाणावरून स्टोअर्सच्या विक्रीचा अंदाज त्यामुळे येऊ शकायचा. उदा. – तीन मिनिटांच्या आत ज्यांचे घर वा कार्यालयातून स्टोअर आहे, त्यांच्याकडून मिळणारा व्यवसाय किती, एक मैल अंतरावरील शॉपिंग मॉलमध्ये जाणाऱ्या येणाऱ्यांकडून येणारा व्यवसाय किती, वगैरे वगैरे.

शिवाय, या विश्लेषणातून त्या भागातील सध्याच्या स्टोअरमधील किती ग्राहक या स्टोअरमध्ये येऊ शकतील याचा अंदाजही बांधता यायचा. त्यावरून त्यांना असा अंदाज करता यायचा की, 'अ' ठिकाणी जर स्टोअर उघडले तर वर्षाला पहिल्या स्टोअरवर १,५०,००० डॉलरची विक्री खेचली जाईल व 'ब' ठिकाणी उघडला तर ७५००० व 'क' ठिकाणी १००००० डॉलर्स. या पद्धतीने १९८०च्या आसपास काम करून क्षेत्रीय व्यवस्थापक नव्या स्टोअर्सच्या जागा अधिक शास्त्रशुद्ध

पद्धतीने ठरवू लागले. त्यानंतरही ज्यांच्या सध्याच्या स्टोअरमधला धंदा नवा स्टोअर खेचून घ्यायची शक्यता आहे, अशा स्टोअरचालकांना नव्या जागाही देण्याबाबत प्राधान्य देण्यात येऊ लागले. यामुळे 'इम्पॅक्ट बॉम्ब'चा परिणाम सौम्य झाला व शेकडो नव्या जागा निश्चित करता आल्या. मॅकडोनल्ड्स ही देशातील सर्वांत अनुभवी व उत्तम किरकोळ विक्रीचे अंदाज बांधणारी कंपनी म्हणून प्रसिद्ध झाली. त्यातून वॉल स्ट्रीटवरील तज्ज्ञांचे जागांबद्दलचे अंदाज कसे फोल आहेत, हेही सिद्ध झाले. या अचूक शास्त्राधारे केलेल्या अंदाजामुळे स्टोअर उघडण्यासाठी पूर्वी किमान ५००००ची लोकवस्ती आवश्यक धरली जायची, ते प्रमाण १९८०च्या आसपास म्हणजे एका दशकातच २५०००वर आले व आता त्याहीपेक्षा खाली गेले आहे. शिकागोत एक स्टोअर मिशिगन अॅव्हेन्यूमधील उंच इमारतीत शॉपिंग मॉलपाशी आहे, तर दुसरे तिथून तीन ब्लॉक्स दुसरीकडे आणि या दोघांमध्ये आणखी एक तिसरे.

मग मॅकडोनल्ड्सच्या उद्योगाच्या वाढीची मर्यादा कुठे थांबणार होती? याला उत्तर म्हणून श्मिट १९८५च्या आसपास गमतीने म्हणाला, ''मॅकडोनल्ड्सच्या स्टोअर्सपेक्षा जनरल मोटर्सच्या डीलर्सची संख्या जास्त आहे.'' त्याचे म्हणणे होते की, वाढीला मर्यादा नाही आणि जिथे वाढीची शक्यता नाही, असा अंदाज वर्तवल्यावरही त्याच भागात धंदा वाढलेला दिसला; त्यातून हेच सिद्ध झाले.

सर्वांचा एकत्रित विचार केला तर ओम्बुडस्मन कार्यक्रम, एनओएबी, फ्रँचायझी व स्टोअरचालकांच्या कार्यपद्धती आणि कंपनीबरोबरच्या संबंधांतील सुधारणा या सर्वांमुळे १९७५च्या आसपास मॅकडोनल्ड्सची फ्रँचायझींची योजना सर्वांत परिणामकारक सिद्ध झाली होती. कंपनीचा आकार व वाढीची शक्यता यांचा विचार करून कंपनीने व्यवस्थापनातील ही नवनवी तंत्रे वापरात आणली होती. मॅकडोनल्ड्सचे व्यवस्थापक फ्रँचायझींबरोबर अधिक चांगल्या प्रकारे वागत होते आणि जर अन्यायकारक निर्णय झाले, तर फ्रँचायझी ते बदलायच्या क्षमतेने आले होते; विशेषत: नवी स्टोअर्स उघडण्याबाबत तर ते फारच उपयुक्त होत होते. रे क्रॉकने पहिल्यापासून मांडलेली फ्रँचायझींबरोबर समान पातळीवरून वागायची संकल्पना पूर्वी कधीही नाही इतकी आता प्रत्यक्षात उतरत होती.

त्यामुळेच स्थापनेनंतर केवळ दोन वर्षांतच म्हणजे १९७५मध्ये 'मॅकडोनल्ड्स ऑपरेटर्स असोसिएशन'च्या प्रभावाला ओहोटी लागली. मॅकडोनल्ड्समधील त्यांचा पाया कमकुवत झाल्यामुळे त्यांना पाठिंब्यासाठी इतरत्र शोध घ्यावा लागत होता. तिचे अस्तित्व नामधारी का होईना, टिकून राहिले ते तिने 'नॅशनल फ्रँचायझी असोसिएशन'चे (एनएफए) सदस्यत्व घेतले, म्हणून. ही 'एनएफए' ही सर्वच साखळी स्टोअर्सच्या (सर्व फास्ट फूड उद्योगातील) फ्रँचायझींना सदस्यत्व घेण्यासाठी

उद्युक्त करत होती.

'एमओए'ला तर नामशेष करण्यात यश आले, पण तिने दाखल केलेले कंपनीविरुद्धचे अनेक दावे जोपर्यंत टिकून होते तोपर्यंत तिचे अस्तित्व कागदोपत्री टिकून राहणार होते. त्या दाव्यात कंपनीच्या मूळ उद्देशाला – अधिकारालाच – आव्हान देण्यात आले होते. सुरुवातीच्या २० वर्षांच्या कालखंडानंतर फ्रँचायझींचे परवाने रद्द करण्याच्या अधिकारालाच त्यांत आव्हान देण्यात आले होते. शिवाय फ्रँचायझींनी केवळ कंपनीकडूनच स्टोअर्सची जागा भाड्याने घ्यायला हवी, याही अटीला आव्हान देण्यात आले होते. त्याचबरोबर कंपनीची मूलभूत गरज म्हणजे 'दर्जा, सेवा व स्वच्छता'च्या अटीला जे फ्रँचायझी उतरत नव्हते वा ज्यांना अपयश आले होते, त्यांची फ्रँचायझी रद्द करण्याच्या अधिकारालाही आव्हान देण्यात आले होते.

कंपनीने १९७५पर्यंत न्यायालयाबाहेर राहण्यात यश मिळवले होते. त्यांनी कायदेशीर लढाईऐवजी विपणनाच्या लढाईला प्राधान्य दिले होते. अस्तित्वाच्या पहिल्या दोन दशकांत कंपनीने फक्त 'सँडीज'बाबतचा दावा लढवला. त्या कंपनीने मॅकडोनल्ड्सच्या फ्रँचायझींबरोबर हातमिळवणी करून प्रिओरियामध्ये आपले स्टोअर उघडले होते. या पहिल्या स्टोअरच्या यशानंतर ह्या चौघांनी मॅकडोनल्ड्सची नक्कल असलेली फास्ट फूड साखळीच मग चालू केली. मॅकडोनल्ड्सच्या अटीप्रमाणे आपल्या उद्योगाला स्पर्धा होईल अशा अन्य फास्ट फूड उद्योगाच्या साखळीमध्ये सहभागी होणे वा तशी चालू करणे व उद्योगातील गुपिते इतरांना सांगण्याला मज्जाव होता. तो दावा मॅकडोनल्ड्सने अपिलात जाऊन जिंकला. या निमित्ताने उद्योगातील गुपिताला संरक्षण देण्याच्या कायद्याची व्याप्ती फास्ट फूड उद्योगापर्यंत वाढवली गेली. ही सँडीज साखळी पुढे हार्डीजने विकत घेतली.

कंपनी व फ्रँचायझीमधील कायदेशीर कृती ही १९६०च्या दशकात अपवादात्मकच होती, तर 'एमओए'च्या प्रभावाच्या काळात तो जणू नियमच झाला होता. त्या काळात सुमारे एक डझन मोठे दावे कंपनीच्या फ्रँचायझींबाबत कंपनीविरुद्ध लावले गेले. एकीकडे 'एमओए' संयुक्तरीत्या लढत होती, तर त्या दाव्यांच्या रूपाने फ्रँचायझीने वैयक्तिक पातळीवर लढायचे सूत्र 'एमओए'ने जोपासले होते. 'एमओचा वकील डब्ल्यू. येल मॅथिसन हा फ्रँचायझींच्या काही दाव्यांत त्यांच्या वतीनेही काम करण्यात गुंतला होता. मॅकडोनल्ड्सच्या अप्रतिम यशामुळे तिच्याविरुद्ध लढण्यास प्रथितयश वकिलांना जणू एक कुरणच सापडले, कारण त्यामुळे त्यांचीही प्रसिद्धी वाढत होती. यांपैकी बोस्टनमधला वकील हॅरॉल्ड ब्राउन हा फ्रँचायझींच्या अधिकाराचा पुरस्कर्ता होता व त्याच्याबरोबर मग कंपनीचे खटले भरपूर व्हायचे. फ्रँचायझींच्या वतीने त्याने जिंकलेल्या अनेक खटल्यांमुळे तो चांगलाच प्रसिद्धीला आला व जणू

एक आख्यायिका बनला. या विषयावर त्याने लिहिलेल्या पुस्तकाचे नावही होते : 'फ्रँचायझिंग - ट्रॅप फॉर ट्रस्टिंग'.

मॅकडोनल्ड्स जशी या कोर्टकचेऱ्यांत गुंतत चालली तसतशी कंपनीमध्ये प्रचलित फ्रँचायझींसंबंधीच्या कायदेशीर तरतुदींबाबत अस्वस्थता वाढत चालली. एका पाठोपाठ एक पेट्रोलचे फ्रँचायझी तेल कंपन्यांविरुद्धचे दावे जिंकत होते. या तेल कंपन्या टायर्स, बॅटरीज आणि अन्य साहित्य त्यांच्याकडूनच विकत घेण्याबद्दलचे बंधन करारात घालत होते व त्याविरुद्ध हे फ्रँचायझी लढत होते. न्यायालयाने असे निकाल दिले की, अशी एकात एक गुंतलेली व्यवसायविषयक बंधने असलेले करार हे शासकीय फ्रँचायझीविषयक तरतुदींच्या विरुद्ध आहेत व अशा कराराने फ्रँचायझींना आर्थिकदृष्ट्या बंधनात गुंतवणे अयोग्य आहे. हे लोण १९६५पर्यंत मग फास्ट फूड उद्योगापर्यंत पसरले. यातला दूरगामी परिणाम करणारा निकाल 'चिकन डिलाइट' या साखळी स्टोअर्स विरुद्ध सिगेल या फ्रँचायझीच्या प्रकरणात दिला गेला. न्यायालयाने १९७०मध्ये असा निकाल दिला की 'चिकन डिलाइट' फ्रँचायझींना आपल्याकडूनच प्रेशर कुकर्स, फ्रायर्स, अन्य वस्तू उपकरणे व पदार्थ घेण्याची जी सक्ती करते आहे; ती बेकायदा आहे. 'चिकन डिलाइट' या व्यवसायातूनच अधिक पैसा मिळवत होती, त्यामुळे या निकालाने ती लवकरच दिवाळखोरीला लागली.

सुदैवाने रे क्रॉकच्या दूरदृष्टीने मॅकडोनल्ड्सने अशा वस्तू, उपकरणांविषयीची सक्ती फ्रँचायझींवर केलेली नव्हती; त्यामुळे ती बचावली. तरीही मूळ फ्रँचायझी या संकल्पनेविषयीच शंका निर्माण व्हावी, असे हे निकाल होते. त्यामुळे या रचनेचे औचित्य नाहीसे होत होते. फेडरल ट्रेड कमिशनही फ्रँचायझींच्या या वाढत्या शक्तीमुळे चिंतित होते व त्यावर उपाय शोधत होते. अनेक राज्यांतले कायदे बनवणारे लोकप्रतिनिधी नवनवे कायदे करून फ्रँचायझी रद्द करणे वा फ्रँचायझींच्या नूतनीकरणाला नकार देणे वगैरेंच्या बाबतीत फ्रँचायझींची ताकद वाढवत होते. अशा प्रकारचे एक कायदेशीर कलम इलिनॉइसचा प्रतिनिधी ॲबनेर मिकवा याने काँग्रेसमध्ये आणले, पण ते संमत झाले नाही. जनतेची अशी भावना होत चालली होती की, फ्रँचायझींची पद्धत ही एक जबरदस्ती करणारी पद्धत होती. त्यांत फ्रँचायझरचे नफे वाढावेत व फ्रँचायझींचे आर्थिक गैरफायद्याचे ते असावेत, असे मुद्दाम घडवले जात होते. मॅकडोनल्ड्सचे वकील ॲम सिल्व्हरमनने या वाढत्या प्रभावाबद्दल असेच मत व्यक्त केले होते.

या अशा वातावरणात मॅकडोनल्ड्सने या कायदेशीर लढाईत बहुधा मारच खाल्ला असता. दर्जा, सेवा व स्वच्छता या त्रिसूत्रीच्या पालनात ज्यांनी अगदी सुमार कामगिरी केली होती; अशा फ्रँचायझींनी असे दावे जास्त करून दाखल केले होते. कंपनीने या दाव्यांना घाबरून त्यांना तसेच काम करण्यास संमती देऊन ही दाव्यांची

डोकेदुखी टाळली असती. पण तसे करण्याचे नाकारून कंपनीने ते दावे लढायचे ठरवले. पण त्यामुळे या फ्रँचायझींकडून खोटेनाटे आरोप जाहीररीत्या करून कंपनीची बदनामी करण्याचे तंत्र अवलंबले जाण्याचा धोका होता; तोही कंपनीने पत्करला. कंपनीने 'एमओए'पुढे गुडघे टेकायचे यातून नाकारले, त्याचे कारण म्हणजे कंपनी कुशल कार्यपद्धतीच्या यशासाठी व ती टिकून राहावी, या तत्त्वासाठी लढत होती; ती केवळ कंपनी एकट्याच्या फायद्याचा विचार करत नव्हती. कंपनीने दोन प्रकारच्या फ्रँचायझींमध्ये स्पष्ट फरक केला. कंपनीच्या ध्येयधोरणाची आखणी व कार्यवाहीत कमीत कमी होत असलेला सहभाग असलेले फ्रँचायझी आणि 'एमओए'च्या आड लपून आपली सुमार कामगिरी खपवू पाहणारे फ्रँचायझी. पहिल्या प्रकाराबाबत कंपनीने सामोपचाराने घेऊन त्यांच्याशी सुसंवाद साधण्याचा प्रयत्न केला; तर दुसऱ्या प्रकाराबाबत त्यांनी ठाम कठोर धोरण अवलंबून न्यायालयीन लढ्याच्या मार्गातून माघार घ्यायचे टाळले. दोन्हींबाबत कंपनीचे धोरण सातत्यपूर्ण होते. त्यांनी ऑपरेटर्सना नवे अधिकार देऊन सबळ बनत चाललेल्या मॅकडोनल्ड्सला काबूत कसे आणता येईल हे पाहिले; तर ज्यांच्या सुमार कामगिरीमुळे कंपनीचे नाव बदनाम होत होते, त्यांना कसे हाकलता येईल या दृष्टीने प्रयत्न केले. या दोन्हींबाबत आपल्या किमान ध्येयधोरणांना बाधा पोचणार नाही, अशी तडजोड करण्याचेही धोरण त्यांनी स्वीकारले. अमेरिकेतील अन्य कोणत्याही कंपनीपेक्षा कडक धोरण स्वीकारून नासके आंबे कसे बाहेर काढता येतील, हे पाहून त्यांनी बाकीचे आंबे नासणार नाहीत याची काळजी घेतली. त्यासाठी कायदेशीर व जनसंपर्काच्या कामात कितीही खर्च झाला तरी त्यांनी त्याची पर्वा केली नाही. कंपनीचा पूर्वीचा कार्यकारी उपाध्यक्ष व कायदेशीर बाबींचा प्रमुख डोनाल्ड हॉरविट्झ म्हणतो, ''फ्रँचायझींमधले यश ही नाजूक बाब आहे. आम्ही त्यांत अधिक यशस्वी झाल्याने व त्यांच्या अपयशाने आमचेच नुकसान जास्त होणार आहे. त्यामुळे ज्या उपायांमुळे आम्ही यशस्वी झालो, त्या उपायांवरच घाला घालणाऱ्या फ्रँचायझीकडे काणाडोळा करणे व त्यांचे अपयश खपवून घेणे आम्हाला परवडण्यासारखे नव्हते.''

कमकुवत स्टोअरचालकांबाबत कंपनीने दोन प्रकारे कारवाई केली. ज्या चालकांनी कंपनीच्या 'दर्जा, सेवा, व स्वच्छता' या अटींबाबत ढिलाई केली होती; त्याबाबत कडक कारवाई करण्याचे ठरवून त्यांच्या विरुद्ध करारभंगाबद्दल कायदेशीर कारवाई सुरू केली. त्याला उत्तर म्हणून मग त्या फ्रँचायझींनी कंपनीविरुद्ध पदार्थांच्या किमतींबाबत बनवाबनवी करणे वा काही वस्तू घेण्याबद्दल सक्ती करणे, अशा स्वरूपाचे प्रतिदावे दाखल केले. दुसऱ्या प्रकारच्या कारवाईत जे काठावरचे पण सुमार चालक होते, त्यांच्या २० वर्षांनंतरच्या कराराचे नूतनीकरण न करण्याचे

धोरण कंपनीने ठरवले.

जेव्हा १९७५मध्ये कंपनीच्या सुरुवातीच्या परवान्याची मुदत संपली, तेव्हा कंपनीने त्यांच्या नूतनीकरणाचे अद्वितीय धोरण जाहीर केले. नूतनीकरणासाठी स्टोअरचालकांनी दर्जा, सेवा व स्वच्छतेबाबत किमान 'सी' श्रेणी मिळवली असली पाहिजे आणि पुढील २० वर्षे अखंड काम करत राहण्यासाठी त्यांची व्यवस्थापकीय पद्धत सशक्त व सक्रिय असली पाहिजे. अशांनी सुधारणांसाठी अधिक भांडवल गुंतवण्याची तयारी दाखवली पाहिजे व संयुक्त जाहिरात योजनेसाठी अन्य फ्रँचायझींबरोबरच्या सहकारी योजनेत सहभागी झाले पाहिजे. त्यामुळे काठावरच्या फ्रँचायझींना नूतनीकरण करणे शक्य होणार नव्हते. बऱ्याच फ्रँचायझींना वाटले होते की, नूतनीकरण आपोआपच होणार. काढलेल्या अनेक फ्रँचायझींना या नव्या धोरणामुळे झटका बसला, कारण कामातील दुर्लक्षामुळे व त्रिसूत्रीचे पालन न केल्यामुळे त्यांच्या परवान्यांचे नूतनीकरण होणार नव्हते.

असे धोरण फ्रँचायझींच्या इतिहासात पूर्वी अवलंबिले नव्हते. फास्ट फूड उद्योगात कसेही करून फ्रँचायझींना टिकवून ठेवण्याचे धोरण असायचे, कारण उत्पन्न मिळवायचे ते उत्तम साधन असत. याउलट, दर्जा टिकविण्यासाठी मॅकडोनल्ड्स आपली धोरणे व त्यायोगे फ्रँचायझी बदलत होते. हॉरविट्झ म्हणतो, "यामुळे चालकांमध्ये भीतीचे वातावरण निर्माण झाले होते. फ्रँचायझी जाणार, हा विचार करणेही त्यांच्या कल्पनेपलीकडचे होते. त्यामुळे ते कसे घडवून आणायचे व त्याचबरोबर फ्रँचायझींचा पाठिंबाही टिकवायचा, ही तारेवरची कसरत होती. कंपनीपुढची ही सर्वांत कठीण समस्या व परीक्षा होती आणि याची कुणी कल्पनाही केली नव्हती."

तरीही कंपनीने ही धोरणे अमलात आणताना कमालीची काळजी घेतली. ज्यांचे नूतनीकरण होणार नव्हते, त्यांना तीन वर्षे आधी कल्पना देण्यात आली व कंपनीने त्यांचे स्टोअर विकत घेणारे नवे चालकही शोधण्यात मदत केली. 'मॅकऑपको'ला अशी नूतनीकरण न झालेली स्टोअर्स घेण्यापासून परावृत्त करण्यात आले. त्यांना त्याची परवानगी नाकारली गेली. उच्च अधिकाऱ्यांची समिती नेमण्यात आली व समितीतील बहुमताने प्रत्येक नूतनीकरण करण्यात आले. त्यामुळे व्यक्तिगत पूर्वग्रहांना दूर सारण्यात आले. काही बाबतींत तर रे क्रॉकची इच्छा नसतानाही काहींचे नूतनीकरण करण्यात आले. ज्यांचे नूतनीकरण झाले नाही, अशांचा आकडा पाहिला तर हे लक्षात आले असते की, अगदी कमजोरातल्या कमजोरांबाबतच तसे धोरण अमलात आणले गेले. तब्बल ९१ टक्क्यांच्या बाबतीत पुढील वीस वर्षांकरता फ्रँचायझींचे नूतनीकरण करण्यात आले, हे पाहिले तर लक्षात येईल.

कितीही काळजी घेऊन सुमार कामगिरीवाल्यांना काढायची प्रक्रिया राबवली,

तरीही काही बाबतीत कायदेशीर प्रक्रिया फ्रँचायझी करणार, हे अपेक्षित होतेच आणि याबाबतचे त्या वेळचे प्रचलित कायदे पाहिले तर अशा वेळी दाव्यात मॅकडोनल्ड्सच्या बाजूने निकाल लागणे दुर्मीळच होते. पण प्रत्यक्षात घडले, तो चमत्कारच होता. कंपनीने अशा प्रकारचे सर्व दावे जिंकले.

मॅकडोनल्ड्सच्या या फ्रँचायझींबाबतच्या प्रकरणांनी एक नवा कायदेविषयक पायंडा पडला, हे खरेच. पूर्वी फ्रँचायझिंगबाबतचा निवाडा देताना फ्रँचायझीसंबंधीच्या तरतुदींना इतक्या वाईट शेऱ्यांनी न्यायालय संबोधायचे की, त्यामुळे फ्रँचायझिंग पद्धतीविषयीचे मत कलुषित व्हायचे. मॅकडोनल्ड्सने असे दावे जिंकल्याने याच्या विरुद्ध परिणाम झाला. त्यामुळे या पद्धतीच्या व्यवहाराला अधिकृतरीत्या प्रतिष्ठा मिळाली, जी पूर्वी नव्हती. याबरोबरच मॅकडोनल्ड्सने फ्रँचायझींच्या पद्धतीभोवती कायदेशीर निवाड्याचे भक्कम कवचही निर्माण करून दिले. तो या उद्योगाचा एक भक्कम पाया ठरला. उदा. – कंपनीने न्यायालयात हे पटवून दिले की, फ्रँचायझीने कंपनीकडचीच जागा भाडेकराराने घेणे अनिवार्य असणे, यात फ्रँचायझींबरोबरच्या करारात त्यांच्या गळ्यात कोणत्याही वस्तू कशाही करून मारणे, असे होत नाही. अशा तऱ्हेने जागेसह परवाना देणे हा संपूर्ण कराराचाच एक अविभाज्य भाग आहे. कंपनीचे फास्ट फूड साखळी उद्योगातले यश हे स्टोअरसाठी उत्तम व योग्य जागा निवडण्यावर भरपूर अवलंबून असते आणि त्यामुळे फ्रँचायझीने उद्या व्यवसायातून अंग काढून घेतले, तरी ती जागा कंपनीकडे राहणे आवश्यकच असते. शिवाय न्यायालयाने असाही निष्कर्ष काढला की, मॅकडोनल्ड्सने जागा भाड्याने देताना आकारलेले भाडे उचित आहे व त्या-त्या वेळच्या प्रचलित दराप्रमाणेच आहे.

मॅकडोनल्ड्सने न्यायालयाला हेही पटवून दिले की, त्यांचे नूतनीकरणाचे धोरण हे पूर्णपणे उचित आहे. न्यायालयाने पुन: पुन्हा हे मान्य केले की, परवान्याची मुदत वीस वर्षांची आहे, हे करारात स्पष्ट म्हटले आहे; त्यामुळे फ्रँचायझींनी त्याचा अर्थ 'परवान्याची आजन्म हमी आहे' असा घेणे बरोबर नाही. आणखी महत्त्वाचे म्हणजे, मॅकडोनल्ड्सने 'दर्जा, सेवा व स्वच्छता' ही त्रिसूत्री न पाळणाऱ्या फ्रँचायझींचा करार रद्द करणे योग्य आहे याचे जोरदार समर्थन केले. कंपनीने असा करार रद्द करण्यापूर्वी पर्यायी खरेदीदार पाहण्यास मदत करणे व बाजारभावाप्रमाणे ते स्टोअर फ्रँचायझींकडून विकत घेणे व ते दुसऱ्यास विकत देणे यास कधीही नकार दिलेला नाही.

असे असूनही करार रद्द झालेल्या कित्येक स्टोअरचालकांनी साडेपाच लाख डॉलर्स एवढी प्रचंड रक्कम मिळत असतानाही स्टोअर विकत देण्यास नकार दिला. तसे करण्यासाठी त्यांच्या वकिलांनी त्यांना सल्ला दिला व भरीस घातले. अशा प्रत्येक प्रकरणात त्यांनी कायदेशीर लढाईची खर्चाची भरपाई कंपनीने करावी, असे

न्यायालयात सांगितले; मात्र त्यांची मागणी तिथे मान्य झाली नाही. करार रद्द करण्यापूर्वी जो स्टोअर हजारो डॉलर्सला विकला गेला असता व त्याचे पैसे त्यांना मिळाले असते, ते न्यायालयीन लढाईतील पराभवामुळे हुकले आणि त्यांना एक दमडीही मिळाली नाही.

ज्यांनी दर्जा, सेवा व स्वच्छतेबाबत उदासीनता दाखवली होती वा कंपनीच्या उदारपणाचा गैरफायदा घेतला होता, त्याबाबत मग कंपनीने त्यांना काही दयामाया दाखवली नाही. बॉब ओहम हा शिकागोच्या उपनगरातील फ्रँचायझी. त्याने न्यायालयातील दावा काढून घ्यावा (ज्यात त्याची फ्रँचायझी रद्द करण्याच्या कंपनीच्या निर्णयाविरुद्ध तो लढत होता), या कंपनीच्या वारंवार केलेल्या विनंतीला त्याने कचऱ्याची टोपली दाखवली. त्यात कंपनीने त्याला योग्य किमतीला ते स्टोअर परत घेण्याचेही आश्वासन दिले होते. मग कंपनीने आपण किती कर्तव्यकठोर आहोत, हे त्याला दाखवून दिले. मॅकडोनल्ड्सने खटला जिंकला; पण ती जागा त्याच्या मालकीची होती, त्यामुळे त्याने ती सोडली नाही. पण कंपनीने आपले नाव त्याला तिथे लावण्यास व वापरण्यास ठाम नकार दिला.

न्यायालयाचा निकाल लागला, त्या दिवशी मॅकडोनल्ड्सचा शेल्बी यास्त्रो हा अधिकारी ओहमच्या त्या स्टोअरमध्ये आपले लोक घेऊन गेला आणि त्यांनी मॅकडोनल्ड्सची कमान व इतर खाणाखुणा काढून घेतल्या. त्या आपल्या गाडीतून घेऊन तो मग मॅकडोनल्ड्सच्या ऑफीसमध्ये विजयाचे प्रतीक म्हणून घेऊन गेला. ओहमने मग त्या जागी 'बेर्नीज' नावाचे हॅम्बर्गरचेच स्टोअर काढले. मॅकडोनल्ड्सने त्याच्याजवळच आपले नवे स्टोअर काढले, त्यांत मुलांसाठी खेळायची सोय होती. ते जोरात चालू लागले व वर्षाच्या आतच ओहमच्या बेर्नीजला गाशा गुंडाळावा लागला.

'दर्जा, सेवा, स्वच्छता' या त्रिसूत्रींच्या भंगाबद्दलचा न्यायालयीन निवाडा मॅकडोनल्ड्सला १९८२मध्ये रेमंड डायनच्या प्रकरणात मिळाला. त्याने इलिनॉइसच्या कंपनीला तिने फ्रान्समधील पॅरिसमधल्या स्टोअरचा परवाना रद्द करू नये म्हणून न्यायालयात खेचले. त्याचे म्हणणे होते, त्याने या त्रिसूत्रींबाबतच्या अटीचा काहीही भंग केलेला नाही व तसा झालाय असा कंपनीचा केवळ समज आहे, असे त्याने न्यायालयात सांगितले. अशा प्रकारचे कंपनीचे केवळ त्रिसूत्रीभंगाचे हे पहिलेच प्रकरण होते.

मॅकडोनल्ड्सची पॅरिसमधली १२ स्टोअर्स त्याच्याकडे होती व त्यात आणखी वाढ व्हायची शक्यता होती, त्यामुळे डायनचे बरेच नुकसान होणार होते. पण कंपनीला त्याची ती बेफिकिरीने चालवलेली स्टोअर्स नको होती. कंपनीच्या आंतराष्ट्रीय प्रतिष्ठेला त्यामुळे बाधा येणार होती. कंपनीची पॅरिसमधील रेस्टॉरंट्स म्हणजे त्या त्रिसूत्रीची कचराकुंडी आहे, असे कंपनीतील बऱ्याच जणांचे म्हणणे होते.

खाद्यपदार्थांविषयीच्या कंपनीच्या कठोर नियमांचे तिथे उघड-उघड उल्लंघन होत होते. हॅम्बर्गर्समध्ये नेहमीच्या प्रमाणबद्ध पद्धतीचे पदार्थ नव्हते. खाद्यपदार्थ थंडच दिले जायचे व ते अगदी मॅकडोनल्ड्सच्या अधिकाऱ्यांनाही खाणे नको वाटायचे. खाद्यपदार्थ कचरा टाकायच्या जागेजवळच ठेवले जायचे. उपकरणे व यंत्रे यांचीही देखभाल नीट ठेवली जायची नाही. तळणाचे तेल जळलेले, काळे पडलेले असायचे. जमीन व भिंतीवर ग्रीसचे थर लागलेले असायचे. सर्वत्र कचरा पडलेला असायचा. छपरातून गळणारे ग्रीस वा पाणी तिथेच लटकावलेल्या ग्लासात साठवले जायचे व ते खराब दिसायचे. तिथला हा एकंदर प्रकार इतर ठिकाणचे मॅकडोनल्ड्सचे ग्राहक तिथे जाऊन स्वत: अनुभवायचे व नग परत गेल्यावर त्याबद्दल आपल्या फ्रँचायझींना सांगायचे. मग ते कंपनीच्या कानावर या गोष्टी घालायचे. कंपनीच्या जुन्या-जाणत्या व्यवस्थापकांनीही हे मान्य केले की, इतकी गचाळ स्टोअर्स त्यांनी कधीही पाहिली नव्हती.

त्यामुळे डायनला हाकलून देण्याबाबत कंपनीतला दबाव वाढत चालला. मॅकडोनल्ड्स कॅनडाचा अध्यक्ष जॉर्ज कोहोन याने मग फ्रेड टर्नरला पत्र लिहिले व पॅरिसच्या या प्रकाराचे वर्णन करून 'हा कर्करोग आता काढला पाहिजे', असा निर्वाणीचा सल्ला दिला. टर्नरने कोहोनलाच त्याबाबत कृती करायला सांगितले. मग त्याने डायनशी बोलणी करून पॅरिसची सर्व मॅकडोनल्ड्स रेस्टॉरंट्स १.२ कोटी डॉलर्सना विकत घेण्याची तयारी दाखवली. ती नाकारल्यावर डायनला नंतर पश्चात्ताप करत बसावे लागले. काही महिन्यांतच कंपनीने डायनचे परवाने रद्द केले व त्यावर स्थगिती यावी, म्हणून डायन न्यायालयात गेला.

डायनने तडजोड करण्याऐवजी न्यायालयाची पायरी चढणे हे समजण्यासारखे होते. त्याचा तिथला १/४ भागीदार होता मॅथिएसन. तो 'एमओए'चाही वकील होता. पण न्यायालयाने जे मत मांडले, त्याची कोणी तशी अपेक्षाही केली नसेल. इलिनॉइसच्या न्यायालयाने मॅकडोनल्ड्सच्या बाजूने निर्णय दिला. न्यायालयात मॅकडोनल्ड्सने तिथल्या स्टोअर्सच्या खराब स्थितीचे यथार्थ दर्शन घडवणारे फोटो सादर केले होते; तर डायनने त्याच स्टोअर्सचे चकचकीत फोटो सादर केले होते. मॅकडोनल्ड्सच्या फोटोत रेस्टॉरंटबाहेरील झाडावर ते उन्हाळ्यात घेतल्याने पालवी फुटलेली दिसत होती, तर डायनच्या फोटोत झाडे रुक्ष दिसत होती. म्हणजेच फोटो पानगळ सुरू झाल्यावर घेतले होते. जेव्हा मॅकडोनल्ड्सने करार रद्द केल्याची सूचना डायनला पाठवली होती, त्यानंतरच त्याने ती साफसफाई केली होती, असा निष्कर्ष न्यायालयाने काढला व मॅकडोनल्ड्सच्या बाजूने निकाल दिला.

न्यायालयाला या प्रकरणात डायनच्या वागण्याचा राग आलाच, पण त्याहीपेक्षा जास्त राग हा त्याने मॅकडोनल्ड्सचा करारभंग केला त्याचा आला. न्यायालयाची

याबाबतची निरीक्षणे ही मॅकडोनल्ड्स कामचुकार स्टोअर्सबाबत घेत असलेल्या कृतीला पाठिंबा देणारी होती. या प्रकरणात मॅकडोनल्ड्सने न्यायालयाला पटवून दिले 'दर्जा, सेवा, स्वच्छता' या त्रिसूत्रीला कंपनी किती पवित्र मानते व महत्त्व देते ते. त्याच्या निवाड्यात न्यायाधीश करी यांनी डायनचा हा दावा खोडून काढला की, पॅरिसची डायनची स्टोअर्स चांगली चालत होती व त्यांतून होणारा फायदा स्वत: हडप करण्यासाठी कंपनी हे खोटे आरोप करत आहे. या निवाड्याने कंपनीला असा कर्करोग इतर ६९०० स्टोअर्समध्ये फैलावण्यावाचून नष्ट करता आला.

न्यायाधीश म्हणाले की, जर 'फ' श्रेणीचा डायन कंपनीला असे वागून वाकुल्या दाखवू लागला, तर इतरही ठिकाणचे फ्रँचायझी त्याप्रमाणेच वागू लागतील. न्यायाधीश करींनी यापेक्षा कडक भाषा वापरण्याचे टाळले. तरीही त्यांनी मारलेले शेरे बोचरे होते.

न्यायाधीश करींनी दिलेल्या या निवाड्यामुळे १९७५मध्ये सुरू झालेल्या फ्रँचायझींबाबतच्या वादावादीला १९८२मध्ये पूर्णविराम मिळाला. या सर्व आणीबाणीला कंपनीने सरळ-सरळ तोंड दिले आणि त्यांतून ती अधिक सशक्त, अधिक हुशार आणि अधिक आधुनिक 'फ्रँचायझर' म्हणून पुढे आली. मोठ्या आणि अधिक गुंतागुंतीच्या पद्धतीशी चांगले वागवण्याच्या रे क्रॉकच्या शिकवणुकीशी बांधिलकी राखण्यासाठी कंपनी प्रसंगी नम्रही होऊ शकत होती व वाकूही शकत होती; पण जे तिला जाणून-बुजून वाकड्यात जाऊन विरोध करायचा प्रयत्न करतील, त्यांच्याबाबत ती वज्राहून कठोर होऊ शकत होती.

या सर्व वादळात व संशयाच्या वातावरणात, कटुपणा व संधिसाधूपणाच्या कारवायांत मॅकडोनल्ड्सने सहिष्णुता व संताप दोन्हीही योग्य वेळी प्रकट केले आणि त्यांचे प्रदर्शनही योग्य वेळीच केले. त्यांत तिने रे क्रॉकची समतोलपणाची भावना, भक्तिपूर्वक प्रकट केलेली शिस्त व करार, परिश्रमाविषयीची प्रामाणिकता यांचे दर्शन घडवले. रे क्रॉकने एखाद्या शाळामास्तरप्रमाणे आपले तरुण व्यवस्थापक व फ्रँचायझींमध्ये ते बिंबवले होते आणि त्याच्या त्या तत्त्वांतील योग्य त्या ताकदीमुळे कंपनीने त्या कसोटीच्या वर्षातील अंतर्गत व बाह्य वादळांना समर्थपणे तोंड दिले.

क्रॉकची तत्त्वे काळाच्या कसोटीत आणि कायद्याच्या चौकटीतही टिकून राहिली होती. मॅकडोनल्ड्सचा १९६६पासूनचा संचालक आणि सोन्नेबर्नच्या कायदाविषयक कंपनीतला भागीदार डोनाल्ड ल्युबिनचा असा विश्वास आहे की, मॅकडोनल्ड्सचे फ्रँचायझींच्या त्या प्रकरणातील एकमेवाद्वितीय व एकही डाग न पडलेल्या यशाचे श्रेय रे क्रॉकसारख्या प्रतिभावान व्यक्तीच्या शिकवणुकीला जाते आणि विशेषत: त्याच्या निर्णयाला. जास्त किमतीला फ्रँचायझी देऊन पैसा कमवायचा

नाही किंवा आपल्याच नावावर ती करून घ्यायची नाहीत, हा त्याचा महत्त्वाचा विचार होता.

जानेवारी १९८४मध्ये निधन व्हायच्या काही महिने आधीपर्यंत सॅन दिअॅगोमधील त्याच्या कार्यालयात रे क्रॉक काम करत असे. त्याचे वय त्या वेळी ८१ वर्षांचे होते. त्याचे पद होते ज्येष्ठ अध्यक्ष आणि संस्थाप्क व तेही सुमारे निधनापूर्वी १० वर्षे आधीपासून. तरीही त्याने काम कधीही थांबवले नाही. तो पूर्ण वेळ काम करायचा. तो फ्रेड टर्नरच्या पाठीमागे रेनेला हाताशी धरून कट रचायचा, तो एखादा नवा खाद्यपदार्थ विकसित करण्यासंबंधी. तो त्याच्या कार्यालयातील खिडकीच्या बाहेर एखाद्या घारीसारखी नजर टाकून तिथे आलेल्या मॅकडोनल्ड्स रेस्टॉरंटकडे पाहत बसायचा. अंधार पडू लागला की, तो तिथल्या व्यवस्थापकाला फोन करून दिवे लावायला सांगायचा.

ड्राइव्ह-इनच्या खिडकीपासून सेवा घेऊन गाड्या किती कमी वेळात पुढे जातात याचा तो अभ्यास करायचा आणि मग तिथले एक कॅश काउंटर ४० टक्के व्यवसाय संभाळतेय आणि बाकीची ६० टक्के, यावर त्याची मल्लिनाथी चालायची. त्यांतूनच पुढे पैसे घेण्यासाठी एक खिडकी व खाद्यपदार्थ द्यायला दुसरी खिडकी, ही पद्धत चालू झाली.

पण त्याला हृदयविकाराचे दोन झटके आले, त्यांतून गुंतागुंत निर्माण झाली व त्यामुळे निधनापूर्वी काही महिने त्याला इस्पितळात ठेवावे लागले. त्याला कळून चुकले की, आता आपण परत कामाला जाऊ शकणार नाही. आपण वार्षिक १,७५,००० डॉलर पगार तर घेणार, पण काम तर काही करणार नाही – या विचाराने तो बैचेन झाला. मग फ्रेड टर्नर त्याला भेटायला इस्पितळात आला व क्रॉक टर्नरला म्हणाला की, माझे नाव आता कंपनीच्या पगाराच्या यादीतून काढून टाका. टर्नर त्याचा मित्र, वारस आणि मुलगा असल्याचे क्रॉक मानत असे.

सन १९५०मध्ये क्रॉक आणि मॅकडोनल्ड्सबंधू यांच्या कंपनी चालू करण्यासंबंधीच्या बोलण्याची, त्याच्या स्वत:च्या कंपनीसंबंधीच्या कल्पनांची, दृष्टिकोनाची माहिती सांगणारी डिक्टाफोनवरील संभाषणाची ध्वनिफीत सॅन दिअॅगोहून परतताना फ्रेड टर्नर ऐकत होता. त्यात क्रॉकने त्याच्या मूलभूत कंपनीसंबंधी व कार्यपद्धतीसंबंधीच्या संकल्पना स्पष्ट मांडल्या होत्या आणि मग पूर्वी कधीही वाटले नसेल तेवढे फ्रेडला वाटू लागले की, कंपनीची मूलभूत ताकद आहे ती रे क्रॉकच्या उद्योजकतेसंबंधीच्या सरळ व प्रामाणिक तत्त्वज्ञानातच. टर्नरने रेच्या पगार बंद करण्याच्या विनंतीला उत्तर देण्यास विलंब केला नाही. ''नाही, ते कदापि शक्य नाही. तुमच्या पुढच्या १०० वर्षांचा पगार मिळवण्याइतपत काम तुम्ही आताच केलंयत.''

‘अमेरिकाना’ची निर्यात

आज ना उद्या या तापाची लागण सगळ्यांनाच होते – विशेषत: यशस्वी कॉर्पोरेट अधिकाऱ्यांना ती अधिक होते. तुम्ही त्याला साम्राज्य-उभारणी म्हणू शकता वा कॉर्पोरेट अधिकाऱ्यांचा सट्टा. कदाचित तो एक्झिक्युटिव्ह सूटमध्ये राहण्याचा अहंकार असू शकतो. एखाद्या उद्योगात काही जादूचे हात लागून कंपनी यशस्वी झाली की तिला वाटते की, आता हा अनुभव इतर कोणालातरी द्यावा.

आपला उद्योग यशस्वीपणे संभाळून इतर विविध उद्योगांत पदार्पण करण्याचे लोण १९६० व १९७०च्या दशकांत अमेरिकेत भरपूर पसरले होते आणि रे क्रॉकला तसे करण्याची चांगली कारणे हाताशी आली होती. हॅरी सोन्नेबर्नने १९६२मध्येच त्याला शिकागोच्या उपनगरातले रेस्टॉरंट ‘हॉटींजर्स’ विकत घेण्याची कल्पना सुचवली होती. त्या रेस्टॉरंटबाहेर जर्मन बिअर गार्डन, बँडस्टँड आणि हिरवळीची जागा होती. सोन्नेबर्नला वाटले की, अशा रेस्टॉरंटला हॅम्बर्गरसारख्या साध्या खाद्यपदार्थांचे ठिकाण म्हणून बदलायच्या ऐवजी त्याचे आहे ते रूपच कायम ठेवावे. त्यानिमित्ताने आणखी एका नव्या उद्योगात पदार्पण करता येईल व मग ते मॅकडोनल्ड्सचे दुसऱ्या उद्योगातले पहिले पदार्पण ठरेल.

मॅकडोनल्ड्सच्या अधिकाऱ्यांनी त्या रेस्टॉरंटला नवे रूप देण्यासाठी धडपड सुरू केली. कंपनीचा नवा अधिकारी अल् बर्नार्डिनने त्याचा ताबा घेतला. गॅरी न्यूमन या हिशेबनीसाने तिथले हिशेब संभाळले. लग्नसमारंभाच्या स्वागतसमारंभासाठी ते सजवताना ज्यून मार्टिनोने अगदी तिथली टॉयलेट्स साफ आहेत ना, हे पाहण्याचेही काम केले आणि हॅरी सोन्नेबर्न शनिवार-रविवार तिथे जाऊन गर्दीच्या वेळी काही काम पाहू लागला.

पण ही कल्पना थोड्याच दिवसांत फसली. थोड्याच दिवसांत असे लक्षात

आले की, नोकरवर्गाचे पगार, स्वच्छता, भाडे वगैरेचा कंपनीचा कायमस्वरूपी खर्च वाढत चाललाय. जरा थंडी वाढली, जोरदार वारे सुटले की ग्राहक बागेत बसायचे टाळायचे. मग तिथे काम करणारा नोकरवर्ग नुसता बसून असायचा. अन्न वाया जायचे. त्याचा गाशा १८ महिन्यांतच गुंडाळावा लागला व अशा रेस्टॉरंटमध्ये कंपनीचे काम चालू करावे, हे सोन्नेबर्नचे स्वप्न भंग झाले. इतर व्यवसायात शिरण्यातील धोके त्यामुळे लक्षात आले. या हॉटींजर्सच्या व्यवहारात रे क्रॉक, ज्यून मार्टिनो आणि हॅरी सोन्नेबर्नचे मिळून १३ लाख डॉलर्स बुडाले. कदाचित पुढे क्रॉक आणि सोन्नेबर्नचे फाटले, त्याची सुरुवात इथपासूनच झाली असावी, असे अनेक निरीक्षकांना वाटते.

पण या प्रकरणात हात पोळले तरी मॅकडोनल्ड्सचा – विशेषकरून क्रॉकचा – इतर क्षेत्रांत काहीतरी नवे करायचा उत्साह मावळला नव्हता. फास्ट फूड उद्योगात आणखी काही करायची त्याची धडपड चालूच होती. 'टॅको बेल' आणि 'बास्किन रॉबिन्स' या अन्य दोन फास्ट फूड साखळी उद्योगांना ताब्यात घेण्याचे जवळजवळ निश्चित होत आले होते. पण नंतर अन्य कोणीतरी ते ताब्यात घेतले. क्रॉकने कॅलिफोर्नियातील 'मेरी कॉलेंडर्स' हा 'पाइज' पुरवणारा फास्ट फूड साखळी उद्योग विकत घेण्याची तयारी केली, पण त्याने देऊ केलेली किंमत त्या कंपनीने नाकारली व मग त्याने स्वत:चीच पाइज विकण्याचा साखळी उद्योग चालू केला. त्याचे नाव ठेवले 'जेन डॉबिन्स पाय शॉप्स' हे त्याच्या दुसऱ्या बायकोच्या नावावरून ठेवले होते. त्याने १९६८मध्ये लॉस एंजलीसमध्ये ह्याची दोन पाय शॉप्स काढली. त्याला आशा होती की, या रूपाने या निराळ्या खाद्यपदार्थाचा साखळी उद्योग उभारता येईल व त्याचे फ्रँचायझी येतील. त्याने खर्चात काटकसर केली नाही. दोन्ही स्टोअर्समध्ये खाण्याची जागा उत्तम सजवली होती व पाइज तयार करण्याचे मोठे यंत्र सर्वांना दिसू शकत होते. त्या पाइजचा छान वास रेस्टॉरंटभर भरून राहत होता. त्याने ५०००० डॉलर्स वार्षिक पगार देऊन एक 'पाय' सल्लागारही नेमला. पण दोन वर्षांतच दोन्ही रेस्टॉरंट्स चांगली तोट्यात गेली होती. मधल्या काळात त्याचा आणि जेनचा घटस्फोट झाला. मग त्याचे त्यातील स्वारस्यही संपले व तो व्यवसाय बंद करावा लागला.

क्रॉकचा आणखी एक प्रयत्न फसला तो 'रेमंड्स' हे श्रीमंती थाटाचे खास हॅम्बर्गर रेस्टॉरंट उघडायचा. फ्रँचायझींसाठी योग्य असा आणखी एक उद्योग उभारायचा त्याच्या १९७०च्या आसपासच्या प्रयत्नाचा तो एक भाग होता. या रेस्टॉरंटमध्ये केवळ हॅम्बर्गरऐवजी विविध प्रकारची सँडविचेस तयार करून ग्राहकांना पुरवायची सोय होती आणि श्रीमंत वर्गासाठी उच्चभ्रूंच्या वस्तीत ते चालवावे, ही त्याची अपेक्षा होती. पहिली दोन रेस्टॉरंट्स भरपूर खर्च करून उत्तम सजवली होती.

ती बेव्हर्ली हिल्समधील रेडिओ ड्राइव्ह व शिकागोतल्या नॉर्थ मिशिगन ॲव्हेन्यूसारख्या बुजुर्गांच्या वस्तीत थाटण्यात आली होती. पण त्या श्रीमंती सजावटीला साजेशा चांगल्या हॅम्बर्गरची यादी त्याला तिथे ठेवता आली नाही व सुरुवातीपासूनच दोन्ही दुकानांना घरघर लागली. दोन वर्षांतच ती बंद करावी लागली. रे क्रॉकचे हे इतर उद्योगात घुसायचे प्रयत्न निष्फळ ठरले व मॅकडोनल्ड्समध्ये त्याने जसे निर्भेळ यश मिळवले तसे भाग्य या प्रयत्नांना मिळाले नाही. ते निष्कलंक ठरले नाहीत.

या इतर फास्ट फूड उद्योगात शिरण्याच्या त्याच्या प्रयत्नांबरोबरच त्याने आणखी एक धडपड केली. पहिल्या महायुद्धातला त्याचा सहकारी व जिवलग मित्र वॉल्ट डिस्नेने ॲम्युझमेंट पार्कच्या क्षेत्रात जशी मुसंडी मारली तसेच आपण काही करावे, असे रे क्रॉकला वाटू लागले. त्याद्वारे वॉल्ट डिस्नेशी चांगली स्पर्धा करता येईल, हा त्याचा अंदाज होता. रे क्रॉकची भेट पश्चिम किनाऱ्यावरील एक उद्योजक बांधकामतज्ज्ञ हॅरी स्टील याच्याशी झाली व त्याने रेच्या डोक्यात डिस्नेलँडसारखाच पार्क काढायची कल्पना घुसवली. 'वेस्टर्न' सिनेमाचे त्या वेळी प्रस्थ होते व त्याच बोधतंत्रावर आधारित असे हे पार्क झाले असते. या प्रकल्पाचे मॅकडोनल्ड्समधले संकल्पित नाव होते 'वेस्टर्न वर्ल्ड'.

जेव्हा कंपनीचे संचालक व उच्चाधिकाऱ्यांना त्याने ही पार्कची योजना सांगितली, तेव्हा ते अवाक् झाले. पश्चिम किनाऱ्यावरची ती हजारो एकरांची ओसाड जागा होती. खाच-खळगे, दगड-धोंडे, छोट्या टेकड्या, जंगली झाडी वगैरे म्हणजे 'लीन रेजंट'सारख्या टीव्हीवरच्या वेस्टर्न मालिकेकरता योग्य, एवढीच ती जागा होती व त्यांनी त्या योजनेला प्रचंड विरोध केला. संचालक डेव्हिड वॉलस्टाइन ती जागा पाहून आला व मग त्याने रे क्रॉकला या योजनेपासून परावृत्त करण्याचा प्रयत्न केला. रे क्रॉकशी संबंध असलेल्या अन्य कोणापेक्षाही डेव्हिडला या प्रकल्पाची व्याप्ती, त्यांतली आर्थिक गुंतवणूक व त्यावरची जोखीम याची चांगलीच कल्पना आली. त्याच्या मते, क्रॉकला त्यातल्या गांभीर्याची पूर्ण कल्पना नव्हती वा तो ते अपेक्षेपेक्षा फार सोपे आहे, असे समजत होता. वॉल्ट डिस्ने या डेव्हिडच्या मित्राने १५ वर्षे आधी त्याला ॲनाहाइम या लॉस एंजलीसजवळच्या ठिकाणची अशीच हजारो एकर जागा दाखवली होती. वॉल्टचा त्या वेळी तिथे थीम पार्क काढायचा प्रयत्न चालू होता. डेव्हिड त्या वेळी एबीसी टीव्हीचा अधिकारी होता. त्याला वॉल्टने सांगितले होते की, एनबीसी आणि सीबीएस या दोन्ही टीव्ही चॅनेल्सनी त्याची योजना फेटाळली होती व तो आता इतर छोट्या-छोट्या चॅनेल्सची मदत मिळते का, ते पाहत होता. डेव्हिड या कल्पनेने प्रभावित झाला व त्याने काही कंपन्यांना या प्रकल्पात १/३ गुंतवणूक करावी, तिथे लहान मुलांसाठी काही छोट्या-छोट्या टीव्ही सिरियल्सचे छायाचित्रण करावे व ते चॅनेल्सवरून दाखवावे, असे सुचवले.

त्या वेळी एबीसी चॅनेल्सला चांगल्या कार्यक्रमांची आवश्यकता होती, त्यामुळे त्यांनी या योजनेत भाग घेतला. त्यांतून 'मिकी माउस क्लब' आणि 'वंडरफुल वर्ल्ड ऑफ डिस्ने' हे दोन कार्यक्रम तयार झाले व प्रचंड लोकप्रियही झाले. त्यांतूनच मग वॉल्ट डिस्नेने थीम पार्क उद्योग या नव्या संकल्पनेची मुहूर्तमेढ रोवली. एबीसीला मग त्या थीम पार्कमध्ये खाद्यपदार्थांच्या उद्योगात सवलत मिळवायचे अधिकार मिळाले.

पण क्रॉकची योजना तयार होईपर्यंत या नव्या उद्योगात वॉल्ट डिस्नेशी स्पर्धा करायला कोणीही धजावत नव्हते. मात्र, डेव्हिडला या रे क्रॉकच्या योजनेतले धोके लक्षात आले. त्यातल्या प्रचंड गुंतवणुकीमुळे फ्रेड टर्नरच्या प्रचंड विस्तार योजनेवर निधीअभावी परिणाम झाला असता. तो म्हणतो, ''रे क्रॉकला वाटले की, आपण या जंगलातून एक चांगला थीम पार्क घडवू. पण वॉल्ट डिस्ने कोणत्या अडचणीतून गेला होता, याची मला कल्पना होती. ते मी प्रत्यक्ष पाहिले होते. वॉल्टकडे देशातले उत्तमोत्तम तंत्रज्ञ तो पार्क यशस्वी करण्यासाठी राबत होते आणि तेही वर्षानुवर्षे. आमच्याकडे असे सर्जनशील लोकही नव्हते आणि एबीसीसारख्या टीव्ही चॅनेल्सचा पाठिंबाही नव्हता.''

पण रे क्रॉक आपल्या कल्पनेवर ठाम होता व या सर्वांनी दाखवलेल्या विरोधानंतरही तो विचलित झाला नाही. तो जणू त्या प्रकल्पाने झपाटला होता. त्याने असे कबूल केले की, ती १५०० एकर जागा तो स्वत:चे पैसे घालून विकत घेईल. मग मॅकडोनल्ड्सने सल्लागार नेमून एक प्रकल्प अहवाल 'वेस्टर्न वर्ल्ड' या नावाने करून घेतला. त्यात त्या सल्लागारांनी असा पार्क उभारायचा खर्चाचा अंदाज ३ कोटी डॉलर्सचा दिला.

मग मॅकडोनल्ड्सने या योजनेला हिरवा कंदील जवळजवळ दाखवला होता. तोच कंपनीच्या बाहेरच्या संचालकांनी त्याला ठाम विरोध केला आणि जेव्हा क्रॉकने जेनला घटस्फोट दिला व जोनशी लग्न केले, त्या वेळी सर्वांना वाटले की, त्याला या कल्पनेपासून परावृत्त करण्याची हीच वेळ आहे. कारण ही खर्चिक व जोखमीची योजना होती. फ्रेड अध्यक्ष झाला, त्या वेळी रे हा व्यक्तिगत जीवनात स्थिरस्थावर नव्हता. तो इतर गोष्टींकडे लक्ष ठेवून होता. पण जोनशी लग्न झाल्यावर तो स्थिरावला व त्याच्या व्यक्तिगत जीवनाला पुन्हा स्थैर्य आले. मग डॉन ल्युबिनने त्याला या योजनेपासून परावृत्त करण्याचा प्रयत्न केला व शेवटी रे त्याला तयार झाला. ल्युबिन हा कंपनीचा स्वतंत्र सल्लागार व रेचा व्यक्तिगत वकीलही होता. या प्रकल्पाचा गाशा गुंडाळायची रेची तयारी पाहून मग सर्वांनी सुटकेचा नि:श्वास सोडला. जणू पिस्तुलाची छातीपर्यंत आलेली गोळी चुकली होती!

जरी 'वेस्टर्न वर्ल्ड' योजनेविषयी फ्रेड टर्नरला अजिबात सहानुभूती नव्हती, तरी

त्या वेळी तो स्वत:च्या मॅकडोनल्ड्सच्या विस्तारयोजनेवर बेहद्द खूश होता व तिचा पाठपुरावा करत होता. त्याने १९६०च्या दशकाच्या शेवटी मॅकडोनल्ड्सच्या विस्ताराच्या आणखी एका मार्गाचा विचार चालू केला. तिथे त्याच्या मते, मॅकडोनल्ड्सला तिचे फ्रँचायझी आणि स्थावर मालमत्तेच्या उद्योगातील कसब उपयोगात आणता आले असते. इन्व्हेस्टमेंट बँकर्सनी गुंतवणूकदारांची रांगच फ्रेडपुढे उभी केली व त्यांतील प्रत्येक व्यक्तीशी फ्रेडने सविस्तर बोलणी केली. हॉटेल्स विकत घेणे, स्टीक हाउस वा बार्बेक्यू साखळी स्टोअर्स विकत घेणे आणि अगदी फुलांची दुकानेसुद्धा. शिकागोमधला शिकागो बेअर्स फुटबॉल संघ त्या वेळी त्याचा मालक जॉर्ज हॅलासने विकायला काढत होता. त्याबाबतही त्याने चाचपणी केली. क्रॉकच्या त्या ॲम्युझमेंट पार्कच्या योजनेचा किडाही त्याच्या डोक्यात काही काळ वळवळत होता. त्या वेळी ह्युस्टनचा 'ॲस्ट्रोवर्ल्ड' हा थीम पार्क विकण्यासाठी होता, तोही त्याने पाहिला. हा पार्क जन रॉय होफहाइन्झ याने विकसित केला होता. त्यानेच पूर्वी ॲस्ट्रोडोमही उभारला होता. पण टर्नरला अधिक भुरळ घातली ती टॉम क्रुट्झनिक याने योजलेल्या ॲम्युझमेंट पार्कने. तो माजी वाणिज्य मंत्र्याचा मुलगा होता. त्याच्या वडिलांनीच शिकागोची 'वॉटर टॉवर पॅलेस' ही उंच लक्झरी हॉटेल, अपार्टमेंट्स व शॉपिंग सेंटर असलेली इमारत उभारली होती. ती बांधत असतानाच त्यांच्या मनात आणखी काही भव्य स्वप्ने होती. त्यांच्या मनात डिस्नेलँडच्या धर्तीवर मोठा पार्क, पण एकाच इमारतीमध्ये उभारायचा होता. तो कधीच बांधला गेला नाही, पण या कल्पनेनेही फ्रेडला भुरळ पडली.

या उद्योग विकत घेण्याच्या त्याच्या भरारीला जमिनीवर यायला दोन वर्षे लागली आणि मग त्याला मॅकडोनल्ड्समध्येच जी काही सुप्त शक्ती होती, त्याबद्दल आस्था वाटू लागली. तो म्हणतो, "या अन्य पर्यायांचा मी सविस्तर विचार केला आणि शेवटी अशा निर्णयापर्यंत येऊन पोहोचलो की, यापेक्षा मॅकडोनल्ड्समध्येच भरपूर संधी मला उपलब्ध आहेत ना?"

मागे वळून पाहिले, तर ह्या उद्योगांच्या विविध प्रकारांत कंपनी गुंतून पडली नाही, हे नशीबच म्हटले पाहिजे. नाही तर तिला मॅकडोनल्ड्समध्ये भागभांडवलावर दर वर्षी मिळणारे २० टक्के उत्पन्न (फ्रेडने कंपनी हातात घेतली त्या वेळेपासून दर वर्षी ते दिले जात होते) इतर कोणत्या उद्योगात मिळाले असते? मग कंपनीने दूरवरचा विचार करून कंपनीची अंतर्गत वाढ हेच आपले दीर्घकालीन लक्ष्य ठेवले. इतर मार्गांचा विचार केल्याने कंपनीला त्याही मार्गांचा अभ्यास करता आला व पर्याय म्हणून अंतर्गत वाढीचाही. त्यांतून चांगला मार्ग हा स्पष्ट व नैसर्गिक होता. हॅम्बर्गरचा उद्योग त्यांना माहीत होता आणि तो एक उत्तम उद्योग होता. त्या वेळेपासून कंपनीचे सर्व प्रयत्न या उद्योगालाच चिकटून राहण्याचे होऊ लागले.

पण १९७०च्या सुरुवातीला कंपनीच्या असे लक्षात आले की, येणाऱ्या पैशाचा ओघ प्रचंड होता व देशव्यापी उद्योग उत्तम चालवण्यासाठी तो वापरूनही बराच पैसा शिल्लक राहत होता. अशा परिस्थितीत इतर अमेरिकन व्यक्तीने जो फारसा चोखाळला नव्हता, असा एक मार्ग होता. ''आंतरराष्ट्रीय होण्याचा एकच उद्देश आम्हाला दिसत होता; कारण आम्ही बघितले की, तिथेही धंदा होऊ शकतो,'' टर्नर म्हणाला.

अर्थात, त्याचे हे म्हणणे म्हणजे थोडे हातचे राखून बोलल्यासारखे होते. तशी बाजारपेठ अन्य अनेक उद्योगांनाही जगभर उपलब्ध होती; पण त्यांनी ती कधी वाट चोखाळली नव्हती व तिचे भांडवल केले नाही. नैमन मार्क्स, सॅक्स फिफ्थ ॲव्हेन्यू, जे सी पेन्नी सिअर्स, रीबॉक आणि अन्य अनेक अमेरिकन कंपन्या तसे करू शकल्या असत्या; पण त्यांनी वा इतर कोणीही तसा फारसा विचारही केला नाही.

मॅकडोनल्ड्सने १९७०मध्ये जेव्हा परदेशी उद्योग-उभारणीस प्रथम सुरुवात केली, तेव्हा परदेशी जमिनीवर त्यांचे ते पहिलेच पाऊल पडत होते. तेल कंपन्या सोडल्या, तर अन्य कोणीही किरकोळ उद्योगासाठी आंतरराष्ट्रीय बाजारपेठेत जाण्याचे धाडस न करता देशांतर्गत व्यापारच बरा, असे धोरण ठेवले होते. कधीकधी ते जास्तीत जास्त कॅनडात जायची धडपड करायचे; पण त्यापलीकडे त्यांची मजल कधी गेली नव्हती. सिअर्ससारख्या किरकोळ विक्रीच्या साखळी स्टोअर्सनेही फक्त कॅनडा आणि मेक्सिकोपर्यंतच मजल मारून आपला व्यवसाय १९८६मध्ये परदेशातून मागे घेतला होता. फास्ट फूडमधल्या काही उद्योगांनी १९६०च्या आसपास तसे प्रयत्न करून पाहिले, पण ते फारच किरकोळ होते. अशा रितीने मॅकडोनल्ड्स हा असा प्रयत्न करणारा आघाडीचा उद्योग ठरला.

त्यामुळेच मॅकडोनल्ड्सला आंतरराष्ट्रीय बाजारपेठेत आपल्या परंपरागत देशांतर्गत स्पर्धकांशी स्पर्धा करावी लागली नाही. पण ही बाजारपेठ त्यातूनही अधिक मोकळी व खुली होती.

बहुतेक देशांत आपल्या अशा फास्ट फूड उद्योगाची साखळी स्टोअर्स नव्हती. खरेतर अमेरिकन सोडले तर इतरांना बाहेर खायला जाणे, ही संकल्पनाच फारशी माहीत नव्हती की, तिथे रुळली नव्हती, असे म्हणता येईल. युरोपमधली रेस्टॉरंट्स परंपरागत पद्धतीने नेहमीचे जेवणातले खाद्यपदार्थ द्यायची, त्यांचे वेटर्स काळे कपडे व टाय घालून असायचे, वाइन देणारे स्वतंत्र असायचे आणि तिथला थाटही तसाच परंपरागत असायचा. कौटुंबिक रेस्टॉरंट्स ही कल्पनाच नव्हती. त्यामुळे मध्यमवर्गीयांसाठी बाहेर खायला जाणे, हा खास प्रसंग असेल तरच चोखाळायचा मार्ग होता.

त्यामुळे परदेशांत यशस्वी व्हायचे असेल, तर कंपनीला खास सांस्कृतिक बदल घडवून आणणे आवश्यक होते. थोड्या फार फरकाने दोन दशकांपूर्वी कंपनीने

अमेरिकेतही अशाच आव्हानाला तोंड दिले होते. 'जुन्या बुजुर्गांना आंतरराष्ट्रीय होण्यापेक्षा एखाद्या नव्या बदलाकडे अग्रेसर होणे, यातच आव्हानात्मक व कामगिरी केल्याचे समाधान वाटायचे.' पण कंपनी परदेशात पदार्पण करताना केवळ मध्यमवर्गाला रोजच्या खाण्यातल्या खाद्य-पेय सेवा देण्यापलीकडेही अधिक काही आघाडींवर काम करणार होती. अमेरिकन जीवनाचे जे आता अविभाज्य अंग झाले होते, त्या गोष्टीची नव्या प्रदेशात ओळख करून द्यायचे काम तिला करायचे होते. फास्ट फूड सेवा आता अमेरिकन जनतेच्या अंगवळणी पडली होती. तीच गोष्ट 'ड्राइव्ह-इन' व 'स्वयंसेवा रेस्टॉरंट'ची होती. शिवाय जे अन्नपदार्थ ती निर्यात करणार होती, ते जसे निराळे होते तसेच त्यांची किरकोळ विक्री करायची पद्धतही निराळी होती. हॅम्बर्गर्स, फ्रेंच फ्राइज, मिल्कशेक हे अमेरिकन संस्कृतीचे अविभाज्य भाग बनले होते; पण परदेशी बाजारपेठेत त्यांचे घाऊक प्रमाणात विपणनाचे काम झालेले नव्हते. कंपनीला जपान व इतर पौर्वात्य देशात केवळ हॅम्बर्गरचीच ओळख करून द्यायची नव्हती; तर बीफ हे सर्वसामान्यांचे अन्न आहे, ही संकल्पनाही त्यांना तिथे रुजवायची होती. या सर्वांचा विचार करता, आंतराराष्ट्रीय होणे हे दुसऱ्या विविध प्रकारच्या उद्योगात काम करण्यापेक्षाही अवघड वाटणारे होते.

असे असूनही मॅकडोनल्ड्सचे परदेशातील अभूतपूर्व यश हे अमेरिकन उद्योगतंत्राचे अत्यंत गुप्त ठेवलेले गुपितच म्हणावे लागेल. औद्योगिक व व्यापारी वृत्तपत्रांतून रोज देशाची विदेशी व्यापारातील घट वा अमेरिकन बाजारात मोठ्या प्रमाणावर ओतल्या जाणाऱ्या स्वस्त वा काही चांगल्या आयात केलेल्या वस्तू याविषयीच्या बातम्यांचा भडिमार होत असतो. तरीही जुन्या पद्धतीच्या उत्पादनांच्या अमेरिकन उत्पादकांची आंतरराष्ट्रीय बाजारपेठेतील पकड गेली काही वर्षे ढिली पडत चालली असली, तरी मॅकडोनल्ड्स मात्र आंतरराष्ट्रीय बाजारात आपला प्रभाव टिकवून आहे; नव्हे, वाढवतच आहे. जपानी व जर्मन मोटारगाड्या उत्पादक अमेरिकन बाजारपेठ काबीज करत चाललेत, तर मॅकडोनल्ड्स ही जपान व जर्मनीतीलच नंबर एकची फास्ट फूड सेवेची साखळी बनली आहे. कॅनडा, ऑस्ट्रेलिया आणि अमेरिकेत तर ती आधीच झाली आहे.

मॅकडोनल्ड्सने केलेले जगभरच्या खाद्यपदार्थ सेवेचे अमेरिकीकरण ही यूएसएच्या व्यापारविषयक संबंधांतील आनंददायी व उत्साहवर्धक बाब बनली आहे. ती केवळ खाद्यपदार्थ निर्माण करत नाही, तर अमेरिकन उद्योगाचा केंद्रबिंदू – सेवा विभाग – निर्माण करते आहे. ग्राहकांच्या गरजांच्या पूर्तीसाठी लागणारी अमेरिकेत उत्तम विकसित झालेली. सेवा व प्रक्रिया बरोबर घेऊन मॅकडोनल्ड्स जग जिंकत चालली आहे आणि सध्याचा कल पाहता औद्योगिक क्षेत्र व शेतीप्रधान बाजूंच्या निर्यातीच्या जोडीला खाद्यपदार्थसेवा हा विभागही निर्यातीत आघाडीवर येईल, यात शंका नाही.

एके काळी 'मॅकडोनल्ड्स इंटरनॅशनल' हे कंपनीतले एक बेवारस मूल होते; पण आता ते सर्वाधिक वेगाने वाढणारे क्षेत्र झाले आहे आणि भावी वाढीच्या सर्व आशा त्याच्यावरच केंद्रित आहेत. कंपनीच्या १९९२मधील विक्रीतील ३९ टक्के उत्पन्न (२११० कोटी डॉलर्स) हे परदेशातील विक्रीतून आले होते. त्याआधी १० वर्षे हेच प्रमाण १९ टक्के होते. आता काळ जातोय तशी ही टक्केवारी वाढतच चालली आहे. १९९२मध्ये एकूण ६७५ नवीन रेस्टॉरंट्स उघडली गेली, त्यांपैकी ४८० परदेशांतील होती. कंपनीने १९८९ ते ९२ या चार वर्षांत १५ नव्या देशांत पदार्पण केले. त्यामुळे १९९२मध्ये कंपनीची एकूण १४,००० रेस्टॉरंट्स होती, त्यांपैकी ४१३४ परदेशांतील होती. याचाच अर्थ, दर तीन मागे एक रेस्टॉरंट परदेशातील होते व तेही ६५ विविध देशांत. मॅकडोनल्ड्सच्या क्षितिजावर सूर्य मावळत नाही, हेच खरे!

यांपैकी अनेक देशांत मॅकडोनल्ड्स ही फास्ट फूड सेवा देणारी अग्रेसर साखळी आहे. जपानमध्ये १९९२च्या मध्याला कंपनीची ८६५ रेस्टॉरंट्स होती. कॅनडामध्ये ६४२, जर्मनीत ३९१, ब्रिटनमध्ये ४४५ आणि ऑस्ट्रेलियात ३०४. मॅकडोनल्ड्सचा परदेशातील विक्रीचा आकडा १९९२मध्ये त्यांच्या सर्वांत मोठ्या स्पर्धकाच्या केवळ अमेरिकेतील विक्रीबरोबरचा आला आणि त्या वर्षी कंपनीचे ४४ टक्के उत्पन्न हे परदेशांतील उद्योगातून आले.

विशेष म्हणजे, अमेरिकेत वापरले तेच सिद्धान्त वापरून कंपनीने परदेशी बाजारपेठ काबीज केली. अमेरिकन आणि परदेशी बाजारपेठ जीवनशैलीत प्रचंड फरक आहे. त्यामुळे परदेशी बाजारपेठेत काही आगळ्यावेगळ्या पद्धतीने पोहोचायची आवश्यकता होती व तसे घडेल, ही अपेक्षा होती. परदेशी संस्कृतीला मान्य होईल अशी कार्यपद्धत सध्याच्या रचनेत बदल करून ती आणेल, असे वाटले होते. कंपनीचा पूर्वीचा उपाध्यक्ष ब्रेन्ट कॅमेरॉन म्हणतो, ''लोकांनी आम्हाला असे सांगितले की, परदेशात आम्ही फ्रँचायझी देऊ शकणार नाही व स्थावर मालमत्ता करू शकणार नाही वा हॅम्बर्गर विकू शकणार नाही. पण आम्ही ज्या पद्धतीने अमेरिकेत काम चालू केले, तीच पद्धत परदेशातही रेटली. हे म्हणजे, जणू इतिहासाची पुनरावृत्ती करण्यासारखे होते.''

खरेच, जेव्हा-जेव्हा मॅकडोनल्ड्सने चाकोरीबाहेर जाऊन परदेशात फ्रँचायझी पद्धत विकसित करण्याचा प्रयत्न केला, त्या-त्या वेळी तिला अडथळ्यांची शर्यत पार करावी लागली. उदा. – कंपनीने १९६५मध्ये कॅरेबियन बाजारपेठ विकसित करण्याचे हक्क जॉन गिब्सन व ऑस्कर गोल्डस्टाइन या वॉशिंग्टनच्या अत्यंत यशस्वी फ्रँचायझींना दिले. त्याचा अर्थ होता की, मॅकडोनल्ड्सने प्रत्यक्ष कार्यक्षेत्रात काही सेवा द्यायची नाही, तिथे स्थावर मालमत्ता जमवायची नाही वा तिथे काही

पुरवठादारही विकसित करायचे नाहीत; हे सर्व गिब्सन-गोल्डस्टाइन जोडीने करायचे व नेहमीची तीन टक्के सेवा फी व ८.५० टक्के भाडे घेण्याऐवजी मॅकडोनल्ड्सने कॅरेबियनमधल्या विक्रीच्या केवळ ०.५ टक्के रॉयल्टी घ्यायचे, असे ठरले. त्याबरोबर एका वेळची फ्रँचायझी फी १०००० डॉलर्स घ्यावी, असे ठरले. या पद्धतीने एकूण २५ रेस्टॉरंट्स प्युएर्टोरिको, कॅरेबियन निकाराग्वा, होंडुरास आणि एल साल्वाडोरमध्ये उघडली गेली. पण मग गोल्डस्टाइनने त्याच्या दैनंदिन व्यवहारातले लक्ष काढून घेतले, त्यामुळे त्यांच्यातली कार्यकारी अनुभवक्षमता नाहीशी झाली. गिब्सन आर्थिक बाजू संभाळत होता व जेव्हा तो तोट्यात गेला, तेव्हा त्याने अंग काढून घेण्यास सुरुवात केली. मग केवळ ०.५ टक्के रॉयल्टीमध्ये तिथे मॅकडोनल्ड्सला लक्ष घालणे परवडण्यासारखे नव्हते. त्यामुळे एकूणच ती योजना त्या वेळी गाळात गेली.

फ्रँचायझी पद्धत विकसित करणे हेच कंपनीच्या अमेरिकेतील यशाचे एकमेव रहस्य नव्हते; तर त्यांच्या दैनंदिन कामकाजाची पाहणी करत राहणे, एक अत्याधुनिक पुरवठा यंत्रणा विकसित करणे, स्टोअर्सच्या स्थावर मालमत्तेची व्यवस्था लावून देणे आणि या सर्वांकरता एकूण विक्रीतून आपला वाटा घेणे – या कार्यपद्धतीनेच हे यश अनेकपट वाढले. कॅरेबियनचे काम हॅरी सोन्नेबर्नने गिब्सन-गोल्डस्टाइनवर सोपवले याचा दुसरा अर्थ, स्वत:च्या अंतर्गत यंत्रणेवर त्याचा तितकासा विश्वास राहिला नाही. कंपनी सोडण्यापूर्वी काही महिनेच आधी १९६७मध्ये हॅरीने जवळजवळ संपूर्ण कॅनडाची बाजारपेठ विकसनाच्या हक्कासह जॉर्ज रिडबॉल याला देऊ केली होती. त्याला मग पश्चिम कॅनडाचे हक्क मिळाले आणि जॉर्ज कोहोनला पूर्व कॅनडाचे. त्यांनी फक्त ७५०० ते १०००० डॉलर्स परवाना फी दिली व विक्रीच्या १० टक्के रॉयल्टी कंपनीला मिळाली. टर्नरने १९७०मध्ये ती परत कंपनीकडे घेतली, त्या वेळी दोन्ही फ्रँचायझी तोट्यात गेले होते. रिडबॉलने अनेक गुंतवणूकदार गोळा केले. त्यांना अशा प्रकारच्या स्टोअर्सच्या व्यवस्थापनाची माहिती नव्हती; तर कोहोनचे ऑपरेटर चांगले काम करत होते तरी तो भांडवलाबाबत कमकुवत पडत होता व त्यामुळे त्याला पूर्व कॅनडात चांगली यंत्रणा विकसित करता आली नाही.

या सर्व अनुभवांवरून फ्रेड टर्नरने असे अनुमान काढले की, परदेशातील धंदा वाढवायचा असेल तर कंपनीला ती देशांतर्गत धंद्यात जेवढे लक्ष घालून काम करते, तेवढेच लक्ष स्वत: तिथे घालून काम करायला हवे. पण हे करण्यासाठी त्यात भांडवल ओतायला हवे व त्यासाठी केवळ एक टक्का रॉयल्टी ही पुरेशी नाही. म्हणून मग त्याने विकसनकाळातील परवानापद्धतीच्या उपयोगावरचा भार कमी केला; पण फ्रँचायझींबाबतचा नेहमीच्या स्थिरावलेल्या कार्यपद्धतीला बाजूला ठेवून त्याने चूक केलीच. त्याने १९७०मध्ये नेदरलँड ही बाजारपेठ प्रयोगासाठी निवडली

व तिथे त्याने त्या देशातील अग्रणी सुपरमार्केट साखळी 'अल्बर्ट हैन' याच्याबरोबर ५०-५० टक्के भागीदारी निश्चित केली. मॅकडोनल्ड्सचा समभाग मोठा होता व त्याबरोबर जोखीमही. पण दिलासा म्हणजे, एक सुस्थितीतील कंपनी तिथे भागीदार होती. अमेरिकेत त्याचे एकूण स्टोअरचालक हे व्यक्तिप्रधान उद्योजक असलेले होते. फ्रेडची कल्पना होती की, अल्बर्ट हैनचा युरोपातील अनुभव उपयोगात येईल. पण या भागीदारीमुळे फायदा झाला, तसाच वैयक्तिक उद्योजक स्टोअरचालक नसल्याने तोटाही झाला.

अमेरिकेत मॅकडोनल्ड्सने शिकवलेला व्यवस्थापनाचा मुख्य धडाही टर्नरने दुर्लक्षित केला. तो म्हणजे, हॅम्बर्गर साखळी यशस्वी होण्यासाठी कार्यपद्धतीत अभिमुख व्यवस्थापकही लागतात आणि त्यांची पदोन्नती कंपनीमध्येच विविध स्तरांवर खालपासून वरपर्यंत टप्प्याटप्प्याने होणे आवश्यक असते. असा हा नवा अध्यक्ष कार्यपद्धतीमधील तज्ज्ञ देशांतर्गत उद्योगात कंपनीतच कामाला लावत होता, पण त्याने परदेशी उद्योगवाढीसाठी मात्र कंपनीबाहेरचे तज्ज्ञ घेतले. तो स्वत: परदेशातील बाजारपेठ कशी विकसित करायची, यासंबधीचा अनुभवी व्यवस्थापन-तज्ज्ञ होता; पण कंपनीने परदेशातील बाजारपेठेत जम बसवताना ज्या अनेक चुका केल्या, त्याचे कारण ज्यांना या मॅकडोनल्ड्सच्या कारभाराची माहिती नाही, असे अनभिज्ञ 'तज्ज्ञ' तिथे नेमले. त्यांना कंपनीच्या फास्ट फूड उद्योगातील सूक्ष्म बारकावे माहीत नव्हते.

कारणे काही असोत – या नेदरलँडमधील प्रयोगात अनेक छोट्या-छोट्या चुका होत गेल्या व त्याचे रूपांतर शेवटी एका मोठ्या दूरगामी संकटात झाले. अमेरिकेच्या अनुभवावरून तिथली स्टोअर्स उपनगरात उघडली गेली. पण एक तर युरोपमधील शहरे अमेरिकेच्या शहराइतकी बिघडलेली नव्हती व दुसरे म्हणजे, उपनगरात व्यापारी विकसन व उलाढाल फारशी नव्हती. शिवाय नेहमीची पदार्थांची यादी त्यांनी इथे बाजूला ठेवली. विशेषत: क्वार्टर पाउंडर हॅम्बर्गर – आणि त्याऐवजी काही डच पदार्थ तिथे यादीत घालण्यात आले. त्यानंतर ॲपल सॉस व चिकन क्रॉकेट होते. टर्नरच्या मते, सर्व जण अशा कल्पनेत मग्न होते की, इथे व्यवसाय चालवायचा तर काही स्थानिक पदार्थही हवेत.

या सुरुवातीच्या चुकांतून बाहेर यायला या डच स्टोअर्सना कित्येक वर्षे लागली, अगदी १९७५मध्ये हैन कंपनीचे समभाग मॅकडोनल्ड्सने विकत घेऊन संपूर्ण व्यवहार आपल्या आधिपत्याखाली आणले, तरीही त्यांना चुका समजल्या नव्हत्या. मात्र, या डच बाजारपेठेतील चुका या कंपनीच्या पाय रोवण्याच्या मार्गातील धडपडीच्या टप्प्यांना वाहिलेली आदरांजली म्हणून मानले, तरी त्या चुकांतून कंपनी बरेच धडे शिकली व त्यांतून अमूल्य असा अनुभव सर्वांना मिळाला.

प्रत्यक्षात या चुकांमुळे कोणी नाउमेद तर झाले नाहीतच; उलट सर्व जण तिथे बस्तान कसे बसवता येईल, हे पाहण्याच्या मागे अधिक जोमाने लागले. हे लवकरच स्पष्ट झाले की, अमेरिकेत जरी मॅकडोनल्ड्स प्रचंड यशस्वी झाली असली तरी परदेशात घडी बसवायची तर 'शॉर्टकट्स' चालणार नाहीत. कॅरेबियन, कॅनडा व नेदरलँडमधील अनुभवांवरून तिच्या लक्षात आले की, परदेशात मॅकडोनल्ड्सचा व्यवसाय वाढविण्याची दृष्टी म्हणजे मृगजळ नव्हते.

या अनुभवाचा फायदा कॅनडात जितका झाला तेवढा इतरत्र झाला नसावा. सोन्नेबर्नने पहिले दोन कॅनेडियन फ्रँचायझी कवडीमोलाने दिले, पण त्याबद्दल लवकरच रे क्रॉकला पश्चात्ताप करण्याची वेळ आली. जेव्हा तो पूर्व कॅनडामधल्या पहिल्या स्टोअरचे उद्घाटन करायला ओंटारिओमधल्या लंडन या शहरात गेला, तेव्हा त्याने तिथल्या तिथेच तिथले जॉर्ज कोहोन आणि त्याचा भागीदार रेड टेनिनबाउम यांना दिलेले विकासाचे अधिकार परत विकत घेण्याबद्दल सूतोवाच केले.

पूर्व कॅनडामधील ७ स्टोअर्स सुरू करण्याचे अधिकार या जोडीने केवळ ७०००० डॉलर्सना घेतले होते. पण उद्घाटनाच्या शाही भोजनाच्या वेळीच क्रॉकने ते अधिकार या दोन्ही भागीदारांनी त्यासाठी दिलेली कर्जे फेडून शिवाय १० लाख डॉलर्स नुकसानभरपाई देऊन परत घेण्याची तयारी जाहीरपणे दाखवून सर्वांना आश्चर्यचकित केले. त्यांनी अद्याप पहिला हॅम्बर्गरही विकला नव्हता व जणू त्यांना लॉटरीच लागली, असे वाटू लागले.

क्रॉक हे बोलत असताना कोहोनच्या वडिलांनी कोहोनला जवळ घेऊन विचारले, "हा खरंच हे गंभीरपणे बोलतोय का?" त्यावर कोहोन म्हणाला, "जर तसे नसते तर तो हे बोललाच नसता." पण कोहोनने क्रॉकची मागणी धुडकावून लागली. तो म्हणाला, "मी केवळ एक स्टोअर उघडून ते परत विकण्यासाठी येथे आलेलो नाही. ज्या अर्थी क्रॉक १० लाख डॉलर्स देऊ करतोय, त्या अर्थी इथे बराच धंदा असला पाहिजे."

आणि तसेच झाले. दोन वर्षांतच टर्नरने ईस्टर्न कॅनडाची ती सर्व फ्रँचायझी परत घेण्याची तयारी पुन्हा दाखवली, कारण त्याला या करारातून बाहेर पडायचे होते व कॅनडातील गुंतवणूक वाढवायची होती. तोपर्यंत या भागीदारांनी तिकडे १४ स्टोअर्स उघडली होती. पण त्यांचा त्यांतला तोटा दर वर्षी १० लाख डॉलर्सचा होत होता आणि मॅकडोनल्ड्सला विक्रीच्या फक्त १ टक्का रॉयल्टी मिळत होती. त्यामुळे त्यांनाही त्यांत पैसे ओतण्यात काही स्वारस्य वाटत नव्हते. या खेपेला कोहोनने ६० लाख डॉलर्सला ही स्टोअर्स मॅकडोनल्ड्सला परत द्यायची तयारी दाखवली. त्याची खात्री पटली की, कॅनडामध्ये मॅकडोनल्ड्सची उपस्थिती वाढविण्यास

बराच वाव होता, पण त्यासाठी भरपूर भांडवल ओतायला हवे व ते फक्त मॅकडोनल्ड्सलाच शक्य होते.

पण कंपनीच्या काही संचालकांना असे वाटले की, टर्नर ह्या तोट्यात चाललेल्या कॅनडातील स्टोअर्ससाठी देऊ करत असलेली रक्कम वाजवीपेक्षा बरीच जास्त आहे. पण टर्नरच्या 'या मूर्खपणाच्या' कृतीबाबतची टीका वर्षानंतर आणखी वाढली. टर्नरने तेव्हा पश्चिम कॅनडातील रिडबॉलने उघडलेली तोट्यात चाललेली १९ स्टोअर्सही अशीच मोठी रक्कम देऊन विकत घेतली. एकूण तोट्यात चाललेली ४३ कॅनेडियन स्टोअर्स विकत घेण्यासाठी कंपनीने दीड कोटी डॉलर्स मोजले व त्याचबरोबर कॅनडात आणखी स्टोअर्स उघडण्याचे अधिकारही टर्नरने कंपनीकडे घेतले. पण त्यामुळे त्याच्या टीकाकारांचे समाधान झाले नाही. तो म्हणाला, "ज्या लोकांना माझे हे व्यवहार पसंत पडले नाहीत, त्यांना कॅनडा म्हणजे फक्त बर्फ व कॅनेडियन एवढेच माहीत होते. इथली शहरे किती गतिमान आहेत व व्यवसायवाढीसाठी इथे किती वाव आहे, हे त्यांना कळत नव्हते."

पण टर्नरला हे माहीत होते की, कोहोनने कॅनडात स्टोअर्स चालवण्यासाठी एक चांगला चमू तयार केला आहे. त्यामुळे त्याने कोहोनलाच मॅकडोनल्ड्स कॅनडाचा अध्यक्ष केले व बाजारपेठेवर जोरदार धडक मारायची योजना आखली. सर्वसाधारण कंपन्यांची कामाची पद्धत म्हणजे कॅनडा हे जणू अमेरिकन बाजारपेठेचाच भाग आहे, असे समजून अमेरिकेत करतो त्याच पद्धतीने तिथे काम करायचे व कॅनेडियन कंपनीला आपली उपकंपनी (सबसिडरी) समजायचे. पण टर्नरला तसे करायचे नव्हते. त्याच्या मनात काही निराळेच होते. अमेरिकेत मॅकडोनल्ड्सच्या यशाचे मुख्य रहस्य होते की, त्यांनी स्टोअर्स चालवण्यासाठी स्वतंत्र असे उद्योजक प्रत्येक ठिकाणी निवडले व त्यांना स्थानिक पद्धतीनुसार; पण कंपनीच्या चौकटीत राहून व्यवसाय वाढवण्याची संधी दिली. त्यामुळे कोहोनलाही त्याने कॅनडात तसे सर्वाधिकार दिले; पण आणखी एक गोष्ट दिली, जी कोहोनकडे नव्हती – ती म्हणजे भांडवल.

कोहोनने ही संधी घेऊन तिथली कंपनी कॅनेडियन व्यक्तींच्या मालकीची कंपनी आहे असे दिसेल इतपत कॅनडामधले व्यवहार स्वतंत्रपणे केले. तसे अमेरिकेतील कंपनीचे पुरवठादार कॅनडालाही जवळचे होते, पण त्याने कॅनडामध्येच पुरवठादार विकसित करण्याचे धोरण ठेवले. त्याने कंपनीचे आर्थिक व्यवहारही कॅनेडियन बँकांमार्फतच करण्याचे ठरवले. शिवाय कॅनडामधले निम्म्याहून अधिक स्टोअर्स त्याने स्वतंत्रपणे काम करणाऱ्या उद्योजकांना फ्रँचायझी करून दिले व ते सर्व कॅनेडियन नागरिक होते. त्याचे कारण तो सांगायचा की, आम्ही कॅनडात माल विकतो, कॅनडामधून आमचा नफा कमावतो आणि आम्ही कॅनडामधूनच माल घेऊन

कॅनेडियन अर्थव्यवस्थेला आधार देतो.

पण या कॅनडामधल्या अध्यक्षाने त्याच्याही पलीकडे जाऊन बरेच केले. तो कॅनेडियन सेवाभावी कार्यात व स्थानिक घडामोडींत बऱ्यापैकी सहभागी झाला आणि त्याद्वारे त्याला वृत्तपत्रीय प्रसिद्धीही चांगली मिळाली. जेव्हा ईटनच्या डिपार्टमेंट स्टोअर्सने असे जाहीर केले की, ७७ वर्षांची परंपरा असलेली टोरोंटोची वार्षिक मिरवणुकीची प्रथा चालू ठेवण्याचे त्यांना बंद करावे लागतेय, कारण त्याचा खर्च परवडत नाही (ही मिरवणूक म्हणजे अमेरिकेतील मॅक परेडसारखी असते.); तेव्हा कोहोनने निधिसंकलनाची जोरदार मोहीम उघडली व ती परंपरा खंडित होणार नाही, हे पाहिले. त्यामुळे त्याचे नाव वृत्तपत्रांतून पहिल्या पानावर ठळकपणे आले नसते, तरच नवल होते. दुसरे त्याने केले म्हणजे, तो संभाव्य राजकारणात चांगलाच भाग घेऊ लागला, राजकीय पक्षांच्या निधिसंकलन मोहिमेला मदत करू लागला. त्याने राजकीय व्यक्तींशी चांगली मैत्री केली व त्यामुळे उच्चपदस्थ, सरकारदरबारी त्याचे वजन बऱ्यापैकी वाढले. त्याचा एक मित्र म्हणजे त्या वेळचे कॅनडाचे पंतप्रधान पिअरे ट्रुडो. त्यांनी त्याला कॅनेडियन पोस्टल सर्व्हिसच्या संचालक मंडळाचा सदस्य केले. कोहोन कॅनेडियन लोकांची भाषा बोलू लागला व प्रसंगी अमेरिकेवर टीकाही करू लागला. ''वॉशिंग्टनने कॅनडाला अमेरिकेचे ५१वे राज्य समजू नये'' किंवा ''कॅनेडामधले आमचे तलाव अमेरिकेतून येणाऱ्या घाणीमुळे प्रदूषित होताहेत'' यांसारख्या टाळ्या घेणाऱ्या वक्तव्यामुळे तो लोकप्रिय झाला. पण आपण कॅनेडियन आहोत, ही आपली प्रतिमा आणखी सुधारण्यासाठी त्याने आणखी एक पाऊल टाकले. ते म्हणजे, तो कॅनेडियन नागरिकत्व घेऊन पक्का कॅनेडियन झाला. तो म्हणायचा, ''मॅकडोनल्ड्स हा कॅनडाच्या अर्थव्यवस्थेचा अविभाज्य भाग आहे आणि मॅकडोनल्ड्सने आंतरराष्ट्रीय विस्तार वाढवावा तो त्या-त्या देशातल्या नागरिकांना हाताशी धरूनच.''

त्याचे असे म्हणणे होते की, त्याने कॅनेडियन नागरिकत्व अशाकरता घेतले की, त्याला तिथे कायमचे राहता यावे व तिथल्या निवडणुकीत मत देता यावे. पण त्याच्या या अशा निरनिराळ्या कृतींमुळे मॅकडोनल्ड्सला आपली कॅनेडियन मॅकडोनल्ड्स ही कंपनी कॅनेडियन आहे, अशी प्रतिमा तिथे निर्माण करता आली. 'कॅनेडियन लोकांनी चालवलेली कॅनेडियन कंपनी' अशा प्रतिमेमुळे तिथला व्यवसाय चांगला चालला, कार्यपद्धती स्थिरावली. तिथल्या विद्यापीठात भाषण करताना हे मुद्दे तो ठासून सांगायचा व विशेषकरून कंपनीचे तिथले पुरवठादार सर्व कॅनेडियन आहेत, हेही मुद्दाम सांगायचा. पण काही वेळा विद्यार्थ्यांकडून एखादी अवघड बाब पुढे आणली जायची. जसे – तुम्ही म्हणता हे सर्व ठीक आहे, पण आजही मॅकडोनल्ड्स कॅनडा ही १०० टक्के अमेरिकन मॅकडोनल्ड्सच्या मालकीची आहे. त्यावर त्याचे

उत्तर असायचे. "पण मी कॅनेडियन आहे आणि तेसुद्धा मी ठरवले म्हणून मी झालो. तुम्ही जन्माने कॅनेडियन आहात, तुम्ही ठरवले म्हणून नाही." यावर बोलणारा निरुत्तर झाला नसता, तरच नवल!

कोहोनच्या या सबकुछ कॅनेडियन प्रतिमेमुळे आणि स्थानिक वृत्तपत्रांतून प्रसिद्धी मिळवायच्या कृतीमुळे मॅकडोनल्ड्सला तिथे होऊ शकणारा – विशेषत: पूर्व कॅनडातला – संभाव्य विरोध थोपवता आला. तो विरोध असायची शक्यता होती ती कॅनेडियन संस्कृतीचे अमेरिकीकरण होण्याच्या भीतीपोटी. पण अर्थातच कॅनेडियन बाजारपेठ काबीज करण्यासाठी एवढेच पुरेसे नव्हते.

सातत्याने होत असलेला तोटा व तिथल्या स्टोअर्सच्या विक्रीची सरासरी अमेरिकेतल्या स्टोअर्सच्या विक्रीच्या सरासरीजवळ आणण्यातील अपयशामुळे कोहोन आणि टर्नरला असे वाटू लागले की, यापेक्षा धाडसी पावले उचलली पाहिजेत. मग १९७१मध्ये कोहोनने असे धाडसी पाऊल उचलले, ते अमेरिकेतही मॅकडोनल्ड्सने कधी उचलले नव्हते. त्याने सर्व स्टोअर्समध्ये पदार्थांच्या किमती २० टक्क्यांनी कमी केल्या. त्याच्या मते, "आम्हाला असे काही नाट्यमय करणे आवश्यक होते की, त्यामुळे ग्राहक स्टोअर्समध्ये आले असते व आमच्या खाद्यपदार्थांची चव त्यांनी चाखली असती."

त्याचा चांगलाच उपयोग झाला. प्रति स्टोअर विक्री एका वर्षातच २५ टक्क्यांनी वाढली. दोन वर्षांनी पुन्हा मूळच्या किमती परत आकारल्या गेल्या, तरी विक्रीत सातत्याने वाढ होत राहिली. कंपनीने कॅनडात ओतलेल्या भांडवलामुळे फास्ट फूड उद्योगात तिथे पाय रोवणारी ती पहिलीच कंपनी ठरली. ती संपूर्ण १९७०च्या दशकात तशीच आघाडीवर राहिली. त्या दशकाअखेरीस तिने तिथे जणू आपली मक्तेदारीच निर्माण केली व तीही फास्ट फूड बाजारपेठेत. त्यामुळे दशकापूर्वी कॅनडामधले व्यवहार स्वत:कडे घ्यायच्या निर्णयाचे सोने झाले, तिथे सोन्याची जणू खाणच सापडली. कॅनडात १९९३मध्ये मॅकडोनल्ड्सची ८७४ स्टोअर्स होती व त्यांची सरासरी विक्री २३ लाख कॅनेडियन डॉलर्स होती. ही सरासरी जागतिक सरासरीपेक्षा १५ टक्के अधिक होती आणि मॅकडोनल्ड्सच्या सर्व व्यवहारातील सर्वोच्च होती. त्या वर्षी मॅकडोनल्ड्स कॅनडाचे करपूर्व उत्पन्न ८.३६ कोटी डॉलर्स होते, म्हणजे टर्नरने पुनर्खरेदीसाठी जे पैसे मोजले त्याच्या ते पाचपट होते.

ज्या धोरणामुळे अमेरिकेत मॅकडोनल्ड्स यशस्वी झाली, त्या धोरणाची खात्री कॅनडामधल्या या यशाने पटली. ते म्हणजे, आंतरराष्ट्रीय व्यवहार करताना अमेरिकेत वापरल्या तशाच फ्रँचायझीची संकल्पना तिथे वापरणे. पण त्याने हे कसे सिद्ध होणार होते की, अगदी निराळ्या संस्कृतीत अमेरिकन फ्रँचायझी योजना, अमेरिकन खाद्यपदार्थ व अमेरिकन संकल्पनेप्रमाणे उद्योजकावर आधारित स्टोअरचालक पद्धती

नेहमीच यशस्वी ठरते? पण तेही झाले अन् तेसुद्धा जपानमध्ये. मॅकडोनल्ड्स जपानने ते काम जपानी संस्कृतीत करूनच दाखवले.

वर सांगितलेल्या तीन घटकांपैकी जपानी उद्योजक या एकाच घटकाने हे सर्व घडवून आणले. तिचा तिथला भागीदार होता डेन फुजिता. तो एका जपानी कंपनीचा संस्थापक आणि मालकही होता. ही कंपनी हॅंडबॅग्ज, शूज आणि ॲपरल्स यांच्या व्यवहारात काम करणारी होती. बहुतेक जण जपान्यांना निर्यातदार समजतात, आयातदार नाही. ते जपानी उद्योजकांना संघवृत्तीने काम करणारे, सर्वांच्या मतैक्याने निर्णय घेणारे, परंपरावादी व आजन्म निष्ठावान राहणारे समजतात. फुजिता त्यात बसणारा नव्हता.

तो रे क्रॉकइतकाच संधी हेरणारा व साधणारा उद्योजक होता. त्याने २५व्या वर्षीच स्वत:ची कंपनी काढली आणि त्याद्वारे तो गोल्फ क्लब व फ्रा-फाशर्हन शूज आयात करू लागला. पण त्याने हेरले की, पाश्चात्त्य वस्तू आयात करायच्या तर महिला हेच उत्तम गिऱ्हाईक आहे; कारण फॅशन बदलली की जुन्या वस्तू बदलायच्या, ही त्यांची आवडती सवय. पुढे डिझायनर नावाची पद्धत आली व वस्तू त्यांच्या नावाने प्रसिद्ध होऊ लागल्या, विक्री नावावर होऊ लागली आणि त्याने हेरले की, महिलाही आता ब्रॅंडचे नाव पाहून काय खरेदी करायचे ते ठरवतात. त्याची कंपनी मग जपानची सर्वांत मोठी आयातदार कंपनी झाली व ख्रिश्चन डायोरसारख्या कंपन्यांची उत्पादने आयात करणारी त्याची जपानमधील कंपनी जगातील सर्वांत मोठी होती. शिकागोमधील त्याच्या व्यापार प्रतिनिधींमार्फत फुजिताला मॅकडोनल्ड्सच्या आंतरराष्ट्रीय विस्ताराच्या योजनांची माहिती कळली. तो अमेरिकेत भरपूर वेळा गेला असल्याने तिच्या फास्ट फूड स्टोअर्सची लोकप्रियता त्याने पाहिली होती. त्याने हे हेरले की, आता जपानमध्ये योग्य वेळ आली होती. तो देश आता अधिक पाश्चिमात्य संस्कृतीचे प्रकार पचवू शकला असता.

पण फुजिताला मॅकडोनल्ड्सचे जपानमधले व्यवहार हे कंपनीच्या ओक ब्रूकमधल्या मुख्य कार्यालयापासून स्वतंत्र असे जपानी पद्धतीने व्हावेत, असे वाटत होते. कारण त्याला माहीत होते की, ते घेत असलेले पदार्थ अमेरिकन कंपनीकडून आपण विकत घेतोय असे लक्षात आले, तर ते सर्वसाधारण जपान्याला आवडणार नाही. त्याचे निरीक्षण असे होते की, सर्व जपान्यांना असा एक न्यूनगंड आहे की, जे काही परदेशातून आले आहे, ते नको. कारण जपानी संस्कृतीतले बरेचसे परदेशातून आले आहे. आमची लिपी चीनमधून आली, बुद्धिझम कोरियातून आला आणि दुसऱ्या महायुद्धानंतर तर आयबीएमपासून कोका-कोलापर्यंत सर्वकाही अमेरिकेतून आले आहे. जपानी लोक हे जात्याच विदेशी विरुद्ध आहेत. आम्हाला चायनीज, कोरियन आवडत नाहीत आणि अमेरिकन तर त्याहून नाही; कारण आम्ही त्यांच्याबरोबरचे

युद्ध हरलो. त्यामुळे जपानला जसे पाश्चात्त्यांबद्दल कौतुक आहे, तसाच तिरस्कारही.

त्यामुळे त्याचा निष्कर्ष असा होता की, अमेरिकन फास्ट फूड इथे चांगले खपेल, कारण जपानी संस्कृती आता पाश्चात्त्यांच्या यशाशी आपले साधर्म्य आणू पाहत आहे. पण त्यासाठी इथे विक्रीचे प्रयत्न करताना कंपनी १०० टक्के जपानी वाटली पाहिजे. अगदी वरच्या साहेबापासून ते तळातल्या कर्मचाऱ्यांपर्यंत. थोडक्यात, अमेरिकन हॅम्बर्गर जपानी विकत घेतील, जर तो अमेरिकेतून आयात केलेला नाही हे त्यांना पटले तर. मी जर असे सांगू लागलो की, हा खास अमेरिकेहून आयात केला आहे, तर जपानी म्हणतील – आम्हाला तो आवडत नाही, कारण आम्हाला अमेरिकन आवडत नाहीत.

परदेशातील विस्तारासाठी ज्या प्रकारची उद्योजकता असलेल्या व्यक्तीच्या शोधात मॅकडोनल्ड्स होती, तसा तिला जपानमध्ये फुजितामध्ये सापडला. मग १९७१मध्ये कंपनीने त्याच्याबरोबर संयुक्त धाडस करायचे ठरवले. कंपनीचे भागभांडवल ५० टक्के आणि फुजिता व डाइचिया बेकिंग कंपनी प्रत्येकी २५ टक्के असे प्रमाण ठरले. मॅकडोनल्ड्स जपानचा अध्यक्ष व प्रमुख कार्यकारी अधिकारी म्हणून फुजिताचे नाव नक्की झाले. त्याने पुढे लवकरच डाइचियाचे समभागही खरेदी केले. सुरुवातीपासूनच जपानमध्ये मॅकडोनल्ड्सचा प्रवेश करतेवेळी त्याने आपले डाव टाकायला सुरुवात केली. तसे जपानी लोकांचे मुख्य अन्न भात आणि मासे. त्यामुळे हॅम्बर्गरसारखा परदेशी पदार्थ इथे कसा खपणार, हा त्याला प्रश्न नव्हता. त्याची खात्री होती की, तो इथे यशस्वीपणे खपेल. त्याच्या मते, जपानमध्ये खास जपानी खाद्यपदार्थांचा समावेश यादीत नको, जसा हॉलंडमध्ये केला होता. त्याऐवजी त्याने 'हॅम्बर्गर हा एक क्रांतिकारी पदार्थ आहे', ही कल्पना खपवायचे ठरवले. त्याने विद्यापीठातून भरपूर व्याख्याने दिली व त्याला वृत्तपत्रांतून प्रसिद्धीही चांगली मिळाली. व्याख्यानांतून तो हॅम्बर्गरच्या गुणांविषयी भडक विधाने करायचा आणि संपूर्ण जपानभर आपण हॅम्बर्गरची दुकाने काढणार असल्याच्या योजना जाहीर करायचा. तो वार्ताहरांना सांगायचा, "जपानी लोक बुटके आहेत व त्यांची कांती पिवळी आहे, कारण गेली दोन हजार वर्षे त्यांनी भात व माशांखेरीज काही खाल्लेच नाही. जर आपण मॅकडोनल्ड्सचे हॅम्बर्गर व बटाटे पुढची एक हजार वर्षे खाल्ले; तर आपण जपानीही उंच होऊ, आपली कातडी पांढरी होईल, केस पिंगट व सुंदर होतील."

मॅकडोनल्ड्सची स्टोअर्स उपनगरांत उघडावीत, हा सल्ला फुजिताने धुडकावून लावला. हॉलंडमधल्या उपनगरांतला अनुभव अद्याप स्पष्ट नव्हता आणि ओक ब्रूकच्या मुख्य कार्यालयातील अधिकाऱ्यांचा असा आग्रह होता की, अमेरिकेच्या धर्तीवर उपनगरातच स्टोअर्स उघडणे फायदेशीर ठरेल. प्रत्येक परदेशी बाजारपेठेत हा अमेरिकन नमुनाच वापरावा, असे त्यांना वाटायचे. फुजिताचा त्याला ठाम विरोध

होता. त्याच्या मते, मॅकडोनल्ड्सचे जपानमधले पहिले स्टोअर गिंझामध्येच चालू करायला पाहिजे, कारण ते टोकियोचे आंतरराष्ट्रीय शॉपिंग केंद्र आहे. कोणत्याही नव्या उत्पादनाला जपानमध्ये प्रवेश करायचा असेल, तर तो इथूनच केला जातो. शिवाय तिथे रोज १० लाख लोकांची वर्दळ असते व त्यांत हजारो अमेरिकन्स असतात. फुजिता म्हणायचा, ''अमेरिकन प्रवासी गिंझामध्ये हॅम्बर्गर खाताहेत, हे पाहण्यासाठी सगळ्यांच्या नजरा तिकडे जातीलच जातील आणि ते पाहून जपानी म्हणतील, जर अमेरिकन ते खात असतील तर ते चांगलंच असलं पाहिजे.''

पण त्या गर्दीच्या गिंझामध्ये एक महत्त्वाची समस्या होती. तिथे किरकोळ विक्रीच्या दुकानांसाठी जागाच उरली नव्हती व भाडीही भरमसाट होती. पण त्याने खटपट करून जपानचे सर्वांत मोठ्या डिपार्टमेंटल स्टोअर मित्सुकोशीमध्ये एक ५०० चौरस फूट जागा मिळवली. ती तळमजल्यावर होती व तिथे पूर्वी फुजिता पुरवत असलेल्या हँडबॅगांचे विक्री केंद्र होते. तिचे प्रवेशद्वार जरी रस्त्याकडे होते, तरी मॅकडोनल्ड्सच्या सर्वसामान्य स्टोअरला लागणाऱ्या जागेच्या १/५ एवढ्याच आकाराची ही जागा होती. पण फुजिताने तिथले किचन सुटसुटीत, छोटे केले व बसून खाण्याऐवजी उभ्याने खाण्याची सोय त्याने तिथे केली.

पण त्यापेक्षा अवघड होत्या त्या भाड्याच्या अटी. मिस्तुकोशीला या रेस्टॉरंटमुळे आपला नेहमीचा व्यवसाय बिघडावा, असे वाटत नव्हते आणि म्हणून त्यांनी एकाच सुट्टीच्या दिवशी नव्या दुकानाची सर्व मांडामांड करावी, असा आग्रह धरला. त्यामुळे त्याला रविवारी संध्याकाळी ६ ते मंगळवार सकाळी ९ एवढ्या वेळातच, ३८ तासांत सर्व दुकान उभे करायचे होते.

जागा मोक्याची होती. फुजिताने अटी मान्य केल्या. त्याने मग टोकियोच्या उपनगरात एक गोदाम भाड्याने घेतले. तिथे आपले बांधकाम तंत्रज्ञ व कर्मचाऱ्यांना तो घेऊन गेला व ३८ तासांत दुकानाच्या जागेत ही सर्व यंत्रे व उपकरणे कशी ठेवता येतील, स्टोअर्स कसे सजवता येईल याचा अभ्यास सर्वांनी चालू केला. ते एकूण ७० जण होते. त्यांतल्या प्रत्येकाने काय काम करायचे याचा सविस्तर आराखडा तयार करण्यात आला. त्यांनी एकूण तीन वेळा रंगीत तालीम केली. दुकानाच्या सामानाची जुळवाजुळव करणे, ते सर्व परत खोलणे व मग परत जोडणे. शेवटच्या तालमीच्या वेळी त्यांनी सर्व काम ३६ तासांत उरकले.

फुजिताने शिकागोला टेलेक्स पाठवून जपानमधील मॅकडोनल्ड्सच्या पहिल्या स्टोअर्सचे उद्घाटन मंगळवार, २० जुलै १९७१ला थाटामाटात होईल, असे कळवले. त्याने सर्वांना आग्रहाचे निमंत्रणही दिले. त्याप्रमाणे रे क्रॉक आणि अन्य उच्चाधिकारी शनिवारी १७ तारखेला टोकियोत दाखल झाले. दुसऱ्या दिवशी सकाळी कंपनीच्या एका अधिकाऱ्याने या नव्या स्टोअरची जागा दाखवा, असा

आग्रह धरला. त्याचे नाव केन स्ट्रॉंग. फुजिता त्याला आनंदाने हॉटेलच्या खिडकीजवळ घेऊन गेला आणि त्याने त्या मित्सुकोशीमध्ये जिथे मॅकडोनल्ड्स चालू होणार होते, ती स्टोअर्सची जागा दाखवली. इथे सर्व आज संध्याकाळपासून काम चालू होईल, असे त्याने सांगितले. ''पण आपला स्टोअर कुठे आहे?'' स्ट्रॉंगने विचारले.

फुजिताने दिलेल्या उत्तराने तो खूश नव्हता. ''मि. फुजिता, परवा दिवशी भव्य उद्घाटन समारंभ आहे आणि इथं तर सगळं शांत आहे. तुम्ही हे इतक्या थोड्या वेळात कसे करणार?'' स्ट्रॉंग म्हणाला. फुजिता थंड होता. तो म्हणाला, ''काळजी नको. आम्ही करणार म्हणजे करणार.'' स्ट्रॉंगने मग ही गोष्ट रे क्रॉकच्या कानावर घातली. तो म्हणाला, ''आपण फार अडचणीत आहोत. परवा दिवशी उद्घाटन आहे आणि जागेवर तर सगळा थंड मामला आहे.''

फुजिताच्या त्या चमूने आपले काम चोख केले होते. मंगळवारी सकाळी जेव्हा रे क्रॉक उद्घाटनासाठी आला, तेव्हा स्टोअरमध्ये सगळ्या गोष्टी जिथल्या तिथे होत्या. तो उत्तम सजवला होता. पण खरी जादू घडली ती स्टोअर ग्राहकांसाठी खुले केल्यावर. पहिल्याच दिवशी ३००० डॉलरचा गल्ला जमला आणि काही दिवसांतच त्याने एक दिवसाच्या मॅकडोनल्ड्सच्या गल्ल्याचे रेकॉर्ड मोडले. तो होता ६००० डॉलर. मॅकडोनल्ड्सच्या हॅम्बर्गरचे आंतरराष्ट्रीयीकरण सुरू झाले होते.

या पहिल्या स्टोअरची उभारणी जेवढ्या वेगाने व तडफेने झाली, तेवढ्याच प्रमाणात पुढचा विस्तार कार्यक्रमही धडाक्याने राबवला जाऊ लागला. क्रॉकला याची आठवण द्यायला फुजिताला आवडायचे की, दोघांचाही जन्म 'टायगर'च्या वर्षात झाला होता आणि क्रॉकने जेवढ्या तडफेने अमेरिकेत मॅकडोनल्ड्सची वाढ केली, तेवढ्याच तडफेने तो ती जपानमध्ये करून दाखवणार होता. हे तो अगदी छातीठोकपणे सांगायचा. पहिल्या स्टोअरच्या उद्घाटनाआधीच त्याने जपानमध्ये आपले अधिकारी व कर्मचाऱ्यांना प्रशिक्षण देण्यासाठी हॅम्बर्गर युनिव्हर्सिटीची सुरुवातही केली. त्याने आपल्या मुख्य कार्यालयात २० अधिकाऱ्यांची फौजच हा विस्तार कार्यक्रम राबवण्यासाठी नियुक्त केली. अशा प्रकारची तडफ अन्य कोणत्याही फ्रँचायझीने कधी दाखवली नव्हती. पहिल्या स्टोअरचे उद्घाटन झाल्यावर तीनच दिवसांत फुजिताने दुसरा स्टोअर शिन्जुकु भागात रेल्वे स्टेशनजवळच उघडला. आणखी एका दिवसाने त्याने तिसरे स्टोअर उघडले. काम चालू केल्यापासून फक्त १८ महिन्यांत मॅकडोनल्ड्सची १९ स्टोअर्स जपानभर उघडण्यात फुजिताच्या अधिकाऱ्यांना यश आले. ही सर्व शहरी विभागात होती आणि त्यांत मॅकडोनल्ड्सचे नेहमीचेच पदार्थ विकले जात होते. टर्नर म्हणतो, ''जपान म्हणजे आमच्या दृष्टीने ॲसिड टेस्ट होती. जपानच्या उदाहरणानंतर आम्हाला असे जाणवले की, ही अमेरिकन पदार्थांची यादी काही बदल न करता केवळ किरकोळ बदल करून जगात

कुठेही चालू शकेल.''

पण फुजिताने जपानमध्ये अमेरिकेची किरकोळ विक्रीची कल्पना राबवताना विपणनपद्धतीत योग्य ते बदल करायची काळजी घेतली. त्याने एक स्पष्ट केले की, जपानमधले मॅकडोनल्ड्स जपानी लोकच चालवतील. त्याने टीव्हीवरील जाहिराती लवकरच चालू केल्या व त्या जपानी पद्धतीच्याच असतील याची त्याने काळजी घेतली. त्याला हे पटले होते की, मॅकडोनल्ड्सचे हॅम्बर्गर जपानी युवावर्गात अधिक खपू शकतील. त्यामुळे त्याने जाहिरातीत तरुण कुटुंबीय व लहान मुलांचा भरपूर उपयोग करून घेतला. तो म्हणायचा, ''ज्येष्ठ जपानी लोकांच्या खाण्याच्या आवडी-निवडी परंपरागत पद्धतीच्या आहेत. पण आम्ही लहान मुलांना शिकवू शकलो की, हॅम्बर्गरही चांगला लागतो. जपानी लोकांना मॅकडोनल्ड्स हे नाव उच्चारताना जड जायचे. म्हणून मग त्याचे नावही बदलून बोलण्यात सोपे केले, ते 'माकुडोनाल्डो' असे ठेवले.'' यासाठी रोनाल्ड मॅकडोनाल्डचे नाव 'डोनाल्ड मॅकडोनल्ड्स' असे जपानीत करण्यात आले.

पण त्याने केलेले हे बदल अमेरिकेतील भागीदार मॅकडोनल्ड्स कंपनीतील लोकांना पचवणे सोपे गेले नाही. जपानच्या एका भेटीत टर्नर एका युनिव्हर्सिटीत असलेल्या मॅकडोनल्ड्स स्टोअरमध्ये गेला व तिथली अंतर्गत सजावट पाहून तो संतापलेला दिसत होता. तिथे मोटारसायकलवर बसलेल्या कातडी जॅकेट्स घातलेल्या तरुण वर्गाची भलीमोठी रंगीबेरंगी चित्रे होती. फुजिताने त्याला शांत करण्याचा प्रयत्न केला. तो टर्नरला म्हणत होता, ''टर्नर सान, तुला माहीत नाही – हे सर्व पाश्चिमात्य आहे आणि तरुण जपान्यांना ते आवडते.'' त्यावर टर्नर म्हणाला, ''पण डेन सान (सान हे जपानमध्ये आदरार्थी लावायचे संबोधन आहे, आपल्याकडच्या श्रीमान वा श्रीमतीसारखे. पण ते पुरुष वा महिलांना समान 'सान' असेच वापरले जाते.), आपले स्टोअर म्हणजे रेंगाळायची जागा नाही. ही जागा तरी मोटारसायकल गँगच्या रेंगाळायची जागा वाटते आहे.'' त्यावर फुजिता म्हणाला, ''टर्नर सान, काही काळजी करू नकोस. जपानी लोकांना एवढे सूक्ष्म मुद्दे कळत नाहीत.''

फुजिताला विपणनामध्ये बरेच स्वातंत्र्य होते, तरीही मॅकडोनल्ड्स त्याला मूलभूत तत्त्वांची फारकत करून देत नव्हते. काही बाबतींत जपानी कार्यपद्धती ही काहीशी लष्करी पाहणीच्या स्वातंत्र्याची असते व ती मॅकडोनल्ड्सच्या प्रस्थापित पद्धतीपासून तशी थोडी दूरचीच वाटायची. संघभावना व समान कार्यपद्धतीवर मॅकडोनल्ड्सची कार्यपद्धती आधारित आहे, जपानी कार्यपद्धतीप्रमाणेच तशी – तरी टर्नरला हे माहीत होते की, स्थानिक गरजांप्रमाणे त्यांत थोडी लवचीकता असणेही आवश्यक असते व स्थानिक स्टोअरचालक त्यांच्या तशा गरजांप्रमाणे विपणनपद्धती आपणास हवी तशी बदलू शकत. मॅकडोनल्ड्सच्या तळागाळातून येणाऱ्या सर्जनशीलतेचे

रहस्य या लवचीकपणातच दडलेले होते.

पण जपानी व्यवस्थापनपद्धतीत त्याची तशीच्या तशी नक्कल करणे सोपे नव्हते. तिथे ज्येष्ठत्वावर पदोन्नती होते. निर्णय सामूहिकरीत्या घेतले जातात आणि तिथे काम जसे करायला सांगितले आहे तसेच करेल, तो चांगला कर्मचारी. टर्नरने जेव्हा जपानला पहिल्यांदा भेट दिली, तेव्हा तिथल्या स्टोअरमध्ये कर्मचारी किती आस्थेने व काटेकोरपणे ऑपरेटिंग मॅन्युअलचे पालन करत होते, हे पाहिले. ग्रिलवर काम करणारी माणसे त्याचे उत्तम उदाहरण होते. टर्नर म्हणतो, ''आम्ही २८,००० कर्मचाऱ्यांना अमेरिकेत पॅटिसची रांग ग्रिलच्या कडेपासून ४ इंचांवर लावायचा आग्रह धरत होतो, कारण त्यामुळे ते तापवग्याच्या भट्टीजवळ बरोबर जायचे. पण या अमेरिकन लोकांना सांगितले तसे काम करण्याचे जणू जमतच नाही व ते त्याची फिकीरही करत नाहीत. पण जपानमध्ये, तुम्ही फक्त ग्रिलवर पॅटिस कसे लावायचे हे दाखवले की, बास. तिथला कर्मचारी न चुकता तसेच करणार. अशा प्रकारे तंतोतंत १०० टक्के कार्य करणारे लोक आम्ही ३० वर्षे शोधत होतो आणि शेवटी ते आम्हाला जपानमध्ये सापडले. मी दोन-तीन दिवस अगदी विमनस्क झालो होतो.''

जेव्हा टर्नरला हे कळून चुकले की, कंपनीची इथली कार्यपद्धती ही या लष्करी धाटणीच्या पद्धतीत अडकून पडत आहे आणि त्याचा उपयोग व्हायच्या ऐवजी त्यांची धास्ती बसते आहे; तेव्हा त्याने ठरवले की, इथे मॅकडोनल्ड्सला हॅम्बर्गरपेक्षा आणखीही काहीतरी आणायला पाहिजे. जपानच्या व्यवस्थापनसंस्कृतीवर आपला प्रभाव पाडणे आवश्यक आहे, असे त्याने ठरवले.

फुजिताचे १५०० अधिकारी जरी सर्व जपानी होते, तरी इथली कंपनी अगदी तंतोतंत जपानी पद्धतीने चालवली जात नव्हती. त्याचे कारण टर्नरने आपला एक व्यवस्थापक त्यांच्या त्या व्यवस्थापकांत घुसवला होता. जॉन असाहारा हा जपानी अमेरिकन होता व तो पहिल्यापासून फुजिताच्या त्या संघात होता. त्याचे काम होते या फास्ट फूड उद्योगात यशस्वी होण्यासाठी आवश्यक अशी अमेरिकन व्यवस्थापकीय तंत्रे इथे अमलात येतील असे पाहणे.

फुजिताच्या आशीर्वादाने, असाहाराने एक तरुणांची व सर्जनशील कार्यपद्धतीची पद्धत तिथे राबवली. तिला त्याने जपानी व्यवस्थापकीय संस्कृतीतील काही प्रथांपासून दूर ठेवले. तिथे अधिकाधिक अधिकार हे ज्येष्ठ व्यवस्थापकांच्या हातात असतात. प्रत्यक्षात जेव्हा कार्यपद्धतीतील निर्णय हे या ज्येष्ठ व्यवस्थापकांच्या मनाविरुद्ध जाऊ लागले, जेव्हा असाहाराने त्यांचा रोष पत्करायची जबाबदारी स्वत:वर घेतली. तो सतत तरुण व आक्रमक अधिकाऱ्यांच्या शोधात होता आणि कित्येक वेळा ज्येष्ठांना बाजूला सारून त्याने या तरुणांना त्यांच्याआधी पदोन्नती दिली. हे तर त्याचे

जपानी ज्येष्ठतेनुसार पदोन्नती या तत्त्वाला सरळ-सरळ आव्हान होते. त्याने कंपनीला असेही पटवून दिले की, अर्धवेळ काम करणारे सहायक व्यवस्थापकही नेमणे अवघड होते. ही पद्धत गर्दीच्या वेळी उत्तम सेवा देण्यास योग्य होती, पण ती जपानी कार्यपद्धतीच्या दृष्टीने अगदी विदेशी होती. जपानमध्ये नोकरी म्हणजे पूर्ण वेळ व जन्मभर करायची बाब होती.

तरीही असाहाराने जे काही साध्य केले, ते अमेरिकन भागीदारांच्या हुकमावरून नाही; तर फास्ट फूड उद्योगात आक्रमक अशा कार्यपद्धतीच्या अमेरिकन संकल्पना जपान्यांना नीट शिकवून. जपानी मॅकडोनल्ड्समध्ये तो एक प्रभावशाली व्यक्ती होता, कार्यपद्धतीचा सल्लागार होता व ज्येष्ठ उपाध्यक्ष होता. पण तो नेहमी प्रसिद्धिपराङ्‌मुख राहून काम करायचा. थोडक्यात, तो परंपरांना आव्हान न देता त्या वाकवण्याचे काम कौशल्याने पार पाडत होता. तो म्हणायचा, ''मी माझे तोंड बंद ठेवतो आणि इतर चार जपान्यांसारखा दिसतो. मॅकडोनल्ड्सबाहेरच्या कोणालाही माझे इथले अस्तित्व जाणवतही नाही.''

जणू अमेरिकन खाद्यपदार्थ व कार्यपद्धती इथे जपानी विपणनपद्धतीशी रममाण झाल्या होत्या. एका अमेरिकन किरकोळ विक्री करणाऱ्याने जपानमध्ये आपली पाळेमुळे कशी खोलवर नेली, त्याचे ते एक उत्तम उदाहरण होते. जपानमधल्या यशाने हे दाखवून दिले की, अमेरिकन फास्ट फूड हॅम्बर्गर पद्धत जगाच्या कोणत्याही भागात – अगदी निराळ्या संस्कृतींतही रुजू शकेल. मॅकडोनल्ड्सची जपानमधली विक्री १९८३मध्ये ही तिथल्या २००० स्टोअर्सच्या जपानी खुशी कंपनीच्या एकूण विक्रीपेक्षा जास्त होती आणि फुजिताच्या कंपनीची दमछाक झाल्याचे कोणतेही चिन्ह तिथे दिसत नव्हते. मॅकडोनल्ड्सची १९९३मध्ये जपानमध्ये १०४० स्टोअर्स होती व तिथली एकूण विक्री १६०० कोटी डॉलर्स होती. तिने १९९८मध्ये कॅनडाच्यापुढे भरारी मारली व मॅकडोनल्ड्स इंटरनॅशनलची परदेशातील झेप बरीच पुढे नेली.

यापेक्षाही महत्त्वाचे म्हणजे, या फुजिताच्या अनुभवावरून एक गोष्ट मॅकडोनल्ड्सला स्पष्ट झाली की – परदेशांत बाजारपेठेत जर यशस्वी व्हायचे असेल, तर त्यांना प्रत्येक परदेशी बाजारपेठेत स्थानिक व्यक्तीबरोबर भागीदारी करायला हवी. त्यामुळे त्या-त्या बाजारपेठेला योग्य अशी कार्यपद्धत बसवता येईल व मॅकडोनल्ड्सच्या मूळ धोरणांपासूनही फार फारकत घ्यावी लागणार नाही. कारण या मूळ धोरणांमुळेच कंपनी अमेरिकेत यशस्वी झाली होती.

या जपानी भागीदारीमुळे त्यांना कामाचा असा ढाचा मिळाला की, तो त्यांना इतरत्रही वापरता येणार होता. स्थानिक उद्योजकांवर अवलंबून राहायचे, शिवाय आपल्याकडेही पुरेशी मालकी ठेवायची व या दोन्हीच्या संयुक्त धाडसातून उद्योग

उभा करायचा. असे करताना कित्येक वेळा अमेरिकेतील फ्रँचायझीला दिले जाते त्याहून अधिक स्वातंत्र्य या भागीदाराला वा त्यांच्या स्टोअरचालकांना द्यायची तयारी ठेवायची. थोडक्यात, जपानने हे सिद्ध करून दाखवले की, 'यशाची गुरुकिल्ली आंतरराष्ट्रीय बाजारपेठेत काम करताना घरच्या बाजारपेठेसारखीच आहे. स्थानिक नियंत्रण हे स्थानिक मालक वा चालकामार्फतच ठेवायचे.'

या धोरणामुळे विविध ठिकाणी विविध प्रकारचे संयुक्त भागीदारीचे संबंध येत गेले व मॅकडोनल्ड्सही किरकोळ विक्रीच्या क्षेत्रातील सर्वांत मोठी आंतरराष्ट्रीय झालेली साखळी उद्योग ठरली. जणू एखादे बहुराष्ट्रीय कॉर्पोरेशनच! पण त्यापेक्षाही ते एक थोड्या ढिल्या पद्धतीचे स्वतंत्र स्थानिक विक्रेत्यांचा संघ बनले. त्यांत एक गोष्ट समान होती – ती म्हणजे, सुस्पष्ट अशी खाद्यपदार्थांची यादी आणि कार्यपद्धती. पण आपापल्या कार्यक्षेत्राला योग्य होईल, देशाचे सांस्कृतिक वातावरण फार बिघडणार नाही अशी खास विणलेली कार्यशैली. मॅकडोनल्ड्सची परदेशी भागीदारी देशाप्रमाणे बदलत जायची, तरी काही गोष्टी समान असायच्या. मॅकडोनल्ड्सची ५० टक्के भागीदारी व स्थानिक उद्योजकांचो ५० टक्के भागीदारी. तो आपापल्या कार्यक्षेत्रात जणू हे छोटेखानी मॅकडोनल्ड्सच चालवतो. काही प्रकारांत तिथली स्टोअर्स ही या उद्योजकाच्या मालकीचीच असतात व तोच ती चालवतो; तर काही वेळा हा उद्योजक ती स्थानिक स्टोअरचालकांना चालवायला देतो. त्यांचे ह्या देशातील मॅकडोनल्ड्सशी जसे संबंध असतात, तसेच अमेरिकेतील स्टोअरचालकांचे मॅकडोनल्ड्सच्या मुख्य कार्यालयाशी असतात.

त्यांच्यातले उद्योजकतेचे गुण सोडले तर प्रत्येक देशातील ह्या भागीदारांमध्ये साम्य असतेच, असे नाही. प्रत्येकाची पार्श्वभूमी निराळी असते व मॅकडोनल्ड्सबरोबरची कार्यपद्धती भिन्न असते. पॉल लेडेटहाउसेन हा स्वीडनमधला पहिला परवानाधारक. तिथे मॅकडोनल्ड्सची आता ६८ स्टोअर्स आहेत. पॉल हा अमेरिकेत तयार झालेली रेस्टॉरंटची यंत्रे व उपकरणे विकणारा घाऊक विक्रेता होता. त्याच्या अमेरिकेला बऱ्याच चकरा व्हायच्या व त्यांपैकी एकात त्याला या मॅकडोनल्ड्सचा शोध लागला. डॅनियल एनजी हा मॅकडोनल्ड्सचा हाँगकाँगमधील भागीदार. तिथे आता ७१ रेस्टॉरंट्स आहेत. तो केमिकल इंजिनिअर आहे व तो शिकागोच्या इन्स्टिट्यूट ऑफ गॅस टेक्नॉलॉजीमध्ये ७ वर्षे संशोधन करत होता. तो नंतर हाँगकाँगला परत गेला व धाडसी भांडवल पुरवठादार झाला. सिंगापूरमधल्या ५२ स्टोअर्सचा मॅकडोनल्ड्सचा भागीदार रॉबर्ट क्वान हा घाऊक प्रमाणावर खेळणी विकायचा. त्याने मग कंपनीबरोबर भागीदारी घेतली. पीटर रॉडेनबेल हा रिओ डी'जानेरिओमधला भागीदार हा मूळ इन्व्हेस्टमेंट बँकर होता. मेक्सिकोमधला एक भागीदार हा मेक्सिको सिटीमधला कार विक्रेता होता. अमेरिकेतल्या अनुभवातून मॅकडोनल्ड्सच्या लक्षात

एक गोष्ट आली की, अन्य उद्योगांतून आलेले भागीदार अधिक चांगले काम करतात; तर रेस्टॉरंटच्या धंद्यातून आलेल्यांची कामगिरी थोडीशी सुमारच असते.

इंग्लिश बोलणाऱ्या देशांत मॅकडोनल्ड्सने संयुक्त धाडस करण्यासाठी निराळा मार्ग निवडला गेला. ज्यांना कंपनीची कार्यपद्धती आधीच्या कामामुळे माहीत होती, अशा आपल्या सध्याच्या फ्रँचायझीपैकीच काहींना त्यांनी त्यासाठी निवडले. टर्नरचा बऱ्याच काळापासूनचा मित्र व क्लीव्हलँडमधील पाच स्टोअर्सचा मालक बॉब व्हिआ याला त्याने ब्रिटनमध्ये प्रवेश करण्यासाठी भागीदार म्हणून निवडले, तर डेटॉनमधला सहा स्टोअर्सचा चालक डॉन विल्सन याला ऑस्ट्रेलियाकरता घेतले. पण दोन्ही ठिकाणी स्थानिक गुंतवणूकदारही असतील, हे पाहिले गेले. उदा. – जिऑफ्री वेड हा इंग्लिश गुंतवणूकदार व स्थावर मालमत्तेचे व्यवहार करणारा होता. त्याला थोड्या टक्केवारीचा भागीदार करण्यात आले. ऑस्ट्रेलियात डॉन विल्सन हा जरी कार्यकारी व्यवस्थापक झाला, तरी त्याने पीटर रांची या ऑस्ट्रेलियन स्थावर मालमत्ता तज्ज्ञाला आपला सहायक म्हणून घेतले. पुढे १९७४मध्ये विल्सनने राजीनामा दिल्यावर पीटरने आपल्या हाती सूत्रे घेतली.

जरी मॅकडोनल्ड्सने इतर ठिकाणी आपल्या मालकीच्या उपकंपनीद्वारा कामे सुरू केली, तरीही त्यांनी स्थानिक नियंत्रण व स्वातंत्र्य देण्याचे ठरवले. त्यांनी जर्मनीमध्ये काम चालू करताना खाद्यपदार्थसेवेतील अनुभवी अधिकारी डच व्यक्ती टोनी क्लाऊस याला बरोबर घेतले. पुढे एका विमान अपघातात क्लाऊस आणि कंपनीचे काही तज्ज्ञ, आंतरराष्ट्रीय व्यवहार पाहणारे अधिकारी मरण पावले; तेव्हा कंपनीने तरुण, अननुभवी अशा जर्मनीतील कार्यपद्धतीव्यवस्था पाहणाऱ्या अधिकाऱ्यांकडेच सूत्रे सोपवली व अमेरिकेहून कोणाला पाठवायचे टाळले. त्या वॉल्टर रेट्टेनवेंडेटचे वय त्या वेळी फक्त २७ वर्षांचे होते. त्याने जर्मनीतले व्यवहार हाती घेतले; तेव्हा मॅकडोनल्ड्सचे जर्मनीतले व्यवहार तिसऱ्या क्रमांकाचे होते, तिथे ४२ स्टोअर्स होती व उलाढाल होती ४ कोटी डॉलर्सची.

परदेशी जमिनीवर कंपनीला जे अद्वितीय यश मिळाले, त्यामागे कंपनीच्या त्या त्या देशातील व्यवहार पाहणाऱ्या कार्यकारी व्यवस्थापकांच्या बाबतीत काही समान सूत्रे कंपनीने पाहिली. उदा. – जरी बहुतेक आंतरराष्ट्रीय भागीदार हे जन्माने परदेशी असले, तरी त्यांच्या-त्यांच्या देशातील ते अपरंपरावादी होते. बहुतेकांना अमेरिकन कार्यपद्धतीची माहिती होती, तिच्याविषयी आस्था होती. त्यांना अमेरिकन उद्योजकांच्या धडपडीचे कौतुक होते व त्यांनी अमेरिकेत बराच काळ घालवला होता.

"अमेरिकेत येणे म्हणजे व्हिटॅमिनचे इंजेक्शन घेण्यासारखे आहे," असे स्वीडनमधला भागीदार पीटर लेडेटहाउसेन म्हणायचा. त्याने मॅकडोनल्ड्सचे स्टोअर प्रथम दक्षिण कॅरोलिनामधील ग्रीनव्हिले येथे पाहिले. स्वीडनमध्ये तो विकत असलेली

विस्तवावर मांस भाजायची उपकरणे त्याने तिथे पाहिली. तो म्हणायचा, ''अमेरिकन हे अधिक जागरूक असतात, ते आक्रमकही असतात व त्यांचे नवनवे प्रयोग करायची तयारी असते.'' तर ऑस्ट्रेलियन कंपनी अध्यक्ष रिथीने काम स्वीकारले, कारण त्याला अमेरिकन व्यवसायात काम करायचे होते. तो म्हणायचा, ''मला नेहमी अमेरिकनांचा कामाकडे पाहायचा दृष्टिकोन आवडायचा. अमेरिकन कंपन्या या ऑस्ट्रेलियन कंपन्यांपेक्षा अधिक कार्यक्षम व आक्रमक असतात.''

शिवाय, ज्या पद्धतीने क्रॉकने अमेरिकेत स्टोअरचालक निवडताना स्वतंत्र उद्योजकांना निवडले, तसेच कंपनीने आंतरराष्ट्रीय व्यवहारातही केले. त्याच्या मते, हे लोक त्यांच्या देशात पूर्वी माहीत नसलेल्या फास्ट फूड उद्योगातील खाद्यपदार्थ व कार्यपद्धत याबद्दल जुगार खेळायला तयार असायचे, त्यातली जोखीम उचलायचे. जेव्हा हाँगकाँगच्या एनजीने त्याच्या मित्रांना आपण साहस भांडवलाऐवजी फास्ट फूड उद्योगात काम करणार आहोत, असे सांगितले; त्या वेळी त्यांचा दृष्टिकोन निराशावादी होता. त्यांच्या मते, ''चिनी लोक भात खातात; त्यांना हॅम्बर्गर कसा आवडणार?''

''पण मी चिनी आहे व मला एक माहीत होते की, चिनी लोक हॅम्बर्गरचा तिरस्कार तरी करत नाहीत. मी जर उत्तम दर्जाचे पदार्थ स्वच्छ वातावरणात व माफक किमतीत दिले, तर मला नक्कीच यशाची संधी होती.'' असे तो नंतर म्हणाला. स्वीडनमधल्या लेडेटहाउसेन या उद्योजकाला पहिला उद्योग सोडून मॅकडोनल्ड्सचे काम करायचे ठरवताना लोकांचा असाच अनुभव आला. त्याने शंकाखोर, निराशावादी लोकांना बाजूला ठेवले. पूर्वीच्या त्याच्या स्वयंपाकाच्या उपकरणांच्या गिऱ्हाइकांनी त्याला धोक्याची सूचना दिली की, स्वीडिश लोक हॅम्बर्गर खाणार नाहीत. तर वार्ताहरांनी विचारले, ''तुम्ही हे प्लॅस्टिक अन्न इथे का आणताय?'' त्याला त्याचे उत्तर होते, ''हॅम्बर्गर हेसुद्धा पूर्णान्न आहे. ते स्वीडनमधल्या मीट बॉल या पदार्थासारखेच आहे. फक्त सपाट आहे, एवढेच!''

स्थानिक लोकांना भागीदार म्हणून निवडून त्यांच्याबरोबर काम केल्याने परदेशातही तिथले स्थानिक उद्योजक म्हणून कंपनीला काम करता आले. त्यामुळे 'ही अमेरिकन भलीमोठी कंपनी आहे व तिला जगभर आपले जाळे पसरायचे आहे', ही मनोभूमिका स्थानिक लोकांत राहिली नाही. हे फार महत्त्वाचे होते, कारण किरकोळ विक्री हा नेहमी स्थानिक व्यवहार असतो. शिवाय, मॅकडोनल्ड्सच्या बाबतीत एक गोष्ट घडायची शक्यता होती. त्या ठिकाणच्या खाद्यपदार्थांच्या सवयी बदलायचाही प्रयत्न ही कंपनी करत होती व त्याला सांस्कृतिकदृष्ट्या विरोध होणे स्वाभाविक होते. डेन फुजिताने हा विरोध टाळण्यासाठी प्रथम काय केले; तर ह्या परदेशी संस्कृतीच्या शिक्क्यामुळे या अमेरिकन खाद्यपदार्थांना जपानमध्ये विरोध व्हायची शक्यता होती,

त्या संस्कृतीचाच परिचय त्याने आपल्या संभाव्य ग्राहकांना करून दिला. मॅकडोनल्ड्सचा पूर्वीचा कार्यकारी उपाध्यक्ष आणि मॅकडोनल्ड्स इंटरनॅशनलचा दुसरा अध्यक्ष झालेला ब्रेंट कॅमेरॉन म्हणतो, "आम्ही आमचे आंतरराष्ट्रीय व्यवहार अमेरिकन कंपनी म्हणून करत नाही, कारण एखाद्या अमेरिकन कंपनीने स्थानिक व्यवसायात यायचे याबाबत नागरिक भावनाप्रधान असतात. अरब लोक अमेरिकेत आले, तेव्हा अमेरिकन लोकांच्या या भावनाप्रधानतेची कल्पना आली होती व त्यांनी तिथले व्यवसाय काबीज करायला सुरुवात केली, तेव्हा ती स्पष्ट झाली होती."

तरीही स्थानिक उद्योजकांना हाताशी धरून परदेशात पाय पसरायचे व यशस्वी व्हायचे, हे यशाचे अर्धसत्य म्हणता येईल. दुसरे रहस्य – स्थानिक गरजांनुसार कार्यपद्धतीत योग्य ते बदल करण्याचे पूर्ण स्वातंत्र्य तिथल्या भागीदारांना द्यायचे, यात होते. रिची म्हणतो, "मला जे स्वातंत्र्य मिळाले, ते पाहून इतर अमेरिकन कंपन्यांच्या लोकांचा विश्वासच बसला नव्हता. शिवाय माझाही त्याच्यावर विश्वास बसण्यास थोडा काळ जायला लागला."

कित्येक वेळा तर रिची त्याला मिळालेले अधिकार वापरण्यास कचरायचा. स्थावर मालमत्ता घेण्यासाठी त्याला पूर्ण अधिकार होते. तरीही ४५ लाख डॉलर्सच्या एका मोठ्या व्यवहारात त्याने टर्नरची वैयक्तिक संमती मिळवणे पसंत केले. युरोपमधील अगदी खर्चिक जागेपेक्षाही ती दोन-तीन पट अधिक महाग होती. त्यामुळे टर्नर जेव्हा दौऱ्यावर आला, तेव्हा रिचीने त्याला अनेक वेळा त्या जागेवर नेले. पाहणी संपल्यावर टर्नरने त्याला प्रश्न केला, "गेल्या १० वर्षांत तू मला जागेच्या पसंतीविषयी कधी विचारले नाहीस; मग आता ही नसती प्रथा कशाला पाडतोस?"

अशा प्रकारे पूर्ण स्वातंत्र्य देण्यात दोन उद्देश होते. एक तर लालफितीचा कारभार कमी करायचा होता व महत्त्वाचे म्हणजे, परदेशी भागीदारांना स्वतंत्रपणे निर्णय घ्यायला लावून प्रसंगी झालेल्या चुकांतून धडा घेण्याची संधी द्यायची होती. आंतरराष्ट्रीय व्यवहारात ही एक चांगली पद्धत होती, असे म्हणता येईल. पण इतर फास्ट फूड साखळी उद्योगांनी तसे केले नाही. मॅकडोनल्ड्स जर्मनीचा पूर्वीचा संचालक रेहेनवेन्डेर म्हणतो, "इतर साखळी उद्योगांतील स्थानिक अधिकाऱ्यांना निर्णयासाठी अमेरिकेतल्या मुख्यालयातील उच्च अधिकाऱ्यांची संमती घ्यावी लागायची व तिथपर्यंत पोहोचण्यासाठी अनेक पायऱ्यांमधून कागदपत्रे जायची. लाल फीत आणि दफ्तरदिरंगाईचा तिथे कळस असायचा." याच्या उलट, वयाच्या फक्त २७व्या वर्षी त्याला जर्मनीत मिळालेले संपूर्णाधिकार पाहून तो चाट पडला. जाहिरातीच्या स्पर्धांचे अंदाजपत्रक, कुठल्या खाद्यपदार्थांची जाहिरात करायची, किती नवी स्टोअर्स उघडायची आणि कुठली जागा विकत घ्यायची – हे सर्व तो ठरवायचा

आणि तेही कोणा उच्चाधिकाऱ्यांची परवानगी न घेता. तो म्हणतो, ''मी वैचारिकदृष्ट्या यासाठी पूर्णपणे तयार नव्हतो, तरी माझ्यावर ती जबाबदारी टाकण्यात आली. पण त्यामुळे मी कामात लवकर तयार झालो. हे म्हणजे 'पाण्यात फेकून दिल्यावरच चांगले पोहायला येते' असे सांगण्यासारखे होते. सुरुवातीला वाटते – आपण आता बुडणार; पण नंतर एकदम लक्षात येते की, आपण हात-पाय हलवायला लागलोय अन् आता पोहणं जमतंय.''

कित्येक वेळा जरी स्थानिक निर्णय मुख्यालयातील अधिकाऱ्यांच्या विरोधी मताचे असले, तरी विशेषत: विपणनाच्या क्षेत्रातील निर्णयाला स्थानिक अधिकाऱ्यांच्या बाजूने कल दिला जायचा. विपणनाचे असे स्वातंत्र्य देणे हे तसे कंपनीमध्ये नवे नव्हते; पण सांस्कृतिक फरकांमुळे परदेशी बाजारपेठेत तसे करणे व स्थानिक अधिकाऱ्यांना झुकते माप देणे, हे आवश्यकच व्हायचे.

यामुळेच डेन फुजिता जपानमध्ये मॅकडोनल्ड्स हे जणू जपाननिर्मित आहे, असे वातावरण निर्माण करण्यात यशस्वी झाला. कित्येक वेळा ओक ब्रूकमधील मुख्यालयातील अधिकारी एखादी निराळी सूचना करायचे; पण हा जपानी अध्यक्ष शेवटी त्याला योग्य तेच मार्ग निवडायचा व अंतिम निर्णय घ्यायचा. फुटबॉलच्या एका सामन्याला फुजिताने पुरस्कृत करावे, असे मुख्यालयातील अधिकाऱ्यांचे मत होते, आग्रह होता; पण फुजिताने ते साफ नाकारले. त्याचे म्हणणे 'फुटबॉल हा जपानमधला लोकप्रिय खेळ नाही.' तरीही त्याने टेलेक्स मात्र पाठवला. 'या पुरस्कृत करण्याच्या निर्णयाबद्दल आपण नंतर विचार करू.' त्याच्या या संदेशामागचा अर्थ लक्षात यायला त्या अधिकाऱ्यांना बराच काळ जावा लागला. पण फुजिताचा संदेश स्पष्ट व खुला होता – 'आम्हा जपान्यांना नाही म्हणणे जिवावर येते. जेव्हा आम्ही सांगतो, 'नंतर विचार करू' तेव्हा त्यामागचे आमचे म्हणणे असते – नंतर म्हणजे कधीच नाही.'

फुजिताने जरी असे स्वातंत्र्य उपभोगले, तरी त्याने कंपनीच्या कार्यपद्धतीच्या व पदार्थांच्या यादीत काही बदल केले नाहीत. पण इतर ठिकाणी अधिकाऱ्यांनी स्वातंत्र्याचा गैरफायदा घेतला व पदार्थांच्या यादीत बदल केले. नवे पदार्थ घुसवले, जे अमेरिकेतील फ्रँचायझी ते कधीच करू शकले नसते. ऑस्ट्रेलियात रिचीने नेहमीच्या 'फिलेट-ओ-फिश सँडविच'ऐवजी इंग्लिश 'फिश अँड चिप्स' यादीत घातले. तिथे विक्री हॅम्बर्गरची सर्वांत जास्त नव्हती, तर फ्राइड चिकनची होती व तीही सुमारे एकूण विक्रीच्या ३० टक्के. अमेरिकेत असे कधीच झाले नसते आणि ऑस्ट्रेलियात सर्वांत लोकप्रिय हॅम्बर्गरमध्ये लेट्यूस, टोमॅटो आणि मेयोनीज असायचे; कारण ऑस्ट्रेलियात तसे हॅम्बर्गर खाणे ऑस्ट्रेलियनांना आवडायचे. याउलट, नेहमीच्या पद्धतीच्या हॅम्बर्गरची विक्री दोन टक्क्यांपेक्षाही कमी होती. कारण ऑस्ट्रेलियन

लोकांना हॅम्बर्गरवर लोणचे घातलेले आवडायचे नाही. ते मग ते लोणचे फेकून द्यायचे. रिची म्हणतो, ''आमच्या स्टोअर्सच्या छतावर व भिंतीवर लोणचेच चिकटलेले दिसायचे (लोकांनी वैतागून फेकून दिलेले). जर आम्ही भिंतींवर म्युरल लावले व रोनाल्ड मॅकडोनल्डला बाकावर बसवले असते, तर त्यावरही लोणचे टाकायला लोकांनी मागे-पुढे पाहिले नसते.''

जे फुजिताला फार लवकर कळले, ते ऑस्ट्रेलियन अधिकाऱ्यांना हळूहळू पटू लागले. ग्राहकांच्या चवीचे पदार्थ बनवण्याऐवजी आपल्या पदार्थांची चव त्यांना कशी आवडेल व त्याची चटक कशी लागेल, हे पाहणेच अधिक उपयोगाचे ठरते. आता अमेरिकेत ज्या पद्धतीचे हॅम्बर्गर दिले जातात तसेच ऑस्ट्रेलियातही दिले जातात व लोक ते आवडीने खातात. फ्राइड चिकनची जागा आता मॅकनगेट्सनी घेतली आहे. लेट्यूस-टोमॅटो हॅम्बर्गर्स आणि फिश ॲन्ड चिप्सची यादीतून हकालपट्टी झाली आहे. आता त्यांच्या हॅमबर्गरमध्ये लोणचे फेकून देणारे ग्राहक ५ टक्क्यांहूनही कमी आहेत. रिची म्हणतो, ''मी याचे श्रेय मॅकडोनल्ड्सच्या लहान मुलांवर असलेल्या प्रभावाला देतो, कारण त्याची चव अमेरिकन मेन्यूच्या विरोधात गेली नाही. जसजसा वेळ गेला तसतशी मॅकडोनल्ड्सच्या अमेरिकन पदार्थांची आवड ग्राहकांत वाढत गेली आणि जेव्हा त्यांनी यादीबाहेरचे पदार्थ त्यात घुसवून देणे चालू केले होते, त्या वेळी ते पदार्थ काढणाऱ्यांची विक्री झपाट्याने वाढली व ८ वर्षांच्या सततच्या तोट्यानंतर तिथली कंपनी फायद्यात आली.''

मॅकडोनल्ड्स जर्मनीतसुद्धा अशीच शिकण्याच्या प्रक्रियेतून गेली; पण अधिक मोठ्या प्रमाणावर. जर्मन बाजारपेठ ही परंपरावादी होती. म्हणून ग्राहकांना आकर्षित करण्यासाठी तिथे कंपनीला पदार्थांची यादी व स्टोअरची रचना यात बदल करावे लागले. तिथे हॅम्बर्गरचा अर्थ हॅम्बर्गचा रहिवासी असा होता; खाद्यपदार्थ असा नव्हता. तिथे मऊ, स्पंजसारखा बन कोणी कधी पाहिलाच नव्हता. तिथे असायचे कडक पावाचे रोल्स. मिल्कशेकमध्ये दुधाबरोबर सुवासाचे पदार्थ मिसळलेले असायचे आणि जेव्हा मॅकडोनल्ड्समध्ये अमेरिकन पद्धतीचा मिल्कशेक देणे चालू केले, तेव्हा ग्राहकांची तक्रार होती की, 'हे दूध फारच गोठलेले आहे!'

अशा सांस्कृतिक वेगळेपणाला सामोरे जाण्यासाठी मॅकडोनल्ड्सने १९७१मध्ये जर्मन बाजारपेठेत प्रवेश करताना आपल्या खाद्यपदार्थांच्या यादीत बदल केले व त्यांत फ्राइड चिकन ब्रेस्ट हा पदार्थ घातला. त्यामुळे सांस्कृतिक धक्का कमी होईल, असे कंपनीला वाटले. बिअर हे जर्मनीचे राष्ट्रीय पेय. ते सर्व स्टोअर्समधे विक्रीसाठी ठेवण्यात आले आणि काही स्थानिक व्यवस्थापकांना 'ब्रॅटवुर्स्ट' ठेवावे, असेही सुचविले. स्टोअर्सना खास जर्मन धाटणीची सजावट व बाह्य स्वरूप देण्यात आले; कारण सर्व अमेरिकन फास्ट फूड स्टोअर्सचे रूप तिथे देण्याने 'ते कृत्रिम वाटते',

अशी टीका झाली असती. त्यामुळे अंतर्भागात गडद रंग देण्यात आले, लाकडाचा जास्त उपयोग करण्यात आला आणि प्रकाशव्यवस्था मंद करण्यात आली. जर्मनीमध्ये भाड्याचे दर अमेरिकेपेक्षा चार-पाच पट अधिक होते. त्यामुळे स्टोअर्सचा आकार कमी करण्यात आला व बसण्याची व्यवस्था फक्त चाळीस जणांसाठीची केली. (एरवी ती १०० वा अधिक जणांसाठी असते.) मोठ्या आकाराच्या स्टोअर्समध्येही बसण्याच्या व्यवस्थेमध्ये पार्टिशन घालण्यात आले. त्यामुळे वातावरण गडद रंगाचेच राहिले. बव्हेरियन्स त्याला 'गेमुटलिश' म्हणतात. म्युनिकमधले एक स्टोअर तर अगदी लोकप्रिय जर्मन बिअर हॉलसारखे सजवले होते. या सजावटीमुळे जरी जर्मन लोकांना ते जर्मनीतले असल्यासारखे वाटले, तरी मॅकडोनल्ड्सच्या दृष्टीने ते 'परदेशी' वाटत होते. चिकन हा त्या वेळी अमेरिकन स्टोअर्समधला प्रमाणभूत पदार्थ नव्हता, त्यामुळे तो बनवण्यासाठी खास स्वयंचलित उपकरणेही तयार केलेली नव्हती. म्हणूनच, जर्मनीत तयार करण्यात येणारे चिकनचे पदार्थ हे दर्जा, आकार व चव याबाबत एकसारखे होत नव्हते. मॅकडोनल्ड्समध्ये मिळणारी बिअर इतर ठिकाणांपेक्षा स्वस्त होती, त्यामुळे विरंगुळ्यासाठी तरुणांची गर्दी तिथे जास्त व्हायची. मग ते रेंगाळायचे. त्यांत काही भडक, रंगीबेरंगी कपड्यांतले मोटारसायकलचे शौकिन असायचे. पण या स्टोअरमध्ये रस्त्याने येणाऱ्या-जाणाऱ्यांना आकर्षित करावे असे काही नव्हते. शिवाय मॅकडोनल्ड्सचे अमेरिकेत असलेले हमखास ग्राहक म्हणजे कुटुंबवत्सल लोक – रेस्टॉरंटमध्ये सहकुटुंब खाण्याची मजा लुटायला येणारे. जर्मनीतल्या अशा कुटुंबवत्सल लोकांना तिथे स्टोअरमध्ये आकर्षित करण्याची काही योजना नव्हती. तशी बव्हेरियात रेस्टॉरंट्स भरपूर होती; पण मॅकडोनल्ड्सने जेव्हा तिथे पाय रोवण्याचा प्रयत्न केला, त्या वेळी त्यांनीही या कुटुंबवत्सलांकडे दुर्लक्ष केले. रेट्टेनवेंडेर म्हणतो, "जर्मन नागरिक हे लहान मुलांना जवळ करणारे नाहीत. अशी काही रेस्टॉरंट्स आहेत की, जिथे लहान मुलांपेक्षा कुत्र्याचे स्वागत अधिक प्रेमाने केले जाते. दुर्दैवाने, आमचीही पहिली रेस्टॉरंट्स या लहान मुलांना आकर्षित करतील अशी नव्हती."

मात्र, जेव्हा जर्मन रेस्टॉरंटनी कात टाकली व अमेरिकन रेस्टॉरंटसारखीच ती दिसू लागली, तेव्हाच त्यांच्या विक्रीच्या आकड्यांत वाढ होऊ लागली. रे क्रॉकने जर्मनीमधल्या स्टोअर्समधील ते अंधारलेले वातावरण पाहिले अन् तो वैतागलाच. त्याला जणू धक्काच बसला. मग रंगसंगती व प्रकाशयोजना बदलून ती अधिक चकचकीत प्रकाशाची करण्यात आली. लाकडी सजावट काढून टाकण्यात आली. पार्टिशन्स काढून टाकण्यात आली. भिंतींना तजेलदार फिके रंग देण्यात आले आणि प्रकाशयोजना बदलली गेली. नंतरची स्टोअर्स अधिक मोठ्या आकाराची करण्यात आली. कुटुंबीयांना आकर्षित करण्यासाठी अधिक उंचीच्या खुर्च्या ठेवण्यात आल्या

आणि लहान मुलांना आकर्षित करण्यासाठी खेळाची साधने व रोनाल्ड मॅकडोनल्ड खेळाची जागा बनवण्यात आली.

खाद्यपदार्थांची यादी मॅकडोनल्ड्सच्या नेहमीच्या यादीसारखी करण्यात आली. चिकनचा पदार्थ हटवण्यात आला व क्वार्टर पाउंडर हॅम्बर्गर देण्यात आला. बिअर आजही दिली जाते. पण त्याचे कारण तिथले बिअरचे उत्पादक अशा बऱ्याच मोक्याच्या जागांचे मालक आहेत. ते जागा स्टोअर्सना भाड्याने देताना अटी घालतात की, त्यांचीच बिअरही तिथे विकली गेली पाहिजे. मात्र, मग बिअरच्या किमती बाहेरपेक्षा जास्त ठेवण्यात आल्या. त्यामुळे तरुणांचे तिथे बिअर पिण्यासाठी रेंगाळणे कमी झाले. आता स्टोअरमधील बिअरची विक्री एकूण विक्रीच्या एक टक्क्याएवढीही नसते. त्यामुळे थोड्याच काळात स्टोअर्समधील विक्रीचा आकडा अमेरिकेतील विक्रीच्या सरासरीएवढा वाढला. जर्मनीत पुढे ४९६ स्टोअर्स झाली. पहिली सहा वर्षे नफ्याचे नाव नव्हते. पण १९९१मध्ये जर्मनीतील एकूण विक्री ८४ लाख डॉलर्स झाली. ती १९८०मध्ये नेहमीच्या पदार्थांपासून व कार्यपद्धतीपासून वा स्टोअररचनेपासून दूर गेले, तेव्हा झाली नव्हती. त्यापेक्षा आपली आहे ती रुळलेली वाट चालावी व ग्राहकांच्या आवडी-निवडी बदलतील (व त्या तशा बदलतील यासाठी प्रयत्न करायचे) याची वाट पाहत बसायचे, हे श्रेयस्कर होते.

याबाबतही ऑस्ट्रेलिया व जर्मनीतील अनुभव आगळावेगळा नव्हता. परिणामत: मॅकडोनल्ड्सने असे पाहिले की, आपल्या नेहमीच्या खाद्यपदार्थांची यादी व स्टोअर्सची रचना व सजावट ठेवली; तरच चांगले यश मिळेल. "मॅकडोनल्ड्स ही अमेरिकन खाद्यपद्धत आहे. जर आम्ही नव्या देशात गेलो व तिथे त्यांच्याच पद्धतीचे खाद्यपदार्थ दिले, तर आम्ही आमची ओळख विसरायला लागतो. आम्ही धड मासेही नसतो वा कोंबडीही." असे मॅकडोनल्ड्सचा एके काळचा अध्यक्ष स्टीव्ह बार्नेस म्हणतो.

त्यामुळे खाद्यपदार्थ वा स्टोअररचना यांत बदल करण्याऐवजी मॅकडोनल्ड्सच्या परदेशी भागीदारांनी आपापल्या क्षेत्रात विपणनपद्धतीत बदल करून मॅकडोनल्ड्सची अमेरिकन पद्धत अधिक चांगली कशी विकली जाईल, हे पाहिले. त्यांनी अगदी प्राथमिक अवस्थेतल्या मॅकडोनल्ड्स जाहिरातपद्धतीसारखी जाहिरात करून सुरुवात केली आणि मॅकडोनल्ड्सचे खाद्यपदार्थ काय आहेत, कसे बनतात, हे नागरिकांना सांगितले.

पुढे ती याहीपेक्षा अधिक प्राथमिक पद्धतीकडे गेली. जर्मनीमध्ये त्यांनी हॅम्बर्गरची जाहिरात करताना, 'बीफस्टेकनंतरची अत्यंत क्रांतिकारक कल्पना' अशी वाक्ये असलेले जाहिरातफलक व वृत्तपत्रीय जाहिराती केल्या. त्यांत हॅम्बर्गरचे मोठ्या आकाराचे चित्र होते व त्यांतला प्रत्येक पदार्थ बाणाने दाखवून त्याचे वर्णनही केले

होते. या जाहिरातीच्या प्रयोगांतून नवनव्या कल्पना पुढे आल्या व त्या पुढे अमेरिकेतही राबवल्या गेल्या. आता मॅकडोनल्ड्सचे विविध पदार्थ त्यांच्या फोटोसह स्टोअरबाहेर वा पदार्थ ठेवायच्या ट्रेमधल्या कागदावर दाखवले जातात. पण ही कल्पना मूळ जर्मनीत वापरलेली होती. ''अमेरिकेत जाहिरात करताना स्पर्धकांपेक्षा आपण निराळे आहोत, हे दाखवावे लागायचे. कारण स्पर्धक भरपूर होते. पण जर्मनीत स्पर्धकच नव्हते. तिथे मुख्य काम होते हे मॅकडोनल्ड्सचे जर्मनीबाहेरचे अज्ञात पदार्थ तिथे लोकप्रिय करण्याचे व त्यासाठी ग्राहकांना ते समजावून सांगायचे.'' असे जर्मनीतला जाहिरातप्रमुख जुर्गेन क्नाऊस म्हणतो.

पण या जर्मन जाहिरात एजन्सीने मॅकडोनल्ड्सची कहाणी युरोपियन विपणनपद्धतीनेच सांगायचीही कल्पना लढवली. त्यामुळे ती जर्मनीत अधिक स्वीकारली जाईल, असे त्यांना वाटले. एकदा असे ठरले की, मॅकडोनल्ड्सचा आहे तो ढाचा बदलायचा नाही, तेव्हा त्यांनी त्याला युरोपियन टच (रंगरूप) द्यायचा प्रयत्न केला. त्याचा अर्थ – जर्मनीकरता खास तिथे आवडतील अशा जाहिराती द्यायच्या; केवळ अमेरिकेतील जाहिरातींची नक्कल करायची नाही, असे त्यांनी ठरवले. एक खरे की, मॅकडोनल्ड्सच्या जर्मनीतील जाहिरातींत ६० टक्के वाटा हा वृत्तपत्रे, पोस्टर्स वा फ्लेक्सबोर्ड्स या रूपाने असतो. अमेरिकेत ही पद्धत फारशी वापरली जात नाही. जर्मनीमधल्या टीव्हीवर केवळ ५ मिनिटे प्रतिदिन एवढाच वेळ एक जाहिरात करता येऊ शकते. त्यामुळे ते माध्यम परिणामकारक व प्रभावशालीही होत नाही. त्याऐवजी सिनेमा थिएटरमधल्या जाहिरातींवर भर दिला जातो.

आणखी महत्त्वाचे म्हणजे, जाहिरातींची शैली खास युरोपियन झाली. त्यात प्रत्यक्षापेक्षा कल्पनारम्यतेवर जास्त भर होता. गंभीर व अहंकारी मार्गापेक्षा विनोदाचा उपयोग अधिक केला गेला. क्नाऊस म्हणतो, ''अमेरिकेत प्रत्येक गोष्ट 'द बेस्ट' म्हणूनच विकली जाते. युरोपमध्ये आम्ही हे ठरवायचे काम ग्राहकांवर सोडले आणि आम्ही स्वत:ला फार गंभीरपणे घेत नाही, असाच आव आणला.'' त्यामुळे चिकन मॅकनगेटची जाहिरात करताना एक माणूस पांढरा स्पोर्ट्स सूट घालून उड्या मारत मॅकडोनल्ड्सचे बोधगान (थीमसाँग) म्हणत येतो, पण तेही कोंबड्याच्या आवाजात, असे दाखवले होते; मानवी आवाजात नव्हे. जाहिरात करताना कल्पना अशी नव्हती की, ही एक अमेरिकन कंपनी जर्मन संस्कृती बदलायला आली आहे; तर ही ती कंपनी स्वत:ला जर्मन समजते, असा सूर त्यात होता.

पण मॅकडोनल्ड्सच्या खास जर्मनीकरता केलेल्या काही सर्जनशील आणि युरोपियन धाटणीच्या जाहिरातींत असा प्रयत्न केला जात होता की, ही कंपनी जर्मन संस्कृतीवर अमेरिकेचे आक्रमण कसे आहे असा जो गैरसमज आहे, तो खरा नाही. हा गैरसमज पसरवण्याचे काम काही समूहाची मते फिरवणारे वा बनवणारे जर्मनीतले

तथाकथित नेते करत होते. एका जाहिरातीत त्यांनी मॅकडोनल्ड्स ही अमेरिकन नसून जर्मन पुरवठादार, जर्मन कर्मचारी, जर्मन फ्रँचायझी आणि जर्मनीतच तयार झालेले खाद्यपदार्थ देणारी 'जर्मन' कंपनी आहे, असे दाखवले. त्याद्वारे गैरसमज पसरवणाऱ्यांना त्यांनी चोख उत्तर दिले होते. या पूर्ण पानी जाहिराती १९६७मधल्या फोक्स वॅगनच्या बीटल जाहिरातीसारख्या वाटायच्या. दुसऱ्या एका जाहिरातीत मॅकडोनल्ड्सचा एक जर्मन फ्रँचायझी, त्याची बायको, मुलगी व घरातला कुत्रा असे एकत्र दाखवले होते. वर शीर्षक होते – 'ए टिपिकल अमेरिकन बिग बिझिनेस.' आणखी एकात एक कंपनी अधिकारी जेवणाच्या टेबलावर बसला असून त्याचा टाय सुपाच्या बोलमध्ये पडलेला दाखवला होता. वर शीर्षक होते – 'ए युनायटेड टेस्ट्स ऑफ अमेरिका.' असे वर्णन-विपर्यास वा शब्द-अक्षरांची अदलाबदल करून नवा अर्थ काढणे, हा खास इंग्लिश लोकांच्या आवडीचा प्रकार होता.

पण अशी घोषवाक्ये ब्रिटनमधल्या मॅकडोनल्ड्सच्या खऱ्या समस्यांवर तोडगा काढू शकली नाहीत. तिथे फिश ॲन्ड चिप्सचेच विक्रीचे हॅम्बर्गर स्टोअर्स शेकड्यांनी होते. पण त्यांचा दर्जा सातत्याने अजिबात सारखा नसायचा. त्याला कंटाळून एका खाद्यपदार्थतज्ज्ञाने व्हिआला सांगितले की, बहुधा ब्रिटिश ग्राहक अशा सातत्याची मागणी करत नाहीत व तशी ती मिळावी अशी त्यांची पात्रताच नसते. पण व्हिआला ते मान्य नव्हते. तो म्हणायचा, ''मला असे वाटते की, ब्रिटिश लोक या सुमार दर्जाला विटले होते आणि निराश झाले होते की, स्वस्त दरातल्या अशा खाद्यगृहात पैशाला योग्य मूल्य मिळत नाही. कोणीही कुटुंबाला योग्य असतील असे खाद्यपदार्थ विकत नव्हता. तिथे एक मोठी पोकळी होती व आम्हाला ती भरून काढायची होती.''

मॅकडोनल्ड्सचे इंग्लिश संयुक्त धाडस १९७४मध्ये सुरू करण्यापूर्वी व्हिआ आणि त्याची बायको इडा जर्मनीतला मॅकडोनल्ड्सचा कारभार पाहायला गेले. त्यांना तिथली ती छोटी-छोटी स्टोअर्स आवडली नाहीत. त्यांच्या मते, त्यांतून आपण काहीतरी भव्यदिव्य केले पाहिजे, ज्याचा आपल्याला अभिमान वाटेल. जर असे काही करून इथली परंपरा (छोट्या स्टोअर्सची) खंडित करायची असेल, तर वेळ नको. शुभस्य शीघ्रम्!

इंग्लंडमध्येही जर्मनीप्रमाणेच स्थावर मालमत्तेच्या किमती प्रचंड होत्या. पण त्यांनी त्याबाबत तडजोड न करता अमेरिकेत होती तेवढी व काही वेळा त्यापेक्षा मोठ्या आकाराची स्टोअर्स उभारली. ती त्याने मुख्यालयाच्या कुणी कल्पनाही केली नसेल इतक्या श्रीमंती थाटाची व आरामदायी केली. त्यांची बाहेरची सजावट संगमरवरी होती आणि रे क्रॉकच्या सूचनेप्रमाणे त्याने बहुतेक स्टोअर्सच्या बाहेर उत्तम फुलांचे वाफे केले होते. अंतर्गत सजावटही अप्रतिम होती. सर्व भिंतींवर

आरसे व ब्रास फिटिंग्ज होती. प्लॅस्टिकच्या फर्निचरऐवजी मोजकेच पण महागडे व ओकच्या लाकडाचे फर्निचर होते. त्यावरची कुशन्सही उच्च दर्जाची होती. भिंतीवर म्यूरल्स, कापडी पॅनेल्स व इतर सजावट होती. काही मोठ्या रेस्टॉरंटमध्ये तर दिव्यांची झुंबरे व उत्तम प्रतीचे पडदे होते. आपले १०वे स्टोअर उघडेतोपर्यंत या सजावटीच्या कामात तो एवढा गढला होता की, शेवटी त्याने एक व्यावसायिक डिझायनर त्यासाठी नेमला.

तरीही जर्मनीत होती तशी निराळी नव्हे, तर बहुतेक रेस्टॉरंट्स खास मॅकडोनल्ड्स पद्धतीचीच वाटायची. ती उभारणेही महाग होते. एकेकावर २० लाख डॉलर्स खर्च व्हायचे. हा खर्च अमेरिकेतल्या खर्चाच्या तिप्पट-चौपट होता. ती इतकी खर्चिक बनत चालली की, त्यांना 'व्हिआची स्मृतिचिन्हे' समजले जायचे. पण व्हिआचा ठाम विश्वास होता की, इंग्लंडमध्ये मॅकडोनल्ड्स यशस्वी करायचे तर स्टोअर्स उत्तमातली उत्तम हवीत व विक्रीचा आकडाही मोठा असायला हवा; म्हणजे त्यांच्यावरचा खर्च वसूल होईल. जुन्या हॅम्बर्गर स्टोअर्स (विम्पीच्या) मुळे जे वाईट मत तयार झाले होते, ते बदलायचा हाच मार्ग होता.

सुरुवातीला या खर्चाच्या ओझ्यात व्हिआ चांगलाच बुडाला होता. परंपरावादी ब्रिटिशांचा ओघ या स्टोअर्सकडे वळायला भरपूर वेळ गेला. एखाद्या पब वा ट्रॅव्हर्नमध्ये ज्या आकाराचे खाद्यपदार्थ दिले जायचे, त्यापेक्षा मॅकडोनल्ड्सच्या पदार्थाचा आकार लहान होता. लोकांना प्रश्न पडायचा, "मी जे पैसे देतोय, त्यांत मला किती मिळणार?" असे पॉल प्रेस्टनला आठवते. तो अमेरिकन व्हिआच्या क्लीव्हलँडमधल्या रेस्टॉरंटमध्ये काम करायचा व त्याने वूलविच या सेंट्रल लंडनपासून १० मैलांवर असलेल्या पहिल्या स्टोअरमध्ये व्यवस्थापकीय काम सुरू केले होते. तो पुढे मॅकडोनल्ड्स युकेचा कार्यकारी व्यवस्थापक झाला. त्याच्या मते, इंग्लिश माणूस पैशाचे परतावा मूल्य काय मिळणार याचा नेहमीच विचार करतो. पदार्थाचा मोठा आकार हे परताव्याचे एक गणित त्यांच्या मनात असते आणि पबमध्ये मिळतो तेवढा आकार मॅकडोनल्ड्समध्ये मिळत नाही, हे त्यांच्या डोक्यात बसले होते.

हा वूलविचचा स्टोअर म्हणजे संकट ठरले. पहिल्या वर्षी गल्ला फक्त ३ लाख डॉलर्स जमला. अमेरिकन स्टोअर्स त्या वेळी सरासरीने त्याच्या दुप्पट गल्ला जमवत असत आणि तोटा १,५०,००० डॉलर्स झाला होता. दुसऱ्या स्टोअर्सची अवस्थाही यापेक्षा वेगळी नव्हती. मग त्याने ग्राहकांना भेटवस्तू देण्याची मोहीम चालू केली. त्यामुळे गर्दी वाढली, पण धंद्यात फारशी वाढ झाली नाही. उलट, ते कधीकधी अंगलटच आले. एकदा त्याने शेजारच्या सिनेमा थिएटरमध्ये सकाळचा सिनेमा पाहायला येणाऱ्या लहान मुलांना फुकट मिल्कशेक द्यायची टूम काढली. मग तिथे ३०० मुलांची झुंबड उडाली. आतल्या इतर लोकांना बाहेर पडणे मुश्किल

झाले. मग काय, हाताला येईल ते त्या मुलांना देऊन त्यांची गर्दी हटवावी लागली.

पहिल्या ५ वर्षांत या इंग्लिश धाडसात १ कोटी डॉलर्सचा तोटा झाला. पण व्हिआने त्यांच्या बांधकामातील खर्चात काटकसर करण्याचे नाकारले. उलट, १९७६मध्ये लंडनच्या वेस्टएंड या महागड्या वस्तीत नवी स्टोअर्स उघडायला सुरुवात केली. तिथे त्याने फुजिताचा एक मंत्र लक्षात ठेवला होता – 'खर्चाची तमा बाळगू नका. नव्या देशात प्रवेश करताना शहराच्या व्यापाराच्या गजबजलेल्या भागात सर्वांना सहज दिसतील अशी स्टोअर्स उघडा.'

हे वेस्टएंडमधले स्टोअर लगेच नफ्यात आले आणि त्याच वेळी त्याने टीव्हीचा समर्पक उपयोग करणे उचित आहे, हेही दाखवून दिले. तोपर्यंत त्याला मॅकडोनल्ड्सला कोणती पोकळी भरून काढायची आहे याचा अंदाज आला होता व त्याच्या ३० सेकंदांच्या टीव्हीवरच्या जाहिराती योग्य त्या संभाव्य ग्राहकांमार्फत पोहोचत होत्या. त्यामध्ये मॅकडोनल्ड्सच्या 'ट्रिपल थिकशेक्स'वर भर होता व त्याचा परिणाम खपावर चांगलाच झाला. कारण त्यामुळे ब्रिटिशांच्या गोड खाण्याऱ्या आवडीची पूर्तता झाली आणि ती पूर्वी इंग्लंडमध्ये मिळणाऱ्या सुवासिक द्रव्ये मिसळलेल्या मिल्कशेकपेक्षा अधिक घट्ट व चांगल्या दर्जाची होती. शिवाय या जाहिरातीतून 'क्रिस्प फ्राइज'चाही प्रचार जोरात केला जायचा. 'फिश ॲन्ड चिप्स'मध्ये मिळणाऱ्या बटाट्यांच्या कापांपेक्षा ती निराळी होती. शिवाय जाहिरातीत 'कॅरी आउट' (पदार्थ घरी घेऊन जाणे) पद्धतीवर भर दिला जायचा. ते लोकांना आवडायचे; कारण जर स्टोअरमध्ये खाल्ले तर त्यावर १५ विक्रीकर होता, पण बाहेर घेऊन गेले तर विक्रीकर नव्हता. शिवाय, या जाहिरातीमुळे मॅकडोनल्ड्सला आजपर्यंत ज्या ग्राहक प्रकाराची पोकळी जाणवत होती, ती भरून येण्यात यश आले. ती होती कुटुंबासह रेस्टॉरंटमध्ये येणाऱ्यांची.

टीव्हीवरील जाहिरातीत मॅकडोनल्ड्सचे बोधगीतही वाजवले जायचे व त्याचा त्वरित परिणाम झाला. ज्या स्टोअर्समध्ये सुमार धंदा चालला होता, तिथेही एका रात्रीत विक्रीत किमान १० टक्क्यांनी वाढ झाली. त्यानंतर व्हिआने आपल्या जाहिरातीचा सर्व खर्च टीव्ही जाहिरातींवरच केला आणि त्यातून विक्री वाढत गेली व तो खर्च भरूनही निघाला. या प्रतिसादामुळे १९७७मध्ये मॅकडोनल्ड्सने ब्रिटनमध्ये आणखी १५ रेस्टॉरंट्स उघडली. तोपर्यंतच्या आकड्याच्या हा दुप्पट आकडा होता व त्यानंतर त्याने यापेक्षा कमी रेस्टॉरंट्स एका वर्षात कधीच उघडली नाहीत. ती १९८६पर्यंत २०० होती आणि त्याच्या जुगारात चांगली कमाई झाली; जेव्हा मॅकडोनल्ड्सने त्याचे ४५ टक्के समभाग ३.८ कोटी डॉलर्सला विकत घेतले. ब्रिटिश लोकांना केवळ काटेसुरी घेऊन जेवण करणे आवडते व त्यामुळे त्यांची बांधिलकी फास्ट फूड रेस्टॉरंटला नसते, असा एक समज होता; पण मॅकडोनल्ड्सच्या

या यशाने हा समजही खोटा ठरवला. व्हिआ म्हणतो, ''ब्रिटिश फास्ट फूड सर्व्हिसचा ग्राहक हा इतर देशांपेक्षा काही निराळा नाही आणि हॅम्बर्गरला एक खाद्यपदार्थ म्हणून मिळालेला प्रतिसाद प्रचंड होता.''

देशाबाहेरच्या विपणनात स्थानिक समस्यांवर उपाय काढणे तेवढे अवघड नव्हते; पण तिथली खाद्यपदार्थांचा पुरवठा करण्याची पद्धत बसवणे त्याहून अवघड होते. जेव्हा मॅकडोनल्ड्सने आपली फास्ट फूडची संकल्पना परदेशी नेली; तेव्हा त्यांना कळले की, त्यांनी अमेरिकेत काळजीपूर्वक विकसित केलेल्या पुरवठादारांच्या यंत्रणेपेक्षा त्या-त्या देशातील यंत्रणा कितीतरी पिछाडीवर होत्या.

शिवाय, या पुरवठादारांकडे मूलभूत कसबही नव्हते, ते अमेरिकेत गृहीतच धरले जात होते. मॅकडोनल्ड्सपूर्वीही अमेरिकन उत्पादकांकडे मोठ्या आकाराच्या ऑर्डर्स पूर्ण करणे वा स्वयंचलित यंत्रांचा त्याकरता उपयोग करणे, याबाबतची कसबे व संसाधने उपलब्ध होती. युरोपमधील बेकऱ्यांकडून मॅकडोनल्ड्सला जितके बन्स पाहिजे होते, तेवढे मिळणे शक्य होत नव्हते; कारण त्यांच्याकडे तशी यंत्रणाच नव्हती. शिवाय त्यांची दर्जाची संकल्पना मॅकडोनल्ड्सच्या अपेक्षेच्या जवळपासही येत नव्हती. शेकडो वर्षे त्यांनी कडक प्रकारचे बन्स केले होते. ते अनियंत्रित आकाराचे असायचे, त्यांत हवेची 'पॉकेट्स' राहायची. मॅकडोनल्ड्सची मागणी होती समान आकाराचे मऊ, जास्त वासाचे बन्स – ते त्यांनी कधी स्वप्नातही पाहिले नव्हते.

हीच परिस्थिती इतर पदार्थांबाबतही होत होती. बीफचे हॅम्बर्गर तयार करण्याची यंत्रणा नव्हती; मग त्यांच्या क्रायोजेनिक गोठवण्याच्या प्रक्रियेची गोष्ट दूरच राहिली. डेअरीमध्ये स्वच्छतेचा अभाव होता. गोठवलेल्या फ्रेंच फ्राइजचे उत्पादन व साठवण करणारी यंत्रणाही नव्हती. स्टीव्ह बार्नेस म्हणतो, ''अमेरिका ही इतर देशांपेक्षा खाद्यपदार्थांच्या व्यवसायात त्यांचे उत्पादन, प्रक्रिया व वितरण याबाबत २५ वर्षे पुढे होती.''

कच्च्या मालाबाबतही बरेच फरक होते. बहुतेक युरोपियन जनावरे ही गवतावर वाढलेली (केवळ गवत खाणारी) असतात; तर अमेरिकेत गवत व धान्य यांचे मिश्रण त्यांना दिले जायचे. फ्रेंच फ्राइजकरता मॅकडोनल्ड्स अमेरिकेत खास वापरत होती तो रसेट बटाटा युरोपमध्ये नव्हता. किंबहुना, नॉर्थ अमेरिकेखेरीज इतरत्र कुठेच नव्हता. याशिवाय मॅकडोनल्ड्सला सर्वांत जास्त फरक जाणवला तो उत्पादकांच्या मनोवृत्तीचा, ज्याच्याशी तिला सामना करावा लागला. ''बहुतेकांना असे वाटायचे की, मॅकडोनल्ड्सची प्रमाणके ग्राहकांच्या दृष्टीने फारच चांगली होती. त्यांना आमच्याकडून जाणून घ्यायचे होते की, ग्राहकांना असे बिघडवणे आम्ही का करतोय! जर्मन, इंग्लंड, फ्रेंच या सर्वांकडून आम्ही हे ऐकत होतो आणि आम्ही

समजत होतो की, हे लोक दर्जाबाबत जागरूक आहेत.'' बार्नेस म्हणतो.

हा एक मोहक बदल होऊ घातला होता. इतर उद्योगांत युरोपियन उत्पादक स्वत:ची प्रतिमा 'जुन्या जगातील दर्जाचे प्रतिनिधी' अशी करत होते; पण मॅकडोनल्ड्स जेव्हा युरोपमध्ये आले, तेव्हा त्यांना योग्य पर्याय दिसत होते. एकतर सर्व खाद्यपदार्थ अमेरिकेतून आयात करायचे वा युरोपमधील स्वत:ला हवी तशी या खाद्यपदार्थ उत्पादकांची साखळी निर्माण करायची.

मॅकडोनल्ड्सच्या काही परदेशी भागीदारांनी पहिला पर्याय स्वीकारला. व्हिआला हॅम्बर्गरबद्दलची ब्रिटनमधील प्रतिमा सुधारायची होती व ओहिओमधल्या त्याच्या स्टोअर्समध्ये पाळलेली दर्जाची प्रमाणके तिथेही कायम राखण्याबाबत त्याला काही तडजोड करायची नव्हती. त्याला ब्रिटनमधील बाजारपेठ विकसित करणेही थांबवायचे नव्हते. मात्र, त्यासाठी स्थानिक पुरवठादारांना विकसित करत बसण्यात त्यालाही वेळ घालवणे पसंत नव्हते. म्हणून त्याने सुरुवातीला काही खाद्यपदार्थ व किमती उपकरणे अमेरिकेतून आयात केली. त्या वेळी अमेरिकन बंदरात संप चालू होता. मग खाद्यपदार्थ येण्यात विलंब नको, म्हणून त्याने फ्रेंच फ्राइजची गोठवलेली पाकिटे कॅनडातून विमानाने मागवली, कारण त्याला स्थानिक पुरवठादार घ्यायचे नव्हते. त्यांचा दर्जा योग्य नाही, हे त्याला माहीत होते. तो म्हणतो, ''आम्ही आयातीतले तज्ज्ञ बनलो. आम्ही फार झालं तर अमेरिकेतील मॅकडोनल्ड्सच्या कार्यपद्धतीची इथे नक्कल करू वा तसा प्रयत्न करत मरून जाऊ, अशा 'करो या मरो' या जिद्दीने काम करत होतो.''

पण ही आयात करण्याची नीती फार काळ चालवणे अवघड बनत चालले, कारण त्यामुळे इंग्लंडमधल्या खाद्यपदार्थांच्या किमती वाढत चालल्या व त्याही जवळजवळ ३५ टक्क्यांनी. त्यामुळे व्हिआ वा इतर युरोपियन भागीदारांनी शेवटी कंपनीच्या स्थानिक पुरवठादारांच्या मालाचा दर्जा सुधारणे, तसेच किचन उपकरणांच्या बाबतीत धोरण ठरवणे व आयात टाळण्याचे ठरवले. मग कंपनीचे डिझाइन इंजिनिअर्स, तसेच त्यांच्या अमेरिकेतील उपकरणे पुरवणाऱ्या कंपन्यांचे इंजिनिअर्स यांनी एकत्र येऊन इतर देशांत तसे उत्पादन करू शकणाऱ्या कंपन्यांना सहकार्य करण्याचे ठरवून तशी उपकरणे तयार करून घ्यायचे धोरण अमलात आणले. अमेरिकेतील खाद्यपदार्थांचा पुरवठा करणाऱ्या त्यांच्या पुरवठादारांनी खाद्यपदार्थ वा त्याचा कच्चा माल त्याच भागात होण्यासाठी स्थानिक उत्पादक व पुरवठादारांना मदत केली. या सर्व विकसनासाठीच्या खर्चाचा बोजाही कंपनीने स्वत:वर घेतला व त्यांचे ओझे कमी केले आणि नंतर होणाऱ्या नफ्यातून त्याची परतफेड करण्याचे सुटसुटीत धोरण अवलंबले.

जेव्हा त्यांना पाहिजे त्या दर्जाचा माल उत्पादन करणारे व पुरवणारे उद्योजक

इतर देशांत मिळाले नाहीत वा विकसित होऊ शकले नाहीत, तेव्हा कंपनीने त्यांच्या अमेरिकन उत्पादक वा पुरवठादारांना आपले उद्योग त्या-त्या देशांत स्थापन करण्यास उत्तेजन दिले. काही वेळा अशा योजनेत मॅकडोनल्ड्सच त्यांच्या योजनेत भागीदार झाले. जेव्हा जॅक सिम्प्लॉटने फ्रेंच फ्राइज तयार करण्याचा कारखाना जर्मनीत काढून युरोपमधील स्टोअर्सना पुरवण्याचे ठरवले, तेव्हा मॅकडोनल्ड्सने त्यासाठीच्या अद्ययावत उत्पादनांच्या सोई निर्माण करण्यासाठी २० लाख डॉलर्सचे भांडवल त्याला पुरवले. त्यामुळे बटाट्यांची साठवण करण्याचे गोदामही उभे राहू शकले. मॅकडोनल्ड्सने इंग्लंडमधल्या बेकरीच्या मालकाला बराच काळ उत्तेजन देऊन हवे तसे बन मिळवायचा प्रयत्न केला, पण त्यांत यश आले नाही. मग कंपनीने स्वत:च बन बनवण्याची बेकरी इंग्लंडमध्ये उभारली व त्यासाठी एका ब्रिटिश उद्योजकाला भागीदार म्हणून घेतले. त्याच्या जोडीला त्यांनी डिक वेस्ट या अमेरिकेतील बन उत्पादकालाही त्यात ओढले. त्याच्या अमेरिकेत दोन बेकऱ्या होत्या. जेव्हा त्यांचा स्थानिक सिरप उत्पादक दर्जा राखू शकला नाही, तेव्हा व्हिआने या बेकरीजवळच सिरप उत्पादनाचे संयंत्र उभे केले. मॅकडोनल्ड्स यूके मग वितरणाच्या व्यवसायातही शिरले, कारण स्थानिक वितरकांकडची वितरणपद्धती अविश्वासार्हही बनत चालली होती. तो म्हणतो, ‘‘आम्हाला जे हवे होते व ज्या पद्धतीने हवे, ते देण्याचे ब्रिटनमधील खाद्य उद्योगाने नाकारले. त्यामुळे आम्हाला हे उभे एकीकरण हाती घ्यावे लागले. त्यांना आमचा सर्व धंदा मिळू शकला असता, पण त्यासाठी भांडवल गुंतवण्याची त्यांची मानसिक तयारी नव्हती.’’

ज्या वेळी कंपनीचे खरेदी विभागाचे तज्ज्ञ जगभर हिंडून, खाद्यपदार्थ तयार करणाऱ्या उत्पादकांना गाठून, आपल्याला हव्या त्या दर्जाचा माल ते तयार करू शकतील का याची चाचपणी करत होते; त्या वेळी कंपनीचे खाद्य संशोधन विभागाचे तज्ज्ञ शेती उत्पादने करणाऱ्यांना गाठून खाद्यपदार्थांसाठी लागणारा कच्चा माल ते आपल्याला हवा तसा देऊ शकतील का, हे पाहत होते. उदा. – कंपनीला स्पेन आणि ऑस्ट्रेलियात इडाहो रसेट या जातीचे बटाटे उत्पादन करून घेण्यात यश आले आणि पुढे पोलंडमध्ये त्यांचे प्रयोग चालू झाले. युरोपमध्ये त्यांनी विविध प्रकारच्या गवतांवर प्रयोग करून अमेरिकेत जनावरे जशी गवत व धान्य यांच्या मिश्रणावर वाढवली जातात तसे काही करता येईल का, ते पाहिले.

परदेशी भागीदार व पुरवठादारांवर अवलंबून राहणे, हे वेळखाऊ व जोखमीचे होते, तरीही त्यातून काही चांगले परिणामही साध्य झाले. विकसनशील देशांत विक्रीव्यवस्था कमकुवत असायची, तिथे स्थानिक पुरवठादारांना हाताशी धरल्याने त्यांना बाजारपेठेत प्रवेश मिळायचा. कारण परदेशी मालावर आयातकर जास्त आकारून शासन त्यांच्या उत्पादनाला संरक्षण द्यायचे. शिवाय मॅकडोनल्ड्सला

अशा ठिकाणी 'आमचे खाद्यपदार्थ तुमच्या देशातल्या कच्च्या मालावरच तयार झाले आहेत', अशी जाहिरात करून ग्राहकांना आकर्षित करणे त्यामुळे सोपे जायचे. 'आम्ही फक्त तंत्रज्ञान आयात करतो; आम्ही तुमच्या देशाच्या अर्थव्यवस्थेचा गैरफायदा घेत नाही', अशी जाहिरात केल्याने परदेशांत कंपनीच्या उद्योगाचा स्वीकार लवकर होत असे.

गोष्टी घडत गेल्या तशा परदेशांतील बाजारपेठेत स्थानिक ओळखीतून विपणनाच्या उपलब्धीहूनही अधिक काही साध्य झाले. व्हिएटनाम युद्धानंतर अमेरिकाविरोधी लाट सर्वत्र पसरली होती, त्याची झळ कंपनीला बसली नाही. तिच्या आंतरराष्ट्रीय विस्तारामुळे मॅकडोनल्ड्स ही अमेरिकन उद्योगाची आंतरराष्ट्रीय चिन्ह बनली, पण त्याचबरोबर ती परदेशी हल्ल्यांचे लक्ष्यही बनली. जर स्थानिक भागीदार नसते, तर अशा कठीण वादळांना तोंड देणे कंपनीला शक्य झाले नसते.

या अमेरिकाविरोधी लाटेचा परिणाम तिला स्वीडनमध्ये जाणवला. लेडेटहाउसेनच्या दोन मॅकडोनल्ड्स स्टोअर्सवर १९७५च्या आसपास धुराच्या बॉम्बने हल्ला करण्यात आला व लेडेटहाउसेन हा स्वत: तिरस्काराने भरलेल्या पत्रांचा बळी झाला. कंपनी स्वीडनचे शोषण करते आहे व विशेषत: तिथल्या युवावर्गाला त्यांच्या स्वीडिश संस्कृतीपासून दूर नेऊन अमेरिकन संस्कृती व जीवनपद्धतीकडे वळवत आहे, असे आरोप कंपनीवर वृत्तपत्रांतून झाले. एका पत्रकाराने तर प्रश्न उभा केला, 'आपल्याला प्लॅस्टिकच्या वातावरणात नेणारे हे अतिखाद्य खरोखरच हवे आहे का?'

पण लेडेटहाउसेनने या हल्ल्याला तोंड देण्याचा निर्धारच केला होता. वृत्तपत्रांतून येणाऱ्या या नकारार्थी बातम्यांना उत्तर देण्यासाठी त्याने वृत्तपत्रांतून 'वाचकांच्या पत्रव्यवहाराद्वारे' उत्तरे देण्याची, तसेच नागरिकांना थेट पत्रे पाठवून आपली बाजू समजावून सांगण्याची मोहीम चालू केली. त्याने अनेक गटांपुढे स्वत:ची बाजू मांडण्यासाठी भाषणे दिली. टीव्हीवरील बातम्यांद्वारे त्याने आपली बाजू मांडली. त्याचा संदेश नेहमी एकच असायचा – ''आमचा हा व्यवसाय स्थानिक व्यक्तींनी चालवलेला आहे व मालकीही त्यांचीच आहे. आमचा सगळा माल स्वीडिश बेकरी, स्वीडिश मॉल्स व अन्य स्वीडिश वितरकांकडून घेतला जातो. आम्ही ६०० स्वीडिश युवकांना नोकरी दिली आहे. आमचे पगार इथल्या कामगार संघटनांच्या नियमांप्रमाणे आहेत आणि आम्हाला काहीही लपवून ठेवायचे नाही.''

अमेरिकाविरोधी मत हे कामगार संघटनांनीपण तयार केले व त्याचा दुरुपयोग करून घेतला. हे विशेषत: आयर्लंड व ऑस्ट्रेलियात झाले. या देशांत या संघटनांनी या फास्ट फूड उद्योगात घुसण्याचा प्रयत्न तिथल्या कामगारांना चुचकारून नव्हे, तर तिथल्या व्यवस्थापकांना धाकदपटशा दाखवून केला. जर आमच्या संघटनांत तुमच्या कर्मचाऱ्यांना सहभागी होऊन दिले नाही, तर आम्ही अमेरिकाविरोधी

वातावरण तयार करू, अशा धमक्या या संघटनांनी दिल्या. पण स्थानिक व्यवस्थापकांनी हा लाचखोरीचा प्रकार आहे असे जाणले व अशा धमक्यांना बळी पडण्याचे नाकारले. त्यांनी सहकार्य केले नाही.

तरीही, या कामगार संघटनांच्या व्याप्तीमुळे ते चाटच पडले. ऑस्ट्रेलियन दुकानात काम करणाऱ्यांच्या संघटनेने तीन वर्षे लढा दिला. त्यांनी इतर संघटनांना हाताशी धरून कंपनीचा विविध मालांचा व विजेचा पुरवठा खंडित करण्याचा प्रयत्न केला. युवावर्गाला कामासाठी घेण्याच्या (वयोगट १३ ते १९) कंपनीच्या योजनांमध्ये न्यायालयात खटले दाखल करून अडथळे आणले. त्यांनी स्वत: प्रत्यक्षात आणि सर्वसाधारण बातम्या व लेख लिहून मॅकडोनल्ड्सविरोधी जोरदार प्रचार केला. त्यांत या स्थानिक कंपनीचा अमेरिकन कंपनीशी कसा संबंध आहे, ते दाखवण्याचाही प्रयत्न केला. ऑस्ट्रेलियन मॅकडोनल्ड्सचा अध्यक्ष पीटर रांची म्हणतो, ''आम्ही ऑस्ट्रेलियन तरुणांचे शोषण करतोय, अशी अफवा त्यांनी उठवली. त्यांनी ऑस्ट्रेलियनांना असे आवाहन केले की, हे अमेरिकन आपल्या घशात प्लॅस्टिक खाद्यपदार्थ कोंबताहेत; त्यांना थांबवा.'' पीटरने स्थानिक रॉयल चिल्ड्रेन्स हॉस्पिटलजवळ एक 'रोनाल्ड मॅकडोनल्ड हाउस' स्थापन करण्याचा प्रयत्न केला, तेव्हा त्याच्यावर हा 'बाजारूपणा' आहे, असा प्रचार करण्यात आला आणि या अपप्रचाराचा कळस गाठला गेला.

आयर्लंडमध्ये जेव्हा संघटनांच्या अशा कारवाया चालू झाल्या, तेव्हा त्यांनी एक नवे घोषवाक्य तयार केले – 'आमचे नाव अमेरिकन असले, तरी आम्ही आयरिश आहोत'. त्याद्वारे कंपनी आयरिश लोकांच्या हातात आहे व स्टोअरचा कारभार आयरिश लोकच पाहतात, हे ठसवण्याचा प्रयत्न केला. (खरेतर डिक आणि मॅक मॅकडोनल्ड्स हे मूळ आयरिश वंशांचेच होते व दोन पिढ्यांपूर्वी ते अमेरिकत स्थलांतर करून गेले होते.) मग रिचीनेही ऑस्ट्रेलियात असाच प्रयत्न करून संघटनांकडून होणारा प्रचार बोथट करायचा प्रयत्न केला. पण त्याने इतरांपेक्षा अधिक धडाक्याने प्रचार केला व दूरवर संदेश पोचवला. त्याने संघटनांचे नेते व दोन संसद संदस्यांना बदनामीच्या आरोपावरून थेट न्यायालयातच खेचले. शिवाय, त्याने वृत्तपत्रांतील निवेदने, रेडिओ-टीव्हीवरील भाषणे यांद्वारे आपली बाजू जनतेपुढे मांडली. पण त्याने हे करताना 'मी ऑस्ट्रेलियन आहे, अमेरिकन कंपनीचा व्यवस्थापक नाही,' हे ठसवल्याने ते परिणामकारक झाले.

रिचीच्या जनतेपुढे सततच्या येण्याने व मॅकडोनल्ड्स ही स्थानिक कंपनी आहे हे पटवून देण्याच्या धडाक्याने १९७०च्या अखेरीस त्याने कामगार संघटनांच्या विरोधाची धार बोथट केली. वृत्तपत्रांतील नकारात्मक प्रचार थांबला. टीव्हीवरील चर्चासत्रांत प्रेक्षक त्याला उघड पाठिंबा देऊ लागले. संघटनांचे सदस्य नसलेले

युवक कामगार ठेवण्यास मॅकडोनल्ड्सने सुरुवात केली आणि मग १९८१मध्ये सिडनीच्या अलेक्झांड्रा चिल्ड्रेन इस्पितळाजवळ 'रोनाल्ड मॅकडोनल्ड हाउस'ही स्थापन झाले. याचा एवढा परिणाम झाला की, एका वर्षाच्या आतच मेलबर्नच्या रॉयल चिल्ड्रेन्स हॉस्पिटलच्या अधिकाऱ्यांनी रिचीला गाठले. 'असेच रोनाल्ड मॅकडोनल्ड हाउस आमच्या इथेही स्थापन करा', अशी विनंती त्यांनी केली.

संघटनांच्या या आव्हानाला रिचीने दिलेल्या या धडाकेबाज उत्तराने विपणनास उपयुक्त असा संदेश जनतेपर्यंत पोचवण्यातही मदत झाली की, मॅकडोनल्ड्स हा ऑस्ट्रेलियन उद्योग आहे; ही केवळ अमेरिकन खाद्यपदार्थांची आयात नाही. त्यामुळे जेव्हा ही संघटनांची चळवळ थंड झाली, तेव्हा कंपनीही नफ्यात येऊ लागली. पण ही ऑस्ट्रेलियन कंपनी आहे, असे रिची जरी ठासून सांगत होता; तरीही तो ऑस्ट्रेलियन पदार्थांच्या यादीपासून शांतपणे दूर जात होता. त्याच्या ग्राहकांना त्याच्या अमेरिकन पदार्थांची चव तर आवडलीच; पण ते जणू आपलेच – ऑस्ट्रेलियन आहेत, असेही मानू लागले. रिचीला नुकत्याच तीन आठवड्यांच्या रशियाच्या भेटीनंतर आलेल्या एका ऑस्ट्रेलियन बाईने पाठवलेले पत्र बोलके होते. तिने लिहिले होते – 'तिथल्या खाद्यपदार्थांशी जमवून घेण्यात मला बरीच अडचण आली. परत येताना मग आम्ही विमानतळावरच 'मॅकडोनल्ड्स'चे दुकान पाहिले व आम्हाला अगदी घरी आल्यासारखे वाटले.'

मॅकडोनल्ड्सने आपल्या खाद्यपदार्थांची निर्यात करण्यातील आपला धीर व संयम कधी सोडला नाही. इतर फास्ट फूड स्पर्धकांनी तिथल्या अडचणी पाहून हळूहळू काढता पाय घेतला, पण मॅकडोनल्ड्सने तसे न करता तिथे पाय रोवले. नेदरलँडमध्ये त्यांना स्थिर होण्यास व नफा मिळवण्यासाठी १२ वर्षे झगडावे लागले. इतरही देशांत त्यांना सरासरीने नऊ वर्षे त्यासाठी लागली. काही ठिकाणी त्यांना अनेक अडचणी आल्या, खोट बसली; पण तिथेही ते चिकटून राहिले. गिब्सन-गोल्डस्टाइन यांच्याबरोबरची कॅरेबियनमधील त्यांची भागीदारी संपुष्टात आल्यावर त्यांनी त्या वेळच्या व नव्या फ्रँचायझींना हाताशी धरून पुन्हा जम बसवला आणि प्युर्टोरिको, कोस्टारिका व पनामामध्ये पुन्हा नफा कमवायला सुरुवात केली.

परदेशी बाजारपेठेतील ग्राहक आज ना उद्या कंपनीचा 'अमेरिकन मेन्यू'च स्वीकारतील – या वस्तुत: मॅकडोनल्ड्सच्या दृढ आत्मविश्वासाने तिच्या परदेशी भागीदारांनाही आश्चर्य वाटले. मॅकडोनल्ड्स यूके सुरुवातीला प्रचंड नुकसानीत होते व बॉब व्हिआला वाटत होते की, त्याने ओहिओमधील ५ स्टोअर्स विकून कमावलेले १७ लाख डॉलर्स पाण्यात जाणार. जर तो मेला, तर त्याच्या कुटुंबीयांना दिवाळखोरीतून कोणी वाचवू शकणार नाही. आपली ही काळजी

तत्कालीन अध्यक्ष एड शिमट याला त्याने बोलून दाखवली, तेव्हा त्याला त्याचा ताबडतोब पाठिंबा मिळाला. त्याची २० लाख डॉलर्सची विमा पॉलिसी घेण्यात आली. तसेच ऑस्ट्रेलियात झाले. रिचीने तिथे ४० स्टोअर्स उभारली, पण त्याला ६० लाख डॉलर्स तोटा झाला व त्यालाही या धाडसी गुंतवणुकीचे भवितव्य अंधारलेले वाटू लागले. त्याने असे सुचवले की, यांतली ५० स्टोअर्स मॅकडोनल्ड्सने दुसऱ्या एखाद्या साखळी स्टोअर्सला विकावीत व अडकलेले पैसे सोडवावेत. पण फ्रेड टर्नरने ते ऐकले नाही. त्याऐवजी त्याने ऑस्ट्रेलियातील उच्च अधिकाऱ्यांना कॅनडाला पाठवून कोहोनची भेट घ्यायला लावली व त्याने कॅनडामधील बाजारपेठ कशी काबीज केली, त्याचा अभ्यास करायला सांगितले. तिथेही सुरुवातीच्या काळात कंपनीला प्रचंड नुकसान झाले होते, पण त्यांतून ती सावरली होती. फ्रेड टर्नरचा संदेश होता की, मॅकडोनल्ड्स दूरच्या पल्ल्याचा विचार करून बाजारपेठेत उतरली आहे आणि जर ऑस्ट्रेलियन स्टोअरचालक 'दर्जा, सेवा, स्वच्छता व पैशाचे मूल्य' या चतु:सूत्रीचे नेटाने पालन करतील, तर व्यवसायाला मरण नाही. रिची म्हणतो, यामुळे ते घाबरून गेले नाहीत. त्यांनी एकच सांगितले की, 'चालत राहायचे धैर्य आमच्यात आहे.'

त्या धीराची फळे नंतर दिसू लागली. मॅकडोनल्ड्स ऑस्ट्रेलियाची विक्री १९९४मध्ये १११.५ कोटी ऑस्ट्रेलियन डॉलर्स झाली व तिथल्या ४५५ स्टोअर्समधून त्यांना ८.२६ कोटी ऑस्ट्रेलियन डॉलर्सचा निव्वळ नफा झाला. आता ज्या ७९ अन्य देशांत मॅकडोनल्ड्स काम करते, त्यांपैकी बहुतेकांत ती नफ्यात आहे आणि आता नव्याने प्रवेश करतानाही कंपनीच्या खाद्यपदार्थांच्या प्रमाणभूत यादीला होणारा विरोध मावळत चालला आहे. कारण बहुधा असे असावे की, या यादीलाच आता आंतरराष्ट्रीयत्व प्राप्त झाले असावे; फक्त अमेरिकन असा शिक्का तिच्यावर नाही. काही वेळा पहिल्याच स्टोअरपासून पहिल्याच वर्षात नफा मिळायला सुरुवात झाली. भागीदार शोधायला व तिथल्या शासकीय यंत्रणेची परवानगी घेण्याला तैवानमध्ये कंपनीला ५ वर्षे घालवावी लागली. पण १९८४मध्ये तिथे प्रवेश केल्यापासूनच कंपनीचे भाग्य फळफळले. पहिल्याच वर्षी ३७ लाख डॉलर्सची विक्री झाली, ती स्टोअर्सच्या जागतिक क्रमवारीत पहिल्या १० क्रमांकांत होती. आज तैवान ही कंपनीची सर्वांत जलद गतीने विस्तारलेली बाजारपेठ आहे. तिथे १० वर्षांतच ८२ स्टोअर्स कार्यरत झाली होती.

तरीही कंपनीने आंतरराष्ट्रीय बाजारपेठ थोड्याच प्रमाणात व्यापली आहे, हेही खरे आहे. आता ती आपल्या दुसऱ्या विस्तार योजनेत प्रवेश करत आहे; पण हे करताना फ्रेडने अध्यक्षपद स्वीकारले, त्या वेळची परिस्थिती आता या विस्ताराबाबत राहिलेली नाही. तिने १९८०च्या दशकात थोड्याच परदेशी

बाजारपेठांत प्रवेश केला होता, पण आता त्यांची ताकद वाढली आहे. झेक प्रजासत्ताक, ब्रुनेई, ग्वाडेलोप, आइसलँड, इस्राईल, पोलंड, मोरोक्को, मोनॅको, सौदी अरेबिया आणि स्लोव्हानियामध्ये तिने १९९२-९३मध्ये प्रथमच प्रवेश केला; तर १९९४मध्ये ओमान, कुवेत, न्यू कॅलेडोनिया, त्रिनिदाद, बल्गेरिया, लाटव्हिया, बहारिन, युनायटेड अरब एमिरेट्स आणि इजिप्त या देशांत आपला झेंडा रोवला.

टर्नरने भाकीत केले की, त्या शतकाअखेर कंपनीची अन्य देशांतील विक्री अमेरिकेतील विक्रीपेक्षा अधिक असेल. अर्थात ते साध्य करण्यासाठी पुढची ५ वर्षे सर्वांना त्याआधीच्या ४० वर्षांत केले नाही, त्याच्या कितीतरी पट काम करावे लागेल, असे त्याने आपल्या सहकाऱ्यांना सांगितले होते. क्रॉकने सुरुवातीला अमेरिकन बाजारपेठेत स्थिरस्थावर होण्यासाठी जे कष्ट घेतले, त्यापेक्षा अधिक कष्ट मात्र करावे लागतील, असे त्याचे सांगणे होते. मॅकडोनल्ड्सचा संस्थापक हा प्रेरक उद्योजक होता. त्याचे तरुण सहकारी जणू वाघासारखे काम करत होते. त्याच्याशी प्रामाणिक होते व त्याच्या उद्दिष्टपूर्तीसाठी समर्पित वृत्तीने काम करत होते. त्याचे फ्रँचायझीपण सर्जनशील स्टोअरचालक होते. ते अग्रणी होते आणि त्यांनी अग्रेसर राहून जोखमी पत्कराव्यात यासाठी तो त्यांना प्रोत्साहन व बक्षिसीही द्यायचा. त्याची फ्रँचायझी पद्धत स्वच्छ व उदारपणाची होती. फ्रँचायझींबाबत त्याचे जे धोरण होते, तेच त्याने पुरवठादारांबाबतही राबवले होते. तेही उद्योजक होते. त्यांनी सुस्थापित व ताकदवान पुरवठादारांशी सामना केला आणि त्यांच्यावर मात केली.

ही छान तारेवरची कसरत कंपनीने कशी केली? टर्नरच्या मते, त्याचे रहस्य यात आहे की, तिने नवा उद्योग शोधून काढला नाही वा त्यांत प्रवेश केला नाही; तर होत्या त्याच उद्योगात उद्योजकता वापरून बस्तान बसवले. ही उद्योजकता हेच त्या कसरतीचे सुप्त रहस्य आहे. त्यासाठी मग त्याने काही पावले उचलली. कंपनीचा आकार वाढला तसा त्यांत लाल फितीचा कारभार आला. पण तो त्यांनी कोणताही पूर्वग्रह न धरता केला. कंपनीत अहवालाचे तक्ते क्वचितच वापरले जातात आणि व्यवस्थापकांना एकमेकांच्या निर्णयप्रक्रियेत थोडाफार प्रवेश करण्यास हरकत घेतली जात नाही. त्यांनी एक नवे व्यवस्थापकीय पद निर्माण केले – व्यक्तिगत विशिष्टत्वाचा उपाध्यक्ष (व्हाइस प्रेसिडेंट – इंडिव्हिज्युअलिटी). त्या पदावर पूर्वीचा मनुष्यबळ विभागाचा प्रमुख जिम कुन्ह याला नेमले. अमेरिकन कॉर्पोरेट जगतात हे प्रथमच घडत होते. त्याच्यावर जबाबदारी होती ती नवनवे प्रेरणादायी व इतर कार्यक्रम विकसित करायची आणि त्याद्वारे व्यक्तिगत पुढाकार व सर्जनशीलतेला वाव द्यायचा, त्याआड येणाऱ्या

अडचणी दूर करायच्या.

परदेशातल्या नव्या बाजारपेठा शोधतानाही केवळ नवे फ्रँचायझी मिळवणे हे एकमेव उद्दिष्ट नसते, तर नव्या आव्हानात्मक व उत्तेजित करणाऱ्या बाजारपेठा शोधत राहायचे. खरेतर, हे काम करताना त्यांना अनेक मूलभूत नवनव्या बाबी समजत गेल्या. मग त्या जगभरच्या त्यांच्या उद्योगातही त्यांनी चांगल्या कामासाठी वापरल्या. सुरुवातीला कंपनीच्या अमेरिकेतील कारभारातून त्यांचे परदेशी फ्रँचायझी नवनव्या गोष्टी शिकायचे; पण पुढे-पुढे त्यांचे अमेरिकेतील अधिकारीच या परदेशी बाजारपेठेतील यशस्वी कल्पना अमेरिकेत राबवू लागले व त्याचे फायदे होत गेले. तरीही टर्नरला वाटायचे की, तेच ते काम करण्यातून येणारा कंटाळा टाळायचा असेल; तर नित्यनूतन काहीतरी करत राहायचा, शोधायचा, वापरात आणायचा ध्यास सर्वांनीच घ्यायला हवा. याबाबतचे त्याचे उत्तर स्पष्ट, धाडसी; पण साधे होते. फ्रँचायझी, पुरवठादार आणि कंपनी अधिकारी अशा या उद्योगातील सर्व सहभागी गटांनी मॅकडोनल्ड्स कंपनी चालवावी. कंपनी उद्यमशील राहण्यासाठी ती तिच्यावर अवलंबून असणाऱ्या उद्योजकांनी चालवणेच श्रेयस्कर. पण ते काम म्हणजे प्रचंड गुंतवणूक होती. तिच्या ३६.३ कोटी शेअर्सची १९९२मधील किंमत होती १७०० कोटी डॉलर्स.

पण हा काही आराखडा नव्हता; हे त्याचे स्वप्न होते – रे क्रॉकच्या जागतिक दर्जाच्या फास्ट फूड उद्योगाची उभारणी करण्याच्या स्वप्नासारखे. पण ते जसे पूर्णत्वाला गेले, तसेच हे अवघड असले तरी प्रत्यक्षात उतरवणे शक्य होते. रे क्रॉकचे तत्त्व होते की, हे यश मिळवण्यासाठी ज्यांनी-ज्यांनी हातभार लावला, त्या सर्वांनी ते वाटून घेतले पाहिजे आणि हे फ्रेडचेही तसेच तत्त्व होते. पूर्वी, उद्योजक असलेल्या त्याच्या स्टोअरचालकांनी दशलक्षाधीश होण्याचे उद्दिष्ट गाठले आणि तो एक पूर्वी माहीत नसलेला अन्य नवा गट निर्माण झाला. तसेच त्याचे सुरुवातीचे छोटे-छोटे पुरवठादार व खाद्यपदार्थांवर प्रक्रिया करणारे उद्योजकही प्रचंड श्रीमंत झाले.

कंपनीची सूत्रे हातात घेतल्यावर फ्रेड टर्नरने तीच तत्त्वे स्वीकारली व त्याच्या सर्व स्तरांवरच्या अधिकाऱ्यांची ओळख अमेरिकन व्यापारवर्तुळातले 'उत्तम पगार असलेले' अशी व्हावी, असे पाहिले. कंपनीचा नफा वाटून घेणे हा जगातला एक उदार कार्यक्रम आहे. कंपनीचे १६,००० पूर्ण वा अर्धवेळ कर्मचारी व अधिकारी दर वर्षी त्यांच्या पगाराच्या १४ टक्क्यांएवढी रक्कम नफ्याच्या वाटपांपैकी म्हणून मिळवतात. (ती कंपनीचा नफा व कंपनी सोडून गेलेल्यांच्या वाटणीच्या नफ्याचा वाटा यावर अवलंबून असते.) ती रक्कम १९९३मध्ये ४.७१ कोटी डॉलर्स होती. कंपनीचा समभाग देण्याचा कार्यक्रमही अमेरिकेतील उद्योगक्षेत्रातील मोठा आहे.

सध्या सुमारे ६७०० कर्मचारी (त्यांत २८००० डॉलर्स वार्षिक पगार मिळवणारे रेस्टॉरंट व्यवस्थापकही येतात) दर वर्षी समभाग घेण्याच्या पर्यायाला पात्र ठरतात व त्यांना ५०पासून ५००पर्यंत समभाग मिळू शकतात.

या कार्यक्रमांतर्गत ज्या दिवशी ते दिले जातात, त्या दिवशीच्या बाजारभावाची किंमत त्याला लागू होते. तरीही ती किमान ७ वर्षांकरता गोठवली जाते आणि मॅकडोनल्ड्सच्या समभागाची कामगिरी वॉल स्ट्रीटवर उत्तम असल्याने तिच्या व्यवस्थापकांना त्याचा फायदा होतो. काही मध्यम श्रेणीतील व्यवस्थापकांना इतर कंपन्यांतल्या उच्च व्यवस्थापकांपेक्षाही त्याद्वारे अधिक उत्पन्न मिळते. उदा. – मॅकडोनल्ड्सच्या २०० स्टोअर्सवर नियंत्रण ठेवणाऱ्या ३६ वर्षांच्या व्यवस्थापकाचे उदाहरण पाहा. त्याचा वार्षिक पगार १९८५मध्ये १,८५,००० डॉलर्स होता. त्यापूर्वी १० वर्षे आधी तो मॅकडोनल्ड्सचे ५ स्टोअर्स पाहणारा क्षेत्रीय पर्यवेक्षक होता, २५००० डॉलर पगारावर. तो नंतर या नफा मिळवणाऱ्या व समभाग मिळणाऱ्या योजनेखाली आल्यावर त्याला जादा २०,००० डॉलर्स मिळू लागले आणि त्याच्या समभागांचे १९८५मधील बाजारमूल्य होते १० लाख डॉलर्स. त्यामुळे ३६व्या वर्षीच हा मध्यम स्तरावरील व्यवस्थापक दशलक्षाधीश बनणार होता.

मॅकडोनल्ड्सची आपले पुरवठादार, फ्रँचायझी, अधिकारी, कर्मचारी यांच्याप्रति असलेली उदार दृष्टी पाहता फ्रेड टर्नरचे स्वप्न आहे की, ही कंपनी त्यांच्याच मालकीची व्हावी! ही कल्पनारम्य गोष्ट न राहता प्रत्यक्षात उतरणारे स्वप्न होऊ शकते. त्याच्या मते, कंपनीच्या या तिन्ही घटकांकडे एवढी संपत्ती येऊ शकते की, कंपनीचे ५० टक्के समभाग त्यांच्या मालकीचे होऊ शकतात व त्यामुळे ते कंपनीच्या कारभारावर नियंत्रण ठेवू शकतात. लॉस एंजलीसमधील ६००० पुरवठादार, फ्रँचायझी व अधिकारी-प्रतिनिधींच्या १९८६च्या परिषदेसमोर बोलताना त्याने समभाग परत विकत घेण्याच्या प्रक्रियेचा शुभारंभ केला. त्याचे उद्दिष्ट होते पुढच्या काही वर्षांत या तिन्ही घटकांतील समभागाचे प्रमाण १० टक्क्यांवरून २० टक्क्यांवर नेणे. त्याने सांगितले, ''मी तुमच्या स्टोअरच्या काही भागाचा मालक आहे. आता तुम्हीही माझ्या उद्योगाच्या काही भागाचे मालक व्हा!''

ते कधी प्रत्यक्षात येईल याचा अंदाज करणे अवघड आहे, पण त्याची प्रक्रिया त्याने कार्यान्वित केली. असे केल्याने अमेरिकन संस्कृतीत क्रांती घडवण्याची मॅकडोनल्ड्सची वाटचाल अविरत यशाकडे चालू राहील, असे त्याला वाटायचे. या तिन्ही घटकांकडे मालकी जाण्यानेच कंपनी उद्योजकतेच्या तत्त्वाची जोपासना करत राहील, हा त्याचा विश्वास आहे आणि त्याचबरोबर जोखीम पत्करण्याचा उत्साह व सर्जनशीलतेचा ध्यास यांमुळेच कंपनी स्थिर झाली आहे, पुढेही जाईल – हा त्याचा

होरा आहे. रे क्रॉकने जगातील अत्यंत यशस्वी अशा फ्रँचायझिंग कार्यपद्धतीचा पाया रचला. त्याच्या या तिन्ही घटकांत त्यामुळेच कायमची दृढ भागीदारी आकार घेईल, हेही त्याला पटते.

टर्नर म्हणतो, "हे माझे स्वप्न आहे, माझी महत्त्वाकांक्षा आहे. त्यांनी ही कंपनी आपली म्हणून चालवणे, यापेक्षा आणखी काय हवे? माझ्या मते – उद्योजकता, कार्यक्षम व्यवस्थापन याचा हा पाया आहे आणि मॅकडोनल्ड्स याच पायावर उभी आहे; तशीच ती ओळखली जाते. हे जर आम्ही घडवून आणू शकलो, तर ते सर्वोत्कृष्ट असेल."

उपसंहार

लास वेगासमध्ये १४ एप्रिल १९९४ला भरलेल्या मॅकडोनल्ड्‌सच्या द्विवार्षिक जागतिक अधिवेशनात बोलताना माइक क्विनलॅनने मॅकडोनल्ड्‌समध्ये होत असलेल्या शांत क्रांतीसंबंधी सांगितले. तो म्हणाला, ''दोन वर्षांपूर्वी आम्हाला स्वत:विषयीच संशय होता. खरेतर मॅकडोनल्ड्‌सच्या कीर्तीला ते साजेसे नव्हते. पण त्याने आम्हाला खाऊन टाकण्याच्या आधी आम्ही म्हटले की – चला, याच्यावर काम करू. आपण – पुरवठादार, फ्रँचायझी आणि अधिकारी – आपले लक्ष्य आता बदलून ग्राहकांच्या नजरेतून आपल्या कामाकडे पाहिले पाहिजे. पूर्वी आपण ज्या पद्धतीने काम करत होतो, त्याच्याबरोबर १८० अंशांतून विरुद्ध हे होते आणि अशा प्रकारचा बदल करायचा असेल, तर या आकाराच्या कंपनीला बरेच वेगळ्या पद्धतीने काम करायला हवे.'' या अधिवेशनाला १०००० प्रतिनिधी उपस्थित होते.

कंपनीची सूत्रे ४९व्या वर्षी हाती घेतलेला तो कंपनीचा तिसरा अध्यक्ष होता व कंपनी त्या वेळी ४०व्या वर्षात पदार्पण करत होती. त्याने अर्धवेळ कामाने कंपनीत टपाल खात्यातला गडी म्हणून काम चालू केले व त्यांतून तो चढत-चढत या पदावर पोहोचला होता. मॅकडोनल्ड्‌सच्या यशाची तीच खरी मेख आहे. मार्च १९८७मध्ये तो प्रमुख कार्यकारी अधिकारी बनला व ३१ मार्च १९९० रोजी त्याने फ्रेड टर्नरकडून सर्व सूत्रे हातात घेतली. त्या वेळी टर्नर हा 'ज्येष्ठ अध्यक्ष' झाला. त्या वेळेपासून कंपनीच्या अपेक्षा भरपूर वाढल्या असताना कंपनीला आर्थिकदृष्ट्या अनेक धक्के सहन करावे लागले होते.

या तरुण नेत्याने जर काही साध्य केले असेल, तर ते म्हणजे 'बदल'. आमूलाग्र मूलभूत आणि अर्थपूर्ण बदल व तोही वेगाने – बदलत्या जगात कंपनीच्या पूर्ण उद्योगपद्धतीत करायचा आहे, असे सांगून तो म्हणाला, ''आम्ही आणखी एक

टप्पा ओलांडला. आम्ही आमचा १०० कोटीवा हॅम्बर्गर नुकताच विकला. पण हे जेव्हा घडले, तेव्हा ते कोणाच्या लक्षातही आले नाही आणि ते एका अर्थी बरे झाले. काही वर्षांपूर्वी जेव्हा आमचे लक्ष आमच्यावरच केंद्रित होते; तेव्हा या घटनेची दखल आम्ही आमची जाहिरात करून, मोठमोठे फलक लावून आणि स्वत:चीच पाठ थोपटून घेतली असती. पण तुम्हाला माहीत आहे का? ग्राहकाला याविषयी काही देणे-घेणे नसते. १०० कोटीनंतरचा पहिला हॅम्बर्गर घेणारा ग्राहक जेव्हा रांगेत उभा असतो, तेव्हा तो त्याकडे निर्विकारपणे बघत असतो. ग्राहकाच्या संतोषाला साजेसे आमच्या स्टोअरचे काम चालले आहे का नाही, ह्यावरच आमचे यश अवलंबून असते.''

कंपनी ज्या अडचणीतून जात होती, त्याची बाह्य जगाला काही कल्पना नव्हती. खरेतर १९८० व १९९० यादरम्यान अनेक कंपन्या आपल्या पुनर्बांधणीत गुंतल्या होत्या व मॅकडोनल्ड्सला आल्या तशा अडचणी त्यांना आल्या असत्या, तर त्यांनी त्याचे स्वागतच केले असते. कंपनीची विक्री १९८६ ते १९९४ दरम्यान ११० पट वाढली. ती १२००.४ कोटी डॉलर्सहून २५००.९ कोटी डॉलर्सपर्यंत व उत्पन्न वाढून ४८ कोटी डॉलर्सवरून १२४ कोटी डॉलर्सवर गेले. पण यापैकी बरीचशी वाढ ही कंपनीच्या आंतरराष्ट्रीय विस्तारामुळे झालेली होती. आंतरराष्ट्रीय व्यवहार १९८६मध्ये २३ टक्के होते ते १९९४मध्ये ४२ टक्के झाले. १९८०च्या दशकाच्या शेवटी अमेरिकेतील प्रतिस्टोअर विक्री कमी होत चालली होती व त्याचे एक कारण होते. ते म्हणजे, कंपनीचे स्पर्धक अधिक वेगाने वाढत होते.

मग कंपनीने १९९०मध्ये स्वत:चेच मूल्यमापन करायचा निर्णय घेतला, त्यावर कष्टदायक काम केले. त्यामुळे रे क्रॉकने स्थापन केलेल्या व फ्रेड टर्नरने वाढवलेल्या या उद्योगात अनेक बदल करण्यात आले. मात्र, ज्या लवचीकतेने रे आणि फ्रेडने कंपनीला मोठे केले, त्यामुळे वेगाने केलेले हे सर्व बदल कंपनीला पचवताही आले. अल् गोलिन हा उच्चाधिकारी म्हणाला, ''मॅकडोनल्ड्सचा आताचा आकार पाहता, असे बदल आज वेगाने करणे हे कंपनीच्या सुरुवातीच्या काळापेक्षा अधिक अवघड आहे. पण या लवचीकतेमुळे आम्ही ते करू शकलो.'' थोडक्यात, कंपनीने स्वत:चाच असा नवा शोध लावला की, ज्याची कोणी कल्पनाच केली नसेल.

कंपनीला १९८०च्या दशकाच्या शेवटी ज्या परिस्थितीला तोंड द्यायला लागले, ते पाहायचे झाले; तर त्या काळच्या अमेरिकेतील फास्ट फूड उद्योगातील वातावरण कसे होते, हे पाहावे लागेल. स्थावर मालमत्तेच्या क्षेत्रातील वाढीमुळे या उद्योगात वाढ झाली असे मानणे त्या वेळी योग्य ठरले नसते. खरे कारण होते की, फास्ट फूड उद्योग या काळात वाढत होते, नवनवी स्टोअर्स उघडली जात होती; पण त्यांनी

मध्यम व मोठ्या आकाराचे ग्राहक आपल्याकडे वळवले नव्हते. मॅकडोनल्ड्स १९८६च्या ७३०० स्टोअर्सच्या आकड्यावरून १९९०मध्ये ८६००च्या आकड्यापर्यंत पोहोचले होते. पण त्यांनी पाहिले की, पेप्सि-कोलाची 'टॅकोबेल' आणि 'पिझ्झा हट'सारखी रेस्टॉरंट्स त्यांचे ग्राहक आपल्याकडे खेचत होती.

वाढीमुळे खर्चाचे आकडे वाढत होते. एक स्टोअर चालू करायचा खर्च १९८६मध्ये १२.१ लक्ष डॉलर्स होता तो १९९०मध्ये २८ टक्क्यांनी वाढून १५.५ लाख डॉलर्सवर गेला. १९७४ पासूनचा संचालक बॉब थर्स्टन म्हणतो, "मागे वळून पाहता वाटते की, आम्ही व्यवसायात भरपूर पैसे घातले, त्यामुळे खाद्यपदार्थांच्या किमती वाढवाव्या लागल्या आणि मग परिस्थिती हाताबाहेर जाऊ लागली." त्या वेळी अमेरिकन कंपन्या खरेदी करणे वा ताब्यात घेण्याचे पेव फुटले होते व मॅकडोनल्ड्सच्या अनेक पुरवठादारांच्या बाबतीत तसे झाले होते, त्याचे परिणाम दिसत होते. पुरवठादारांचे कर्जाचे ओझे वाढत चालले होते, त्यामुळे ते पुरवत असलेल्या मालांच्या किमतीही वाढत होत्या.

त्यामुळे कंपनीला खाद्यपदार्थांच्या किमती वाढवाव्या लागल्या. पण १९९०नंतर एकंदर अर्थव्यवस्थाच ढासळायला लागली होती. त्याचे परिणाम मॅकडोनल्ड्सवरही झाले. कंपनीच्या खाद्यपदार्थांच्या किमती १९८५ ते ९० दरम्यान इतर कंपन्यांच्या तुलनेत व चलनवाढीच्या तुलनेत जास्त वाढल्या. त्यामुळे जरी वार्षिक विक्रीत वाढ झालेली दिसली, तरी त्याखाली अनेक समस्याही दडल्या होत्या.

मात्र, १९९०मध्ये मंदीची लाट सर्वदूर पसरेपर्यंत कंपनीला त्याचे गांभीर्य जाणवले नाही, त्यामुळे त्याकडे पुरेसे लक्ष दिले गेले नाही. नेहमी ज्या प्रकारच्या मंदीची सवय झाली होती, त्यापेक्षा ही मंदी वेगळी होती. या खेपेला तिचे परिणाम सेवाक्षेत्रात व कार्यालयीन कर्मचाऱ्यांत जास्त जाणवले. अनेक कंपन्यांना आपले आकार कमी करावे लागले आणि कर्जाचे आणखी ओझे त्यांच्या खांद्यावर पडले. या खेपेची मंदी ग्राहकांनी पैसे खर्च करण्याला लावलेल्या कात्रीमुळे आणखी वाढली व त्याचे परिणाम मॅकडोनल्ड्सलाही भोगायला लागले.

उदा. – अमेरिकेत १९८०मध्ये सरासरी किरकोळ विक्रीत ६.६ टक्के वाढ झाली होती, ती १९९०मध्ये ३.४ टक्क्यांवर आली, तर १९९१मध्ये ०.७ टक्क्यांवर. त्याच वेळी अनेक कंपन्या फास्ट फूड उद्योगात घुसल्यामुळे ग्राहकांच्या खर्च करायच्या पैशाला अधिक पर्याय उपलब्ध झाले. 'दर्जा, सेवा, स्वच्छता व पैशाचे मूल्य' या चतुःसूत्रीवर काम करून मॅकडोनल्ड्स व्यवसाय वाढवत होती व भूतकाळात त्यावर जास्त भरही होता. पण त्या वेळी मंदी आणि एवढी तीव्र स्पर्धाही नव्हती. पण १९९३मध्ये विक्रीत घसरण होऊ लागली तसे काही आमूलाग्र बदल केलेच पाहिजेत, असे कंपनीला जाणवू लागले.

त्यामुळे पूर्वी ज्या समस्या किरकोळ वाटत होत्या, त्यांचे रूपांतर गंभीर समस्यांत झाले होते. त्यांकडे गांभीर्याने बघणे व त्या सोडवणे महत्त्वाचे होऊन बसले. क्विनलॅन म्हणतो, "कंपनीत एक प्रकारची गुर्मी आली होती, ती उतरवणे भाग होते. या समस्या गेली १५ वर्षे हळूहळू वाढत होत्या. पण नंतर असे दिसून आले की, अमेरिकेतील नीतिमूल्ये बदलत चालली होती व त्यामुळे ग्राहक आमच्यापासून दूर चालले होते."

काही बदल आवश्यक असल्याची गरज कुणाच्या अधिक लक्षात आली असेल, तर ती फ्रेड टर्नरच्या. त्यानेच कंपनीच्या प्रचंड विस्तारात मार्गदर्शन केले होते आणि त्याचा नेतृत्वबदलाचा निर्णय हा या उद्देशाने घेतला गेला होता की, असे केल्याने नवे तरुण नेतृत्व कंपनीला अधिक उंचीवर नेऊन ठेवेल. एक उच्चाधिकारी थर्स्टन म्हणतो, "फ्रेड टर्नर मॅकडोनल्ड्सला तरुण लोकांची कंपनी म्हणायचा आणि म्हणून त्याने माइक क्विनलॅन याला मुख्य कार्यकारी अधिकारी होण्यासाठी वर ढकलले. आधुनिक मॅकडोनल्ड्सचा शिल्पकार म्हणून फ्रेड टर्नरकडे संचालक मंडळ पाहत होते, म्हणूनच तरुण वयातच त्याने नेतृत्वबदलाचा निर्णय घेतल्याने सर्वांना आश्चर्य वाटले. पण त्याला त्याची तीव्र गरज भासली याचे श्रेय त्यालाच द्यायला हवे आणि त्याचा दृष्टिकोन खरा ठरला."

टर्नरला माहीत होते की, एका सबळ व तरुण व्यवस्थापकीय संघाकडे तो सूत्रे सुपूर्त करत होता, कारण त्याने त्यांच्याबरोबरच अनेक वर्षे काम केले होते. त्याला हेही माहीत होते – आणखी एखादे दशक सूत्रे स्वतःकडे ठेवण्याने संघाच्या सुप्त शक्तीवर मर्यादा येतील. कॉर्पोरेट अमेरिकेत दुर्मीळ असलेले धैर्य व दूरदृष्टीच्या जोरावर टर्नरने आपण स्वतः दूर होऊन नव्या तरुण नेतृत्वाला संधी देण्याचे ठरवले. संचालक मंडळ सदस्य डॉन लुबिन म्हणतो, "त्याला कुणी सुचवले नाही आणि कुणी सुचवलेही नसते की, बदल होणे आवश्यक आहे. पण फ्रेडच्याच मनात आले की, बदल घडवून नव्या रक्ताच्या नेतृत्वाकडे सूत्रे सोपवल्याने योग्य ते बदल घडवणे कंपनीला सोपे जाईल. त्याची ही कल्पना आगळीवेगळी होतीच; पण योग्यही होती. मोठ्या कंपनीत आपणहून कोणीही नेतृत्व सोडत नाही. त्यामुळेच फ्रेडला श्रेय द्यायला हवे की, त्याने ठरवले की माइक क्विनलॅन हा नवा अध्यक्ष होईल व फ्रेड स्वतः कंपनीत आपली उपस्थिती कायम ठेवेल."

ही प्रक्रिया १ मार्च १९८७ रोजी सुरू झाली. त्या दिवशी संचालक मंडळाने माइक क्विनलॅनला कंपनीचा अध्यक्ष व प्रमुख कार्यकारी अधिकारी म्हणून निवडले; तर टर्नर हा संचालक मंडळाचा अध्यक्ष आणि नव्याने स्थापन करण्यात आलेल्या कार्यकारी समितीचा प्रमुख झाला. माइक ३ वर्षांनंतर संचालक मंडळाचाही अध्यक्ष झाला. एड रेन्सी अध्यक्ष व प्रमुख कार्यकारी अधिकारी झाला (मॅकडोनल्ड्स

यूएसएचा), तर जिम कॅन्टाल्युपो हा मॅकडोनल्ड्स इंटरनॅशनलचा अध्यक्ष झाला. जॅक ग्रीनबर्ग १९९२मध्ये उपाध्यक्ष झाला. तो पूर्वी 'अर्नस्ट ॲन्ड यंग' कंपनीत काम करत होता व मॅकडोनल्ड्समध्ये विविध जबाबदाऱ्या १० वर्षे संभाळत होता. शिवाय तो कंपनीचा आर्थिक व्यवहार संभाळणारा प्रमुख अधिकारीही बनला.

टर्नर गेली २० वर्षे कंपनी उत्तमरीत्या चालवत होता, त्याबरोबरच त्याच्यावर ताणही बराच होता. रे क्रॉकने १९६०नंतर कंपनीचे पूर्ण व्यवस्थापन वा दैनंदिन कामातले लक्ष काढून घेतले होते. त्यामुळे फ्रेड टर्नर अध्यक्ष झाल्यावर हजारो कर्मचारी पुरवठादार, फ्रँचायझी यांची पूर्ण जबाबदारी फ्रेडच्या खांद्यावर आली आणि ती त्याने समर्थपणे पेललीही. त्याचबरोबर त्याने कंपनीला सुस्थितीत आणि अधिक उंचीवर ठेवले. त्याचे सर्वांत शेवटचे व गरजेचे कर्तृत्व म्हणजे कंपनीतील बदलाला योग्य वेळी चालना देणे.

क्विनलॅन म्हणतो की, त्याने सूत्रे हाती घेतली, तेव्हा मंदीचा जो तडाखा सर्वत्र बसला तो एक योगायोग होता. पण त्यामुळे बदलाला चालना मिळाली. पण तो या बदलाच्या प्रक्रियेला 'एक नवे पुनर्निर्माण' म्हणतो; 'काम चालू आहे' अशी पाटी असावी, असे समजतो. त्याच्या मते, हे अनेक वर्षे चालले. आपली मूल्यांची समज ही १९८०च्या दशकाच्या अखेरीस बदलत चालली होती. आम्ही अधिक मग्रूर बनतोय की काय, अशी शंका यायला लागली होती. आपले काही चुकतेय काय, असा विचारही मनाला शिवत नव्हता. पण तेव्हा सर्वांना वाढत्या किमतीचे वाईट परिणाम जाणवायला लागले होते; घसरणारी विक्री आणि ग्राहकांची वर्दळ, आकसत चाललेले नफ्याचे प्रमाण हे धोक्याची घंटा वाजवत होते. त्यामुळे हे नकारात्मक कल बदलण्यासाठी बदल आवश्यक होता. त्यासाठी फार क्रांतिकारी बदल वा उद्योग बंद करणे हे मार्ग नव्हते; पण नेतृत्वबदलामुळे कंपनीत एक नवी ऊर्जा निर्माण झाली.

२१ जून १९९० रोजी एड रेन्सी मॅकडोनल्ड्स यूएसएचा अध्यक्ष व प्रमुख कार्यकारी अधिकारी झाला. त्याने आपल्या मॅकडोनल्ड्स कुटुंबीयांना लिहिलेल्या पत्राने या बदलाची नांदी झाली. "माझा विश्वास आहे की, आपले नूतनीकरण होणे आवश्यक आहे. तो बदल अंतर्गत व बाह्य दृश्य स्वरूपात व्हायला हवा. आपल्याला सातत्याने चालणारी नवनिर्माणाची प्रक्रिया हवी. आपली यंत्रणा सातत्याने चालू ठेवणे व त्यांत सातत्याने वाढ करणे, हे आव्हान आपल्याला स्वीकारायलाच हवे. एक वाक्प्रचार आहे, 'जर एखादी वस्तू मोडली नसेल, तर ती बदलू नका.' आपला नवा वाक्प्रचार असेल, 'आपण जर ती मोडण्याची वाट पाहत बसाल, तर मोडल्यावर ती बदलणे अवघड होईल...'"

त्याने हे पत्र सर्व कर्मचारी, पुरवठादार व फ्रँचायझी यांच्या घरच्या पत्त्यावर

पाठवले. त्याच्या प्रतिसादातून असंख्य पत्रे आली व सर्वांनी हे आव्हान स्वीकारण्याचे आश्वासन दिले.

पर्यावरण व पौष्टिकता हे १९८०मध्ये महत्त्वाचे विषय होते आणि त्यांचा कंपनीच्या विक्रीवर परिणाम होईल, अशी साशंक भीती वाटत होती. मॅकडोनल्ड्सच्या लक्षात आले की, त्यांच्या यशाची एक किंमत म्हणजे कंपनीची समाजातील दृश्यता वाढली होती. हे एक दुधारी शस्त्र होते. त्यामुळे एकीकडे नवे स्टोअर उघडले तर ग्राहकांचा प्रतिसाद प्रचंड असायचा, तर दुसरीकडे एखादा वादाचा मुद्दा आला की त्याचाही फटका मग कंपनीला बसायचा. काहींच्या मते, ती या उद्योगाचे नेतृत्व स्वीकारण्याची किंमत होती.

जनतेचे पर्यावरणविषयक स्वारस्य व चिंता यामुळे कंपनीकडे बघायचा जनतेचा दृष्टिकोन बदलत चालला व ही कंपनी म्हणजे 'वापरा आणि फेकून द्या' अशी मनोभूमिका बाळगणाऱ्या समाजाचे प्रतिबिंब आहे, असे वाटू लागले होते. ल्युबिन म्हणतो, "आम्ही संरक्षणात्मक भूमिका घेतल्यामुळे आम्ही खराब स्थितीत पोहोचलो होतो. आमच्या प्रचंड दृश्यतेमुळे पर्यावरण-संरक्षण ही आमच्या दृष्टीने महत्त्वाची समस्या बनली होती. कंपनीचा विस्तार व व्याप सर्व देशभर पसरला होता व त्यामुळे कंपनीची स्टोअर्स व कार्यालये ही पर्यावरण संरक्षकांच्या टीकेची, निदर्शनाची व हल्ल्याची सोपी ठिकाणे बनली होती. काही वेळा ज्या विषयाशी आमचा काही संबंधही नसे, अशा विषयाबद्दलही आम्हाला जबाबदार धरले जायचे."

कंपनी पॅकिंगसाठी पॉलिस्टरीनचे फोम वापरत असे व निदर्शनांचा मुख्य रोख त्याविरोधात होता. विशेषत: मोठ्या आकाराच्या सँडविचसाठी ते वापरले जायचे व काम झाल्यावर फेकून दिले जायचे. खरेतर १९७०मध्येच कंपनीने स्टॅनफोर्ड रिसर्च इन्स्टिट्यूटला पॅकिंगचे सर्वांत चांगले पर्याय कोणते, यावर संशोधन करण्यास सांगितले होते व त्यांनीच हे फोम पॅकिंग सर्वांत कार्यक्षम, परिणामकारक व पर्यावरणाच्या दृष्टीने योग्य असे खाद्यपदार्थांसाठीचे पॅकिंग होऊ शकेल, असा निर्णय दिला होता. शास्त्रज्ञांनी १९८०मध्ये असा निष्कर्ष काढला की, या फोममधील 'फुल्ली हॅलोजिनेटेड क्लोरोफ्ल्यूरो कार्बन्स' हे पर्यावरणाला बाधक आहेत, म्हणून ते त्यांतून काढून टाकावेत. मग कंपनीने या फोम पॅकेजिंगच्या पुरवठादारांना तसे करण्यास सांगितले व मग ते पाहून इतरांनीही तसे करणे चालू केले.

तरीही हे फोम पॅकेजिंग ही अमेरिकेतील महत्त्वाच्या कचरा-समस्येचे प्रतीक बनली होती. देश इतर अनेक चांगल्या गोष्टी करतोय; पण या एका उत्पादनाने पर्यावरण-संरक्षणाच्या प्रयत्नांवर पाणी पडते आहे, अशी लोकांची धारणा बनू लागली होती. मॅकडोनल्ड्सने कचरा तयार होण्यात घट करण्याचे, मालाच्या पुनरुपयोगाचे वा रिसायकलिंगचे अनेक प्रयत्न चालू केले होते. या संबंधांतले

देशातले सर्वांत मोठे संयंत्र त्यांनी बसवले होते, तरीही पर्यावरणविषयक बाबीत कंपनीची भूमिका बचावात्मकच होती.

नंतर एका नाट्यमय चालीने २५ ऑक्टोबर १९९०ला रेन्सीने घोषणा केली, "कंपनीत फोमचा उपयोग टप्प्याटप्प्याने बंद केला जाईल." गुरुवारी जाहीर केलेला हा निर्णय अनपेक्षित होता व बऱ्याच जणांना त्यामुळे आश्चर्य वाटले, कारण नंतर येणाऱ्या सोमवारी कंपनीने एक जंगी वार्ताहर परिषद आयोजित केली होती आणि त्यांत कंपनी राष्ट्रीय पातळीवरील फोम पॅकेजिंगच्या रिसायकलिंग योजनेची घोषणा करणार होती. त्यामुळे हा निर्णय कठोर होता, पण जनमानसावर होणाऱ्या त्याच्या चांगल्या परिणामाविषयी कुणाच्याही मनात संदेह नव्हता.

या घोषणेचे मुख्य कारण म्हणजे, कंपनीच्या असे लक्षात आले की, अनेक ग्राहक या फोम पॅकेजिंगचा उपयोग करताना अस्वस्थ होताना दिसायचे. जरी तांत्रिकदृष्ट्या तसा वापर योग्य होता हे सिद्ध झाले होते, तरी विक्रीवर परिणाम होऊ लागला होता. क्विनलॅन म्हणायचा, "आम्ही हॅम्बर्गरपेक्षा या फोम पॅकेजिंगचाच विचार अधिक करत होतो. आणि टप्प्याटप्प्याने उपयोग कमी करत जायच्या निर्णयाने आमच्या पाठीवरचे ओझे कमी झाल्यासारखे वाटायला लागले. शिवाय, फोमऐवजी कागदाच्या पॅकिंगमुळे कंपनीचे प्रतिस्टोअर २००० डॉलरही वाचत होते."

मॅकडोनल्ड्सने विरोधाची धार आणखी बोथट केली. 'एन्व्हायर्न्मेंटल डिफेन्स फंड' (ईडीएफ) ऑगस्ट १९९०मध्ये सुरू केला गेला; त्याच्याशी धाडसी, पूर्ण वेळेची भागीदारी कंपनीने स्थापित केली. या संबंधामुळे एक सबल पर्यावरणविषयक धोरण विशद करणारे निवेदन व घनकचरा कमी करण्यासाठी सर्वंकष कृतियोजना प्रसिद्ध करण्यात आली. त्यामध्ये स्वयंस्फूर्तीने हाती घेतलेले ४२ कार्यक्रम, चाचणी प्रकल्प आणि कचरा तयार होण्याचे स्रोत कमी करणे, त्याचा पुनर्वापर, खतनिर्मिती वगैरेबाबत जोरदार प्रयत्न करायचे ठरले. या सर्वांमुळे कंपनीला ८० टक्के घनकचऱ्याची व्यवस्थित काळजी घेता आली. कंपनीवरील 'पर्यावरणाचा शत्रू' या शिक्क्याऐवजी राष्ट्रीय पातळीवर दखल घेतली गेलेली 'हरित कंपनी' म्हणून एका रात्रीत ओळखली जाऊ लागली. केंब्रिजचा एक अहवाल व आंतरराष्ट्रीय अभ्यास प्रकल्पानुसार कंपनीने अग्रेसर २३ कंपन्यांच्या श्रेणीत राहून ही २८ टक्के सुधारणा केली होती. कागदाच्या कॅरी बॅग्ज वापरून व त्यांचा १०० टक्के पुनर्वापर करून घेण्यात कंपनी अग्रेसर होती. कंपनीने १९९४ पर्यंत १०० कोटी डॉलर्स खर्च करून पुनर्वापर केलेल्या वस्तू वापरल्या.

दुसरा एक विषय – ज्याला सार्वजनिक महत्त्व प्राप्त झाले होते व कंपनीवर आरोप-प्रत्यारोप होत होते – तो म्हणजे, कंपनी विकत असलेल्या खाद्यपदार्थांची

पौष्टिक मूल्ये. कंपनी अग्रेसर असल्याने याबाबतीतही तिच्यावरच प्रथम हल्ले होऊ लागले. कंपनीने याबाबत आपली भूमिका, दर्जाबाबतची जागरूकता स्पष्ट करून प्रत्येक पदार्थाची पौष्टिक मूल्येही जाहीर केली होती; तरीही हा विषय देशभर उकरून काढला जात होता. एप्रिल १९९०मध्ये फिल सोकोलोफ नावाच्या एका उद्योजकाने २० मोठ्या वृत्तपत्रांतून पूर्ण पानाच्या जाहिराती दिल्या. त्यांचे शीर्षक होते, 'अमेरिकेवर विषप्रयोग! मॅकडोनल्ड्स, तुमच्या हॅम्बर्गरमध्ये चरबी जास्त आहे.' मग कंपनीने ताबडतोब प्रतिहल्ला चढवला. कंपनीने असोसिएटेड प्रेस, द वॉल स्ट्रीट जर्नल आणि यूएसए टुडेसारख्या प्रसिद्ध वृत्तपत्रांत जाऊन या जाहिरातीबरोबर आमचेही निवेदन छापले पाहिजे, असा आग्रह ती जाहिरात प्रसिद्ध होण्यापूर्वी धरला. मग कंपनीचा ज्येष्ठ उपाध्यक्ष डिक स्टारमन हा फिल सोकोलोफबरोबर तिन्ही प्रमुख टीव्ही चॅनेलवर चर्चेसाठी उपस्थित राहिला व त्याने कंपनीची पौष्टिकता मूल्यविषयक सकारात्मक धोरणे सांगितली. या जाहिरातीमुळे नागरिकांच्यात भीतीचे वातावरण निर्माण करणे, हा फिलचा उद्देश होता. पण त्याने दिलेल्या आकडेवारीत व माहितीत पदार्थाविषयी अत्यंत चुकीची माहितीही होती. मग कंपनीने आपला कायदेविषयक सल्लागार आणि पूर्वीचा आरोग्य शिक्षण व समाजकल्याण खात्याचा सेक्रेटरी जोसेफ कॅलिफानो याच्यामार्फत वृत्तपत्रांना खरमरीत पत्र लिहून त्यांच्या जाहिराती चुकीच्या आहेत आणि कायदेशीर कारवाई करण्याच्या योग्यतेच्या आहेत, असा इशाराही दिला.

नंतर त्या वर्षात कंपनीने आपले डीप फ्राय ऑइल बदलून व्हेजिटेबल ऑइल वापरायचे धोरण ठरवले, तेही बऱ्याच संशोधन व विकसनाच्या प्रयोगांनंतर. मग त्याच्या पुष्टीसाठी सोकोलोफने वृत्तपत्रातून निवेदनही दिले. फोम पॅकेजिंगच्या निर्णयाप्रमाणेच खाद्यपदार्थांच्या पौष्टिकता मूल्यात सुधारणा करण्यासाठी कंपनीने गेल्या तीन-चार वर्षांत केलेल्या खटपटीलाही मग प्रसिद्धी देण्यात आली. असे जनतेत निर्माण झालेले संशय व तदनुषांगिक प्रश्न १९९१मध्ये कमी झाले. पण अद्याप एक महत्त्वाची समस्या अनुत्तरित होती. ती म्हणजे, त्यांचे अनेक महत्त्वाचे ग्राहक ही कंपनी सोडून अन्य फास्ट फूडकडे वळत होते. १९९०च्या मंदीच्या काळात असे दिसून आले की, कंपनीच्या पदार्थांच्या किमती ह्या विक्रीतील मोठा अडसर होता. 'टॅकोबेल' तर किमतीत भरपूर सूट देऊन आपला खप वाढवत होती व त्याचा फटका मॅकडोनल्ड्सला बसत होता.

किमतीत सवलत ही राष्ट्रीय पातळीवरची धोरणात्मक बाब नसून ती स्थानिक पातळीवरची व्यवसाय वाढवण्याची क्लृप्ती आहे, असे कंपनी समजायची. पण सर्वच फास्ट फूड उद्योग सर्व स्थानिक पातळ्यांतून ग्राहकांना आपल्याकडे आकर्षित करण्यात दंग होते, त्यामुळे कंपनीला स्वतःचे म्हणून देशभर लागू होणारे किमतीबाबतचे

धोरण ठरवावेसे वाटले. कंपनीलाही मग याबाबत काहीतरी करावे व बाजारपेठेतील या समस्येवर मार्ग काढावा, असे वाटले.

याबाबतही पुढे काय होणार याची चुणूक दिसली, ती राष्ट्रीय पातळीवर १.९९ डॉलर्सची 'हॅम्बर्गर हॅपी मिल' या योजनेतून. या योजनेच्या परिणामाने कंपनीचे डोळे उघडले. हे हॅपी मिल २ डॉलरच्या आत ठेवल्याने विक्रीत ४० ते ५० टक्क्यांनी वाढ झाली. मध्यंतरीच्या काळात स्थानिक स्टोअरचालक या कमी किमतीच्या योजनेला स्थानिक पातळीवर प्रसिद्धी देत होते. विशेषत: कॅन्सास सिटी व ह्युस्टनमध्ये राष्ट्रीय पातळीवर प्रसिद्धीची कोणती योजना परिणामकारक होईल, हे चाचपण्याचा तो मार्ग होता.

थोड्याच कालावधीत या कार्यक्रमाची विविध अंगे स्थानिक फ्रँचायझी वा स्टोअरचालक यांच्यापुढे ठेवण्यासाठी तयार होत होती. त्यांचा या योजनेतील स्वतंत्र सहभाग ही योजना देशभर यशस्वी करण्यास मोठाच हातभार लावणार होता. ग्रीनबर्ग म्हणतो, "आमच्या फ्रँचायझिंग पद्धतीची एक मोठी बाब म्हणजे, आम्ही आमच्या फ्रँचायझी स्टोअरचालकांच्या गळ्यात चुकीची कोणतीही गोष्ट मारू शकत नव्हतो. आम्हाला गोष्टी करायला वेळ लागेल, पण आम्ही चुका टाळू आणि एकदा ते पावले टाकणे चालू केले की, आम्ही इतरांपेक्षा अधिक चांगल्या प्रकारे कृतीत आणू शकतो. कारण आमच्या फ्रँचायझींचाही पैसा त्यात पणाला लागलेला असतो व तो त्यांना जिंकायचाच असतो."

मॅकडोनल्ड्सच्या पैशाचे मोल (मूल्य) या व्यूहरचनेमधले महत्त्वाचा भाग होते, ते कमी किमतीच्या पदार्थांचे. ५९ सेंटचा हॅम्बर्गर, ६९ सेंट्सचा चीजबर्गर, ७९ सेंटची सॉसेज बिस्किटे आणि १.९९ डॉलरचे 'हम्बर्गर हॅपी मिल.' शिवाय सँडविच, फ्रेंच फ्राइज व शीत पेयांच्या एकत्रीकरणाचे अनेक प्रकार. यासाठी १९९१मध्ये कंपनीने फ्रँचायझींना ४.७ कोटी डॉलर्सची आर्थिक मदत (सबसिडी) दिली व मग राष्ट्रीय पातळीवर 'किमतीच्या जाहिरातीची' योजना (यांत पदार्थांच्या नव्या किमती दिल्या होत्या.) राबवली. जाहिरातीत कंपनीने शिफारस केलेली किंमत व स्थानिक स्टोअरचालकांनी त्यांच्या योजनेप्रमाणे ग्राहकांना आकारायची अशी स्वीकारार्ह किंमत यांचे कोष्टक दिले होते. यांत अमेरिकेतील बहुतेक सर्व स्टोअर्सनी सहभागी व्हायचे ठरवले. ल्युबिन म्हणतो, "ही एक धाडसी चाल होती. त्यांत आर्थिक मदतीचा हात होता. त्यामुळे फ्रँचायझींना हा 'पैशाचे मूल्य'चा परिणाम प्रत्यक्ष कार्यक्षेत्रात राबवणे शक्य झाले. आम्ही सुरुवात थोडी संथ केली; पण नंतर प्रयत्नांना वेग आला. क्विनलॅनने हे मान्य केले की, ४.७ कोटी डॉलर्सची सबसिडी देणे हा जुगार होता. पण काहीच केले नसते, तर यापेक्षा मोठा जुगार खेळायला लागला असता."

या किमतीवर आधारित चालीने कंपनीने पूर्वी रे क्रॉकने १५ सेंटमध्ये हॅम्बर्गर द्यायच्या धोरणाची जणू री ओढली. रेन्सीने गुंतवणूकदारांना पटवून दिले की, चलनवाढीचा विचार करता १९९१चा ५९ सेंट्सचा हॅम्बर्गर १९५५मध्ये १३ सेंटलाच विकला गेला असता. ग्रीनबर्ग म्हणतो, "मूल्याचा विचार करूनच रेने काम चालू केले व आम्ही त्याच मूल्यांना घट्ट पकडून डॉलरच्या खऱ्या मूल्यांचा विचार केला, तर आमच्या आजच्या खाद्यपदार्थांची किंमत कमीच केली."

पैशाचे मूल्य हा ग्राहकांना खूश करण्यासाठी कंपनीने वापरलेला हुकमी एक्का होता. कंपनीने आपला 'एक्स्ट्रा व्हॅल्यू मील'चा कार्यक्रम वाढवला. १९९४मध्ये तो तीन स्तरांत बसवला. एक छोटे, कमी किमतीचे 'ऑल अमेरिकन मील' आणि एक जादा मोठ्या आकाराचे, जादा फ्राइज व जादा मिल्कशेक असलेले 'एक्स्ट्रा व्हॅल्यू मील'; शिवाय नेहमीचे 'एक्स्ट्रा व्हॅल्यू मील' होतेच.

कंपनीने १९९४च्या उन्हाळ्यात आपल्या अमेरिकेतल्या ४० क्षेत्रीय कार्यालयांशी व्हिडिओ उपग्रह तंत्राद्वारा 'मॅकडोनल्ड्स कम्युनिकेशन नेटवर्क' प्रस्थापित केले व आपल्या या नव्या योजनांच्या जाहिरातीला त्याची संमती एका दिवसात मिळवली. त्यामुळे त्यांना एका आठवड्यात ती अमलात आणता आली. हे नेटवर्क नसते, तर ही संमती मिळवण्यात भरपूर वेळ गेला असता. या नेटवर्कला त्यांनी 'कम्युनिकेशन्स सुपर हायवे' असे नाव दिले.

पण कंपनीने हेही मान्य केले की, केवळ पैशाचे मूल्य यापेक्षा आणखीही बऱ्याच गोष्टी पाहायला हव्यात. मॅकडोनल्ड्सचे पाहून मग स्पर्धकही या मूल्यांच्या शर्यतीत उतरले. पण मॅकडोनल्ड्सने पाहिले की, मूल्यांचा विचार करताना ग्राहक खाद्यपदार्थांच्या केवळ किमतीकडे पाहत नाहीत. आणि 'सेवा' या निकषावर मॅकडोनल्ड्स आपल्या स्पर्धकांच्या बरीच पुढे जाऊ शकत होती, कारण त्यांची सेवा अप्रतिम होती.

मॅकडोनल्ड्सने ग्राहकाची काळजी घेण्याची संस्कृती आपल्या संपूर्ण यंत्रणेत राबवली. हा बदल करताना अंतर्गत त्रास व अडचणी होत्या. यामध्ये प्रमाणभूत कार्यपद्धती हा पाया होता व त्यांत पदार्थांच्या प्रमाणभूत रचनेला अपवाद करता येत नव्हता. ग्राहकाची खास विनंती कधीकधी लक्षात घेतल्या जायची; पण त्याची किंमत ग्राहकाला अधिक वेळ वाट पहायला लागून द्यायला लागायची व शिवाय त्यामुळे काउंटरच्या मागे गोंधळ उडायचा.

काउंटरवर मग तत्पर सेवा देण्यासाठी कंपनीने खाद्यपदार्थ तयार करण्याची संयंत्रे, उपकरणे व अन्य गोष्टी यांत बदल केला. त्यांत नवनवी तंत्रज्ञाने वापरली, खाद्यपदार्थ करण्याचे नवनवे तंत्र वापरले. उदा. – ग्रिलवर एकाच वेळी पॅटिस दोन्ही बाजूंनी भाजले जायचे. शीत कपाटात तापमान व आर्द्रता एकाच वेळी नियंत्रित केली

जायची. अशा कपाटांमुळे खाद्यपदार्थ आधीच तयार करून ठेवणे व ग्राहकाला कमीत कमी वेळात देणे जमायचे. त्यामुळे खाद्यपदार्थ गरमागरम व त्वरित दिले जायचे आणि खास ऑर्डरचीही पूर्तता लवकर होऊ शकायची. ग्रीनबर्ग म्हणतो, ''क्रांती म्हणजे यापेक्षा दुसरे काय? पाच वर्षांपूर्वी कोणी केवळ ग्राहकांना उत्तमातले उत्तम पदार्थ कमीत कमी वेळात व गरमागरम द्यावेत, त्यासाठी प्रयत्न करावेत – असा विचारही केला नसेल; पण आम्ही तो केला. हा बदल केला तो ग्राहकसेवा डोळ्यांसमोर ठेवून.''

खाद्यपदार्थ तयार करण्याची ही नवी पद्धत प्रथम ब्रेकफास्टच्या वेळी वापरली जाऊ लागली, कारण एकूण विक्रीपैकी ३६ टक्के त्या वेळात व्हायची. या कृतीमुळे सेवेत विलक्षण बदल झाले – विशेषत: ड्राइव्ह-थ्रू (गाडी थेट काउंटरजवळ नेऊन ऑर्डर देणे व पदार्थ घेणे)साठी. कारण तिथे पूर्वी प्रथम ऑर्डर घेतली जायची, मग ग्राहकाला गाडी पुढे काढून थांबायला लागायचे, मग त्याचे खाद्यपदार्थ दिले जायचे. या नव्या पद्धतीने हा वेळ कमी झाला. मग ही पद्धत १९९२मध्ये संपूर्ण दिवसभर राबवली जाऊ लागली आणि वेग वा पदार्थांचा दर्जा याबाबत तडजोड न करता उत्तम सेवा दिली जाऊ लागली.

ही नवी पद्धत ग्राहकांना संपूर्ण समाधान देण्यासाठी उपयुक्त होतीच; पण त्याशिवाय कर्मचाऱ्यांची सेवेसंबंधीची मनोवृत्ती बदलण्यासाठीही ती उपयुक्त ठरली. बाजारपेठेतील संशोधनानंतर असे लक्षात आले होते की, कंपनी व ग्राहक यांचे परस्परांवरील प्रेम कमी होऊ लागले होते. ते त्यांनी सुरुवातीच्या काळात कमावले होते व याचा फायदा स्पर्धक उठवत होते. या नव्या कार्यपद्धतीने हे चित्र बदलू लागले.

हा सेवेत वाढ करण्याचा कार्यक्रम जो ग्राहकाभिमुख होता, तो प्रत्येक रेस्टॉरंटमध्ये राबवण्यासाठी कंपनीने स्थानिक स्टोअर व्यवस्थापक व आपले अधिकारी यांना पुरेसे स्वातंत्र्य दिले आणि ग्राहकांना खूश करण्यासाठी योग्य ते बदल करण्याचे अधिकारही त्यांना देण्यात आले. ग्रीनबर्ग म्हणतो, ''आम्हाला जलद सेवेची व्याख्या बदलायची चांगली संधी मिळाली. ग्राहकांचा अनुभव सुखद कसा होईल, हे पाहण्याची दृष्टी आम्ही मिळवली व त्या दिशेने कसे जायचे, याचा मार्गही आम्हाला सापडला.'' सेवावृत्तीला आधार देण्यासाठी कामाच्या नव्या श्रेणी तयार करण्यात आल्या, नवे प्रशिक्षण कार्यक्रम राबवण्यात आले व चांगले काम करणाऱ्या कर्मचाऱ्यांना त्याचे बक्षीसही मिळाले. काही वेळ काउंटरवरच्या कर्मचाऱ्याला व्यवस्थापकांना न बोलावता ग्राहकांबरोबरचे विवाद मिटवण्याचे स्वातंत्र्य मिळाले. या प्रकारचे स्वातंत्र्य म्हणजे त्याला मोठे बक्षीस वाटायचे. काही वेळा ग्राहक जिथे बसतात व खाद्यपदार्थ खातात, तिथे जाऊन स्टोअरचा व्यवस्थापक त्यांची चौकशी

करायचा. "रे क्रॉकला हे बदल पाहून अत्यानंद झाला असता. तो नेहमी काहीतरी निराळा, काहीतरी धाडसी करायच्या पाठीमागे असायचा. त्याला व्यवस्थापकांनी असेच ग्राहकांत मिसळून त्यांची मने जाणून घ्यावीत, असे वाटायचे." असे वॉलस्टाइन म्हणायचा.

क्विनलॅनने जेव्हा १९९४च्या जागतिक अधिवेशनात ते भाषण केले, तेव्हा कंपनीने टाकलेल्या विविध पावलांचे परतावे मिळणे चालू झाल्याचे चिन्ह दिसू लागले होते. १९९१मध्ये खाली गेलेली विक्री परत सुधारू लागली आणि हे मंदीची व्याप्ती कायम असतानाच घडत होते. १९९२मध्ये विक्री ६ टक्क्यांनी वाढली व १९९३मध्ये ७ टक्क्यांनी आणि निव्वळ उत्पन्नात वाढ झाली ४ टक्के. शिवाय कंपनीच्या हेही लक्षात आले की, किंमती कमी करूनही नफा कमावता येतो. फक्त त्यासाठी अनावश्यक खर्चाला कात्री लावायला हवी; आवश्यक खर्चात पैसे कुठे व कसे वाचवायचे, हे पाहायला हवे. याबाबत ग्रीनबर्ग म्हणाला, "आम्ही विक्री वाढवून कंपनीतले प्रश्न ३५ वर्षे सोडवले. हा तसा सर्वोत्तम मार्ग आहे. पण त्यापेक्षाही कार्यपद्धतीवरील खर्च कमी कसा करता येईल हे पाहणे, हाही मार्ग असू शकतो, हेही आम्हाला तेव्हा कळले. हा आमच्यातला एक सांस्कृतिक बदल होता आणि आता खर्चात बचत हा कंपनीचा पूर्वी कधी नव्हता एवढा महत्त्वाचा भाग बनला आहे. हा एक सातत्याने आचरणात आणायचा विषय आहे आणि त्यातून जे पैसे वाचतील, ते ग्राहकांपर्यंत पोहोचवण्याचा आमचा उद्देश राहील."

अशा पै-पै वाचवायच्या खटाटोपात शेवटी गोळाबेरीज केली, तर मोठी रक्कम उभी राहू शकते. उदा. – फ्रेंच फ्राइज तळण्यासाठी त्यांनी नव्या प्रकारची फिल्टर पावडर बचतीला सुरुवात केली. त्यामुळे दर वर्षी प्रतिस्टोअर २८०० डॉलर्सची बचत झाली. विमा उतरवण्याच्या पद्धतीत बदल केल्याने प्रतिस्टोअर दर वर्षी ४००० डॉलर्स वाचले. त्याच्या जोडीला कागदाच्या पिशव्यांचा उपयोग (फोम पॅकेजिंगऐवजी) केल्याने झालेल्या खर्चाच्या कपातीतल्या रकमेचा विचार केला, तर दर वर्षी केवळ अमेरिकेतील ९३०० रेस्टॉरंट्समधून ८ कोटी डॉलर्सची बचत झाली. ग्रीनबर्ग म्हणतो, "आम्ही कमी किंमत आकारणारे उत्पादक नाही, कारण आम्ही दर्जाकडेही लक्ष देतो. पण अशा पद्धतीने कार्यपद्धतीवरचा खर्च कमी करून आम्ही ज्या दर्जाचा माल व सेवा देतो; त्याचा विचार केला, तर आम्ही अत्यंत कार्यक्षम उत्पादक ठरतो."

पुढे कंपनीने नवी स्टोअर्स उभारताना बाजारपेठेच्या गरजेनुसार त्यांचा आकार ठरवून बांधकामाच्या मालात काटकसर करून, इतर अनेक मार्गांनी बांधकाम व सजावटीचा खर्च कमी केला. कंपनीने अत्यंत आकर्षक रेस्टॉरंट्स उभारली, पण काटकसर व बचतीचे मार्ग स्वीकारून पैसे वाचवले. त्यामुळे १९९० ते १९९३

या काळात रेस्टॉरंट्स उभारणीच्या खर्चात २७ टक्के बचत झाली.

त्याशिवाय कंपनीने नवी '२००० सीरीज' इमारत बांधणीची रचना अमलात आणली. यात रेस्टॉरंटचा आकार नेहमीपेक्षा अर्ध्याने कमी केला होता; पण त्यांतल्या किचनमध्ये संयंत्रे व यंत्रसामग्री यात बदल करून नेहमीच्या रेस्टॉरंटमध्ये जेवढे व्यवहार हाताळले जातात तेवढेच कसे हाताळले जातील, हे पाहिले होते. या मिनी रेस्टॉरंटमुळे १९९१मध्ये नेहमीच्या रेस्टॉरंटपेक्षा खर्चात ३० टक्के बचत झाली. पण तिथे नेहमीच्या रेस्टॉरंटच्या ९६ टक्क्यांइतके व्यवहार हाताळता आले. १९९३मध्ये सुमारे ८० टक्के नव्या रेस्टॉरंटमध्ये ही पद्धत वापरण्यात आली. १९९२मध्ये हेच प्रमाण ६० टक्के होते. या कमी किमतीमुळे आता छोट्या-छोट्या वस्त्यांमधूनही कंपनीला आपली रेस्टॉरंट उघडणे शक्य होऊ लागले. पूर्वी ते आर्थिकदृष्ट्या परवडत नव्हते. अशा ठिकाणी रेस्टॉरंट उघडण्याने कंपनी अगदी खोलवर पोहोचली आणि कंपनीची उलाढाल व नफा यांत वाढही झाली.

शिवाय १९९३मध्ये कंपनीने आणखी एक नवी कल्पना लढवून अपरंपरागत ठिकाणी आपले अस्तित्व दाखवायला सुरुवात केली. त्याला 'सॅटेलाइट लोकेशन्स' म्हटले जायचे. यात हातगाड्या, रस्त्याकडेची छोटी-छोटी दुकाने, फिरत्या मोटारगाड्या वा एखाद्या रेस्टॉरंटमधला कोपरा अशा ठिकाणीही विक्री चालू केली. उदा. – वॉलमार्ट स्टोअर्समध्ये छोटी जागा मिळवून एका वर्षात ८० नवी रेस्टॉरंट्स उघडली गेली. शिवाय पेट्रोल पंप्स, शॉपिंग मॉल्स, शाळा-कॉलेज, हॉस्पिटल्स, व्यवसाय केंद्रे, कॅन्टीन्स, करमणुकांची ठिकाणे व एखाद्या महत्त्वाच्या खेळाच्या सामन्याच्या वेळी – अशा विविध ठिकाणी व विविध प्रकारे कंपनी ग्राहकांपर्यंत पोहोचू लागली. 'फेसेस नॉट प्लेसेस' असे घोषवाक्य घेऊन 'माणसे तिथे मॅकडोनल्ड्स' हे तत्त्व कंपनीने पाळले.

मध्यंतरीच्या काळात परदेशांत उभारलेल्या मॅकडोनल्ड्स रेस्टॉरंटनी आपापल्या परीने विक्रीत वा नफ्यात वाढ करायला सुरुवात केली. ल्युबिन म्हणाला, "कंपनीला परदेशी नेण्याचा फ्रेड टर्नरचा निर्णय किती योग्य होता, हे आम्हाला लवकरच कळून आले." उद्योजकांबरोबर मोठ्या भागीदारी करण्याच्या कल्पना आणि आता तरी नजरेसमोर नफा दिसत नसतानाही गुंतवणूक करण्याचा निर्णय, हे या परदेशी उद्योगवाढीच्या दृष्टीने फ्रेडचे महत्त्वाचे निर्णय होते. परदेशी उद्योगातील टर्नरच्या सुरुवातीच्या विश्वासाचे रूपांतर लवकरच प्रचंड ताकदीमध्ये झाले. १९८६मध्ये परदेशांतील विक्री २०० कोटी डॉलर्स होती, ती १९९४मध्ये ११०० कोटी डॉलर्सवर पोहोचली. हे प्रमाण वार्षिक ३५ टक्के वाढ झाल्याचे दाखवते. याच काळात एकूण उलाढालीपैकी ४५ टक्के देशांत परदेशी २१३८ रेस्टॉरंट्स होती, तीच १९९४मध्ये ७९ देशांत ५४६१ रेस्टॉरंटपर्यंत झपाट्याने वाढली. आता सहा

मोठ्या देशांतून (उलाढालीचा विचार करता), परदेशी व्यवहाराच्या ८० टक्के उत्पन्न मिळते. ते देश म्हणजे – ऑस्ट्रेलिया, कॅनडा, ब्रिटन, फ्रान्स, जर्मनी व जपान. फ्रान्समधल्या पहिल्या फ्रँचायझीला काढण्यासाठी कंपनीला १९८२मध्ये न्यायालयात जावे लागले, पण ते प्रकरण संपल्यावर तिथल्या व्यवसायात प्रचंड वाढ झाली. प्रथम चालू केलेले काम या प्रकरणामुळे पुन्हा चालू केल्यावर थोड्याच काळात फ्रान्समधल्या उलाढालीने जर्मनी व ब्रिटनची उलाढालीची पातळी गाठली, यावरून त्या बाजारपेठेतली सुप्त शक्ती दिसून आली.

क्विनलॅन म्हणाला, "आमची आंतरराष्ट्रीय बाजारपेठेत वाढीची क्षमता अमर्याद आहे. आम्ही ५ वर्षांपूर्वीपेक्षा जणू प्रकाशाच्या वेगाने पुढे मजल मारली आहे. आम्ही आता तिथे वाढत्या कार्यक्षमतेने काम करतो आहेत व नफ्याचे प्रमाणही वाढत आहे. या क्षेत्रातील अन्य कोणत्याही उद्योगाने असे काही केले आहे?" थर्स्टन म्हणतो, "कंपनीत अशी मानसिकता आहे की, आता जगाच्या कोणत्याही भागात व कोणत्याही संस्कृतीत मॅकडोनल्ड्स पाय रोवू शकते आणि ही मानसिकता दिवसेंदिवस वाढतच आहे." त्यानंतरच्या दशकात कंपनीने परदेशात दर वर्षी ८०० ते १००० नवी रेस्टॉरंट्स उघडण्याचे उद्दिष्ट ठेवले होते. मॉस्को, बीजिंग, वार्सा, कैरो अशा पूर्वी कोणी विचारही केला नसता अशा ठिकाणी रेस्टॉरंट्स उघडली गेली आहेत. यामागे अत्यंत धीराने व पद्धतशीरपणे प्रयत्न केलेले काम आणि पडद्यामागची शिस्तबद्ध यंत्रणा ह्या सर्वांचे योगदान आहे. या वाढत्या उद्योगासाठी स्थानिक भागीदार, पुरवठादार व स्टोअरचालक विकसित करणे – या पायऱ्यांतून कंपनीला जावे लागले.

"प्रचंड विश्वासार्हता हेही या यशामागचे महत्त्वाचे कारण आहे. कंपनीचे नाव व ती जे उद्दिष्ट घेऊन उभी आहे, हे पाहूनच अनेक देश-प्रदेशात कंपनीसाठी दारे उघडली जातात. विविध देशांतील सरकारे सहकार्य करतात; कारण त्यांना माहीत असते की, आम्ही एक कार्यपद्धती राबवणार आहोत, केवळ आमचे 'ब्रँड नेम' विकणार नाही. जिथे-जिथे आम्ही गेलो तिथे-तिथे दूरवरचा विचार करूनच आम्ही कार्य केले, हा आमचा इतिहासही त्यांना माहीत आहे. कंपनीचे भागीदारही सांगतील की, त्यांच्या अपेक्षेपेक्षाही अधिक काहीतरी आम्ही त्यांना दिले आहे." असे कॅन्टाल्युपो म्हणायचा.

उदा. – १९७६मध्ये मॉस्कोत मॅकडोनल्ड्सने रेस्टॉरंट उघडण्यासाठी बोलणी चालू होती. 'ग्लासनॉस्ट' व्हायच्या कितीतरी आधी हे झाले होते. ऑस्ट्रियातील व्हिएन्ना येथून काम करणारी 'मॅकडोनल्ड्स डेव्हलपमेंट कंपनी' शांतपणे हे काम करत होती. त्यांतून पूर्व युरोपमध्ये हंगेरी, पूर्वीचे युगोस्लाव्हिया व बर्लिन वॉल पडण्यापूर्वीचा पूर्व जर्मनी यांतही मॉस्कोबरोबरच प्रयत्न चालू होते. विशेष म्हणजे,

पूर्वीच्या झेक प्रजासत्ताकातील ४२ टक्के लोकांना कंपनी तिथे पोहोचण्यापूर्वीच कंपनीचे नाव व कमानी माहिती होत्या.

इतर कोणत्याही ठिकाणापेक्षा रशियात कंपनीच्या दूर पल्ल्याच्या विचारांची परीक्षा अधिक झाली. मॉन्ट्रियल ऑलिंपिकच्या वेळी रशियन अधिकाऱ्यांशी जॉर्ज कोहोन हा त्या वेळचा अध्यक्ष व प्रमुख कार्यकारी अधिकाऱ्याने याबाबत प्रथम सूतोवाच केले. त्यांतून सुरुवात होऊन, विविध स्तरांवरील अधिकारी व त्यांची खाती यांच्याशी चर्चा करून १९८८मध्ये २० ठिकाणी मॅकडोनल्ड्स रेस्टॉरंट्स उघडण्यास मान्यता मिळाली. ३१ जानेवारी १९९०ला मॉस्कोच्या पुष्कीन चौकातील २३,६८१ स्क्वेअरफूट क्षेत्राच्या भव्य मॅकडोनल्ड्स रेस्टॉरंटमध्ये येण्यासाठी भर थंडीतही हजारो मॉस्कोवासी मोठ्या रांगेत उभे होते अन् तेही तासन्तास. एका दिवसात तिथे हाताळल्या गेलेल्या ग्राहकांच्या संख्येने सर्व उच्चांक मोडले व संपूर्ण जग विस्मयचकित होऊन हे सर्व पाहत होते. तिथले ११०० कर्मचारी रोज ४० ते ५० हजार ग्राहकांना सेवा पुरवत होते. पहिल्याच वर्षात त्या रेस्टॉरंटने १.५ कोटी ग्राहक हाताळले. (तेवढे हाताळायला अमेरिकेत रेस्टॉरंटला ३० वर्षे लागली होती.) एका महिन्यात तिथे ४,८७,००० फ्रेंच फ्राइज, ४,७७,००० शीत पेये, ३,९०,००० मिल्कशेक्स, ३,३०,००० बिग मॅक्स व २,२७,००० ॲपल पाइज विकले जात होते.

हे रेस्टॉरंट जेव्हा उघडले गेले, तेव्हा तिथली कम्युनिस्ट राजवट कोसळणार आहे, हे कोणाला माहीतही नव्हते. तसेच देशाचे विघटन होऊन १५ नवीन राष्ट्रे तयार होतील वा तिथे अन्नटंचाई निर्माण होईल, हेही कोणी स्वप्नातही पाहिले होते. या सर्व काळात मॅकडोनल्ड्सने तिथे आपले काम अखंड चालू ठेवले आणि ज्या अयशस्वी क्रांतीचे पर्यवसान म्हणून बोरिस येल्त्सिन सरकारचे शेवटी पतन झाले, त्याचीही ती साक्षीदार होती. रशियातल्या रेस्टॉरंट्समध्ये सर्व व्यवहार रुबल्समध्ये चालायचे. तिथे परदेशी चलन स्वीकारले जायचे नाही. मॉस्कोत असे व्यवहार करणारी ती एकमेव परदेशी कंपनी होती. त्यामुळे ते विकत असलेल्या खाद्यपदार्थांचे मूल्य ग्राहकांच्या दृष्टीने एकदम वाढले होते. रांग कितीही मोठी का असेना, त्यामुळेच ग्राहकांना खात्री असायची की इथे हॅम्बर्गर, फ्रेंच फ्राइज व मिल्कशेक मिळणार म्हणजे मिळणार. त्यांना हे कसे घडते, यांत स्वारस्य नव्हते. पण त्यांना माहीत होते की, मॅकडोनल्ड्स काहीही करून ते घडवणारच आणि त्यातून त्यांना अशी आशा व विश्वास वाटतो की, तेही एक ना एक दिवस असेच काही घडवू शकतील.

पण यासाठी खात्रीचा पुरवठादार – जो काहीही करून मालाचा पुरवठा करेल हे पाहणे, हे मोठेच आव्हान होते. त्यासाठी मग मॅकडोनल्ड्सने ४.५ कोटी डॉलर्स

खर्च करून मॉस्कोजवळ सोल्स्वेव्हो विभागात एक कारखाना उभारला. त्यामध्ये युरोपमधील अत्याधुनिक खाद्यपदार्थांची प्रक्रिया करणारी संयंत्रे होती व इतर ठिकाणी पुरवठादारांकडून घेणाऱ्या अनेक गोष्टी कंपनी येथे प्रथम आपल्या मालकीच्या कारखान्यात तयार करत होती. रशियाच्या विविध भागांतून कच्चा माल विकत घेतला जायचा. रसेट बटाट्यासारखे विदेशी पद्धतीचे कृषिउत्पादन करण्यासाठी बी-बियाणे व शेतकी अवजारे आयात करण्यात आली. आर्थिक व राजकीय उलथापालथीमुळे कंपनीच्या विस्तार योजनेला रशियात काही काळ खीळ बसली. पण तिथून न जाण्याच्या निर्णयाचा कंपनीने कधीही फेरविचार केला नाही. कंपनी याकडे एक संशोधन व विकासाचा प्रयत्न म्हणून पाहत होती. "आम्ही ३० कोटी लोकसंख्येच्या बाजारपेठेत गुंतवणूक करण्याचा प्रयत्न करत होतो आणि त्याचे परतावे मिळण्यात बराच काळ जावा लागेल, हे आम्हास माहीत होते. पण ती आमची भविष्यासाठीची गुंतवणूक होती," असे ग्रीनबर्ग म्हणाला.

कॅन्टाल्युपोने त्यात भर टाकून म्हटले, "मॉस्कोत जाणे सोपे आहे, असा विचारही आमच्यापैकी कोणाच्या मनात आला नाही आणि तसे ते सोपेही नव्हते. त्या बाजारपेठेतील आमचा प्रवेश ही एक संधिसाधू योजना होती आणि आम्ही तिथे जे काही घडवले, ते एक अविस्मरणीय आश्चर्य होते. आम्ही आता तिथे दीर्घकाळ राहणार आहोत. ही एक मोठी बाजारपेठ आहे व आम्ही तिथे सर्वप्रथम पोहोचल्यामुळे त्याचा फायदा आम्हाला मिळत आहे. चीनमध्येही असेच घडेल, असे आम्हाला वाटते; कारण तिथेही उद्योगवाढीची प्रचंड क्षमता आहे. आज तिथे किमान १५ कोटी जनतेला आमचे खाणे विकत घेणे परवडत असेल, पण आम्ही तिथे जाऊ; तेव्हा त्यात आणखी १५ कोटी लोकांची भर पडेल."

२३ एप्रिल १९९१ला चीनच्या बीजिंगमधल्या रेस्टॉरंटच्या उद्घाटनाच्या दिवशी मॉस्कोमधले गर्दीचे उच्चांक मोडले. तिथल्या २८००० चौरस फूट रेस्टॉरंटमध्ये त्या दिवशी ४०,००० ग्राहक आले. तिथे २९ कॅश काउंटर्स होती. शहराच्या गजबजलेल्या व्यापार केंद्राजवळ ते होते व तिथून जा-ये करणाऱ्या पादचाऱ्यांची संख्या आठ लाख एवढी होती.

मॅकडोनल्ड्स आणि जनरल कॉर्पोरेशन ऑफ बीजिंग – ॲग्रिकल्चर, इंडस्ट्री ॲन्ड कॉमर्स यांच्यातील या संयुक्त प्रकल्पाद्वारे ५ वर्षे काम करून पुरवठादार, प्रचारक व अन्य सेवा पुरवणाऱ्यांची यंत्रणा विकसित करण्यात आली. त्याचा केवळ बीजिंगच्याच नव्हे, तर इतर शहरातील रेस्टॉरंटनाही या सेवा पुरवण्यात उपयोग झाला. बीजिंगचे रेस्टॉरंट उघडले गेले; तेव्हा बीफ, चिकन, मासे, बटाटे, लेट्यूस आणि शीत पेये यापैकी ९५ टक्के माल चीनमध्येच तयार होत होता वा खरेदी केला गेला होता. १२० कोटी लोकसंख्येच्या त्या देशाची क्षमता प्रचंड होती. तिथे

२४,००० मॅकडोनल्ड्स रेस्टॉरंट्स उघडायची क्षमता आहे, असा कंपनीचा होरा आहे. तसे झाले, तर अमेरिकेत जेवढ्या प्रमाणात मॅकडोनल्ड्स देशभर पसरली आहे, तसे काहीसे होईल.

कॅन्टाल्युपोला यात प्रचंड फायदा दिसतो. त्याच्या मते, नव्या देशात – नव्या कार्यक्षेत्रात पूर्वीच्या अनुभवाच्या जोरावर कंपनी कमी गुंतवणुकीत प्रवेश करू शकते. केवळ एक रेस्टॉरंट उघडून कंपनीला त्या देशातील सांस्कृतिक प्रतिसाद, स्वीकारार्हता व वाढीच्या वेगाचा अंदाज घेता येऊ शकतो. बहुतेक देशांत पहिल्या वर्षापासूनच नफा मिळणे चालू होते. त्याच्या मते, नजीकच्या भविष्यकाळात चीन, रशिया, इंडोनेशिया या देशांत गुंतवणूक व वाढीच्या प्रचंड क्षमता निर्माण होणार आहेत आणि त्यांतून विक्री व नफा यांतही वाढ होणार आहे.

आंतरराष्ट्रीय विस्तारात कंपनीच्या पायाभूत सुविधांमधील वाढ व अनुभव यांचेही योगदान मोठे आहे आणि त्यामुळे भावी काळात त्याचे आश्चर्यजनक परिणाम दिसून येणार आहेत. कॅन्टाल्युपो म्हणतो, ''आता आम्ही ज्या पद्धतीने काम करतो, त्याचा विचार करता कंपनी आंतरराष्ट्रीय झाली आहे. आमची कार्यपद्धत आता जागतिक झाली आहे. पूर्वी ती प्रत्येक देशाकरता स्वतंत्र असायची. 'जागतिक खरेदी' ही आमची स्वत:ची नवी संकल्पना आहे. त्यामुळे १९९२मध्ये कंपनीने २ कोटी डॉलर्स व १९९३मध्ये ७ कोटी डॉलर्सची बचत खरेदीतून केली.''

उदा. – आता युरोपमधल्या मॅकडोनल्ड्स रेस्टॉरंटचे टेबलटॉप्स बेल्जियममधून येतात. खुर्च्या व टाइल्स इटलीतून येतात. दरवाजे ऑस्ट्रियातून घेतले जातात. हॉलंडमधून प्रकाशयोजना खरेदी केली जाते. हवा गरम करणे, ती वातानुकूलित करणे वा हलती ठेवणे ह्याची यंत्रे अमेरिकेतून आणली जातात. या सर्वांतून कमी किंमत, दर्जेदार माल या उद्दिष्टाने इमारत बांधणीच्या खर्चात बरीच बचत झाली आहे.

बऱ्याच रेस्टॉरंटना स्थानिक बाजारपेठेतून माल पुरवला जातो, तरीही काही बाबतींत कंपनीच्या जागतिक यंत्रणेद्वारा बराच कच्चा माल परिणामकारकरीत्या व स्वस्तात पुरवता येणे शक्य होते. आम्ही दर्जेदार मालपुरवठा करण्यासाठी चांगल्या पुरवठादारांच्या शोधात असतो – मग ते अमेरिकेतील असोत वा क्वालालंपूरमधील. त्यांनी आपल्या गरजेप्रमाणे व योग्य त्या किमतीत मालपुरवठ्याची हमी मात्र द्यायला हवी. आज न्यूझीलंडचे चीज दक्षिण अमेरिकेत वापरले जाते, तर उरुग्वेमधील बीफ मलेशियात वापरले जाते. जपानमधील बन्सला लागणारे तिळाचे दाणे मेक्सिकोत बनतात, ऑस्ट्रेलियातून जपानला बीफ नेले जाते; तर अमेरिकेतला एकुलता एक पुरवठादार जगभर लागणारे पाइज तयार करण्याचा माल पुरवतो. चलनाच्या व्यवहाराऐवजी वस्तूंच्या अदलाबदलीने समस्येवर मात केली जाते. उदा. – रशिया

जर्मनीत 'पाइज देते' व त्या बदल्यात तिकडून पॅकेजिंग मटेरियल, लॉबी ट्रेन व अन्य कंपनी माल घेते.

कॅन्टाल्युपो म्हणतो, "आमच्यासमोर मोठे आव्हान आहे ते प्रत्येक देशात खाद्यपदार्थांच्या किमती स्थानिक ग्राहकांच्या खिशाला परवडतील अशा ठेवणे. त्यासाठी आम्ही आंतरराष्ट्रीय व्यवहार करताना कमी खर्चात काम कसे होऊ शकेल, हे जागतिक पातळीवर प्रयत्न करून पाहू शकतो. पुढच्या काही वर्षांत जसजसे आम्ही जगभर पसरू, तसतशी ही विचारसरणी अधिक व्यापक बनेल. पुढच्या काही वर्षांत तैवान, स्पेन, इटली, हाँगकाँग व चीनचा काही भाग हे मालपुरवठा करण्यात महत्त्वाची कामगिरी बजावतील, असे वाटते; तर पश्चिम युरोपमध्ये सध्या ३३ कोटी लोकसंख्येत फक्त १७०० रेस्टॉरंट्स आहेत, तिथे वाढ होईल असे वाटते. ब्राझील, मेक्सिको, इंडोनेशिया, पूर्व युरोप व काही काळानंतर भारत या बाजारपेठेत दीर्घकालीन वाढीला भरपूर वाव आहे. एकविसाव्या शतकासाठी भारत, आफ्रिका व मध्य-पूर्वेतील देश हे आमचे लक्ष्य आहेत."

"आम्हाला खरंच काही मर्यादा नाहीत. या शतकाअखेरीस १५ देशांत आम्ही रेस्टॉरंटच्या संख्येने मोठे असू व त्यानंतरच्या काही दशकांत आणखी १५ देशांत आणि लवकरच आम्ही दर वर्षी १५०० नवी रेस्टॉरंट्स उघडण्याचा सपाटा लावू, अशी आमची खात्री आहे," असे कॅन्टाल्युपो म्हणतो.

मॅकडोनल्ड्समध्ये कालमानानुसार जलद गतीने बदल होत गेले, तरी मूलभूत तत्त्व कायम राहिले आहे आणि ते आहे कॉर्पोरेट नागरिकत्वाप्रति बांधिलकी. "लोकांच्या हे लक्षात आले नाही की, अमेरिकेत जेवढ्या प्रमाणात आम्ही समाजाशी संबंध ठेवतो तेवढा परदेशात ठेवू शकू वा नाही." पण आता 'रोनाल्ड मॅकडोनल्ड हाउस'ची संकल्पना जगभर राबवली जात आहे व अशासारख्या समाजसेवेच्या कामात अधिकाधिक सहभागी व्हावे, असे लोकांना वाटायला लागले आहे, असे गोलिन म्हणतो.

"ज्या समाजातून आपण आपले धन वेचतो, त्या समाजाला ते काही प्रमाणात परत द्यायला हवे – ही भावना प्रत्यक्षात उतरवण्यासाठी 'रोनाल्ड मॅकडोनल्ड चिल्ड्रेन चॅरिटी' (आरएमसीसी) ही योजना रे क्रॉकच्या निधनानंतर त्याच्या स्मरणार्थ चालू करण्यात आली व त्याद्वारे रोनाल्ड मॅकडोनल्ड हाउस ही हॉस्पिटलमधील रुग्णांच्या नातेवाइकांना हॉस्पिटलजवळ निवारा देण्यासाठी राबवली जाणारी योजना साकार होत गेली. आज आरएमसीसी योजना ही बालहितासाठी काम करणारी जगातील एक मोठी सेवाभावी योजना आहे व ती वाढतच जाईल." असे ल्युबिन म्हणतो. तिच्याइतकी निधिसंकलनाची क्षमता फार थोड्या सेवाभावी संघटनांत आहे. तसेच मुलांच्या कल्याणासाठी कार्यक्रम राबविण्याबाबतही आहे. आरएमसीसीने

मुलांच्या कल्याणासाठी काम करणाऱ्या सेवाभावी संस्थासाठी १७००हून अधिक अनुदाने दिली आहेत व त्यावर १० कोटी डॉलर्स खर्च केले आहेत. त्यातून आरोग्यविषयक कार्यक्रम, वैद्यकीय संशोधन, अपंगांचे पुनर्वसन करण्यासाठी तयार करण्यात आलेल्या खास सुविधा व तरुणांसाठी खास शैक्षणिक कार्यक्रम राबवले जातात. अमेरिकेत १६२, तर इतर देशांत ११ 'रोनाल्ड मॅकडोनल्ड हाउस' आहेत.

ल्युबिनने असे दाखवून दिले की, आरएमसीसी योजना आता अशा टप्प्यात आली आहे की, तिला फक्त निधी उपलब्ध करून देण्याच्या विनंतीवरच अवलंबून राहावे लागते. ती आपणहून चांगले विधायक प्रकल्प शोधू शकते. आपण करू शकतो त्यापेक्षा फारच थोडे याबाबत आजवर झाले आहे. रेच्या स्मृतिप्रीत्यर्थ राबवला गेलेला हा एक महान कार्यक्रम आहे आणि त्यांत दिवसानुदिवस सुधारणा होत आहे. जसजसे निधीचे स्वरूप व कामाची व्याप्ती वाढेल तसतशी एक दिवस ही योजना हा एक स्वतंत्रपणे काम करणारा न्यास होईल, असे वाटते. दर वर्षी १.२० ते १.४० कोटी डॉलर्सचे सेवाभावी काम करण्यासाठी १२ ते १४ कोटी डॉलर्सचा स्वतंत्र निधी त्यासाठी उभारावा लागणार आहे.

कंपनीने 'मॅक जॉब्स' या कार्यक्रमाद्वारे मानसिक व शारीरिकदृष्ट्या अपंग व्यक्तींसाठी रोजगार उपलब्ध करून देण्याची योजना कार्यान्वित केली आहे. तसेच 'मॅकमास्टर्स' योजनेद्वारा ५५ वर्षे वयाच्या वरच्या लोकांकरता पुनर्प्रशिक्षण व रोजगारकामात कायम ठेवण्याच्या योजना राबवल्या आहेत. असाच कार्यक्रम 'डायव्हर्सिटी डेव्हलपमेंट' कार्यक्रमाद्वारे केवळ कंपनी अधिकारीच नाही, तर फ्रँचायझींकरताही राबवला जातो. मॅकडोनल्ड्स ही आता अगदी प्राथमिक प्रशिक्षणापासून रोजगाराचे प्रशिक्षण देणारी यंत्रणा बनली आहे. हे काम अमेरिकेत एरवी सहसा संरक्षण खाते करते. "मॅकडोनल्ड्स हे जणू अमेरिकेचे प्रतिबिंब आहे." असे रेन्सी म्हणतो.

कंपनीचे फ्रँचायझी हे आता अल्पसंख्य समाजातील उद्योजकांचे मोठे गट बनले आहेत. त्यांत काम करणाऱ्यांपैकी ६० टक्के अल्पसंख्य वा महिला असतात व त्यांनाही उत्तम प्रशिक्षण द्यायचा मोठाच कार्यक्रम राबवला जातो. कंपनीअंतर्गत वादविवादांचे प्रमाण १९७०च्या मानाचे फारच कमी झाले आहे आणि त्यासाठी पहिल्यापासून सर्वांचे कल्याण कसे होईल याकडे लक्ष देण्याने हा बदल घडून आला आहे. ल्युबिन म्हणतो, "कंपनी आपल्या ध्येय-धोरणांबद्दल ठामपणे उभे राहण्यास तयार आहे; पण त्याआधी ती ध्येय-धोरणे सर्वांचे हित साधणारी आहेत ना, हे आम्ही पाहत असतो. बऱ्याच वेळा फ्रँचायझींबाबत अनेक उद्योगांत ताणतणाव, वादविवाद असतात; पण आम्ही त्यांच्याबाबत ते कुटुंबाचे घटक आहेत, या भावनेने काम करतो."

तरुणांना सर्वांत मोठ्या प्रमाणावर नोकऱ्या देणारी कंपनी या नात्याने त्यांच्या शैक्षणिक प्रगतीबाबत कंपनी जागरूक असते. विद्यार्थी असलेल्या आपल्या कर्मचाऱ्यांकरता शिक्षण ही प्राधान्यता असली पाहिजे, असे कंपनीला वाटते. कंपनी आपल्या स्वत:च्या व आपल्या फ्रँचायझींच्या विद्यार्थी कर्मचाऱ्यांकरता अनेक कल्याणकारी योजना राबवते; पण त्याचबरोबर स्थानिक शिक्षण संस्थांच्या मदतीने शाळेतून शिक्षण अर्ध्यावर सोडून बाहेर पडलेल्या, अशिक्षित, व्यसनाधीन तरुणांकरता समुपदेशक व मार्गदर्शकांची व्यवस्था कंपनीचे अधिकारी व फ्रँचायझी काम करून करतात.

सामाजिक बांधिलकी जोपासण्यासाठी कंपनीचे अधिकारी व फ्रँचायझी आपापल्या कार्यक्षेत्रातील समाजसेवेच्या अनेक योजनांत भाग घेतात. विशेषत: नैसर्गिक आपत्तीत तर हेच मोठ्या प्रमाणावर केले जाते. फ्लोरिडा आणि हवाईत १९९२मध्ये आलेली चक्रीवादळे, मध्य-पूर्व अमेरिकेत १९९३मध्ये झालेले पूर, १९९४ला लॉस एंजलीसचा भूकंप यांत हे दिसून आले. या बांधिलकीचे परिणाम १९९२च्या लॉस एंजलीसमधल्या दंगलीत दिसून आले. यात २०० कोटी डॉलर्सचे नुकसान झाले. घरफोडी, जाळपोळ, लुटालुटीचे प्रकार झाले; पण मॅकडोनल्ड्सला फारशी झळ पोहोचली नाही. संचारबंदी उठल्याबरोबर मॅकडोनल्ड्स स्टोअर्स पुन्हा उघडली गेली. त्यातून आणीबाणीच्या सेवेसाठी काम करणारे व दंगलग्रस्त भागातील सामान्य नागरिक यांची खाण्याची सोय करण्यात आली. 'टाइम' मासिकाने लिहिले, 'जेव्हा दक्षिणेत लॉस एंजलीसमधील आग शमली, धूर कमी झाला; त्या वेळी असे लक्षात आले की, कृष्णवर्णीयांचे अनेक उद्योग-व्यवसाय उद्ध्वस्त केले गेले होते, पण मॅकडोनल्ड्सच्या एकाही स्टोअरला ओरखडाही उठला नव्हता.'

हे उदाहरण म्हणजे, ज्या सामाजिक धोरणांचा कंपनीने तीन दशकांहून अधिक काळ पाठपुरावा केला, त्याचीच फलश्रुती होती, असे म्हणता येईल. यामुळे आज मॅकडोनल्ड्स ही अमेरिकेतील एक सबळ सामाजिक जबाबदारी स्वीकारणारी कंपनी म्हणून ओळखली जाते; पण त्याचबरोबर समाजातील एक परिणामकारक तंत्रविशारद म्हणूनही तिची ओळख आहे. "यासाठी कंपनी व फ्रँचायझींनी उत्तम धोरणे राबवायला हवीत. इतर जगाच्या दृष्टीने हे आश्चर्याखेरीज काही नाही. पण हे आश्चर्य म्हणजे जादू नाही. वर्षानुवर्षांच्या आपल्या समाजाप्रतीच्या बांधिलकीचे व ग्राहकांप्रतीच्या सेवेचे ते प्रतीक आहे." असे रेन्सी म्हणतो.

"अशा रीतीने सर्वांगीनी प्रगती झाल्यावर क्विनलॅन आता भविष्याकडे आशावादी दृष्टिकोनातून पाहतोय. आमच्याबरोबर काम करणाऱ्यांना अनेक आवर्तनांतून जावे लागले आणि यातून झालेल्या बदलांचे भव्य स्वरूप पाहताना या आवर्तनांची व्याप्ती लक्षात येते," असे त्याचे म्हणणे आहे. "पूर्वी ज्या घोड्यांनी बऱ्याच वर्षांनी

शर्यती जिंकल्या, अशा घोड्यावर आम्ही बसत होतो; त्यामुळे त्यांपैकी एखाद्यावरून आम्ही पायउतार झालो, तर लोक रागवायचे. पण आता आमच्याकडे तबेल्यात आमचेच असंख्य घोडे आहेत व त्यांपैकी कोणावरही आम्ही बसू शकतो. हे उशिरा होण्यापेक्षा लवकर घडत गेले, हे छान झाले. कारण त्यामुळे आम्हाला क्षणभर थांबून, आमच्या व्यवसायात परिणामकारक बदल घडवून आणण्याची संधी मिळाली.'' असे तो पुढे म्हणतो.

सध्याच्या उद्योगात भरपूर वाव आहे, त्यामुळे विविध अन्य क्षेत्रांत कंपनी जात नाही, या तक्रारीकडे क्विनलॅन थोडी डोळेझाक करतो. ''आताच्या आमच्या कामात गढून जाण्याइतके भरपूर काम आमच्याकडे आहे. आंतरराष्ट्रीय उद्योगात वाव आहे. अमेरिकेतही वाढीसाठी भरपूर संधी तेवढ्याच प्रमाणात आहेत. १०० टक्के ग्राहक समाधान, खाद्यपदार्थांच्या यादीत सातत्याने टाकायची भर, दिवसाच्या ठरावीक भागातील व्यवसायावर भर, नव्या व उत्पादक जागांचा वापर वगैरेंबाबत आम्ही आमचा अनुभव ग्राहकांच्या सेवेसाठी वापरू.'' हे त्याचे स्पष्टीकरण आहे.

ल्युबिनच्या मते, ''आंतरराष्ट्रीय व्यवसायातील क्षमतेची महती आता-आता आमच्या लक्षात यायला लागली आहे. आम्ही आता जागतिक पातळीवरचे खेळाडू बनत आहोत. यात आमच्या वाढीच्या मर्यादा भरपूर आहेत, पण त्या तशा आमच्यात काम करणाऱ्या अधिकारी व कर्मचाऱ्यांनाही आहेत.''

कंपनीची मूल्ये व ग्राहकसेवा याबाबतच्या धोरणांसंदर्भात सुधारणांबाबत क्विनलॅन एवढा आशावादी आहे की, या दोन्हींमुळेच आम्ही आणि आमचे स्पर्धक यांत भलीमोठी दरी असेल, असे त्याचे भाकीत आहे. सन २०००नंतर आम्ही या क्षेत्रातले नेते होऊ व नव्या शतकातही आमच्या उद्योगाला भरपूर वाव असेल, असे त्याला वाटते. या उद्योगात 'फक्त मॅकडोनल्ड्स आणि मॅकडोनल्ड्सच' असे घोषवाक्य ऐकत राहण्याची आमची इच्छा आहे. त्यांतून आमची आर्थिक लक्ष्ये आपोआपच साध्य होतील. या दृष्टीने मॅकडोनल्ड्सच्या कहाणीचा हा शेवट नाही, कारण यापेक्षा अधिक चांगला काळ तर पुढेच येणार आहे. हा शेवट नाही, तर ही एका नव्या अध्यायाची सुरुवात आहे.

■